ਕਲੈਕਟਰ ਸਾਹਿਬਾ

UPSC ਵਾਲਾ ਲਵ

ਕਲੈਕਟਰ ਸਾਹਿਬਾ

ਕੈਲਾਸ਼ ਮਾਂਜੂ ਬਿਸ਼ਨੋਈ

ਪੰਜਾਬੀ ਅਨੁਵਾਦਕ: ਡਾ. ਸੰਦੀਪ ਸਿੰਘ ਮੁੰਡੇ

MANJUL

ਮੰਜੁਲ ਪਬਲਿਸ਼ਿੰਗ ਹਾਊਸ

First published in India by

MANJUL

Manjul Publishing House

Corporate and Editorial Office
• 2nd Floor, Usha Preet Complex, 42 Malviya Nagar,
Bhopal 462 003 - India

Sales and Marketing Office
• C-16, Sector 3, Noida, Uttar Pradesh 201301 - India
Website: www.manjulindia.com

Distribution Centres
Ahmedabad, Bengaluru, Chennai, Kochi, Kolkata,
Hyderabad, Mumbai, New Delhi, Pune

Punjabi translation of
UPSC Wala Love: Collector Sahiba by Kailash Manju Bishnoi

This Punjabi edition first published in India in 2026

ISBN 978-93-5543-679-5

Translation by Dr. Sandeep Singh Munde

Printed and bound in India by Repro India Limited

ਦਾਅਵਾ

- ਇਸ ਨਾਵਲ ਵਿੱਚ ਦਰਜ ਘਟਨਾਵਾਂ, ਸੂਚਨਾਵਾਂ, ਕਥਾਨਕ ਅਤੇ ਪਾਤਰ ਕਾਲਪਨਿਕ ਹਨ। ਇਹਨਾਂ ਦੀ ਕਿਸੇ ਵੀ ਵਿਅਕਤੀ ਜਾਂ ਘਟਨਾ ਨਾਲ ਸਮਾਨਤਾ ਨੂੰ ਮਹਿਜ਼ ਇਤਫ਼ਾਕ ਸਮਝਿਆ ਜਾਵੇ।
- ਇਸ ਨਾਵਲ ਦੀ ਸਮੁੱਚੀ ਪਾਠ-ਸਮਗਰੀ ਦੀ ਜ਼ਿੰਮੇਵਾਰੀ ਕੇਵਲ ਮੂਲ ਨਾਵਲਕਾਰ/ਲੇਖਕ ਦੀ ਹੈ।

ਤਤਕਰਾ

ਮੇਰੇ ਵੱਲੋਂ ...

ਕੈਲਾਸ਼ ਮਾਂਜੂ ਬਿਸ਼ਨੋਈ ਅਜੋਕੇ ਸਮੇਂ ਦਾ ਉੱਭਰਦਾ ਹੋਇਆ ਚਰਚਿਤ ਸਾਹਿਤਕਾਰ ਹੈ। ਰਾਜਸਥਾਨ ਦੇ ਜੋਧਪੁਰ ਵਿਚਲੇ ਪਿੰਡ ਲੋਹਾਵਤ ਦੇ ਇੱਕ ਛੋਟੇ ਜਿਹੇ ਕਿਸਾਨ ਪਰਿਵਾਰ ਵਿੱਚ ਜੰਮੇ ਕੈਲਾਸ਼ ਮਾਂਜੂ ਬਿਸ਼ਨੋਈ ਨੇ ਸਕੂਲੀ ਸਿੱਖਿਆ ਆਪਣੇ ਪਿੰਡ ਦੇ ਸਕੂਲ ਤੋਂ ਪੂਰੀ ਕਰਨ ਉਪਰੰਤ ਉੱਚ ਸਿੱਖਿਆ ਜੋਧਪੁਰ ਵਿਖੇ ਪ੍ਰਾਪਤ ਕੀਤੀ। ਫਿਰ ਯੂ.ਪੀ. ਐੱਸ.ਸੀ. ਪ੍ਰੀਖਿਆ ਦੀ ਤਿਆਰੀ ਕਰਨ ਲੱਗੇ, ਇਹ ਪ੍ਰੋਪਰ ਆਈ.ਏ.ਐੱਸ ਤਾਂ ਨਹੀਂ ਬਣ ਸਕੇ, ਪਰ ਇਸ ਦੌਰਾਨ ਇਹਨਾਂ ਨੇ ਇਸ ਖੇਤਰ ਦਾ ਖ਼ੂਬ ਅਨੁਭਵ ਇਕੱਠਾ ਕੀਤਾ। ਇਹਨਾਂ ਦੇ ਨਿੱਜੀ ਅਨੁਭਵ ਦੇ ਆਧਾਰ 'ਤੇ ਲਿਖੇ ਗਏ ਮੋਟੀਵੇਸ਼ਨਲ ਆਰਟੀਕਲ ਬਹੁਤ ਪ੍ਰਸਿੱਧ ਹੋਏ ਹਨ। ਅੱਜਕੱਲ੍ਹ ਇਹਨਾਂ ਦੇ ਆਰਟੀਕਲ ਹਿੰਦੀ ਰਾਸ਼ਟਰੀ ਅਖ਼ਬਾਰ 'ਦੈਨਿਕ ਜਾਗਰਣ' ਦੇ ਕਾਲਮ 'ਊਰਜਾ' ਅਤੇ 'ਆਜਕਲ' ਵਿਖੇ ਨਿਰੰਤਰ ਪ੍ਰਕਾਸ਼ਿਤ ਹੋ ਰਹੇ ਹਨ। ਹੁਣ ਤੱਕ ਇਹਨਾਂ ਦੇ ਦੈਨਿਕ ਜਾਗਰਣ, ਦੈਨਿਕ ਭਾਸਕਰ, ਦੈਨਿਕ ਨਵਜਯੋਤੀ, ਜਨਸੱਤਾ, ਬਿਜ਼ਨਸ ਸਟੈਂਡਰਡ, ਨਵ ਭਾਰਤ ਟਾਈਮ, ਰਾਸ਼ਟਰੀ ਸਹਾਰਾ ਆਦਿ ਰਾਸ਼ਟਰੀ ਅਖ਼ਬਾਰਾਂ ਵਿੱਚ 500 ਤੋਂ ਜ਼ਿਆਦਾ ਐਡੀਟੋਰੀਅਲ ਆਰਟੀਕਲ ਪ੍ਰਕਾਸ਼ਿਤ ਹੋ ਚੁੱਕੇ ਹਨ।

ਬਹੁਮੁਖੀ ਪ੍ਰਤਿਭਾ ਦੇ ਮਾਲਕ ਕੈਲਾਸ਼ ਮਾਂਜੂ ਬਿਸ਼ਨੋਈ ਨੇ ਸਾਲ 2023 ਵਿੱਚ ਆਪਣੀ ਕਲਮ ਰਾਹੀਂ ਪਹਿਲਾ ਨਾਵਲ 'ਕਲੈਕਟਰ ਸਾਹਿਬਾ' ਲਿਖ ਕੇ ਹਿੰਦੀ ਸਾਹਿਤ ਦੀ ਦੁਨੀਆ ਵਿੱਚ ਕਦਮ ਰੱਖਿਆ। ਉਹਨਾਂ ਦੇ ਇਸ ਨਾਵਲ ਨੇ ਸਾਹਿਤ ਦੀ ਦੁਨੀਆ ਵਿੱਚ ਖਲਬਲੀ ਪੈਦਾ ਕਰ ਦਿੱਤੀ। ਇਸ ਨਾਵਲ ਨੂੰ ਪਾਠਕਾਂ ਦਾ ਐਨਾ ਜ਼ਿਆਦਾ ਹੁੰਗਾਰਾ ਮਿਲਿਆ ਕਿ ਇਹ ਪੂਰੀ ਦੁਨੀਆ ਵਿੱਚ ਹਿੰਦੀ ਦੀ ਸਭ ਤੋਂ ਵੱਧ ਵਿਕਣ ਵਾਲੀ ਪੁਸਤਕ ਬਣ ਗਿਆ ਹੈ। ਇਸ ਨਾਵਲ 'ਤੇ ਅਧਾਰਿਤ ਫ਼ਿਲਮ ਅਤੇ ਵੈੱਬ ਸੀਰੀਜ਼ ਬਣਾਉਣ ਲਈ ਕਈ ਨਿਰਮਾਤਾਵਾਂ ਤੋਂ ਆਫ਼ਰ ਮਿਲ ਰਹੇ ਹਨ।

ਨਾਵਲ 'ਕਲੈਕਟਰ ਸਾਹਿਬਾ' ਯੂ.ਪੀ.ਐੱਸ.ਸੀ. ਪ੍ਰੀਖਿਆ ਦੀ ਤਿਆਰੀ ਕਰਨ ਵਾਲੇ ਲੱਖਾਂ ਉਮੀਦਵਾਰਾਂ ਦੇ ਜੀਵਨ ਸੰਘਰਸ਼ ਦੀ ਦਾਸਤਾਨ ਹੈ, ਜੋ ਆਈ.ਏ.ਐੱਸ

ਬਣਨ ਦਾ ਖ਼ੁਆਬ ਲੈ ਕੇ ਦਿੱਲੀ ਵਰਗੇ ਵੱਡੇ ਸ਼ਹਿਰਾਂ ਵਿੱਚ ਕੋਚਿੰਗ ਲਈ ਆਉਂਦੇ ਹਨ, ਇਹਨਾਂ ਵਿੱਚੋਂ ਕੁੱਝ ਕੁ ਹੀ ਸਫ਼ਲ ਹੁੰਦੇ ਹਨ। ਨਾਵਲ ਦੀ ਸ਼ੁਰੂਆਤ ਵਿੱਚ ਨਾਇਕਾ ਐਂਜਲ ਅਖ਼ਬਾਰ ਵਿੱਚ ਇੱਕ ਆਰਟੀਕਲ ਪੜ੍ਹਦੀ ਹੈ, ਜਿਸ ਵਿੱਚ ਲੇਖਕ ਯਾਨੀ ਨਾਇਕ ਗਿਰੀਸ਼ ਦੀ ਈ-ਮੇਲ ਆਈਡੀ ਵੀ ਦਿੱਤੀ ਹੁੰਦੀ ਹੈ, ਜਿਸ ਰਾਹੀਂ ਉਹ ਦੋਵੇਂ ਸੰਪਰਕ ਵਿੱਚ ਆ ਜਾਂਦੇ ਹਨ। ਇਹ ਦੋਵੇਂ ਯੂ.ਪੀ.ਐੱਸ.ਸੀ. ਪ੍ਰੀਖਿਆ ਦੀ ਤਿਆਰੀ ਕਰ ਰਹੇ ਹੁੰਦੇ ਹਨ। ਐਂਜਲ, ਗਿਰੀਸ਼ ਦੇ ਮੋਟੀਵੇਸ਼ਨਲ ਸਪੀਚ ਤੋਂ ਬਹੁਤ ਪ੍ਰਭਾਵਿਤ ਹੁੰਦੀ ਹੈ। ਫਿਰ ਦੋਵਾਂ ਦੀ ਮੁਲਾਕਾਤ ਦਾ ਸਿਲਸਿਲਾ ਸ਼ੁਰੂ ਹੋ ਜਾਂਦਾ ਹੈ, ਜੋ ਸਮੇਂ ਦੇ ਨਾਲ-ਨਾਲ ਪਿਆਰ ਵਿੱਚ ਬਦਲ ਜਾਂਦਾ ਹੈ। ਦੋਵੇਂ ਹਰ ਮੋੜ ਤੇ ਇਕ-ਦੂਜੇ ਨਾਲ ਖੜ੍ਹੇ ਦਿਖਾਈ ਦਿੰਦੇ ਹਨ। ਕਾਫ਼ੀ ਮਿਹਨਤ ਅਤੇ ਸੰਘਰਸ਼ ਤੋਂ ਬਾਅਦ ਐਂਜਲ ਤਾਂ ਚੰਗੀ ਰੈਂਕ ਲੈ ਕੇ ਪੌਂਪਰ ਆਈ.ਏ.ਐੱਸ ਬਣ ਜਾਂਦੀ ਹੈ, ਪਰ ਗਿਰੀਸ਼ ਸਫ਼ਲਤਾ ਦੇ ਅੰਤਿਮ ਸਿਖਰ 'ਤੇ ਪਹੁੰਚ ਨਹੀਂ ਸਕਦਾ। ਇੱਧਰ ਗਿਰੀਸ਼, ਐਂਜਲ ਨੂੰ ਗੂੜ੍ਹਾ ਪਿਆਰ ਕਰਨ ਲੱਗਦਾ ਹੈ ਤੇ ਉਸ ਨਾਲ ਵਿਆਹ ਦੇ ਸੁਪਨੇ ਦੇਖਦਾ ਹੈ। ਪਰ ਇੱਥੇ ਇੱਕ ਡਰ ਉਪਜਦਾ ਹੈ ਕਿ ਆਈ.ਏ.ਐੱਸ. ਅਫ਼ਸਰ ਬਣਨ ਤੋਂ ਬਾਅਦ ਐਂਜਲ ਗਿਰੀਸ਼ ਨਾਲ ਵਿਆਹ ਕਰੇਗੀ ਜਾਂ ਨਹੀਂ।

'ਕਲੈਕਟਰ ਸਾਹਿਬਾ' ਨਾਵਲ ਵਿੱਚ ਯੂ.ਪੀ.ਐੱਸ.ਸੀ. ਪ੍ਰੀਖਿਆ ਅਤੇ ਇਸ ਨਾਲ ਜੁੜੀਆਂ ਸਮੱਸਿਆਵਾਂ ਅਤੇ ਚੁਣੌਤੀਆਂ ਨੂੰ ਬੜੀ ਖ਼ੂਬਸੂਰਤੀ ਨਾਲ ਪੇਸ਼ ਕੀਤਾ ਗਿਆ ਹੈ। ਯੂ.ਪੀ.ਐੱਸ.ਸੀ. ਦੀਆਂ ਤਿਆਰੀਆਂ ਅਤੇ ਆਈ.ਏ.ਐੱਸ. ਬਣਨ ਤੋਂ ਬਾਅਦ ਏਨਾ ਲੋਕਾਂ ਵਿੱਚ ਕਿੰਨਾ ਬਦਲਾਅ ਆਉਂਦਾ ਹੈ? ਅਜਿਹੇ ਸਫ਼ਲ ਉਮੀਦਵਾਰ ਆਪਣੇ ਆਪ ਨੂੰ ਇੰਨਾ ਮਹਾਨ ਕਿਉਂ ਸਮਝਣਾ ਸ਼ੁਰੂ ਕਰ ਦਿੰਦੇ ਹਨ? ਉਹ ਅਸਫ਼ਲ ਉਮੀਦਵਾਰਾਂ ਤੋਂ ਦੂਰੀ ਕਿਉਂ ਬਣਾਉਣ ਲੱਗ ਪੈਂਦੇ ਹਨ? ਨਾਵਲ ਵਿੱਚ ਇੰਨ੍ਹਾਂ ਤੱਥਾਂ ਨੂੰ ਉਭਾਰਿਆ ਗਿਆ ਹੈ ਕਿ ਹਰ ਨੌਜਵਾਨ ਦਾ ਸੁਪਨਾ ਆਈ.ਏ.ਐੱਸ. ਬਣਨਾ ਹੀ ਕਿਉਂ ਹੁੰਦਾ ਹੈ ਤੇ ਉਹ ਹੋਰ ਸੇਵਾਵਾਂ ਵੱਲ ਕਿਉਂ ਨਹੀਂ ਜਾਣਾ ਚਾਹੁੰਦੇ? ਨਾਵਲ ਵਿਚਲੀ 'ਮੋਟੀਵੇਸ਼ਨਲ ਸਪੀਚ' ਨਿਰਾਸ਼ ਉਮੀਦਵਾਰਾਂ ਲਈ ਮਾਰਗ ਦਰਸ਼ਕ ਵਜੋਂ ਕੰਮ ਕਰਦੀ ਹੈ ਅਤੇ ਸਿੱਖਿਆ ਦਿੰਦੀ ਹੈ ਕਿ ਦੁਨੀਆ ਦੀ ਅਜਿਹੀ ਕੋਈ ਸਫ਼ਲਤਾ ਨਹੀਂ ਹੈ ਜੋ ਮਨੁੱਖ ਹਾਸਲ ਨਹੀਂ ਕਰ ਸਕਦਾ।

ਇਸ ਨਾਵਲ ਵਿੱਚ ਯੂ.ਪੀ.ਐੱਸ.ਸੀ. ਉਮੀਦਵਾਰਾਂ ਨੂੰ ਦਰਪੇਸ਼ ਮੁਸ਼ਕਲਾਂ, ਯੂ.ਪੀ. ਐੱਸ.ਸੀ. ਪ੍ਰੀਖਿਆ ਦੀਆਂ ਚੁਣੌਤੀਆਂ, ਅਸਫ਼ਲਤਾਵਾਂ ਅਤੇ ਪਰਿਵਾਰਕ ਚੁਣੌਤੀਆਂ, ਮਸੂਰੀ ਦੇ ਲਬਾਸਨਾ ਵਿੱਚ ਵਾਪਰ ਰਹੀਆਂ ਘਟਨਾਵਾਂ ਨੂੰ ਬਿਆਨ ਕੀਤਾ ਗਿਆ ਹੈ। ਕੋਰੋਨਾ ਦੇ ਸਮੇਂ ਦੌਰਾਨ ਪ੍ਰਤੀਯੋਗੀ ਵਿਦਿਆਰਥੀਆਂ ਨੂੰ, ਜਿਨ੍ਹਾਂ ਚੁਣੌਤੀਆਂ ਦਾ ਸਾਹਮਣਾ ਕਰਨਾ ਪਿਆ, ਓਨਾ ਨੂੰ ਵੀ ਦਰਸਾਇਆ ਗਿਆ ਹੈ। ਨਾਵਲ ਵਿੱਚ ਪ੍ਰਸ਼ਾਸਨਿਕ ਭ੍ਰਿਸ਼ਟਾਚਾਰ ਅਤੇ ਲਾਲ ਫ਼ੀਤਾਸ਼ਾਹੀ 'ਤੇ ਚਾਨਣਾ ਪਾਉਣ ਦੀ ਕੋਸ਼ਿਸ਼ ਕੀਤੀ ਗਈ ਹੈ।

ਸਮੁੱਚੇ ਤੌਰ 'ਤੇ 'ਕਲੈਕਟਰ ਸਾਹਿਬਾ' ਨਾਵਲ ਦਾ ਪਲਾਟ ਇੰਜ ਜਾਪਦਾ ਹੈ ਜਿਵੇਂ ਨਾਵਲਕਾਰ ਕੈਲਾਸ਼ ਮਾਂਜੂ ਬਿਸ਼ਨੋਈ ਨੇ ਖ਼ੁਦ ਇਸ ਨਾਵਲ ਦੀਆਂ ਘਟਨਾਵਾਂ ਨੂੰ ਆਪਣੇ ਪਿੰਡੇ 'ਤੇ ਹੰਢਾਇਆ ਹੋਵੇ।

ਕੈਲਾਸ਼ ਮਾਂਜੂ ਬਿਸ਼ਨੋਈ ਨੇ ਆਪਣੇ ਚਰਚਿਤ ਅਤੇ ਪ੍ਰਸਿੱਧ ਹਿੰਦੀ ਨਾਵਲ 'ਕਲੈਕਟਰ ਸਾਹਿਬਾ' ਨੂੰ ਪੰਜਾਬੀ ਵਿੱਚ ਅਨੁਵਾਦ ਕਰਨ ਦੀ ਵੱਡੀ ਜ਼ਿੰਮੇਵਾਰੀ ਮੈਨੂੰ ਦਿੱਤੀ, ਇਸ ਲਈ ਮੈਂ ਉਹਨਾਂ ਦਾ ਤਹਿ-ਦਿਲੋਂ ਧੰਨਵਾਦੀ ਹਾਂ। ਇਸ ਨਾਵਲ ਦਾ ਅਨੁਵਾਦ ਕਰਦੇ ਸਮੇਂ ਨਾਵਲ ਵਿਚਲੀ ਮੂਲ ਭਾਵਨਾ ਦਾ ਖਾਸ ਧਿਆਨ ਰੱਖਿਆ ਗਿਆ ਹੈ। ਮੈਂ ਇਸ ਨਾਵਲ ਦਾ ਪੰਜਾਬੀ ਅਨੁਵਾਦ ਵਿਦਿਆਰਥੀਆਂ, ਪਾਠਕਾਂ ਅਤੇ ਆਲੋਚਕਾਂ ਦੀ ਕਚਹਿਰੀ 'ਚ ਰੱਖਦਾ ਹਾਂ। ਆਸ ਹੈ ਕਿ ਇਹ ਅਨੁਵਾਦਿਤ ਨਾਵਲ ਪੰਜਾਬੀ ਸਾਹਿਤ ਲਈ ਲਾਹੇਵੰਦ ਹੋਵੇਗਾ ਅਤੇ ਪ੍ਰੀਖਿਆਰਥੀਆਂ ਨੂੰ ਪ੍ਰੇਰਣਾ ਤੇ ਨਵੀਂ ਸੇਧ ਦੇਣ ਵਿਚ ਸਹਾਈ ਹੋਵੇਗਾ।

ਮਿਤੀ : 22 ਅਕਤੂਬਰ 2024

ਡਾ. ਸੰਦੀਪ ਸਿੰਘ ਮੁੰਡੇ
(ਅਨੁਵਾਦਕ)

1

ਯੂ.ਪੀ.ਐੱਸ.ਸੀ. ਨਾਲ ਇਸ਼ਕ

ਇੱਕ ਦਿਨ ਦੈਨਿਕ ਭਾਸਕਰ ਅਖ਼ਬਾਰ ਦੇ ਸੰਪਾਦਕੀ ਪੰਨੇ 'ਤੇ ਮੇਰਾ ਆਰਟੀਕਲ ਪ੍ਰਕਾਸ਼ਿਤ ਹੋਇਆ-

'ਗਿਆਨ ਦੀ ਮਹਾਸ਼ਕਤੀ ਬਣਨਾ ਹੈ ਤਾਂ ਸਿੱਖਿਆ ਦੇ ਖੇਤਰ ਵਿੱਚ ਸੁਧਾਰ ਲਿਆਓ।' ਉਹ ਦਿਨ ਸੀ 17 ਅਕਤੂਬਰ 2017 ਦਾ ਅਤੇ ਉਸ ਦਿਨ ਭਾਰਤ ਦਾ ਸਭ ਤੋਂ ਵੱਡਾ ਤਿਉਹਾਰ ਦਿਵਾਲੀ ਸੀ। ਦੈਨਿਕ ਭਾਸਕਰ ਦੇ ਆਰਟੀਕਲ ਵਿੱਚ ਮੇਰੀ ਈ-ਮੇਲਜ਼ ਆਈ.ਡੀ. ਦਿੱਤੀ ਹੋਈ ਸੀ। ਉਸ ਦਿਨ ਮੇਰੇ ਪਿੰਡ ਤੋਂ ਲੈ ਕੇ ਦੇਸ਼ ਦੀ ਰਾਜਧਾਨੀ ਦਿੱਲੀ ਤੱਕ, ਗੁਜਰਾਤ ਤੋਂ ਲੈ ਕੇ ਪੰਜਾਬ ਤੱਕ ਦੇ ਬਹੁਤ ਸਾਰੇ ਪਾਠਕਾਂ ਦੀਆਂ ਈ-ਮੇਲ ਆਈਆਂ ਹੋਈਆਂ ਸਨ। ਓਨਾ ਵਿੱਚੋਂ ਇੱਕ ਈ-ਮੇਲ ਨੇ ਮੇਰਾ ਧਿਆਨ ਖਿੱਚਿਆ। ਮੇਲ ਵਿੱਚ ਲਿਖਿਆ ਸੀ, "I read your article in Dainik Bhaskar. It was great. You rightly mentioned the points regarding our education pattern and necessary initiatives which must be implemented as soon as possible." (ਮੈਂ ਦੈਨਿਕ ਭਾਸਕਰ ਵਿੱਚ ਤੁਹਾਡਾ ਆਰਟੀਕਲ ਪੜ੍ਹਿਆ। ਇਹ ਬਹੁਤ ਵਧੀਆ ਸੀ। ਤੁਸੀਂ ਸਾਡੇ ਸਿੱਖਿਆ ਪੈਟਰਨ ਅਤੇ ਜ਼ਰੂਰੀ ਪਹਿਲ-ਕਦਮੀਆਂ ਬਾਰੇ ਸਹੀ ਢੰਗ ਨਾਲ ਜ਼ਿਕਰ ਕੀਤਾ ਹੈ, ਜਿਨ੍ਹਾਂ ਨੂੰ ਛੇਤੀ ਤੋਂ ਛੇਤੀ ਲਾਗੂ ਕੀਤਾ ਜਾਣਾ ਚਾਹੀਦਾ ਹੈ।")

ਮੈਂ ਉਮਰ ਦੇ ਜਿਸ ਪੜਾਅ 'ਤੇ ਸੀ, ਉਸ ਉਮਰ 'ਚ ਇੱਕ ਕੁੜੀ ਦਾ ਮੈਸੇਜ (ਸੁਨੇਹਾ), ਉਹ ਵੀ ਅੰਗਰੇਜ਼ੀ 'ਚ, ਤੇ ਉਹ ਕੁੜੀ ਵੀ ਆਪਣੀ ਬਿਰਾਦਰੀ ਦੀ! ਇੰਨੇ ਸਾਰੇ ਇਕੱਠੇ ਸੰਜੋਗਾਂ ਨੇ ਮੇਰੇ ਦਿਲ ਦੀ ਧੜਕਣ ਵਧਾ ਦਿੱਤੀ। ਫਿਰ ਵੀ ਮੈਂ ਆਪਣੀਆਂ ਭਾਵਨਾਵਾਂ ਨੂੰ ਕਾਬੂ ਵਿੱਚ ਰੱਖਿਆ ਅਤੇ ਇੱਕ ਸੰਖੇਪ ਜਵਾਬ ਦਿੱਤਾ, "Thanks for your feedback!" ("ਤੁਹਾਡੇ ਫੀਡਬੈਕ ਲਈ ਧੰਨਵਾਦ!") ਇੱਕ ਮਚਲਦੇ ਹੋਏ

ਜਵਾਨ ਵਾਂਗ, ਮੈਂ ਉਸਨੂੰ ਇੱਕ ਮੈਸੇਜ ਰਾਹੀਂ ਬਹੁਤ ਸਾਰੀਆਂ ਗੱਲਾਂ ਪੁੱਛਣਾ ਚਾਹੁੰਦਾ ਸੀ, ਪਰ ਮੈਂ ਆਪਣੇ ਦਿਲ ਉੱਤੇ ਦਿਮਾਗ਼ ਨੂੰ ਭਾਰੀ ਪੈਣ ਦਿੱਤਾ।

"ਤੁਹਾਡੇ ਸੁਝਾਅ ਚੰਗੇ ਹਨ, ਪਰ ਸਰਕਾਰ ਸਿੱਖਿਆ ਦੇ ਸੁਧਾਰ 'ਤੇ ਇੰਨਾ ਧਿਆਨ ਨਹੀਂ ਦੇ ਰਹੀ ਹੈ।" ਐਂਜਲ ਨੇ ਇੱਕ ਯੂ.ਪੀ.ਐੱਸ.ਸੀ. ਉਮੀਦਵਾਰ ਦੀ ਗੰਭੀਰਤਾ ਵਾਂਗ ਸਵਾਲ ਦੇ ਅੰਦਾਜ਼ ਵਿੱਚ ਦੁਬਾਰਾ ਈ-ਮੇਲ ਕੀਤੀ।

"1986 ਤੋਂ ਬਾਅਦ ਹੁਣ ਤੱਕ ਕੋਈ ਨਵੀਂ ਸਿੱਖਿਆ ਨੀਤੀ ਨਹੀਂ ਬਣੀ, ਸਿੱਖਿਆ ਅਤੇ ਸਿਹਤ ਦੇ ਮੁੱਦੇ ਕੇਵਲ ਰੱਬ ਭਰੋਸੇ ਹੀ ਹਨ।" ਮੈਂ ਮੇਲ ਦਾ ਜਵਾਬ ਦਿੱਤਾ ਅਤੇ ਦੁਪਹਿਰ ਦਾ ਖਾਣਾ ਖਾਣ ਲਈ ਕਮਰੇ ਤੋਂ 100 ਮੀਟਰ ਦੂਰ ਸਾਈਂ ਰੈਸਟੋਰੈਂਟ ਚਲਾ ਗਿਆ।

"ਹਾਂ, ਇਹ ਗੱਲ ਤਾਂ ਸੱਚੀ ਹੈ! ਦਿੱਲੀ ਵਿੱਚ ਰਹਿ ਕੇ ਤੁਸੀਂ ਕਿਸ ਚੀਜ਼ ਦੀ ਤਿਆਰੀ ਕਰ ਰਹੇ ਹੋ," ਐਂਜਲ ਨੇ ਉਤਸੁਕਤਾ ਨਾਲ ਮੇਲ ਕੀਤਾ।

"ਮੈਂ ਯੂ.ਪੀ.ਐੱਸ.ਸੀ. ਦੀ ਤਿਆਰੀ ਕਰ ਰਿਹਾ ਹਾਂ, ਤੇ ਤੁਸੀਂ?"

ਇਸ ਤਰ੍ਹਾਂ ਸਾਡੇ ਵਿਚਕਾਰ ਗੱਲਬਾਤ ਦਾ ਸਿਲਸਿਲਾ ਸ਼ੁਰੂ ਹੋ ਗਿਆ।

"ਮੈਂ ਵੀ ਯੂ.ਪੀ.ਐੱਸ.ਸੀ. ਲਈ ਕੋਸ਼ਿਸ਼ ਕਰ ਰਹੀ ਹਾਂ, ਪਰ ਯੂ.ਪੀ.ਐੱਸ.ਸੀ. ਪੱਲੇ ਹੀ ਨਹੀਂ ਪੈ ਰਹੀ। ਦੋ ਵਾਰ ਪ੍ਰੀ-ਪ੍ਰੀਖਿਆ ਦਿੱਤੀ, ਪਰ ਸਿਲੈੱਕਸ਼ਨ ਨਹੀਂ ਹੋਇਆ।" ਐਂਜਲ ਨੇ ਯੂ.ਪੀ.ਐੱਸ.ਸੀ. ਦੀ ਤਿਆਰੀ ਕਰ ਰਹੇ 90 ਫ਼ੀਸਦੀ ਪ੍ਰੀਖਿਆਰਥੀਆਂ ਦੀ ਪੀੜਾ ਨੂੰ ਇੱਕ ਹੀ ਮੈਸੇਜ ਰਾਹੀਂ ਸਪਸ਼ਟ ਕਰ ਦਿੱਤਾ। ਹਾਲਾਂਕਿ, ਮੈਂ ਦੋ ਦਿਨਾਂ ਤੱਕ ਉਸ ਦੀ ਮੇਲ ਦਾ ਕੋਈ ਜਵਾਬ ਨਹੀਂ ਦਿੱਤਾ। ਮੇਰੇ ਦੋਸਤ ਲਵਗੁਰੂ ਦਾ ਕਹਿਣਾ ਸੀ ਕਿ ਜੇਕਰ ਕਿਸੇ ਕੁੜੀ ਨੂੰ ਦੋਸਤ ਬਣਾਉਣਾ ਹੈ ਤਾਂ ਕੁੜੀ ਦੀ ਸਾਈਕਾਲੋਜੀ ਨੂੰ ਪੜ੍ਹੋ ਅਤੇ ਜਦੋਂ ਵੀ ਕੁੜੀ ਤੁਹਾਡੇ ਨਾਲ ਵਰਚੂਅਲ ਮੋਡ 'ਤੇ ਟੈਕਸਟ ਜਾਂ ਫ਼ੋਨ ਕਾਲ 'ਤੇ ਗੱਲ ਕਰੇ, ਤਾਂ ਗੱਲਬਾਤ ਪੂਰੀ ਹੋਣ ਤੋਂ ਪਹਿਲਾਂ ਹੀ ਬਿਜ਼ੀ ਹੋਣ ਦਾ ਬਹਾਨਾ ਬਣਾ ਕੇ ਫ਼ੋਨ ਕੱਟ ਦਿਓ ਜਾਂ ਟੈਕਸਟ ਮੈਸੇਜ ਦਾ ਜਵਾਬ ਨਾ ਦਿਓ।

ਲਵਗੁਰੂ ਦਾ ਅਸਲੀ ਨਾਂ ਰਾਘਵੇਂਦਰ ਪ੍ਰਤਾਪ ਸਿੰਘ ਸੀ। ਰਾਘਵੇਂਦਰ ਨੂੰ 'ਲਵਗੁਰੂ' ਅਸੀਂ ਇਸ ਲਈ ਕਹਿੰਦੇ ਸੀ ਕਿਉਂਕਿ ਮੁਖਰਜੀ ਨਗਰ ਅਤੇ ਓਲਡ ਰਾਜਿੰਦਰ ਨਗਰ 'ਚ ਤਿਆਰੀ ਲਈ ਆਏ ਨਵੇਂ-ਨਵੇਲੇ ਨੌਜਵਾਨਾਂ ਨੂੰ ਲਵ ਐਡਵਾਈਜ਼ ਦੇਣ 'ਚ ਉਸ ਦਾ ਕੋਈ ਸਾਨੀ ਨਹੀਂ ਸੀ। ਜਦੋਂ ਵੀ ਕਿਸੇ ਕੋਚਿੰਗ ਜਾਂ ਕੋਚਿੰਗ ਦੇ ਬਾਹਰ ਕਿਸੇ ਯੂ.ਪੀ.ਐੱਸ.ਸੀ. ਦੀ ਤਿਆਰੀ ਕਰਨ ਵਾਲੇ ਮੁੰਡੇ ਨੇ ਕਿਸੇ ਕੁੜੀ ਨਾਲ ਫਰੈਂਡਸ਼ਿਪ ਕਰਨੀ ਹੁੰਦੀ ਤਾਂ ਉਹ ਲਵਗੁਰੂ ਵੱਲ ਹੀ ਰੁਖ਼ ਕਰਦਾ ਸੀ। ਲਵਗੁਰੂ ਸ਼ਾਨਦਾਰ ਤੇ ਵਿਲੱਖਣ

ਨੁਸਖ਼ੇ ਦੱਸਦਾ, ਮੁੰਡੇ ਇਸ ਦੀ ਅਜ਼ਮਾਇਸ਼ ਆਪਣੀ ਹੋਣ ਵਾਲੀ ਮਸ਼ੂਕਾ ਲਈ ਕਰਦੇ, ਅਤੇ ਬਹੁਤ ਸਾਰੇ ਕਾਮਯਾਬ ਵੀ ਹੋ ਜਾਂਦੇ। ਲਵਗੁਰੂ ਦੀਆਂ ਅੱਧੀ ਦਰਜਨ ਦੇ ਕਰੀਬ ਗਰਲ-ਫਰੈਂਡ ਅਤੇ ਇੱਕ ਦਰਜਨ ਦੇ ਕਰੀਬ 'ਮੀ ਟੂ' ਸਨ। ਉਹ ਤਿਆਰੀ ਘੱਟ ਅਤੇ ਮੌਜ-ਮਸਤੀ ਜ਼ਿਆਦਾ ਕਰਨ ਵਾਲਾ ਮੁੰਡਾ ਸੀ।

ਮੈਂ ਐਂਜਲ ਦੀ ਮੇਲ ਦਾ ਜਵਾਬ ਠੀਕ ਦੋ ਦਿਨ ਬਾਅਦ, ਰਾਤ ਨੂੰ ਆਪਣੀ ਰੁਟੀਨ ਮੋਟੀਵੇਸ਼ਨਲ ਫੇਸਬੁੱਕ ਪੋਸਟ ਪਾਉਣ ਤੋਂ ਤੁਰੰਤ ਬਾਅਦ ਦਿੱਤਾ, "ਅੱਛਾ, ਯੂ.ਪੀ.ਐੱਸ. ਸੀ. ਪ੍ਰੀਖਿਆ ਦਾ ਪੈਟਰਨ ਸਮਝ 'ਚ ਨਹੀਂ ਆ ਰਿਹਾ?" ਇਹ ਲਿਖ ਕੇ ਮੈਂ ਸੌਣ ਦਾ ਨਾਟਕ ਕਰਦਾ ਹੋਇਆ ਬਿਸਤਰ 'ਤੇ ਚਲਾ ਗਿਆ। ਮੇਰੀ ਯੂ.ਪੀ.ਐੱਸ.ਸੀ. ਦੀ ਮੁੱਖ ਪ੍ਰੀਖਿਆ 28 ਅਕਤੂਬਰ ਨੂੰ ਹੋਣੀ ਸੀ ਇਸ ਲਈ ਮੈਂ ਛੇਤੀ ਸੌਣ ਦੀ ਆਦਤ ਬਣਾ ਰਿਹਾ ਸੀ।

"ਮੈਂ ਯੂ.ਪੀ.ਐੱਸ.ਸੀ. ਦੇ ਪ੍ਰਸ਼ਨ ਪੁੱਛਣ ਦੇ ਪੈਟਰਨ ਨੂੰ ਸਮਝ ਨਹੀਂ ਸੀ ਰਹੀ। , ਸਾਰਾ ਸਾਲ ਪਾਲਿਟਿਕਸ, ਇਕਨਾਮਿਕਸ, ਇਨਵਾਇਰਨਮੈਂਟ ਆਦਿ ਸਾਰੇ ਵਿਸ਼ੇ ਪੜ੍ਹਨ ਦੇ ਬਾਵਜੂਦ ਪ੍ਰੀਲਿਮਜ਼ ਵਿੱਚ ਬਹੁਤ ਸਾਰੇ ਪ੍ਰਸ਼ਨ ਗ਼ਲਤ ਹੋ ਰਹੇ ਹਨ। ਇਸ ਦਾ ਕੀ ਸੋਲਊਸ਼ਨ ਹੋ ਸਕਦਾ ਹੈ? ਕੀ ਤੁਸੀਂ ਇਸ ਵਾਰ ਮੇਨ ਇਗਜ਼ਾਮ (ਮੁੱਖ ਪ੍ਰੀਖਿਆ) ਦੇ ਰਹੇ ਹੋ?" ਉਸ ਨੇ ਇੱਕ ਹੀ ਈ-ਮੇਲ ਵਿੱਚ ਦੋ ਸਵਾਲ ਪੁੱਛੇ।

"ਹਾਂ, 28 ਅਕਤੂਬਰ ਨੂੰ ਹੀ ਹੈ।" ਮੈਂ ਐਂਜਲ ਦੀ ਮੇਲ ਦਾ ਸੰਖੇਪ ਜਵਾਬ ਦਿੱਤਾ।

ਆਈ.ਏ.ਐੱਸ. ਪ੍ਰੀਲਿਮਜ਼ 2017 ਦੇ ਨਤੀਜੇ ਆਏ ਨੂੰ 3 ਮਹੀਨੇ ਤੋਂ ਵੱਧ ਦਾ ਸਮਾਂ ਹੋ ਗਿਆ ਸੀ। ਪਰ ਐਂਜਲ ਇਹ ਫ਼ੈਸਲਾ ਨਹੀਂ ਕਰ ਸਕੀ ਸੀ ਕਿ 3 ਜੂਨ 2018 ਨੂੰ ਹੋਣ ਵਾਲੇ ਯੂ.ਪੀ.ਐੱਸ.ਸੀ. ਪ੍ਰੀਲਿਮਜ਼ ਲਈ ਕਿਹੜੀ ਰਣਨੀਤੀ ਅਪਣਾਵੇ ਤਾਂ ਜੋ ਘੱਟੋ-ਘੱਟ ਇਸ ਵਾਰ ਉਹ ਪ੍ਰੀਲਿਮਜ਼ ਦੀ ਪ੍ਰੀਖਿਆ ਨੂੰ ਪਾਸ ਕਰ ਸਕੇ। ਉਸ ਰਾਤ ਉਹ ਚੰਗੀ ਤਰ੍ਹਾਂ ਸੌਂ ਵੀ ਨਹੀਂ ਸਕੀ ਕਿਉਂਕਿ ਉਸ ਨੂੰ ਡਰ ਸੀ ਕਿ ਜੇਕਰ ਉਹ ਤੀਜੀ ਵਾਰ ਵੀ ਅਸਫ਼ਲ ਰਹੀ ਤਾਂ ਫੈਮਲੀ ਵਾਲੇ ਉਸ ਦੀ ਤਿਆਰੀ ਛੁਡਵਾ ਦੇਣਗੇ। ਉਸ ਰਾਤ ਐਂਜਲ ਇਹ ਸੋਚ ਰਹੀ ਸੀ ਕਿ ਜਦੋਂ ਉਹ ਛੇਵੀਂ ਜਮਾਤ ਵਿੱਚ ਸੀ ਤਾਂ ਦਿਵਿਆ ਮੈਡਮ ਨੇ ਉਸ ਨੂੰ ਪੁੱਛਿਆ ਸੀ, "ਤੂੰ ਵੱਡੀ ਹੋ ਕੇ ਕੀ ਬਣੇਂਗੀ?" ਉਸ ਨੇ ਦਲੇਰੀ ਨਾਲ ਤੁਰੰਤ ਜਵਾਬ ਦਿੱਤਾ ਸੀ "ਕਲੈਕਟਰ।" ਹੁਣ ਉਹ ਸੋਚ ਰਹੀ ਸੀ ਕਿ ਬਚਪਨ ਦੇ ਇਸ ਸੁਪਨੇ ਨੂੰ ਪੂਰਾ ਕਰਨ ਵਿੱਚ ਯੂ.ਪੀ.ਐੱਸ.ਸੀ. ਦਾ ਸ਼ੁਰੂਆਤੀ ਪੜਾਅ ਹੀ ਉਸ ਲਈ ਵੱਡੀ ਰੁਕਾਵਟ ਬਣ ਗਿਆ ਸੀ। ਉਹ ਦੋ ਕੋਸ਼ਿਸ਼ਾਂ ਵਿੱਚ ਵੀ ਪ੍ਰੀਲਿਮਜ਼ ਪਾਸ ਨਾ ਕਰ ਸਕਣ ਕਾਰਨ ਹੀਣ ਭਾਵਨਾ ਦੀ ਸ਼ਿਕਾਰ ਹੋ ਚੁੱਕੀ ਸੀ।

ਸ਼ੁਰੂ ਤੋਂ ਹੀ ਤੇਜ਼-ਤਰਾਰ ਅਤੇ ਹੁਸ਼ਿਆਰ ਵਿਦਿਆਰਥਣ ਰਹੀ ਐਂਜਲ ਦੇ ਆਤਮ-ਵਿਸ਼ਵਾਸ ਨੂੰ ਯੂ.ਪੀ.ਐੱਸ.ਸੀ. ਦੇ ਕੌੜੇ ਅਨੁਭਵ ਨੇ ਅਰਸ਼ ਤੋਂ ਫ਼ਰਸ਼ ਤੱਕ ਪਹੁੰਚਾ ਦਿੱਤਾ ਸੀ। ਜਦੋਂ ਉਹ ਬਾੜਮੇਰ ਦੇ ਦੂਰ-ਦੁਰਾਡੇ ਟਿੱਬਿਆਂ ਦੀ ਧਰਤੀ ਬਲੋਤਰਾ ਦੇ ਇੱਕ ਛੋਟੇ ਜਿਹੇ ਪਿੰਡ ਤੋਂ ਜੈਪੁਰ ਆਈ ਤਾਂ ਉਸ ਸਮੇਂ ਉਹ ਹਿੰਦੀ ਮੀਡੀਅਮ ਦੀ ਵਿਦਿਆਰਥਣ ਸੀ। ਉਸ ਸਮੇਂ ਉਸ ਨੂੰ ਅੰਗਰੇਜ਼ੀ ਮੀਡੀਅਮ ਵਿੱਚ ਸ਼ਿਫ਼ਟ ਹੋਣ 'ਚ ਕਾਫ਼ੀ ਮੁਸ਼ਕਲਾਂ ਆਈਆਂ ਸਨ। ਪਰ ਅੱਜ ਉਸ ਦੀ ਅੰਗਰੇਜ਼ੀ ਕਿਸੇ ਅੰਗਰੇਜ਼ ਵਾਂਗ ਹੀ ਫਰਾਟੇਦਾਰ ਹੈ। ਅੱਠਵੀਂ ਜਮਾਤ ਵਿੱਚ ਉਸ ਦੀ ਕਿੰਨੀ ਖ਼ਰਾਬ ਰਾਈਟਿੰਗ ਸੀ, ਪਰ ਅੱਜ ਉਸ ਦੀ ਰਾਈਟਿੰਗ ਨੂੰ ਤਾਰੀਫ਼ਾਂ ਮਿਲਦੀਆਂ ਹਨ। ਇਹ ਸਭ ਉਸ ਨੇ ਆਪਣੀਆਂ ਕਮਜ਼ੋਰੀਆਂ ਨੂੰ ਤਾਕਤ ਵਿੱਚ ਬਦਲ ਕੇ ਹਾਸਲ ਕੀਤਾ। ਉਸ ਨੇ ਆਪਣੇ ਮਨ ਵਿੱਚ ਹੀ ਸੋਚਿਆ ਕਿ ਹਰ ਕਮਜ਼ੋਰੀ ਨੂੰ ਤਾਕਤ ਬਣਾਇਆ ਜਾ ਸਕਦਾ ਹੈ ਅਤੇ ਸੰਕਲਪ ਕੀਤਾ ਕਿ ਹੁਣ ਉਹ ਯੂ.ਪੀ.ਐੱਸ.ਸੀ. ਪ੍ਰੀਲਿਮਜ਼ ਪ੍ਰੀਖਿਆ ਦੇ ਚਕਰਵਿਊ ਨੂੰ ਤੋੜਕੇ ਹੀ ਸਾਹ ਲਵੇਗੀ।

"ਮੇਰਾ ਦੋ ਵਾਰ ਤੋਂ ਆਈ.ਏ.ਐੱਸ. ਪ੍ਰੀ ਕਲੀਅਰ ਨਹੀਂ ਹੋ ਰਿਹਾ, ਕੀ ਤੁਸੀਂ ਮੈਨੂੰ ਗਾਈਡ ਕਰੋਗੇ?" ਉਸ ਨੇ ਸਵੇਰੇ-ਸਵੇਰੇ ਹੀ ਮੈਨੂੰ ਮੇਲ ਕੀਤਾ।

"ਕਿਉਂ ਨਹੀਂ! ਜਿੰਨਾ ਮੈਂ ਕਰ ਸਕਦਾ ਹਾਂ, ਪਰ ਮੇਰੇ ਮੇਨਜ਼ ਇਗਜ਼ਾਮ (ਮੁੱਖ ਪ੍ਰੀਖਿਆ) ਤੋਂ ਬਾਅਦ.....।" ਇਸ ਤਰ੍ਹਾਂ ਸਾਡੇ ਵਿਚਕਾਰ ਚੈਟਿੰਗ ਦਾ ਸਿਲਸਿਲਾ ਸ਼ੁਰੂ ਹੋ ਗਿਆ। ਇਹ ਉਹ ਸਮਾਂ ਸੀ ਜਦੋਂ ਦੇਸ਼ ਵਿੱਚ ਜੀਐਸਟੀ ਬਾਰੇ ਚਰਚਾ ਪੂਰੇ ਜ਼ੋਰਾਂ 'ਤੇ ਸੀ, ਅਤੇ ਮੇਰੀ ਯੂ.ਪੀ.ਐੱਸ.ਸੀ. ਦੀ ਤਿਆਰੀ ਵੀ। 28 ਅਕਤੂਬਰ ਤੋਂ ਮੇਨਜ਼ ਇਗਜ਼ਾਮ ਸ਼ੁਰੂ ਹੋਣ ਵਾਲੇ ਸਨ, ਇਸ ਲਈ ਮੈਂ ਦੋ ਦਿਨ ਪਹਿਲਾਂ ਹੀ ਆਪਣੇ ਮਾਮਾ ਜੀ ਦੇ ਘਰ ਜੈਪੁਰ ਚਲਾ ਗਿਆ। ਪਹਿਲੇ ਦਿਨ ਨਿਬੰਧ ਦਾ ਪੇਪਰ ਸੀ। ਸਾਰੇ ਪ੍ਰੀਖਿਆਰਥੀ ਜੀਐਸਟੀ ਅਤੇ ਨੋਟਬੰਦੀ 'ਤੇ ਇੱਕ ਨਿਬੰਧ ਪੁੱਛੇ ਜਾਣ ਨੂੰ ਲੈ ਕੇ ਆਸਵੰਦ ਸਨ। ਪਰ ਯੂ.ਪੀ.ਐੱਸ.ਸੀ. ਨੇ ਫਿਰ ਸਾਬਤ ਕਰ ਦਿੱਤਾ ਕਿ ਸਵਾਲ ਪੁੱਛਣ ਦਾ ਟਰੈਂਡ ਇਹ ਹੈ ਕਿ "ਕੋਈ ਟਰੈਂਡ ਨਹੀਂ ਹੈ।" ਇੱਕ ਤੋਂ ਬਾਅਦ ਇੱਕ ਪੇਪਰ ਚੰਗੇ ਹੋਏ ਜਾਂ ਖ਼ਰਾਬ, ਪਰ ਹੋ ਗਏ।

ਮੁੱਖ ਪ੍ਰੀਖਿਆ ਖ਼ਤਮ ਹੋ ਚੁੱਕੀ ਸੀ। ਮੈਂ ਸੁਖ ਦਾ ਸਾਹ ਲਿਆ; ਇਸ ਲਈ ਨਹੀਂ ਕਿ ਪੇਪਰ ਬਹੁਤ ਚੰਗੇ ਹੋਏ ਸਨ, ਬਲਕਿ ਇਸ ਲਈ ਕਿਉਂਕਿ ਕੰਕਰੀਟ ਦੇ ਸ਼ਹਿਰ ਦੀ ਜੀਵਨ-ਸ਼ੈਲੀ ਤੋਂ ਮੁਕਤ ਉਸ ਨੂੰ ਹਫ਼ਤੇ-ਦਸ ਦਿਨ ਆਪਣੇ ਪਿੰਡ ਵਿੱਚ ਸਕੂਨ ਭਰੇ ਦਿਨ ਬਿਤਾਉਣ ਲਈ ਮਿਲਣ ਵਾਲੇ ਸਨ। ਆਖ਼ਰੀ ਦਿਨ ਆਪਸ਼ਨਲ ਪੇਪਰ ਸੀ। ਉਸੇ ਦਿਨ ਮੈਂ ਜੈਸਲਮੇਰ ਇੰਟਰਸਿਟੀ ਰਾਹੀਂ ਜੋਧਪੁਰ ਲਈ ਰਵਾਨਾ ਹੋਇਆ।

"ਪੇਪਰ ਕਿਵੇਂ ਹੋਏ ਹਨ?" ਐਂਜਲ ਦਾ ਈ-ਮੇਲ ਆਇਆ।

"ਲੱਗ ਤਾਂ ਰਿਹਾ ਹੈ ਠੀਕ ਹੋਏ ਹਨ, ਦੇਖਦੇ ਹਾਂ ਅੱਗੇ ਕੀ ਹੁੰਦਾ ਹੈ?" ਮੈਂ ਜਵਾਬ ਦਿੱਤਾ।

ਯੂ.ਪੀ.ਐੱਸ.ਸੀ. ਵਰਗੀਆਂ ਪ੍ਰਤੀਯੋਗੀ ਪ੍ਰੀਖਿਆਵਾਂ ਵਿੱਚ ਜ਼ਿਆਦਾਤਰ ਪ੍ਰੀਖਿਆਰਥੀਆਂ ਦਾ ਪੇਪਰ ਤਾਂ ਠੀਕ ਹੋ ਜਾਂਦਾ ਹੈ, ਪਰ ਰਿਜ਼ਲਟ ਅਕਸਰ ਠੀਕ ਨਹੀਂ ਆਉਂਦਾ। ਪ੍ਰਤੀਯੋਗੀ ਪ੍ਰੀਖਿਆ ਅਤੇ ਕਾਲਜ ਪ੍ਰੀਖਿਆ ਵਿੱਚ ਫ਼ਰਕ ਸਿਰਫ਼ ਇਹੀ ਹੁੰਦਾ ਹੈ ਕਿ ਜੇਕਰ ਕਾਲਜ ਵਿੱਚ ਪੇਪਰ ਖ਼ਰਾਬ ਹੋ ਜਾਵੇ ਤਾਂ ਦੋਸਤਾਂ ਨੂੰ 'ਸੁਪਰ ਬਕਵਾਸ' ਕਹਿਣ 'ਚ ਸੰਕੋਚ ਨਹੀਂ ਕਰੀਦਾ, ਪਰ ਇੱਥੇ ਹਰ ਕੋਈ ਇਸ ਨੂੰ ਉਮੀਦ ਭਰੀਆਂ ਨਜ਼ਰਾਂ ਨਾਲ ਦੇਖਦਾ ਹੈ, ਇਸ ਲਈ ਯੂ.ਪੀ.ਐੱਸ.ਸੀ. ਦੇ ਪੇਪਰ ਦੇਣ ਵਾਲੇ ਹਰ ਪ੍ਰੀਖਿਆਰਥੀ ਨੂੰ 'ਠੀਕ' ਕਹਿਣਾ ਇੱਕ ਸਮਾਜਿਕ ਮਜਬੂਰੀ ਬਣ ਜਾਂਦਾ ਹੈ।

"ਓਕੇ... ਪ੍ਰੀ-ਪ੍ਰੀਖਿਆ ਵਿੱਚ ਮੈਂ ਦੋ ਵਾਰ ਫੇਲ੍ਹ ਹੋ ਚੁੱਕੀ ਹਾਂ। ਮੈਨੂੰ ਕਿਹੜੀ ਰਣਨੀਤੀ ਅਪਣਾਉਣੀ ਚਾਹੀਦੀ ਹੈ ਕਿ 3 ਜੂਨ 2018 ਦੀ ਪ੍ਰੀਖਿਆ ਨੂੰ ਅਸਾਨੀ ਨਾਲ ਪਾਸ ਕਰ ਸਕਾਂ? ਪਰਿਵਾਰਕ ਮੈਂਬਰ ਅਤੇ ਰਿਸ਼ਤੇਦਾਰਾਂ ਨੇ ਸਵਾਲ ਪੁੱਛ-ਪੁੱਛ ਕੰਨ ਪਕਾ ਦਿੱਤੇ ਹਨ ਕਿ ਪ੍ਰੀ-ਪ੍ਰੀਖਿਆ ਪਾਸ ਕਿਉਂ ਨਹੀਂ ਹੋ ਰਹੀ? ਇਹ ਸਵਾਲ ਮੇਰੇ ਦਿਲ ਵਿੱਚ ਕੰਡੇ ਵਾਂਗ ਚੁਭਦਾ ਹੈ।" ਐਂਜਲ ਨੇ ਆਪਣੀ ਪੀੜਾ ਮੈਨੂੰ ਸੁਣਾਈ।

"ਸਭ ਤੋਂ ਪਹਿਲਾਂ ਸਿਵਲ ਸੇਵਾਵਾਂ ਪ੍ਰੀਖਿਆ ਅਤੇ ਕਾਲਜ ਪੱਧਰ ਦੀ ਪ੍ਰੀਖਿਆ ਵਿੱਚ ਅੰਤਰ ਨੂੰ ਸਮਝਣ ਦੀ ਲੋੜ ਹੈ।" ਮੈਂ ਕਿਹਾ।

"ਕੀ ਅਸੀਂ ਫ਼ੋਨ 'ਤੇ ਗੱਲ ਕਰ ਸਕਦੇ ਹਾਂ? ਜੇਕਰ ਤੁਹਾਨੂੰ ਕੋਈ ਇਤਰਾਜ਼ ਨਹੀਂ ਹੈ।" ਅਗਲੇ ਹੀ ਪਲ ਐਂਜਲ ਦਾ ਮੈਸੇਜ ਆਇਆ। ਕਾਨਟੈਕਟ ਨੰਬਰਾਂ ਦੀ ਅਦਲਾ-ਬਦਲੀ ਤੋਂ ਬਾਅਦ ਉਸ ਦਾ ਕਾਲ ਆ ਗਿਆ। 'ਹਾਏ-ਹੈਲੋ' ਕਹਿਣ ਤੋਂ ਬਾਅਦ ਮੈਂ ਕਿਹਾ ਕਿ "ਸਿਵਲ ਸਰਵਿਸਿਜ਼ ਦੀ ਪ੍ਰੀਲਿਮਜ਼ ਪ੍ਰੀਖਿਆ ਵਿੱਚ 5 ਲੱਖ ਪ੍ਰੀਖਿਆਰਥੀ ਬੈਠਦੇ ਹਨ ਅਤੇ 12000 ਦੇ ਕਰੀਬ ਪਾਸ ਹੁੰਦੇ ਹਨ, ਯਾਨੀ ਕਿ ਸਿਰਫ਼ 2 ਫ਼ੀਸਦੀ। ਇਹਨਾਂ 'ਚੋਂ ਵੀ 70 ਫ਼ੀਸਦੀ ਪ੍ਰੀਖਿਆਰਥੀ ਉਹ ਹੁੰਦੇ ਹਨ ਜੋ ਪ੍ਰੀ-ਪ੍ਰੀਖਿਆ ਪਹਿਲਾਂ ਹੀ ਪਾਸ ਕਰ ਚੁੱਕੇ ਹੁੰਦੇ ਹਨ। ਜੋ ਅੰਕੜੇ ਦਿਸਦੇ ਹਨ, ਉਹ ਅਸਲ 'ਚ ਓਨੇ ਨਹੀਂ ਹੁੰਦੇ। ਇਹ ਕਾਲਜ ਦੀ ਪ੍ਰੀਖਿਆ ਤੋਂ ਬਿਲਕੁਲ ਵੱਖਰੀ ਕਿਸਮ ਦੀ ਪ੍ਰਤੀਯੋਗੀ ਪ੍ਰੀਖਿਆ ਹੈ।" ਮੈਂ ਮੁਖਰਜੀ ਨਗਰ ਦੇ ਬਾਬਾ ਟਾਈਪ ਲੋਕਾਂ ਦੇ ਅੰਦਾਜ਼ ਵਿੱਚ ਕਿਹਾ।

"ਅੱਛਾ, ਇਹ ਗੱਲ ਹੈ।" ਉਸ ਨੇ ਕਿਹਾ।

"ਯੂ.ਪੀ.ਐੱਸ.ਸੀ. ਦੀ ਤਿਆਰੀ ਦਾ ਪਹਿਲਾ ਨਿਯਮ ਇਹ ਹੀ ਸਮਝ ਲਓ ਕਿ ਕਿਤਾਬਾਂ ਨੂੰ ਗਿਆਨ ਲਈ ਨਹੀਂ ਬਲਕਿ ਪ੍ਰੀਖਿਆ ਲਈ ਪੜ੍ਹਨਾ ਹੈ। ਤੁਹਾਨੂੰ ਪਤਾ

ਹੋਣਾ ਚਾਹੀਦਾ ਹੈ ਕਿ ਕਿਸ ਟੌਪਿਕ ਨੂੰ ਛੱਡਣਾ ਹੈ ਅਤੇ ਕਿਸ ਨੂੰ ਜ਼ਿਆਦਾ ਸਮਾਂ ਦੇਣਾ ਹੈ, ਨਹੀਂ ਤਾਂ ਇਗਜ਼ਾਮ ਪਾਸ ਨਹੀਂ ਹੋਣਾ, ਪਰ ਮੁਖਰਜੀ ਨਗਰ ਅਤੇ ਰਾਜਿੰਦਰ ਨਗਰ ਦੇ ਗਿਆਨੀ ਬਾਬਿਆਂ ਵਿੱਚ ਨਾਂ ਜ਼ਰੂਰ ਸ਼ੁਮਾਰ ਹੋ ਜਾਵੇਗਾ।" ਮੈਂ ਯੂ.ਪੀ.ਐੱਸ.ਸੀ. ਦੀ ਤਿਆਰੀ ਦਾ ਪਹਿਲਾ ਗੋਲਡਨ ਨਿਯਮ ਦੱਸਦਿਆਂ ਕਿਹਾ। "ਇਹ ਧਿਆਨ ਰੱਖੋ ਕਿ ਆਈ.ਏ.ਐੱਸ. ਅਸਮਾਨ ਤੋਂ ਨਹੀਂ ਡਿੱਗਦੇ, ਉਹ ਤੁਹਾਡੇ ਅਤੇ ਮੇਰੇ ਵਰਗੇ ਹੀ ਹੁੰਦੇ ਹਨ, ਪਰ ਇਹ ਲੋਕ ਜਿਸ ਮੰਜ਼ਿਲ ਵੱਲ ਜਾਣਾ ਹੁੰਦਾ ਹੈ, ਉਸੇ ਮੰਜ਼ਿਲ ਵਾਲੇ ਰੇਲ ਦੇ ਡੱਬੇ ਵਿੱਚ ਸਫ਼ਰ ਕਰਦੇ ਹਨ, ਇਹ ਲੋਕ ਧੁਨ ਦੇ ਬਹੁਤ ਪੱਕੇ ਹੁੰਦੇ ਹਨ...

'ਇਨ ਲੋਗੋਂ ਕੇ ਦਿਲੋਂ ਮੇਂ, ਆਗ ਲਗਨ ਕੀ ਜਲਤੀ ਹੈ,
ਇਸ ਲੀਏ ਇਨਹੇਂ ਸਫ਼ਲਤਾ, ਹਰ ਹਾਲ ਮੇਂ ਮਿਲਤੀ ਹੈ।'"

...ਮੇਰਾ ਯੂ.ਪੀ.ਐੱਸ.ਸੀ. ਵਾਲਾ ਗਿਆਨ ਬਾਹਰ ਆਉਣਾ ਸ਼ੁਰੂ ਹੋ ਗਿਆ ਸੀ। ਆਈ.ਏ.ਐੱਸ. ਦੀ ਤਿਆਰੀ ਦਾ ਸਭ ਤੋਂ ਵੱਡਾ ਫ਼ਾਇਦਾ ਇਹ ਹੈ ਕਿ ਜੇਕਰ ਦੋ-ਤਿੰਨ ਸਾਲ ਗੰਭੀਰਤਾ ਨਾਲ ਤਿਆਰੀ ਕਰ ਲਈ ਜਾਵੇ ਤਾਂ ਘੱਟੋ-ਘੱਟ ਤੁਸੀਂ ਗਿਆਨ ਵੰਡਣ ਦੀ ਕਲਾ ਵਿੱਚ ਨਿਪੁੰਨ ਹੋ ਜਾਂਦੇ ਹੋ। ਫਿਰ ਤੁਸੀਂ ਕਿਸੇ ਵੀ ਵਿਸ਼ੇ 'ਤੇ, ਕਿਸੇ ਵੀ ਸਮੇਂ, ਕਿਸੇ ਵੀ ਵਿਅਕਤੀ ਨੂੰ ਗਿਆਨ ਦੇਣ ਦੀ ਅਤੇ ਆਪਣੇ ਤਰੀਕੇ ਨਾਲ ਸਮਝਾਉਣ ਦੀ ਕੋਸ਼ਿਸ਼ ਕਰਨ ਲੱਗ ਪੈਂਦੇ ਹੋ। ਦੇਸ਼ ਅਤੇ ਸਰਕਾਰ ਦੀ ਹਰ ਸਮੱਸਿਆ 'ਤੇ ਆਪਣਾ ਨਜ਼ਰੀਆ ਜ਼ਰੂਰ ਪੇਸ਼ ਕਰਦੇ ਹੋ।

"ਕਿਆ ਬਾਤ ਹੈ! ਤੁਸੀਂ ਤਾਂ ਇੱਕ ਚੰਗੇ ਮੋਟੀਵੇਟਰ ਵੀ ਹੋ।" ਉਸ ਨੇ ਤਾਰੀਫ਼ ਕਰਦੇ ਹੋਏ ਕਿਹਾ। "ਅੱਛਾ, ਇਹ ਦੱਸੋ ਕਿ ਸਿਲੈਕਸ਼ਨ ਵਿੱਚ ਕਿਸਮਤ ਦੀ ਕਿੰਨੀ ਭੂਮਿਕਾ ਹੁੰਦੀ ਹੈ?"

"ਮੈਂ ਕਿਸਮਤ ਨੂੰ ਨਹੀਂ ਮੰਨਦਾ... ਇਹ ਕਿਸ ਪੰਛੀ ਦਾ ਨਾਂ ਹੈ? ਤਿਆਰੀ ਕਰਨ ਤੋਂ ਪਹਿਲਾਂ ਕਿਸਮਤ ਬਾਰੇ ਗੱਲ ਕਰਨਾ ਬੇਮਾਅਨੀ ਹੈ, ਇਸ ਲਈ ਇਨਸਾਨ ਨੂੰ ਕਦੇ ਵੀ ਕਿਸਮਤ ਦਾ ਰੋਣਾ ਨਹੀਂ ਰੋਣਾ ਚਾਹੀਦਾ। ਤੁਸੀਂ ਇੱਕ ਦਿਨ ਲਈ ਵੀ ਆਪਣੀ ਕਿਸਮਤ ਦੇ ਚਮਕਣ ਦੀ ਉਡੀਕ ਨਾ ਕਰੋ। ਤੁਹਾਨੂੰ ਸਖ਼ਤ ਮਿਹਨਤ ਤੋਂ ਇਲਾਵਾ ਕੁਝ ਹੋਰ ਕਰਨ ਦੀ ਲੋੜ ਨਹੀਂ ਹੈ। ਕਿਸਮਤ ਨੂੰ ਆਪਣੇ ਢੰਗ ਨਾਲ ਕੰਮ ਕਰਨ ਦਿਓ, ਤੁਸੀਂ ਆਪਣੇ ਢੰਗ ਨਾਲ ਕੰਮ ਕਰੋ; ਕਿਸਮਤ ਤਾਂ ਆਲਸੀ ਲੋਕਾਂ ਦਾ ਗਹਿਣਾ ਹੈ, ਤੁਹਾਡੇ ਵਰਗੇ ਮਿਹਨਤੀ ਲੋਕਾਂ ਦਾ ਨਹੀਂ। ਸਿਰਫ਼ ਉਹੀ ਨੌਜਵਾਨ ਸਫ਼ਲਤਾ ਹਾਸਲ ਕਰਦੇ ਹਨ, ਜਿਨ੍ਹਾਂ ਨੂੰ ਆਪਣੇ ਕੰਮ 'ਤੇ ਭਰੋਸਾ ਹੋਵੇ।" ਮੈਂ ਮੋਟੀਵੇਟਰ ਬੁਲਾਰੇ ਦੇ ਅੰਦਾਜ਼ ਵਿੱਚ ਕਿਹਾ।

"ਇਕ ਗੱਲ ਕਹੀ ਜਾਂਦੀ ਹੈ ਕਿ ਆਈ.ਏ.ਐੱਸ. ਸੀਰੀਅਸ ਨਹੀਂ ਸਗੋਂ ਸਿੰਸੀਅਰ ਲੋਕ ਬਣਦੇ ਹਨ, ਇਸ ਬਾਰੇ ਤੁਹਾਡਾ ਕੀ ਵਿਚਾਰ ਹੈ?" ਇਸ ਸਵਾਲ ਨਾਲ ਹੀ ਮੈਂ ਸਮਝ ਗਿਆ ਕਿ ਉਸ ਨੇ ਕੁਝ ਹੱਦ ਤੱਕ ਪੜ੍ਹਾਈ ਵੀ ਕੀਤੀ ਹੈ। ਮੇਰਾ ਅੰਦਾਜ਼ ਕੁਝ ਨਾਰਮਲ ਹੋਇਆ।

"ਅੱਜ ਦੇ ਸਮੇਂ ਵਿੱਚ ਤੁਸੀਂ ਬਿਨਾਂ ਸਿੰਸੀਅਰ ਹੋਏ ਆਈ.ਏ.ਐੱਸ. ਤਾਂ ਕੀ, ਪਟਵਾਰੀ ਵੀ ਨਹੀਂ ਬਣ ਸਕਦੇ। ਤਿਆਰੀ ਪ੍ਰਤੀ ਗੰਭੀਰ ਹੋਣਾ ਜ਼ਰੂਰੀ ਹੈ, ਪਰ ਹਰ ਕੋਈ ਅਜਿਹਾ ਕਰ ਨਹੀਂ ਸਕਦਾ। ਸਿਵਲ ਸੇਵਾ ਦੀ ਤਿਆਰੀ ਕਰਨ ਵਾਲਾ ਹਰ ਉਮੀਦਵਾਰ ਤਿਆਰੀ ਵਿੱਚ ਗੰਭੀਰਤਾ ਚਾਹੁੰਦਾ ਹੈ, ਪਰ ਅੱਜ ਤੋਂ ਨਹੀਂ ਕੱਲ੍ਹ ਤੋਂ... ਕੈਰੀਅਰ ਬਣਾਉਂਦੇ ਸਮੇਂ 99 ਫ਼ੀਸਦੀ ਪ੍ਰੀਖਿਆਰਥੀਆਂ ਲਈ ਇਹ 'ਕੱਲ੍ਹ' ਕਦੇ ਨਹੀਂ ਆਉਂਦਾ। ਓਨਾ ਨੂੰ ਇਹ ਨਹੀਂ ਪਤਾ ਕਿ ਕੱਲ੍ਹ ਹਫ਼ਤੇ ਦਾ ਸਭ ਤੋਂ ਬਿਜ਼ੀ ਦਿਨ ਹੈ! ਉਹ ਸੋਚਦੇ ਹਨ ਕਿ ਅੱਜ ਓਨਾ ਦਾ ਸਿਰ ਭਾਰੀ-ਭਾਰੀ ਲੱਗ ਰਿਹਾ ਹੈ। ਅੱਜ ਨਹੀਂ ਕੱਲ੍ਹ ਤੋਂ ਗੰਭੀਰਤਾ ਨਾਲ ਪੜ੍ਹਾਂਗਾ, ਅੱਜ ਲਿਖਣ ਨੂੰ ਮਨ ਨਹੀਂ ਕਰਦਾ, ਕੱਲ੍ਹ ਤੋਂ ਮੈਂ ਰੋਜ਼ ਦਸ ਪੰਨੇ ਲਿਖਾਂਗਾ। ਸੋਚੋ, ਇਹ 'ਕੱਲ੍ਹ' ਵਾਲਾ ਭੂਤ ਸਾਡੇ ਸਰੀਰ ਵਿੱਚ ਇੰਨਾ ਡੂੰਘਾ ਕਿਉਂ ਵੱਸ ਗਿਆ ਹੈ? ਧਿਆਨ ਰੱਖੋ, ਟਾਲ਼-ਮਟੋਲ਼ ਕਰਨ ਵਾਲੇ ਪ੍ਰੀਖਿਆਰਥੀਆਂ ਨੂੰ ਯੂ.ਪੀ.ਐੱਸ.ਸੀ. ਦੇ ਦਰਵਾਜ਼ੇ ਹਮੇਸ਼ਾ ਬੰਦ ਮਿਲਦੇ ਹਨ। ਅੰਤ ਵਿੱਚ, ਸੌ ਗੱਲਾਂ ਦੀ ਇੱਕ ਗੱਲ ਟਾਲ਼ ਮਟੋਲ਼ ਕਰਨ ਦਾ ਜੋ ਵੀ ਕਾਰਨ ਹੋਵੇ: ਭਾਵੇਂ ਬੁਖ਼ਾਰ ਹੋਵੇ ਤਾਂ ਵੀ ਪੜ੍ਹੋ, ਭਾਵੇਂ ਮੀਂਹ ਪੈ ਰਿਹਾ ਹੋਵੇ ਤਾਂ ਵੀ ਕਲਾਸ ਵਿੱਚ ਜਾਓ, ਭਾਵੇਂ ਉਂਗਲਾਂ 'ਤੇ ਛਾਲੇ ਹੋਣ ਤਾਂ ਵੀ ਲਿਖੋ। ਤੁਸੀਂ ਉਦੋਂ ਹੀ ਸਫ਼ਲ ਹੋਵੋਗੇ, ਜਦੋਂ ਹਨੇਰੇ 'ਚ ਕਿਤਾਬਾਂ ਵਿੱਚ ਛਪੇ ਅੱਖਰ ਨਜ਼ਰ ਆਉਣ ਲੱਗਣਗੇ।" ਇਹ ਸਤਰਾਂ ਮੈਂ ਕੁਝ ਦਿਨ ਪਹਿਲਾਂ ਫੇਸਬੁੱਕ 'ਤੇ ਪੋਸਟ ਕੀਤੀਆਂ ਸਨ ਤੇ ਉਸ ਨਾਲ ਗੱਲ ਕਰਦਿਆਂ ਇਹ ਸਤਰਾਂ ਮਾਰਗ-ਦਰਸ਼ਨ ਕਰਨ ਦੀ ਬਜਾਏ ਇਮਪ੍ਰੈੱਸ ਕਰਨ ਲਈ ਬੋਲ ਦਿੱਤੀਆਂ ਸਨ। ਇਹ ਵੀ ਸਚਾਈ ਹੈ ਕਿ ਜਦੋਂ ਮੈਂ ਪਹਿਲੀ ਵਾਰ ਫ਼ੋਨ 'ਤੇ ਗੱਲ ਕਰ ਰਿਹਾ ਸੀ ਤਾਂ ਗਾਈਡੈਂਸ ਘੱਟ ਅਤੇ ਇਮਪ੍ਰੈੱਸ ਕਰਨ ਦੀ ਜ਼ਿਆਦਾ ਕੋਸ਼ਿਸ਼ ਕਰ ਰਿਹਾ ਸੀ। ਇਹ ਹਰ ਇੱਕ ਮੁੰਡੇ ਦਾ ਇੱਕ ਕੁੜੀ ਨਾਲ ਗੱਲ ਕਰਨ ਸਮੇਂ ਦਾ ਦੁਰਲੱਭ ਗੁਣ ਹੈ।

"ਮੈਂ ਬਹੁਤ ਆਲਸੀ ਹਾਂ। ਮੈਂ ਤਾਂ ਕਈ ਵਾਰ 13-14 ਘੰਟੇ ਪੜ੍ਹਨ ਦਾ ਸ਼ਡਿਊਲ ਬਣਾ ਕੇ ਰੱਖ ਦਿੰਦੀ ਹਾਂ, ਪਰ ਮੈਂ ਇੰਨਾ ਪੜ੍ਹ ਨਹੀਂ ਸਕਦੀ, ਮੇਰਾ ਸਿਲੈਕਸ਼ਨ ਕਿਵੇਂ ਹੋਵੇਗਾ?" ਐਂਜਲ ਨੇ ਆਪਣੀ ਚਿੰਤਾ ਜ਼ਾਹਰ ਕੀਤੀ।

"ਜ਼ਰੂਰੀ ਨਹੀਂ ਹੈ ਕਿ ਤੁਸੀਂ 14 ਘੰਟੇ ਪੜ੍ਹੋਗੇ ਤਾਂ ਹੀ ਆਈ.ਏ.ਐੱਸ. ਬਣੋਗੇ, ਪੜ੍ਹਾਈ ਦੇ ਘੰਟੇ ਕੋਈ ਮਾਅਨੇ ਨਹੀਂ ਰੱਖਦੇ, ਬਲਕਿ ਗੁਣਵੱਤਾ ਮਾਅਨੇ ਰੱਖਦੀ ਹੈ... ਤੁਸੀਂ

ਕਹਿ ਰਹੇ ਹੋ ਕਿ 'ਮੈਂ ਸ਼ਡਿਊਲ ਬਣਾ ਕੇ ਛੱਡ ਦਿੰਦੀ ਹਾਂ ਅਤੇ ਟਾਲ-ਮਟੋਲ ਕਰਨਾ ਸ਼ੁਰੂ ਕਰ ਦਿੰਦੀ ਹਾਂ।' ਜੋ ਵਿਅਕਤੀ ਸਫ਼ਲਤਾ ਲਈ ਸਭ ਤੋਂ ਜ਼ਰੂਰੀ ਕੰਮ ਨੂੰ ਬੋਰਿੰਗ ਸਮਝ ਕੇ ਟਾਲ ਦਿੰਦਾ ਹੈ, ਸਮਝ ਲਓ ਕਿ ਉਹ ਅਸਫ਼ਲਤਾ ਦੇ ਬੀਜ ਬੀਜਣ ਜਾ ਰਿਹਾ ਹੈ - ਜਿਵੇਂ ਕਿ ਤੁਸੀਂ ਪਿਛਲੀਆਂ ਦੋ ਕੋਸ਼ਿਸ਼ਾਂ ਵਿੱਚ ਗ਼ਲਤੀ ਕਰ ਰਹੇ ਹੋ। ਸਫ਼ਲਤਾ ਪਾਉਣ ਦਾ ਚਾਹਵਾਨ ਵਿਅਕਤੀ ਬੋਰਿੰਗ ਅਤੇ ਸਭ ਤੋਂ ਮੁਸ਼ਕਲ ਲੱਗਣ ਵਾਲੇ ਜ਼ਰੂਰੀ ਕੰਮ ਨੂੰ ਪਹਿਲਾਂ ਕਰਦਾ ਹੈ, ਇਸ ਲਈ ਉਹ ਪਹਿਲਾਂ ਸਫ਼ਲ ਵੀ ਹੋ ਜਾਂਦਾ ਹੈ। ਕਿਸੇ ਸਿਆਣੇ ਨੇ ਸਹੀ ਕਿਹਾ ਹੈ ਕਿ ਸਫ਼ਲਤਾ ਦੇ ਨਿਯਮ ਤੁਹਾਡੇ 'ਤੇ ਉਦੋਂ ਹੀ ਕੰਮ ਕਰਨਗੇ ਜਦੋਂ ਤੁਸੀਂ ਚੁਸਤ, ਦਰੁਸਤ ਅਤੇ ਤੰਦਰੁਸਤ ਤਰੀਕੇ ਨਾਲ ਜੀਅ-ਜਾਨ ਲਾ ਕੇ ਕੰਮ ਕਰੋਗੇ ਅਤੇ ਟਾਲ-ਮਟੋਲ ਦੀ ਆਦਤ ਨੂੰ ਬਾਏ-ਬਾਏ ਕਰੋਗੇ" ਮੈਂ ਕਿਹਾ।

"ਸਿਲੈਕਸ਼ਨ ਤਾਂ ਕਰਵਾਉਣਾ ਹੀ ਹੈ, ਇਸ ਲਈ ਟਾਲ-ਮਟੋਲ ਦੀ ਆਦਤ ਨੂੰ ਬਾਏ-ਬਾਏ... ਅੱਜ ਤੋਂ ਹੀ ਮੇਰਾ ਦ੍ਰਿੜ੍ਹ ਸੰਕਲਪ।" ਉਸ ਨੇ ਦ੍ਰਿੜ੍ਹਤਾ ਨਾਲ ਕਿਹਾ।

"ਜੇਕਰ ਤੁਸੀਂ ਦ੍ਰਿੜ੍ਹ ਸੰਕਲਪ ਕਰ ਲਿਆ ਹੈ, ਤਾਂ ਸਫ਼ਲਤਾ ਦੂਰ ਨਹੀਂ ਹੈ। ਅਕਸਰ ਮਨੁੱਖ ਵਿੱਚ ਸ਼ਕਤੀ ਦੀ ਕਮੀ ਨਹੀਂ ਹੁੰਦੀ, ਸਿਰਫ਼ ਦ੍ਰਿੜ੍ਹ ਸੰਕਲਪ ਦੀ ਕਮੀ ਹੁੰਦੀ ਹੈ। ਦੁਨੀਆ ਵਿੱਚ ਦ੍ਰਿੜ੍ਹ ਸੰਕਲਪ ਨਾਲ ਵੱਡੇ-ਵੱਡੇ ਕੰਮ ਕੀਤੇ ਜਾ ਰਹੇ ਹਨ, ਚਾਹੇ ਗੱਲ ਟਰੰਪ ਦੀ ਕਰੀਏ, ਚਾਹੇ ਪੂਤਿਨ ਦੀ ਜਾਂ ਮੋਦੀ ਦੀ... ਇਹ ਲੋਕ ਆਪਣੇ ਦ੍ਰਿੜ੍ਹ ਸੰਕਲਪ ਦੇ ਬਲ 'ਤੇ ਦੇਸ਼-ਦੁਨੀਆ ਦੀ ਦਸ਼ਾ ਅਤੇ ਦਿਸ਼ਾ ਬਦਲਣ 'ਚ ਲੱਗੇ ਹੋਏ ਹਨ, ਇਸੇ ਲਈ ਕਿਹਾ ਜਾਂਦਾ ਹੈ ਕਿ ਇਤਿਹਾਸ ਸਿਰਫ਼ ਹਿੰਮਤੀ ਲੋਕਾਂ ਦੇ ਸਾਹਸੀ ਕਦਮਾਂ ਦੀ ਪਹਿਲ-ਕਦਮੀ ਹੁੰਦਾ ਹੈ। ਮੈਨੂੰ ਨਹੀਂ ਪਤਾ ਕਿ ਇਹ ਲਾਈਨਾਂ ਕਿੱਥੋਂ ਅਹੁੜ ਰਹੀਆਂ ਸਨ, ਪਰ ਇਹ ਕਾਫ਼ੀ ਪ੍ਰੇਰਣਾਦਾਇਕ ਸਨ। ਅੱਜ ਦਿਮਾਗ਼ ਸ਼ਾਇਦ ਇਸ ਲਈ ਜ਼ਿਆਦਾ ਕੰਮ ਕਰ ਰਿਹਾ ਸੀ ਤਾਂ ਜੋ ਕੁੜੀ ਇਮਪ੍ਰੈੱਸ ਹੋ ਸਕੇ।"

"ਅੱਛਾ, ਇਹ ਟਰੇਨ ਦੀ ਅਵਾਜ਼ ਆ ਰਹੀ ਹੈ, ਕੀ ਤੁਸੀਂ ਕਿਤੇ ਜਾ ਰਹੇ ਹੋ?" ਉਸ ਨੇ ਵਿਚਕਾਰ ਟੋਕਦਿਆਂ ਮੈਨੂੰ ਪੁੱਛਿਆ।

"ਹਾਂ, ਮੈਂ ਜੈਪੁਰ ਤੋਂ ਆਪਣੇ ਪਿੰਡ ਜਾ ਰਿਹਾ ਹਾਂ, ਜੋ ਜੋਧਪੁਰ ਵਿੱਚ ਹੈ। ਮੈਂ ਜੈਪੁਰ ਜੰਕਸ਼ਨ ਤੋਂ ਜੈਸਲਮੇਰ ਇੰਟਰਸਿਟੀ ਟ੍ਰੇਨ ਵਿੱਚ ਬੈਠ ਗਿਆ ਹਾਂ। ਟਰੇਨ ਦੇ ਰਵਾਨਾ ਹੋਣ ਵਿੱਚ ਅਜੇ ਪੰਜ ਮਿੰਟ ਬਾਕੀ ਹਨ।" ਚੰਗੀ ਗੱਲ ਇਹ ਹੈ ਕਿ ਮੈਨੂੰ ਵਿੰਡੋ ਸੀਟ ਮਿਲ ਗਈ।

"ਅੱਛਾ, ਤੁਸੀਂ ਤਿਆਰੀ ਦੇ ਗੋਲਡਨ ਰੂਲਜ਼ ਦੱਸ ਰਹੇ ਸੀ। ਤਾਂ ਦੱਸੋ ਕਿ ਯੂ.ਪੀ. ਐੱਸ.ਸੀ. ਦੇ ਕਿਲ੍ਹੇ ਨੂੰ ਫ਼ਤਿਹ ਕਰਨ ਦਾ ਦੂਜਾ ਗੋਲਡਨ ਰੂਲ ਕੀ ਹੈ।" ਉਸ ਨੇ ਪੁੱਛਿਆ।

"ਮੈਂ ਯੂ.ਪੀ.ਐੱਸ.ਸੀ. ਦੀ ਤਿਆਰੀ ਦੇ ਦੌਰਾਨ ਹਾਸਲ ਕੀਤੇ ਅਨੁਭਵ ਨੂੰ ਇਸ ਲਈ ਸਾਂਝਾ ਕਰ ਰਿਹਾ ਹਾਂ, ਕਿਉਂਕਿ ਤੁਸੀਂ ਤਿਆਰੀ ਦੀ ਰਣਨੀਤੀ ਬਾਰੇ ਪੁੱਛਿਆ ਹੈ!" ਜੇਕਰ ਉਹ ਨਾ ਵੀ ਪੁੱਛਦੀ ਤਾਂ ਵੀ ਮੈਂ ਅੱਧੇ ਘੰਟੇ ਤੱਕ ਇੱਕ-ਇੱਕ ਕਰਕੇ ਯੂ.ਪੀ.ਐੱਸ. ਸੀ. ਦੀ ਤਿਆਰੀ ਦੇ ਸਾਰੇ ਗੋਲਡਨ ਰੂਲਜ਼ ਦੱਸ ਦਿੰਦਾ। ਯੂ.ਪੀ.ਐੱਸ.ਸੀ. ਦੀ ਤਿਆਰੀ ਕਰਨ ਵਾਲੇ ਮੁੰਡੇ ਅਕਸਰ ਯੂ.ਪੀ.ਐੱਸ.ਸੀ. ਦੀ ਤਿਆਰੀ ਕਰਨ ਵਾਲੀਆਂ ਕੁੜੀਆਂ ਨੂੰ ਇਮਪ੍ਰੈੱਸ ਕਰਨ ਲਈ ਕੀ-ਕੀ ਕਰਦੇ ਹਨ? ਜੇ ਕਦੇ ਫ਼ੁਰਸਤ ਮਿਲੇ ਪਤਾ ਲਾ ਸਕਦੇ ਹੋ। ਇਸ ਲਈ, ਮੁਖਰਜੀ ਨਗਰ ਅਤੇ ਓਲਡ ਰਾਜਿੰਦਰ ਨਗਰ ਪਾਰਕ ਵਿੱਚ ਜਾਓ ਅਤੇ ਦੇਖੋ ਕਿ ਇੱਕ ਯੂ.ਪੀ.ਐੱਸ.ਸੀ. ਪ੍ਰੀਖਿਆਰਥੀ ਮੁੰਡਾ ਦੂਜੀ ਯੂ.ਪੀ.ਐੱਸ.ਸੀ. ਪ੍ਰੀਖਿਆਰਥਣ ਕੁੜੀ ਨੂੰ ਇਮਪ੍ਰੈੱਸ ਕਰਨ ਲਈ ਕੀ-ਕੀ ਨੁਸਖ਼ੇ ਦੱਸ ਰਿਹਾ ਹੁੰਦਾ ਹੈ। ਕੁਝ ਅਜਿਹੀ ਸਮਾਰਟ ਰਣਨੀਤੀ ਵੀ ਸਾਂਝੀ ਕਰ ਰਹੇ ਹੁੰਦੇ ਹਨ ਜਿਹੜੀ ਓਨਾ ਨੇ ਕਦੇ ਖ਼ੁਦ ਵੀ ਫਾਲੋ ਨਹੀਂ ਕੀਤੀ ਹੁੰਦੀ।

ਮੈਂ ਆਪਣੀ ਗੱਲ ਅੱਗੇ ਤੋਰੀ, "ਮੇਰੇ ਅਨੁਸਾਰ ਯੂ.ਪੀ.ਐੱਸ.ਸੀ. ਦੀ ਤਿਆਰੀ ਲਈ ਦੂਜਾ ਗੋਲਡਨ ਰੂਲ ਹੈ: 'ਐਨ.ਸੀ.ਈ.ਆਰ.ਟੀ. ਦੀਆਂ ਕਿਤਾਬਾਂ ਪੜ੍ਹੋ ਅਤੇ ਹਰ ਗਾਲ 'ਚ ਪੜ੍ਹੋ।' ਜੇਕਰ ਐਨ.ਸੀ.ਈ.ਆਰ.ਟੀ. ਨੂੰ ਇਗਨੋਰ ਕਰੋਗੇ ਤਾਂ ਯੂ.ਪੀ.ਐੱਸ. ਸੀ. ਤੁਹਾਨੂੰ ਇਗਨੋਰ ਕਰ ਦੇਵੇਗੀ। ਜ਼ਿਆਦਾਤਰ ਪ੍ਰੀਖਿਆਰਥੀ ਸੋਚਦੇ ਹਨ ਕਿ ਉਹ ਐਨ.ਸੀ.ਈ.ਆਰ.ਟੀ. ਕਿਉਂ ਪੜ੍ਹਨ? ਸਕੂਲ ਦੇ ਦਿਨਾਂ 'ਚ ਤਾਂ ਪੜ੍ਹੇ ਸੀ ਅਤੇ ਇੱਥੇ ਵੀ ਉਹ ਟਪਲਾ ਖਾ ਜਾਂਦੇ ਹਨ।"

"ਯੂ.ਪੀ.ਐੱਸ.ਸੀ. ਦੀ ਤਿਆਰੀ ਲਈ ਤੀਜਾ ਗੋਲਡਨ ਰੂਲ ਹੈ: 'ਸਮਾਰਟ ਫ਼ੋਨ ਤੋਂ ਦੂਰੀ ਬਣਾਓ, ਸਿਲੈੱਕਸ਼ਨ ਦੇ ਨੇੜੇ ਜਾਓ।' ਕੋਈ ਵੀ ਅੱਠ ਦਸ ਘੰਟੇ ਮੋਬਾਇਲ 'ਚ ਮਸਤ ਰਹਿ ਕੇ ਆਈ.ਏ.ਐੱਸ. ਬਣਨ ਦਾ ਸੁਪਨਾ ਨਹੀਂ ਦੇਖ ਸਕਦਾ। ਜੇਕਰ ਸੁਪਨਾ ਦੇਖਦਾ ਹੈ ਤਾਂ ਉਹ ਪੂਰਾ ਨਹੀਂ ਕਰ ਸਕਦਾ। ਸਿਰਫ਼ ਯੂ-ਟਿਊਬ ਤੋਂ ਸਟੱਡੀ ਮੈਟੀਰੀਅਲ ਦੇਖ ਕੇ ਕੋਈ ਆਈ.ਏ.ਐੱਸ. ਨਹੀਂ ਬਣ ਸਕਦਾ। ਅੱਜ ਵੀ ਕਿਤਾਬਾਂ ਨਾਲ ਮੁਹੱਬਤ ਕਰਕੇ ਲਬਾਸਨਾ (ਲਾਲ ਬਹਾਦਰ ਸ਼ਾਸਤਰੀ ਨੈਸ਼ਨਲ ਅਕੈਡਮੀ ਆਫ਼ ਐਡਮਨਿਸਟ੍ਰੇਸ਼ਨ) ਪਹੁੰਚਿਆ ਜਾ ਸਕਦਾ ਹੈ।" ਇੱਕ ਮੈਂਟਰ ਵਜੋਂ ਮੈਂ ਦੋ ਹੋਰ ਗੋਲਡਨ ਰੂਲਜ਼ ਦੱਸ ਦਿੱਤੇ।

ਸੋਸ਼ਲ ਮੀਡੀਆ ਕਾਰਨ ਸਮਾਰਟ ਫ਼ੋਨ ਇੱਕ ਬੁਰੀ ਲਤ ਬਣ ਚੁੱਕਾ ਹੈ। ਯਾਦ ਰੱਖੋ, ਜੇਕਰ ਤੁਸੀਂ ਆਪਣੇ ਸਮਾਰਟ ਫ਼ੋਨ ਦੀ ਵਰਤੋਂ ਸਮਾਰਟ ਤਰੀਕੇ ਨਾਲ ਨਹੀਂ ਕਰ ਰਹੇ ਤਾਂ ਸਮਾਰਟ ਫ਼ੋਨ ਤੁਹਾਨੂੰ ਭੈੜੀਆਂ ਆਦਤਾਂ ਦਾ ਬਾਦਸ਼ਾਹ ਬਣਾ ਦੇਵੇਗਾ। ਜੇਕਰ ਤੁਸੀਂ ਪ੍ਰੀਖਿਆਰਥੀ ਜੀਵਨ ਵਿੱਚ ਇੱਕ ਸਫ਼ਲ ਵਿਅਕਤੀ ਬਣਨ ਦਾ ਸੁਪਨਾ ਦੇਖਿਆ

ਹੈ, ਤਾਂ ਆਪਣੇ ਆਪ ਨੂੰ ਮੋਬਾਇਲ ਦੀ ਮਹਾਂਮਾਰੀ ਦਾ ਸ਼ਿਕਾਰ ਨਾ ਹੋਣ ਦਿਓ। ਇਹ ਸਮਝੋ ਕਿ ਮੋਬਾਇਲ ਦੀ ਘੱਟੋ-ਘੱਟ ਵਰਤੋਂ ਦਾ ਮਤਲਬ ਹੈ, ਸਮੇਂ ਦੇ ਸਭ ਤੋਂ ਵੱਡੇ ਦੁਸ਼ਮਣ ਤੋਂ ਛੁਟਕਾਰਾ। ਮੋਬਾਇਲ ਤਾਂ ਸਾਡੀ ਸੇਵਾ ਲਈ ਹੈ, ਪਰ ਜੇਕਰ ਅਸੀਂ ਸਮਾਰਟ ਫ਼ੋਨ 'ਤੇ ਘੰਟਿਆਂ-ਬੱਧੀ ਬੇਲੋੜੀਆਂ ਚੀਜ਼ਾਂ ਦੇਖ ਕੇ ਦੂਜੇ ਦਰਜੇ ਦਾ ਮਨੋਰੰਜਨ ਕਰ ਰਹੇ ਹਾਂ, ਤਾਂ ਸਮਝੋ ਕਿ ਮੋਬਾਇਲ ਸਾਡਾ ਮਾਲਕ ਬਣ ਬੈਠਾ ਹੈ ਅਤੇ ਸਾਡੇ ਦਿਨ ਦੀ ਰੁਟੀਨ ਤੈਅ ਕਰ ਰਿਹਾ ਹੈ।

"ਚੰਗੀਆਂ ਗੱਲਾਂ ਦੱਸੀਆਂ, ਤੁਸੀਂ। ਓਕੇ, ਮੈਂ ਨੋਟ ਕਰਦੀ ਹਾਂ। ਤਿਆਰੀ ਦੌਰਾਨ ਹੋਰ ਕਿਹੜੀਆਂ ਗੱਲਾਂ ਦਾ ਧਿਆਨ ਰੱਖਣਾ ਚਾਹੀਦਾ ਹੈ?" ਫ਼ੋਨ 'ਚੋਂ ਹਲਕੀ ਜਿਹੀ ਆਵਾਜ਼ ਆਈ।

"ਯੂ.ਪੀ.ਐੱਸ.ਸੀ. ਦੀ ਤਿਆਰੀ ਲਈ ਚੌਥਾ ਗੋਲਡਨ ਰੂਲ ਸਵੇਰੇ ਚਾਹ ਦੀ ਤਰ੍ਹਾਂ ਅਖ਼ਬਾਰ ਪੜ੍ਹਨ ਦਾ ਨਸ਼ਾ ਲਾਓ। ਸਵੇਰੇ ਅਖ਼ਬਾਰ ਲਾਜ਼ਮੀ ਪੜ੍ਹੋ।"

"ਪੁਰਾਣੀਆਂ ਐਨ.ਸੀ.ਈ.ਆਰ.ਟੀ. ਕਿਤਾਬਾਂ ਵਧੀਆਂ ਹਨ ਜਾਂ ਨਵੀਂਆਂ ਐਨ.ਸੀ.ਈ.ਆਰ.ਟੀ., ਮੈਂ ਫ਼ੈਸਲਾ ਨਹੀਂ ਕਰ ਪਾ ਰਹੀ।"

"ਨਵੀਂ ਤੇ ਪੁਰਾਣੀ ਦੋਵੇਂ ਪੜ੍ਹ ਲਓ, ਝੰਜਟ ਖ਼ਤਮ। ਅਜਿਹੀ ਦੁਬਿਧਾ ਆਪਣੇ ਦਿਮਾਗ਼ 'ਚ ਹੀ ਨਾ ਰੱਖੋ। 'ਦੁਬਿਧਾ ਮੇਂ ਦੋਨੋਂ ਗਏ, ਮਾਇਆ ਮਿਲੀ ਨਾ ਰਾਮ।' ਇੱਕ ਮਜ਼ੇਦਾਰ ਗੱਲ ਦੱਸਾਂ? ਓਲਡ ਰਾਜਿੰਦਰ ਨਗਰ ਅਤੇ ਮੁਖਰਜੀ ਨਗਰ ਵਿੱਚ ਹਜ਼ਾਰਾਂ ਦੀ ਗਿਣਤੀ ਵਿੱਚ ਅਜਿਹੇ ਪ੍ਰੀਖਿਆਰਥੀ ਹੁੰਦੇ ਹਨ ਜੋ ਆਈ.ਏ.ਐੱਸ. ਦੀ ਪ੍ਰੀ-ਪ੍ਰੀਖਿਆ ਤੋਂ ਇੱਕ ਮਹੀਨਾ ਪਹਿਲਾਂ ਤੱਕ ਵੀ ਇਹ ਫ਼ੈਸਲਾ ਨਹੀਂ ਕਰ ਪਾਉਂਦੇ ਕਿ ਪੁਰਾਣੀ ਐਨ.ਸੀ.ਈ.ਆਰ.ਟੀ. ਪੜ੍ਹਨੀ ਹੈ ਜਾਂ ਨਵੀਂ ਐਨ.ਸੀ.ਈ.ਆਰ.ਟੀ.। ਫਿਰ ਵੀ ਉਹ ਆਈ.ਏ.ਐੱਸ. ਦੀ ਪ੍ਰੀ-ਪ੍ਰੀਖਿਆ ਪਾਸ ਕਰਨ ਦੀ ਉਮੀਦ ਰੱਖਦੇ ਹਨ। ਇਹ ਸੁਪਨਿਆਂ ਦੀ ਦੁਨੀਆ ਹੈ, ਸੁਪਨੇ ਦੇਖਣ ਦੇ ਕਿਹੜਾ ਕੋਈ ਪੈਸੇ ਲੱਗਦੇ ਹਨ। ਅੱਜ ਦੇ ਸਮੇਂ ਦੀ ਕੌੜੀ ਸਚਾਈ ਇਹ ਹੈ ਕਿ ਯੂ.ਪੀ.ਐੱਸ.ਸੀ. ਦੀ ਤਿਆਰੀ ਕਰਨਾ ਇੱਕ ਸਟੇਟਸ ਸਿੰਬਲ ਬਣ ਗਿਆ ਹੈ। ਗ੍ਰੈਜੂਏਟ ਹੋਏ ਤਾਂ ਪਤਾ ਚੱਲਿਆ ਕਿ ਆਈ.ਏ.ਐੱਸ. ਪ੍ਰੀਖਿਆ ਦੇ ਫਾਈਨਲ ਵਿੱਚ ਸ਼ਹਿਰ ਦੇ ਕਿਸੇ ਇੱਕ ਮੁੰਡੇ ਦਾ ਸਿਲੈਕਸ਼ਨ ਹੋਣ 'ਤੇ ਤਾਂ ਹਜ਼ਾਰਾਂ ਪ੍ਰੀਖਿਆਰਥੀ ਬਿਨਾਂ ਕਿਸੇ ਗਾਈਡੈਂਸ ਦੇ ਅਤੇ ਆਪਣੀ ਕਾਬਲੀਅਤ ਅਤੇ ਸਮਰੱਥਾ ਨੂੰ ਜਾਣੇ ਬਿਨਾਂ ਹੀ ਤਿਆਰੀ ਸ਼ੁਰੂ ਕਰ ਦਿੰਦੇ ਹਨ ਅਤੇ ਯੂ.ਪੀ.ਐੱਸ.ਸੀ. ਦੇ ਚੱਕਰ ਵਿੱਚ ਆਪਣੀ ਜਵਾਨੀ ਦੇ ਕਈ ਸਾਲ ਬਰਬਾਦ ਕਰ ਦਿੰਦੇ ਹਨ।"

"ਯੂ.ਪੀ.ਐੱਸ.ਸੀ. ਦੀ ਤਿਆਰੀ ਲਈ ਕੋਈ ਸ਼ੌਰਟ ਟਰਿੱਕ?"

"ਕੋਈ ਸ਼ੋਰਟ ਟਰਿੱਕ ਨਹੀਂ... ਕੁਰਬਾਨੀ ਦੇਣੀ ਪਵੇਗੀ। ਹਰ ਰੋਜ਼ ਆਪਣੇ ਆਪ ਨੂੰ ਕੁਰਸੀ 'ਤੇ ਬੈਠ ਕੇ 8 ਤੋਂ 10 ਘੰਟੇ ਤੱਕ ਤਪਾਉਣਾ ਪਵੇਗਾ, ਇੱਕ ਸੰਨਿਆਸੀ ਦੀ ਤਰ੍ਹਾਂ ਤਪੱਸਿਆ ਕਰਨੀ ਪਵੇਗੀ।" ਮੈਂਟਰ ਦੇ ਅੰਦਾਜ਼ ਵਿੱਚ ਮੈਂ ਇਹ ਗੱਲ ਕਹੀ।

"ਪਤਾ ਹੈ ਸਰ! ਪਿਛਲੇ ਦਿਨੀਂ ਮੇਰੀ ਸਹੇਲੀ ਦਿਵਿਆ ਮੇਰੇ 'ਤੇ ਤੰਜ ਕਸਦੇ ਹੋਏ ਕਹਿ ਰਹੀ ਸੀ ਕਿ ਆਈ.ਏ.ਐੱਸ. ਅਫ਼ਸਰ ਬਣਨਾ ਤੇਰੇ ਵੱਸ ਦੀ ਗੱਲ ਨਹੀਂ ਹੈ ਐਂਜਲ , ਕੁੱਝ ਹੋਰ ਟਰਾਈ ਕਰ ਲੈ... ਇੱਕ ਗੰਡੋਇਆ ਵੀ ਸੱਪ ਬਣਨ ਦੀ ਲਾਲਸਾ ਵਿੱਚ ਆਪਣੇ ਸਰੀਰ ਨੂੰ ਮਰੋੜਦਾ ਹੋਇਆ ਥਾਂ-ਥਾਂ ਤੋਂ ਟੁੱਟ ਜਾਂਦਾ ਹੈ। ਇਹੀ ਹਾਲ ਤੁਹਾਡਾ ਹੈ।"

"ਹੱਡੀਆਂ ਭਾਵੇਂ ਟੁੱਟ ਜਾਣ, ਸੁਪਨੇ ਨਹੀਂ ਟੁੱਟਣੇ ਚਾਹੀਦੇ। ਭਾਵੇਂ ਕੋਈ ਜਿੰਨੇ ਮਰਜ਼ੀ ਤਾਅਨੇ ਮਾਰੇ, ਪਰ ਮੇਰਾ ਹਮੇਸ਼ਾ ਤੋਂ ਇਹੀ ਮੰਨਣਾ ਹੈ ਕਿ ਆਈ.ਏ.ਐੱਸ. ਬਣਨਾ ਹੈ ਤਾਂ ਡਿੱਗੋ, ਉੱਠੋ, ਮਜ਼ਾਕ ਦੇ ਪਾਤਰ ਬਣੋ, ਪਰ ਫਿਰ ਵੀ ਭੱਜੋ।" ਐਂਜਲ ਨੇ ਦ੍ਰਿੜ੍ਹ ਇਰਾਦੇ ਨਾਲ ਕਿਹਾ।

"ਸੁਪਨੇ ਦੇਖਣੇ ਚਾਹੀਦੇ ਹਨ, ਪਰ ਉਹਨਾਂ ਨੂੰ ਪੂਰਾ ਕਰਨ ਦਾ ਜਨੂੰਨ ਵੀ ਹੋਣਾ ਚਾਹੀਦਾ ਹੈ। ਅਕਸਰ ਰਾਤ ਨੂੰ ਸੁਪਨੇ ਅਵਚੇਤਨ ਦੀਆਂ ਇੱਛਾਵਾਂ ਨੂੰ ਦਰਸਾਉਂਦੇ ਹਨ ਅਤੇ ਨੀਂਦ ਖੁੱਲ੍ਹਦੇ ਹੀ ਗ਼ਾਇਬ ਹੋ ਜਾਂਦੇ ਹਨ। ਜੇਕਰ ਕੋਈ ਓਨਾ ਇੱਛਾਵਾਂ ਨੂੰ ਨਾਲ ਲੈ ਕੇ ਜਾਗਦਾ ਹੈ, ਜੀਵਨ ਬਤੀਤ ਕਰਦਾ ਹੈ ਅਤੇ ਮਿਹਨਤ ਨਾਲ ਲੱਗਿਆ ਰਹਿੰਦਾ ਹੈ ਤਾਂ ਹੀ ਸੁਪਨੇ ਸਾਕਾਰ ਹੋਣਗੇ। ਤੇ ਮੈਂ ਵੀ ਇਹੀ ਕਰ ਰਹੀ ਹਾਂ ਤਾਂ ਮੇਰੇ ਸੁਪਨੇ ਸਾਕਾਰ ਕਿਉਂ ਨਾ ਹੋਣਗੇ?"

"ਮੈਂ ਸੌਖਾ ਕੰਮ ਕਰਨ ਲਈ ਇੱਥੇ ਨਹੀਂ ਆਈ, ਮੈਂ ਵੱਡੇ ਸੁਪਨੇ ਦੇਖੇ ਹਨ ਅਤੇ ਮੈਂ ਇਸ ਦੀ ਵੱਡੀ ਕੀਮਤ ਚੁਕਾਉਣ ਲਈ ਤਿਆਰ ਹਾਂ।" *'ਤੂੰ ਜ਼ਿੰਦਾ ਹੈ ਤੋ ਜ਼ਿੰਦਗੀ ਕੀ ਜੀਤ ਮੇਂ ਯਕੀਨ ਕਰ, ਅਗਰ ਕਹੀਂ ਹੈ ਸਵਰਗ ਤੋ ਉਤਾਰ ਲਾ ਜ਼ਮੀਨ ਪਰ।'* ਇਹ ਮੇਰੇ ਲਈ ਆਦਰਸ਼ ਸਤਰਾਂ ਹਨ।

"ਮੈਂ ਦਿਵਿਆ ਨੂੰ ਕਹਿ ਦਿੱਤਾ ਕਿ ਮੂਰਖ ਕਿਸੇ ਵੀ ਸ਼੍ਰੇਣੀ ਦੇ ਹੋ ਸਕਦੇ ਹਨ। ਓਨਾ ਵਿੱਚੋਂ ਤੂੰ ਵੀ ਇੱਕ ਸ਼੍ਰੇਣੀ ਦੀ ਹੈ। ਪਤਾ ਹੈ ਸਰ, ਆਪਣੀ ਦਾਲ ਗਲਦੀ ਨਾ ਵੇਖ ਕੇ ਉਹ ਕੁਰਸੀ ਤੋਂ ਉੱਠ ਕੇ ਆਪਣੇ ਕਮਰੇ ਵਿੱਚ ਚਲੀ ਗਈ।"

"ਅੱਛਾ, ਇਹ ਦੱਸੋ ਕਿ ਯੂ.ਪੀ.ਐੱਸ.ਸੀ. ਲਈ ਪ੍ਰਫੈਕਟ ਸਟੱਡੀ ਮੈਟੀਰੀਅਲ ਕਿਹੜਾ ਹੈ?"

"ਯੂ.ਪੀ.ਐੱਸ.ਸੀ. ਲਈ ਨਾ ਤਾਂ ਕੋਈ ਪ੍ਰਫੈਕਟ ਸਟੱਡੀ ਮੈਟੀਰੀਅਲ ਹੈ ਅਤੇ ਨਾ ਹੀ ਪ੍ਰਫੈਕਟ ਰਣਨੀਤੀ। ਤੁਹਾਡਾ ਜਨੂੰਨ, ਸਮਰਪਣ ਅਤੇ ਦ੍ਰਿੜ੍ਹ ਇਰਾਦਾ ਪ੍ਰਫੈਕਟ ਹੋਣਾ

ਚਾਹੀਦਾ ਹੈ... ਕਰਨਾ ਹੈ ਤਾਂ ਆਈ.ਏ.ਐਸ. ਹੀ ਕਰਨਾ ਹੈ.... ਪਰਫੈਕਸ਼ਨ (ਸੰਪੂਰਨਤਾ) ਦੇ ਨਾਂ ਤੋਂ ਨਾ ਘਬਰਾਓ। ਤੁਸੀਂ ਕਦੇ ਵੀ ਇਸ ਨੂੰ ਪ੍ਰਾਪਤ ਨਹੀਂ ਕਰ ਸਕਦੇ, ਤੁਸੀਂ ਕੀ ਹੋ, ਕੋਈ ਵੀ ਇਨਸਾਨ ਪਰਫੈਕਸ਼ਨ ਹਾਸਲ ਨਹੀਂ ਕਰ ਸਕਦਾ। ਇੱਕ ਗੱਲ ਨੂੰ ਹਮੇਸ਼ਾ ਲਈ ਗੰਢ ਬੰਨ੍ਹ ਲਓ ਕਿ ਯੂ.ਪੀ.ਐਸ.ਸੀ. ਬਾਰੇ ਇੱਕ ਅਜੀਬ ਗੱਲ ਇਹ ਹੈ ਕਿ ਜੇਕਰ ਤਿਆਰੀ ਦੇ ਸ਼ੁਰੂਆਤੀ ਇੱਕ ਸਾਲ ਸਹੀ ਢੰਗ ਨਾਲ ਪੜ੍ਹਾਈ ਨਾ ਕੀਤੀ ਤਾਂ ਸਿਲੈਕਸ਼ਨ ਲਈ ਆਉਣ ਵਾਲੇ ਸਾਲਾਂ ਵਿੱਚ ਤਿੰਨ ਗੁਣਾਂ ਜ਼ਿਆਦਾ ਮਿਹਨਤ ਕਰਨੀ ਪਵੇਗੀ।" ਮੈਂ ਬੈਗ ਵਿੱਚੋਂ ਈਅਰਫੋਨ ਕੱਢਦੇ ਹੋਏ ਕਿਹਾ।

ਨਵੰਬਰ ਦਾ ਮਹੀਨਾ ਸੀ ਅਤੇ ਰਾਤ ਵਧਣ ਦੇ ਨਾਲ-ਨਾਲ ਹਵਾ ਠੰਢੀ ਹੁੰਦੀ ਜਾ ਰਹੀ ਸੀ। 'ਟਿਕਟ-ਟਿਕਟ' ਕਹਿੰਦੇ ਹੋਏ ਟੀਟੀ ਨੇ ਮੇਰਾ ਨਾਂ ਤੇ ਸੀਟ ਨੰਬਰ ਪੁੱਛਿਆ। ਮੈਂ ਫ਼ੋਨ ਹੋਲਡ 'ਤੇ ਰੱਖ ਕੇ ਉਸ ਨੂੰ ਟਿਕਟ ਦਿਖਾ ਦਿੱਤੀ।

"ਕਿੰਨੇ ਦਿਨ ਪਿੰਡ ਰਹੋਗੇ।" ਐਂਜਲ ਨੇ ਪੁੱਛਿਆ।

"ਇੱਕ ਹਫ਼ਤਾ ਰੁਕਣ ਦਾ ਪਲਾਨ ਹੈ।"

"ਅੱਛਾ, ਕਦੇ ਜੈਪੁਰ ਆਉਣਾ ਹੋਇਆ ਤਾਂ ਜ਼ਰੂਰ ਦੱਸਿਓ, ਮੈਂ ਤੁਹਾਨੂੰ ਮਿਲਣਾ ਚਾਹੁੰਦੀ ਹਾਂ। ਤੁਹਾਡੇ ਨਾਲ ਗੱਲ ਕਰਕੇ ਚੰਗਾ ਲੱਗਿਆ। ਤੁਹਾਡੀ ਯਾਤਰਾ ਸ਼ੁਭ ਰਹੇ।" ਐਂਜਲ ਨੇ ਕਿਹਾ। ਰਾਤ ਦਾ ਇੱਕ ਵੱਜ ਚੁੱਕਾ ਸੀ। "ਚਲੋ ਤਿਆਰੀ ਨਾਲ ਜੁੜੀਆਂ ਗੱਲਾਂ ਬਾਅਦ ਵਿੱਚ ਡਿਸਕਸ ਕਰਾਂਗੇ। ਗੁੱਡ ਨਾਈਟ!" ਇਹ ਕਹਿ ਕੇ ਉਸ ਨੇ ਫ਼ੋਨ ਕੱਟ ਦਿੱਤਾ। ਫਿਰ ਮੈਂ ਆਪਣੇ ਮੋਬਾਇਲ ਵਿਚਲੀਆਂ ਸੋਸ਼ਲ ਸਾਈਟਾਂ 'ਤੇ ਐਂਜਲ ਨੂੰ ਸਰਚ ਕਰਨਾ ਸ਼ੁਰੂ ਕਰ ਦਿੱਤਾ।

'ਜਿਸਕਾ ਜੀਵਨ ਮੇਂ ਕੋਈ ਵਿਜ਼ਨ ਨਹੀਂ ਹੋਤਾ,
ਵੋ ਜ਼ਿੰਦਗੀ ਭਰ ਦੂਸਰੇ ਕੇ ਵਿਜ਼ਨ ਪਰ ਕਾਮ ਕਰਤਾ ਹੈ।
ਜਿਸਕੋ ਆਪਣੇ ਦਿਮਾਗ਼ ਕਾ ਪਸੀਨਾ ਬਹਾਨਾ ਅੱਛਾ ਨਹੀਂ ਲਗਤਾ,
ਉਸੇ ਜ਼ਿੰਦਗੀ ਭਰ ਦੂਸਰੋਂ ਕੇ ਆਗੇ ਆਪਣੇ ਸਰੀਰ ਕਾ ਪਸੀਨਾ ਬਹਾਨਾ ਪੜਤਾ ਹੈ।
ਜਿਸ ਵਿਅਕਤੀ ਕੇ ਕਾਮ ਕੀ ਕੋਈ ਡੈਡਲਾਈਨ ਨਹੀਂ ਹੋਤੀ,
ਉਸ ਕੇ ਕਾਮ ਕੀ ਦੁਨੀਆ ਮੇਂ ਕੋਈ ਪਹਿਚਾਣ ਨਹੀਂ ਹੋਤੀ।'

ਇਹ ਪੋਸਟ ਮੈਂ ਆਪਣੀ ਫੇਸਬੁੱਕ ਵਾਲ 'ਤੇ ਲਿਖੀ ਅਤੇ ਸੌਣ ਲਈ ਲੇਟ ਗਿਆ। ਪਰ ਮੇਰੀਆਂ ਅੱਖਾਂ ਵਿੱਚੋਂ ਨੀਂਦ ਉੱਡ ਗਈ ਸੀ ਅਤੇ ਐਂਜਲ ਦੀ ਮਿੱਠੀ-ਮਿੱਠੀ ਆਵਾਜ਼ ਦੁਬਾਰਾ ਕੰਨਾਂ ਵਿੱਚ ਗੂੰਜ ਰਹੀ ਸੀ।

2

ਲਬਾਸਨਾ ਦੇ ਸੁਪਨੇ

'ਥਿੰਕਿੰਗ ਅਬਾਊਟ ਲਬਾਸਨਾ, ਮਸੂਰੀ .... ਹੁਣ ਸੋਚੋ ਕਿ ਇਹ ਕਿੰਨੀ ਕੁ ਦੂਰ ਹੈ। ਜੇਕਰ ਮੈਂ ਬਣਾਏ ਟਾਈਮ ਟੇਬਲ ਨੂੰ ਫਾਲੋ ਨਾ ਕੀਤਾ ਤਾਂ ਮਸੂਰੀ ਹਮੇਸ਼ਾ ਦੂਰ ਹੀ ਰਹੇਗੀ!' ਐਂਜਲ ਇਹ ਗੱਲਾਂ ਆਪਣੀ ਡਾਇਰੀ ਵਿੱਚ ਲਿਖ ਕੇ ਸੌਣ ਚਲੀ ਗਈ। ਪਰ ਉਸ ਦੇ ਦਿਮਾਗ਼ ਵਿੱਚ ਕਈ ਤਰ੍ਹਾਂ ਦੇ ਸਵਾਲ ਚੱਲ ਰਹੇ ਸਨ ਅਤੇ ਬਹੁਤ ਸਾਰੇ ਖ਼ਵਾਬ ਪਲ ਰਹੇ ਸਨ। ਕਦੇ ਐਂਜਲ ਗਿਰੀਸ਼ ਬਾਰੇ ਸੋਚਦੀ, ਤੇ ਕਦੇ ਆਪਣੇ ਸਿਲੇਬਸ ਅਤੇ ਰਣਨੀਤੀ ਬਾਰੇ ਸੋਚਦੀ-ਸੋਚਦੀ ਸਵੇਰੇ 4 ਵਜੇ ਤੱਕ ਪਾਸੇ ਮਾਰਦੀ ਰਹੀ। ਅੱਖਾਂ ਵਿੱਚ ਨੀਂਦ ਘੱਟ ਅਤੇ ਖ਼ਵਾਬ ਜ਼ਿਆਦਾ ਵਾਲੀ ਨਾਜ਼ੁਕ ਸਥਿਤੀ ਕਾਰਨ ਉਸ ਨੂੰ ਨੀਂਦ ਨਾ ਆਈ। ਪਰ ਸਵੇਰੇ ਠੰਢ ਵਧਣ ਕਾਰਨ ਉਹਦੀ ਅੱਖ ਲੱਗ ਗਈ।

ਜਦੋਂ ਸਵੇਰੇ ਐਂਜਲ ਦੀ ਅੱਖ ਖੁੱਲ੍ਹੀ ਤਾਂ ਉਸ ਨੇ ਸਭ ਤੋਂ ਪਹਿਲਾਂ ਆਪਣਾ ਫ਼ੋਨ ਚੈੱਕ ਕੀਤਾ, ਪਰ ਉਸ ਨੂੰ ਕਿਸੇ ਮੈਸੇਜ ਦਾ ਨੋਟੀਫ਼ਿਕੇਸ਼ਨ ਨਜ਼ਰ ਨਹੀਂ ਆਇਆ। ਦੋ ਦਿਨਾਂ ਤੋਂ ਨਾ ਤਾਂ ਮੈਂ ਕੋਈ ਮੈਸੇਜ ਕੀਤਾ ਅਤੇ ਨਾ ਹੀ ਦੂਜੇ ਪਾਸਿਓਂ ਕੋਈ ਮੈਸੇਜ ਜਾਂ ਕਾਲ ਆਈ। ਮੈਂ ਆਪਣੇ ਪਿੰਡ ਵਿੱਚ ਦੋਸਤਾਂ ਨਾਲ ਕ੍ਰਿਕਟ ਖੇਡਣ ਵਿੱਚ ਮਸ਼ਗੂਲ ਸੀ। ਅਚਾਨਕ ਵੱਟਸਐਪ 'ਤੇ ਇੱਕ ਮੈਸੇਜ ਆਇਆ, "ਮੈਂ ਐਨ.ਸੀ.ਈ.ਆਰ.ਟੀ. ਪੜ੍ਹਨੀ ਸ਼ੁਰੂ ਕੀਤੀ ਹੈ ਪਰ ਇਸ ਵਿੱਚ ਬਹੁਤ ਸਾਰੇ ਫ਼ੈਕਟ ਹਨ; ਇਹਨਾਂ ਨੂੰ ਕਿਵੇਂ ਯਾਦ ਰੱਖਾਂ ਤੇ ਕਿਵੇਂ ਨੋਟਸ ਤਿਆਰ ਕਰਾਂ?" ਮੈਂ ਉੱਥੋਂ ਥੋੜ੍ਹਾ ਦੂਰ ਜਾ ਕੇ ਮੈਸੇਜ ਦਾ ਜਵਾਬ ਦੇਣ ਦੀ ਬਜਾਏ ਫ਼ੋਨ ਕੀਤਾ ਅਤੇ ਹਾਏ-ਹੈਲੋ ਕਹਿਣ ਤੋਂ ਬਾਅਦ ਕਿਹਾ, "ਇਕ ਵਾਰ ਇਹਨਾਂ ਨੂੰ ਨਾਵਲ ਵਾਂਗ ਪੜ੍ਹੋ ਅਤੇ ਫਿਰ ਮਹੱਤਵਪੂਰਨ ਗੱਲਾਂ ਨੂੰ ਅੰਡਰਲਾਈਨ ਕਰ ਲਓ। ਪੂਰੇ ਦਿਨ 'ਚ ਪੜ੍ਹੀਆਂ ਚੀਜ਼ਾਂ ਦੀ ਘੱਟੋ-ਘੱਟ ਤਿੰਨ ਵਾਰ ਰਿਵੀਜ਼ਨ ਕਰੋ, ਇਹ ਯਾਦ ਰੱਖਣ ਅਤੇ ਪੜ੍ਹਨ ਦਾ ਵਿਗਿਆਨਕ ਤਰੀਕਾ ਹੈ। ਅੱਜ ਸਮਾਰਟਨੈੱਸ ਦਾ ਜ਼ਮਾਨਾ ਹੈ, ਸਿਰਫ਼ ਸਖ਼ਤ ਮਿਹਨਤ ਹੀ ਸਫ਼ਲਤਾ ਦੀ ਗਾਰੰਟੀ ਨਹੀਂ ਹੋ ਸਕਦੀ। ਪਰ ਸਮਾਰਟਨੈੱਸ ਦੇ ਨਾਲ

ਸਖ਼ਤ ਮਿਹਨਤ ਯਕੀਨੀ ਤੌਰ 'ਤੇ ਸਫ਼ਲਤਾ ਦੀ ਗਰੰਟੀ ਦੇ ਸਕਦੀ ਹੈ। ਸਿਵਲ ਸੇਵਾ ਲਈ ਕੋਹਲੂ ਦੇ ਬੈਲ ਦੀ ਤਰ੍ਹਾਂ ਦਿਨ ਦੇ ਅਠਾਰਾਂ-ਅਠਾਰਾਂ ਘੰਟੇ ਰੁੱਝੇ ਰਹਿਣ ਦੀ ਲੋੜ ਨਹੀਂ ਹੁੰਦੀ। ਜੇਕਰ ਤੁਸੀਂ ਇੱਕ ਦਿਨ ਵਿੱਚ ਚਾਰ ਪੰਨੇ ਵੀ ਸਮਝ ਕੇ ਯਾਦ ਕਰ ਲੈਂਦੇ ਹੋ, ਤਾਂ ਇੱਕ ਸਾਲ ਵਿੱਚ ਤੁਸੀਂ 365 ਗੁਣਾ ਚਾਰ ਯਾਨੀ 1460 ਪੰਨੇ ਯਾਦ ਕਰ ਲਓਗੇ। ਦੋ ਸਾਲਾਂ ਵਿੱਚ ਸਾਰੀਆਂ ਕਿਤਾਬਾਂ ਅਤੇ ਮੈਗਜ਼ੀਨ ਤਿਆਰ! ਬਸ, ਫਿਰ ਸਿਲੈਕਸ਼ਨ ਦਾ ਇੰਤਜ਼ਾਰ ਕਰੋ ਅਤੇ ਅੰਤ ਵਿੱਚ ਘੱਟ ਪੜ੍ਹੋ, ਪਰ ਜ਼ਿਆਦਾ ਸੋਚੋ; ਜੋ ਵੀ ਪੜ੍ਹੋ, ਯਕੀਨੀ ਪੜ੍ਹੋ; ਪੜ੍ਹਨ ਦਾ ਇੱਕ ਸਮਾਰਟ ਤਰੀਕਾ ਅਪਣਾਓ; ਜੋ ਵੀ ਪੜ੍ਹੋ, ਉਸ ਨੂੰ ਦਿਨ ਵਿੱਚ ਤਿੰਨ ਵਾਰ ਦੁਹਰਾਓ; ਅਤੇ ਇਸ ਤਰ੍ਹਾਂ ਆਈ.ਏ.ਐੱਸ. ਬਣਨ ਦੇ ਯੋਗ ਬਣ ਸਕੋਗੇ।" ਮੇਰੇ ਅੰਦਰ ਗਿਆਨ ਦੀਆਂ ਕਲੀਆਂ ਖਿੜ ਰਹੀਆਂ ਸਨ।

"ਉਂਜ, ਮੇਰੀ ਇੱਕ ਫਰੈਂਡ ਕਹਿੰਦੀ ਹੈ ਕਿ ਅਖ਼ਬਾਰ ਪੜ੍ਹੇ ਬਗੈਰ ਕਰੰਟ ਅਫੇਅਰਜ਼ ਯੂ-ਟਿਊਬ ਰਾਹੀਂ ਵੀ ਤਿਆਰ ਕੀਤਾ ਜਾ ਸਕਦਾ ਹੈ।"

"ਕੌਣ ਹੈ ਐਸੇ ਲੋਕ ਔਰ ਕਹਾਂ ਸੇ ਆਤੇ ਹੈ?" ਮੈਂ ਸਵਾਲੀਆ ਲਹਿਜ਼ੇ ਵਿੱਚ ਪੁੱਛਿਆ।

"ਬਹੁਤ ਵਧੀਆ ਦੱਸਿਆ, ਮੈਂ ਇਹ ਤਰੀਕਾ ਫਾਲੋ ਕਰਾਂਗੀ।" ਐਂਜਲ ਨੇ ਹੱਸਦਿਆਂ ਕਿਹਾ।

"ਉਂਜ, ਤੁਸੀਂ ਕੋਚਿੰਗ ਕਿੱਥੋਂ ਲਈ ਸੀ ਅਤੇ ਕੋਚਿੰਗ ਲੈਣ ਦਾ ਕੋਈ ਫ਼ਾਇਦਾ ਹੋਇਆ ਸੀ?" ਮੈਂ ਪੁੱਛਿਆ.

"ਮੈਂ ਬਾਜੀਰਾਓ ਅਤੇ ਰਵੀ ਤੋਂ ਕੋਚਿੰਗ ਲਈ ਸੀ। ਮੈਨੂੰ ਤਾਂ ਕੋਈ ਫ਼ਾਇਦਾ ਹੋਇਆ ਨਹੀਂ ਲੱਗਦਾ, ਯਾਰ... ਮੈਨੂੰ ਤਾਂ ਲੱਗਦਾ ਹੈ ਕਿ ਡੇਢ ਸਾਲ ਬਰਬਾਦ ਕਰ ਲਿਆ, ਕਾਸ਼ ਕੋਚਿੰਗ ਨਾ ਲੈਂਦੀ!" 'ਸਰ-ਸਰ' ਕਹਿਣ ਵਾਲੀ ਐਂਜਲ ਨੇ ਅੱਜ ਪਹਿਲੀ ਵਾਰ 'ਯਾਰ' ਸ਼ਬਦ ਦੀ ਵਰਤੋਂ ਕੀਤੀ ਸੀ। ਇਸ ਦਾ ਮਤਲਬ ਕਿ ਉਹ ਦੋਸਤੀ ਵਧਾਉਣ ਦੀ ਇੱਛੁਕ ਸੀ। ਪਰ ਕੁਝ ਮਹੀਨਿਆਂ ਬਾਅਦ ਮੈਨੂੰ ਅਹਿਸਾਸ ਹੋਇਆ ਕਿ ਕਈ ਵਾਰ ਬੋਲਣ ਦੇ ਲਹਿਜ਼ੇ ਵਿੱਚ ਵੀ 'ਯਾਰ' ਸ਼ਬਦ ਕਿਹਾ ਜਾਂਦਾ ਹੈ।

"ਯੂ.ਪੀ.ਐੱਸ.ਸੀ. ਦੀ ਕੋਚਿੰਗ ਲੈਣਾ ਵਿਆਹ ਦੇ ਲੱਡੂ ਖਾਣ ਵਾਂਗ ਹੈ; ਖਾਓ ਤਾਂ ਪਛਤਾਓ, ਨਾ ਖਾਓ ਤਾਂ ਵੀ ਪਛਤਾਓ। ਤੁਸੀਂ ਕੋਚਿੰਗ ਕਰ ਕੇ ਦੇਖ ਲਈ ਹੈ, ਅਤੇ ਕੋਚਿੰਗ 'ਚ ਪੜ੍ਹਾਇਆ ਕਿੰਨਾ-ਕੁ ਪ੍ਰੀਲਿਮਜ਼ ਅਤੇ ਮੇਨਜ਼ ਵਿੱਚ ਆਇਆ, ਇਹ ਵੀ ਦੇਖ ਲਿਆ ਹੋਣੈ। ਜਦ ਤੱਕ ਸੈਲਫ਼ ਸਟੱਡੀ ਨਹੀਂ ਕਰਦੇ, ਤਦ ਤੱਕ ਯੂ.ਪੀ.ਐੱਸ.ਸੀ. ਦਾ ਕਿਲ੍ਹਾ ਫ਼ਤਹਿ ਕਰਨਾ ਅਸੰਭਵ ਹੈ। ਵੈਸੇ, ਵਿਆਹ ਦਾ ਲੱਡੂ ਖਾਣ ਦਾ ਵਿਚਾਰ ਤਾਂ ਹੈ ਨਾ?" ਮੈਂ ਗੰਭੀਰ ਹੁੰਦੀ ਡਿਸਕਸ ਨੂੰ ਹਲਕਾ ਕਰਨ ਲਈ ਕਿਹਾ।

"ਕੋਚਿੰਗ ਦੇ ਮਾੜੇ ਤਜਰਬੇ ਨੂੰ ਦੇਖਦੇ ਹੋਏ ਮੈਂ ਸੋਚ ਰਹੀਂ ਹਾਂ ਕਿ ਵਿਆਹ ਨਾ ਹੀ ਕਰਾਵਾਂ, ਤਾਂ ਕਿ ਮੈਨੂੰ ਵਿਆਹ ਦੇ ਲੱਡੂ ਖਾਣ ਤੋਂ ਬਾਅਦ ਪਛਤਾਵਾ ਨਾ ਹੋਵੇ, ਜਿਸ ਤਰ੍ਹਾਂ ਮੈਨੂੰ ਕੋਚਿੰਗ ਕਰਨ ਤੋਂ ਬਾਅਦ ਪਛਤਾਵਾ ਹੋ ਰਿਹਾ ਹੈ।"

"ਅਜਿਹਾ ਕਿਉਂ ਸੋਚ ਰਹੇ ਹੋ, ਤੁਸੀਂ?"

"ਚਲੋ ਛੱਡੋ, ਤੁਹਾਡੇ ਅਨੁਸਾਰ ਯੂ.ਪੀ.ਐੱਸ.ਸੀ. ਦੀ ਤਿਆਰੀ ਲਈ ਸਭ ਤੋਂ ਜ਼ਰੂਰੀ ਚੀਜ਼ ਕੀ ਹੈ।"

"ਯੂ.ਪੀ.ਐੱਸ.ਸੀ. ਦੇ ਸੁਪਨੇ ਨਾਲ ਪਿਆਰ ਹੋਵੇ ਤਾਂ ਤਿਆਰੀ ਹੋ ਹੀ ਜਾਂਦੀ ਹੈ। ਜਿਵੇਂ ਕਿਸੇ ਮੁੰਡੇ ਨੂੰ ਕਿਸੇ ਕੁੜੀ ਨਾਲ ਪਿਆਰ ਹੋ ਜਾਵੇ ਤਾਂ ਉਹ ਕੋਈ ਮੁਸ਼ਕਿਲ ਨਹੀਂ ਵੇਖਦਾ। ਪਿਆਰ ਦੀ ਪ੍ਰਾਪਤੀ ਤੱਕ ਉਹ ਹਰ ਮੁਸ਼ਕਿਲ ਨਾਲ ਲੜਦਾ ਹੈ। ਠੀਕ ਉਸੇ ਤਰ੍ਹਾਂ ਜੇਕਰ ਤੁਹਾਨੂੰ ਵੀ ਯੂ.ਪੀ.ਐੱਸ.ਸੀ. ਦੇ ਸੁਪਨੇ ਨਾਲ ਪਿਆਰ ਹੈ ਤਾਂ ਇਸ ਮੁਸ਼ਕਲ ਕਿਲ੍ਹੇ ਨੂੰ ਫ਼ਤਹਿ ਕੀਤਾ ਜਾ ਸਕਦਾ ਹੈ! ਜਿੱਤ ਉਦੋਂ ਹੀ ਮਿਲਦੀ ਹੈ ਜਦੋਂ ਤੁਸੀਂ ਸੋਚਦੇ ਹੋ ਕਿ ਮੈਂ ਜੋ ਚਾਹੁੰਦਾ ਹਾਂ ਉਸ ਨੂੰ ਹਾਸਲ ਕਰਕੇ ਹੀ ਰਹਾਂਗਾ। ਜਦੋਂ ਤੁਸੀਂ ਇਹ ਦ੍ਰਿੜ੍ਹ ਕਰ ਲਵੋ ਕਿ 'ਮੈਂ ਲਾਜ਼ਮੀ ਕੁਝ ਬਣਨਾ ਹੈ', ਤਾਂ ਤੁਸੀਂ ਟਾਈਮ ਪਾਸ ਕਰਨ ਅਤੇ ਬਹਾਨੇ ਬਣਾਉਣ ਦਾ ਨਹੀਂ ਸੋਚਦੇ। ਫਿਰ ਤੁਹਾਡਾ ਦਿਮਾਗ਼ ਇਸ ਗੱਲ 'ਤੇ ਕੰਮ ਕਰਨਾ ਸ਼ੁਰੂ ਕਰ ਦਿੰਦਾ ਹੈ ਕਿ ਸੁਪਨਿਆਂ ਨੂੰ ਹਕੀਕਤ ਵਿੱਚ ਕਿਵੇਂ ਬਦਲਿਆ ਜਾਵੇ? ਇਸ ਨਾਲ ਤੁਸੀਂ ਕਈ ਗੁਣਾ ਬਿਹਤਰ ਅਨੁਸ਼ਾਸਿਤ ਰਹਿਣ ਲੱਗ ਪੈਂਦੇ ਹੋ। ਹਰ ਪਲ ਕੁਝ ਨਵਾਂ ਸਿੱਖਣ ਦੀ ਕੋਸ਼ਿਸ਼ ਕਰਦੇ ਹੋ। ਜਦੋਂ ਤੁਸੀਂ 'ਮੈਂ ਆਈ.ਏ.ਐੱਸ. ਬਣ ਕੇ ਦਿਖਾਵਾਂਗੀ' ਦੀ ਭਾਵਨਾ ਨਾਲ ਪੜ੍ਹਨਾ ਸ਼ੁਰੂ ਕਰ ਦਿੰਦੇ ਹੋ ਤਾਂ ਪੜ੍ਹਦੇ ਸਮੇਂ ਸੂਰਜ ਕਦੋਂ ਚੜ੍ਹਦਾ ਤੇ ਕਦੋਂ ਡੁੱਬਦਾ ਹੈ; ਪਤਾ ਹੀ ਨਹੀਂ ਲੱਗਦਾ। ਇਕਾਗਰਤਾ ਇੰਨੀ ਜ਼ਿਆਦਾ ਵਧ ਜਾਂਦੀ ਹੈ ਕਿ ਸੁਆਦਲਾ ਭੋਜਨ ਖਾਣ ਤੋਂ ਕਈ ਗੁਣਾ ਜ਼ਿਆਦਾ ਸੁਆਦ ਦੇਸ਼-ਵਿਦੇਸ਼ ਵਿੱਚ ਘਟਿਤ ਹੋਣ ਵਾਲੀਆਂ ਚੰਗੀਆਂ ਘਟਨਾਵਾਂ 'ਚੋਂ ਆਉਣ ਲੱਗ ਪੈਂਦਾ ਹੈ; ਹੁਣ ਕਿਤਾਬਾਂ ਦੇ ਪੰਨੇ ਮਹਿਬੂਬਾ ਦੀਆਂ ਅੱਖਾਂ ਵਾਂਗ ਅਤਿ ਸੋਹਣੇ ਲੱਗਣ ਲੱਗ ਪੈਂਦੇ ਹਨ। ਫਿਰ ਕੀ! ਮਸੂਰੀ ਦੀ ਟਿਕਟ ਪੱਕੀ ਹੋ ਜਾਂਦੀ ਹੈ।"

"ਸਾਰੇ ਟੌਪਰ ਪ੍ਰੀਖਿਆਰਥੀਆਂ ਦਾ ਮੰਨਣਾ ਹੈ ਕਿ ਯੂ.ਪੀ.ਐੱਸ.ਸੀ. ਲਈ ਗੁਣਵੱਤਾ ਪੂਰਨ ਪੜ੍ਹਾਈ ਜ਼ਰੂਰੀ ਹੈ। ਗੁਣਵੱਤਾ ਯੁਕਤ ਪੜ੍ਹਾਈ ਕਿਵੇਂ ਕਰੀਏ?"

"ਇਸ ਲਈ ਮੈਂ ਸਿਰਫ਼ ਇਹੀ ਕਹਾਂਗਾ ਕਿ ਪੜ੍ਹਾਈ ਨੂੰ ਕੰਮ ਨਹੀਂ ਬਲਕਿ ਆਦਤ ਸਮਝੋ। ਜੋ ਵੀ ਪੜ੍ਹੋ, ਉਸ ਨੂੰ ਚੰਗੀ ਤਰ੍ਹਾਂ ਸਮਝ ਕੇ ਪੜ੍ਹੋ ਅਤੇ ਉਸ ਦੀ ਦਿਨ ਵਿੱਚ ਘੱਟੋ-ਘੱਟ ਦੋ ਵਾਰ ਰਿਵੀਜ਼ਨ ਕਰੋ। ਪੜ੍ਹਾਈ ਵਿੱਚ ਗੁਣਵੱਤਾ ਕਦੇ ਵੀ ਅਚਾਨਕ

ਨਹੀਂ ਆਉਂਦੀ, ਇਸ ਲਈ ਤੁਹਾਨੂੰ ਆਪਣੀ ਬੁੱਧੀ ਦੀ ਸਮਝਦਾਰੀ ਨਾਲ ਵਰਤੋਂ ਕਰਨੀ ਪਵੇਗੀ, ਆਪਣੇ ਆਪ ਨੂੰ ਅਨੁਸ਼ਾਸਿਤ ਰੱਖਣਾ ਪਵੇਗਾ ਅਤੇ ਆਪਣੇ ਦਿਮਾਗ਼ ਦੀ ਬੁੱਧੀਮਤਾ ਨਾਲ ਵਰਤੋਂ ਕਰਨੀ ਸਿੱਖਣੀ ਪਵੇਗੀ। ਸਭ ਤੋਂ ਜ਼ਰੂਰੀ ਗੱਲ ਇਹ ਹੈ ਕਿ ਤੁਸੀਂ ਆਪਣੇ ਟੀਚੇ ਪ੍ਰਤੀ ਜਿੰਨੀ ਜ਼ਿਆਦਾ ਵਚਨਬੱਧਤਾ ਦਿਖਾਓਗੇ, ਓਨੀ ਹੀ ਤੇਜ਼ੀ ਨਾਲ ਤੁਸੀਂ ਪੜ੍ਹਾਈ ਦੀ ਗੁਣਵੱਤਾ ਸੁਧਾਰਨ ਦੀ ਕੋਸ਼ਿਸ਼ ਕਰੋਗੇ। ਤੁਸੀਂ ਹਰ ਹਫ਼ਤੇ ਪੰਦਰਾਂ ਮਿੰਟ ਇਹ ਸੋਚਣ 'ਚ ਜ਼ਰੂਰ ਲਾਓ ਕਿ 'ਕੀ ਮੈਂ ਕਵਾਲਿਟੀ ਵਾਲੀ ਸਟੱਡੀ ਕਰ ਰਹੀ ਹਾਂ?' ਜੇਕਰ ਨਹੀਂ, ਤਾਂ ਕਿੱਥੇ-ਕਿੱਥੇ ਅਤੇ ਕਿਸ ਤਰ੍ਹਾਂ ਦੇ ਬਦਲਾਅ ਪੜ੍ਹਾਈ 'ਚ ਲਿਆਉਣ ਦੀ ਲੋੜ ਹੈ? ਇਸ ਨੂੰ ਗੰਭੀਰਤਾ ਨਾਲ ਸਮਝੋ। ਸਿਵਲ ਸੇਵਾਵਾਂ ਦੇ ਹਜ਼ਾਰਾਂ ਪ੍ਰੀਖਿਆਰਥੀ ਅੰਨ੍ਹੇਵਾਹ ਅਤੇ ਗੈਰ-ਵਿਗਿਆਨਕ ਤਰੀਕੇ ਨਾਲ 15-15 ਘੰਟੇ ਦੀ ਪੜ੍ਹਾਈ ਕਰਕੇ ਵੀ ਤਿੰਨ-ਚਾਰ ਸਾਲ ਤੱਕ ਪ੍ਰੀ-ਪ੍ਰੀਖਿਆ ਨੂੰ ਪਾਸ ਨਹੀਂ ਕਰ ਸਕਦੇ। ਪਰ ਕੁਝ ਪ੍ਰੀਖਿਆਰਥੀ ਅਜਿਹੇ ਵੀ ਹੁੰਦੇ ਹਨ ਜੋ ਮਿਆਰੀ ਅਤੇ ਵਿਗਿਆਨਕ ਢੰਗ ਨਾਲ ਰੋਜ਼ਾਨਾ ਪੰਜ-ਛੇ ਘੰਟੇ ਦੀ ਪੜ੍ਹਾਈ ਕਰ ਕੇ ਵੀ ਸਿਵਲ ਸਰਵਿਸਿਜ਼ ਦੇ ਪ੍ਰੀਲਿਮਜ਼ ਵਿੱਚ ਟਾਪ ਕਰ ਜਾਂਦੇ ਹਨ।

"ਯੂ.ਪੀ.ਐੱਸ.ਸੀ. 'ਚ ਸਫ਼ਲ ਹੋਣ ਵਾਲੇ ਪ੍ਰੀਖਿਆਰਥੀ, ਫੇਲ੍ਹ ਹੋਣ ਵਾਲੇ ਪ੍ਰੀਖਿਆਰਥੀਆਂ ਨਾਲੋਂ ਕੀ ਵੱਖਰਾ ਕਰਦੇ ਹਨ? ਕਿਉਂਕਿ ਮੈਂ ਅਸਫ਼ਲ ਪ੍ਰੀਖਿਆਰਥੀਆਂ ਵਿੱਚ ਸ਼ਾਮਲ ਨਹੀਂ ਹੋਣਾ ਚਾਹੁੰਦੀ?" ਸਵਾਲ ਪੁੱਛਣ ਦੇ ਤਰੀਕੇ ਤੋਂ ਯੂ.ਪੀ.ਐੱਸ.ਸੀ. ਪ੍ਰਤੀ ਉਸ ਦਾ ਸਮਰਪਣ ਭਾਵ ਸਾਫ਼ ਝਲਕ ਰਿਹਾ ਸੀ।

"ਜੋ ਪ੍ਰੀਖਿਆਰਥੀ ਪ੍ਰੀਖਿਆ ਵਿੱਚ ਅਸਫ਼ਲ ਨਹੀਂ ਹੋਣਾ ਚਾਹੁੰਦੇ, ਇਸ ਲਈ ਉਹ ਬੰਦ ਕਮਰਿਆਂ ਵਿੱਚ ਦਰਜਨਾਂ ਵਾਰ ਅਸਫ਼ਲ ਹੁੰਦੇ ਹਨ। ਮਤਲਬ ਇਹ ਹੈ ਕਿ ਉਹ ਸਫ਼ਲ ਹੋਣ ਦੀ ਹਰ ਕੋਸ਼ਿਸ਼ ਕਰਦੇ ਹਨ... ਜਦੋਂਕਿ ਅਸਫ਼ਲ ਪ੍ਰੀਖਿਆਰਥੀਆਂ ਦੀ ਵੱਡੀ ਦਿੱਕਤ ਇਹੀ ਹੈ ਕਿ ਉਹ ਪ੍ਰੀਖਿਆ ਵਿੱਚ ਪਹਿਲੀ ਵਾਰ ਅਸਫ਼ਲ ਹੋਣ ਤੋਂ ਬਾਅਦ ਅਗਲੀ ਪ੍ਰੀਖਿਆ ਵਿੱਚ ਵੀ ਸਫ਼ਲ ਨਹੀਂ ਹੋ ਪਾਉਂਦੇ, ਕਿਉਂਕਿ ਉਹ ਕਦੇ ਵੀ ਆਪਣੀਆਂ ਗ਼ਲਤੀਆਂ ਦਾ ਡੂੰਘਾਈ ਨਾਲ ਮੁਲਾਂਕਣ ਨਹੀਂ ਕਰਦੇ। ਸਫ਼ਲ ਪ੍ਰੀਖਿਆਰਥੀ ਆਪਣੇ ਸਟੱਡੀ ਰੂਮ ਅਤੇ ਕੋਚਿੰਗ ਕਲਾਸ ਰੂਮ ਵਿੱਚ ਬਹੁਤ ਸਾਰੀਆਂ ਗ਼ਲਤੀਆਂ ਕਰਦੇ ਹਨ ਅਤੇ ਹਰ ਗ਼ਲਤੀ ਤੋਂ ਨਿਰੰਤਰ ਸਿੱਖਦੇ ਰਹਿੰਦੇ ਹਨ। ਉਹ ਆਪਣੇ ਲਈ ਵਧੀਆ ਗਾਈਡ ਵੀ ਹੁੰਦੇ ਹਨ। ਉਹ ਆਪਣੇ ਸਟੱਡੀ ਰੂਮ ਵਿੱਚ ਸੈਂਕੜੇ ਘੰਟੇ ਪ੍ਰੈਕਟਿਸ ਕਰਦੇ ਹਨ, ਇਸ ਲਈ ਉਹ ਪ੍ਰੀਖਿਆ ਹਾਲ ਵਿੱਚ ਸਭ ਤੋਂ ਵਧੀਆ ਪ੍ਰਫ਼ੌਰਮੈਂਸ ਦਿੰਦੇ ਹਨ ਅਤੇ ਏਨਾ ਲੋਕਾਂ ਨੂੰ ਮੰਜ਼ਿਲ ਬਾਂਹਾਂ ਅੱਡ ਕੇ ਉਡੀਕਦੀ ਰਹਿੰਦੀ ਹੈ।"

"ਅੱਛਾ, ਚਲੋ ਬਾਅਦ ਵਿੱਚ ਗੱਲ ਕਰਦੇ ਹਾਂ, ਹੁਣ ਜਿੰਮ ਜਾਣ ਦਾ ਸਮਾਂ ਹੋ ਗਿਆ ਹੈ।"

"ਓਕੇ"

"ਅਜੋਕੇ ਸਮੇਂ ਵਿੱਚ ਬਹੁਤੇ ਲੋਕ ਆਪਣੇ ਭਵਿੱਖ ਨੂੰ ਲੈ ਕੇ ਬਹੁਤ ਚਿੰਤਤ ਜਾਪਦੇ ਹਨ। ਸਾਡਾ ਭਵਿੱਖ ਕਿਹੋ ਜਿਹਾ ਹੋਵੇਗਾ? ਅਸੀਂ ਭਵਿੱਖ ਵਿੱਚ ਕੀ ਕਰਾਂਗੇ? ਇਹਨਾਂ ਸਵਾਲਾਂ ਦੇ ਜਵਾਬਾਂ ਦੀ ਖੋਜ ਵਿੱਚ ਅਸੀਂ ਮੌਜੂਦਾ ਸਮਾਂ ਗੁਜ਼ਾਰ ਦਿੰਦੇ ਹਾਂ। ਇਸ ਦਾ ਮਤਲਬ ਹੈ ਕਿ ਅਸੀਂ ਆਪਣਾ ਵਰਤਮਾਨ ਇੱਕ ਅਜਿਹੇ ਵਿਸ਼ੇ ਦੀ ਵਿਅਰਥ ਚਿੰਤਾ ਵਿੱਚ ਗੁਜ਼ਾਰ ਦਿੰਦੇ ਹਾਂ, ਜੋ ਭਵਿੱਖ ਦੇ ਗਰਭ ਵਿੱਚ ਹੈ। ਭਵਿੱਖ ਬਾਰੇ ਸੁਚੇਤ ਹੋਣਾ ਇੱਕ ਵੱਖਰੀ ਗੱਲ ਹੈ ਅਤੇ ਚਿੰਤਤ ਹੋਣਾ ਵੱਖਰੀ ਗੱਲ ਹੈ। ਭਵਿੱਖ ਪ੍ਰਤੀ ਸੁਚੇਤ ਨਾ ਹੋਣ ਨਾਲ ਭਵਿੱਖ ਖ਼ਰਾਬ ਹੋ ਜਾਂਦਾ ਹੈ। ਪਰ ਭਵਿੱਖ ਬਾਰੇ ਬਹੁਤ ਜ਼ਿਆਦਾ ਚਿੰਤਤ ਹੋਣਾ ਵੀ ਮੂਰਖਤਾ ਹੈ, ਕਿਉਂਕਿ ਇਸ ਨਾਲ ਮੌਜੂਦਾ ਸਮਾਂ (ਵਰਤਮਾਨ) ਵੀ ਖ਼ਰਾਬ ਹੋ ਜਾਂਦਾ ਹੈ। ਅਤੀਤ, ਜੋ ਹੁਣ ਜਾ ਚੁੱਕਾ ਹੈ ਅਤੇ ਭਵਿੱਖ, ਜੋ ਅਜੇ ਨਹੀਂ ਆਇਆ ਹੈ, ਏਨਾ ਦੋਨਾਂ ਦੇ ਵਿਚਕਾਰ ਉਹ ਛੋਟਾ ਸਮਾਂ ਹੈ 'ਵਰਤਮਾਨ', ਜੋ ਹੋਂਦ ਰੱਖਦਾ ਹੈ। 'ਬੀਤਿਆ ਹੋਇਆ ਕੱਲ੍ਹ ਅੱਜ ਦੀ ਮੈਮਰੀ ਹੈ ਅਤੇ ਆਉਣ ਵਾਲਾ ਕੱਲ੍ਹ ਅੱਜ ਦਾ ਸੁਪਨਾ।' ਹਾਂ ਇੱਕ ਗੱਲ ਹੋਰ, ਅਤੀਤ ਅਤੇ ਭਵਿੱਖ ਨੂੰ ਕਦੇ ਰੱਦ ਨਾ ਕਰੋ। ਇਸ ਦੇ ਨਾਲ ਹੀ, ਸਿਰਫ਼ ਅਤੀਤ ਅਤੇ ਭਵਿੱਖ ਦੇ ਨਾਲ ਨਾ ਜੀਓ। ਕੋਸ਼ਿਸ਼ਾਂ ਕਰੋ ਕਿ ਅਤੀਤ ਤੋਂ ਸਿੱਖੋ, ਮੌਜੂਦਾ ਸਮੇਂ (ਵਰਤਮਾਨ) ਦਾ ਅਨੰਦ ਲਓ ਅਤੇ ਭਵਿੱਖ ਲਈ ਯੋਜਨਾ ਬਣਾਓ। ਜੋ ਲੋਕ ਵਰਤਮਾਨ ਨੂੰ ਬਚਾਉਣ ਦੀ ਕੋਸ਼ਿਸ਼ ਕਰਦੇ ਹਨ, ਉਹ ਭਵਿੱਖ ਵੀ ਗੁਆ ਲੈਂਦੇ ਹਨ ਅਤੇ ਜੋ ਲੋਕ ਦੁੱਖ ਝੱਲ ਕੇ ਵਰਤਮਾਨ ਦੀ ਕੀਮਤ ਅਦਾ ਕਰਦੇ ਹਨ, ਉਹ ਭਵਿੱਖ ਨੂੰ ਖ਼ਰੀਦ ਲੈਂਦੇ ਹਨ। ਅਸਲ 'ਚ ਭਵਿੱਖ ਨਾ ਤਾਂ ਕਿਸੇ ਦਾ ਤੋਹਫ਼ਾ ਹੈ ਅਤੇ ਨਾ ਹੀ ਕਿਰਪਾ, ਉਹ ਮਨੁੱਖ ਦੁਆਰਾ ਵਰਤਮਾਨ ਵਿੱਚ ਕੀਤੇ ਜਾਣ ਵਾਲੇ ਯਤਨ ਦਾ ਪ੍ਰਤੀਫਲ ਹੈ। ਸਾਡੇ ਭਾਰਤ ਵਿੱਚ ਇੱਕ ਕਹਾਵਤ ਪ੍ਰਸਿੱਧ ਹੈ ਕਿ 'ਜੋ ਬੀਜੋਗੇ ਉਹੀ ਵੱਢੋਗੇ' ਯਾਨੀ ਕਿ ਜਿਹੋ-ਜਿਹਾ ਵਰਤਮਾਨ ਤੁਸੀਂ ਬਣਾਉਗੇ, ਉਸੇ ਅਨੁਸਾਰ ਤੁਹਾਡਾ ਭਵਿੱਖ ਆਪਣੇ ਆਪ ਬਣੇਗਾ। ਜੇਕਰ ਤੁਸੀਂ ਵਰਤਮਾਨ ਨੂੰ ਆਪਣੀ ਮਿਹਨਤ ਨਾਲ ਸਿੰਜਦੇ ਹੋ, ਤਾਂ ਭਵਿੱਖ ਆਪਣੇ-ਆਪ ਹੀ ਸੁਨਹਿਰੀ ਅਤੇ ਸ਼ਾਨਦਾਰ ਬਣ ਜਾਂਦਾ ਹੈ। ਠੀਕ ਇਸ ਦੇ ਉਲਟ, ਯਤਨ ਨਾ ਕਰਨ ਵਾਲੇ ਇੱਕ ਆਲਸੀ ਵਿਅਕਤੀ ਦਾ ਨਾ ਤਾਂ ਕੋਈ ਭਵਿੱਖ ਹੁੰਦਾ ਹੈ ਅਤੇ ਨਾ ਹੀ ਵਰਤਮਾਨ। ਅਸੀਂ ਭਵਿੱਖ ਨੂੰ ਭਵਿੱਖ ਲਈ ਮੁਲਤਵੀ ਨਹੀਂ ਕਰ ਸਕਦੇ। ਇਹ ਹਮੇਸ਼ਾ ਵਰਤਮਾਨ ਦੁਆਰਾ ਹੀ ਬਣਾਇਆ ਜਾਂਦਾ ਹੈ। ਭਵਿੱਖ ਵਰਤਮਾਨ ਦਾ ਪ੍ਰਤੀਫਲ ਅਤੇ ਨਤੀਜਾ ਹੈ, ਪਰ ਇਹ ਸਾਡੇ ਵੱਸ ਵਿੱਚ ਨਹੀਂ ਹੈ। ਅਜਿਹੀ ਸਥਿਤੀ ਵਿੱਚ ਅਗਿਆਤ ਭਵਿੱਖ ਦੀ ਖ਼ਾਤਰ ਵਰਤਮਾਨ ਨੂੰ ਕਿਉਂ ਵਿਗਾੜਿਆ ਜਾਵੇ? ਜੋ ਬੀਤ ਗਿਆ, ਉਹ ਵੀ ਸਾਡੇ ਵੱਸ ਵਿੱਚ ਨਹੀਂ ਹੈ। ਉਸ ਨੂੰ ਅਸੀਂ ਮਿਟਾ ਨਹੀਂ ਸਕਦੇ। ਪਰ ਹਾਂ, ਅਸੀਂ ਉਸ ਤੋਂ ਜ਼ਰੂਰ ਕੁਝ ਸਿੱਖ ਸਕਦੇ ਹਾਂ। ਵਰਤਮਾਨ ਸਾਨੂੰ ਅੰਨ੍ਹਾ ਬਣਾ ਕੇ

ਰੱਖਦਾ ਹੈ, ਅਤੀਤ ਵਿੱਚ-ਵਿੱਚ ਸਾਡੀਆਂ ਅੱਖਾਂ ਖੋਲ੍ਹਦਾ ਰਹਿੰਦਾ ਹੈ। ਅਤੀਤ ਵਿੱਚ ਕਦੇ ਕੋਈ ਤ੍ਰਾਸਦੀ ਘਟਨਾ ਵਾਪਰੀ ਹੈ, ਤਾਂ ਪਰਿਪੱਕਤਾ ਇਸ ਗੱਲ ਵਿੱਚ ਹੈ ਕਿ ਸਾਨੂੰ ਅਤੀਤ ਦੀਆਂ ਦੁਖਦ ਯਾਦਾਂ ਨੂੰ ਭੁਲਾ ਕੇ ਵਰਤਮਾਨ ਦੀ ਚੰਗੀ ਵਰਤੋਂ ਕਰਨੀ ਸਿੱਖਣੀ ਚਾਹੀਦੀ ਹੈ ਅਤੇ ਵਰਤਮਾਨ ਵਿੱਚ ਲਗਾਤਾਰ ਅਨੰਦਮਈ ਢੰਗ ਨਾਲ ਜਿਊਣ ਦਾ ਅਭਿਆਸ ਕਰਦੇ ਰਹਿਣਾ ਚਾਹੀਦਾ ਹੈ। ਜੋ ਵਰਤਮਾਨ ਸਮੇਂ ਦੀ ਸਹੀ ਸੰਭਾਲ ਕਰ ਸਕਦਾ ਹੈ, ਉਹ ਅਗਲਾ-ਪਿਛਲਾ ਸਭ ਸੰਭਾਲ ਲੈਂਦਾ ਹੈ।" ਚਲਦੀ ਰੇਲਗੱਡੀ ਵਿੱਚ ਮੈਂ ਇਹ ਆਰਟੀਕਲ ਲਿਖ ਕੇ ਦੈਨਿਕ ਜਾਗਰਨ ਦੇ ਸੰਪਾਦਕੀ ਪੰਨੇ ਵਿੱਚ ਛਪਣ ਲਈ ਭੇਜ ਦਿੱਤਾ।

ਰਾਤ ਨੂੰ ਸੌਣ ਤੋਂ ਪਹਿਲਾਂ ਐਂਜਲ ਨੇ ਆਪਣੀ ਡਾਇਰੀ ਵਿੱਚ ਲਿਖਿਆ, "ਜ਼ਿੰਦਗੀ ਵਿੱਚ ਇੱਕ ਸਪਸ਼ਟ ਟੀਚਾ ਹੋਣਾ ਚਾਹੀਦਾ ਹੈ। ਮਨੁੱਖ ਨੂੰ ਜੀਵਨ ਵਿੱਚ ਸਾਰਥਕ ਚੀਜ਼ਾਂ ਦੀ ਪ੍ਰਾਪਤੀ ਲਈ ਟੀਚਾ ਮਿਥਣਾ ਬਹੁਤ ਜ਼ਰੂਰੀ ਹੈ। ਸਕਾਰਾਤਮਿਕ ਸੋਚ ਨਾਲ ਟੀਚੇ ਦਾ ਨਿਰਧਾਰਨ ਸਾਡੀ ਹੋਂਦ ਨੂੰ ਸਹੀ ਅਰਥ ਪ੍ਰਦਾਨ ਕਰਦਾ ਹੈ। ਜਦੋਂ ਸਾਡੇ ਕੋਲ ਇੱਕ ਸਪਸ਼ਟ ਟੀਚਾ ਹੁੰਦਾ ਹੈ, ਤਾਂ ਅਸੀਂ ਜੋ ਵੀ ਕੰਮ ਕਰਦੇ ਹਾਂ, ਉਸ ਤੋਂ ਖ਼ੁਸ਼ੀ ਮਹਿਸੂਸ ਕਰਦੇ ਹਾਂ। ਜੇਕਰ ਅਸੀਂ ਪੂਰੇ ਜੀਵਨ ਲਈ ਟੀਚੇ ਨਿਰਧਾਰਿਤ ਕਰ ਲਈਏ ਤਾਂ ਸਾਡਾ ਸਾਰਾ ਜੀਵਨ ਹੀ ਅਨੁਸ਼ਾਸਿਤ ਹੋ ਜਾਂਦਾ ਹੈ। ਇਸ ਲਈ ਹਰ ਮਨੁੱਖ ਦਾ ਜੀਵਨ ਉਦੇਸ਼ਪੂਰਨ ਹੋਣਾ ਚਾਹੀਦਾ ਹੈ। ਜਦੋਂ ਅਸੀਂ ਆਪਣੀ ਜ਼ਿੰਦਗੀ ਵਿੱਚ ਟੀਚੇ ਨਿਰਧਾਰਿਤ ਕਰ ਲੈਂਦੇ ਹਾਂ, ਤਾਂ ਇਹ ਸਾਨੂੰ ਹਮੇਸ਼ਾ ਸੁਚੇਤ ਰੱਖਦੇ ਹਨ। ਇਹ ਸਾਡੀ ਦਿਲਚਸਪੀ ਨੂੰ ਬਰਕਰਾਰ ਰੱਖਦੇ ਹਨ ਅਤੇ ਸਾਡੀ ਰੋਜ਼ਾਨਾ ਰੁਟੀਨ ਨੂੰ ਗਤੀ ਪ੍ਰਦਾਨ ਕਰਦੇ ਹਨ। ਜਦੋਂ ਅਸੀਂ ਅਜਿਹੇ ਟੀਚੇ ਤੋਂ ਪ੍ਰੇਰਿਤ ਹੁੰਦੇ ਹਾਂ ਜਿਸ ਦਾ ਡੂੰਘਾ ਅਰਥ ਹੁੰਦਾ ਹੈ, ਅਜਿਹੇ ਸੁਪਨਿਆਂ ਤੋਂ ਪ੍ਰੇਰਿਤ ਹੁੰਦੇ ਹਾਂ ਜਿਨ੍ਹਾਂ ਦੇ ਪੂਰੇ ਹੋਣ ਦੀ ਚਾਹਤ ਹੋਵੇ ਅਤੇ ਅਜਿਹੇ ਪ੍ਰੇਮ ਨਾਲ ਪ੍ਰੇਰਿਤ ਹੁੰਦੇ ਹਾਂ ਜਿਸ ਨੂੰ ਪ੍ਰਗਟ ਕਰਨ ਦੀ ਜ਼ਰੂਰਤ ਹੋਵੇ, ਤਾਂ ਅਸੀਂ ਸੱਚਮੁੱਚ ਜ਼ਿੰਦਗੀ ਜਿਉਂਦੇ ਹਾਂ।

ਟੀਚਾ ਮਿਥਣ ਦਾ ਫ਼ਾਇਦਾ ਇਹ ਹੁੰਦਾ ਹੈ ਕਿ ਸਾਨੂੰ ਮਿਹਨਤ ਕਰਨ ਦੀ ਇੱਕ ਸਹੀ ਦਿਸ਼ਾ ਮਿਲਦੀ ਹੈ। ਰੁਕਾਵਟਾਂ ਆਉਣ 'ਤੇ ਅਸੀਂ ਵਿਚਲਿਤ ਨਹੀਂ ਹੁੰਦੇ, ਸਗੋਂ ਉਨ੍ਹਾ ਨਾਲ ਸੰਘਰਸ਼ ਕਰਨ ਲਈ ਦ੍ਰਿੜ੍ਹ ਸੰਕਲਪੀ ਰਹਿੰਦੇ ਹਾਂ। ਰੁਕਾਵਟ ਉਹ ਡਰਾਉਣੀ ਚੀਜ਼ ਹੈ ਜੋ ਉਦੋਂ ਹੀ ਪ੍ਰਗਟ ਹੁੰਦੀ ਹੈ ਜਦੋਂ ਤੁਸੀਂ ਆਪਣੀਆਂ ਨਜ਼ਰਾਂ ਟੀਚੇ ਤੋਂ ਹਟਾਉਂਦੇ ਹੋ। ਇਸ ਲਈ ਕੋਸ਼ਿਸ਼ ਇਹੀ ਹੋਣੀ ਚਾਹੀਦੀ ਹੈ ਕਿ ਨਜ਼ਰਾਂ ਨਿਰੰਤਰ ਟੀਚੇ ਵੱਲ ਟਿਕੀਆਂ ਰਹਿਣ। ਟੀਚਾ ਨਿਰਧਾਰਿਤ ਕਰਕੇ ਉਸ ਟੀਚੇ ਨੂੰ ਸਫ਼ਲਤਾਪੂਰਵਕ ਪ੍ਰਾਪਤ ਹੋਣ ਤੱਕ ਨਿਰੰਤਰ ਉਸ 'ਤੇ ਨਜ਼ਰ ਰੱਖੋ। ਅਮਰੀਕਾ ਦੇ ਸਾਬਕਾ ਰਾਸ਼ਟਰਪਤੀ ਫਰੈਂਕਲਿਨ ਪੀਅਰਸ ਸ਼ੁਰੂ ਵਿੱਚ ਆਪਣੇ ਵਕਾਲਤੀ ਪੇਸ਼ੇ ਵਿੱਚ ਫੇਲ੍ਹ ਹੋ ਗਏ ਸਨ। ਪਰ ਉਨ੍ਹਾ ਨੇ ਇਹ ਟੀਚਾ ਬਣਾ ਲਿਆ ਸੀ ਕਿ ਉਹ 999 ਵਾਰ ਫੇਲ੍ਹ ਹੋਣ ਦੇ ਬਾਵਜੂਦ ਵੀ ਵਕਾਲਤੀ ਪੇਸ਼ੇ ਦਾ ਅਭਿਆਸ ਜਾਰੀ

ਰੱਖਣਗੇ। ਉਹ ਆਪਣੇ ਦ੍ਰਿੜ੍ਹ ਸੰਕਲਪ ਕਾਰਨ ਨਾ ਸਿਰਫ਼ ਇੱਕ ਸਫ਼ਲ ਵਕੀਲ ਬਣੇ, ਬਲਕਿ ਬਾਅਦ ਵਿੱਚ ਅਮਰੀਕਾ ਦੇ ਰਾਸ਼ਟਰਪਤੀ ਵੀ ਬਣੇ।

ਜਦੋਂ ਅਸੀਂ ਕਿਸੇ ਟੀਚੇ ਨੂੰ ਤਹਿ-ਦਿਲੋਂ ਜਨਮ ਦਿੰਦੇ ਹਾਂ ਤਾਂ ਅਸੀਂ ਉਸ ਟੀਚੇ ਨਾਲ ਆਪਣਾ ਰਿਸ਼ਤਾ ਬਣਾ ਲੈਂਦੇ ਹਾਂ। ਜਿੰਨੇ ਦ੍ਰਿੜ੍ਹ ਵਿਸ਼ਵਾਸ ਨਾਲ ਅਸੀਂ ਇਸ ਲਈ ਕੋਸ਼ਿਸ਼ਾਂ ਕਰਦੇ ਹਾਂ, ਤਾਂ ਉਹ ਉਹਨਾਂ ਹੀ ਸਾਡੇ ਨੇੜੇ ਆਉਂਦਾ ਹੈ। ਜਦੋਂ ਟੀਚੇ ਨੂੰ ਇੰਨੀ ਗੰਭੀਰਤਾ ਨਾਲ ਲਿਆ ਜਾਵੇ ਕਿ ਵਿਅਕਤੀ ਉਸ ਲਈ ਸਭ ਕੁਝ ਦਾਅ ’ਤੇ ਲਾਉਣ ਲਈ ਤਿਆਰ ਹੋ ਜਾਵੇ ਤਾਂ ਉਸ ਦੀ ਜਿੱਤ ਨਿਸ਼ਚਿਤ ਹੈ।

3

ਪਹਿਲੀ ਮੁਲਾਕਾਤ

ਮੇਰੀ ਅਤੇ ਐਂਜਲ ਦੀ ਪਹਿਲੀ ਮੁਲਾਕਾਤ ਦਿੱਲੀ ਦੇ ਜੀ.ਟੀ.ਬੀ. ਨਗਰ ਵਿਖੇ ਇੱਕ ਕੌਫ਼ੀ ਹਾਊਸ ਵਿੱਚ ਹੋਈ ਸੀ। ਤਿੰਨ-ਚਾਰ ਟੇਬਲਾਂ ਨੂੰ ਛੱਡ ਕੇ ਕੌਫ਼ੀ ਹਾਊਸ ਦਾ ਜ਼ਿਆਦਾ ਹਿੱਸਾ ਭਰਿਆ ਹੋਇਆ ਸੀ। ਇੱਥੇ ਨੌਜਵਾਨਾਂ ਦੀ ਭੀੜ ਸੀ। ਕੌਫ਼ੀ ਹਾਊਸ ਦੀਆਂ ਕੰਧਾਂ 'ਤੇ ਫੁੱਲਾਂ ਦੀ ਸਜਾਵਟ ਬਹੁਤ ਸੋਹਣੀ ਲੱਗ ਰਹੀ ਸੀ। ਪਰ ਐਂਜਲ ਉਸ ਤੋਂ ਵੀ ਜ਼ਿਆਦਾ ਖ਼ੂਬਸੂਰਤ ਲੱਗ ਰਹੀ ਸੀ। ਐਂਜਲ ਨੇ ਸਫ਼ੇਦ ਟੈਂਕ ਟਾਪ ਅਤੇ ਕਾਲੀ ਯੋਗਾ ਪੈਂਟ ਪਾਈ ਹੋਈ ਸੀ। ਜਦੋਂ ਮੈਂ ਉਸ ਨੂੰ ਪਹਿਲੀ ਵਾਰ ਦੇਖਿਆ ਤਾਂ ਬਸ ਦੇਖਦਾ ਹੀ ਰਹਿ ਗਿਆ। ਉਹ ਸੱਚਮੁੱਚ ਹੀ ਹੁਸਨ-ਏ-ਮਲਿਕਾ ਲੱਗ ਰਹੀ ਸੀ। ਉਸ ਦਾ ਸੁਨਹਿਰੀ ਚਿਹਰਾ, ਢਲਵਾਂ ਮੱਥਾ, ਝੀਲ ਵਰਗੀਆਂ ਨਸ਼ੀਲੀਆਂ ਅੱਖਾਂ, ਤਿੱਖਾ ਨੱਕ, ਗੁਲਾਬ ਦੀਆਂ ਪੰਖੜੀਆਂ ਵਰਗੇ ਬੁੱਲ੍ਹ, ਗੋਲ-ਮਟੋਲ ਤੇ ਗੋਰੀਆਂ ਗੱਲ੍ਹਾਂ, ਸੋਨੇ ਵਰਗੇ ਵਾਲ, ਮਾਸੂਮੀਅਤ ਨਾਲ ਭਰਿਆ ਚਿਹਰਾ, ਚਿਹਰੇ ਉੱਤੇ ਕਾਲੇ ਤਿਲ ਦਾ ਪਹਿਰਾ; ਮੈਨੂੰ ਇੰਝ ਲੱਗਾ ਜਿਵੇਂ ਸਵਰਗ ਦੀ ਪਰੀ ਧਰਤੀ ਉੱਤੇ ਆ ਗਈ ਹੋਵੇ! ਕਿਸੇ ਨੂੰ ਇੱਕ ਨਜ਼ਰ ਨਾਲ ਦੇਖ ਲੈਣ 'ਤੇ ਕਿੰਨਾ ਕੁ ਸਕੂਨ ਮਿਲਦਾ ਹੈ, ਇਸ ਦਾ ਅਹਿਸਾਸ ਅੱਜ ਮੈਨੂੰ ਪਹਿਲੀ ਵਾਰ ਹੋਇਆ। ਐਂਜਲ ਨੂੰ ਦੇਖਦੇ ਹੀ ਮੇਰੇ ਦਿਲ ਵਿੱਚ ਹਲਚਲ ਹੋਣ ਲੱਗੀ। 'ਕੀ ਇਸੇ ਨੂੰ ਹੀ ਪਹਿਲੀ ਨਜ਼ਰ ਦਾ ਪਿਆਰ ਕਹਿੰਦੇ ਹਨ?' ਮੈਂ ਸੋਚਣ ਲੱਗਾ। ਪਹਿਲੀ ਨਜ਼ਰ ਵਿੱਚ ਉਹ ਮੈਨੂੰ ਇੱਕ ਪਰੀ ਵਰਗੀ ਲੱਗੀ। ਪਹਿਲੀ ਵਾਰ ਕਿਸੇ ਕੁੜੀ ਨਾਲ ਗੱਲ ਕਰਦਿਆਂ ਮੈਂ ਅਸਹਿਜ ਮਹਿਸੂਸ ਕਰ ਰਿਹਾ ਸੀ। ਇਸ ਦੀ ਵਜ੍ਹਾ ਇਹ ਸੀ ਕਿ ਉਹ ਮੈਨੂੰ ਪਹਿਲੀ ਨਜ਼ਰ ਵਿੱਚ ਹੀ ਪਸੰਦ ਆ ਗਈ ਸੀ।

ਹਾਲਾਂਕਿ ਉਹ ਥੋੜ੍ਹੀ ਚਿੰਤਤ ਨਜ਼ਰ ਆ ਰਹੀ ਸੀ। "ਗਿਰੀਸ਼, ਮੇਰੇ 'ਤੇ ਆਈ.ਏ.ਐੱਸ. ਪ੍ਰੀ ਕਲੀਅਰ ਕਰਨ ਦਾ ਬਹੁਤ ਦਬਾਅ ਹੈ। ਮੇਰੇ ਮਾਮਾ ਜੀ ਦਾ ਕਾਲ

ਆਇਆ ਸੀ ਅਤੇ ਉਹ ਕਹਿ ਰਹੇ ਸਨ ਕਿ ਇਸ ਵਾਰ ਤਾਂ ਪ੍ਰੀ-ਕਲੀਅਰ ਕਰ ਲਏਂਗੀ ਨਾ, ਜਾਂ ਫਿਰ ਨੱਕ ਵਢਾਏਂਗੀ?"

"ਤਾਂ ਫਿਰ ਤੁਸੀਂ ਕੀ ਕਿਹਾ?"

"ਮੈਂ ਤਾਂ ਬਸ ਇਹੀ ਕਿਹਾ ਕਿ ਮਾਮਾ ਜੀ, ਤਿਆਰੀ ਬਹੁਤ ਵਧੀਆ ਚੱਲ ਰਹੀ ਹੈ, ਇਸ ਵਾਰ ਪ੍ਰੀ-ਕਲੀਅਰ ਹੋ ਜਾਣਾ ਚਾਹੀਦਾ ਹੈ।" ਫਿਰ ਉਸ ਨੇ ਇੱਕ ਸੰਜੀਦਾ ਯੂ.ਪੀ. ਐੱਸ.ਸੀ. ਪ੍ਰੀਖਿਆਰਥੀ ਵਜੋਂ ਜਾਣ-ਪਛਾਣ ਕਰਵਾਉਂਦੇ ਹੋਏ ਪੁੱਛਿਆ, "ਠੀਕ ਹੈ, ਇਹ ਦੱਸੋ ਕਿ ਆਰਟੀਕਲ 21 ਵਿੱਚ ਕਿਹੜੇ-ਕਿਹੜੇ ਮੌਲਿਕ ਅਧਿਕਾਰ ਆਉਂਦੇ ਹਨ?"

"ਮੇਰਾ ਟੈੱਸਟ ਨਾ ਲਓ; ਜਿਹੜਾ ਤੁਹਾਨੂੰ ਨਹੀਂ ਆਉਂਦਾ, ਉਹ ਮੈਂ ਪੜ੍ਹ ਕੇ ਭੁੱਲ ਗਿਆ ਹਾਂ।"

"ਜੇਕਰ ਯਾਦ ਹੁੰਦਾ ਤਾਂ ਹੁਣ ਤੱਕ ਆਈ.ਏ.ਐੱਸ. ਨਾ ਸਿਲੈੱਕਟ ਹੋ ਗਏ ਹੁੰਦੇ!" ਐਂਜਲ ਨੇ ਵਿਅੰਗ ਨਾਲ ਕਿਹਾ।

"ਸਟੇਟ ਸਰਵਿਸ ਆਰ.ਏ.ਐੱਸ. ਬਾਰੇ ਸੋਚਿਆ ਹੈ ਕੁਝ?" ਮੈਂ ਪੁੱਛਿਆ.

"ਮੈਨੂੰ ਸਿਰਫ਼ ਇੱਕ ਟੀਚਾ ਹੀ ਨਜ਼ਰ ਆਉਂਦਾ ਹੈ, ਅਤੇ ਉਹ ਟੀਚਾ ਹੈ ਆਈ.ਏ.ਐੱਸ.। ਸਟੇਟ ਪੀ.ਸੀ.ਐੱਸ. ਅਤੇ ਨਾ ਕੋਈ ਹੋਰ ਇਗਜ਼ਾਮ!" ਉਸ ਨੇ ਆਪਣੇ ਬੁੱਲ੍ਹਾਂ ਨੂੰ ਦੰਦਾਂ ਵਿਚਕਾਰ ਘੁੱਟਦੇ ਹੋਏ ਦ੍ਰਿੜ੍ਹਤਾ ਨਾਲ ਕਿਹਾ।

"ਠੀਕ ਕਹਿ ਰਹੇ ਹੋ; ਜਦੋਂ ਯੂ.ਪੀ.ਐੱਸ.ਸੀ. ਕਲੀਅਰ ਕਰ ਸਕਦੇ ਹੋ, ਤਾਂ ਕਿਸੇ ਹੋਰ ਨੌਕਰੀ 'ਚ ਸੈਟਲ ਹੋਣ ਬਾਰੇ ਕਿਉਂ ਸੋਚਣਾ?"

"ਜੇਕਰ ਅਮੇਜ਼ਿੰਗ ਹੋ ਸਕਦੇ ਹੋ ਤਾਂ ਨਾਰਮਲ ਕਿਉਂ ਰਹਿਣਾ?" ਮੈਂ ਵੀ ਉਸ ਦੇ ਇੱਕੋ ਇੱਕ ਟੀਚੇ ਦੇ ਹੱਕ ਵਿੱਚ ਬੋਲਦਿਆਂ ਕਿਹਾ।

"ਬਿਜ਼ਨਸ ਕਰਨਾ ਹੈ ਤਾਂ ਵੱਡਾ ਕਰਨੈ, ਨਹੀਂ ਤਾਂ ਨਹੀਂ ਕਰਨਾ। ਸਹੀ ਕਹਿ ਰਹੇ ਹੋ ਗਿਰੀ! ਹੁਣ ਮੈਂ ਆਈ.ਏ.ਐੱਸ. ਤੋਂ ਇਲਾਵਾ ਕੋਈ ਹੋਰ ਫਾਰਮ ਨਹੀਂ ਭਰਨਾ; ਬਣਨਾ ਹੈ ਤਾਂ ਆਈ.ਏ.ਐੱਸ. ਹੀ ਬਣਨਾ।" ਉਸ ਨੇ ਸਮੋਸੇ ਦਾ ਆਖ਼ਰੀ ਟੁਕੜਾ ਮੂੰਹ 'ਚ ਪਾਉਂਦਿਆਂ ਕਿਹਾ।

"ਗੱਲ ਤਾਂ ਠੀਕ ਕਹਿ ਰਹੇ ਹੋ। ਜੀਵਨ ਵਿੱਚ ਕਿਸੇ ਵੀ ਵੱਡੇ ਟੀਚੇ ਨੂੰ ਪ੍ਰਾਪਤ ਕਰਨ ਲਈ ਕਾਫ਼ੀ ਸੋਚ ਸਮਝ ਕੇ ਇੱਕ ਬਿਹਤਰ ਰਣਨੀਤੀ ਬਣਾਉਣੀ ਹੀ ਪੈਂਦੀ ਹੈ। ਪਰ ਜੇਕਰ ਤੁਸੀਂ ਟੀਚਾ ਪ੍ਰਾਪਤ ਕਰਨ ਲਈ ਇੱਕ ਵੱਡਾ ਇਰਾਦਾ ਬਣਾ ਲਿਆ ਹੈ, ਤਾਂ ਤੁਹਾਨੂੰ ਆਪਣੀ ਮਾਨਸਿਕਤਾ ਵਿਚੋਂ ਵਿਕਲਪਾਂ ਦੀ ਉਲਝਣ ਨੂੰ ਕੱਢਣਾ ਪਵੇਗਾ। ਆਪਣੇ ਮਨ ਨੂੰ ਦੁਬਿਧਾ ਦੇ ਜਾਲ ਵਿੱਚ ਫਸਣ ਨਹੀਂ ਦੇਣਾ ਚਾਹੀਦਾ। ਹੁਣ ਵਿਕਲਪਾਂ

ਵਾਲੀ ਮਾਨਸਿਕਤਾ ਨਹੀਂ, ਸਗੋਂ ਦ੍ਰਿੜ੍ਹਤਾ ਦੀ ਮਾਨਸਿਕਤਾ ਬਣਾਉਣੀ ਚਾਹੀਦੀ ਹੈ; ਹੁਣ ਹਾਰੀ ਹੋਈ ਮਾਨਸਿਕਤਾ ਨਾਲ ਨਹੀਂ, ਸਗੋਂ ਜਿੱਤਣ ਵਾਲੀ ਮਾਨਸਿਕਤਾ ਨਾਲ ਮੈਦਾਨ ਵਿੱਚ ਡਟ ਜਾਓ। ਹੁਣ ਕਲਪਨਾਵਾਂ ਵਿੱਚ ਹਵਾਈ ਗੱਲਾਂ ਨਹੀਂ, ਸਗੋਂ ਧਰਾਤਲ 'ਤੇ ਰਹਿ ਕੇ ਕਰਮਸ਼ੀਲ ਬਣੋ। ਜੇਕਰ ਐਵਰੈਸਟ ਵਰਗੇ ਉੱਚੇ ਟੀਚੇ ਨੂੰ ਹਾਸਲ ਕਰਨਾ ਹੈ ਤਾਂ ਹਿਮਾਲਿਆ ਦੀਆਂ ਪਹਾੜੀਆਂ 'ਤੇ ਬੈਠ ਕੇ ਆਰਾਮ ਕਰਨ ਦਾ ਕੋਈ ਫ਼ਾਇਦਾ ਨਹੀਂ, ਹੁਣ ਤਾਂ ਟੀਚੇ ਨੂੰ ਛੂਹ ਕੇ ਹੀ ਆਰਾਮ ਕਰਨਾ ਹੈ।" ਮੈਂ ਮੋਟੀਵੇਸ਼ਨਲ ਅੰਦਾਜ਼ 'ਚ ਕਿਹਾ।

"ਤੁਹਾਨੂੰ ਤਾਂ ਇੱਕ ਮਾਡਲ ਹੋਣਾ ਚਾਹੀਦਾ ਸੀ, ਚੰਗੀ ਐਕਟਿੰਗ ਕਰ ਲੈਂਦੇ ਹੋ!"

"ਨਹੀਂ, ਮੇਰਾ ਬਚਪਨ ਦਾ ਸੁਪਨਾ ਆਈ.ਏ.ਐੱਸ. ਅਫ਼ਸਰ ਬਣਨ ਦਾ ਹੈ ਅਤੇ ਮੈਂ ਉਸ ਸੁਪਨੇ 'ਤੇ ਕੰਮ ਕਰ ਰਹੀ ਹਾਂ। ਹਾਲਾਂਕਿ ਸਿਵਲ ਸੇਵਾਵਾਂ ਨੂੰ ਕੈਰੀਅਰ ਬਣਾਉਣ ਦਾ ਸੁਪਨਾ ਦੇਖਣਾ ਬਹੁਤ ਜੋਖ਼ਮ ਭਰਿਆ ਫ਼ੈਸਲਾ ਹੈ, ਜਿੱਥੇ ਸਫ਼ਲਤਾ ਦੀ ਸੰਭਾਵਨਾ ਬਹੁਤ ਘੱਟ ਹੁੰਦੀ ਹੈ। ਜਿਵੇਂ ਇੱਕੋ ਤਰ੍ਹਾਂ ਦੇ 10 ਘੋੜੇ ਭੱਜੇ ਜਾਣ ਅਤੇ ਓਨਾ ਵਿੱਚੋਂ ਸਿਰਫ਼ ਇੱਕ ਹੀ ਚੁਣਨਾ ਹੋਵੇ, ਤਾਂ ਫਿਰ 9 ਬਹੁਤ ਚੰਗੇ ਘੋੜੇ ਵੀ ਯਕੀਨੀ ਤੌਰ 'ਤੇ ਹਾਰ ਹੀ ਜਾਣਗੇ। ਇਹ ਬਹੁਤ ਜੋਖ਼ਮ ਭਰਿਆ ਫ਼ੈਸਲਾ ਹੈ। ਫਿਰ ਵੀ...।"

"ਪਰ ਆਪਣੀ ਸਮਰੱਥਾ ਅਤੇ ਹੈਸੀਅਤ ਅਨੁਸਾਰ ਸਫ਼ਲਤਾ ਪਾਉਣ ਲਈ ਜੀਵਨ ਵਿੱਚ ਜੋਖ਼ਮ ਲੈਣਾ ਬਹੁਤ ਜ਼ਰੂਰੀ ਹੈ।" ਮੈਂ ਕਿਹਾ।

"ਸਹੀ ਕਿਹਾ, ਆਪਣੀ ਜ਼ਿੰਦਗੀ ਵਿੱਚ ਜਿਸ ਵਿਅਕਤੀ ਨੇ ਕੁਝ ਸ਼ਾਨਦਾਰ ਅਤੇ ਵਿਲੱਖਣ ਕੀਤਾ ਹੈ, ਕੁਝ ਅਜਿਹਾ ਜੋ ਸੱਚਮੁੱਚ ਕਾਬਲੇ-ਤਾਰੀਫ਼ ਅਤੇ ਸ਼ਾਨਦਾਰ ਹੈ, ਤਾਂ ਮਤਲਬ ਉਹ ਜੋਖ਼ਮ ਲੈਣ ਤੋਂ ਕਦੇ ਵੀ ਪਿੱਛੇ ਨਹੀਂ ਹਟਿਆ ਹੋਣਾ।"

"ਹਾਂ, ਜਿਹੜੇ ਨੌਜਵਾਨ ਜੋਖ਼ਮ ਲੈਣ ਲਈ ਹਮੇਸ਼ਾ ਤਿਆਰ ਰਹਿੰਦੇ ਹਨ ਅਤੇ ਜਿਨ੍ਹਾਂ ਦਾ ਆਤਮ-ਵਿਸ਼ਵਾਸ ਅਡੋਲ ਰਹਿੰਦਾ ਹੈ, ਉਹ ਬੇਮਿਸਾਲ ਸਫ਼ਲਤਾ ਪ੍ਰਾਪਤ ਕਰਦੇ ਹਨ। ਜੋਖ਼ਮ ਲੈਣ ਦਾ ਮਤਲਬ ਆਪਣੇ ਆਪ ਨੂੰ ਨਕਾਰਾਤਮਕਤਾ ਵੱਲ ਲਿਜਾਣਾ ਨਹੀਂ ਹੈ, ਸਗੋਂ ਨਵੇਂ ਮੌਕਿਆਂ ਦੀ ਭਾਲ ਕਰਨਾ ਹੈ।" ਮੈਂ ਕਿਹਾ।

ਅਕਸਰ ਲੋਕ ਜ਼ਿੰਦਗੀ ਵਿੱਚ ਸਫ਼ਲ ਹੋਣ ਦੇ ਮੌਕੇ ਇਸ ਲਈ ਛੱਡ ਦਿੰਦੇ ਹਨ, ਕਿਉਂਕਿ ਉਹ ਕੰਫ਼ਰਟ ਜ਼ੋਨ 'ਚ ਭਾਵ ਸੁਰੱਖਿਅਤ ਰਹਿਣਾ ਚਾਹੁੰਦੇ ਹਨ। ਪਰ ਇੱਕ ਵਾਰ ਮੌਕਾ ਹੱਥੋਂ ਨਿਕਲ ਜਾਣ 'ਤੇ ਓਨਾ ਨੂੰ ਪਛਤਾਵਾ ਜ਼ਰੂਰ ਹੁੰਦਾ ਹੈ। ਜੇਕਰ ਤੁਹਾਡੇ ਨਾਲ ਵੀ ਅਜਿਹਾ ਹੁੰਦਾ ਹੈ ਤਾਂ ਤੁਹਾਨੂੰ ਜੋਖ਼ਮ ਲੈਣ ਦੀ ਜ਼ਰੂਰਤ ਹੈ, ਕਿਉਂਕਿ ਅਜਿਹੇ ਮੌਕੇ ਵਾਰ-ਵਾਰ ਨਹੀਂ ਮਿਲਦੇ। ਜ਼ਿੰਦਗੀ ਵਿੱਚ ਹਰ ਵਾਰ ਨੁਕਸਾਨ ਬਾਰੇ ਸੋਚ ਕੇ ਜੋਖ਼ਮ ਲੈਣਾ ਨਹੀਂ ਛੱਡਣਾ ਚਾਹੀਦਾ।

ਸਭ ਤੋਂ ਵੱਡਾ ਜੋਖ਼ਮ ਕੋਈ ਜੋਖ਼ਮ ਨਾ ਲੈਣਾ ਹੈ। ਤੇਜ਼ੀ ਨਾਲ ਬਦਲਦੇ ਸੰਸਾਰ ਵਿੱਚ ਅਸਫ਼ਲ ਹੋਣ ਦੀ ਇੱਕੋ-ਇੱਕ ਗਰੰਟੀ ਰਣਨੀਤੀ ਜੋਖ਼ਮ ਨਾ ਲੈਣਾ ਹੈ। ਅਸਲ ਵਿੱਚ ਜੋਖ਼ਮ, ਮੁਨਾਫ਼ੇ ਦਾ ਉਹ ਸਿੱਕਾ ਹੈ ਜੋ ਜਿੱਤਣ ’ਤੇ ਖ਼ੁਸ਼ੀ ਅਤੇ ਹਾਰਨ ’ਤੇ ਸਿੱਖਿਆ ਦਿੰਦਾ ਹੈ। ਛੋਟੀ ਉਮਰ ਵਿੱਚ ਜੋਖ਼ਮ ਲੈਣ ’ਤੇ ਕਈ ਵਾਰ ਆਪਣੇ ਪਰਿਵਾਰ ਅਤੇ ਸਮਾਜ ਤੋਂ ਉਮੀਦ ਅਨੁਸਾਰ ਸਹਿਯੋਗ ਨਹੀਂ ਮਿਲਦਾ। ਪਰ ਇਸ ਤੋਂ ਨਿਰਾਸ਼ ਹੋਣ ਅਤੇ ਘਬਰਾਉਣ ਦੀ ਬਜਾਏ ਆਪਣੇ ਵਿਸ਼ਵਾਸ ’ਤੇ ਕਾਇਮ ਰਹੋ।

ਅਸਫ਼ਲਤਾ ਦਾ ਡਰ ਹਰ ਕਿਸੇ ਨੂੰ ਸਤਾਉਂਦਾ ਹੈ। ਪਰ ਇਸ ਨੂੰ ਆਪਣੇ ’ਤੇ ਹਾਵੀ ਹੋਣ ਦੇਣ ਤੋਂ ਬਚਣਾ ਚਾਹੀਦਾ ਹੈ। ਇਹ ਗੱਲ ਹਮੇਸ਼ਾ ਧਿਆਨ ’ਚ ਰੱਖੋ ਕਿ ਜੋਖ਼ਮ ਉਠਾਉਣ ਦਾ ਜਜ਼ਬਾ ਬਹਾਦਰ ਆਦਮੀ ਦੀ ਹਿੰਮਤ ਹੈ, ਡਰਪੋਕ ਦੀ ਨਹੀਂ। ਜ਼ਿੰਦਗੀ ਵਿੱਚ ਜੋਖ਼ਮ ਲੈਣ ਵਾਲੇ ਬਹੁਤ ਸਾਰੇ ਲੋਕ ਅਸਫ਼ਲ ਵੀ ਹੁੰਦੇ ਹਨ, ਪਰ ਉਹ ਆਪਣੇ ਤਜਰਬਿਆਂ ਤੋਂ ਬਹੁਤ ਕੁਝ ਸਿੱਖਦੇ ਹਨ। ਜੋਖ਼ਮ ਲੈਣ ਵਾਲਾ ਇੱਕ ਆਸ਼ਾਵਾਦੀ ਵਿਅਕਤੀ ਅਸਫ਼ਲਤਾ ਨੂੰ ਹਮੇਸ਼ਾ ਸਿੱਖਣ ਦੇ ਮੌਕੇ ਵਜੋਂ ਦੇਖਦਾ ਹੈ।

ਦੁਨੀਆ ਦੇ ਸਭ ਤੋਂ ਸਫ਼ਲ ਲੋਕ ਔਸਤ ਲੋਕਾਂ ਨਾਲੋਂ ਜ਼ਿਆਦਾ ਵਾਰ ਅਸਫ਼ਲ ਹੁੰਦੇ ਹਨ। ਇੰਨਾ ਹੀ ਨਹੀਂ, ਦੁਨੀਆ ਦੀਆਂ ਵਧੀਆ ਕੰਪਨੀਆਂ ਔਸਤ ਕੰਪਨੀਆਂ ਨਾਲੋਂ ਕਿਤੇ ਜ਼ਿਆਦਾ ਵਾਰ ਅਸਫ਼ਲ ਰਹੀਆਂ ਹਨ। ਜੇਕਰ ਤੁਸੀਂ ਵੱਡੇ ਮੁਕਾਮ ਪ੍ਰਾਪਤ ਕਰਨਾ ਚਾਹੁੰਦੇ ਹੋ ਤਾਂ ਜ਼ਿੰਦਗੀ ਵਿੱਚ ਜੋਖ਼ਮ ਉਠਾਉਣ ਵਿੱਚ ਦੇਰੀ ਨਾ ਕਰੋ। ਜੋਖ਼ਮ ਲਏ ਬਿਨਾਂ ਕੋਈ ਵੀ ਵੱਡੀ ਪ੍ਰਾਪਤੀ ਨਹੀਂ ਕੀਤੀ ਜਾ ਸਕਦੀ।

“ਮੇਰਾ ਪਹਿਲਾ ਕ੍ਰਸ਼ ਹੀ ਨਹੀਂ, ਪਹਿਲਾ ਪਿਆਰ ਹੈ ਯੂ.ਪੀ.ਐੱਸ.ਸੀ.। ਮੇਰਾ ਤਾਂ ਯੂ.ਪੀ.ਐੱਸ.ਸੀ. ਹੋਵੇਗਾ ਨਾ, ਮੈਂ ਤਾਂ ਗਿਰੀਸ਼ ਜੀ, ਯੂ.ਪੀ.ਐੱਸ.ਸੀ. ਵਿੱਚ ਸਿਲੈੱਕਸ਼ਨ ਲਈ ਸਾਰੀਆਂ ਚਾਲਾਂ ਦੀ ਵਰਤੋਂ ਕਰਾਂਗੀ - ਸਾਮ, ਦਾਮ, ਦੰਡ, ਭੇਦ।” ਉਸ ਨੇ ਮੱਧਮ ਤੇ ਬੇਦਮ ਆਵਾਜ਼ ’ਚ ਕਿਹਾ।

“ਤੁਸੀਂ ਵੀ ਕਿਸੇ ਨਾਲੋਂ ਘੱਟ ਨਹੀਂ ਹੋ। ਮੈਂ ਚੁਟਕੀ ਲੈਂਦਿਆਂ ਕਿਹਾ।”

“ਅਸੀਂ ਕਿਸੇ ਤੋਂ ਘੱਟ ਨਹੀਂ! ਅੱਜ ਦੀਆਂ ਕੁੜੀਆਂ ਬਾਂਹਾਂ ’ਚ ਬਾਂਹਾਂ ਪਾ ਕੇ ਅਤੇ ਕਦਮ ਨਾਲ ਕਦਮ ਮਿਲਾ ਕੇ ਮੁੰਡਿਆਂ ਦੇ ਨਾਲ ਚੱਲ ਰਹੀਆਂ ਹਨ।” ਉਸ ਨੇ ਮਹਿਲਾ ਸਸ਼ਕਤੀਕਰਨ ਦੀ ਆਵਾਜ਼ ਬੁਲੰਦ ਕਰਦੇ ਹੋਏ ਕਿਹਾ।

“ਬਾਂਹਾਂ ’ਚ ਬਾਂਹਾਂ ਪਾ ਕੇ ਨਹੀਂ, 'ਮੋਢੇ ਨਾਲ ਮੋਢਾ ਜੋੜ ਕੇ' ਚਲਦੀਆਂ ਹਨ। ਬਾਂਹਾਂ ’ਚ ਬਾਂਹਾਂ ਪਾਉਣ ਦਾ ਮਤਲਬ ਕੁਝ ਹੋਰ ਹੁੰਦਾ ਹੈ।” ਇਸ ਗੱਲ ’ਤੇ ਅਸੀਂ ਦੋਵੇਂ ਹੱਸ ਪਏ।

"ਧਿਆਨ ਰੱਖੋ, ਯੂ.ਪੀ.ਐਸ.ਸੀ. ਵਿੱਚ ਚੈਕ ਅਤੇ ਜੈਕ ਨਹੀਂ ਚਲਦਾ! ਤੁਸੀਂ ਸਾਮ, ਦਾਮ, ਦੰਡ, ਭੇਦ ਦੀ ਗੱਲ ਕਰ ਰਹੇ ਹੋ।" ਮੈਂ ਵਿਅੰਗਮਈ ਢੰਗ ਨਾਲ ਕਿਹਾ।

"ਕਿਹਾ ਜਾਂਦਾ ਹੈ ਕਿ ਇਨਸਾਨ ਨੂੰ ਜੋ ਕੁਝ ਵੀ ਪ੍ਰਾਪਤ ਕਰਨਾ ਹੁੰਦਾ ਹੈ, ਉਹ ਉਸ ਨੂੰ ਪ੍ਰਾਪਤ ਕਰ ਹੀ ਲੈਂਦਾ ਹੈ। ਸਾਡਾ ਟੀਚਾ ਕਲੈਕਟਰ ਬਣਨਾ ਹੈ, ਇਸ ਲਈ ਮਿਹਨਤ ਕਰਨਾ ਜਾਰੀ ਰੱਖੋ, ਇੱਕ ਦਿਨ ਮੰਜ਼ਿਲ ਤੁਹਾਡੇ ਕਦਮਾਂ ਵਿੱਚ ਹੋਵੇਗੀ।" ਐਂਜਲ ਨੇ ਕਿਹਾ।

"ਤਾਂ ਹੁਣ ਚੱਲੀਏ?" ਐਂਜਲ ਨੇ ਅੱਖਾਂ ਨਾਲ ਸਵਾਲ ਕੀਤਾ ਤੇ ਮੈਂ ਮੁਸਕਰਾਉਂਦੀਆਂ ਅੱਖਾਂ ਨਾਲ ਹਾਮੀ ਭਰ ਦਿੱਤੀ।

ਐਂਜਲ ਨੇ ਜੀ.ਟੀ.ਬੀ.ਨਗਰ ਮੈਟਰੋ ਸਟੇਸ਼ਨ ਦੇ ਗੇਟ ਨੰਬਰ 4 'ਤੇ ਆ ਕੇ ਕਿਹਾ।

"ਚਲੋ, ਬਾਏ"

"ਸੀ ਯੂ ਅਗੇਨ (ਫੇਰ ਮਿਲਾਂਗੇ)" ਮੈਂ ਜਵਾਬ ਦਿੱਤਾ।

4

ਕ੍ਰਸ਼ ਬਨਾਮ ਪੜ੍ਹਾਈ

'ਮਨੁੱਖ ਅੰਦਰ ਸਫ਼ਲਤਾ ਹਾਸਲ ਕਰਨ ਦਾ ਜਨੂੰਨ ਹੋਵੇ ਤਾਂ ਮੌਜੂਦਾ ਹਾਲਾਤ ਤੋਂ ਉਪਰ ਉੱਠ ਕੇ ਕੰਮ ਕਰਨਾ ਚਾਹੀਦਾ ਹੈ। ਜੇਕਰ ਆਲੇ-ਦੁਆਲੇ ਦਾ ਮਾਹੌਲ ਅਨੁਕੂਲ ਨਹੀਂ ਹੈ, ਤਾਂ ਤੁਸੀਂ ਆਪਣੇ ਘਰ ਤੋਂ ਸੈਂਕੜੇ ਕਿੱਲੋਮੀਟਰ ਦੂਰ ਜਾ ਕੇ ਆਪਣੇ ਆਪ ਨੂੰ ਨਿਖਾਰ ਸਕਦੇ ਹੋ। ਕ੍ਰਿਕੇਟਰ ਰਿਸ਼ਭ ਪੰਤ ਨੇ ਬਚਪਨ ਵਿੱਚ ਆਪਣੇ ਦੇਸ਼ ਲਈ ਖੇਡਣ ਦਾ ਸੁਪਨਾ ਦੇਖਿਆ ਸੀ, ਉਹ ਅੱਜ ਪੂਰਾ ਹੋ ਗਿਆ। ਜੇਕਰ ਸੁਪਨਿਆਂ ਵਿੱਚ ਜਾਣ ਹੋਵੇ ਅਤੇ ਹੌਸਲੇ ਬੁਲੰਦ ਹੋਣ ਤਾਂ ਤੁਸੀਂ ਮੁਸ਼ਕਲ ਹਾਲਾਤ ਵਿੱਚ ਵੀ ਇੱਕ ਹੀਰੋ ਬਣ ਕੇ ਉੱਭਰ ਸਕਦੇ ਹੋ। ਯਾਦ ਰੱਖੋ, ਜੇ ਤੁਸੀਂ ਲਗਨ ਨਾਲ ਕੰਮ ਕਰ ਸਕਦੇ ਹੋ, ਤਾਂ ਤੁਸੀਂ ਆਪਣੀ ਮਿਹਨਤ ਨਾਲ ਪਹਾੜਾਂ ਨੂੰ ਵੀ ਉਪਜਾਊ ਮੈਦਾਨਾਂ ਵਿੱਚ ਬਦਲ ਸਕਦੇ ਹੋ... ਬੱਸ ਆਪਣੇ ਆਪ ਵਿੱਚ ਵਿਸ਼ਵਾਸ ਰੱਖੋ।' ਰਿਸ਼ਭ ਪੰਤ ਦੇ ਭਾਰਤੀ ਕ੍ਰਿਕਟ ਟੀਮ ਵਿੱਚ ਚੁਣੇ ਜਾਣ ਤੋਂ ਬਾਅਦ ਮੈਂ ਉਸੇ ਰਾਤ ਇਹ ਫੇਸਬੁੱਕ ਪੋਸਟ ਲਿਖੀ।

ਮੈਨੂੰ ਮਹਿਸੂਸ ਹੋਣ ਲੱਗਾ ਕਿ ਜੇਕਰ ਮੈਂ ਦਿਨ ਵਿੱਚ ਦੋ ਵਾਰ ਐਂਜਲ ਨਾਲ ਗੱਲ ਨਾ ਕਰਾਂ, ਤਾਂ ਕੁਝ ਵੀ ਚੰਗਾ ਨਹੀਂ ਲੱਗਦਾ ਸੀ। ਮੈਂ ਉਸ ਦੀ ਕਾਲ /ਮੇਲ ਦਾ ਇੰਤਜ਼ਾਰ ਕਰਦਾ ਰਹਿੰਦਾ ਸੀ। ਦੋ-ਤਿੰਨ ਮਹੀਨਿਆਂ ਦੀ ਲਗਾਤਾਰ ਚੈਟਿੰਗ ਅਤੇ ਗੱਲਬਾਤ ਤੋਂ ਬਾਅਦ ਗੱਲਾਂ ਇੰਨੀਆਂ ਖੁੱਲ੍ਹ ਗਈਆਂ ਸਨ ਕਿ ਇੱਕ ਦੂਜੇ ਤੋਂ ਕੁਝ ਵੀ ਪੁੱਛਣ ਵਿੱਚ ਕੋਈ ਝਿਜਕ ਨਹੀਂ ਹੁੰਦੀ ਸੀ। ਗੱਲਾਂ-ਗੱਲਾਂ ਵਿੱਚ ਮੈਂ ਅਤੇ ਐਂਜਲ ਇੱਕ ਦੂਜੇ ਨੂੰ ਆਪਣੇ ਬਾਰੇ ਸਭ ਕੁਝ ਦੱਸਦੇ ਰਹੇ। ਇਸੇ ਦੌਰਾਨ ਸਾਡੇ ਵਿਚਕਾਰ ਇਸ਼ਕ ਅਤੇ ਮੁਹੱਬਤ ਦੇ ਬੀਜ ਅੰਕੁਰਿਤ ਹੋਣ ਲੱਗੇ। ਮੈਨੂੰ ਤਾਂ ਉਸ ਨੂੰ ਆਪਣਾ ਜੀਵਨ ਸਾਥੀ ਬਣਾਉਣ ਦੇ ਖ਼ਿਆਲ ਵੀ ਆਉਣ ਲੱਗੇ। ਮੈਂ ਉਸ ਨੂੰ ਇਹ ਲੰਬੇ ਸਮੇਂ ਤੱਕ ਨਹੀਂ ਦੱਸਿਆ, ਇਹ ਵੱਖਰੀ ਗੱਲ ਹੈ।

ਕਾਫ਼ੀ ਸਮੇਂ ਤੱਕ ਮੈਂ ਉਸ ਨੂੰ ਪ੍ਰਪੋਜ਼ ਤਾਂ ਭਾਵੇਂ ਨਹੀਂ ਕੀਤਾ ਸੀ ਪਰ ਇਸ਼ਾਰਿਆਂ-ਇਸ਼ਾਰਿਆਂ ਵਿੱਚ ਸਭ ਕੁਝ ਦੱਸ ਦਿੱਤਾ ਸੀ। ਉਸ ਦੀਆਂ ਖ਼ਾਮੋਸ਼ ਮੁਸਕਰਾਉਂਦੀਆਂ

ਅੱਖਾਂ ਵੀ ਸੰਕੇਤ ਦੇ ਰਹੀਆਂ ਸਨ ਕਿ ਉਹ ਵੀ ਮੈਨੂੰ ਪਸੰਦ ਕਰਦੀ ਹੈ। ਅਸੀਂ ਹਰ ਰੋਜ਼ ਇੱਕ ਦੂਜੇ ਨੂੰ ਮੈਸੇਜ ਭੇਜਣੇ ਸ਼ੁਰੂ ਕੀਤੇ; ਪਹਿਲਾਂ ਦਿਨ ਵੇਲੇ, ਫਿਰ ਰਾਤ ਨੂੰ ਵੀ। ਬਿਨਾਂ ਮੈਸੇਜ ਕੀਤੇ ਅਸੀਂ ਸੌਂ ਨਹੀਂ ਸਕਦੇ ਸਾਂ। ਉਸ ਦੇ ਮੈਸੇਜ ਮੇਰੀ ਲਾਈਫ਼ਲਾਈਨ ਬਣ ਗਏ। ਇਹ ਸਭ ਕੁਝ ਆਮ ਮਨੁੱਖੀ ਜਜ਼ਬਾਤਾਂ ਦੇ ਪ੍ਰਗਟਾਵੇ ਵਾਂਗ ਸੀ। ਸ਼ੁਰੂਆਤ ਦੋਸਤੀ ਤੋਂ ਹੋਈ ਸੀ, ਪਰ ਸਮਾਂ ਬੀਤਣ ਦੇ ਨਾਲ-ਨਾਲ ਜਜ਼ਬਾਤ ਸਪਸ਼ਟ ਹੁੰਦੇ ਗਏ। ਸ਼ੁਰੂ ਵਿੱਚ ਅਸੀਂ ਕੈਜ਼ੂਅਲ ਫਰੈਂਡ ਸੀ, ਫਿਰ ਬੈਸਟ ਫਰੈਂਡ ਬਣ ਗਏ। ਬਾਅਦ ਵਿੱਚ ਲਵ ਦੀ ਐਂਟਰੀ ਹੋਈ ਤੇ ਅਸੀਂ ਬੁਆਏ-ਫਰੈਂਡ ਤੇ ਗਰਲ-ਫਰੈਂਡ ਬਣ ਗਏ। ਮੈਂ ਤਾਂ ਉਸ ਨੂੰ ਆਪਣਾ ਜੀਵਨ ਸਾਥੀ ਬਣਾਉਣ ਲਈ ਬੇਤਾਬ ਸੀ।

ਸਾਲ ਦੇ ਦੌਰਾਨ ਸਾਡੀ ਦੋਸਤੀ ਵਿੱਚ ਪ੍ਰੇਮ ਨਾਂ ਦੇ ਵਾਇਰਸ ਨੇ ਡੂੰਘੀ ਘੁਸਪੈਠ ਕਰ ਦਿੱਤੀ ਸੀ। ਐਂਜਲ ਦੇ ਦਿਲ ਦੇ ਕਿਸੇ ਕੋਨੇ ਵਿੱਚ ਮੇਰੀ ਸੰਗਤ ਦੀ ਪਿਆਸ ਜਾਗਣ ਲੱਗੀ ਸੀ। ਮੈਂ ਵੀ ਪਾਗਲਾਂ ਵਾਂਗ ਉਸ ਦੇ ਅੱਗੇ-ਪਿੱਛੇ ਘੁੰਮਣ ਲੱਗਾ। ਇਸ ਸੁਪਨਮਈ ਮੋੜ ’ਤੇ ਉਸ ਨੂੰ ਵੀ ਮੇਰੀਆਂ ਗੱਲਾਂ ਅਤੇ ਦੀਵਾਨਗੀ ਲੁਭਾਉਣ ਲੱਗੀ। ਮੈਂ ਸੋਚਣ ਲੱਗਾ ਕਿ ਹੁਣ ਮੇਰੀ ਬੰਜਰ ਜ਼ਮੀਨ ’ਤੇ ਗੁਲਾਬ ਖਿੜਨ ਵਾਲਾ ਹੈ। ਮੈਂ ਤਾਂ ਉਸ ਦਾ ਰੂਪ, ਸੁੰਦਰਤਾ ਅਤੇ ਚੰਚਲਤਾ ਦਾ ਸੁਮੇਲ ਦੇਖ ਕੇ ਉਸ ’ਤੇ ਲੱਟੂ ਹੋ ਗਿਆ ਸੀ। ਮੈਂ ਲਾਇਬ੍ਰੇਰੀ ’ਚ ਬਹੁਤ ਜਲਦੀ ਆ ਜਾਂਦਾ ਅਤੇ ਐਂਜਲ ਨੂੰ ਮਿਲਣ ਤੇ ਉਸ ਨਾਲ ਗੱਲ ਕਰਨ ਦੇ ਬਹਾਨੇ ਲੱਭਦਾ। ਐਂਜਲ ਨੂੰ ਵੀ ਮੇਰਾ ਸਾਥ ਪਸੰਦ ਆਉਣ ਲੱਗਾ। ਮੈਂ ਆਪਣੇ ਦਿਲ ਦੀ ਗੱਲ ਨੂੰ ਤਾਂ ਉਸ ਅੱਗੇ ਬਿਆਨ ਨਹੀਂ ਕਰ ਸਕਿਆ, ਪਰ ਸਾਡੇ ਦੋਵਾਂ ਵਿਚਕਾਰ ਕੌਫ਼ੀ ਪੀਣ, ਲੰਚ ਕਰਨ, ਘੁੰਮਣ-ਫਿਰਨ ਅਤੇ ਢੇਰ ਸਾਰੀਆਂ ਗੱਲਾਂ ਕਰਨ ਦਾ ਸਿਲਸਿਲਾ ਸ਼ੁਰੂ ਹੋ ਗਿਆ ਸੀ। ਉਸ ਨੂੰ ਪ੍ਰਾਪਤ ਕਰਨ ਦੀ ਮੇਰੇ ਦਿਲ ਵਿੱਚ ਡੂੰਘੀ ਤਾਂਘ ਸੀ।

“ਸਿਰਫ਼ ਪੜ੍ਹਨਾ ਹੀ ਮੇਰੇ ਹੱਥ ’ਚ ਹੈ, ਹੋਰ ਕੁਝ ਨਹੀਂ, ਸਿਰਫ਼ ਲੜਨਾ ਹੀ ਮੇਰੇ ਹੱਥ ’ਚ ਹੈ, ਹੋਰ ਕੁਝ ਨਹੀਂ। ਸਿਰਫ਼ ਪ੍ਰੀਖਿਆ ਦੇਣਾ ਮੇਰੇ ਹੱਥ ਵਿੱਚ ਹੈ, ਹੋਰ ਕੁਝ ਨਹੀਂ। ਪਰ ਜੋ ਮੇਰੇ ਹੱਥ ਵਿੱਚ ਹੈ, ਓਨਾ ਤਾਂ ਕਰਾਂ।” ਐਂਜਲ ਨੇ 10 ਘੰਟੇ ਪੜ੍ਹਾਈ ਕਰਨ ਤੋਂ ਬਾਅਦ ਤੇ ਰਾਤ ਨੂੰ ਸੌਣ ਤੋਂ ਪਹਿਲਾਂ ਆਪਣੀ ਡਾਇਰੀ ਵਿੱਚ ਇਹ ਲਾਈਨਾਂ ਲਿਖ ਕੇ ਖ਼ੁਦ ਨੂੰ ਮੋਟੀਵੇਟ ਕਰਨ ਦਾ ਯਤਨ ਕੀਤਾ ਅਤੇ ਫਿਰ ਸੌਂ ਗਈ।

“ਅੱਜ ਪੜ੍ਹਨ ਦਾ ਬਿਲਕੁਲ ਵੀ ਮਨ ਨਹੀਂ ਕਰ ਰਿਹਾ।” ਐਂਜਲ ਨੇ ਵੱਟਸਐਪ ਮੈਸੇਜ ਭੇਜਿਆ।

“ਅੱਜ ਪੜ੍ਹਨ ਨੂੰ ਮਨ ਨਹੀਂ ਕਰ ਰਿਹਾ ਤਾਂ ਟੀਵੀ ਡਿਬੇਟ ਦੇਖੋ; ਜੇ ਡਿਬੇਟ ਦੇਖਣ ਦਾ ਮਨ ਵੀ ਨਹੀਂ ਕਰ ਰਿਹਾ ਤਾਂ ਰਾਈਟਿੰਗ ਪ੍ਰੈਕਟਿਸ ਕਰੋ; ਰਾਈਟਿੰਗ ਪ੍ਰੈਕਟਿਸ ਦਾ ਮਨ

ਵੀ ਨਹੀਂ ਕਰ ਰਿਹਾ ਤਾਂ ਡਿਸਕਸ ਕਰੋ; ਡਿਸਕਸ ਦਾ ਮਨ ਵੀ ਨਹੀਂ ਕਰ ਰਿਹਾ ਤਾਂ ਫਿਰ ਰਣਨੀਤੀ ਬਣਾਓ। ਪਰ ਤੁਹਾਨੂੰ ਯੂ.ਪੀ.ਐੱਸ.ਸੀ. ਦੇ ਉਮੀਦਵਾਰ ਵਜੋਂ ਹਰ ਰੋਜ਼ ਕੁਝ ਨਾ ਕੁਝ ਤਾਂ ਕਰਨਾ ਹੀ ਪਵੇਗਾ, ਜੇਕਰ ਸਿਲੈੱਕਟ ਹੋਣਾ ਹੈ ਤਾਂ।" ਮੈਂ ਕਿਹਾ।

"ਕੁਝ ਲੋਕਾਂ ਦੀ ਹਮੇਸ਼ਾ ਇਹ ਸ਼ਿਕਾਇਤ ਰਹਿੰਦੀ ਹੈ ਕਿ ਉਹ ਆਪਣੇ ਮਨਚਾਹੇ ਕੰਮ ਲਈ ਹਰ ਰੋਜ਼ ਸਮਾਂ ਨਹੀਂ ਕੱਢ ਪਾਉਂਦੇ। ਪਰ ਮੇਰਾ ਮੰਨਣਾ ਹੈ ਕਿ ਬਹਾਨਾ ਬਣਾਉਣ ਦੇ ਹਜ਼ਾਰਾਂ ਕਾਰਨ ਹੋ ਸਕਦੇ ਹਨ ਕਿਉਂਕਿ ਜਾਂ ਤਾਂ ਉਹ ਕਿਸੇ ਕੰਮ ਨੂੰ ਦਿਲ ਨਾਲ ਨਹੀਂ ਕਰਨਾ ਚਾਹੁੰਦੇ ਜਾਂ ਉਹ ਖ਼ੁਦ ਕਮਜ਼ੋਰ ਇੱਛਾਵਾਂ ਦੇ ਮਾਲਕ ਹਨ। ਦੁਨੀਆ ਵਿੱਚ ਕੋਈ ਵੀ ਕੰਮ ਕਰਨ ਲਈ ਦ੍ਰਿੜ੍ਹ ਸੰਕਲਪ ਸਭ ਤੋਂ ਜ਼ਰੂਰੀ ਹੁੰਦਾ ਹੈ। ਜਿਸ ਦੀ ਮਦਦ ਨਾਲ ਤੁਸੀਂ ਜੋ ਵੀ ਸੋਚਿਆ ਹੈ, ਜਿਸ ਵਿੱਚ ਤੁਸੀਂ ਵਿਸ਼ਵਾਸ ਕਰ ਸਕਦੇ ਹੋ, ਉਸ ਕੰਮ ਨੂੰ ਇਸ ਦੁਨੀਆ 'ਚ ਕਰਕੇ ਵੀ ਦਿਖਾ ਸਕਦੇ ਹੋ।" ਅਜਿਹੀਆਂ ਗੱਲਾਂ ਕਰਦਾ ਮੈਂ ਇੱਕ ਮੈਂਟਰ ਦੀ ਭੂਮਿਕਾ ਵਿੱਚ ਆ ਗਿਆ ਸੀ।

"ਮੈਂ ਹਰਸ਼ ਬੀ ਪੰਤ ਆਈਆਰ ਦੀ ਕਿਤਾਬ ਲੈਣੀ ਹੈ, ਕੀ ਇਹ ਮੈਨੂੰ ਮੁਖਰਜੀ ਨਗਰ ਵਿੱਚੋਂ ਮਿਲ ਜਾਵੇਗੀ" ਐਂਜਲ ਨੇ ਕਾਲ ਕਰਕੇ ਪੁੱਛਿਆ।

"ਮੁਖਰਜੀ ਨਗਰ ਅਤੇ ਓਲਡ ਰਾਜਿੰਦਰ ਨਗਰ ਕਿਤਾਬਾਂ ਦੇ ਅਜਾਇਬ ਘਰ ਹਨ, ਜੇ ਇਹ ਕਿਤਾਬ ਇੱਥੇ ਨਾ ਮਿਲੀ ਤਾਂ ਹੋਰ ਕਿੱਥੋਂ ਮਿਲੇਗੀ।" ਮੈਂ ਦ੍ਰਿੜ੍ਹਤਾ ਨਾਲ ਕਿਹਾ।

"ਠੀਕ ਹੈ, ਤੁਸੀਂ ਪਤਾ ਕਰ ਲਓ ਕਿ ਇਹ ਕਿਤਾਬ ਕਿੱਥੋਂ ਮਿਲੇਗੀ।" ਉਸ ਦਾ ਇਰਾਦਾ ਕਿਤਾਬ ਖ਼ਰੀਦਣ ਦਾ ਘੱਟ ਅਤੇ ਮੈਨੂੰ ਮਿਲਣ ਦਾ ਜ਼ਿਆਦਾ ਸੀ, ਮੈਂ ਇਹ ਗੱਲ ਸਮਝ ਗਿਆ।

ਜਦੋਂ ਕਿਸੇ ਕੁੜੀ ਨੂੰ ਮੁੰਡਾ ਪਸੰਦ ਆ ਜਾਵੇ ਤਾਂ ਉਹ ਮਿਲਣ ਜਾਂ ਕਾਲ ਕਰਨ ਦੇ ਇੰਨੇ ਤਰੀਕੇ ਲੱਭ ਲੈਂਦੀ ਹੈ, ਜਿੰਨੇ ਸ਼ਾਇਦ ਐਡੀਸਨ ਨੇ ਬਲਬ ਬਣਾਉਣ ਬਾਰੇ ਵੀ ਨਹੀਂ ਸੋਚੇ ਹੋਣੇ! ਮੈਂ ਉਸ ਨੂੰ ਪਸੰਦ ਸੀ ਜਾਂ ਨਹੀਂ, ਇਹ ਤਾਂ ਮੈਨੂੰ ਨਹੀਂ ਪਤਾ, ਜਾਂ ਫਿਰ ਉਸ ਦਾ ਇਰਾਦਾ ਇਹ ਸੀ ਕਿ ਆਈ.ਏ.ਐੱਸ. ਬਣਨ ਦੇ ਸੁਪਨੇ ਨੂੰ ਪੂਰਾ ਕਰਨ ਵਿੱਚ ਗਿਰੀਸ਼ ਹੀ ਮੇਰੀ ਮਦਦ ਕਰ ਸਕਦਾ ਹੈ। ਸ਼ਾਇਦ ਇਸ ਕਰਕੇ ਵੀ ਉਸ ਨੇ ਮੈਨੂੰ ਆਪਣਾ ਦੋਸਤ ਬਣਾਇਆ ਹੋਵੇਗਾ। ਪਰ ਕਾਰਨ ਜੋ ਵੀ ਸੀ, ਦੋਸਤੀ ਹੌਲੀ-ਹੌਲੀ ਪੱਕੀ ਹੁੰਦੀ ਜਾ ਰਹੀ ਸੀ।

ਮੈਂ ਬਤਰਾ ਸਿਨੇਮਾ ਗਿਆ ਅਤੇ ਅਗਰਵਾਲ ਸਵੀਟ ਹੋਮ ਦੇ ਨਾਲ ਵਾਲੀ ਬੁੱਕ ਸ਼ਾਪ ਤੋਂ ਹਰਸ਼ ਵੀ ਪੰਤ ਦੀ ਆਈਆਰ ਕਿਤਾਬ ਖ਼ਰੀਦ ਕੇ ਐਂਜਲ ਨੂੰ ਫ਼ੋਨ ਮਿਲਾਇਆ। ਸਾਹਮਣਿਓਂ ਆਵਾਜ਼ ਆਈ, "ਰੁਕੋ, ਮੈਂ ਹੁਣੇ ਆਉਂਦੀ ਹਾਂ।" ਮੈਂ ਮਨ ਹੀ ਮਨ ਸੋਚ ਰਿਹਾ ਸੀ ਕਿ ਕਿਤਾਬ ਤਾਂ ਇੱਕ ਬਹਾਨਾ ਸੀ, ਅਸਲ ਕੰਮ ਤਾਂ ਉਸ ਨੂੰ ਮਿਲਣਾ ਹੀ ਸੀ।

"ਤੁਸੀਂ ਅੱਜ ਤਾਂ ਬਿਲਕੁਲ ਚਮਨ ਲਾਲ ਲੱਗ ਰਹੇ ਹੋ।" ਰਿਕਸ਼ੇ ਤੋਂ ਉਤਰਦਿਆਂ ਹੀ ਉਸ ਨੇ ਮੇਰੇ ਵੱਲ ਵੇਖਦਿਆਂ ਕਿਹਾ। ਉਸ ਦੇ ਚਿਹਰੇ 'ਤੇ ਮੁਸਕਾਨ ਦੇਖ ਕੇ ਮੇਰੀਆਂ ਅੱਖਾਂ ਖੁੱਲ੍ਹੀਆਂ ਹੀ ਰਹਿ ਗਈਆਂ।

"ਓਏ, ਮੇਰਾ ਦੋਸਤ ਜੋਧਪੁਰੀ ਜੁੱਤੀ ਲਿਆਇਆ ਸੀ, ਉਸ ਨੂੰ ਹੀ ਪਾਇਆ ਹੈ, ਕੀ ਇਹ ਚੰਗੀ ਨਹੀਂ ਲੱਗ ਰਹੀ?"

"ਤੁਹਾਨੂੰ ਤਾਂ ਹਰ ਚੀਜ਼ ਫੱਬਦੀ ਹੈ; ਮੈਂ ਤਾਂ ਬਸ ਮਜ਼ਾਕ ਹੀ ਕਰ ਰਹੀ ਸੀ।"

"ਕੌਫ਼ੀ ਪਿਆਉਗੇ?" ਐਂਜਲ ਨੇ ਪੁੱਛਿਆ।

"ਕਿਉਂ ਨਹੀਂ!" ਮੈਂ ਮੁਸਕਰਾਉਂਦੇ ਹੋਏ ਕਿਹਾ।

ਡਿਸਕਸ ਕਰਦੇ-ਕਰਦੇ ਪਤਾ ਨਹੀਂ ਕਦੋਂ ਮੈਂ ਐਂਜਲ ਦੀ ਥੌਟ-ਪ੍ਰੋਸੈੱਸ ਦਾ ਦੀਵਾਨਾ ਬਣ ਗਿਆ ਸੀ। ਸ਼ਾਇਦ ਮੈਂ ਉਸ ਦੇ ਸੋਚਣ ਦੇ ਢੰਗ ਅਤੇ ਵਿਚਾਰਾਂ ਨੂੰ ਪਸੰਦ ਕਰਨ ਲੱਗ ਪਿਆ ਸੀ ਅਤੇ ਉਸ ਦੀਆਂ ਗੱਲਾਂ ਤੇ ਅੰਦਾਜ਼ ਦਾ ਤਾਂ ਦੀਵਾਨਾ ਹੋ ਗਿਆ ਸੀ। ਲਗਭਗ ਚਾਰ ਮਹੀਨਿਆਂ ਦੀ ਲਗਾਤਾਰ ਗੱਲਬਾਤ ਤੋਂ ਬਾਅਦ ਸਾਡੇ ਸੰਵਾਦ ਵਿੱਚ ਇੰਨਾ ਖੁੱਲ੍ਹਾਪਣ ਆ ਗਿਆ ਸੀ ਕਿ ਕੁਝ ਵੀ ਕਹਿਣ ਵਿੱਚ ਅਸਹਿਜਤਾ ਮਹਿਸੂਸ ਨਹੀਂ ਹੁੰਦੀ ਸੀ। ਦੋਸਤੀ ਹੌਲੀ-ਹੌਲੀ ਆਤਮਿਕ ਨੇੜਤਾ ਵਿੱਚ ਬਦਲਣ ਲੱਗੀ।

ਐਂਜਲ ਜਦੋਂ ਵੀ ਮੈਨੂੰ ਮਿਲਦੀ ਤਾਂ ਪਿਆਸੀ ਸੁਨਹਿਰੀ ਮੱਛੀ ਵਾਂਗ! ਪੂਰੇ ਕੈਂਪਸ ਦੀ ਲਾਇਬ੍ਰੇਰੀ ਵਿੱਚ ਸਿਰਫ਼ ਦੋ ਵਿਅਕਤੀ ਹੀ ਇਸ ਨਵੇਂ ਅਹਿਸਾਸ ਤੋਂ ਜਾਣੂ ਸਨ। ਹਰ ਰੋਜ਼ ਲਾਇਬ੍ਰੇਰੀ ਤੋਂ ਬਾਹਰ ਨਿਕਲਣ 'ਤੇ ਇਸ ਗੱਲ ਦਾ ਅਹਿਸਾਸ ਮੈਨੂੰ ਗੁਦਗੁਦੀ ਦਿੰਦਾ ਸੀ ਕਿ ਚਲੋ ਅੱਗ ਤਾਂ ਦੋਵਾਂ ਪਾਸਿਆਂ ਤੋਂ ਬਰਾਬਰ ਹੀ ਲੱਗੀ ਹੈ। ਉਂਜ, ਮੈਂ ਅਕਸਰ ਆਪਣੇ ਆਪ ਨੂੰ ਇਹ ਕਹਿ ਕੇ ਸਮਝਾਉਂਦਾ ਸੀ, 'ਪਹਿਲਾਂ ਕੈਰੀਅਰ ਬਣਾਓ, ਫਿਰ ਚਾਹੇ ਜਿੰਨੀ ਮਰਜ਼ੀ ਪਿਆਰ ਦੀ ਡੁਗਡੁਗੀ ਵਜਾ ਲੈਣਾ।' ਇਸ ਲਈ ਮੈਂ ਪ੍ਰਪੋਜ਼ ਕਰਨ ਲਈ ਲੰਬਾ ਸਮਾਂ ਲੈਣਾ ਬਿਹਤਰ ਸਮਝਿਆ। ਐਂਜਲ ਅਤੇ ਮੈਂ ਦੋਵੇਂ ਆਈ.ਏ.ਐੱਸ. ਦੀ ਤਿਆਰੀ ਕਰ ਰਹੇ ਸੀ, ਇਸ ਲਈ ਸਾਨੂੰ ਕਿਤਾਬਾਂ ਨਾਲ ਡੂੰਘੀ ਦੋਸਤੀ ਨਿਭਾਉਣੀ ਸੀ, ਤਾਂ ਜੋ ਅਸੀਂ ਯੂ.ਪੀ.ਐੱਸ.ਸੀ. ਦਾ ਕਿਲ੍ਹਾ ਫ਼ਤਿਹ ਕਰ ਸਕੀਏ।

"ਚਲੋ, ਸ਼ਿਮਲੇ ਘੁੰਮ ਕੇ ਆਈਏ।"

"ਟੂਰ ਦਾ ਪਲਾਨ ਨਹੀਂ ਬਣਾ ਸਕਦੀ, ਮੰਮੀ ਕੁਝ ਬੋਲੇਗੀ।"

"ਮੈਂ ਵੀ ਕਿਹੋ-ਜਿਹੀ ਐਟੀਟਿਊਡ ਵਾਲੀ ਕੁੜੀ ਨੂੰ ਪੁੱਛ ਲਿਆ! ਸਮਝਦੀ ਕੀ ਹੈ ਆਪਣੇ ਆਪ ਨੂੰ! ਚਲਦੇ ਹੋ ਜਾਂ ਨਹੀਂ? ਕੀ ਮੈਂ ਤੇਰੀ ਸਹੇਲੀ ਅੰਜਲੀ ਨੂੰ ਸ਼ਿਮਲੇ ਨਾਲ ਜਾਣ ਲਈ ਕਹਾਂ?"

"ਅੱਛਾ, ਜੇਕਰ ਮੈਂ ਤੁਹਾਡੇ ਨਾਲ ਗੱਲ ਨਾ ਕਰਾਂ, ਤਾਂ ਕੀ ਤੁਸੀਂ ਮੇਰੀ ਸਹੇਲੀ ਨਾਲ ਗੱਲ ਕਰਨੀ ਸ਼ੁਰੂ ਕਰ ਦਿਉਂਗੇ?"

"ਹੂੰ..."

"ਹੂੰ..."

ਮੈਂ ਤੇ ਐਂਜਲ ਹਮੇਸ਼ਾ ਵਾਂਗ ਝਗੜਾ ਕਰਕੇ, ਮਨ ਵਿੱਚ ਹਉਮੈਂ ਕਾਰਨ ਇੱਕ-ਦੂਜੇ ਦੀ ਸ਼ਕਲ ਨਾ ਦੇਖਣ ਦਾ ਫ਼ੈਸਲਾ ਕਰ ਕੇ ਇੱਕ ਦੂਜੇ ਤੋਂ ਦੂਰ ਹੋ ਗਏ।

5

ਪ੍ਰੀ ਦਾ ਫੋਬੀਆ

ਇਹ ਉਸ ਸਮੇਂ ਦੀ ਗੱਲ ਹੈ ਜਦੋਂ ਦੇਸ਼ ਵਿੱਚ ਇੱਕ ਤੋਂ ਬਾਅਦ ਇੱਕ ਬੈਂਕ ਘੋਟਾਲੇ ਅਖ਼ਬਾਰਾਂ ਦੀਆਂ ਸੁਰਖ਼ੀਆਂ ਬਣ ਰਹੇ ਸਨ। ਵੱਡੇ ਘਪਲੇਬਾਜ਼ ਭਾਰਤ ਵਿਚੋਂ ਪੈਸੇ ਹੜੱਪ ਕੇ ਵਿਦੇਸ਼ ਭੱਜ ਰਹੇ ਸਨ। 3 ਜੂਨ 2018 ਨੂੰ ਐਤਵਾਰ ਦਾ ਦਿਨ ਸੀ। ਇਹ ਦਿਨ ਯੂ.ਪੀ.ਐੱਸ.ਸੀ. ਦੇ ਕਈ ਪ੍ਰੀਖਿਆਰਥੀਆਂ 'ਤੇ ਕਹਿਰ ਬਣ ਕੇ ਟੁੱਟਿਆ। ਹਰ ਸਾਲ ਦੀ ਤਰ੍ਹਾਂ ਇਸ ਵਾਰ ਵੀ ਯੂ.ਪੀ.ਐੱਸ.ਸੀ. ਨੇ ਪ੍ਰੀਲਿਮਜ਼ ਪ੍ਰੀਖਿਆ 'ਚ ਸਵਾਲ ਪੁੱਛਣ ਦਾ ਪੈਟਰਨ ਬਦਲ ਦਿੱਤਾ। ਸਾਲ 2018 ਦੇ ਜਨਰਲ ਸਟੱਡੀ ਦੇ ਪੇਪਰ ਨੂੰ ਦੇਖ ਕੇ ਕਈ ਪ੍ਰੀਖਿਆਰਥੀਆਂ ਦੀ ਸਿੱਟੀ-ਪੁੱਟੀ ਗੁੰਮ ਹੋ ਗਈ। ਪੁੱਛੇ ਗਏ ਸਵਾਲਾਂ ਤੋਂ ਜਾਪਦਾ ਸੀ ਕਿ ਪੇਪਰ ਸੈਟਰ ਪ੍ਰੀਖਿਆਰਥੀਆਂ 'ਤੇ ਤਸ਼ੱਦਦ ਢਾਹੁਣਾ ਚਾਹੁੰਦਾ ਸੀ। ਐਂਜਲ ਨੂੰ ਵੀ ਇਸ ਪੇਪਰ ਨੇ ਬਹੁਤ ਪਰੇਸ਼ਾਨ ਕੀਤਾ। ਉਹ ਓ.ਐੱਮ.ਆਰ. ਸ਼ੀਟ 'ਚ ਗੋਲੇ ਭਰਦੇ ਸਮੇਂ ਡਿਪ੍ਰੈਸ਼ਨ ਵਿੱਚ ਆ ਗਈ ਸੀ। ਹਾਲਾਂਕਿ ਸੀ ਸੈੱਟ (C SET) ਦਾ ਪੇਪਰ ਜ਼ਿਆਦਾ ਔਖਾ ਨਹੀਂ ਸੀ।

ਪੇਪਰ ਤੋਂ ਬਾਅਦ ਜਦੋਂ ਐਂਜਲ ਨੇ ਕੈਲਕੂਲੇਸ਼ਨ ਕੀਤਾ ਤਾਂ ਉਸ ਦੇ 120 ਦੇ ਕਰੀਬ ਨੰਬਰ ਬਣਦੇ ਸਨ। ਪੇਪਰ ਦੀ ਕਟ-ਆਫ਼ 100 ਅੰਕਾਂ ਤੋਂ ਘੱਟ ਰਹਿਣ ਦੀ ਹੀ ਸੰਭਾਵਨਾ ਸੀ। ਇਹ ਪਿਛਲੇ 10 ਸਾਲਾਂ ਦਾ ਸਭ ਤੋਂ ਔਖਾ ਪੇਪਰ ਸੀ। ਮੈਂ ਆਪਣਾ ਪੇਪਰ ਠੀਕ ਹੋਣ ਤੋਂ ਜ਼ਿਆਦਾ ਇਸ ਗੱਲ ਤੋਂ ਖ਼ੁਸ਼ ਸੀ ਕਿ ਐਂਜਲ ਦਾ ਪੇਪਰ ਵਧੀਆ ਹੋਇਆ ਸੀ। ਉਸ ਦੀ ਪ੍ਰੀਲਿਮਜ਼ ਪ੍ਰੀਖਿਆ 'ਚੋਂ ਪਾਸ ਹੋਣ ਦੀ ਆਸ ਬੱਝ ਗਈ ਸੀ। ਹੋਇਆ ਵੀ ਉਸੇ ਤਰ੍ਹਾਂ 140ਦਿਨਾਂ ਬਾਅਦ ਜਦੋਂ ਐਂਜਲ ਦਾ ਰੋਲ ਨੰਬਰ ਰਿਜ਼ਲਟ ਦੀ ਪੀਡੀਐਫ਼ ਵਿੱਚ ਦੇਖਿਆ ਤਾਂ ਮੇਰੀ ਖ਼ੁਸ਼ੀ ਦੀ ਕੋਈ ਹੱਦ ਨਾ ਰਹੀ। ਲਵਗੁਰੂ ਅਤੇ ਅਨੀਸ਼ ਨੂੰ ਛੱਡ ਕੇ ਮੇਰੇ ਸਾਰੇ ਦੋਸਤਾਂ ਨੇ ਪ੍ਰੀਲਿਮਜ ਪ੍ਰੀਖਿਆ ਪਾਸ ਕਰ ਲਈ ਸੀ।

ਮੈਂ ਇੱਕ ਦਿਨ ਲਾਇਬ੍ਰੇਰੀ 'ਚ ਬੈਠਾ-ਬੈਠਾ ਆਨਸਰ ਰਾਈਟਿੰਗ ਦੀ ਪ੍ਰੈਕਟਿਸ ਕਰ ਰਿਹਾ ਸੀ। "ਕਲਮੇਂ ਘਿਸ ਦੋ, ਕੁਰਸੀਆਂ ਤੋੜ ਦੋ; ਬਿਨਾਂ ਹਿੱਲੇ, ਬਿਨਾਂ ਡੁਲੇ, ਬਿਨਾਂ ਰੁਕੇ ਯੂ.ਪੀ.ਐੱਸ.ਸੀ. ਤੋੜ ਦੋ।" ਮੇਰੇ ਮੋਢਿਆਂ 'ਤੇ ਹੱਥ ਰੱਖ ਕੇ ਲਵਗੁਰੂ ਨੇ ਸ਼ਾਇਰਾਨਾ ਅੰਦਾਜ਼ 'ਚ ਕਿਹਾ।

"ਕੀ ਗੱਲ ਹੈ ਲਵਗੁਰੂ ਭਰਾ, ਅੱਜਕੱਲ੍ਹ ਬੜੇ ਸ਼ਿਅਰ ਨਿਕਲ ਰਹੇ ਹਨ।"

"ਓਏ, ਅਜਿਹਾ ਕੁਝ ਨਹੀਂ ਹੈ, ਜਲਦੀ-ਜਲਦੀ ਯੂ.ਪੀ.ਐੱਸ.ਸੀ. ਪਾਸ ਕਰਨ ਦਾ ਸੁਪਨਾ ਪੂਰਾ ਕਰ ਲਓ ਯਾਰੋ, ਫਿਰ ਆਪਣੇ ਮਾਪਿਆਂ ਦੇ ਸੁਪਨੇ ਵੀ ਪੂਰੇ ਕਰਨੇ ਹਨ। ਸੁਪਨਿਆਂ ਦੀ ਕੋਈ ਲਿਮਿਟ ਨਹੀਂ ਹੈ, ਕਦੋਂ ਤੱਕ ਆਈ.ਏ.ਐੱਸ. 'ਤੇ ਟਿਕੇ ਰਹੋਗੇ" ਲਵਗੁਰੂ ਨੇ ਕਿਤਾਬ ਚੁੱਕਦਿਆਂ ਕਿਹਾ।

"ਹਾਂਜੀ, ਆਈ.ਏ.ਐੱਸ. ਦੀ ਮੁੱਖ ਪ੍ਰੀਖਿਆ 'ਚ ਸਿਰਫ਼ ਇੱਕ ਮਹੀਨਾ ਬਾਕੀ ਰਹਿ ਗਿਆ ਹੈ; ਹੁਣ ਅੰਡਰਗਰਾਊਂਡ ਹੋਣ ਦਾ ਸਮਾਂ ਆ ਗਿਆ ਹੈ।" ਸੁਮਿਤ ਨੇ ਬੇਯਰ ਐਕਟ ਦੀ ਕਿਤਾਬ ਚੁੱਕੀ ਤੇ ਲਾਇਬ੍ਰੇਰੀ ਤੋਂ ਫਲੈਟ ਵੱਲ ਤੁਰ ਪਿਆ। ਆਈ.ਆਈ.ਟੀ. ਕਾਨਪੁਰ ਤੋਂ ਪੜ੍ਹਿਆ ਸੁਮਿਤ ਚੰਗੀ ਨੌਕਰੀ ਕਰਦਾ ਸੀ। 40 ਲੱਖ ਰੁਪਏ ਦਾ ਸ਼ਾਨਦਾਰ ਪੈਕੇਜ ਸੀ, ਪਰ ਪਰਿਵਾਰ ਵਾਲਿਆਂ ਨੇ ਕਿਹਾ ਕਿ ਆਈ.ਏ.ਐੱਸ. ਹੀ ਬਣਨਾ ਹੈ। ਇਸ ਲਈ ਉਹ ਨੌਕਰੀ ਛੱਡ ਕੇ ਤਿਆਰੀ ਕਰਨ ਆਇਆ ਹੋਇਆ ਸੀ। ਉਸ ਨੂੰ ਇੱਥੇ ਆਏ ਨੂੰ 4 ਸਾਲ ਹੋ ਗਏ ਸਨ ਪਰ ਆਈ.ਏ.ਐੱਸ. ਬਣਨ ਦਾ ਸੁਪਨਾ ਦੂਰ-ਦੂਰ ਤੱਕ ਵੀ ਸੱਚ ਹੁੰਦਾ ਨਹੀਂ ਦਿਖਾਈ ਦੇ ਰਿਹਾ ਸੀ। ਇੱਕ ਵਾਰ ਤਾਂ ਉਸ ਤੋਂ ਪ੍ਰੀਲਿਮਜ ਪ੍ਰੀਖਿਆ ਵੀ ਪਾਸ ਨਹੀਂ ਹੋਈ ਅਤੇ ਦੋ ਵਾਰ ਮੁੱਖ ਪ੍ਰੀਖਿਆ ਵਿੱਚੋਂ ਯੂ.ਪੀ.ਐੱਸ.ਸੀ. ਨੇ ਬਾਹਰ ਦਾ ਰਸਤਾ ਵਿਖਾ ਦਿੱਤਾ।

"ਸਾਡੇ ਦੋਸਤਾਂ ਵਿੱਚੋਂ ਗਿਰੀਸ਼ ਅਤੇ ਵਿਜੈ ਨੇ ਸਿਵਲ ਸੇਵਾ ਦਾ ਇੰਟਰਵਿਊ ਦਿੱਤਾ ਹੈ, ਅਸੀਂ ਇਹਨਾਂ ਲੋਕਾਂ ਦੇ ਮੂੰਹੋਂ ਹੀ ਸੁਣਨਾ ਚਾਹਾਂਗੇ ਕਿ ਮੁੱਖ ਪ੍ਰੀਖਿਆ ਲਈ ਕਿਹੋ ਜਿਹੀ ਰਣਨੀਤੀ ਹੋਣੀ ਚਾਹੀਦੀ ਹੈ?" ਐਂਜਲ ਨੇ ਕਿਹਾ।

"ਸਿਵਲ ਸੇਵਾ ਦੀ ਮੁੱਖ ਪ੍ਰੀਖਿਆ ਦਾ ਉਦੇਸ਼ ਪ੍ਰੀਖਿਆਰਥੀ ਦੇ ਸਮੁੱਚੇ ਬੌਧਿਕ ਗੁਣਾਂ ਦੀ ਪਰਖ-ਪੜਤਾਲ ਕਰਨਾ ਅਤੇ ਪ੍ਰੀਖਿਆਰਥੀ ਦੇ ਪ੍ਰਾਪਤ ਕੀਤੇ ਗਿਆਨ ਦਾ ਬਹੁਤ ਡੂੰਘਾਈ ਨਾਲ ਮੁਲਾਂਕਣ ਕਰਨਾ ਹੈ। ਦੋਸਤੋ, ਯੂ.ਪੀ.ਐੱਸ.ਸੀ. ਕੇਵਲ ਕਾਪੀ 'ਚ, ਤੱਥਾਂ ਤੇ ਅੰਕੜਿਆਂ ਦੇ ਨਾਲ ਬਿਹਤਰ ਭਾਸ਼ਾਈ ਪ੍ਰਸਤੁਤੀਕਰਨ ਹੀ ਨਹੀਂ ਚਾਹੁੰਦੀ, ਸਗੋਂ ਗੁੰਝਲਦਾਰ ਸਵਾਲਾਂ ਦੇ ਸੁਲਝੇ ਅਤੇ ਸਰਲ ਭਾਸ਼ਾ ਵਿੱਚ ਜਵਾਬ ਚਾਹੁੰਦੀ ਹੈ। ਪਰ ਬੇਲੋੜੇ ਤੱਥਾਂ, ਜਾਣਕਾਰੀਆਂ ਅਤੇ ਅੰਕੜਿਆਂ ਦੀ ਵਰਤੋਂ ਵੀ ਜਵਾਬ ਵਿੱਚ ਨਹੀਂ ਹੋਣੀ ਚਾਹੀਦੀ, ਇਸ ਨਾਲ ਜਵਾਬ ਬਨਾਵਟੀ ਜਿਹਾ ਬਣ ਸਕਦਾ ਹੈ। ਹਾਂ, ਤੁਹਾਡਾ ਜਵਾਬ ਤੱਥਾਂ ਅਤੇ

ਅੰਕੜਿਆਂ ਰਾਹੀਂ ਸੰਕਲਪਿਤ ਤੌਰ 'ਤੇ ਸਹੀ ਹੋਣਾ ਚਾਹੀਦਾ ਹੈ। ਜੇਕਰ ਤੁਸੀਂ ਦੇਸ਼ ਅਤੇ ਦੁਨੀਆ ਭਰ ਵਿੱਚ ਵਾਪਰ ਰਹੀਆਂ ਮੌਜੂਦਾ ਘਟਨਾਵਾਂ ਨੂੰ ਉਦਾਹਰਨਾਂ ਦੇ ਨਾਲ ਆਪਣੇ ਨਵੇਂ ਵਿਚਾਰਾਂ ਨੂੰ ਵੀ ਕਾਪੀ ਵਿੱਚ ਲਿਖਦੇ ਹੋ, ਤਾਂ ਤੁਸੀਂ ਸਿਵਲ ਸੇਵਾ ਮੁੱਖ ਪ੍ਰੀਖਿਆ ਵਿੱਚ ਚੰਗੇ ਅੰਕ ਪ੍ਰਾਪਤ ਕਰ ਸਕਦੇ ਹੋ।" ਮੈਂ ਮੁੱਖ ਪ੍ਰੀਖਿਆ ਕਰਵਾਉਣ ਦੇ ਪਿੱਛੇ ਯੂ.ਪੀ.ਐੱਸ. ਸੀ. ਦੇ ਮਕਸਦ ਅਤੇ ਅੰਕ ਦੇਣ ਦੀ ਰਣਨੀਤੀ ਬਾਰੇ ਦੱਸਦਿਆਂ ਕਿਹਾ।

"ਪਤਾ ਹੈ, ਕੁਝ ਯੂ.ਪੀ.ਐੱਸ.ਸੀ. ਦੇ ਚਾਹਵਾਨ ਇੱਕ ਸਾਲ ਬਾਅਦ ਵੀ ਇਹ ਫ਼ੈਸਲਾ ਨਹੀਂ ਕਰ ਪਾਉਂਦੇ ਕਿ ਉਹਨਾਂ ਨੇ ਅਖ਼ਬਾਰ 'ਹਿੰਦੂ' ਪੜ੍ਹਨਾ ਹੈ ਜਾਂ 'ਇੰਡੀਅਨ ਐਕਸਪ੍ਰੈੱਸ'; 'ਦੈਨਿਕ ਜਾਗਰਨ' ਪੜ੍ਹਨਾ ਹੈ ਜਾਂ 'ਜਨਸੱਤਾ'; ਕਿਤਾਬਾਂ ਨਿਊ ਐਨ.ਸੀ.ਈ.ਆਰ.ਟੀ. ਦੀਆਂ ਪੜ੍ਹਨੀਆਂ ਹਨ ਜਾਂ ਓਲਡ ਐਨ.ਸੀ.ਈ.ਆਰ.ਟੀ. ਦੀਆਂ; ਕੋਚਿੰਗ ਕਰਨੀ ਹੈ ਜਾਂ ਨਹੀਂ ਕਰਨੀ; ਬਿਨਾਂ ਨੋਟਸ ਤਿਆਰ ਕੀਤੇ ਪੜ੍ਹਾਈ ਕਰਨੀ ਹੈ ਜਾਂ ਨੋਟਸ ਬਣਾ ਕੇ। ਜੋ ਜ਼ਿਆਦਾ ਉਲਝਣ ਦੀ ਸਥਿਤੀ 'ਚ ਰਹਿੰਦੇ ਹਨ, ਉਹਨਾਂ ਦੀ ਸਿਲੈੱਕਸ਼ਨ ਦੇ ਮੌਕੇ ਓਨੇ ਹੀ ਘੱਟ ਜਾਂਦੇ ਹਨ। ਇਸ ਲਈ ਉਲਝਣ ਵਿੱਚ ਨਾ ਰਹੋ ਅਤੇ ਜੋ ਵੀ ਸਹੀ ਲੱਗੇ, ਉਸ ਅਨੁਸਾਰ ਰਣਨੀਤੀ ਬਣਾਓ ਅਤੇ ਤਿਆਰੀ 'ਚ ਜੁੱਟ ਜਾਓ। 'ਦੁਬਿਧਾ ਮੇਂ ਦੋਨੋਂ ਗਏ, ਮਾਇਆ ਮਿਲੀ ਨਾ ਰਾਮ', ਅਜਿਹਾ ਨਹੀਂ ਹੋਣਾ ਚਾਹੀਦਾ।" ਵਿਜੈ ਨੇ ਸਿੱਧੇ ਸ਼ਬਦਾਂ ਵਿੱਚ ਆਪਣੀ ਗੱਲ ਕਹੀ।

"ਤੁਸੀਂ ਠੀਕ ਕਹਿ ਰਹੇ ਹੋ," ਸੁਮਿਤ ਨੇ ਕਿਹਾ। "ਉਂਜ ਵੀ ਮੁੱਖ ਪ੍ਰੀਖਿਆ ਵਿੱਚ ਨਾਲੇਜ ਦੇ ਨਾਲ-ਨਾਲ ਲਿਖਣ ਦੀ ਸਪੀਡ ਵੀ ਮੈਟਰ ਕਰਦੀ ਹੈ, ਹੈ ਨਾ ਗਿਰੀਸ਼।"

"ਜੇਕਰ ਲਿਖਣ ਦੀ ਸਪੀਡ ਘੱਟ ਹੈ ਤਾਂ ਮੁੱਖ ਪ੍ਰੀਖਿਆ ਨੂੰ ਭੁੱਲ ਜਾਓ, ਜਾਂ ਰੋਜ਼ਾਨਾ ਇੰਨੀ ਪ੍ਰੈਕਟਿਸ ਕਰੋ ਕਿ ਤੁਹਾਡੀ ਲਿਖਣ ਦੀ ਸਪੀਡ ਵਧੀਆ ਹੋ ਜਾਵੇ। ਗੰਗਾ ਸਿੰਘ ਰਾਜ ਪੁਰੋਹਿਤ ਇੱਕ ਦਿਨ 'ਚ ਤਿੰਨ-ਤਿੰਨ ਘੰਟੇ ਦੇ ਤਿੰਨ ਪੇਪਰ ਹੱਲ ਕਰਦਾ ਸੀ, ਤਾਂ ਹੀ ਉਸ ਦੀ 33ਵੀਂ ਆਲ ਇੰਡੀਆ ਰੈਂਕ ਆਈ ਸੀ। ਸਫ਼ਲਤਾ ਦਾ ਕੋਈ ਸ਼ਾਰਟਕੱਟ ਨਹੀਂ ਹੈ।" ਮੈਂ ਚਾਹ ਦਾ ਕੱਪ ਚੁੱਕਦਿਆਂ ਕਿਹਾ।

"ਲਿਖਣਾ ਪ੍ਰਯੋਗਾਂ ਦੀ ਖੇਡ ਹੈ। ਤੁਸੀਂ ਜਿੰਨੇ ਵੱਧ ਵਿਸ਼ਿਆਂ 'ਤੇ ਲਿਖੋਗੇ, ਤੁਹਾਡੇ ਸ਼ਬਦ ਅਤੇ ਵਾਕ ਓਨੇ ਹੀ ਤਿੱਖੇ ਹੋਣਗੇ। ਇਸ ਨਾਲ ਤੁਹਾਡੀ ਵਿਚਾਰ ਪ੍ਰਗਟ ਕਰਨ ਦੀ ਯੋਗਤਾ ਵਧੇਰੇ ਪ੍ਰਭਾਵਸ਼ਾਲੀ ਹੋਵੇਗੀ; ਤੁਹਾਡੀ ਲਿਖਣ ਸ਼ੈਲੀ ਪ੍ਰੀਖਿਅਕ 'ਤੇ ਡੂੰਘੀ ਛਾਪ ਛੱਡੇਗੀ। ਇਸ ਲਈ ਨਿਬੰਧ, ਲੇਖ, ਵਿਅੰਗ, ਕਵਿਤਾ, ਕਹਾਣੀ, ਸੰਸਮਰਨ, ਲਘੂ ਨਾਵਲ, ਗ਼ਜ਼ਲ ਆਦਿ ਜੋ ਵੀ ਪਸੰਦ ਹੋਵੇ, ਹਮੇਸ਼ਾ ਲਿਖਦੇ ਰਹੋ। ਇਸ ਗੱਲ ਦੀ ਪਰਵਾਹ ਨਾ ਕਰੋ ਕਿ ਕੋਈ ਤੁਹਾਡੇ ਬਾਰੇ ਕੀ ਕਹਿੰਦਾ ਹੈ ਅਤੇ ਕੀ ਸੋਚਦਾ ਹੈ? ਆਪਣੇ ਆਪ ਨੂੰ

ਨਿਰੰਤਰ ਸੁਧਾਰਦੇ ਰਹੋ, ਸਿੱਖਦੇ ਰਹੋ, ਲਿਖਦੇ ਰਹੋ। ਯੂ.ਪੀ.ਐੱਸ.ਸੀ. ਇੱਕ ਅਜਿਹੀ ਪ੍ਰੀਖਿਆ ਹੈ ਜਿਸ ਵਿੱਚ ਸਿਲੈੱਕਸ਼ਨ ਦਾ ਸਿਰਫ਼ ਇੱਕ ਹੀ ਫ਼ਾਰਮੂਲਾ ਹੈ: 'ਬੇਹਤਰੀਨ ਲਿਖਣ ਸ਼ੈਲੀ।'" ਵਿਜੈ ਨੇ ਸਿਵਲ ਸੇਵਾ ਪ੍ਰੀਖਿਆ ਲਈ ਸਫ਼ਲਤਾ ਦਾ ਰਾਜ਼ ਦੱਸਦੇ ਹੋਏ ਕਿਹਾ।

6

ਮੁੱਖ ਪ੍ਰੀਖਿਆ ਵਿੱਚ ਜਲਵਾ

"ਤੁਹਾਡੀ ਸਲਾਹ 'ਤੇ ਮੈਂ ਜੈਪੁਰ ਜਾ ਰਹੀ ਹਾਂ... ਤੁਸੀਂ ਚੱਲੋਗੇ?"

"ਨਹੀਂ, ਮੈਨੂੰ ਕੁਝ ਕੰਮ ਹੈ।" ਕੁੜੀਆਂ ਦੇ ਅੰਦਾਜ਼ ਵਾਂਗ ਮੈਂ ਤੁਰੰਤ ਹਾਂ ਨਹੀਂ ਕਿਹਾ।

"ਰਿਜ਼ਲਟ ਨੂੰ ਲੈ ਕੇ ਬੜੀ ਬੇਚੈਨੀ ਹੋ ਰਹੀ ਸੀ, ਇਸ ਲਈ ਸੋਚਿਆ ਕਿ ਸ਼ਾਇਦ ਥੋੜ੍ਹਾ ਘੁੰਮਣ ਨਾਲ ਰਿਜ਼ਲਟ ਦੀ ਟੈਨਸ਼ਨ ਦੂਰ ਹੋ ਜਾਵੇ।"

ਮੁੰਡਿਆਂ ਦੀ ਇੱਕ ਕਮਜ਼ੋਰੀ ਹੁੰਦੀ ਹੈ, ਜਿਹੜੀ ਕੁੜੀ ਓਨਾ ਨੂੰ ਪਸੰਦ ਆ ਜਾਵੇ ਉਸ ਦੀ ਹਾਂ 'ਚ ਹਾਂ ਮਿਲਾਉਣਾ।

ਮੈਂ ਸ਼ਾਇਰਾਨਾ ਅੰਦਾਜ਼ ਵਿੱਚ ਕਿਹਾ, "ਰਿਜ਼ਲਟ ਦਾ ਇੰਤਜ਼ਾਰ ਕਰਨਾ ਬੜਾ ਔਖਾ ਹੈ-

'ਪਲ ਪਲ ਹਰ ਪਲ ਹਰ ਪਲ,
ਕੈਸੇ ਕਟੇਗਾ ਹਰ ਪਲ ਹਰ ਪਲ,
ਦਿਲ ਮੇਂ ਮਚੀ ਹੈ ਹਲਚਲ,
ਮਚੀ ਹੈ, ਹਲਚਲ ਹਲਚਲ ਹਲਚਲ।'"

"ਯੈਸ, ਥੰਮਸ ਅੱਪ!" ਉਸ ਨੂੰ ਇਹ ਲਾਈਨਾਂ ਬਹੁਤ ਪਸੰਦ ਆਈਆਂ।

"ਵੈਸੇ ਤੁਹਾਡਾ ਇੰਤਜ਼ਾਰ ਬਹੁਤ ਛੇਤੀ ਖ਼ਤਮ ਕਰਨ ਵਾਲੀ ਹੈ ਯੂ.ਪੀ.ਐੱਸ.ਸੀ.!"

"ਲੱਗ ਤਾਂ ਮੈਨੂੰ ਵੀ ਰਿਹਾ ਹੈ। ਰਿਜ਼ਲਟ ਕੱਲ੍ਹ ਨਾ ਹੀ ਆਵੇ ਤਾਂ ਚੰਗਾ ਹੈ, ਕਿਤੇ ਟਰਿੱਪ ਹੀ ਨਾ ਵਿਗੜ ਜਾਵੇ!"

ਉਸ ਨੇ ਦੇਰ ਰਾਤ ਵੱਟਸਐਪ 'ਤੇ ਮੈਸੇਜ ਭੇਜਿਆ, "ਕੱਲ੍ਹ ਸਵੇਰੇ ਤੁਸੀਂ ਜੈਪੁਰ ਚੱਲੋਗੇ?" ਮੈਂ ਉਦੋਂ ਤਕ ਸੌਂ ਗਿਆ ਸੀ।

ਜਦੋਂ ਮੈਂ ਸਵੇਰੇ ਫ਼ੋਨ ਕੀਤਾ ਤਾਂ ਉਸ ਨੇ ਕਿਹਾ, "ਆ ਜਾਓ, ਆਪਾਂ ਧੌਲ਼ਾ ਕੂਆਂ ਤੋਂ ਬੱਸ ਫੜਾਂਗੇ ਜੈਪੁਰ ਲਈ।"

"ਠੀਕ ਹੈ, ਚੱਲਦੇ ਹਾਂ।" ਮੈਂ ਸਹਿਮਤੀ ਦੇ ਦਿੱਤੀ।

ਦਸੰਬਰ ਦਾ ਮਹੀਨਾ ਸੀ ਅਤੇ ਸਰਦੀ ਆਪਣੇ ਸ਼ਬਾਬ 'ਤੇ ਸੀ। ਅਸੀਂ ਜੀ.ਟੀ.ਬੀ. ਨਗਰ ਤੋਂ ਮੈਟਰੋ ਫੜੀ। ਅੱਜ ਐਂਜਲ ਨੇ ਗੁਲਾਬੀ ਰੰਗ ਦੀ ਗੋਡਿਆਂ ਤਕ ਲੰਬੀ ਫਰਾਕ ਪਾਈ ਹੋਈ ਸੀ, ਜਿਸ ਵਿੱਚ ਉਹ ਬੇਹੱਦ ਖ਼ੂਬਸੂਰਤ ਲੱਗ ਰਹੀ ਸੀ। ਜੀ.ਟੀ.ਬੀ. ਨਗਰ ਤੋਂ ਸਾਡੇ ਨਾਲ ਇੱਕ ਪ੍ਰੇਮੀ ਜੋੜਾ ਵੀ ਮੈਟਰੋ ਵਿੱਚ ਚੜ੍ਹਿਆ। ਉਹ ਪ੍ਰੇਮੀ ਜੋੜਾ ਆਪਣੀ ਹੀ ਦੁਨੀਆ ਵਿੱਚ ਇੰਨਾ ਮਸ਼ਗੂਲ ਹੋ ਗਿਆ ਕਿ ਸ਼ਾਇਦ ਓਨਾ ਨੂੰ ਪਤਾ ਹੀ ਨਹੀਂ ਲੱਗਾ ਕਿ ਓਨਾ ਤੋਂ ਇਲਾਵਾ ਮੈਟਰੋ ਦੇ ਡੱਬੇ ਵਿੱਚ 20-25 ਹੋਰ ਯਾਤਰੀ ਵੀ ਬੈਠੇ ਹਨ। ਪ੍ਰੇਮੀ ਜੋੜਾ ਲਿਪ-ਲਾੱਕ ਕਰ ਰਿਹਾ ਸੀ। ਸਰਲ ਸ਼ਬਦਾਂ ਵਿੱਚ ਕਹੀਏ ਤਾਂ ਉਹ ਕਿਸਿੰਗ ਕਰ ਰਹੇ ਸਨ।

ਮੈਂ ਤੇ ਐਂਜਲ ਨੇ ਆਪਣੀਆਂ ਨਜ਼ਰਾਂ ਘੁਮਾ ਲਈਆਂ, ਪਰ ਪ੍ਰੇਮੀ ਜੋੜੇ ਦੀ ਇਸ ਅਸ਼ਲੀਲ ਹਰਕਤ ਨੂੰ ਦੇਖ ਕੇ ਇੱਕ ਅਧਖੜ ਉਮਰ ਦੀ ਔਰਤ ਨੇ ਓਨਾ ਦੀ ਕਲਾਸ ਲਾ ਦਿੱਤੀ।

"ਸੰਸਕਾਰ ਕਹੀਂ ਬੇਚ ਆਏ ਹੋ ਕਯਾ?" ਤਾਈ ਦੇ ਤੇਵਰ ਦੇਖ ਕੇ ਪ੍ਰੇਮੀ ਜੋੜੇ ਦੀ ਸਿੱਟੀ-ਪੁੱਟੀ ਗੁੰਮ ਹੋ ਗਈ। ਤਾਈ ਹਰਿਆਣਾ ਦੇ ਪੇਂਡੂ ਇਲਾਕੇ ਦੀ ਸੀ। ਪਰ ਓਨਾ ਨੇ ਅੱਗੋਂ ਕਿਹਾ, "ਇਸ਼ਕ ਕਾ ਇਜ਼ਹਾਰ ਔਰ ਵੋ ਭੀ ਖੁੱਲ੍ਹੇਆਮ!"

"ਹਮ 18 ਸਾਲ ਕੇ ਹੋ ਗਏ ਹੈਂ, ਇਸ ਲਈ ਕੁਛ ਵੀ ਕਰਨੇ ਕੋ ਸਵਤੰਤਰ ਹੈ।" ਕੁੜੀ ਨੇ ਦੱਬੀ ਹੋਈ ਆਵਾਜ਼ ਵਿੱਚ ਕਿਹਾ।

"ਕੁਛ ਵੀ ਕਰੋ, ਪਰ ਘਰ ਕੀ ਚਾਰ ਦੀਵਾਰੀ ਕੇ ਅੰਦਰ; ਪਬਲਿਕ ਪਲੇਸ ਪਰ ਆਪਣੀ ਮਰਯਾਦਾ ਮਤ ਭੂਲੋ। ਬੈੱਡਰੂਮ ਵਾਲੀ ਹਰਕਤੇਂ ਰੇਲ ਕੇ ਡੱਬੇ ਮੇਂ ਸ਼ੋਭਾ ਨਹੀਂ ਦੇਤੀ।" ਤਾਈ ਦਾ ਰਵੱਈਆ ਦੇਖਣਯੋਗ ਸੀ। ਇਸ ਤਮਾਸ਼ੇ ਨੂੰ ਮੈਟਰੋ ਦੇ ਇੱਕ ਯਾਤਰੀ ਨੇ ਸੋਸ਼ਲ ਮੀਡੀਆ 'ਤੇ ਪੋਸਟ ਕਰ ਦਿੱਤਾ। ਇਹੀ ਵੀਡੀਓ ਸੋਸ਼ਲ ਮੀਡੀਆ 'ਤੇ ਵਾਇਰਲ ਹੋਇਆ ਸੀ, 'ਦਿੱਲੀ ਮੈਟਰੋ ਮੇਂ ਪ੍ਰੇਮ ਲੀਲ੍ਹਾ ਕਰਤੇ ਦੋ ਪ੍ਰੇਮੀ।'

"ਡੈਮੋਕਰੇਸੀ ਮੇਂ ਰਹਿਣੇ ਵਾਲੇ ਕੀਟ-ਪਤੰਗੋਂ ਸੇ ਨਹੀਂ ਡਰਤੇ।" ਕੁੜੀ ਨੇ ਜਵਾਬ ਦਿੱਤਾ।

"ਲੋਕ ਪਬਲਿਕ ਪਲੇਸ ਦੀ ਮਰਯਾਦਾ ਨੂੰ ਭੁੱਲ ਰਹੇ ਹਨ। ਇਹ ਤਾਂ ਕੁਝ ਨਹੀਂ। 2011 ਵਿੱਚ ਦਿੱਲੀ ਦੇ ਗ੍ਰੀਨ ਪਾਰਕ ਮੈਟਰੋ ਸਟੇਸ਼ਨ ਦੀ ਇੱਕ ਥਾਂ 'ਤੇ ਬੈਠਾ ਪ੍ਰੇਮੀ ਜੋੜਾ

ਖੁੱਲ੍ਹੇਆਮ ਸੈਕਸ ਕਰ ਰਿਹਾ ਸੀ। ਇਸ ਤਰ੍ਹਾਂ ਦੀਆਂ ਘਟਨਾਵਾਂ ਮੈਟਰੋ ਦੇ ਵੱਖ-ਵੱਖ ਰੂਟਾਂ 'ਤੇ ਕਈ ਵਾਰ ਦਰਜ ਹੋ ਚੁੱਕੀਆਂ ਹਨ।" ਐਂਜਲ ਬੋਲੀ।

"ਕੀ ਗੱਲ ਕਰ ਰਹੇ ਹੋ!" ਮੈਂ ਹੈਰਾਨੀ ਪ੍ਰਗਟ ਕਰਦੇ ਹੋਏ ਕਿਹਾ।

"ਹਾਂ ਜੀ, ਸੱਚਮੁੱਚ! ਪੰਜਾਬੀ ਬਾਗ਼-ਮੁੰਡਕਾ ਲਾਈਨ, ਸ਼ਾਹਦਰਾ-ਰਿਠਾਲਾ ਲਾਈਨ ਅਤੇ ਇੱਕ ਤਾਂ ਐਥੇ ਹੀ ਯੈਲੋ ਲਾਈਨ 'ਤੇ। ਇਹ ਸਾਰੀਆਂ ਘਟਨਾਵਾਂ ਮੈਟਰੋ ਦੇ ਖ਼ੁਫ਼ੀਆ ਕੈਮਰੇ ਵਿੱਚ ਵੀ ਕੈਪਚਰ ਹੋ ਗਈਆਂ ਸਨ।"

"ਨੌਜਵਾਨ ਜੋੜਿਆਂ ਨੂੰ ਇਹ ਖ਼ਿਆਲ ਰੱਖਣਾ ਚਾਹੀਦਾ ਹੈ ਕਿ ਇਹ ਸਾਡੇ ਕਲਚਰ ਵਿੱਚ ਸਵੀਕਾਰਯੋਗ ਨਹੀਂ ਹੈ। ਸਾਡੇ ਦੇਸ਼ ਵਿੱਚ ਨੌਜਵਾਨ ਪੀੜ੍ਹੀ ਨੂੰ ਸਮਾਜ ਦੀਆਂ ਕਦਰਾਂ-ਕੀਮਤਾਂ ਦਾ ਸਤਿਕਾਰ ਕਰਨਾ ਚਾਹੀਦਾ ਹੈ। ਮੰਨਿਆ ਕਿ ਭਾਵੇਂ ਦਿੱਲੀ ਦਿਲ ਵਾਲਿਆਂ ਦੀ ਹੈ, ਪਰ ਖੁੱਲ੍ਹੇਆਮ ਅਸ਼ਲੀਲ ਰੁਮਾਂਸ ਦੀਆਂ ਘਟਨਾਵਾਂ ਨਹੀਂ ਹੋਣੀਆਂ ਚਾਹੀਦੀਆਂ।"

ਏਨਾ ਗੱਲਾਂ ਵਿੱਚ ਹੀ ਨਵੀਂ ਦਿੱਲੀ ਮੈਟਰੋ ਸਟੇਸ਼ਨ ਆ ਗਿਆ। ਸਾਨੂੰ ਧੌਲ਼ਾ ਕੂਆਂ ਲਈ ਮੈਟਰੋ ਬਦਲਣੀ ਪਈ। ਮੇਰੇ ਦਿਮਾਗ਼ ਵਿੱਚ ਅਜੇ ਵੀ ਤਾਈ ਦੇ ਤੇਵਰ ਵਾਲਾ ਦ੍ਰਿਸ਼ ਘੁੰਮ ਰਿਹਾ ਸੀ। ਧੌਲ਼ਾ ਕੂਆਂ ਤੋਂ ਅਸੀਂ ਜੈਪੁਰ ਲਈ ਬੱਸ ਫੜੀ ਤਾਂ ਮੈਂ ਇਸ ਗੱਲ ਤੋਂ ਖ਼ੁਸ਼ ਸੀ ਕਿ 'ਹਾਏ ਹੈਲੋ' ਤੋਂ ਸ਼ੁਰੂ ਹੋਇਆ ਐਂਜਲ ਦਾ ਸਾਥ ਹੁਣ ਦੋਸਤੀ ਵਿੱਚ ਬਦਲ ਗਿਆ ਸੀ।

ਬੱਸ ਵਿੱਚ ਬੈਠਦੇ ਹੀ, ਮੈਂ ਐਂਜਲ ਨੂੰ ਪੁੱਛਿਆ, "ਕੀ ਤੁਸੀਂ ਸ਼ਾਹਨਵਾਜ਼ ਹੁਸੈਨ ਨੂੰ ਜਾਣਦੇ ਹੋ?"

"ਹਾਂ-ਹਾਂ, ਉਹ ਬੀ.ਜੇ.ਪੀ. ਦਾ ਨੇਤਾ ਹੈ।"

"ਓਨਾ ਦੀ ਲਵ ਸਟੋਰੀ ਵੀ ਦਿੱਲੀ ਦੀਆਂ ਡੀਟੀਸੀ ਬੱਸਾਂ ਵਿੱਚ ਪਰਵਾਨ ਚੜ੍ਹੀ ਸੀ। ਸ਼ਾਹਨਵਾਜ਼ ਹੁਸੈਨ ਅਤੇ ਰੇਣੂ ਸ਼ਰਮਾ ਪਹਿਲੀ ਵਾਰ ਇੱਥੇ ਹੀ ਮਿਲੇ ਸਨ। ਕਈ ਦਫ਼ਾ ਸਫ਼ਰ ਦੌਰਾਨ ਹੀ ਹਮਸਫ਼ਰ ਮਿਲ ਜਾਂਦੇ ਹਨ।" ਮੈਂ ਐਂਜਲ ਦੀਆਂ ਅੱਖਾਂ ਵਿੱਚ ਅੱਖਾਂ ਪਾ ਕੇ ਦੇਖਦਿਆਂ ਕਿਹਾ।

ਉਹ ਥੋੜ੍ਹਾ ਜਿਹਾ ਮੁਸਕਰਾਈ ਅਤੇ ਸ਼ਰਮਸਾਰ ਜਿਹੀ ਹੋ ਗਈ। ਉਸ ਦੀ ਜ਼ੁਬਾਨ ਤਾਂ ਖ਼ਾਮੋਸ਼ ਸੀ ਪਰ ਅੱਖਾਂ ਗੱਲਾਂ ਕਰ ਰਹੀਆਂ ਸਨ। ਇਸ ਤਰ੍ਹਾਂ ਬੱਸ ਦੇ ਸਫ਼ਰ ਦੇ ਨਾਲ ਹੀ ਸਾਡੇ ਪਿਆਰ ਦਾ ਸਫ਼ਰ ਵੀ ਸ਼ੁਰੂ ਹੋ ਗਿਆ ਸੀ।

"ਸ਼ਾਹਨਵਾਜ਼ ਮੁਸਲਮਾਨ ਅਤੇ ਰੇਣੂ ਹਿੰਦੂ?" ਐਂਜਲ ਨੇ ਕੁਝ ਦੇਰ ਖ਼ਾਮੋਸ਼ ਰਹਿਣ ਤੋਂ ਬਾਅਦ ਪੁੱਛਿਆ।

"ਪਿਆਰ ਨਾ ਧਰਮ ਦੇਖਦਾ ਹੈ, ਨਾ ਜਾਤ, ਨਾ ਹੀ ਰੁਤਬਾ।" ਮੈਂ ਫ਼ਿਲਮੀ ਸਟਾਈਲ ਵਿੱਚ ਕਿਹਾ।

"ਦਿੱਕਤ ਤਾਂ ਬਹੁਤ ਆਈ ਹੋਵੇਗੀ ਉਸ ਸਮੇਂ ਓਨਾ ਨੂੰ!"

"ਵੋ ਇਸ਼ਕ ਮੁਹੱਬਤ ਔਰ ਪਿਆਰ ਭੀ ਕਯਾ, ਜੋ ਆਸਾਨੀ ਸੇ ਨਸੀਬ ਹੋ ਜਾਏ!"

ਮੈਂ ਅਤੇ ਐਂਜਲ ਦਿੱਲੀ ਤੋਂ ਜੈਪੁਰ ਦੇ ਬੱਸ ਸਫ਼ਰ ਦਾ ਅਨੰਦ ਲੈ ਰਹੇ ਸੀ। ਐਂਜਲ ਨਾਲ ਬੱਸ ਸਫ਼ਰ ਦੌਰਾਨ ਮੇਰੇ ਮਨ ਵਿੱਚ ਕਈ ਲਵ ਸਟੋਰੀਆਂ ਘੁੰਮ ਰਹੀਆਂ ਸਨ।

"ਐਂਜਲ, ਤੁਸੀਂ ਜਾਣਦੇ ਹੋ, ਪਿਆਰ ਲਈ ਕਈ ਤਰ੍ਹਾਂ ਦੇ ਪਾਪੜ ਵੇਲਣੇ ਪੈਂਦੇ ਹਨ। ਮੁਕੇਸ਼ ਅੰਬਾਨੀ ਵੀ ਪਿਆਰ ਲਈ ਲਗਜ਼ਰੀ ਕਾਰ ਦੀ ਥਾਂ ਖਟਾਰਾ ਬੱਸ 'ਚ ਸਫ਼ਰ ਕਰਿਆ ਕਰਦਾ ਸੀ।

"ਅੱਛਾ ਜੀ... ! ਤੁਹਾਨੂੰ ਕਿਵੇਂ ਪਤਾ?"

"ਮੈਨੂੰ ਲਵ ਸਟੋਰੀ 'ਤੇ ਆਧਾਰਿਤ ਚੀਜ਼ਾਂ ਦੇਖਣਾ ਅਤੇ ਪੜ੍ਹਨਾ ਬਹੁਤ ਪਸੰਦ ਹੈ। ਇੱਕ ਵਾਰ ਮੈਂ ਅਖ਼ਬਾਰ ਵਿੱਚ ਪੜ੍ਹਿਆ ਸੀ ਕਿ ਨੀਤਾ ਇੱਕ ਸਾਧਾਰਨ ਪਰਿਵਾਰ ਤੋਂ ਸੀ ਅਤੇ ਮੁਕੇਸ਼ ਅੰਬਾਨੀ ਭਾਰਤ ਦੇ ਸਭ ਤੋਂ ਅਮੀਰ ਧੀਰੂਭਾਈ ਅੰਬਾਨੀ ਦੇ ਪੁੱਤਰ ਸਨ... ਨੀਤਾ ਅੰਬਾਨੀ ਨੇ ਇੱਕ ਸ਼ਰਤ ਰੱਖੀ ਸੀ ਕਿ ਜੇਕਰ ਮੇਰੇ ਨਾਲ ਪਿਆਰ ਕਰਦੇ ਹੋ ਤਾਂ ਖਟਾਰਾ ਬੱਸਾਂ ਵਿੱਚ ਮੇਰੇ ਨਾਲ ਮੁੰਬਈ ਦਾ ਸਫ਼ਰ ਕਰਿਆ ਕਰੋ।" ਮੈਂ ਮੁਕੇਸ਼ ਅੰਬਾਨੀ ਦੀ ਲਵ ਸਟੋਰੀ ਨੂੰ ਵਿਸਥਾਰ ਨਾਲ ਦੱਸਦੇ ਹੋਏ ਕਿਹਾ।

"ਤੁਸੀਂ ਵੀ ਬੱਸ, ਮੈਟਰੋ ਜਾਂ ਰੇਲਗੱਡੀ ਰਾਹੀਂ ਸਫ਼ਰ ਕਰਦੇ ਰਹੋ, ਕਿਤੇ ਤੁਹਾਡਾ ਜੀਵਨ ਸਾਥੀ ਕਿਸੇ ਸਫ਼ਰ ਵਿੱਚ ਤੁਹਾਡੀ ਉਡੀਕ ਹੀ ਨਾ ਕਰ ਰਿਹਾ ਹੋਵੇ!" ਐਂਜਲ ਨੇ ਹਿਦਾਇਤ ਦੇ ਲਹਿਜੇ ਵਿੱਚ ਕਿਹਾ।

ਦਰਅਸਲ ਲੱਖਾਂ ਨੌਜਵਾਨਾਂ ਨੂੰ ਸਫ਼ਰ ਦੌਰਾਨ ਹੀ ਆਪਣਾ ਜੀਵਨ ਸਾਥੀ ਮਿਲਦਾ ਹੈ। ਅੱਜ ਹੀ ਦੇਖ ਲਓ, ਸਾਡਾ ਇਹ ਜੈਪੁਰ ਦਾ ਸਫ਼ਰ ਸੀ ਜਾਂ ਇਸ਼ਕ ਦਾ ਸਫ਼ਰ। 6 ਘੰਟੇ ਦੇ ਸਫ਼ਰ ਦੌਰਾਨ ਪਤਾ ਹੀ ਨਹੀਂ ਲੱਗਾ ਕਿ ਸਮਾਂ ਕਿਵੇਂ ਬੀਤ ਗਿਆ!

ਅਸੀਂ ਦੁਪਹਿਰ 3 ਵਜੇ ਦੇ ਕਰੀਬ ਜੈਪੁਰ ਪਹੁੰਚ ਗਏ। ਨਿੱਘੀ ਤੇ ਮੱਠੀ ਧੁੱਪ ਸੀ। ਮੈਂ ਕਿਹਾ, "ਸਰਦੀ ਦੀ ਰੁੱਤ ਵਿੱਚ ਨਿੱਘੀ ਤੇ ਮੱਠੀ ਧੁੱਪ ਦਾ ਆਪਣਾ ਹੀ ਮਜ਼ਾ ਹੁੰਦਾ ਹੈ। 'ਵਕਤ ਕੀ ਤਾਕਤ ਰਵਾਨੀ ਹੋਤੀ ਹੈ, ਸਰਦੀ ਕੀ ਧੂਪ ਕਿਤਨੀ ਸੁਹਾਨੀ ਹੋਤੀ ਹੈ।'"

"ਤੁਹਾਡਾ ਸ਼ਾਇਰਾਨਾ ਅੰਦਾਜ਼ ਮਨ ਨੂੰ ਭਾਉਂਦਾ ਹੈ।"

"ਨਿੱਘੀ ਤੇ ਮੱਠੀ ਧੁੱਪ 'ਤੇ ਇੱਕ ਹੋਰ ਸ਼ੇਅਰ ਸੁਣੋ।"

"ਸਰਦੀ ਕੀ ਧੂਪ, ਗਰਮੀਓਂ ਕੀ ਸ਼ਾਮ ਹੋ ਤੁਮ,
ਮੇਰੇ ਦਿਲ ਮੇਂ ਜੋ ਜਲਤਾ ਹੈ, ਵੋ ਮਹਿਤਾਬ ਹੋ ਤੁਮ।
ਤੁਮ ਨਾ ਹੋ ਤੋ ਯੇ ਸਭ ਕੁੱਛ ਅਧੂਰਾ ਸਾ ਹੈ,
ਮੇਰੇ ਲੀਏ ਹਰ ਰਾਤ ਏਕ ਮੁਕੰਮਲ ਖਵਾਬ ਹੋ ਤੁਮ।"

"ਵਾਹ, ਥੰਮਸ ਅੱਪ! ਗਿਰੀਸ਼ ਬਾਬੂ ਤੁਸੀਂ ਦਾ ਗ਼ਾਲਿਬ ਨਿਕਲੇ।

"ਨਹੀਂ, ਮੈਨੂੰ ਸ਼ਾਇਰੀ ਸੁਣਨ ਅਤੇ ਪੜ੍ਹਨ ਦਾ ਥੋੜ੍ਹਾ ਬਹੁਤ ਸ਼ੌਕ ਹੈ।" ਹੁਣ ਮੈਂ ਉਸ ਨੂੰ ਕਿਵੇਂ ਦੱਸਦਾ ਕਿ ਇਹ ਸ਼ਿਅਰ ਮੈਂ ਸਾਰੀ ਰਾਤ ਜਾਗ-ਜਾਗ ਕੇ ਯਾਦ ਕੀਤੇ ਸਨ, ਉਸ ਨੂੰ ਪਟਾਉਣ ਲਈ।

"ਮੈਂ ਤਾਂ ਕਿਤਾਬਾਂ ਦੀ ਦੁਨੀਆ ਵਿੱਚ ਹੀ ਗੁਆਚੀ ਰਹਿੰਦੀ ਹਾਂ। ਕਦੇ-ਕਦੇ ਅਜਿਹੀ ਸ਼ਾਇਰੀ ਮੂਡ ਨੂੰ ਫਰੈੱਸ਼ ਕਰਨ ਦਾ ਕੰਮ ਕਰਦੀ ਹੈ। ਤੁਹਾਡੀ ਸ਼ਾਇਰੀ ਵਧੀਆ ਸੀ।" ਐਂਜਲ ਨੇ ਹਾਂ ਵਿੱਚ ਹਾਂ ਮਿਲਾਉਂਦਿਆਂ ਕਿਹਾ।

ਮੈਂ ਅਤੇ ਐਂਜਲ ਦੋਵੇਂ ਨਰਾਇਣ ਸਰਕਲ 'ਤੇ ਬੱਸ ਤੋਂ ਉਤਰ ਗਏ। ਫਿਰ ਮੈਂ ਗੋਪਾਲਪੁਰਾ ਜਾਣ ਲਈ ਅਤੇ ਐਂਜਲ ਨੇ ਵੈਸ਼ਾਲੀ ਨਗਰ ਜਾਣ ਲਈ ਬੱਸ ਫੜ੍ਹ ਲਈ।

7

ਧੌਲਪੁਰ ਹਾਊਸ ਤੋਂ ਬੁਲਾਵਾ

ਮਿਤੀ 20 ਦਸੰਬਰ 2018 ਨੂੰ ਵੀਰਵਾਰ ਦਾ ਦਿਨ ਸੀ। ਇਹ ਐਂਜਲ ਅਤੇ ਮੇਰੇ ਲਈ ਬਹੁਤ ਵੱਡਾ ਦਿਨ ਸੀ, ਕਿਉਂਕਿ ਇਸ ਦਿਨ ਅਸੀਂ ਇਕੱਠੇ ਹੀ ਸਿਵਲ ਸੇਵਾ ਦੀ ਮੁੱਖ ਪ੍ਰੀਖਿਆ ਪਾਸ ਕੀਤੀ ਸੀ। ਆਮ ਤੌਰ ’ਤੇ ਮੈਂ ਪ੍ਰੀਖਿਆ ਦੇਣ ਤੋਂ ਨਹੀਂ ਡਰਦਾ, ਪਰ ‘ਰਿਜ਼ਲਟ ਆ ਗਿਆ’ ਸੁਣਦੇ ਜਾਂ ਪੜ੍ਹਦੇ ਸਾਰ ਹੀ ਮੇਰੇ ਦਿਲ ਦੀ ਧੜਕਣ ਲਗਭਗ ਡੇਢ ਗੁਣਾ ਵੱਧ ਰਫ਼ਤਾਰ ਨਾਲ ਚੱਲਣ ਲੱਗਦੀ ਸੀ। ਰਿਜ਼ਲਟ ਭਾਵੇਂ ਪ੍ਰੀ ਦਾ ਹੋਵੇ, ਭਾਵੇਂ ਮੇਨਜ਼ ਦਾ ਜਾਂ ਫਾਈਨਲ ਦਾ, ਮੇਰੀ ਰਿਜ਼ਲਟ ਦੀ ਪੀਡੀਐਫ਼ ਵਿੱਚ ਆਪਣਾ ਰੋਲ ਨੰਬਰ ਸਰਚ ਕਰਨ ਦੀ ਹਿੰਮਤ ਨਹੀਂ ਸੀ ਹੁੰਦੀ। ਸੱਚ ਕਹਾਂ ਤਾਂ ਰਿਜ਼ਲਟ ਦਾ ਨਾਂ ਸੁਣਦਿਆਂ ਮੇਰੀ ਹਵਾ ਟਾਈਟ ਹੋ ਜਾਂਦੀ ਸੀ। ਜਾਂ ਤਾਂ ਮੇਰਾ ਕੋਈ ਦੋਸਤ ਮੈਨੂੰ ਪਾਸ ਜਾਂ ਫੇਲ ਹੋਣ ਦੀ ਖ਼ਬਰ ਦਿੰਦਾ ਸੀ, ਜਾਂ ਫਿਰ ਦੋ-ਤਿੰਨ ਦਿਨਾਂ ਬਾਅਦ ਮੈਂ ਖ਼ੁਦ ਚੈੱਕ ਕਰਦਾ ਸੀ।

ਮੈਂ ਐਂਜਲ ਦਾ ਰੋਲ ਨੰਬਰ ਸਰਚ ਕੀਤਾ; ਉਹ ਮੇਨਜ਼ ਪ੍ਰੀਖਿਆ ’ਚੋਂ ਪਾਸ ਹੋ ਗਈ ਸੀ। ਇਸ ਤੋਂ ਇਲਾਵਾ ਸ਼ਿਵ ਸਿੰਘ ਅਤੇ ਦੇਵਿੰਦਰ ਨੇ ਵੀ ਮੇਨਜ਼ ਪ੍ਰੀਖਿਆ ਪਾਸ ਕਰ ਲਈ ਸੀ। ਉਦੋਂ ਹੀ ਸੁਮਿਤ ਦਾ ਫ਼ੋਨ ਕਾਲ ਆਇਆ, “ਗਿਰੀਸ਼ ਭਰਾ, ਵਧਾਈਆਂ ਹੋਣ, ਤੇਰਾ ਅਤੇ ਭਾਬੀ ਦੋਵਾਂ ਦਾ ਮੇਨਜ਼ ਕਲੀਅਰ ਹੋ ਗਿਆ ਹੈ।” ਮੁੰਡਿਆਂ ਵਿੱਚ ਇਹ ਪੁਰਾਣਾ ਟਰੈਂਡ ਰਿਹਾ ਹੈ ਕਿ ਜੇਕਰ ਕੋਈ ਮੁੰਡਾ ਮਹੀਨੇ ਤਕ ਕਿਸੇ ਕੁੜੀ ਦੇ ਸੰਪਰਕ ਵਿੱਚ ਰਹੇ ਤਾਂ ਉਸ ਮੁੰਡੇ ਦੇ ਸਾਰੇ ਦੋਸਤ ਉਸ ਕੁੜੀ ਨੂੰ ਭਾਬੀ ਕਹਿ ਕੇ ਬੁਲਾਉਣ ਲੱਗ ਜਾਂਦੇ ਹਨ ਭਾਵੇਂ ਉਸ ਨੇ ਅਜੇ ਤਕ ਪ੍ਰਪੋਜ਼ ਵੀ ਨਾ ਕੀਤਾ ਹੋਵੇ।

“ਕਿਸ ਦੀ ਭਾਬੀ ਦੀ ਗੱਲ ਕਰ ਰਿਹਾ ਹੈ?” ਐਂਜਲ ਤੁਰੰਤ ਬੋਲੀ।

ਮੈਂ ਤੁਰੰਤ ਤਾਂ ਕੁਝ ਬੋਲ ਨਹੀਂ ਸਕਿਆ। ਫਿਰ ਮੇਰੇ ਦਿਮਾਗ਼ ਵਿੱਚ ਸ਼ਰਾਰਤ ਸੁੱਝੀ ਤੇ ਕਿਹਾ, “ਭਰਾ, ਤੇਰਾ ਮੇਨਜ਼ ਕਲੀਅਰ ਨਹੀਂ ਹੋਇਆ ਇਸ ਦਾ ਦੁੱਖ ਲਗ ਰਿਹਾ ਹੈ; ਇਸ ਵਾਰ ਜਿਓਗਰਾਫ਼ੀ ਨੇ ਡੁੱਬੋ ਦਿੱਤਾ।” ਮੈਂ ਗੱਲ ਬਦਲਦਿਆਂ ਕਿਹਾ।

ਅੱਜ ਐਂਜਲ ਦੀ ਖ਼ੁਸ਼ੀ ਉਸ ਦੇ ਮੁਖੜੇ 'ਤੇ ਸਾਫ਼ ਝਲਕ ਰਹੀ ਸੀ। ਯੂ.ਪੀ.ਐੱਸ.ਈ. ਲਈ ਦੇਖਿਆ ਸੁਪਨਾ ਅੱਜ ਉਸ ਨੂੰ ਥੋੜ੍ਹਾ ਨੇੜੇ ਆਉਂਦਾ ਦਿਸਿਆ ਸੀ।

"ਕੌਫ਼ੀ ਪੀਣ ਚੱਲੋਗੇ?" ਉਸ ਨੇ ਪੁੱਛਿਆ।

ਮੈਂ ਹਾਂ ਕਰ ਦਿੱਤੀ ਅਤੇ ਅਸੀਂ ਟੌਂਕ ਰੋਡ 'ਤੇ ਚਾਹ ਦੇ ਸਟਾਲ 'ਤੇ ਚਲੇ ਗਏ। ਐਂਜਲ ਨੇ ਕਿਹਾ, "ਅਜਿਹਾ ਕੋਈ ਕਿੱਸਾ ਸੁਣਾਓ ਜੋ ਡੇਟਿੰਗ ਨਾਲ ਜੁੜਿਆ ਹੋਵੇ।"

"ਲੰਡਨ ਵਿੱਚ ਇੱਕ ਮੁੰਡੇ ਲੋਰੇਨ ਨੇ ਇੱਕ ਵਾਰੀ ਆਪਣੀ ਕੋਚਿੰਗ ਕਲਾਸ 'ਚ ਪੜ੍ਹਦੀ ਇੱਕ ਕੁੜੀ ਨੂੰ ਆਪਣੇ ਨਾਲ ਕੌਫ਼ੀ ਪੀਣ ਦਾ ਆਫ਼ਰ ਦਿੱਤਾ। ਇਹ ਆਫ਼ਰ ਇੱਕ ਬਲਾਇੰਡ ਡੇਟ ਵਾਂਗ ਸੀ। ਇਕੱਠੇ ਕੌਫ਼ੀ ਪੀਣ ਤੋਂ ਬਾਅਦ ਕੁੜੀ ਨੂੰ ਉਹ ਮੁੰਡਾ ਪਸੰਦ ਹੀ ਨਹੀਂ ਆਇਆ।"

"ਫਿਰ ਕੀ ਹੋਇਆ?" ਐਂਜਲ ਨੇ ਚਿੰਤਾ ਨਾਲ ਪੁੱਛਿਆ।

"ਆਪਣੀ ਡੇਟਿੰਗ ਫੇਲ੍ਹ ਹੋਣ 'ਤੇ ਲੋਰੇਨ ਨੇ ਕੌਫ਼ੀ 'ਤੇ ਖ਼ਰਚ ਕੀਤੇ 3 ਯੂਰੋ ਵਾਪਸ ਕਰਨ ਦਾ ਕੁੜੀ ਨੂੰ ਮੈਸੇਜ ਭੇਜ ਦਿੱਤਾ ਅਤੇ ਉਸ ਦੇ ਨਾਲ ਹੀ ਆਪਣੀ ਬੈਂਕ ਡਿਟੇਲਜ਼ ਵੀ ਮੈਸੇਜ ਕਰ ਦਿੱਤੀ।"

"ਵਾਹ..., ਮੁੰਡਾ ਤਾਂ ਕੰਜੂਸ ਨਿਕਲਿਆ।" ਐਂਜਲ ਨੇ ਹੱਸਦਿਆਂ ਕਿਹਾ।

"ਕੰਜੂਸੀ ਛੱਡੋ, ਪਤਾ ਹੈ, ਮੇਰੇ ਵਰਗੇ ਮੁੰਡਿਆਂ ਨੂੰ ਕੌਫ਼ੀ ਪੀਣ ਦਾ ਕਹਿਣ ਦੀ ਹਿੰਮਤ ਜੁਟਾਉਣ ਲਈ ਵੀ ਕਈ ਮਹੀਨੇ ਲੱਗ ਜਾਂਦੇ ਹਨ। ਉੱਥੇ ਕੁੜੀਆਂ ਨੂੰ ਦੋ ਮਿੰਟ ਵੀ ਨਹੀਂ ਲਗਦੇ, ਨਾਂਹ ਕਰਕੇ ਚਲੀਆਂ ਜਾਂਦੀਆਂ ਹਨ। ਮੁੰਡਿਆਂ ਤੋਂ ਇਹ ਰਿਜੈਕਸ਼ਨ ਇੰਨੀ ਅਸਾਨੀ ਨਾਲ ਬਰਦਾਸ਼ਤ ਨਹੀਂ ਹੁੰਦੀ।" ਕੌਫ਼ੀ ਦੀ ਚੁਸਕੀ ਲੈਂਦੇ ਹੋਏ ਮੈਂ ਕੁਝ ਸੈਕੰਡ ਉਸ ਨੂੰ ਟਿਕਟਿਕੀ ਲਾ ਕੇ ਤੱਕਦਾ ਰਿਹਾ। ਮੈਨੂੰ ਲੱਗਾ ਜਿਵੇਂ ਐਂਜਲ ਦਾ ਗੋਰਾ ਤੇ ਖ਼ੂਬਸੂਰਤ ਮੁਖੜਾ, ਸੋਹਣੀਆਂ ਅੱਖਾਂ ਤੇ ਗੁਲਾਬ ਦੀਆਂ ਪੰਖੜੀਆਂ ਨਾਲ ਬਣੇ ਹੋਠ ਜਿਵੇਂ ਕੁਝ ਕਹਿਣ ਲਈ ਬੇਤਾਬ ਸਨ। ਸੀ-ਗ੍ਰੀਨ ਰੰਗ ਦੇ ਸਲਵਾਰ ਸੂਟ ਵਿੱਚ ਅੱਜ ਉਹ ਬਹੁਤ ਸੋਹਣੀ ਲੱਗ ਰਹੀ ਸੀ। ਇੰਜ ਜਾਪਦਾ ਸੀ ਜਿਵੇਂ ਪਰੀ ਲੋਕ ਤੋਂ ਕੋਈ ਪਰੀ ਧਰਤੀ 'ਤੇ ਉਤਰ ਆਈ ਹੋਵੇ।

"ਜੇਕਰ ਤੁਹਾਨੂੰ 3 ਸਾਲਾਂ ਤਕ ਤਨਖ਼ਾਹ ਨਾ ਦਿੱਤੀ ਜਾਵੇ, ਇਸ ਸਥਿਤੀ 'ਚ, ਕੀ ਤੁਸੀਂ ਸਿਵਲ ਸਰਵਿਸਿਜ਼ ਦੀ ਨੌਕਰੀ ਜੁਆਇਨ ਕਰਨਾ ਚਾਹੋਗੇ?" ਮੈਂ ਇੰਟਰਵਿਊ ਲੈਣ ਵਾਲੇ ਵਾਂਗ ਗੰਭੀਰ ਲਹਿਜੇ ਵਿੱਚ ਸਵਾਲ ਪੁੱਛਿਆ।

"ਹਾਂ, ਮੈਨੂੰ ਅਜੇ ਪੈਸਿਆਂ ਦੀ ਲੋੜ ਨਹੀਂ ਹੈ। ਮੈਂ ਤਾਂ ਜੁਆਇਨ ਕਰਾਂਗੀ।" ਐਂਜਲ ਨੇ ਜਵਾਬ ਦਿੱਤਾ।

"ਤਾਂ ਆਈ.ਏ.ਐੱਸ. ਵਿੱਚ ਸਿਲੈੱਕਸ਼ਨ ਹੋਣ ਤੋਂ ਬਾਅਦ 3 ਸਾਲ ਤਕ ਦੀ ਤਨਖ਼ਾਹ ਮੇਰੇ ਖਾਤੇ ਵਿੱਚ ਟਰਾਂਸਫ਼ਰ ਕਰਵਾਉਂਦੇ ਰਹੋ।" ਮੈਂ ਮਜ਼ਾਕੀਆ ਅੰਦਾਜ਼ ਵਿੱਚ ਕਿਹਾ। "ਐਂਜਲ, ਸਿਵਲ ਸਰਵਿਸਿਜ਼ ਵਿੱਚ ਇੰਟਰਵਿਊ ਕਾਲ ਮਿਲਣੀ ਬਹੁਤ ਵੱਡੀ ਗੱਲ ਹੈ। ਇਸ ਮੌਕੇ ਨੂੰ ਸਫ਼ਲਤਾ ਵਿੱਚ ਬਦਲਣਾ ਬਹੁਤ ਜ਼ਰੂਰੀ ਹੈ।"

"ਹਾਂਜੀ, ਮੌਕੇ ਵਾਰ-ਵਾਰ ਨਹੀਂ ਮਿਲਿਆ ਕਰਦੇ। ਇਹ ਬਹੁਤ ਵੱਡਾ ਮੌਕਾ ਹੈ, ਜੀਅ-ਜਾਨ ਨਾਲ ਤਿਆਰੀ ਕਰਾਂਗੇ।" ਉਸ ਨੇ ਕਿਹਾ .

ਜ਼ਿੰਦਗੀ ਵਿੱਚ ਕਿਸੇ ਵੀ ਵਿਅਕਤੀ ਨੂੰ ਵਾਰ-ਵਾਰ ਮੌਕੇ ਨਹੀਂ ਮਿਲਦੇ। ਕਈ ਵਾਰ ਮੌਕਾ ਤਾਂ ਆਉਂਦਾ ਹੈ ਪਰ ਅਸੀਂ ਉਸ ਨੂੰ ਪਛਾਣ ਨਹੀਂ ਪਾਉਂਦੇ। ਇਸ ਲਈ ਜਦੋਂ ਵੀ ਕੋਈ ਕੰਮ ਮਿਲੇ ਤਾਂ ਉਸ ਨੂੰ ਤੁਰੰਤ ਅਤੇ ਪੂਰੀ ਲਗਨ ਨਾਲ ਕਰਨਾ ਚਾਹੀਦਾ ਹੈ। ਪਤਾ ਨਹੀਂ ਉਸ ਨੂੰ ਕਰਨ ਦਾ ਦੁਬਾਰਾ ਮੌਕਾ ਮਿਲੇ ਜਾਂ ਨਹੀਂ। ਕਿਸੇ ਵੀ ਪ੍ਰਤੀਯੋਗੀ ਪ੍ਰੀਖਿਆ ਦੀ ਤਿਆਰੀ ਹੋਵੇ, ਨੌਕਰੀ ਲਈ ਇੰਟਰਵਿਊ ਦੀ ਤਿਆਰੀ ਹੋਵੇ ਜਾਂ ਕੋਈ ਹੋਰ ਕੰਮ ਜਦੋਂ ਵੀ ਮਿਲੇ ਤਾਂ ਏਨਾ ਨੂੰ ਕਰ ਲੈਣਾ ਚਾਹੀਦਾ ਹੈ। ਇਸ ਲਈ ਘੜੀ-ਮੌਕੇ ਜਾਂ ਸ਼ੁਭ-ਅਸ਼ੁਭ ਦੀ ਉਡੀਕ ਨਹੀਂ ਕਰਨੀ ਚਾਹੀਦੀ।

ਯੂਨਾਨੀ ਨਾਟਕਕਾਰ ਸੋਫੋਕਲੀਜ਼ ਦਾ ਕਹਿਣਾ ਹੈ ਕਿ 'ਮੌਕਾ/ਮੌਕੇ ਕਦੇ ਵੀ ਓਨਾ ਦੀ ਮਦਦ ਨਹੀਂ ਕਰਦਾ ਜੋ ਆਪਣੀ ਮਦਦ ਖ਼ੁਦ ਨਹੀਂ ਕਰਦੇ।' ਅਸਲ ਵਿੱਚ ਕੋਈ ਵੀ ਕੰਮ ਦਾ ਸੰਕਲਪ ਕਰਨ ਦਾ ਮਤਲਬ ਮੌਕੇ/ਮੌਕੇ ਦਾ ਫ਼ਾਇਦਾ ਉਠਾਉਣਾ ਹੈ। ਇਹ ਮੰਤਰ ਕਈ ਮਹਾਂਪੁਰਖਾਂ ਦੀ ਸਫ਼ਲਤਾ ਦਾ ਰਾਜ਼ ਰਿਹਾ ਹੈ। ਅਮਰੀਕਾ ਦੇ ਸਾਬਕਾ ਰਾਸ਼ਟਰਪਤੀ ਫ੍ਰੈਂਕਲਿਨ ਡੀ ਰੂਜ਼ਵੇਲਟ ਬਾਰੇ ਕਿਹਾ ਜਾਂਦਾ ਹੈ ਕਿ ਜਦੋਂ ਉਹ ਇੱਕ ਵਾਰ ਸੰਕਲਪ ਕਰ ਲੈਂਦੇ ਸਨ ਤਾਂ ਉਸ ਨੂੰ ਪੂਰਾ ਕਰਕੇ ਦੀ ਦਮ ਲੈਂਦੇ ਸਨ। ਸੰਕਲਪ ਅਤੇ ਮੌਕੇ/ ਮੌਕੇ ਦਾ ਇਹ ਸੁਮੇਲ ਬਹੁਤ ਮਹੱਤਵ ਰੱਖਦਾ ਹੈ। ਮੌਕੇ ਦੀ ਚੰਗੀ ਵਰਤੋਂ ਕਰਨ ਵਾਲਾ ਮਨੁੱਖ ਹਮੇਸ਼ਾ ਅੱਗੇ ਵਧਦਾ ਹੈ। ਅਸਲ 'ਚ ਹਰ ਮੌਕੇ ਲਈ ਸਿਪਾਹੀ ਵਾਂਗ ਤਿਆਰ ਰਹਿਣਾ ਹੀ ਜ਼ਿੰਦਗੀ ਵਿੱਚ ਮਨੁੱਖ ਦੀ ਸਫ਼ਲਤਾ ਦਾ ਰਾਜ਼ ਹੈ। ਸਹੀ ਸਮੇਂ ਅਤੇ ਸਹੀ ਮੌਕੇ 'ਤੇ ਕੰਮ ਕਰਕੇ ਹੀ ਵਿਅਕਤੀ ਨੂੰ ਸਫ਼ਲਤਾ ਮਿਲਦੀ ਹੈ। ਕਈ ਵਾਰ ਵਿਅਕਤੀ ਉਲਝਣ ਵਿੱਚ ਹੀ ਰਹਿ ਜਾਂਦਾ ਹੈ ਅਤੇ ਮੌਕਾ ਹੱਥੋਂ ਨਿਕਲ ਜਾਂਦਾ ਹੈ। ਜੇਕਰ ਇੱਕ ਵਾਰ ਇਹ ਮੌਕਾ ਖੁੰਝ ਗਿਆ ਤਾਂ ਉਹ ਕਦੇ ਮੁੜ ਕੇ ਵਾਪਸ ਨਹੀਂ ਆਉਂਦਾ। ਜੋ ਸਮੇਂ ਅਤੇ ਮੌਕੇ ਦਾ ਫ਼ਾਇਦਾ ਨਹੀਂ ਉਠਾਉਂਦਾ ਉਹ ਕਦੇ ਵੀ ਸਫ਼ਲਤਾ ਪ੍ਰਾਪਤ ਨਹੀਂ ਕਰ ਸਕਦਾ। ਜੇਕਰ ਅਸੀਂ ਸਮੇਂ ਅਤੇ ਮੌਕੇ ਦੇ ਵਿਆਪਕ ਅਰਥਾਂ ਨੂੰ ਵੇਖੀਏ ਤਾਂ ਦੋਵੇਂ ਇੱਕੋ ਹੀ ਹਨ। ਜੋ ਵਿਅਕਤੀ ਸਮੇਂ ਦੀ ਗਤੀਸ਼ੀਲਤਾ ਨੂੰ ਪਛਾਣ ਕੇ ਮੌਕੇ ਦਾ ਫ਼ਾਇਦਾ ਚੁੱਕਦਾ ਹੈ ਅਤੇ ਆਪਣੀ ਕਾਬਲੀਅਤ ਦੀ ਸਹੀ ਵਰਤੋਂ ਕਰਦਾ ਹੈ, ਉਹ ਨਿਸ਼ਚਤ ਤੌਰ 'ਤੇ ਆਪਣੇ ਜੀਵਨ ਨੂੰ ਸੰਵਾਰ ਲੈਂਦਾ ਹੈ।

ਸਮਾਂ ਕਦੇ ਵੀ ਰੁਕ ਨਹੀਂ ਸਕਦਾ, ਨਾ ਹੀ ਕਿਸੇ ਦੀ ਉਡੀਕ ਕਰਦਾ ਹੈ; ਉਹ ਤਾਂ ਹਮੇਸ਼ਾ ਤੋਂ ਹੀ ਗਤੀਸ਼ੀਲ ਹੈ। ਜੇਕਰ ਅੱਜ ਦੇ ਨੌਜਵਾਨ ਸਮੇਂ ਅਤੇ ਮੌਕੇ ਦੀ ਮਹੱਤਤਾ ਨੂੰ ਸਮਝ ਲੈਣ ਤਾਂ ਉਹ ਯਕੀਨੀ ਤੌਰ 'ਤੇ ਕਾਮਯਾਬੀ ਹਾਸਲ ਕਰਨਗੇ।

ਕਿਸੇ ਵੀ ਟੀਚੇ ਨੂੰ ਪ੍ਰਾਪਤ ਕਰਨ ਲਈ ਵਿਅਕਤੀ ਨੂੰ ਜਨੂਨ ਦੇ ਨਾਲ-ਨਾਲ ਉਤਸ਼ਾਹ ਦੀ ਵੀ ਲੋੜ ਹੁੰਦੀ ਹੈ। ਕਿਉਂਕਿ ਇੱਕ ਸਧਾਰਨ ਕੰਮ ਵੀ ਉਦੋਂ ਔਖਾ ਹੋ ਜਾਂਦਾ ਹੈ ਜਦੋਂ ਤੁਸੀਂ ਇਸ ਨੂੰ ਬਿਨਾਂ ਜੋਸ਼ ਦੇ ਅੱਧੇ-ਅਧੂਰੇ ਮਨ ਨਾਲ ਕਰਦੇ ਹੋ। ਮੈਂ ਯੂ.ਪੀ.ਐੱਸ.ਈ. ਪ੍ਰੀਖਿਆ ਪ੍ਰਤੀ ਐਂਜਲ ਦੇ ਸਮਰਪਣ ਅਤੇ ਉਤਸ਼ਾਹ ਤੋਂ ਬਹੁਤ ਪ੍ਰਭਾਵਿਤ ਹੋਇਆ। ਮੇਰਾ ਮੰਨਣਾ ਹੈ ਕਿ ਕਿਸੇ ਵਿਅਕਤੀ ਦੀ ਗੱਡੀ ਸਫ਼ਲਤਾ ਦੇ ਰਾਹ 'ਤੇ ਉਦੋਂ ਤਕ ਹੀ ਅੱਗੇ ਵਧਦੀ ਹੈ ਜਦੋਂ ਤਕ ਉਸ ਵਿੱਚ ਲਗਨ ਅਤੇ ਉਤਸ਼ਾਹ ਦਾ ਇੰਧਨ ਭਰਿਆ ਹੁੰਦਾ ਹੈ। ਇੱਕ ਉਤਸ਼ਾਹੀ ਵਿਅਕਤੀ ਲਈ ਸੰਸਾਰ ਵਿੱਚ ਕੋਈ ਵੀ ਵਸਤੂ ਦੁਰਲੱਭ ਨਹੀਂ ਹੈ। ਕਿਸੇ ਵਿਅਕਤੀ ਦੇ ਮਨ ਵਿੱਚ ਕੰਮ ਲਈ ਜਿੰਨਾ ਉਤਸ਼ਾਹ ਹੋਵੇਗਾ, ਉਹ ਆਪਣੇ ਟੀਚੇ ਨੂੰ ਪ੍ਰਾਪਤ ਕਰਨ ਵਿੱਚ ਓਨਾ ਹੀ ਸਫ਼ਲ ਹੋਵੇਗਾ। ਜੇਕਰ ਜ਼ਿੰਦਗੀ ਵਿੱਚ ਸਫ਼ਲ ਹੋਣਾ ਹੈ ਤਾਂ ਸੁਪਨੇ ਦੇਖੋ, ਪਰ ਸਿਰਫ਼ ਸੁਪਨੇ ਦੇਖਣਾ ਹੀ ਕਾਫ਼ੀ ਨਹੀਂ ਹੈ, ਇਸ ਨੂੰ ਪੂਰਾ ਕਰਨ ਲਈ ਤੁਹਾਡੇ ਅੰਦਰ ਇੱਕ ਤੀਬਰ ਇੱਛਾ ਅਤੇ ਅਥਾਹ ਉਤਸ਼ਾਹ ਹੋਣਾ ਵੀ ਜ਼ਰੂਰੀ ਹੈ।

ਉਤਸ਼ਾਹ ਮਨ ਵਿੱਚ ਸਕਾਰਾਤਮਿਕ ਊਰਜਾ ਪੈਦਾ ਕਰਦਾ ਹੈ। ਇਹ ਊਰਜਾ ਕੁਝ ਅਜਿਹਾ ਕਰਨ ਲਈ ਹੈ, ਜੋ ਤੁਹਾਨੂੰ ਆਮ ਨਾਲੋਂ ਵੱਖਰਾ ਕਰਕੇ ਖ਼ਾਸ ਦੀ ਸ਼੍ਰੇਣੀ ਵਿੱਚ ਖੜ੍ਹਾ ਕਰ ਦਿੰਦੀ ਹੈ। ਇਸ ਨਾਲ ਇੱਕ ਸਕਾਰਾਤਮਿਕ ਰਵੱਈਏ ਦਾ ਵਿਕਾਸ ਹੁੰਦਾ ਹੈ, ਜੋ ਹਰ ਨਕਾਰਾਤਮਿਕ ਚੀਜ਼ ਨੂੰ ਸਕਾਰਾਤਮਿਕ ਵਿੱਚ ਤਬਦੀਲ ਕਰ ਦਿੰਦਾ ਹੈ। ਉਤਸ਼ਾਹ ਕਿਸੇ ਵੀ ਵਿਅਕਤੀ ਦੀਆਂ ਕਮੀਆਂ ਨੂੰ ਦੂਰ ਕਰਨ, ਅਸਫ਼ਲਤਾਵਾਂ ਨੂੰ ਦੂਰ ਕਰਨ ਅਤੇ ਉਸ ਦੀ ਸਮਰੱਥਾ ਤੋਂ ਜ਼ਿਆਦਾ ਵਧੀਆ ਨਤੀਜੇ ਪ੍ਰਾਪਤ ਕਰਨ ਵਿੱਚ ਮਦਦਗਾਰ ਬਣਦਾ ਹੈ। ਇੱਕ ਤਰ੍ਹਾਂ ਇਹ ਤੁਹਾਡੇ ਕੰਮ ਦੌਰਾਨ ਇੱਕ ਉਤਪ੍ਰੇਰਕ ਦੀ ਭੂਮਿਕਾ ਨਿਭਾਉਂਦਾ ਹੋਇਆ ਕੰਮ ਨੂੰ ਗਤੀ ਦਿੰਦਾ ਹੈ। ਲਗਨ ਅਤੇ ਉਤਸ਼ਾਹ ਦਾ ਫ਼ਾਇਦਾ ਸਮੇਂ ਦੇ ਪ੍ਰਬੰਧਨ ਵਿੱਚ ਵੀ ਮਿਲਦਾ ਹੈ। ਉਤਸ਼ਾਹ ਪੂਰੀ ਤਰ੍ਹਾਂ ਅਮੂਰਤ ਅਤੇ ਅਦਿੱਖ ਹੈ। ਪਰ ਹਰ ਰੋਜ਼ ਤੁਸੀਂ ਇਸ ਦੇ ਨਤੀਜੇ ਦੇਖਦੇ ਹੋ। ਮਨ, ਦਿਮਾਗ਼ ਅਤੇ ਸਰੀਰ ਨੂੰ ਤੰਦਰੁਸਤ ਰੱਖਣ ਲਈ ਵੀ ਉਤਸ਼ਾਹ ਬਹੁਤ ਜ਼ਰੂਰੀ ਹੈ। ਉਤਸ਼ਾਹ ਹੈ ਤਾਂ ਜੀਵਨ ਹੈ। ਉਤਸ਼ਾਹ ਨਹੀਂ ਤਾਂ ਜੀਵਨ ਬੇਅਰਥ ਹੈ। ਕਿਸੇ ਚੀਜ਼ ਵਿੱਚ ਵਿਸ਼ਵਾਸ ਅਤੇ ਉਸ ਲਈ ਉਤਸ਼ਾਹ ਹੀ ਜੀਵਨ ਨੂੰ ਜਿਊਣਯੋਗ ਬਣਾਉਂਦਾ ਹੈ।

ਜੇਕਰ ਤੁਸੀਂ ਲਗਨ ਅਤੇ ਉਤਸ਼ਾਹ ਨਾਲ ਦਿਨ-ਰਾਤ ਮਿਹਨਤ ਕਰਨ ਦੇ ਬਾਵਜੂਦ ਅਸਫ਼ਲ ਰਹੇ, ਤਾਂ ਕੀ ਹੋਇਆ? ਇਹ ਅੰਤ ਤਾਂ ਨਹੀਂ ਹੈ ਨਾ? ਦੁਬਾਰਾ ਤੋਂ ਕੋਸ਼ਿਸ਼ਾਂ

ਸ਼ੁਰੂ ਕਰੋ। ਅਸਫ਼ਲਤਾ ਤਾਂ ਸਫ਼ਲਤਾ ਦੀ ਇੱਕ ਸ਼ੁਰੂਆਤ ਹੈ, ਇਸ ਤੋਂ ਨਿਰਾਸ਼ ਨਹੀਂ ਹੋਣਾ ਚਾਹੀਦਾ, ਸਗੋਂ ਪੂਰੇ ਜੋਸ਼ ਨਾਲ ਦੁਬਾਰਾ ਕੋਸ਼ਿਸ਼ ਕਰਨੀ ਚਾਹੀਦੀ ਹੈ। ਇਤਿਹਾਸ ਵਿੱਚ ਹਰ ਮਹਾਨ ਅਤੇ ਮਹੱਤਵਪੂਰਨ ਕੰਮ ਉਤਸ਼ਾਹ ਨਾਲ ਹੀ ਸਫ਼ਲ ਹੋਇਆ ਹੈ। ਬੁੱਧੀਮਾਨ ਲੋਕ ਅਸਫ਼ਲਤਾਵਾਂ ਅਤੇ ਮੁਸ਼ਕਲਾਂ ਦੇ ਬਾਵਜੂਦ ਉਤਸ਼ਾਹ ਨਹੀਂ ਗੁਆਉਂਦੇ, ਕਿਉਂਕਿ ਓਨਾ ਵਿੱਚ ਉਤਸ਼ਾਹ ਰੂਪੀ ਅਥਾਹ ਤਾਕਤ ਹੁੰਦੀ ਹੈ। ਵਾਰ-ਵਾਰ ਅਸਫ਼ਲ ਹੋਣ ਦੇ ਬਾਵਜੂਦ ਉਤਸ਼ਾਹ ਨਾ ਗਵਾਉਣਾ, ਸਫ਼ਲਤਾ ਹੀ ਹੈ। ਅਸਲ ਵਿੱਚ, ਸਫ਼ਲਤਾ ਇਸ ਗੱਲ ਦੀ ਯੋਗਤਾ ਹੈ ਕਿ ਅਸਫ਼ਲਤਾਵਾਂ ਦਾ ਲਗਾਤਾਰ ਸਾਹਮਣਾ ਕਰਨ 'ਤੇ ਵੀ ਤੁਹਾਡਾ ਉਤਸ਼ਾਹ ਘਟਣਾ ਨਹੀਂ ਚਾਹੀਦਾ। ਉਤਸ਼ਾਹ ਇੱਕ ਮਨੋਵਿਗਿਆਨਕ ਰਸਾਇਣ ਦੀ ਤਰ੍ਹਾਂ ਹੈ, ਜੋ ਤੁਹਾਡੇ ਦਿਮਾਗ਼, ਸਰੀਰ ਅਤੇ ਦਿਮਾਗ਼ ਤੋਂ ਇਸ ਤਰ੍ਹਾਂ ਕੰਮ ਕਰਵਾਉਂਦਾ ਹੈ ਕਿ ਹਰ ਮੁਸ਼ਕਲ ਦੇ ਬਾਵਜੂਦ ਤੁਸੀਂ ਜਿੱਤ ਪ੍ਰਾਪਤ ਕਰ ਸਕੋ। ਜੇਕਰ ਤੁਸੀਂ ਸਫ਼ਲਤਾ ਲਈ ਕੀਤੀ ਜਾ ਰਹੀ ਸਖ਼ਤ ਮਿਹਨਤ ਨੂੰ ਸਹੀ ਢੰਗ ਨਾਲ ਲਾਗੂ ਕਰਨਾ ਚਾਹੁੰਦੇ ਹੋ ਤਾਂ ਜੋਸ਼ ਦੇ ਨਾਲ ਉਤਸ਼ਾਹ ਬਣਾਈ ਰੱਖੋ।

8

ਇੰਟਰਵਿਊ

ਮੈਂ ਕੁਝ ਦਿਨਾਂ ਤੋਂ ਆਬਜ਼ਰਵ ਕਰ ਰਿਹਾ ਸੀ ਕਿ ਜਦੋਂ ਤਕ ਮੈਂ ਲਾਇਬ੍ਰੇਰੀ ਵਿੱਚ ਪੜ੍ਹਦਾ, ਉਦੋਂ ਤਕ ਹੀ ਉਹ ਪੜ੍ਹਦੀ ਸੀ। ਜਦੋਂ ਮੈਂ ਵੱਟਸਐਪ ਅਤੇ ਟੈਲੀਗ੍ਰਾਮ 'ਤੇ ਆਪਣੀ ਡੀਪੀ ਚੇਂਜ ਕਰਦਾ ਹੈ ਤਾਂ ਉਸੇ ਦਿਨ ਉਹ ਵੀ ਡੀਪੀ ਚੇਂਜ ਕਰ ਲੈਂਦੀ। ਪਰ ਅਕਸਰ ਉਹ ਆਪਣੀ ਡੀਪੀ ਨਹੀਂ ਲਾਉਂਦੀ ਸੀ। ਮੈਂ ਪਿਛਲੇ ਕੁਝ ਦਿਨਾਂ ਤੋਂ ਇਹ ਵੀ ਗ਼ੌਰ ਕਰ ਰਿਹਾ ਸੀ ਕਿ ਹੁਣ ਉਸ ਨੂੰ ਸਜਣਾ-ਸੰਵਰਨਾ ਚੰਗਾ ਲੱਗਣ ਲੱਗ ਪਿਆ ਸੀ। ਉਹ ਦੇਰ ਰਾਤ ਤਕ ਪੜ੍ਹਨ ਦੀ ਆਦੀ ਸੀ; ਪਰ ਮੈਂ ਉਸ ਦੇ ਠੀਕ ਉਲਟ, ਛੇਤੀ ਸੌਣ ਦਾ। ਹੁਣ ਉਸ ਨੇ ਵੀ ਆਪਣੀ ਆਦਤ ਛੇਤੀ ਸੌਣ ਦੀ ਬਣਾ ਲਈ ਸੀ। ਮੈਨੂੰ ਇੰਜ ਪ੍ਰਤੀਤ ਹੋਇਆ ਕਿ ਹੁਣ ਉਹ ਮੈਨੂੰ ਚਾਹੁਣ ਲੱਗੀ ਸੀ। ਮੈਂ ਤਾਂ ਪਹਿਲਾਂ ਹੀ ਉਸ ਨੂੰ ਜੀਅ-ਜਾਨ ਤੋਂ ਚਾਹੁੰਦਾ ਸੀ।

ਜਨਵਰੀ ਦੇ ਪਹਿਲੇ ਹਫ਼ਤੇ ਵਿੱਚ ਦਿੱਲੀ ਵਿਸ਼ਵ ਪੁਸਤਕ ਮੇਲੇ ਦੇ ਕਾਰਨ ਦਿੱਲੀ ਦਾ ਮਾਹੌਲ ਵੀ ਕਿਤਾਬੀ ਹੋ ਚੁੱਕਿਆ ਸੀ। ਪੁਸਤਕਾਂ ਪੜ੍ਹਨ ਦੇ ਸ਼ੌਕੀਨ ਹੋਣ ਕਾਰਨ ਮੈਂ, ਐਂਜਲ, ਸੁਮਿਤ ਅਤੇ ਲਵਗੁਰੂ ਇੱਕ ਦਿਨ ਐਤਵਾਰ ਨੂੰ ਸਜ-ਧਜ ਕੇ ਪ੍ਰਗਤੀ ਮੈਦਾਨ ਵਿੱਚ ਪਹੁੰਚ ਗਏ। ਪਰ ਅੱਜ ਉਸ ਦਾ ਸਜ-ਧਜ ਕੇ ਆਉਣਾ ਬਾਕਮਾਲ ਸੀ! ਅਸਲ 'ਚ ਕੁਝ ਅਪਵਾਦ ਨੂੰ ਛੱਡ ਕੇ ਇੱਕ ਯੂ.ਪੀ.ਐੱਸ.ਸੀ. ਪ੍ਰੀਖਿਆਰਥੀ ਸਜਣ-ਸੰਵਰਨ ਵਿੱਚ ਜ਼ਿਆਦਾ ਸਮਾਂ ਖ਼ਰਚ ਨਹੀਂ ਕਰਦਾ।

ਲੋਕਾਂ ਦਾ ਹਜੂਮ ਉਮੜਿਆ ਹੋਇਆ ਸੀ। ਪਾਠਕ ਜ਼ਿਆਦਾ ਸੀ ਜਾਂ ਲੇਖਕ ਜਾਂ ਫਿਰ ਪ੍ਰਕਾਸ਼ਕ, ਪਤਾ ਕਰਨਾ ਮੁਸ਼ਕਲ ਹੋ ਰਿਹਾ ਸੀ। ਲੋਕ-ਅਰਪਣ ਲਈ ਕਿਤਾਬਾਂ ਨੂੰ ਰੰਗੀਨ ਕਾਗ਼ਜ਼ ਦੇ ਸੁਨਹਿਰੇ ਪੰਨਿਆਂ ਵਿੱਚ ਲਪੇਟ ਕੇ ਸਜੇ-ਧਜੇ ਹੋਏ ਇੱਕ ਵਿਸ਼ਾਲ ਪਲੇਟਫ਼ਾਰਮ 'ਤੇ ਲਿਜਾਇਆ ਜਾ ਰਿਹਾ ਸੀ, ਜਿੱਥੇ ਕਿਤਾਬ ਦੀ ਘੁੰਡ ਚੁਕਾਈ ਦੀ ਰਸਮ ਕੀਤੀ ਜਾ ਰਹੀ ਸੀ। ਮੰਚ 'ਤੇ ਬੈਠੇ ਵਕਤਾ ਅਤੇ ਲੇਖਕ ਉਸ ਦੀ ਸ਼ੋਭਾ ਵਧਾ ਰਹੇ ਸਨ। ਕਿਤਾਬ ਅਤੇ ਨਵੇਂ ਲੇਖਕਾਂ ਦੀ ਸ਼ਾਨ ਵਿੱਚ ਕਸੀਦੇ ਪੜ੍ਹੇ ਜਾ ਰਹੇ ਸਨ। ਜੋ ਵਕਤਾ ਆਪਣੀ

ਵਾਰੀ ਦੇ ਇੰਤਜ਼ਾਰ ਵਿੱਚ ਸਨ, ਉਹ ਧਿਆਨ ਨਾਲ ਸੁਣਨ ਦੀ ਬਜਾਏ ਚਾਅ-ਕੌਫ਼ੀ ਉੱਤੇ ਜ਼ਿਆਦਾ ਧਿਆਨ ਦੇ ਰਹੇ ਸਨ। ਪੁਸਤਕ ਮੇਲਾ ਕਿਤਾਬਾਂ ਦਾ ਹੀ ਨਹੀਂ, ਲੇਖਕਾਂ ਨਾਲ ਮਿਲਾਪ ਦਾ ਵੀ ਮੌਕਾ ਹੁੰਦਾ ਹੈ।

ਮੈਂ ਇੱਕ ਚੀਜ਼ ਇਹ ਵੀ ਨੋਟਿਸ ਕੀਤੀ ਕਿ ਪੁਸਤਕ ਮੇਲੇ ਵਿੱਚ ਕਿਤਾਬਾਂ ਦੇ ਸਟਾਲਾਂ ਤੋਂ ਵੀ ਜ਼ਿਆਦਾ ਭੀੜ ਪੀਜ਼ਾ-ਬਰਗਰ ਵਾਲੇ ਸਟੋਰਾਂ 'ਤੇ ਸੀ। ਜੋ ਨੌਜਵਾਨ ਕਿਤਾਬਾਂ ਮਹਿੰਗੀਆਂ ਹੋਣ ਦੇ ਚੱਕਰ ਵਿੱਚ ਓਨਾ ਨੂੰ ਖ਼ਰੀਦ ਨਹੀਂ ਸਕੇ, ਉਹ ਫਾਸਟ ਫੂਡ ਖ਼ਰੀਦ ਕੇ ਖਾ ਰਹੇ ਸਨ। ਬੁੱਕ ਸਟਾਲ ਵਾਲੇ ਆਪਣੇ ਕੰਮਾਂ ਵਿੱਚ ਬਿਜ਼ੀ ਸਨ। ਉਹ ਨਵੀਂਆਂ ਲੋਕ-ਅਰਪਿਤ ਕਿਤਾਬਾਂ ਦੀ ਬਲਕ ਡਿਲਿਵਰੀ ਕਰ ਰਹੇ ਸਨ।

ਮੈਂ 'ਦਿੱਲੀ ਦਰਬਾਰ' ਨਾਵਲ ਖਰੀਦਿਆ ਅਤੇ ਐਂਜਲ ਦੇ ਨਾਲ ਪ੍ਰਗਤੀ ਮੈਦਾਨ ਦੇ ਬੁੱਕ ਸਟਾਲਾਂ 'ਤੇ ਘੁੰਮਣ ਲੱਗਿਆ। ਅਸੀਂ ਪ੍ਰਭਾਤ ਪਬਲੀਕੇਸ਼ਨ, ਪੇਂਗਵਿਨ, ਹਿੰਦ ਯੁਗਮ ਆਦਿ ਪ੍ਰਕਾਸ਼ਨਾਂ ਦੇ ਬੁੱਕ ਸਟਾਲਾਂ 'ਤੇ ਜਾ ਕੇ ਕਿਤਾਬਾਂ ਦੇ ਕੁਝ ਵਰਕੇ ਫਰੋਲਦੇ ਅਤੇ ਫਿਰ ਅੱਗੇ ਚੱਲ ਪੈਂਦੇ। ਬੁੱਕ ਸਟਾਲ ਵਾਲੇ ਵੀ ਸੋਚ ਰਹੇ ਸਨ ਕਿ ਇਹ ਲੋਕ ਕਿਤਾਬਾਂ ਖ਼ਰੀਦਣ ਆਏ ਹਨ ਜਾਂ ਕੇਵਲ ਕਿਤਾਬਾਂ ਦੇ ਵਰਕੇ ਫਰੋਲਨ!

ਮੈਂ, ਐਂਜਲ, ਸੁਮਿਤ ਅਤੇ ਲਵਗੁਰੂ ਇਸੇ ਤਰ੍ਹਾਂ ਪ੍ਰਗਤੀ ਮੈਦਾਨ ਦੇ ਪੁਸਤਕ ਮੇਲੇ ਵਿੱਚ ਘੁੰਮ ਰਹੇ ਸੀ। ਇੱਕ ਬੰਗਾਲੀ ਤਾਂਤਰਿਕ ਬਾਬਾ ਸੜਕ ਕਿਨਾਰੇ ਬੈਠਾ ਸੀ। ਉਸ ਦੇ ਕੋਲ ਇੱਕ ਛੋਟਾ-ਜਿਹਾ ਟੇਪ-ਰਿਕਾਰਡਰ ਸੀ ਜੋ ਕਹਿ ਰਿਹਾ ਸੀ, "ਸ਼ਾਦੀ ਵਿੱਚ ਰੁਕਾਵਟ, ਪਤੀ-ਪਤਨੀ ਦੀ ਅਣਬਣ, ਮਨਚਾਹਿਆ ਪਿਆਰ, ਏਨਾ ਸਾਰੀਆਂ ਸਮੱਸਿਆਵਾਂ ਦੇ ਨਾਲ ਕੈਰੀਅਰ ਵਿੱਚ ਰੁਕਾਵਟ, ਕਾਰੋਬਾਰ 'ਚ ਘਾਟਾ, ਦੱਬਿਆ ਹੋਇਆ ਧਨ, ਹਰ ਸਮੱਸਿਆ ਦਾ ਸਮਾਧਾਨ ਸਿਰਫ਼ 2 ਘੰਟੇ ਵਿੱਚ।

"ਮੈਂ ਪਿਛਲੇ ਦੋ ਵਾਰ ਤੋਂ ਯੂ.ਪੀ.ਐੱਸ.ਸੀ. ਪ੍ਰੀ-ਪ੍ਰੀਖਿਆ ਵਿੱਚ ਲਟਕ ਰਿਹਾ ਹਾਂ, ਬਾਬਾ ਜੀ। ਕੋਈ ਵਧੀਆ ਉਪਾਅ ਦੱਸੋ।" ਲਵਗੁਰੂ ਨੇ ਕਿਹਾ ।

"ਏਨਾ ਕੋਲ ਕੋਈ ਉਪਾਅ ਹੁੰਦਾ ਤਾਂ ਯੂ.ਪੀ.ਐੱਸ.ਸੀ. ਟੌਪਰ ਨਾ ਬਣ ਜਾਂਦੇ। ਇੱਥੇ 101 ਰੁਪਈਆਂ ਲਈ ਦਰਖਾਸਤ ਨਾ ਕਰਦੇ ਫਿਰਦੇ।"

ਤਾਂਤਰਿਕ ਬਾਬਾ ਵਿਚਕਾਰ ਹੀ ਬੋਲ ਪਿਆ, "ਜੇਕਰ ਕੰਮ ਨਾ ਹੋਇਆ ਤਾਂ ਫ਼ੀਸ ਵਾਪਸ।"

"ਬਾਬਾ ਜੀ, ਆਈ.ਏ.ਐੱਸ. ਦੀ ਪ੍ਰੀਖਿਆ ਦੋ-ਤਿੰਨ ਮਹੀਨੇ ਬਾਅਦ 'ਚ ਹੈ, ਦੱਸੋ ਕੀ ਹੋਵੇਗਾ?" ਮੈਂ ਥੋੜ੍ਹਾ ਮਜ਼ਾਕੀਆ ਅੰਦਾਜ਼ ਵਿੱਚ ਕਿਹਾ।

"ਜੇਕਰ ਏਨਾ ਤਾਂਤਰਿਕ ਬਾਬਿਆਂ ਕੋਲ ਹਰ ਸਮੱਸਿਆ ਦਾ ਹੱਲ ਹੁੰਦਾ ਤਾਂ ਕੇਂਦਰ ਸਰਕਾਰ ਏਨਾ ਤਾਂਤਰਿਕ ਬਾਬਿਆਂ ਨੂੰ ਆਰਥਿਕ ਸਲਾਹਕਾਰ ਬਣਾ ਕੇ ਅਰਥਵਿਵਸਥਾ ਦੀ ਹਰ ਸਮੱਸਿਆ ਦਾ ਸਮਾਧਾਨ ਨਾ ਕਰਵਾ ਲੈਂਦੀ? ਜੀਐਸਟੀ ਅਤੇ ਨੋਟਬੰਦੀ ਨਾਲ ਦੇਸ਼ ਦੀ ਅਰਥਵਿਵਸਥਾ ਦੀ ਜੋ ਦੁਰਗਤੀ ਹੋਈ, ਇਸ ਦਾ ਇਲਾਜ ਇਹ 2 ਘੰਟੇ ਵਿੱਚ ਹੀ ਦੱਸ ਦਿੰਦੇ। ਸਰਕਾਰ ਇਹਨਾਂ ਦੇ ਪੈਰ ਫੜ੍ਹਦੀ ਤੇ ਕਹਿੰਦੀ ਕਿ ਕਿਸੇ ਵੀ ਤਰ੍ਹਾਂ ਸਾਡੇ ਦੇਸ਼ ਦੀ ਅਰਥਵਿਵਸਥਾ ਨੂੰ ਆਰਥਿਕ ਮੰਦੀ 'ਚੋਂ ਬਾਹਰ ਕੱਢ ਲਓ। ਉਂਜ ਵੀ, ਦੇਸ਼ ਨੂੰ ਇਸੇ ਤਰ੍ਹਾਂ ਦੇ ਲੋਕ ਚਲਾ ਰਹੇ ਹਨ, ਜਾਂ ਬਾਬਾ ਲੋਕ ਜਾਂ ਫਿਰ ਨੇਤਾ।" ਲਵਗੁਰੂ ਨੇ ਮੈਂਗੋ ਸ਼ੇਕ ਪੀਂਦੇ ਹੋਏ ਕਿਹਾ।

ਇਸ ਤਰ੍ਹਾਂ, ਅਸੀਂ ਜ਼ਿਆਦਾ ਕਿਤਾਬਾਂ ਤਾਂ ਨਹੀਂ ਖਰੀਦੀਆਂ, ਪਰ ਪੁਸਤਕ ਮੇਲੇ ਵਿੱਚ ਜਾ ਕੇ ਮਜ਼ਾ ਬਹੁਤ ਆਇਆ। ਸ਼ਾਮੀ 6 ਵਜੇ ਤੋਂ ਬਾਅਦ ਅਸੀਂ ਮੈਟਰੋ 'ਤੇ ਜੀ.ਟੀ. ਬੀ. ਨਗਰ ਆ ਗਏ।

ਇੱਧਰ ਯੂ.ਪੀ.ਐੱਸ.ਸੀ. ਨੇ ਇੱਕ ਡਿਟੇਲਜ਼ ਐਪਲੀਕੇਸ਼ਨ ਫਾਰਮ (ਡੀਏਐਫ਼) ਜਾਰੀ ਕੀਤਾ। ਜਿਸ ਵਿੱਚ ਮੁੱਖ ਪ੍ਰੀਖਿਆ 'ਚ ਪਾਸ ਹੋਏ ਪ੍ਰਤੀਭਾਗੀਆਂ ਤੋਂ ਬਾਇਓਡਾਟਾ ਮੰਗਿਆ ਗਿਆ ਸੀ। ਐਂਜਲ ਦਾ ਕਾਲ ਆਇਆ, "ਮੈਨੂੰ ਸਮਝ ਨਹੀਂ ਆ ਰਿਹਾ ਕਿ ਮੈਂ ਹੱਬੀ 'ਚ ਕੀ ਲਿਖਾਂ?"

"ਤੁਹਾਨੂੰ ਕੀ-ਕੀ ਪਸੰਦ ਹੈ? ਕਿਹੜੀ ਖੇਡ, ਕਿਹੜਾ ਨਾਚ?" ਮੈਂ ਕਿਹਾ।

"ਖੇਡਾਂ ਵਿੱਚ ਮੈਨੂੰ ਕੋਈ ਜ਼ਿਆਦਾ ਦਿਲਚਸਪੀ ਨਹੀਂ ਹੈ। ਕ੍ਰਿਕੇਟ ਖੇਡਣਾ ਪਸੰਦ ਨਹੀਂ ਹੈ, ਪਰ ਕਦੇ-ਕਦੇ ਮੈਚ ਵੇਖ ਲੈਂਦੀ ਹਾਂ।"

"ਪੜ੍ਹਾਕੂ ਇਨਸਾਨ! ਖੇਡਣਾ-ਕੁੱਦਣਾ ਵੀ ਡੇਲੀ ਰੁਟੀਨ ਦਾ ਇੱਕ ਅਹਿਮ ਹਿੱਸਾ ਹੋਣਾ ਚਾਹੀਦਾ ਹੈ। ਸਿਰਫ਼ ਪੜ੍ਹਨਾ ਅਤੇ ਬੋਰਡ ਪ੍ਰੀਖਿਆ ਵਿੱਚ ਟਾਪ ਕਰਨਾ; ਫਿਰ ਕਾਲਜ ਟਾਪ ਕਰਨਾ। ਕਿਤਾਬਾਂ ਤੋਂ ਹਟ ਕੇ ਵੀ ਇੱਕ ਦੁਨੀਆ ਹੁੰਦੀ ਹੈ, ਜਿਸ ਨੂੰ ਵਾਸਤਵਿਕ ਦੁਨੀਆ ਕਿਹਾ ਜਾਂਦਾ ਹੈ।"

"ਹਾਂ, ਇਹ ਗੱਲ ਤਾਂ ਹੈ; ਪਰ ਮੇਰਾ ਬਚਪਨ ਤੋਂ ਹੀ ਕਲੈਕਟਰ ਬਣਨ ਦਾ ਸੁਪਨਾ ਰਿਹਾ ਹੈ, ਇਸ ਲਈ ਘਰਵਾਲਿਆਂ ਅਤੇ ਟੀਚਰਾਂ ਨੇ ਕਦੇ ਖੇਡਣ ਲਈ ਪ੍ਰੇਰਿਤ ਨਾ ਕਰਕੇ ਹਮੇਸ਼ਾ ਪੜ੍ਹਨ ਲਈ ਹੀ ਪ੍ਰੇਰਿਤ ਕੀਤਾ ਹੈ। ਚੰਗਾ ਸੁਣੋ, ਹੱਬੀ ਵਾਲੇ ਕਾਲਮ ਵਿੱਚ ਬ੍ਰਾਜ਼ੀਲੀਅਨ ਜੁਜਿਤਸੂ ਲਿਖਣ ਦਾ ਸੋਚ ਰਹੀ ਹਾਂ, ਜੋ ਕਿ ਇੱਕ ਮਾਰਸ਼ਲ ਆਰਟ ਹੈ। ਇਸ ਮਾਰਸ਼ਲ ਆਰਟ ਦੀ ਮੈਂ ਟ੍ਰੇਨਿੰਗ ਲਈ ਹੋਈ ਹੈ।" ਐਂਜਲ ਨੇ ਹੌਲੀ ਜਿਹੀ ਕਿਹਾ।

"ਦੱਸ ਰਹੀ ਹੈਂ ਜਾਂ ਡਰਾ ਰਹੀ ਹੈਂ? ਕੀ ਗੱਲ ਹੈ ਮੈਡਮ! ਤੁਹਾਨੂੰ ਜੂਡੋ-ਕਰਾਟੇ ਵੀ ਆਉਂਦੇ ਹਨ, ਹੁਣ ਤਾਂ ਸੰਭਲ ਕੇ ਰਹਿਣਾ ਪਵੇਗਾ।"

"ਓਏ, ਲੇਡੀ ਸ਼੍ਰੀ ਰਾਮ ਕਾਲਜ ਵਿੱਚ ਕੁਝ ਕੁੜੀਆਂ ਕਰਾਟੇ ਸਿੱਖ ਰਹੀਆਂ ਸਨ, ਤਾਂ ਮੈਂ ਵੀ ਹੱਥ ਅਜ਼ਮਾ ਲਏ, ਪਰ ਤੁਹਾਨੂੰ ਜੂਡੋ-ਕਰਾਟੇ ਵਾਲੀ ਕੁੜੀ ਤੋਂ ਡਰਨ ਦੀ ਕੋਈ ਲੋੜ ਨਹੀਂ ਹੈ!"

"ਅੱਛਾ, ਇਹ ਗੱਲ ਹੈ ਕਿ, ਮੈਡਮ?"

"ਜੀ, ਠੀਕ ਹੈ, ਹੁਣ ਇਹ ਦੱਸੋ ਕਿ ਤੁਸੀਂ ਪੋਸਟ ਪ੍ਰੈਫਰੈਂਸ ਕਿਸ ਕ੍ਰਮ ਨਾਲ ਭਰ ਰਹੇ ਹੋ?" ਉਸ ਨੇ ਬੜੀ ਹੀ ਰੁਮਾਨੀਅਤ ਨਾਲ ਪੁੱਛਿਆ।

"ਆਈ.ਏ.ਐੱਸ., ਆਈ.ਪੀ.ਐੱਸ. ਅਤੇ ਆਈ.ਐੱਫ਼.ਐੱਸ; ਤੇ ਤੁਸੀਂ?"

"ਮੈਂ ਤਾਂ ਸੋਚ ਰਹੀ ਸੀ ਕਿ ਆਈ.ਏ.ਐੱਸ., ਆਈ.ਐੱਫ਼.ਐੱਸ; ਤੇ ਆਈ.ਪੀ. ਐੱਸ.; ਤੁਹਾਨੂੰ ਕੀ ਲੱਗਦਾ ਹੈ, ਠੀਕ ਰਹੇਗਾ?"

"ਮੇਰਾ ਮਨ ਤਾਂ ਤੁਹਾਨੂੰ ਪ੍ਰਦੇਸ਼ ਭੇਜਣ ਦਾ ਨਹੀਂ ਹੈ, ਇਸ ਲਈ ਫ਼ੌਰਨ ਸਰਵਿਸ ਆਈ.ਪੀ.ਐੱਸ. ਤੋਂ ਬਾਅਦ ਹੀ ਭਰੋ। ਮੈਨੂੰ ਤਾਂ ਲੱਗਦਾ ਹੈ ਕਿ ਇਸ ਤੋਂ ਬਾਅਦ ਆਈ.ਆਰ.ਐੱਸ. ਠੀਕ ਰਹੇਗਾ।" ਮੈਂ ਆਪਣਾ ਹੱਕ ਜਤਾਉਂਦੇ ਹੋਏ ਕਿਹਾ। ਉਹ ਜਾਣ-ਬੁੱਝ ਕੇ ਅਣਜਾਣ ਬਣੀ ਰਹਿੰਦੀ ਸੀ ਜਾਂ ਉਸ ਨੂੰ ਇਹ ਕਦੇ ਅਹਿਸਾਸ ਹੀ ਨਹੀਂ ਹੋਇਆ ਕਿ ਮੈਂ ਉਸ ਉੱਤੇ ਹੱਕ ਜਤਾਉਂਦਾ ਹਾਂ। ਐਂਜਲ ਅਕਸਰ ਮੇਰੀ ਸਲਾਹ ਨੂੰ ਆਦੇਸ਼ ਵਾਂਗ ਮੰਨ ਕੇ ਉਸ ਦਾ ਅਨੁਕਰਨ ਕਰ ਲੈਂਦੀ ਸੀ।

"ਓਕੇ, ਮੈਂ ਮੰਮਾ ਨਾਲ ਵੀ ਸਲਾਹ ਕਰ ਲਵਾਂ। ਹੁਣ ਮੈਂ ਫ਼ੋਨ ਰੱਖਦੀ ਹਾਂ।, ਬਾਏ!"

"ਕੱਲ੍ਹ ਦ੍ਰਿਸ਼ਟੀ ਆਈ.ਏ.ਐੱਸ. ਵਿੱਚ ਵਿਕਾਸ ਦਿਵਯਕੀਰਤੀ ਸਰ ਦੀ ਇੰਟਰਵਿਊ ਗਾਈਡੈਂਸ ਲਈ ਵਰਕਸ਼ਾਪ ਹੈ, ਚੱਲੋਗੇ?"

ਮੇਰੀ ਗੱਲ ਖ਼ਤਮ ਹੋਣ ਤੋਂ ਪਹਿਲਾਂ ਹੀ ਉਸ ਨੇ ਕਿਹਾ, "ਹਾਂ, ਕਿਉਂ ਨਹੀਂ! ਚਲੋ ਬਾਏ, ਕੱਲ੍ਹ ਮਿਲਦੇ ਹਾਂ।"

ਦਿੱਲੀ ਦੀ ਕੋਚਿੰਗ ਇੰਡਸਟਰੀ ਵਿੱਚ ਦ੍ਰਿਸ਼ਟੀ ਆਈ.ਏ.ਐੱਸ. ਕੋਚਿੰਗ ਸੰਸਥਾਨ ਦੀ ਆਪਣੀ ਵੱਖਰੀ ਪਛਾਣ ਹੈ। ਦੂਜੇ ਦਿਨ ਅਸੀਂ ਨਹਿਰੂ ਵਿਹਾਰ ਵਾਲੇ ਕਲਾਸ-ਰੂਮ ਵਿੱਚ ਵਿਕਾਸ ਸਰ ਦੀ ਕਲਾਸ ਅਟੈਂਡ ਕਰਨ ਲਈ ਗਏ। ਕਲਾਸ-ਰੂਮ ਭਵਿੱਖ ਦੇ ਆਈ.ਏ.ਐੱਸ.-ਆਈ.ਪੀ.ਐੱਸ. ਅਫ਼ਸਰਾਂ ਨਾਲ ਗੁਲਜ਼ਾਰ ਸੀ। ਓਨਾ ਦੇ ਚਿਹਰੇ ਤੋਂ ਸਾਫ਼ ਝਲਕ ਰਿਹਾ ਸੀ ਕਿ ਵਿਕਾਸ ਸਰ ਕਲਾਸ ਵਿੱਚ ਅਜਿਹੇ ਗੋਲਡਨ ਰੂਲ ਦੱਸਣਗੇ ਕਿ ਇੰਟਰਵਿਊ ਵਿੱਚ 200 ਮਾਰਕਸ ਤਾਂ ਆ ਹੀ ਜਾਣਗੇ। ਪ੍ਰਤੀਭਾਗੀਆਂ ਦੀ ਤਾਦਾਦ

70-80 ਦੇ ਲਗਭਗ ਹੋਵੇਗੀ। ਮੇਰੇ ਨਾਲ ਐਂਜਲ ਦੀ ਐਂਟਰੀ ਦੇਖ ਕੇ ਕਈ ਮੁੰਡਿਆਂ ਦੇ ਦਿਲ 'ਤੇ ਬਿਜਲੀਆਂ ਡਿੱਗ ਪਈਆਂ। ਜਦੋਂ ਅਸੀਂ ਵਿਕਾਸ ਸਰ ਦੀ ਕਲਾਸ ਲੈ ਰਹੇ ਸੀ, ਉਸ ਸਮੇਂ ਵੀ ਕੁਝ ਪ੍ਰਤੀਭਾਗੀ ਆਪਣੇ ਜੀਵਨ ਸਾਥੀ ਦੀ ਖੋਜ ਵਿੱਚ ਜੁਟੇ ਸਨ। ਸਰ ਨੇ ਦੱਸਿਆ ਕਿ ਯੂ.ਪੀ.ਐੱਸ.ਸੀ. ਬੋਰਡ ਵਿੱਚ ਹੋਣ ਵਾਲਾ ਇੰਟਰਵਿਊ ਤਿਆਰੀ ਨਾਲੋਂ ਜ਼ਿਆਦਾ ਕਿਸਮਤ ਦੀ ਖੇਡ ਹੈ। ਦਿਵਯਕੀਰਤੀ ਸਰ ਨੇ ਇੰਟਰਵਿਊ ਲਈ ਬਹੁਤ ਸਾਰੇ ਟਿਪਸ ਵੀ ਦਿੱਤੇ। ਅਸੀਂ ਕਲਾਸ ਤੋਂ ਬਾਅਦ ਆਪਣੇ ਰੈਣ-ਬਸੇਰੇ ਵੱਲ ਚਾਲੇ ਪਾਏ।

ਸੋਮਵਾਰ ਦਾ ਦਿਨ ਸੀ। ਸਾਨੂੰ ਉਮੀਦ ਸੀ ਕਿ ਯੂ.ਪੀ.ਐੱਸ.ਸੀ. ਅੱਜ ਇੰਟਰਵਿਊ ਦੀ ਮਿਤੀ ਐਲਾਨ ਕਰ ਦੇਵੇਗਾ; ਇੰਜ ਹੋਇਆ ਵੀ। ਮੈਨੂੰ ਇੰਟਰਵਿਊ ਦੀ ਮਿਤੀ 5 ਮਾਰਚ ਅਤੇ ਐਂਜਲ ਨੂੰ ਇੰਟਰਵਿਊ ਦੀ ਮਿਤੀ 13 ਮਾਰਚ ਮਿਲੀ। ਸਾਨੂੰ ਇੰਟਰਵਿਊ ਦੀ ਤਿਆਰੀ ਲਈ ਕਾਫ਼ੀ ਸਮਾਂ ਮਿਲ ਗਿਆ ਸੀ। ਇੱਕ ਦਿਨ ਅਸੀਂ ਓਝਾ ਸਰ ਦੀ ਕਲਾਸ ਲੈਣ ਲਈ ਚਲੇ ਗਏ। ਓਝਾ ਸਰ ਨੇ ਐਂਜਲ ਨੂੰ ਇੱਕ ਸਵਾਲ ਕੀਤਾ ਕਿ ਜੇਕਰ ਇੱਕ ਮੁੰਡਾ ਇੱਕ ਕੁੜੀ ਨੂੰ ਪਬਲਿਕ ਪਲੇਸ 'ਤੇ ਪ੍ਰਪੋਜ਼ ਕਰੇ ਤਾਂ ਇਹ ਅਪਰਾਧ ਆਈ.ਪੀ.ਸੀ. ਦੀ ਕਿਸ ਧਾਰਾ ਦੇ ਅਧੀਨ ਦਰਜ ਹੋਵੇਗਾ?"

"ਨਹੀਂ ਸਰ, ਆਈ.ਪੀ.ਸੀ. ਦੀ ਕਿਸੇ ਵੀ ਧਾਰਾ ਵਿੱਚ ਪ੍ਰਪੋਜ਼ ਕਰਨ ਨੂੰ ਅਪਰਾਧ ਦੀ ਸ਼੍ਰੇਣੀ ਵਿੱਚ ਨਹੀਂ ਰੱਖਿਆ ਗਿਆ ਹੈ।"

"ਜੇਕਰ ਕੁੜੀ ਪ੍ਰਪੋਜ਼ ਕਰਨ 'ਤੇ ਥੱਪੜ ਜੜ ਦੇ, ਤਾਂ ਕੀ ਇਹ ਅਪਰਾਧ ਹੋਵੇਗਾ?" ਸਰ ਨੇ ਕਰੋਸ ਸਵਾਲ ਕੀਤਾ।

"ਹਾਂਜੀ ਸਰ," ਐਂਜਲ ਨੇ ਸ਼ਰਮਾਉਂਦਿਆਂ ਕਿਹਾ।

ਸਰ ਨੇ ਮਜ਼ਾਕੀਆ ਅੰਦਾਜ਼ ਵਿੱਚ ਕਿਹਾ, "ਮੁੰਡਿਓ, ਹੁਣ ਤੁਸੀਂ ਇਸ ਖ਼ੂਬਸੂਰਤ ਬਲਾ ਨੂੰ ਕਲਾਸ ਖ਼ਤਮ ਹੋਣ ਤੋਂ ਬਾਅਦ ਪ੍ਰਪੋਜ਼ ਕਰ ਸਕਦੇ ਹੋ।" ਇਹ ਸੁਣ ਕੇ ਕਲਾਸ ਦੇ ਸਾਰੇ ਬੱਚੇ ਠਹਾਕੇ ਮਾਰ ਕੇ ਹੱਸਣ ਲੱਗੇ।

"ਪਿੰਡ ਅਤੇ ਛੋਟੇ ਸ਼ਹਿਰ ਦਾ ਕੋਈ ਵੀ ਮੁੰਡਾ ਵੱਡੇ ਤੋਂ ਵੱਡਾ ਸੁਪਨਾ ਦੇਖ ਸਕਦਾ ਹੈ, ਬਲਕਿ ਉਸ ਸੁਪਨੇ ਨੂੰ ਸਾਕਾਰ ਵੀ ਕਰ ਸਕਦਾ ਹੈ। ਹਾਂ, ਇਹ ਜ਼ਰੂਰ ਹੈ ਕਿ ਮੈਟਰੋ ਸ਼ਹਿਰ ਵਿੱਚ ਪਲੇ ਬੱਚਿਆਂ ਦੀ ਤੁਲਨਾ ਵਿੱਚ ਓਨਾ ਨੂੰ ਥੋੜ੍ਹਾ ਜ਼ਿਆਦਾ ਸੰਘਰਸ਼ ਕਰਨਾ ਪੈ ਸਕਦਾ ਹੈ; ਔਕੜਾਂ ਓਨਾ ਦੇ ਸੁਪਨਿਆਂ ਨੂੰ ਮੁਸ਼ਕਲ ਬਣਾਉਣ ਦੀ ਕੋਸ਼ਿਸ਼ ਕਰ ਸਕਦੀਆਂ ਹਨ; ਸੁਪਨਿਆਂ ਨੂੰ ਸੱਚ ਕਰਨ ਵਿੱਚ ਥੋੜ੍ਹਾ ਜ਼ਿਆਦਾ ਸਮਾਂ ਲੱਗ ਸਕਦਾ ਹੈ। ਪਰ ਕਿਸੇ ਬੰਦੇ ਵਿੱਚ ਜੇਕਰ ਗ਼ਜ਼ਬ ਦਾ ਉਤਸ਼ਾਹ ਹੋਵੇ ਅਤੇ ਸੁਪਨਿਆਂ ਵਿੱਚ ਹੌਸਲਾ ਹੋਵੇ ਤਾਂ ਹੌਸਲੇ ਦੀ ਉਡਾਣ ਨਾਲ ਮੰਜ਼ਿਲ ਨੂੰ ਪ੍ਰਾਪਤ ਕੀਤਾ ਜਾ ਸਕਦਾ ਹੈ। ਜੇਕਰ ਕੁਝ ਲੋਕ ਕਹਿਣ

ਕਿ ਤੁਸੀਂ ਇਹ ਕੰਮ ਨਹੀਂ ਕਰ ਸਕਦੇ, ਤਾਂ ਓਨਾ ਨੂੰ ਤੁਰੰਤ ਜਵਾਬ ਨਾ ਦਿਓ, ਪਰ ਏਨੀ ਸਖ਼ਤ ਮਿਹਨਤ ਕਰਨਾ ਸ਼ੁਰੂ ਕਰੋ ਕਿ ਵੱਡੇ-ਵੱਡੇ ਦਿੱਗਜਾਂ ਦੀ ਕੀਤੀ ਗਈ ਭਵਿੱਖਬਾਣੀ ਵੀ ਗ਼ਲਤ ਸਿੱਧ ਹੋ ਜਾਵੇ। ਜੇਕਰ ਲੋਕ ਇਹ ਕਹਿਣ ਕਿ ਤੁਸੀਂ ਆਈ.ਏ.ਐੱਸ ਨਹੀਂ ਬਣ ਸਕਦੇ, ਤਾਂ ਓਨਾ ਦੇ ਸਾਹਮਣੇ ਤੁਹਾਡਾ ਸੰਖੇਪ ਜਵਾਬ ਹੋਣਾ ਚਾਹੀਦਾ ਹੈ 'ਬਣਕੇ ਦਿਖਾਊਂਗਾ।" ਓਝਾ ਸਰ ਨੇ ਮੋਟੀਵੇਸ਼ਨਲ ਸਪੀਚ ਦਿੰਦੇ ਹੋਏ ਕਿਹਾ।

'ਮੇਰਾ ਇਹ ਮੰਨਣਾ ਹੈ ਕਿ ਜੇਕਰ ਤੁਸੀਂ ਸਿਵਲ ਸੇਵਾ ਵਿੱਚ ਸਫ਼ਲਤਾ ਪ੍ਰਾਪਤ ਕਰਨਾ ਚਾਹੁੰਦੇ ਹੋ, ਤਾਂ ਤੁਸੀਂ ਧੀਰਜ ਨੂੰ ਆਪਣਾ ਕਰੀਬੀ ਮਿੱਤਰ, ਅਨੁਭਵ ਨੂੰ ਆਪਣਾ ਸਲਾਹਕਾਰ, ਅਨੁਸ਼ਾਸਨ ਨੂੰ ਵੱਡਾ ਭਰਾ ਅਤੇ ਉਮੀਦ ਨੂੰ ਆਪਣੀ ਗਰਲ-ਫਰੈਂਡ ਬਣਾ ਲਓ। ਇੱਕ ਗੱਲ ਹੋਰ! ਪੜ੍ਹਾਈ ਅਤੇ ਚਿੰਤਨ-ਮਨਨ ਨੂੰ ਆਪਣਾ ਮਾਂ-ਪਿਓ ਬਣਾ ਲਓ, ਤਾਂ ਜੋ ਸਫ਼ਲਤਾ ਪ੍ਰਾਪਤ ਕਰਨ ਵਿੱਚ ਜ਼ਿਆਦਾ ਸਹੂਲੀਅਤ ਹੋ ਸਕੇ। ਚੰਗੀਆਂ ਆਦਤਾਂ ਵਾਲੇ ਦੇਵਤੇ ਬਣ ਜਾਓ, ਹਰ ਰੋਜ਼ 8-10 ਘੰਟੇ ਗੁਣਵੱਤਾ ਪੂਰਨ ਪੜ੍ਹਾਈ ਜ਼ਰੂਰ ਕਰੋ ਅਤੇ ਬਾਕੀ ਉੱਪਰ ਵਾਲੇ ਦੇ ਜ਼ਿੰਮੇ ਛੱਡ ਦਿਓ।" ਉਸ ਦਿਨ ਓਝਾ ਸਰ ਦਾ ਲੈਕਚਰ ਇੰਟਰਵਿਊ ਕਲਾਸ ਘੱਟ ਅਤੇ ਮੋਟੀਵੇਸ਼ਨਲ ਸੈਸ਼ਨ ਜ਼ਿਆਦਾ ਲੱਗ ਰਿਹਾ ਸੀ। ਅਸੀਂ 3 ਘੰਟੇ ਤਕ ਜਿਉਂ-ਤਿਉਂ ਕਰਕੇ ਓਝਾ ਸਰ ਦਾ ਬੋਝ ਝੱਲਿਆ। ਫਿਰ ਜਦੋਂ ਕਲਾਸ ਖ਼ਤਮ ਹੋਈ ਤਾਂ ਅਸੀਂ ਸਾਰਿਆਂ ਨੇ ਸੁੱਖ ਦਾ ਸਾਹ ਲਿਆ।

ਫਿਰ ਉਹ ਦਿਨ ਵੀ ਆ ਗਏ ਜਦੋਂ ਮੇਰਾ ਅਤੇ ਐਂਜਲ ਦਾ ਵਾਰੀ-ਵਾਰੀ ਨਾਲ ਇੰਟਰਵਿਊ ਹੋ ਗਿਆ। ਨਾ ਤਾਂ ਮੈਂ ਅਤੇ ਨਾ ਹੀ ਐਂਜਲ ਇੰਟਰਵਿਊ ਤੋਂ ਸੰਤੁਸ਼ਟ ਸੀ। ਫਾਈਨਲ ਲਿਸਟ ਵਿੱਚ ਮੈਂ 11 ਨੰਬਰਾਂ ਤੋਂ ਰਹਿ ਗਿਆ ਅਤੇ ਉਹ 8 ਨੰਬਰ ਤੋਂ। ਸਭ ਤੋਂ ਮਾੜੀ ਗੱਲ ਇਹ ਸੀ ਕਿ ਐਂਜਲ ਨੂੰ ਜੀ.ਐੱਸ. ਦੇ ਹਰ ਪੇਪਰ ਵਿੱਚ 5 ਨੰਬਰ ਦੀ ਪੈਨਲਟੀ ਲੱਗੀ, ਅਤੇ ਇਸ ਤਰ੍ਹਾਂ ਯੂ.ਪੀ.ਐੱਸ.ਈ. ਦੁਆਰਾ ਮੁੱਖ ਪ੍ਰੀਖਿਆ ਵਿੱਚ ਲਗਭਗ 20 ਨੰਬਰ ਪੈਨਲਟੀ ਦੇ ਰੂਪ ਵਿੱਚ ਕੱਟੇ ਗਏ।

ਜਦੋਂ ਫਾਈਨਲ ਸੂਚੀ ਵਿੱਚ ਮੇਰਾ ਨਾਂ ਨਹੀਂ ਆਇਆ ਤਾਂ ਮੈਂ ਦੋ-ਤਿੰਨ ਦਿਨ ਤਕ ਖਾਣਾ ਨਹੀਂ ਖਾ ਸਕਿਆ ਅਤੇ ਨਾ ਹੀ ਮੇਰਾ ਕਿਸੇ ਨਾਲ ਕੋਈ ਗੱਲ ਕਰਨ ਦਾ ਮਨ ਕਰ ਰਿਹਾ ਸੀ। ਐਂਜਲ ਦਾ ਵੀ ਇਹੀ ਹਾਲ ਸੀ।

9

ਅਰਸ਼ ਤੋਂ ਫ਼ਰਸ਼ 'ਤੇ

"ਅੱਗੇ ਦੀ ਰਣਨੀਤੀ 'ਤੇ ਡਿਸਕਸ ਕਰਦੇ ਹਾਂ।" ਰਿਜ਼ਲਟ ਦੇ 5 ਦਿਨ ਬਾਅਦ ਕੇਡੀ ਸਰ ਦੀ ਕਾਲ ਆਈ। "ਗਿਰੀਸ਼ ਮੇਰੇ ਆਫ਼ਿਸ ਆ ਜਾਓ।" ਮੈਂ ਅਤੇ ਐਂਜਲ ਦੋਵੇਂ ਕੇਡੀ ਸਰ ਨੂੰ ਮਿਲਣ ਲਈ ਉਸ ਦੇ ਆਫ਼ਿਸ ਪਹੁੰਚ ਗਏ। ਸਰ ਨੇ ਸਿਵਲ ਸੇਵਾ ਵਿੱਚ ਸਫ਼ਲਤਾ ਲਈ ਸਬਰ ਨੂੰ ਸਭ ਤੋਂ ਵੱਡਾ ਹਥਿਆਰ ਦੱਸਿਆ। ਉਨਾ ਨੇ ਕਿਹਾ, "ਜੀਵਨ ਵਿੱਚ ਸਫ਼ਲਤਾ ਪ੍ਰਾਪਤ ਕਰਨ ਲਈ ਸਖ਼ਤ ਮਿਹਨਤ ਅਤੇ ਲਗਨ ਦੇ ਨਾਲ-ਨਾਲ ਸਬਰ ਕਰਨਾ ਵੀ ਬਹੁਤ ਜ਼ਰੂਰੀ ਹੈ।"

ਐਂਜਲ ਨੇ ਮਹਿਸੂਸ ਕੀਤਾ ਕਿ ਜ਼ਰੂਰੀ ਨਹੀਂ ਹੈ ਕਿ ਸਫ਼ਲਤਾ ਸ਼ੁਰੂ ਦੀਆਂ ਦੋ-ਤਿੰਨ ਕੋਸ਼ਿਸ਼ਾਂ ਵਿੱਚ ਹੀ ਮਿਲ ਜਾਵੇ। ਜੇਕਰ ਨਹੀਂ ਮਿਲਦੀ, ਤਾਂ ਸਬਰ ਰੱਖਦੇ ਹੋਏ ਅੱਗੇ ਕੋਸ਼ਿਸ਼ ਕਰਨੀ ਚਾਹੀਦੀ ਹੈ। ਸ੍ਰੀਮਦ ਭਗਵਦ ਗੀਤਾ 'ਚ ਮਨੁੱਖ ਵਿਚਲੇ ਸਬਰ ਦੇ ਗੁਣ ਨੂੰ ਦੈਵੀ ਸੰਪਦਾ ਦੱਸਿਆ ਗਿਆ ਹੈ। ਸਬਰ ਦਾ ਅਰਥ 'ਸੁਭਾਅ ਤੋਂ ਸ਼ਾਂਤ ਹੋਣਾ' ਹੈ। ਜਦੋਂ ਤੁਸੀਂ ਸ਼ਾਂਤ ਹੁੰਦੇ ਹੋ, ਤਾਂ ਤੁਸੀਂ ਸਥਿਰਤਾ ਨਾਲ ਕਿਸੇ ਵੀ ਚੁਨੌਤੀ ਦਾ ਸਾਹਮਣਾ ਕਰ ਸਕਦੇ ਹੋ। ਸਬਰ ਯਾਨੀ ਧੀਰਜ ਕੇਵਲ ਉਡੀਕ ਕਰਨ ਦੀ ਸਮਰੱਥਾ ਨਹੀਂ ਹੈ, ਬਲਕਿ ਉਡੀਕ ਕਰਦੇ ਸਮੇਂ ਇੱਕ ਚੰਗਾ ਰਵੱਈਆ ਰੱਖਣ ਦੀ ਸਮਰੱਥਾ ਵੀ ਹੈ। ਧੀਰਜ/ ਸਬਰ ਇੱਕ ਕੀਮਤੀ ਸਦਗੁਣ ਹੈ; ਇਸ ਸਦਗੁਣ ਨੂੰ ਪ੍ਰਾਪਤ ਕਰਨ ਵਿੱਚ ਕੁਝ ਵੀ ਖ਼ਰਚ ਨਹੀਂ ਕਰਨਾ ਪੈਂਦਾ। ਇਸ ਲਈ ਬਸ ਆਪਣੇ ਮਨ ਨੂੰ ਹੀ ਅਭਿਆਸ ਕਰਨ ਦੀ ਲੋੜ ਹੁੰਦੀ ਹੈ। ਆਪਣੀਆਂ ਭਾਵਨਾਵਾਂ ਨੂੰ ਕੰਟਰੋਲ ਕਰਨ ਲਈ ਆਪਣੇ ਆਪ ਨੂੰ ਹੀ ਟ੍ਰੇਨਿੰਗ ਦੇਣੀ ਪਵੇਗੀ।

ਸਬਰ ਉਹ ਸ਼ਕਤੀਸ਼ਾਲੀ ਗੁਣ ਹੈ, ਜਿਸ ਨਾਲ ਕੋਈ ਵੀ ਵਿਅਕਤੀ ਨਿਰਾਸ਼ਾ, ਹਤਾਸ਼ਾ, ਤਣਾਅ, ਅਸਫ਼ਲਤਾ, ਕੁੰਠਾ, ਕ੍ਰੋਧ, ਜਲਦਬਾਜ਼ੀ ਅਤੇ ਅਸਹਿਣਸ਼ੀਲਤਾ ਆਦਿ ਤੋਂ ਬਚ ਕੇ ਆਤਮਵਿਸ਼ਲੇਸ਼ਣ ਅਤੇ ਪ੍ਰਗਤੀਸ਼ੀਲਤਾ ਦੇ ਦਮ 'ਤੇ ਸਫ਼ਲ ਅਤੇ ਖ਼ੁਸ਼ਹਾਲ ਜੀਵਨ ਦੇ ਰਾਹ 'ਤੇ ਚੱਲ ਸਕਦਾ ਹੈ। ਇਸ ਲਈ ਸਫ਼ਲਤਾ ਪ੍ਰਾਪਤੀ ਦੇ ਹਰ ਇੱਛੁਕ

ਵਿਅਕਤੀ ਨੂੰ ਧੀਰਜ ਬਣਾਈ ਰੱਖਣ ਦੀ ਆਦਤ ਦਾ ਵਿਕਾਸ ਕਰਨਾ ਚਾਹੀਦਾ ਹੈ। ਸਬਰ ਯਾਨੀ ਧੀਰਜ ਹਰ ਸਫ਼ਲਤਾ ਦੀ ਕੁੰਜੀ ਹੈ। ਜਿਵੇਂ ਅੰਡੇ ਨੂੰ ਸੇਕ ਦੇਣ ਨਾਲ ਹੀ ਚੂਜ਼ਾ ਨਿਕਲਦਾ ਹੈ, ਨਾ ਕਿ ਉਸ ਨੂੰ ਤੋੜਨ ਨਾਲ। ਸਬਰ ਅਤੇ ਮਿਹਨਤ ਨਾਲ ਅਸੀਂ ਉਹ ਸਭ ਕੁਝ ਪ੍ਰਾਪਤ ਕਰ ਸਕਦੇ ਹਾਂ, ਜੋ ਸ਼ਕਤੀ ਅਤੇ ਜਲਦਬਾਜ਼ੀ ਨਾਲ ਪ੍ਰਾਪਤ ਨਹੀਂ ਕਰ ਸਕਦੇ। ਸਬਰ ਰੱਖਣ ਨਾਲ ਹਾਰੀ ਹੋਈ ਬਾਜ਼ੀ ਵੀ ਜਿੱਤੀ ਜਾ ਸਕਦੀ ਹੈ। ਅਸੀਂ ਕਹਿ ਸਕਦੇ ਹਾਂ ਕਿ ਸਬਰ ਮਨੁੱਖ ਦੀ ਸ਼ਖ਼ਸੀਅਤ ਨੂੰ ਨਿਖਾਰਨ ਵਿੱਚ ਮਹੱਤਵਪੂਰਨ ਭੂਮਿਕਾ ਅਦਾ ਕਰਦਾ ਹੈ। ਜਿੰਨੇ ਵੀ ਮਹਾਨ ਵਿਗਿਆਨੀ ਅਤੇ ਖੋਜ-ਕਰਤਾ ਹਨ, ਉਹਨਾਂ ਨੇ ਆਪਣੀ ਖੋਜ ਦੀ ਸਫ਼ਲਤਾ ਲਈ ਸਾਲਾਂ ਤਕ ਇੰਤਜ਼ਾਰ ਕੀਤਾ ਹੈ। ਜਿਸ ਵਿਅਕਤੀ ਦੇ ਅੰਦਰ ਇੰਤਜ਼ਾਰ ਕਰਨ ਦੀ ਸਮਰੱਥਾ ਹੈ, ਉਹ ਸਭ ਕੁਝ ਪ੍ਰਾਪਤ ਕਰ ਸਕਦਾ ਹੈ। ਜੇਕਰ ਵਿਅਕਤੀ ਨੂੰ ਲਗਾਤਾਰ ਅਸਫ਼ਲਤਾ ਮਿਲ ਰਹੀ ਹੈ ਤਾਂ ਵੀ ਸਬਰ ਰੱਖਣਾ ਚਾਹੀਦਾ ਹੈ; ਕਦੇ-ਕਦੇ ਸਫ਼ਲਤਾ ਥੋੜ੍ਹੀ ਦੇਰੀ ਨਾਲ ਮਿਲਦੀ ਹੈ। ਜਿਵੇਂ ਇੱਕ ਬੂਟੇ (ਪੌਦੇ) ਦੀ ਬਜਾਇ ਇੱਕ ਦਰੱਖ਼ਤ ਦੇਰੀ ਨਾਲ ਤਿਆਰ ਹੁੰਦਾ ਹੈ। ਜਿਸ ਤਰ੍ਹਾਂ ਇੱਕ ਵੱਡੇ ਦਰੱਖ਼ਤ ਨੂੰ ਤਿਆਰ ਹੋਣ ਵਿੱਚ ਜ਼ਿਆਦਾ ਸਮਾਂ ਲਗਦਾ ਹੈ, ਠੀਕ ਉਸੇ ਤਰ੍ਹਾਂ ਹੀ ਸਾਡੇ ਵੱਡੇ ਤੇ ਮਹਾਨ ਲਕਸ਼ (ਟੀਚੇ) ਨੂੰ ਵੀ ਪੂਰਾ ਕਰਨ 'ਚ ਵੀ ਵਕਤ ਲੱਗ ਸਕਦਾ ਹੈ। ਪਰ ਕੁਝ ਲੋਕ ਸਬਰ ਨਹੀਂ ਰੱਖਦੇ ਅਤੇ ਆਪਣੇ ਕੰਮ ਵਿਚਕਾਰ ਹੀ ਛੱਡ ਦਿੰਦੇ ਹਨ। ਅਜਿਹਾ ਕਰਨ ਵਾਲੇ ਨੂੰ ਬਾਅਦ ਵਿੱਚ ਪਛਤਾਵਾ ਹੀ ਮਿਲਦਾ ਹੈ। ਇਸ ਲਈ ਸਾਨੂੰ ਕਦੇ ਵੀ ਧੀਰਜ ਦਾ ਸਾਥ ਨਹੀਂ ਛੱਡਣਾ ਚਾਹੀਦਾ, ਕਿਉਂਕਿ ਇਹ ਸਾਨੂੰ ਉਚਿਤ ਸਮਾਂ, ਮੌਕਾ ਅਤੇ ਸਫ਼ਲਤਾ ਤਕ ਜ਼ਰੂਰ ਲੈ ਜਾਂਦਾ ਹੈ।

ਦੂਜੀ ਗੱਲ ਕੇਡੀ ਸਰ ਨੇ ਇਹ ਵੀ ਦੱਸੀ ਕਿ ਜੀਵਨ ਵਿੱਚ ਹਾਰ ਅਤੇ ਜਿੱਤ ਦੋਨੋਂ ਨਾਲ-ਨਾਲ ਚੱਲਦੇ ਹਨ, ਇਹ ਕੁਦਰਤ ਦਾ ਨਿਯਮ ਹੈ। ਸਾਨੂੰ ਇਹ ਪਤਾ ਨਹੀਂ ਹੁੰਦਾ ਕਿ ਪਹਿਲਾਂ ਜਿੱਤ ਮਿਲੇਗੀ ਜਾਂ ਹਾਰ। ਸਾਨੂੰ ਰਿਜ਼ਲਟ ਦੀ ਚਿੰਤਾ ਕੀਤੇ ਬਗੈਰ ਕਰਮ ਕਰਦੇ ਹੋਏ ਲਗਾਤਾਰ ਲਕਸ਼ (ਟੀਚੇ) ਵੱਲ ਵਧਦੇ ਰਹਿਣਾ ਚਾਹੀਦਾ ਹੈ। ਹਾਰ ਤੋਂ ਬਾਅਦ ਵੀ ਸਾਡੇ ਮਨ ਵਿੱਚ ਨਿਰਾਸ਼ਾ ਲਈ ਕੋਈ ਥਾਂ ਨਹੀਂ ਹੋਣੀ ਚਾਹੀਦੀ। ਜੇਕਰ ਹਾਰ ਵੀ ਗਏ ਤਾਂ ਕੀ ਹੋਇਆ? ਅਗਾਂਹ ਜਿੱਤ ਸਾਡੀ ਉਡੀਕ ਵਿੱਚ ਬੈਠੀ ਹੈ। ਜਿਹੜੇ ਲੋਕ ਆਪਣੀ ਸਾਰੀ ਤਾਕਤ ਆਪਣੇ ਕੰਮ/ ਲਕਸ਼ ਵਿੱਚ ਲਗਾ ਦਿੰਦੇ ਹਨ ਉਹਨਾਂ ਨੂੰ ਯਕੀਨਨ ਜਿੱਤ ਮਿਲਦੀ ਹੈ। ਜਾੱਰਜ ਸਟੀਫਨਸਨ ਨੇ ਰੇਲਗੱਡੀ ਵਿੱਚ ਸੁਧਾਰ ਕਰਨ ਲਈ 15 ਸਾਲ ਲਾਏ, ਜੇਮਸ ਵਾਟ ਨੇ 20 ਸਾਲ ਤਕ ਭਾਫ਼ ਦੇ ਇੰਜਣ ਦਾ ਅਧਿਐਨ ਕੀਤਾ। ਬੇਵਸਟਰ ਨੂੰ ਅੰਗਰੇਜ਼ੀ ਸ਼ਬਦ-ਕੋਸ਼ ਤਿਆਰ ਕਰਨ ਵਿੱਚ 26 ਸਾਲ ਲੱਗੇ ਅਤੇ ਅਮਰੀਕਾ ਦਾ ਇਤਿਹਾਸ ਲਿਖਣ ਵਿੱਚ ਜਾੱਰਜ ਬੇਨਕਰਾੱਫਟ ਨੇ 23 ਸਾਲ ਖ਼ਰਚ ਕੀਤੇ। ਕਰਮ ਕਰਨ

ਅਤੇ ਉਸ ਦੇ ਹਾਂ-ਪੱਖੀ ਰਿਜ਼ਲਟ ਲਈ ਕਈ ਵਾਰ ਲੰਬਾ ਸਮਾਂ ਲੱਗਦਾ ਹੈ, ਜਿਸ ਦੀ ਉਡੀਕ ਧੀਰਜ ਨਾਲ ਕਰਨੀ ਪੈਂਦੀ ਹੈ। ਬੀਜ ਨੂੰ ਰੁੱਖ ਬਣਨ ਵਿੱਚ ਕੁਝ ਵਕਤ ਤਾਂ ਲੱਗਦਾ ਹੀ ਹੈ। ਅਖਾੜੇ ਵਿੱਚ ਦਾਖਲ ਹੋਣ ਨਾਲ ਕੋਈ ਪਹਿਲਵਾਨ ਨਹੀਂ ਬਣ ਜਾਂਦਾ। ਕਾਮਯਾਬੀ ਸਬਰ ਨਾਲ ਹੀ ਮਿਲਦੀ ਹੈ, ਕਰਮ ਖੇਤਰ ਭਾਵੇਂ ਕੋਈ ਵੀ ਹੋਵੇ। ਮਸ਼ਹੂਰ ਵਿਗਿਆਨੀ ਥਾੱਮਸ ਅਲਵਾ ਐਡੀਸਨ ਜਦੋਂ 67 ਸਾਲਾਂ ਦੇ ਸਨ, ਉਦੋਂ ਇੱਕ ਦਿਨ ਓਨਾ ਦੀ ਕਰੋੜਾਂ ਰੁਪਏ ਦੀ ਫ਼ੈਕਟਰੀ ਅੱਗ ਲੱਗਣ ਕਾਰਨ ਖ਼ਤਮ ਹੋ ਗਈ ਸੀ। ਇਸ ਕੰਪਨੀ ਦਾ ਬੀਮਾ ਬਹੁਤ ਘੱਟ ਸੀ। ਆਪਣੀ ਜ਼ਿੰਦਗੀ ਭਰ ਦੀ ਕਮਾਈ ਨੂੰ ਅੱਗ ਵਿੱਚ ਬਲਦੀ ਦੇਖ ਕੇ ਉਹ ਬੋਲੇ, "ਜੋ ਕੁਝ ਵੀ ਹੁੰਦਾ ਹੈ ਹਮੇਸ਼ਾ ਚੰਗੇ ਲਈ ਹੀ ਹੁੰਦਾ ਹੈ, ਸਾਡੀ ਸਾਰੀਆਂ ਕਮੀਆਂ ਇਸ ਅੱਗ ਵਿੱਚ ਬਲ ਕੇ ਖ਼ਤਮ ਹੋ ਗਈਆਂ, ਈਸ਼ਵਰ ਦੀ ਕਿਰਪਾ ਨਾਲ ਹੁਣ ਅਸੀਂ ਨਵੇਂ ਸਿਰੇ ਤੋਂ ਕੰਮ ਸ਼ੁਰੂ ਕਰਾਂਗੇ।" ਇੰਨੇ ਵੱਡੇ ਹਾਦਸੇ ਤੋਂ ਬਾਅਦ ਵੀ ਐਡੀਸਨ ਬਿਲਕੁਲ ਵੀ ਨਿਰਾਸ਼ ਅਤੇ ਹਤਾਸ਼ ਨਹੀਂ ਹੋਏ; ਬਲਕਿ ਸਿਰਫ਼ ਤਿੰਨ ਹਫ਼ਤੇ ਬਾਅਦ ਹੀ ਉਹਨਾਂ ਨੇ ਆਪਣੀ ਸਮਰੱਥਾ ਨਾਲ ਫ਼ੋਨੋਗ੍ਰਾਮ ਦੀ ਖੋਜ ਕਰਕੇ ਪੂਰੀ ਦੁਨੀਆ ਨੂੰ ਹੈਰਾਨ ਕਰ ਦਿੱਤਾ ਸੀ।

ਮਨੁੱਖ ਦੇ ਸੱਜੇ ਹੱਥ ਵਿੱਚ ਸਫ਼ਲਤਾ ਹੁੰਦੀ ਹੈ ਅਤੇ ਖੱਬੇ ਹੱਥ ਵਿੱਚ ਅਸਫ਼ਲਤਾ ਹੁੰਦੀ ਹੈ, ਪਰ ਸਫ਼ਲਤਾ ਪ੍ਰਾਪਤ ਕਰਨ ਲਈ ਕਰਮਸ਼ੀਲ ਹੋਣਾ ਬਹੁਤ ਜ਼ਰੂਰੀ ਹੁੰਦਾ ਹੈ। ਇਸ ਲਈ ਕਰਮ ਨੂੰ ਸਭ ਤੋਂ ਵੱਡੀ ਸ਼ਕਤੀ ਮੰਨਦੇ ਹੋਏ ਮੰਜ਼ਿਲ ਮਿਲਣ ਤਕ ਕਰਮਸ਼ੀਲ ਬਣੇ ਰਹੋ। ਕਰਮ ਦੇ ਕਾਰਨ ਹੀ ਕੋਈ ਵਿਅਕਤੀ ਕਮਜ਼ੋਰ ਹੋ ਜਾਂਦਾ ਹੈ ਤੇ ਕੋਈ ਵਿਅਕਤੀ ਸ਼ਕਤੀਸ਼ਾਲੀ। ਕਰਮ ਹੀ ਕਿਸੇ ਨੂੰ ਗ਼ਰੀਬ ਤੇ ਕਿਸੇ ਨੂੰ ਧਨਵਾਨ ਬਣਾਉਂਦਾ ਹੈ। ਵਰਤਮਾਨ ਵਿੱਚ ਸ਼ੁਭ ਕਰਮਾਂ ਨਾਲ ਸਾਨੂੰ ਸਾਰੀਆਂ ਕਮੀਆਂ 'ਤੇ ਜਿੱਤ ਪ੍ਰਾਪਤ ਕਰਕੇ ਚੰਗੇ ਭਵਿੱਖ ਦੇ ਨਿਰਮਾਣ ਉੱਤੇ ਧਿਆਨ ਦੇਣਾ ਚਾਹੀਦਾ ਹੈ। ਅਸੀਂ ਆਪਣੀ ਸਮਰੱਥਾ ਨਾਲ ਸਫ਼ਲਤਾ ਦੇ ਉੱਚ ਸਿਖਰਾਂ ਨੂੰ ਛੂਹ ਸਕਦੇ ਹਾਂ। ਇਸ ਪ੍ਰਕਿਰਿਆ ਵਿੱਚ ਮੁਸ਼ਕਲਾਂ ਅਤੇ ਦੁੱਖ ਸਾਡੇ ਦੁਸ਼ਮਣ ਹਨ, ਜਿਨ੍ਹਾਂ ਨਾਲ ਅਸੀਂ ਮਿਹਨਤ ਦੇ ਬਲ 'ਤੇ ਲੜਨਾ ਹੈ ਅਤੇ ਜਿੱਤ ਪ੍ਰਾਪਤ ਕਰਨੀ ਹੈ; ਇਸ ਨਾਲ ਹੀ ਸਾਡਾ ਜੀਵਨ ਸਾਰਥਕ ਹੋਵੇਗਾ।

ਕਮਲਦੇਵ ਸਰ ਨੇ ਹਰ ਸੰਭਵ ਤਰੀਕੇ ਨਾਲ ਮੋਟੀਵੇਟ ਕਰਨ ਦੀ ਕੋਸ਼ਿਸ਼ ਕੀਤੀ ਕਿ ਅਸੀਂ ਸਿਵਲ ਸੇਵਾ ਵਿੱਚ ਮਿਲੀ ਅਸਫ਼ਲਤਾ ਨੂੰ ਭੁਲਾ ਕੇ ਵਾਪਸ ਤਿਆਰੀ ਕਰਨ ਵਿੱਚ ਜੁੱਟ ਜਾਈਏ। ਸਰ ਨਾਲ 40 ਮਿੰਟ ਦੀ ਮੁਲਾਕਾਤ ਤੋਂ ਬਾਅਦ ਅਸੀਂ ਵਾਪਸ ਆ ਗਏ।

ਐਂਜਲ ਨੂੰ ਇਸ ਗੱਲ ਦਾ ਅਫ਼ਸੋਸ ਹੋ ਰਿਹਾ ਸੀ ਕਿ ਉਸ ਨੇ ਜੀ.ਐੱਸ. ਦੇ ਪੇਪਰ ਦੀ ਕਾਪੀ 'ਤੇ 'ਓਮ ਵਿਸ਼ਨੂੰ' ਕਿਉਂ ਲਿਖਿਆ ਸੀ, ਜਿਸ ਦੇ ਕਾਰਨ ਹੀ ਉਸ ਨੂੰ ਪੈਨਲਟੀ

ਲੱਗੀ ਸੀ। ਹਰ ਵਿਅਕਤੀ ਨੂੰ ਕਦੇ-ਨਾ-ਕਦੇ ਆਪਣੇ ਕੀਤੇ 'ਤੇ ਪਛਤਾਵਾ ਯਾਨੀ ਅਫ਼ਸੋਸ ਲਾਜ਼ਮੀ ਹੁੰਦਾ ਹੈ। ਆਮ ਤੌਰ 'ਤੇ ਅਫ਼ਸੋਸ ਉਦੋਂ ਹੁੰਦਾ ਹੈ ਜਦੋਂ ਅਤੀਤ ਵਿੱਚ ਲਏ ਕਿਸੇ ਫ਼ੈਸਲੇ ਦਾ ਬੁਰਾ ਰਿਜ਼ਲਟ ਨਿਕਲਦਾ ਹੈ, ਤੇ ਅਸੀਂ ਇਹ ਸੋਚਦੇ ਹਾਂ ਕਿ ਜੇਕਰ ਇਹ ਕੰਮ ਨਾ ਕਰਕੇ, ਇਹ ਕੀਤਾ ਹੁੰਦਾ ਤਾਂ ਅੱਜ ਜੀਵਨ ਕੁਝ ਹੋਰ ਹੋਣਾ ਸੀ। ਅਫ਼ਸੋਸ ਜਾਂ ਪਛਤਾਵਾ ਅਕਸਰ ਇੱਕ ਖ਼ਰਾਬ ਫ਼ੈਸਲੇ ਦੀ ਇੱਕ ਭਾਵਨਾਤਮਕ ਪ੍ਰਤੀਕ੍ਰਿਆ ਹੁੰਦੀ ਹੈ। ਸਹੀ ਕੈਰੀਅਰ ਨਾ ਚੁਣਨਾ, ਅਸਫ਼ਲਤਾ, ਮਨਪਸੰਦ ਜੀਵਨ ਸਾਥੀ ਵਿਆਹ ਨਾਲ ਵਿਆਹ ਨਾ ਹੋਣਾ ਅਤੇ ਜੀਵਨ ਵਿੱਚ ਤਰੱਕੀ ਨਾ ਪਾ ਸਕਣਾ ਵਰਗੇ ਕਈ ਕਾਰਨ ਹੁੰਦੇ ਹਨ, ਜਿਨ੍ਹਾਂ ਸਦਕਾ ਕਈ ਲੋਕ ਜੀਵਨ ਭਰ ਅਫ਼ਸੋਸ ਜਾਂ ਆਤਮ ਗਿਲਾਨੀ ਵਿੱਚ ਜਿਉਂਦੇ ਹਨ।

ਚਿੰਤਾ ਅਤੇ ਪਛਤਾਵਾ ਦੋਵੇਂ ਮਨੁੱਖ ਦੇ ਜੀਵਨ ਲਈ ਜ਼ਹਿਰ ਵਰਗੇ ਹਨ। ਫ਼ਰਕ ਇਹੀ ਹੈ ਕਿ ਪਛਤਾਵਾ ਬੀਤੇ ਸਮੇਂ ਨੂੰ ਯਾਦ ਕਰਕੇ ਕੀਤਾ ਜਾਂਦਾ ਹੈ ਅਤੇ ਚਿੰਤਾ ਆਉਣ ਵਾਲੇ ਸਮੇਂ ਦੀ ਹੁੰਦੀ ਹੈ। ਪਰ ਏਨਾ ਦੋਵਾਂ ਦੇ ਅਸਰ ਮਾੜੇ ਹੀ ਹੁੰਦੇ ਹਨ। ਰਿਗ੍ਰੇਟ (ਅਫ਼ਸੋਸ) ਵਿਅਕਤੀ ਦੇ ਜੀਵਨ ਨੂੰ ਅਤੀਤ ਵਿੱਚ ਜਿਊਣ ਲਈ ਮਜਬੂਰ ਕਰਦਾ ਹੈ, ਜੋ ਵਰਤਮਾਨ ਅਤੇ ਭਵਿੱਖ ਦੋਵਾਂ ਨੂੰ ਪ੍ਰਭਾਵਿਤ ਕਰਦਾ ਹੈ। ਲਗਾਤਾਰ ਪਛਤਾਵੇ ਦਾ ਤਨ-ਮਨ ਉੱਤੇ ਬੁਰਾ ਅਸਰ ਪੈਂਦਾ ਹੈ। ਆਪਣੇ ਆਪ ਨੂੰ ਵਾਰ-ਵਾਰ ਦੋਸ਼ੀ ਠਹਿਰਾਉਣ ਨਾਲ ਵਿਅਕਤੀ ਦੀ ਖ਼ੁਸ਼ਹਾਲ ਜ਼ਿੰਦਗੀ ਵਿੱਚ ਰੁਕਾਵਟ ਆ ਜਾਂਦੀ ਹੈ। ਪਛਤਾਵੇ ਦੀ ਭਾਵਨਾ ਤੋਂ ਪੀੜਿਤ ਵਿਅਕਤੀ ਵਿੱਚ ਡਿਪ੍ਰੇਸ਼ਨ ਦੀ ਸੰਭਾਵਨਾ ਵਧ ਜਾਂਦੀ ਹੈ। ਅਫ਼ਸੋਸ ਸਾਡੇ ਅੰਦਰ ਡਰ ਵੀ ਪੈਦਾ ਕਰਦਾ ਹੈ, ਤੇ ਸਾਨੂੰ ਇਸ ਗੱਲ ਦਾ ਵੀ ਡਰ ਲੱਗਣ ਲੱਗਦਾ ਹੈ ਕਿ ਸਾਡੇ ਜੀਵਨ ਦਾ ਹਰ ਫ਼ੈਸਲਾ ਗ਼ਲਤ ਹੀ ਹੋਵੇਗਾ।

ਐਂਜਲ ਨੇ ਮੈਨੂੰ ਦੱਸਿਆ ਕਿ ਪਿਛਲੇ ਦੋ-ਤਿੰਨ ਦਿਨਾਂ ਤੋਂ ਮੈਨੂੰ ਬਹੁਤ ਪਛਤਾਵਾ ਹੋ ਰਿਹਾ ਹੈ, ਤਾਂ ਮੈਂ ਉਸ ਨੂੰ ਕਿਹਾ, "ਗ਼ਲਤੀ ਹਰ ਕਿਸੇ ਤੋਂ ਹੁੰਦੀ ਹੈ। ਯਤਨ ਕਰਦੇ ਸਮੇਂ ਗ਼ਲਤੀ ਹੋਣਾ ਕੁਦਰਤੀ ਹੈ, ਇਸ ਵਿੱਚ ਕੁੱਝ ਵੀ ਅਣਹੋਣੀ ਨਹੀਂ ਹੈ ਤੇ ਨਾ ਹੀ ਕੁਝ ਗ਼ਲਤ। ਪਰ ਆਪਣੀ ਕਿਸੇ ਗ਼ਲਤੀ 'ਤੇ ਜੋ ਅਨਜਾਣੇ 'ਚ ਜਾਂ ਅਗਿਆਨ ਵੱਸ ਹੋਈ ਹੈ ਤਾਂ ਉਸ 'ਤੇ ਪਛਤਾਵਾ ਨਹੀਂ ਹੋਣਾ ਚਾਹੀਦਾ। ਪਰ ਸਾਨੂੰ ਆਪਣੀਆਂ ਗ਼ਲਤੀਆਂ ਤੋਂ ਸਿੱਖਣਾ ਜ਼ਰੂਰ ਚਾਹੀਦਾ ਹੈ। ਇੱਕ ਸਫ਼ਲ ਵਿਅਕਤੀ ਦਾ ਗੁਣ ਇਹ ਵੀ ਹੈ ਕਿ ਉਹ ਕਦੇ ਵੀ ਆਪਣਿਆਂ ਫ਼ੈਸਲਿਆਂ 'ਤੇ ਪਛਤਾਵਾ ਨਹੀਂ ਕਰਦੇ। ਨੌਕਰੀ ਹੋਵੇ ਜਾਂ ਕੋਈ ਰਿਸ਼ਤਾ, ਉਹ ਕਦੇ ਵੀ ਵਾਪਸ ਨਹੀਂ ਮਿਲਦੇ, ਜੇਕਰ ਉਹਨਾਂ ਨੂੰ ਕੁਝ ਚੰਗੇ ਅਤੇ ਅਸਲ ਕਾਰਨਾਂ ਕਰਕੇ ਛੱਡਿਆ ਜਾਂਦਾ ਹੈ। ਇਸ ਲਈ ਜੇਕਰ ਤੁਹਾਡੀ ਆਦਤ ਵਿੱਚ ਆਪਣੇ ਫ਼ੈਸਲਿਆਂ 'ਤੇ ਵਾਰ-ਵਾਰ ਵਾਪਸ ਜਾਣਾ ਹੈ, ਤਾਂ ਸਫ਼ਲਤਾ ਪ੍ਰਾਪਤ ਕਰਨ ਲਈ ਇਹ ਆਦਤ ਛੱਡਣੀ

ਪਵੇਗੀ। ਗ਼ਲਤੀਆਂ ਅਤੇ ਅਤੀਤ ਦੀਆਂ ਅਸਫ਼ਲਤਾਵਾਂ ਨੂੰ ਵਾਰ-ਵਾਰ ਯਾਦ ਨਹੀਂ ਕਰਨਾ ਚਾਹੀਦਾ। ਜੀਵਨ ਵਿੱਚ ਖ਼ੁਸ਼ੀ ਅਤੇ ਸਫ਼ਲਤਾ ਲਈ ਇਹ ਜ਼ਰੂਰੀ ਹੈ ਕਿ ਭਵਿੱਖ ਨੂੰ ਉਮੀਦ ਨਾਲ ਦੇਖੋ, ਪਰ ਅਤੀਤ ਦੇ ਪਛਤਾਵੇ ਨਾਲ ਨਹੀਂ। ਬਿਨਾਂ ਪਛਤਾਵੇ ਦੇ ਆਪਣੇ ਅਤੀਤ ਨੂੰ ਸਵੀਕਾਰ ਕਰੋ, ਆਪਣੇ ਵਰਤਮਾਨ ਨੂੰ ਆਤਮ-ਵਿਸ਼ਵਾਸ ਨਾਲ ਸੰਭਾਲੋ, ਤੇ ਬਿਨਾਂ ਕਿਸੇ ਡਰ ਦੇ ਆਪਣੇ ਭਵਿੱਖ ਦਾ ਸਾਹਮਣਾ ਕਰੋ। ਸਮੁੱਚੇ ਤੌਰ 'ਤੇ ਅਫ਼ਸੋਸ ਕਰਨ ਨਾਲ ਸਮਾਂ, ਸੰਕਲਪ ਅਤੇ ਸ਼ਕਤੀ ਨੂੰ ਵਿਅਰਥ ਵਿੱਚ ਹੀ ਬਰਬਾਦ ਕਰਨ ਦੇ ਬਰਾਬਰ ਹੈ। ਇਸ ਲਈ ਸੱਚੀ ਲਗਨ ਨਾਲ ਅਤੇ ਸੋਚ-ਸਮਝ ਕੇ ਲਏ ਗਏ ਆਪਣੇ ਫ਼ੈਸਲੇ 'ਤੇ ਕਿਸੇ ਵੀ ਦਿਨ ਪਛਤਾਵਾ ਨਾ ਕਰੋ। ਪਛਤਾਵੇ ਦੇ ਨਾਲ ਜਿਊਣ ਲਈ ਇਹ ਜੀਵਨ ਬਹੁਤ ਛੋਟਾ ਹੈ। ਇਸ ਲਈ ਪਸ਼ਚਾਤਾਪ ਤੋਂ ਮੁਕਤ ਜੀਵਨ ਜਿਊਣਾ ਹਰ ਕਿਸੇ ਦਾ ਟੀਚਾ ਹੋਣਾ ਚਾਹੀਦਾ ਹੈ।

"ਓਕੇ ਸਰ, ਤੁਹਾਡੇ ਇਸ ਮੋਟੀਵੇਸ਼ਨ ਲਈ ਮੈਂ ਹਮੇਸ਼ਾ ਤੁਹਾਡੀ ਕਰਜ਼ਦਾਰ ਰਹਾਂਗੀ। ਬਹੁਤ ਸ਼ਾਨਦਾਰ ਅਤੇ ਬੇਬਾਕ ਤਰੀਕੇ ਨਾਲ ਪੇਸ਼ ਕੀਤੇ ਤੁਹਾਡੇ ਵਿਚਾਰ ਸੁਣਨ ਨਾਲ ਦਿਲ ਅਤਿ ਪ੍ਰਸੰਨ ਹੋ ਜਾਂਦਾ ਹੈ।" ਐਂਜਲ ਨੇ ਆਡੀਓ ਕਾਲ ਨੂੰ ਵੀਡੀਓ ਕਾਲ ਵਿੱਚ ਕਨਵਰਟ ਕਰਦੇ ਹੋਏ ਕਿਹਾ।

"ਲਗਭਗ ਦਰਜਨ ਭਰ ਮੋਟੀਵੇਸ਼ਨਲ ਕਿਤਾਬਾਂ ਪੜ੍ਹੀਆਂ ਹਨ, ਉਸ ਕਾਰਨ ਮੋਟੀਵੇਸ਼ਨਲ ਗੱਲਾਂ ਮੁੱਖ ਮੰਡਲ ਤੋਂ ਨਿਕਲ ਜਾਂਦੀਆਂ ਹਨ।" ਮੈਂ ਹਲਕੀ ਮੁਸਕਾਨ ਨਾਲ ਕਿਹਾ।

ਕੁਝ ਕਰ ਗੁਜ਼ਰਨ ਦਾ ਜਨੂਨ ਹੋਵੇ, ਤਾਂ ਤੁਸੀਂ ਹਾਲਾਤ ਤੋਂ ਉੱਪਰ ਉੱਠ ਕੇ ਕੰਮ ਕਰ ਸਕਦੇ ਹੋ। ਜੇਕਰ ਆਸ-ਪਾਸ ਦਾ ਮਾਹੌਲ ਅਨੁਕੂਲ ਨਹੀਂ ਹੈ ਤਾਂ ਆਪਣੇ ਘਰ ਤੋਂ ਸੈਂਕੜੇ ਮੀਲ ਦੂਰ ਜਾ ਕੇ ਆਪਣੇ ਆਪ ਨੂੰ ਨਿਖਾਰ ਸਕਦੇ ਹੋ। ਰਿਸ਼ਭ ਪੰਤ ਨੇ ਬਚਪਨ ਵਿੱਚ ਹੀ ਆਪਣੇ ਦੇਸ਼ ਲਈ ਖੇਡਣ ਦਾ ਸੁਪਨਾ ਦੇਖਿਆ ਸੀ, ਉਹ ਅੱਜ ਸੱਚ ਹੋ ਗਿਆ। ਸੁਪਨਿਆਂ ਵਿੱਚ ਜਾਨ ਹੋਵੇ, ਹੌਸਲੇ ਬੁਲੰਦ ਹੋਣ, ਤਾਂ ਤੁਸੀਂ ਵਿਪਰੀਤ ਹਾਲਤਾਂ ਵਿੱਚ ਵੀ ਹੀਰੋ ਬਣ ਕੇ ਉੱਭਰ ਸਕਦੇ ਹੋ। ਧਿਆਨ ਰੱਖੋ, ਜੇਕਰ ਤੁਸੀਂ ਲਗਨ ਨਾਲ ਕੰਮ ਕਰੋ ਤਾਂ ਆਪਣੀ ਮਿਹਨਤ ਸਦਕਾ ਪਹਾੜ ਨੂੰ ਵੀ ਖ਼ੁਸ਼ਹਾਲ ਮੈਦਾਨ ਬਣਾ ਸਕਦਾ ਹੋ - ਬਸ ਖ਼ੁਦ 'ਤੇ ਭਰੋਸਾ ਰੱਖੋ। ਸਿਵਲ ਸੇਵਾ ਇੱਕ ਮਿਸ਼ਨ ਹੈ। ਦ੍ਰਿੜ੍ਹ ਇੱਛਾ ਸ਼ਕਤੀ, ਤਿਆਗ, ਸਮਰਪਣ ਅਤੇ ਧੀਰਜ ਦੇ ਨਾਲ ਆਪਣੇ ਫ਼ੈਸਲਿਆਂ ਨੂੰ ਖੰਭ ਲਾਓ; ਆਪਣੀ ਸਾਦਗੀ ਨੂੰ ਦੂਜਿਆਂ ਦੀ ਵਿਲੱਖਣਤਾ ਦੀ ਭੇਟ ਨਾ ਚੜ੍ਹਾਓ; ਭੀੜ ਤੋਂ ਹਟ ਕੇ ਆਪਣੇ ਆਪ ਨੂੰ ਨਿਰੰਤਰ ਅਧਿਐਨ ਵਿੱਚ ਝੋਕ ਕੇ ਰੱਖੋ; ਕਦੇ ਮੁਸ਼ਕਲਾਂ ਨਾਲ ਟੁੱਟੋ ਨਹੀਂ। ਇੱਕ ਗੱਲ ਹਮੇਸ਼ਾ ਯਾਦ ਰੱਖੋ:

'ਉਸ ਪਾਰ ਹੈ ਉਜਿਆਲਾ ਹੀ ਉਜਿਆਲਾ,
ਉਸ ਪਾਰ ਹੈ ਉਮੀਦੇਂ ਹੀ ਉਮੀਦੇਂ,
ਬਸ ਅੰਧੇਰਾ ਤੋ ਹੈ ਦੇਹਰੀ ਤਕ,
ਇਸ ਦੇਹਰੀ ਕੋ ਪਾਰ ਤੋ ਕਰ।'

ਇੱਕ ਦਿਨ ਬੈਠੇ-ਬੈਠੇ ਐਂਜਲ ਦੇ ਪਿਤਾ ਨੇ ਪ੍ਰਿੰਸੀਪਲ ਨੂੰ ਕਿਹਾ, "ਹੁਣ ਧੀ ਦਾ ਵਿਆਹ ਕਰ ਦੇਈਏ ਕਿ?"

"ਇੱਕ ਸਾਲ ਹੋਰ ਠਹਿਰ ਜਾਓ; ਕੀ ਪਤਾ ਇਸ ਵਾਰ ਯੂ.ਪੀ.ਐੱਸ.ਸੀ. 'ਚ ਸਿਲੈੱਕਸ਼ਨ ਹੋ ਜਾਵੇ!" ਐਂਜਲ ਦੀ ਮੰਮੀ ਨੇ ਕਿਹਾ।

ਸ਼ੁਰੂਆਤ ਦੀਆਂ 3 ਕੋਸ਼ਿਸ਼ਾਂ ਵਿੱਚ ਵੀ ਜਦੋਂ ਯੂ.ਪੀ.ਐੱਸ.ਸੀ. ਪ੍ਰੀਖਿਆ ਪਾਸ ਨਹੀਂ ਹੋਈ, ਤਾਂ ਐਂਜਲ ਦੇ ਪਿਤਾ ਨੇ ਉਸ ਦੇ ਵਿਆਹ ਦਾ ਮਨ ਬਣਾ ਲਿਆ ਸੀ। ਪੱਛਮੀ ਰਾਜਸਥਾਨ ਦੇ ਕਈ ਪਿੰਡਾਂ ਵਿੱਚ ਆਮ ਤੌਰ 'ਤੇ 10 ਸਾਲ ਦੀ ਉਮਰ ਵਿੱਚ ਬਾਲ ਵਿਆਹ ਅਤੇ 18 ਸਾਲ ਦੀ ਉਮਰ ਤਕ ਮੁਕਲਾਵਾ ਹੋ ਜਾਂਦਾ ਹੈ। ਮਾਪਿਆਂ ਵੱਲੋਂ 24 ਸਾਲ ਦੀ ਉਮਰ ਵਿੱਚ ਵੀ ਐਂਜਲ ਦਾ ਵਿਆਹ ਨਾ ਕਰਨ ਦੀ ਇੱਕ ਵੱਡਾ ਕਾਰਨ ਬੇਟੀ ਨੂੰ ਕਲੈਕਟਰ ਬਣਦੇ ਹੋਏ ਦੇਖਣ ਦੀ ਚਾਹਤ ਸੀ। ਪਰ ਆਂਢ-ਗੁਆਂਢ ਦੇ ਬਹੁਤ ਸਾਰੇ ਲੋਕ ਕਹਿਣ ਲੱਗੇ ਸੀ ਕਿ ਕੁੜੀ ਦੀ ਵਿਆਹ ਦੀ ਉਮਰ ਨਿਕਲ ਰਹੀ ਹੈ।

ਇਹ ਡਿਜੀਟਲ ਇਸ਼ਕ ਦਾ ਜ਼ਮਾਨਾ ਹੈ। ਫੇਸਬੁੱਕ, ਇੰਸਟਾਗ੍ਰਾਮ ਅਤੇ ਵੱਟਸਐਪ ਅੱਜਕੱਲ੍ਹ ਰਿਸ਼ਤੇ ਜੋੜ ਵੀ ਰਹੇ ਹਨ ਅਤੇ ਤੋੜ ਵੀ ਰਹੇ ਹਨ। ਸਮਾਰਟ ਫ਼ੋਨ ਦੀ ਬਲਾ ਨੇ ਹਰ ਇਨਸਾਨ ਨੂੰ ਅਜਿਹਾ ਆਜ਼ਾਦ ਟਾਪੂ ਬਣਾਇਆ ਹੈ, ਜਿੱਥੇ ਉਹ ਫੇਸਬੁੱਕ, ਵੱਟਸਐਪ ਆਦਿ ਦੀ ਵਰਚੂਅਲ ਭੀੜ ਦੇ ਨਾਲ ਇਕੱਲੇਪਨ ਵਿੱਚ ਹੀ ਖ਼ੁਸ਼ ਹੈ। ਕੋਈ 70 ਸਾਲਾ ਚੰਪਕਲਾਲ ਕਿਸੇ 17 ਸਾਲ ਦੀ ਕੁੜੀ ਨਾਲ ਪ੍ਰੇਮ ਪ੍ਰਸੰਗ ਵਿੱਚ ਜੁਟਿਆ ਹੋਇਆ ਹੈ। ਹੁਣ ਮੇਲ-ਜੋਲ ਦਾ ਸਿਲਸਿਲਾ ਵੀ ਸ਼ੁਰੂ ਹੋ ਗਿਆ ਹੈ। ਇਸ ਡਿਜੀਟਲ ਇਸ਼ਕ ਦਾ ਕੀ ਕਹਿਣਾ? ਅੰਕਲ ਜੀ ਨੂੰ ਟਾਫ਼ੀ-ਚਾਕਲੇਟ ਤੋਂ ਸ਼ੁਰੂ ਹੋ ਕੇ ਗਾਰਡਨ ਵਿੱਚ ਮਿਲਣ ਤਕ ਦਾ ਆਫ਼ਰ ਮਿਲ ਚੁੱਕਿਆ ਹੈ। ਇਸ ਤੋਂ ਬਾਅਦ ਚੰਪਕਲਾਲ ਜੀ ਦੀ ਬੇਚੈਨੀ ਵਧਦੀ ਜਾ ਰਹੀ ਹੈ।

ਅੱਜਕੱਲ੍ਹ ਸਭ ਤੋਂ ਵੱਧ ਲੋਕ ਕਿੱਥੇ ਬਿਜ਼ੀ ਮਿਲਦੇ ਹਨ? ਸੋਸ਼ਲ ਮੀਡੀਆ 'ਤੇ। ਡਿਜੀਟਲ ਸੋਸ਼ਲ ਮੀਡੀਆ 'ਤੇ ਛਾਈ ਬਹਾਰ ਅੱਜ ਦੇ ਡਿਜੀਟਲ ਯੁੱਗ ਦੇ ਬੱਚਿਆਂ ਨੂੰ ਇਸ ਤੋਂ ਬਾਹਰ ਹੀ ਨਹੀਂ ਨਿਕਲਣ ਦਿੰਦੀ। ਕੋਈ ਫੇਸਬੁੱਕ ਤੋਂ ਬਾਹਰ ਨਿਕਲਦਾ ਹੈ, ਤਾਂ ਵੱਟਸਐਪ ਦੇ ਨੋਟੀਫ਼ਿਕੇਸ਼ਨ ਬੁਲਾ ਲੈਂਦੇ ਹਨ। ਉਸ ਤੋਂ ਬਾਅਦ ਕੁਝ ਯਾਦ ਰਹਿੰਦਾ ਹੈ

ਭਲਾ? ਕਦੋਂ ਇੱਕ-ਦੋ ਘੰਟੇ ਬੀਤ ਜਾਂਦੇ ਹਨ, ਪਤਾ ਹੀ ਨਹੀਂ ਲੱਗਦਾ। ਇੱਥੋਂ ਯਾਦ ਕਰਕੇ ਕਦੇ ਬਾਹਰ ਵੀ ਆ ਗਏ, ਤਾਂ ਟਵਿਟਰ ਵਾਲੀ ਨੀਲੀ ਚਿੜੀ ਚਹਿਕਣ ਲੱਗਦੀ ਹੈ। ਜੇਕਰ ਇਸ ਦੀ ਗੱਲ ਨਹੀਂ ਸੁਣੀ, ਤਾਂ ਆਪਣੇ ਨੇਤਾਵਾਂ ਅਤੇ ਅਦਾਕਾਰਾਂ ਦੇ ਸੁਵਿਚਾਰਾਂ ਤੋਂ ਵਾਂਝੇ ਰਹਿ ਜਾਵਾਂਗੇ। ਇਸ ਲਈ ਸਭ ਤੋਂ ਪਹਿਲਾਂ ਇਸ ਦੀ ਗੱਲ ਸੁਣਨੀ ਪੈਂਦੀ ਹੈ। ਟਵਿਟਰ ਤੋਂ ਬਾਹਰ ਆ ਵੀ ਗਏ ਤਾਂ ਫਿਰ ਇੰਸਟਾਗ੍ਰਾਮ ਬਾਬਾ 'ਤੇ ਤਿਤਲੀਆਂ ਦੀ ਤਰ੍ਹਾਂ ਫੁੜਕਦੀਆਂ ਕੁੜੀਆਂ ਦੀ ਰੀਲਜ਼ ਵੀ ਦੇਖਣੀ ਹੈ, ਕਿਉਂਕਿ ਵਿਸ਼ੁੱਧ ਮਨੋਰੰਜਨ ਤਾਂ ਹੁਣ ਤਕ ਨਹੀਂ ਹੋਇਆ ਸੀ। ਅੱਜਕੱਲ੍ਹ ਦੇ ਬੱਚਿਆਂ ਅਤੇ ਨੌਜਵਾਨਾਂ ਦੀ ਸਵੇਰ ਵੀ ਸੋਸ਼ਲ ਮੀਡੀਆ ਦੇ ਨਾਲ ਹੀ ਹੁੰਦੀ ਹੈ ਅਤੇ ਰਾਤ ਤਾਂ ਸੋਸ਼ਲ ਮੀਡੀਆ ਦੀ ਸਹਾਰੇ ਵੀ ਕੱਟਦੀ ਹੈ। ਕਦੇ ਗਰਲ-ਫਰੈਂਡ ਦਾ ਲਾਸਟ ਸੀਨ ਚੈੱਕ ਕਰਨਾ; ਕਦੇ ਬਲਾਕ ਹੋ ਗਏ ਤਾਂ ਅਨ-ਬਲਾਕ ਹੋਣ ਲਈ ਤਿਕੜਮਬਾਜ਼ੀ ਕਰਨਾ; ਕਦੇ ਮੈਸੇਜ ਦਾ ਇੰਤਜ਼ਾਰ ਕਰਨਾ ਆਦਿ। ਕੁਝ ਨੌਜਵਾਨ ਖਾਂਦੇ ਸਮੇਂ, ਸੌਂਦੇ ਸਮੇਂ, ਇੱਥੋਂ ਤਕ ਕਿ ਟਾਇਲਟ ਵਿੱਚ ਵੀ ਇਸ ਸੇਵਾ ਦਾ ਭਰਪੂਰ ਲਾਭ ਲੈਂਦੇ ਹਨ।

ਸੋਸ਼ਲ ਮੀਡੀਏ ਦੀ ਸਭ ਤੋਂ ਵਧੀਆ ਵਰਤੋਂ ਕਰਦੇ ਹਨ: ਅਮਰੀਕੀ ਪ੍ਰੈਜ਼ੀਡੈਂਟ ਟਰੰਪ। ਉਹ ਡਿਜੀਟਲ ਜ਼ਮਾਨੇ ਦੇ ਪਹਿਲੇ ਪ੍ਰੈਜ਼ੀਡੈਂਟ ਹਨ, ਜਿਨ੍ਹਾਂ ਦੀਆਂ ਨੀਤੀਆਂ ਟਵਿਟਰ 'ਤੇ ਬਣਦੀਆਂ-ਵਿਗੜਦੀਆਂ ਹਨ। ਉਹ ਟਵਿਟਰ 'ਤੇ ਕੁਝ ਹੋਰ ਲਿਖਦੇ ਹਨ ਅਤੇ ਪ੍ਰੈੱਸ ਕਾਨਫ਼ਰੰਸਾਂ ਵਿੱਚ ਕੁਝ ਹੋਰ ਬੋਲਦੇ ਹਨ। ਟਰੰਪ ਸਾਹਿਬ 2 ਘੰਟੇ ਵਿੱਚ ਆਪਣੇ ਬੋਲ ਵਾਪਸ ਵੀ ਲੈ ਲੈਂਦੇ ਹਨ। ਟਰੰਪ ਸਾਹਿਬ ਦੁਨੀਆ ਦੇ ਅਜਿਹੇ ਪਹਿਲੇ ਪ੍ਰੈਜ਼ੀਡੈਂਟ ਹਨ ਜਿਨ੍ਹਾਂ ਨੇ ਸੱਚੀ ਨਿਊਜ਼ ਨੂੰ ਫੇਕ ਨਿਊਜ਼ ਅਤੇ ਅਫ਼ਵਾਹਾਂ ਨੂੰ ਸੱਚ ਕਹਿਣ ਦੀ ਸ਼ੁਰੂਆਤ ਕੀਤੀ ਹੈ।

ਕੁਝ ਖ਼ਬਰੀ ਚੈਨਲਾਂ ਦੇ ਅੰਕੜਿਆਂ ਮੁਤਾਬਕ ਉਹ ਇੱਕ ਦਿਨ ਵਿੱਚ 17 ਝੂਠ ਬੋਲਦੇ ਹਨ। ਮੀਡੀਆ ਨੇ ਆਪਣੇ ਢੰਗ ਨਾਲ ਖੋਜਬੀਣ ਕਰਕੇ ਟੀਵੀ ਸਕਰੀਨ 'ਤੇ ਖ਼ਬਰ ਲਾਈ ਕਿ ਉਹ ਅੱਜ ਤਕ 10 ਹਜ਼ਾਰ ਤੋਂ ਵੀ ਜ਼ਿਆਦਾ ਵਾਰ ਝੂਠ ਬੋਲ ਚੁੱਕੇ ਹਨ। ਇੱਥੇ ਇੱਕ ਬਹੁਤ ਹੀ ਮਹੱਤਵਪੂਰਨ ਸਵਾਲ ਇਹ ਵੀ ਹੈ ਕਿ ਜਾਂ ਤਾਂ ਯੂ.ਐੱਸ.ਏ. ਵਿੱਚ ਕਾਂ ਨਹੀਂ ਹਨ ਜਾਂ ਫਿਰ ਉਹਨਾਂ ਨੇ ਝੂਠ ਬੋਲਣ ਵਾਲਿਆਂ ਦੇ ਠੂੰਗ ਮਾਰਨਾ ਛੱਡ ਦਿੱਤਾ ਹੈ।

10

ਪ੍ਰੀ-ਪ੍ਰੀਖਿਆ

ਮੇਰਾ ਅਤੇ ਐਂਜਲ ਦੋਨਾਂ ਦਾ ਆਈ.ਏ.ਐੱਸ. ਪ੍ਰੀ ਪ੍ਰੀਖਿਆ 2019 ਦਾ ਸੈਂਟਰ ਜੈਪੁਰ ਸੀ। ਮੇਰੀ ਪ੍ਰੀਖਿਆ ਦਾ ਸੈਂਟਰ ਮਹਾਰਾਣੀ ਕਾਲਜ ਅਤੇ ਐਂਜਲ ਦਾ ਸਰਵੋਦਯ ਸਕੂਲ ਸੀ। ਇਹ ਦਿਨ ਸੀ ਐਤਵਾਰ ਅਤੇ ਮਿਤੀ ਸੀ 2 ਜੂਨ। ਪ੍ਰੀ-ਪ੍ਰੀਖਿਆ ਦਾ ਪਹਿਲਾ ਪੇਪਰ ਕੰਪਲੀਟ ਹੋਣ ਤੋਂ ਬਾਅਦ ਮੈਂ ਐਂਜਲ ਨੂੰ ਕਾਲ ਕੀਤਾ।

"ਤੇਰਾ ਪੇਪਰ ਕਿਵੇਂ ਹੋਇਆ ਐਂਜਲ?"

"ਪਹਿਲਾਂ ਪੇਪਰ ਤਾਂ ਵਧੀਆ ਹੋ ਗਿਆ।"

"ਇਸ ਹਾੱਟ ਮੌਸਮ ਵਿੱਚ ਵੀ ਇੱਕ ਚੀਜ਼ ਸਭ ਤੋਂ ਵੱਧ ਹਾੱਟ ਹੈ, ਪਤਾ ਹੈ ਕਿਹੜੀ?" ਮੈਂ ਕਿਹਾ।

"ਕਿਹੜੀ?"

"ਐਂਜਲ ਤੂੰ!"

"ਜੂਨ ਮਹੀਨੇ ਦੇ ਇਸ ਹਾੱਟ ਮੌਸਮ ਵਿੱਚ ਵੀ ਕੋਈ ਅਜਿਹਾ ਵੀ ਹੈ, ਜੋ ਬੜਾ ਕੂਲ-ਕੂਲ ਹੈ।" ਐਂਜਲ ਨੇ ਕਿਹਾ।

"ਕੌਣ?"

"ਗਿਰੀਸ਼ ਤੁਸੀਂ!" ਅਸੀਂ ਦੋਨੋਂ ਖਿੜ-ਖਿੜਾ ਕੇ ਹੱਸ ਪਏ।

"ਮੈਨੂੰ ਲਗਦਾ ਹੈ ਕਿ ਸੂਰਜ ਆਪਣੀ ਹੀ ਗਰਮੀ ਨਾਲ ਤੜਪ ਰਿਹਾ ਹੈ, ਲੂ ਲੱਗ ਗਈ ਹੈ ਉਸ ਨੂੰ।" ਐਂਜਲ ਨੇ ਕਿਹਾ।

"ਤੁਸੀਂ ਚਾਹੇ ਜਿਨ੍ਹਾਂ ਮਰਜ਼ੀ ਭੰਡ ਲਓ, ਸੂਰਜ ਨੂੰ ਲੂ ਨਹੀਂ ਲਗਦੀ। ਪਰ ਇੱਧਰ ਜ਼ਰੂਰ ਗਰਮੀ ਨਾਲ ਥਰਮਾਮੀਟਰ ਟੁੱਟ ਰਹੇ ਹਨ।"

"ਅੱਛਾ, ਪਰ ਤੁਸੀਂ ਗਰਮ ਤਵੇ 'ਤੇ ਪਏ ਛੋਲਿਆਂ ਦੇ ਦਾਣੇ ਵਾਂਗ ਕਿਉਂ ਉੱਛਲ ਰਹੇ ਹੋ?" ਉਸ ਨੇ ਹੱਸਦਿਆਂ ਕਿਹਾ।

"ਜੇਕਰ ਸੂਰਜ ਦੀ ਵੀ ਗਰਲ-ਫਰੈਂਡ ਹੁੰਦੀ ਤਾਂ ਉਹ ਉਸ ਨੂੰ ਕੰਟਰੋਲ ਵਿੱਚ ਰੱਖਦੀ। ਅੱਜ ਟੈਂਪਰੇਚਰ 45 ਡਿਗਰੀ ਨੂੰ ਵੀ ਪਾਰ ਕਰ ਗਿਆ ਹੈ।"

"ਇਸ ਦਾ ਮਤਲਬ ਹੈ ਕਿ ਤੁਹਾਡੀ ਵੀ ਕੋਈ ਗਰਲ-ਫਰੈਂਡ ਹੈਗੀ, ਗਿਰੀਸ਼!"

'ਹੈ ਵੀ ਤੇ ਨਹੀਂ ਵੀ; ਹੈ ਇਸ ਲਈ ਕਿਉਂਕਿ ਮੈਂ ਉਸ ਨੂੰ ਗਰਲ-ਫਰੈਂਡ ਦੇ ਰੂਪ ਵਿੱਚ ਵੇਖਦਾ ਹਾਂ, ਨਹੀਂ ਇਸ ਲਈ ਕਿਉਂਕਿ ਮੈਂ ਅਜੇ ਤਕ ਉਸ ਨੂੰ ਦੱਸਿਆ ਨਹੀਂ ਹੈ।" ਮੈਂ ਬੋਧ ਦਰਸ਼ਨ ਤੋਂ ਪ੍ਰਭਾਵਿਤ ਹੋ ਕੇ ਦਾਰਸ਼ਨਿਕ ਅੰਦਾਜ਼ ਵਿੱਚ ਜਵਾਬ ਦਿੱਤਾ।

"ਕੌਣ ਹੈ ਉਹ ਖ਼ੁਸ਼ਕਿਸਮਤ?"

"ਯੂ.ਪੀ.ਐੱਸ.ਸੀ. ਕਲੀਅਰ ਕਰ ਲਈਏ, ਉਸ ਤੋਂ ਬਾਅਦ ਦੇਖਾਂਗੇ।"

"ਇਹ ਦੱਸੋ ਲੰਚ ਕੀਤਾ ਹੈ ਜਾਂ ਨਹੀਂ?" ਉਸ ਨੇ ਕਿਹਾ।

"ਨਹੀਂ ਯਾਰ, ਅਜੇ ਨਹੀਂ ਕੀਤਾ। ਤੁਸੀਂ ਕਰ ਲਿਆ?"

"ਮੈਂ ਘਰ ਆ ਗਈ ਹਾਂ। ਯੂ.ਪੀ.ਐੱਸ.ਸੀ. ਦਾ ਸੈਂਟਰ ਘਰ ਦੇ ਨੇੜੇ ਹੀ ਸੀ। ਇਸ ਲਈ ਥੋੜ੍ਹੀ ਬਹੁਤ ਰੈਸਟ ਕਰਨ ਲਈ ਘਰ ਵੱਲ ਆ ਗਈ।"

"ਚਲੋ ਸੀਸੈਟ ਪੇਪਰ ਤੋਂ ਬਾਅਦ ਗੱਲ ਕਰਦੇ ਹਾਂ। ਆਲ ਦਾ ਬੈਸਟ!"

"ਮੈਨੂੰ ਤਾਂ ਡਰ ਲੱਗ ਰਿਹਾ ਹੈ ਕਿ ਕਿਤੇ ਸੀਸੈਟ ਵਿੱਚੋਂ ਫੇਲ੍ਹ ਹੀ ਨਾ ਹੋ ਜਾਵਾਂ! ਮੇਰਾ ਸੀਸੈਟ ਖ਼ਰਾਬ ਗਿਆ ਜਿਸ ਨਾਲ ਮੇਰਾ ਆਤਮ-ਵਿਸ਼ਵਾਸ ਇਕਦਮ ਜ਼ਮੀਨ 'ਤੇ ਆ ਗਿਆ ਹੈ। ਕੀ ਕਰਾਂ? ਕੁਝ ਸੁੱਝ ਹੀ ਨਹੀਂ ਰਿਹਾ!" ਐਂਜਲ ਨੇ ਸੀਸੈਟ ਪੇਪਰ ਦੇ ਸਵਾਲਾਂ ਦੇ ਉੱਤਰ ਚੈੱਕ ਕਰਨ ਤੋਂ ਬਾਅਦ ਸ਼ਾਮ 7 ਵਜੇ ਦੇ ਕਰੀਬ ਮੈਨੂੰ ਕਾਲ ਕਰਦੇ ਹੋਏ ਆਪਣਾ ਦੁਖੜਾ ਸੁਣਾਇਆ।

"ਆਤਮ-ਵਿਸ਼ਵਾਸ ਨੂੰ ਡਾਊਨ ਨਾ ਕਰੋ। ਤੁਹਾਡੇ ਕੱਟ-ਕਟਾ ਕੇ 29 ਸਵਾਲ ਠੀਕ ਹੋ ਰਹੇ ਹਨ ਕਿ ਨਹੀਂ? ਚਾਹੀਦੇ ਤਾਂ ਸਿਰਫ਼ 27 ਸਵਾਲ ਹੀ ਹਨ। ਇੱਕ-ਦੋ ਹੋਰ ਕੋਚਿੰਗ ਸੈਂਟਰ ਦੁਆਰਾ ਜਾਰੀ ਉੱਤਰ-ਕੁੰਜੀਆਂ ਨਾਲ ਆਪਣੇ ਉੱਤਰ ਚੈੱਕ ਕਰੋ।" ਮੈਂ ਐਂਜਲ ਨੂੰ ਕਿਹਾ।

"ਕਿਸੇ-ਕਿਸੇ ਕੋਚਿੰਗ ਦੀ ਉੱਤਰ-ਕੁੰਜੀ ਅਨੁਸਾਰ 27 ਸਵਾਲ ਸਹੀ ਹਨ, ਤੇ ਕਿਸੇ-ਕਿਸੇ ਕੋਚਿੰਗ ਦੀ ਉੱਤਰ-ਕੁੰਜੀ ਅਨੁਸਾਰ 29 ਸਵਾਲ ਸਹੀ ਹੋ ਰਹੇ ਹਨ। ਪਰ ਸੋਚਿਆ ਨਹੀਂ ਸੀ ਕਿ ਏਨਾ ਥੱਲੇ ਆ ਜਾਵਾਂਗੀ।" ਐਂਜਲ ਨੇ ਦੱਸਿਆ।

"ਮੈਂ ਸਮਝ ਸਕਦਾ ਹਾਂ, ਜੇਕਰ ਜੀ.ਐਸ. ਫ਼ਸਟ ਪੇਪਰ ਵਿੱਚੋਂ 100 ਤੋਂ ਜ਼ਿਆਦਾ ਨੰਬਰ ਆ ਰਹੇ ਹੋਣ ਅਤੇ ਸੀਸੈਟ ਵਿੱਚ ਇੱਕ ਜਾਂ ਦੋ ਨੰਬਰ ਤੋਂ ਫੇਲ੍ਹ ਹੋ ਜਾਓ ਤਾਂ ਬ੍ਰੇਕ-ਅੱਪ ਤੋਂ ਵੀ ਜ਼ਿਆਦਾ ਦਰਦ ਹੁੰਦਾ ਹੈ। ਇਸ ਗੱਲ ਨੂੰ ਸਮਝੋ ਕਿ ਜੀਵਨ ਵਿੱਚ ਟੀਚਾ ਪ੍ਰਾਪਤ ਕਰਨ ਲਈ ਅਤੇ ਸੰਕਟਾਂ ਨੂੰ ਪਾਰ ਕਰਨ ਲਈ ਆਤਮ-ਵਿਸ਼ਵਾਸ ਦਾ ਹੋਣਾ ਜ਼ਰੂਰੀ ਹੈ। ਜੇਕਰ ਕਿਸੇ ਵਿਅਕਤੀ ਕੋਲ ਯੋਗਤਾ, ਸਮਰੱਥਾ ਅਤੇ ਲੋੜੀਂਦੇ ਸਾਧਨ ਹੋਣ, ਪਰ ਖ਼ੁਦ 'ਤੇ ਵਿਸ਼ਵਾਸ ਨਹੀਂ ਹੈ ਤਾਂ ਉਸ ਵਿਅਕਤੀ ਤੋਂ ਸਫ਼ਲਤਾ ਓਨੀ ਹੀ ਦੂਰ ਹੈ, ਜਿੰਨਾ ਦੂਰ ਸਮੁੰਦਰ ਦੇ ਕਿਨਾਰੇ ਬੈਠੇ ਵਿਅਕਤੀ ਤੋਂ ਮਿੱਠਾ ਪਾਣੀ। ਦੂਜੇ ਪਾਸੇ ਬਹੁਤ ਸਾਰੀਆਂ ਕਮੀਆਂ ਦੇ ਬਾਵਜੂਦ ਜੇਕਰ ਕਿਸੇ ਵਿਅਕਤੀ ਦੇ ਅੰਦਰ ਖ਼ੁਦ ਨੂੰ ਸਾਬਤ ਕਰਨ ਦਾ ਵਿਸ਼ਵਾਸ ਹੈ, ਯਾਨੀ ਉਹ ਆਤਮ-ਵਿਸ਼ਵਾਸ ਨਾਲ ਲਬਰੇਜ਼ ਹੈ ਤਾਂ ਉਸ ਨੂੰ ਸਫ਼ਲ ਹੋਣ ਤੋਂ ਕੋਈ ਤਾਕਤ ਨਹੀਂ ਰੋਕ ਸਕਦੀ। ਆਤਮ-ਵਿਸ਼ਵਾਸ ਉਹ ਊਰਜਾ ਹੈ, ਜੋ ਸਫ਼ਲਤਾ ਦੇ ਰਾਹ 'ਤੇ ਆਉਣ ਵਾਲੀਆਂ ਰੁਕਾਵਟਾਂ, ਮੁਸ਼ਕਲਾਂ ਅਤੇ ਪਰੇਸ਼ਾਨੀਆਂ ਦਾ ਡਟ ਕੇ ਸਾਹਮਣਾ ਕਰਨ ਲਈ ਤਾਕਤ ਅਤੇ ਹਿੰਮਤ ਦਿੰਦੀ ਹੈ। ਦ੍ਰਿੜ੍ਹ ਸੰਕਲਪ, ਉਮੀਦ ਅਤੇ ਆਤਮ-ਵਿਸ਼ਵਾਸ ਨਾਲ ਹੀ ਸਾਡੀਆਂ ਸ਼ਕਤੀਆਂ ਜਾਗਰਿਤ ਹੁੰਦੀਆਂ ਹਨ, ਏਨਾ ਨਾਲ ਸਾਡੀ ਕਾਰਜ ਸਮਰੱਥਾ ਵੀ ਕਈ ਗੁਣਾ ਵਧ ਜਾਂਦੀ ਹੈ।" ਮੈਂ ਐਂਜਲ ਨੂੰ ਸਮਝਾਇਆ।

"ਗੱਲ ਤਾਂ ਸਹੀ ਕਰ ਰਹੇ ਹੋ। ਆਤਮ-ਵਿਸ਼ਵਾਸ ਇੱਕ ਅਜਿਹੀ ਸ਼ਕਤੀ ਹੈ ਕਿ ਜਿਸ ਦੇ ਅੱਗੇ ਸਾਰੇ ਸੰਕਟ ਛੋਟੇ ਪੈ ਜਾਂਦੇ ਹਨ। ਆਤਮ-ਵਿਸ਼ਵਾਸੀ ਵਿਅਕਤੀ ਦੇ ਸਾਹਮਣੇ ਮੁਸ਼ਕਲਾਂ ਦੇ ਪਹਾੜ ਵੀ ਪੱਧਰੇ ਮੈਦਾਨ ਦੀ ਤਰ੍ਹਾਂ ਨਜ਼ਰ ਆਉਂਦੇ ਹਨ। ਇਤਿਹਾਸ ਵਿੱਚ ਕਈ ਅਜਿਹੇ ਲੋਕ ਹਨ ਜਿਨ੍ਹਾਂ ਨੇ ਆਪਣੇ ਵਿਸ਼ਵਾਸ ਦੇ ਦਮ 'ਤੇ ਵੱਡੀ ਤੋਂ ਵੱਡੀ ਸਫ਼ਲਤਾ ਅਤੇ ਸਾਮਰਾਜ ਹਾਸਲ ਕੀਤਾ। ਚੰਦਰਗੁਪਤ ਮੌਰਯ ਇੱਕ ਆਮ ਘਰ ਵਿੱਚ ਪੈਦਾ ਹੋਇਆ ਅਤੇ ਆਪਣੇ ਆਤਮ-ਵਿਸ਼ਵਾਸ ਦੇ ਦਮ 'ਤੇ ਸਮਰਾਟ ਬਣਿਆ। ਆਪਣੇ ਆਪ 'ਤੇ ਯਕੀਨ ਕਰਕੇ ਅਸੀਂ ਇਕੱਲੇ ਹੀ ਵੱਡੀ ਤੋਂ ਵੱਡੀ ਚੁਨੌਤੀ ਦਾ ਸਾਹਮਣਾ ਕਰ ਸਕਦੇ ਹਾਂ। ਜੇਕਰ ਆਪਣੇ ਆਪ 'ਤੇ ਵਿਸ਼ਵਾਸ ਹੋਵੇ ਕਿ ਮੈਂ ਇਹ ਕੰਮ ਕਰ ਸਕਦਾ ਹਾਂ, ਤਾਂ ਤੁਸੀਂ ਉਸ ਨੂੰ ਇੱਕ ਦਿਨ ਜ਼ਰੂਰ ਹੀ ਪੂਰਾ ਕਰ ਲਓਗੇ। ਕਿਉਂਕਿ ਮਨੁੱਖ ਉਸ ਤਰ੍ਹਾਂ ਦੇ ਕੰਮ ਨੂੰ ਠੀਕ ਤਰ੍ਹਾਂ ਕਰ ਸਕਦਾ ਹੈ, ਉਸੇ ਵਿੱਚ ਸਫ਼ਲਤਾ ਪ੍ਰਾਪਤ ਕਰ ਸਕਦਾ ਹੈ, ਜਿਸ ਨੂੰ ਕਰਨ ਵਿੱਚ ਉਸ ਦਾ ਸੱਚਾ ਵਿਸ਼ਵਾਸ ਹੋਵੇ।" ਐਂਜਲ ਨੇ ਕਿਹਾ।

"ਜੇਕਰ ਕਿਸੇ ਵਿਅਕਤੀ ਨੂੰ ਖ਼ੁਦ 'ਤੇ ਭਰੋਸਾ ਹੈ, ਤਾਂ ਉਹ ਪਹਿਲਾਂ ਹੀ ਅੱਧੀ ਲੜਾਈ ਜਿੱਤ ਚੁੱਕਿਆ ਹੈ। ਦੁਨੀਆ ਦੇ ਸਾਰੇ ਯੁੱਧਾਂ ਵਿੱਚ ਇੰਨੇ ਲੋਕ ਪਰਾਜਿਤ ਨਹੀਂ ਹੋਏ, ਜਿੰਨੇ ਕਿ ਸਿਰਫ਼ ਘਬਰਾਹਟ ਨਾਲ ਹਾਰੇ ਹਨ। ਸੋ ਆਪਣੇ ਉੱਪਰ ਭਰੋਸਾ ਰੱਖ ਕੇ ਹੀ ਤੁਸੀਂ ਦੁਨੀਆ ਵਿੱਚ ਵੱਡੇ ਤੋਂ ਵੱਡੇ ਕੰਮ ਨੂੰ ਵੀ ਸਹਿਜ ਨਾਲ ਕਰ ਸਕਦੇ ਹੋ ਅਤੇ ਆਪਣਾ

ਜੀਵਨ ਸਫ਼ਲ ਬਣਾ ਸਕਦੇ ਹੋ। ਕਿਸੇ ਵੀ ਵਿਅਕਤੀ ਨੂੰ ਚਾਹੀਦਾ ਹੈ ਕਿ ਜੇਕਰ ਉਹ ਕੋਈ ਲਕਸ਼ (ਟੀਚਾ) ਨਿਸ਼ਚਿਤ ਕਰ ਲਵੇ, ਤਾਂ ਉਸ ਨੂੰ ਆਪਣੇ ਆਪ 'ਤੇ ਯਕੀਨ ਰੱਖਣਾ ਚਾਹੀਦਾ ਹੈ ਕਿ ਉਸ ਨੂੰ ਵੀ ਸਹੀ ਢੰਗ ਨਾਲ ਪੂਰਾ ਕਰ ਲਵੇਗਾ। ਆਤਮ-ਵਿਸ਼ਵਾਸ ਸਫ਼ਲਤਾ ਦੀ ਉਹ ਚਾਬੀ ਹੈ ਜੋ ਸਫ਼ਲਤਾ ਦੀ ਇੱਛਾ ਰੱਖਣ ਵਾਲੇ ਹਰ ਵਿਅਕਤੀ ਕੋਲ ਹੋਣੀ ਚਾਹੀਦੀ ਹੈ।

"ਉਏ ਬਾਬਾ! ਤੁਸੀਂ ਤਾਂ ਆਤਮ-ਵਿਸ਼ਵਾਸ 'ਤੇ ਪੂਰਾ ਲੈਕਚਰ ਹੀ ਸੁਣਾ ਦਿੱਤਾ!" ਐਂਜਲ ਨੇ ਕਿਹਾ।

"ਅਜਿਹਾ ਕੁਝ ਨਹੀਂ ਹੈ। ਕਿਸੇ ਨੂੰ ਵੀ ਮੋਟੀਵੇਟ ਕਰਨਾ ਚੰਗਾ ਲੱਗਦਾ ਹੈ, ਇਸ ਲਈ ਥੋੜ੍ਹਾ-ਬਹੁਤ ਕੁਝ ਕਹਿ ਦਿੱਤਾ।" ਮੈਂ ਆਪਣੀ ਲੰਬੀ-ਚੌੜੀ ਮੋਟੀਵੇਸ਼ਨਲ ਸਪੀਚ ਨੂੰ ਬਾਈਪਾਸ ਕਰਨ ਦੀ ਕੋਸ਼ਿਸ਼ ਕੀਤੀ।

"ਚਲੋ, ਕੱਲ੍ਹ ਸਵੇਰੇ ਮਿਲਦੇ ਹਾਂ ਮਾਨਸਰੋਵਰ ਵਿਖੇ।"

"ਮੈਂ ਕੱਲ੍ਹ ਸਵੇਰੇ ਤੁਹਾਨੂੰ ਕਾਲ ਕਰਦਾ ਹਾਂ। ਗੁੱਡ ਨਾਈਟ!"

ਮਾਰਚ 2020 ਵਿੱਚ ਕੋਰੋਨਾ ਦੀ ਐਂਟਰੀ ਨੇ ਯੂ.ਪੀ.ਐੱਸ.ਸੀ. ਦੇ ਇੰਟਰਵਿਊ ਪ੍ਰੋਗਰਾਮ ਵਿੱਚ ਗੜਬੜੀ ਕਰ ਦਿੱਤੀ। ਐਂਜਲ ਦਾ ਇੰਟਰਵਿਊ 25 ਮਾਰਚ ਨੂੰ ਹੋਣਾ ਸੀ। ਪਰ ਮੋਦੀ ਜੀ ਦੁਆਰਾ ਲਾਏ ਗਏ ਲਾਕਡਾਊਨ ਕਾਰਨ ਇੰਟਰਵਿਊ 4 ਮਹੀਨੇ ਅੱਗੇ ਖਿਸਕ ਗਿਆ ਸੀ। ਐਂਜਲ ਆਪਣੇ ਇੰਟਰਵਿਊ ਨੂੰ ਲੈ ਕੇ ਬਹੁਤ ਜ਼ਿਆਦਾ ਪਰੇਸ਼ਾਨ ਸੀ। ਮੈਂ ਉਸ ਨੂੰ ਕਿਹਾ ਕਿ ਤੁਸੀਂ ਇਸ ਚੀਜ਼ ਨੂੰ ਪੋਜ਼ਟਿਵ ਵੇ ਵਿੱਚ ਲਓ ਅਤੇ ਵਧੀਆ ਤਿਆਰੀ ਕਰੋ। ਕੀ ਪਤਾ ਇਸ ਵਾਰ ਇੰਟਰਵਿਊ ਵਿੱਚ ਬਹੁਤ ਵਧੀਆ ਨੰਬਰ ਆਉਣ ਨਾਲ ਪ੍ਰੋਪਰ ਆਈ.ਏ.ਐੱਸ. ਹੀ ਬਣ ਜਾਓ। ਇਸ ਵਾਰ ਅਸੀਂ ਦੋਹਾਂ ਨੇ ਇਕੱਠਿਆਂ ਹੀ ਇੰਟਰਵਿਊ ਦੀ ਤਿਆਰੀ ਕੀਤੀ ਸੀ। ਮੈਂ ਹਰ ਰੋਜ਼ ਐਂਜਲ ਤੋਂ ਇੰਟਰਵਿਊ ਸੰਬੰਧੀ 10-15 ਸਵਾਲ ਪੁੱਛਦਾ ਸੀ।

ਫਲੈਟ ਦੀ ਬਾਲਕੋਨੀ ਵਿੱਚ ਤਾਜ਼ਾ-ਤਰੀਨ ਅਖ਼ਬਾਰ ਨੇ ਦਸਤਕ ਦਿੱਤੀ। ਸਵੇਰੇ-ਸਵੇਰੇ ਅਖ਼ਬਾਰ ਪੜ੍ਹਨ ਦਾ ਆਪਣਾ ਵੱਖਰਾ ਹੀ ਅਨੰਦ ਹੁੰਦਾ ਹੈ। ਪਰ ਅੱਜਕੱਲ੍ਹ ਅਖ਼ਬਾਰ ਵਾਲੇ ਖ਼ਬਰ ਛਾਪਦੇ ਘੱਟ ਅਤੇ ਛੁਪਾਉਂਦੇ ਜ਼ਿਆਦਾ ਹਨ। ਕੁਝ ਦਿਨਾਂ ਤੋਂ ਗਲਵਾਨ ਘਾਟੀ ਵਿੱਚ ਤਣਾਅ ਕਾਰਨ ਦੇਸ਼ ਵਿਖੇ ਚੀਨੀ ਵਸਤੂਆਂ ਦੇ ਬਾਈਕਾਟ ਦਾ ਪ੍ਰੋਗਰਾਮ ਜ਼ੋਰ ਫੜ ਰਿਹਾ ਸੀ। ਕੋਈ ਮੋਬਾਇਲ ਵਿੱਚੋਂ ਟਿੱਕਟਾਕ ਐਪ ਡਿਲੀਟ ਕਰ ਰਿਹਾ ਸੀ ਤੇ ਕੋਈ ਸ਼ੂਗਰ ਪੇਸ਼ੈਂਟ ਚੀਨੀ ਨੂੰ ਆਪਣੀ ਲਾਈਫ਼ ਵਿੱਚੋਂ। ਕੋਈ ਚਾਈਨੀਜ ਮੋਬਾਇਲ ਤੋਂ ਹੀ ਸੋਸ਼ਲ ਮੀਡੀਆ 'ਤੇ 'ਚੀਨੀ ਵਸਤੂਆਂ ਦਾ ਬਾਈਕਾਟ ਕਰੋ' ਪੋਸਟ ਕਰਕੇ ਚੀਨ ਵਿਰੋਧੀ ਕੈਮਪੇਨ

ਚਲਾ ਰਿਹਾ ਸੀ। ਕੋਈ ਚਾਈਨੀਜ਼ ਫ਼ੋਨ ਨਾ ਖ਼ਰੀਦਣ ਦੇ ਵਾਅਦੇ-ਕਸਮੇ ਖਾ ਰਿਹਾ ਸੀ। ਇਸੇ ਬਾਈਕਾਟ ਦੇ ਮਾਹੌਲ ਵਿੱਚ ਚੀਨੀ ਵਾਇਰਸ 'ਆ ਗਲੇ ਲਗ ਜਾ' ਨੂੰ ਤਕੜੀ ਚੁਨੌਤੀ ਪੇਸ਼ ਕਰ ਰਿਹਾ ਸੀ।

ਕੋਰੋਨਾ ਭਰੀ ਸਵੇਰ ਬੜੀ ਅਜੀਬ ਹੋ ਗਈ ਸੀ। ਸਵੇਰੇ ਨਾ ਕੋਈ ਘੁੰਮਣ ਲਈ ਪਾਰਕ ਵਿੱਚ ਜਾ ਰਿਹਾ ਸੀ; ਨਾ ਹੀ ਛੋਟੇ ਨੰਨੇ-ਮੁੰਨੇ ਬੱਚੇ ਹੱਥ ਵਿੱਚ ਟਿਫ਼ਨ ਲੈ ਕੇ ਸਕੂਲ ਜਾ ਰਹੇ ਸਨ; ਨਾ ਹੀ ਸਵੇਰੇ-ਸਵੇਰੇ ਕਾਲੋਨੀ ਵਿੱਚ ਕੋਈ ਚਹਿਲ-ਪਹਿਲ ਸੀ। ਬੱਚੇ, ਬੁੱਢੇ, ਨੌਜਵਾਨ ਸਾਰੇ ਘਰਾਂ ਵਿੱਚ ਦੁਬਕੇ ਰਹਿੰਦੇ ਸਨ ਤਾਂ ਕਿ ਕੋਰੋਨਾ ਘਰ 'ਚ ਇੰਟਰ ਨਾ ਹੋ ਸਕੇ। ਜਦੋਂ ਲੋਕ ਕਰਿਆਨੇ ਦੀਆਂ ਦੁਕਾਨਾਂ ਤੋਂ ਦੁੱਧ ਦੇ ਪੈਕਟ ਖ਼ਰੀਦਦੇ ਤਾਂ ਉਹਨਾਂ ਨੂੰ ਘੱਟੋ ਘੱਟ ਦੋ ਜਾਂ ਤਿੰਨ ਵਾਰ ਡਿਟਰਜੈਂਟ ਨਾਲ ਧੋਣ ਤੋਂ ਬਾਅਦ ਹੀ ਵਰਤੋਂ 'ਚ ਲੈਂਦੇ ਸਨ। ਸਵੇਰ-ਸ਼ਾਮ ਲੋਕ ਬਾਲਕੋਨੀ ਵਿੱਚੋਂ ਹੀ 'ਹਾਏ-ਹੈਲੋ' ਜ਼ਰੂਰ ਕਰਦੇ ਸਨ। ਹੱਥ ਮਿਲਾਉਣ 'ਤੇ ਸਰਕਾਰ ਨੇ ਪਾਬੰਦੀ ਲਾ ਦਿੱਤੀ ਸੀ, ਜਿਸ ਕਰਕੇ 'ਦੂਰੋਂ ਨਮਸਤੇ' ਕਰਨ ਦਾ ਸੱਭਿਆਚਾਰ ਹੋਂਦ ਵਿੱਚ ਆ ਗਿਆ ਸੀ।

ਇੱਕ ਦਿਨ ਸਵੇਰੇ-ਸਵੇਰੇ ਮੇਰਾ ਮਿੱਤਰ ਸੁਮਿਤ ਕੋਰੋਨਾ ਦੀ ਤਰ੍ਹਾਂ ਮੇਰੇ ਕਮਰੇ ਵਿੱਚ ਆਇਆ। ਉਸ ਦੇ ਅੰਦਰ ਆਉਣ 'ਤੇ ਸਭ ਤੋਂ ਪਹਿਲਾਂ ਮੈਂ ਆਪਣੇ ਹੱਥਾਂ 'ਤੇ ਸੈਨੇਟਾਈਜ਼ਰ ਲਾਇਆ। ਫਿਰ ਸੁਮਿਤ ਨੂੰ ਸੈਨੇਟਾਈਜ਼ਰ ਫੜਾਉਂਦੇ ਹੋਏ ਕਿਹਾ, "ਡਬਲਯੂ.ਐੱਚ.ਓ. ਨੇ ਪਹਿਲਾਂ 20 ਸੈਕੰਡ ਤਕ ਹੱਥਾਂ ਨੂੰ ਸੈਨੀਟਾਈਜ਼ ਕਰਨ ਦੀ ਗੱਲ ਕਹੀ ਹੈ ਭਾਈ, ਸਾਵਧਾਨ ਰਹੋ!"

"ਹਰ ਇਨਸਾਨ ਆਪਣੀ ਜ਼ਿੰਦਗੀ ਵਿੱਚ ਇੱਕ ਵਾਰ ਇਹ ਗੱਲ ਲਾਜ਼ਮੀ ਕਹਿੰਦਾ ਹੈ ਕਿ ਇੱਕ ਦਿਨ ਉਸ ਦਾ ਵੀ ਸਮਾਂ ਆਵੇਗਾ, ਅਤੇ ਦੁਖਦਾਈ ਗੱਲ ਇਹ ਹੈ ਕਿ ਕੋਰੋਨਾ ਕਾਲ ਵਿੱਚ ਲੱਖਾਂ ਲੋਕਾਂ ਦਾ ਇਕੱਠਾ ਹੀ ਸਮਾਂ ਆ ਗਿਆ ਅਤੇ ਉਹ ਬਹੁਤ ਸਾਰੇ ਚਟਕਾਰੇ ਰੰਗਾਂ ਨਾਲ ਭਰੀ ਇਸ ਖ਼ੂਬਸੂਰਤ ਦੁਨੀਆ ਤੋਂ ਹਮੇਸ਼ਾ-ਹਮੇਸ਼ਾ ਲਈ ਅਲਵਿਦਾ ਕਹਿ ਕੇ ਰੁਖ਼ਸਤ ਹੋ ਗਏ।" ਸੁਮਿਤ ਨੇ ਕਿਹਾ।

"ਕੀ ਖ਼ਿਆਲ ਹੈ ਲਵਗੁਰੂ ਭਰਾ, ਜਿਸ ਤਰ੍ਹਾਂ ਚੇਚਕ ਨੂੰ ਮਾਤਾ ਦਾ ਦਰਜਾ ਮਿਲਿਆ, ਉਸੇ ਤਰ੍ਹਾਂ ਕੋਰੋਨਾ ਵਾਇਰਸ ਨੂੰ ਸਹੁਰੇ ਦਾ ਦਰਜਾ ਮਿਲ਼ਣਾ ਚਾਹੀਦਾ ਹੈ ਕਿ ਨਹੀਂ? ਇਸ ਸਹੁਰੇ ਨੇ ਸਾਰਿਆਂ ਦੇ ਚਿਹਰੇ ਢਕਵਾ ਦਿੱਤੇ।" ਮੈਂ ਪਾਣੀ ਦੀ ਟੂਟੀ ਬੰਦ ਕਰਦੇ ਹੋਏ ਕਿਹਾ।

"ਕੀ ਹੁਣ ਕੋਰੋਨਾ ਤੋਂ ਡਰ ਲੱਗ ਰਿਹਾ ਹੈ? ਡਬਲਯੂ.ਐੱਚ.ਓ. ਅਨੁਸਾਰ ਹਵਾ ਨਾਲ ਕੋਰੋਨਾ ਵਾਇਰਸ ਫੈਲ ਸਕਦਾ ਹੈ। ਕੀ ਇਹ ਸੰਭਵ ਹੈ?" ਲਵਗੁਰੂ ਨੇ ਖ਼ੁਦ ਡਰਦੇ ਹੋਏ ਪੁੱਛਿਆ।

"ਉਮਰ ਵਧਣ ਦੇ ਨਾਲ ਲੋਕਾਂ ਦੀਆਂ ਅੱਖਾਂ ਵਿੱਚ ਮੋਤੀਆਬਿੰਦ ਉਤਰ ਜਾਂਦਾ ਹੈ, ਪਰ ਮੇਰੇ ਨੈਣਾਂ ਵਿੱਚ ਮੋਤੀਆਬਿੰਦ ਦੀ ਥਾਂ ਕੋਰੋਨਾ ਵਾਇਰਸ ਉਤਰ ਆਇਆ ਹੈ। ਅੱਜਕੱਲ੍ਹ ਮੈਂ ਲੋਕਾਂ ਨੂੰ ਕੋਰੋਨਾ ਵਾਇਰਸ ਭਰੀ ਨਜ਼ਰ ਨਾਲ ਦੇਖਣ ਲੱਗਿਆ ਹਾਂ ਅਤੇ ਮੈਨੂੰ ਚਾਰੇ ਪਾਸੇ ਅਦਿੱਖ ਵਾਇਰਸ ਹੀ ਦਿਖਾਈ ਦੇ ਰਿਹਾ ਹੈ।"

"21ਵੀਂ ਸਦੀ ਦੀ ਸਭ ਤੋਂ ਵੱਡੀ ਤਰੱਕੀ ਕਿਹੜੀ ਮੰਨੀ ਜਾਵੇਗੀ?"

"ਜਦੋਂ ਕੋਈ ਗਧੇ ਵੇਚ ਕੇ ਸੁੱਤਾ ਹੋਵੇ ਤੇ ਸੁਪਨੇ 'ਚ ਘੋੜੇ ਵੇਚੇ, ਤਾਂ ਇਸ ਨੂੰ 21ਵੀਂ ਸਦੀ ਦੀ ਸਭ ਤੋਂ ਵੱਡੀ ਤਰੱਕੀ ਕਿਹਾ ਜਾਵੇਗਾ।"

"ਐਸਾ ਦੌੜਾ ਜੈਸੇ ਘੋੜਾ, ਫਿਰ ਭੀ ਕਹਿਲਾਇਆ ਨਿਗੋੜਾ, ਤੋ ਕਯਾ ਖ਼ਾਕ ਦੌੜਾ! ਯੂ.ਪੀ.ਐੱਸ.ਸੀ. ਦੇ ਸੰਦਰਭ ਵਿੱਚ ਇਸ ਦਾ ਕੀ ਅਰਥ ਹੋਇਆ।"

"ਇਹੀ ਕਿ ਮੈਂ ਪਿਛਲੇ 4 ਸਾਲਾਂ ਤੋਂ ਹਰ ਦਿਨ 10 ਘੰਟੇ ਪੜ੍ਹਾਈ ਕਰ ਰਿਹਾ ਹੋਵਾਂ ਅਤੇ ਯੂ.ਪੀ.ਐੱਸ.ਸੀ. ਪ੍ਰੀ-ਪ੍ਰੀਖਿਆ ਵੀ ਪਾਸ ਨਾ ਹੋ ਸਕੇ, ਤਾਂ ਕਹਾਂਗੇ 'ਐਸਾ ਦੌੜਾ ਜੈਸੇ ਘੋੜਾ, ਫਿਰ ਭੀ ਕਹਿਲਾਇਆ ਨਿਗੋੜਾ, ਤੋ ਕਯਾ ਖ਼ਾਕ ਦੌੜਾ!' ਜਿਵੇਂ ਲਵਗੁਰੂ ਭਰਾ ਤੁਸੀਂ!" ਅਸੀਂ ਤਿੰਨੇ ਦੋਸਤ ਠਹਾਕਾ ਲਾ ਕੇ ਹੱਸ ਪਏ।

"ਇਸ ਦੁਨੀਆ ਵਿੱਚ ਇਮਾਨਦਾਰ ਇਨਸਾਨ ਕੌਣ ਹੈ।"

"ਬੇਈਮਾਨੀ ਨਾਲ ਭਰੀ ਇਸ ਧਰਤੀ 'ਤੇ ਇਮਾਨਦਾਰ ਉਹੀ ਹੈ, ਜਿਸ ਨੂੰ ਬੇਈਮਾਨੀ ਦਾ ਮੌਕਾ ਨਹੀਂ ਮਿਲਿਆ।"

ਇੱਧਰ ਸੁਮਿਤ ਦੇ ਦੂਰ ਦੇ ਅੰਕਲ ਜੀ ਦਾ ਕਾਲ ਆਇਆ; ਪੁੱਛਣ ਲੱਗੇ, "ਅੱਜਕੱਲ੍ਹ ਕੀ ਕਰ ਰਹੇ ਹੋ।" ਉਸ ਨੇ ਜਵਾਬ ਦਿੱਤਾ, "ਬਸ, ਸਰਕਾਰੀ ਨੌਕਰੀ ਦੀ ਤਿਆਰੀ ਕਰ ਰਿਹਾ ਹਾਂ, ਜਿੱਥੇ ਮਰਜ਼ੀ ਮਿਲ ਜਾਵੇ। ਐੱਸ.ਐੱਸ.ਸੀ. ਦਾ ਫਾਰਮ ਵੀ ਭਰਿਆ ਹੈ, ਬੈਂਕਿੰਗ ਦਾ ਅਜੇ ਆਉਣ ਵਾਲਾ ਹੈ; ਨਾਲ ਹੀ ਪ੍ਰਾਈਵੇਟ ਜੌਬ ਵੀ ਲੱਭ ਰਿਹਾ ਹਾਂ ਅਤੇ ਵਿਆਹ ਬਾਰੇ ਵੀ ਸੋਚ ਰਿਹਾ ਹਾਂ।"

ਅੰਕਲ ਜੀ ਨੇ ਸੁਆਦ ਲੈਂਦੇ ਹੋਏ ਕਿਹਾ, "ਬਸ ਕਰ ਪਗਲੇ! 'ਯੂ.ਪੀ.ਐੱਸ.ਸੀ. ਦੀ ਤਿਆਰੀ ਕਰ ਰਿਹਾ ਹੈ' ਨੂੰ ਛੁਪਾਉਣ ਲਈ ਕਿੰਨੇ ਕੁ ਝੂਠ ਬੋਲੇਂਗਾ?"

ਸਰਕਾਰ ਵੱਲੋਂ ਲਾਕਡਾਊਨ ਤੋਂ ਹੌਲੀ-ਹੌਲੀ ਢਿੱਲ ਦਿੱਤੀ ਜਾਣ ਲੱਗੀ। ਹਾਲਾਂਕਿ ਰੈੱਡ ਜ਼ੋਨ, ਸਕੂਲ, ਕਾਲਜ ਤੇ ਹੋਰ ਖੇਤਰਾਂ ਨੂੰ ਬੰਦ ਹੀ ਰੱਖਿਆ ਗਿਆ, ਪਰ ਸ਼ਰਾਬ ਦੇ ਠੇਕੇ ਖੋਲ੍ਹ ਦਿੱਤੇ ਗਏ। ਸਕੂਲ-ਕਾਲਜ ਬੰਦ ਹੋਣ ਨਾਲ ਗਿਆਨ ਦੀ ਸਪਲਾਈ ਭਾਵੇਂ ਬੰਦ ਸੀ ਪਰ ਪਰਮ ਗਿਆਨ ਦੇ ਕੇਂਦਰ ਦਾਰੂ ਦੇ ਠੇਕੇ ਬਿਨਾਂ ਰੋਕ-ਟੋਕ ਤੋਂ ਖੋਲ੍ਹ ਦਿੱਤੇ ਗਏ ਸਨ।

ਲਕਸ਼ (ਟੀਚੇ) ਦੀ ਸਾਧਨਾ ਕਿਵੇਂ ਕੀਤੀ ਜਾਂਦੀ ਹੈ, ਇਹ ਸਾਨੂੰ ਪੰਜ-ਪੰਜ ਮੀਲ ਲੰਬੀਆਂ ਲਾਈਨਾਂ ਵਿੱਚ ਖੜ੍ਹੇ ਸ਼ਰਾਬ-ਪ੍ਰੇਮੀਆਂ ਤੋਂ ਸਿੱਖਣੀ ਚਾਹੀਦੀ ਹੈ। ਸਬਰ ਵੀ ਯੂ.ਪੀ.ਐੱਸ.ਸੀ. ਚਾਹਵਾਨ ਦੀ ਤਰ੍ਹਾਂ ਜੋ 5 ਅਟੈਂਪਟ ਦੇਣ ਦੇ ਬਾਵਜੂਦ ਇਸ ਦੀ ਉਮੀਦ 'ਚ ਰਹਿੰਦਾ ਹੈ ਕਿ ਉਹ ਇੱਕ ਦਿਨ ਪ੍ਰੌਪਰ ਆਈ.ਏ.ਐੱਸ. ਬਣੇਗਾ। ਚਾਰ-ਚਾਰ ਘੰਟੇ ਤੋਂ ਚਾਰ-ਚਾਰ ਮੀਲ ਲੰਬੀ ਲਾਈਨ ਵਿੱਚ ਖੜ੍ਹੇ ਰਹਿਣਾ... ਕੋਈ ਮਹਾਨ ਧੀਰਜਵਾਨ ਹੀ ਅਜਿਹਾ ਕਰ ਸਕਦਾ ਹੈ! ਲੰਬੀਆਂ ਕਤਾਰਾਂ ਵਿੱਚ ਉਡੀਕ ਕਰ ਰਹੇ ਸ਼ਰਾਬ-ਪ੍ਰੇਮੀਆਂ ਤੋਂ ਜ਼ਿਆਦਾ ਧੀਰਜਵਾਨ ਭਲਾ ਕੌਣ ਹੋ ਸਕਦਾ ਹੈ? ਅਜਿਹਾ ਅਸੀਂ ਉਸ ਦਿਨ ਤੋਂ ਚੰਗੀ ਤਰ੍ਹਾਂ ਜਾਣ ਲਿਆ।

'ਜਿਤਨਾ ਦੇਖ ਸਕਦੇ ਹੋ, ਉਤਨਾ ਵੱਡਾ ਸਪਨਾ ਦੇਖੋ।
ਜਿਤਨਾ ਸੋਚ ਸਕਤੇ ਹੋ, ਉਤਨਾ ਅੱਛਾ ਸੋਚੋ।
ਜਿਤਨੀ ਅੱਛੀ ਆਦਤੋਂ ਕੋ ਅਪਣਾ ਸਕਤੇ ਹੋ, ਅਪਣਾਓ।
ਜਿਤਨੀ ਡਟ ਕਰ ਮਿਹਨਤ ਕਰ ਸਕਤੇ ਹੋ, ਉਤਨੀ ਮਿਹਨਤ ਕੀਆ ਕਰੋ।
ਫਿਰ ਏਕ ਦਿਨ ਉਤਨੀ ਹੀ ਬੜੀ ਕਾਮਯਾਬੀ ਮਿਲੇਗੀ, ਜਿਤਨੀ ਆਪ ਨੇ ਸੋਚ ਰੱਖੀ ਹੈ।

11

ਯੂ.ਪੀ.ਐੱਸ.ਸੀ. ਦਾ ਕਿਲ੍ਹਾ ਫ਼ਤਹਿ

ਮੇਰੇ ਜੀਵਨ ਵਿੱਚ 4 ਸਾਲ ਤੋਂ ਯੂ.ਪੀ.ਐੱਸ.ਸੀ. ਦਾ ਸੋਕਾ - ਉਸ ਦਾ ਦੁੱਖ, ਉਸ ਦਾ ਰੁਦਨ, ਉਸ ਦੇ ਛੁਪਾਏ ਹੰਝੂ, ਇੱਕ ਹੀ ਪੀਡੀਐਫ ਵਿੱਚ ਅਤੇ ਇੱਕ ਹੀ ਚੀਕ ਨਾਲ ਬਾਹਰ ਆ ਗਏ। ਇਵੇਂ ਲੱਗਿਆ ਕਿ ਜਿਵੇਂ ਕਈ ਸਾਲਾਂ ਤੋਂ ਰੁਕੇ ਅਤੇ ਜੰਮੇ ਹੋਏ ਹੰਝੂ ਇੱਕ ਹੀ ਵਹਾਅ ਵਿੱਚ ਨਿਕਲ ਆਏ ਹੋਣ। ਰਿਜ਼ਲਟ ਵਾਲੇ ਦਿਨ ਮੈਂ ਦਿੱਲੀ 'ਚ ਸੀ ਅਤੇ ਐਂਜਲ ਜੈਪੁਰ 'ਚ। ਰਿਜ਼ਲਟ ਸਵੇਰੇ 11:30 ਵਜੇ ਦੇ ਕਰੀਬ ਆ ਗਿਆ ਸੀ। ਮੈਂ ਉਸ ਨੂੰ ਫ਼ੋਨ ਮਿਲਾਇਆ ਅਤੇ ਸਭ ਤੋਂ ਪਹਿਲਾਂ ਉਸ ਦਾ ਰਿਜ਼ਲਟ ਦੱਸਿਆ। ਜਦੋਂ ਮੈਂ ਉਸ ਨੂੰ ਕਿਹਾ ਕਿ ਤੁਹਾਡੀ ਚੋਣ ਟਾਪ 50 ਵਿੱਚ ਹੋਈ ਹੈ, ਤਾਂ ਉਸ ਦੀ ਖ਼ੁਸ਼ੀ ਦਾ ਟਿਕਾਣਾ ਹੀ ਨਾ ਰਿਹਾ। ਰੈਂਕ ਦੱਸਣ 'ਤੇ ਉਸ ਨੂੰ ਭਰੋਸਾ ਹੀ ਨਹੀਂ ਸੀ ਹੋ ਰਿਹਾ।

ਐਂਜਲ ਨੂੰ ਮਿਲਣ ਲਈ ਮੈਂ ਅਤੇ ਸੁਮਿਤ ਜੈਪੁਰ ਵੱਲ ਰਵਾਨਾ ਹੋਏ। ਰਿਜ਼ਲਟ ਵਾਲੇ ਦਿਨ ਐਂਜਲ ਦਾ ਵਾਰ-ਵਾਰ ਮੇਰੇ ਨਾਲ ਗੱਲ ਕਰਨਾ ਪ੍ਰਿੰਸੀਪਲ ਸਾਹਿਬਾ ਨੂੰ ਚੰਗਾ ਨਹੀਂ ਸੀ ਲੱਗ ਰਿਹਾ। ਮੈਂ ਕਾਰ ਵਿੱਚ ਬੈਠਾ-ਬੈਠਾ ਐਂਜਲ ਦੇ ਯੂ-ਟਿਊਬ ਵੀਡੀਓ ਦੇਖਣ ਲੱਗਿਆ। ਫਿਰ ਸਾਲ 2018 ਵਿੱਚ ਸਿਵਲ ਦਿੱਲੀ ਕੋਚਿੰਗ ਵਿੱਚ ਹੋਏ ਐਂਜਲ ਦੇ ਇੰਟਰਵਿਊ ਦੀ ਵੀਡੀਓ ਉਸ ਨੂੰ ਵੱਟਸਐਪ ਕਰ ਦਿੱਤੀ।

"ਇਹ ਬਕਵਾਸ ਵੀਡੀਓ ਸੀ, ਮੈਂ ਡਿਲੀਟ ਕਰ ਦਿੱਤਾ ਸੀ। ਇਹ ਮੇਰੇ ਖ਼ਰਾਬ ਮਾੱਕ ਵਿੱਚੋਂ ਇੱਕ ਸੀ।" ਐਂਜਲ ਨੇ ਮੈਸੇਜ ਦਾ ਜਵਾਬ ਦਿੰਦੇ ਹੋਏ ਕਿਹਾ।

"ਕੀ ਤੁਸੀਂ ਕੋਚਿੰਗ ਵਾਲੇ ਨੂੰ ਕਾਲ ਕਰਕੇ ਵੀਡੀਓ ਡਿਲੀਟ ਕਰਵਾ ਦਿੱਤਾ? ਕੀ ਗੱਲ ਹੈ ਮੈਡਮ! ਇਹ ਮਾੱਕ ਇੰਟਰਵਿਊ ਦਿੰਦੇ ਸਮੇਂ ਮੁਸਕਰਾ ਤਾਂ ਵਧੀਆ ਰਹੀ ਸੀ। ਪਰ ਲਾਕਡਾਊਨ ਤੋਂ ਪਹਿਲਾਂ ਅਤੇ ਲਾਕਡਾਊਨ ਤੋਂ ਬਾਅਦ ਵਿੱਚ ਕਾਫ਼ੀ ਸੁਧਾਰ ਦੇਖਣ ਨੂੰ ਮਿਲ ਰਿਹਾ ਹੈ।"

"ਹਾਂ, ਬਹੁਤ ਬੇਕਾਰ ਸੀ, ਡਿਲੀਟ ਹੋ ਗਿਆ ਕਿ?" ਐਂਜਲ ਨੇ ਮੈਸੇਜ ਦਾ ਜਵਾਬ ਦਿੰਦੇ ਪੁੱਛਿਆ।

"ਹਾਂ, ਹੁਣ ਤਾਂ ਇੱਕ ਦੂਜੇ ਤੋਂ ਬਿਹਤਰ ਇੰਟਰਵਿਊ ਆਉਣਗੀਆਂ।"

ਤੁਸੀਂ ਕਲਪਨਾ ਕਰ ਸਕਦੇ ਹੋ ਕਿ ਜਿਸ ਦੀ ਸਫ਼ਲਤਾ ਦਾ ਰਾਜ਼ ਜਾਣਨ ਲਈ ਸਾਰਾ ਮੀਡੀਆ ਉਸ ਦੀ ਮੰਮੀ ਦੇ ਆਫ਼ਿਸ ਦੇ ਬਾਹਰ ਖੜ੍ਹਾ ਹੈ, ਉਹ ਕੁੜੀ ਆਪਣੇ ਬੁਆਏ-ਫਰੈਂਡ ਨਾਲ ਗੱਲਾਂ ਕਰਨ 'ਚ ਮਸ਼ਗੂਲ ਹੈ। ਇਹ ਪਿਆਰ ਦੀ ਅਸਲ ਤਾਕਤ ਹੁੰਦੀ ਹੈ।

"ਹਾਂ, ਹੁਣੇ ਹੀ 4 ਟੀਵੀ ਚੈਨਲਾਂ ਨੂੰ ਇੰਟਰਵਿਊ ਦਿੱਤਾ ਹੈ।"

ਟੀਵੀ ਚੈਨਲਾਂ ਦੁਆਰਾ ਐਂਜਲ ਦਾ ਹੀ ਨਹੀਂ, ਬਲਕਿ ਪੂਰੇ ਭਾਰਤ ਵਿੱਚੋਂ ਯੂ.ਪੀ. ਐੱਸ.ਸੀ. ਵਿੱਚ ਸਿਲੈੱਕਟ ਹੋਣ ਵਾਲੇ ਲੋਕਾਂ ਦਾ ਇੰਟਰਵਿਊ ਲਿਆ ਜਾ ਰਿਹਾ ਸੀ, ਜਿਨ੍ਹਾਂ ਨੇ 4 ਅਗਸਤ ਦੀ ਪ੍ਰੀਖਿਆ ਪਾਸ ਕੀਤੀ ਸੀ। ਅਜਿਹਾ ਲਗ ਰਿਹਾ ਸੀ ਕਿ ਜਿਵੇਂ ਭਾਰਤ ਨੇ ਓਲੰਪਿਕ ਖੇਡਾਂ ਵਿੱਚ ਪਹਿਲੀ ਰੈਂਕ ਪ੍ਰਾਪਤ ਕਰ ਲਈ ਹੋਵੇ। ਅਜਿਹਾ ਲਗ ਰਿਹਾ ਸੀ ਕਿ ਜਿਵੇਂ ਨਵੇਂ ਸਿਲੈੱਕਟ ਬੱਚੇ ਭਾਰਤ ਦਾ ਕਾਇਆ-ਕਲਪ ਕਰ ਦੇਣਗੇ। ਅਸਲ 'ਚ ਹੁੰਦਾ ਕੀ ਹੈ ਬਿਊਰੋਕਰੈਸੀ ਵਿੱਚ, ਅਸੀਂ ਸਾਰੇ ਭਾਰਤੀ ਚੰਗੀ ਤਰ੍ਹਾਂ ਜਾਣਦੇ ਹਾਂ। ਟੀਵੀ ਚੈਨਲਾਂ ਦੁਆਰਾ ਯੂ.ਪੀ.ਐੱਸ.ਸੀ. ਟਾਪਰਜ਼ ਦਾ ਲਗਾਤਾਰ ਮਹਿਮਾ ਮੰਡਨ ਕੀਤੇ ਜਾਣ ਤੋਂ ਖ਼ਫ਼ਾ ਹੋਏ ਇੱਕ ਸੀਨੀਅਰ ਪੱਤਰਕਾਰ ਨੇ ਆਪਣੀ ਫੇਸਬੁੱਕ ਵਾਲ 'ਤੇ ਬਹੁਤ ਵਧੀਆ ਪੋਸਟ ਲਿਖੀ, ਜੋ ਇਸ ਪ੍ਰਕਾਰ ਹੈ:

"ਵੈਸੇ ਤੋ ਬਹੁਤ ਸਾਰੀ ਚੀਜੇਂ ਭਾਰਤ ਮੇਂ ਗ਼ਲਤ ਹੈ, ਲੇਕਿਨ ਏਕ ਐਸੀ ਚੀਜ਼ ਹੈ ਜੋ ਕਿ ਗ਼ਲਤ ਤੋ ਹੈ ਪਰੰਤੂ ਉਸੇ ਬਹੁਤ ਅੱਛੇ ਕਾਰਯ ਕੇ ਰੂਪ ਮੇਂ ਦਿਖਾਇਆ ਜਾਤਾ ਹੈ। ਵੋ ਹੈ 'ਸਰਕਾਰੀ ਨੌਕਰੀ' - ਖ਼ਾਸਕਰ ਯੂ.ਪੀ.ਐੱਸ.ਈ. ਮੇਂ ਅਧਿਕਾਰੀ ਪਦ ਪਾਣੇ ਵਾਲੇ ਅਭਯਰਥੀਓਂ ਕੇ ਇੰਟਰਵਿਊ ਔਰ ਉਨਕਾ ਮਹਿਮਾ ਮੰਡਨ।"

ਮੈਂ ਬਚਪਨ ਤੋਂ ਵੀ ਟੀਵੀ 'ਤੇ ਯੂ.ਪੀ.ਐੱਸ.ਸੀ. ਦੇ ਟਾਪਰਜ਼ ਦੇ ਇੰਟਰਵਿਊ ਦੇਖਦਾ ਆ ਰਿਹਾ ਹਾਂ; ਅਤੇ ਅੱਜਕੱਲ੍ਹ ਯੂ-ਟਿਊਬ 'ਤੇ ਕਈ ਆਨਲਾਈਨ ਕਲਾਸੇਜ਼ ਚਾਲੂ ਹੋਣ ਦੇ ਕਾਰਨ ਫੇਸਬੁੱਕ /ਯੂ-ਟਿਊਬ ਆਦਿ 'ਤੇ ਹਰ ਦੂਜਾ-ਤੀਜਾ ਵਿਗਿਆਪਨ ਏਨਾ ਲੋਕਾਂ ਦੇ ਇੰਟਰਵਿਊ ਨਾਲ ਸੰਬੰਧਿਤ ਮਿਲਦਾ ਹੈ। ਇਹ ਸਫ਼ਲ ਵਿਦਿਆਰਥੀ ਦੇ ਅਨੁਭਵ, ਉਸ ਨੇ ਕਿਹੜੀਆਂ ਕਿਤਾਬਾਂ ਪੜ੍ਹੀਆਂ, ਕਿਥੋਂ ਕੋਚਿੰਗ ਕੀਤੀ ਆਦਿ ਦੇ ਬਾਰੇ ਵਿੱਚ ਹੁੰਦਾ ਹੈ।

ਇੰਟਰਵਿਊ ਵਿੱਚ ਸਵਾਲ ਪੁੱਛਣ ਵਾਲਾ ਉਸ ਵਿਦਿਆਰਥੀ ਨੂੰ ਕਿਸੇ ਮਹਾਂਪੁਰਸ਼ ਦੀ ਤਰ੍ਹਾਂ ਦਿਸਦਾ ਹੈ। ਉਸ ਨਾਲ ਇਸ ਤਰ੍ਹਾਂ ਵਿਹਾਰ ਕਰਦਾ ਹੈ ਕਿ ਜਿਵੇਂ ਉਸ

ਵਿਦਿਆਰਥੀ ਨੇ ਦੇਸ਼ ਲਈ ਕੋਈ ਬਹੁਤ ਵਧੀਆ ਕੰਮ ਕਰ ਦਿੱਤਾ ਹੋਵੇ, ਜੋ ਉਸ ਤੋਂ ਪਹਿਲਾਂ ਬਹੁਤ ਘੱਟ ਲੋਕਾਂ ਨੇ ਕਰਨ ਦੀ ਹਿੰਮਤ ਦਿਖਾਈ ਹੋਵੇ। ਮੇਰੇ ਅਨੁਸਾਰ, ਕੇਵਲ ਉਹਨਾਂ ਲੋਕਾਂ ਨੂੰ ਮਹਾਂਪੁਰਸ਼ਾਂ ਦੇ ਰੂਪ ਵਿੱਚ ਦਿਖਾਇਆ ਜਾਣਾ ਚਾਹੀਦਾ ਹੈ ਅਤੇ ਓਨਾ ਦਾ ਹੀ ਇੰਟਰਵਿਊ ਲੈਣਾ ਚਾਹੀਦਾ ਹੈ, ਜਿਨ੍ਹਾਂ ਨੇ ਦੇਸ਼ ਅਤੇ ਸਮਾਜ ਲਈ ਕੋਈ ਸਕਾਰਾਤਮਿਕ ਕੰਮ ਕੀਤਾ ਹੋਵੇ। ਕਿਸੇ ਦੁਆਰਾ ਨੌਕਰੀ ਪ੍ਰਾਪਤ ਕਰ ਲੈਣਾ ਕੋਈ ਮਹਾਨਤਾ ਦਾ ਕੰਮ ਨਹੀਂ ਹੈ, ਜਦੋਂ ਤਕ ਕਿ ਉਸ ਦੀ ਨੌਕਰੀ ਸੈਨਿਕ, ਸਿਪਾਹੀ, ਕਿਸਾਨ ਆਦਿ ਵਰਗੀ ਨਾ ਹੋਵੇ, ਉਸ ਵਿਦਿਆਰਥੀ ਦੀ ਨੌਕਰੀ ਕੇਵਲ ਉਸ ਲਈ ਅਤੇ ਉਸ ਦੇ ਪਰਿਵਾਰ ਦੇ ਲਈ ਹੀ ਫ਼ਾਇਦੇਮੰਦ ਸਾਬਤ ਹੋਵੇਗੀ।

ਪਹਿਲਾਂ ਉਸ ਨੂੰ ਨੌਕਰੀ ਪੂਰੀ ਕਰ ਲੈਣ ਦਿਓ, ਫਿਰ ਦੇਖੋ ਕਿ ਕੀ ਇਸ ਨੌਕਰੀ ਦੇ ਦੌਰਾਨ ਸਮਾਜ ਵਿੱਚ ਕੋਈ ਸਕਾਰਾਤਮਿਕ ਬਦਲਾਅ ਕੀਤਾ ਹੈ, ਤਾਂ ਹੀ ਉਸ ਦਾ ਮਹਿਮਾ ਮੰਡਨ ਕੀਤਾ ਜਾਣਾ ਚਾਹੀਦਾ ਹੈ। ਏਨਾ ਇੰਟਰਵਿਊ ਦੇ ਦੌਰਾਨ ਇਹ ਵੀ ਸੂਚਨਾ ਦੇਣੀ ਚਾਹੀਦੀ ਹੈ - ਵਪਾਰਕ ਪ੍ਰਚਾਰ (Commercial Promotion), ਜਿਵੇਂ ਕਿ ਫ਼ਿਲਮਾਂ ਵਿੱਚ ਜਦੋਂ ਕਿਸੇ ਕਲਾਕਾਰ ਨੂੰ ਸਿਗਰਟ ਪੀਂਦੇ ਦਿਖਾਇਆ ਜਾਂਦਾ ਹੈ ਤਾਂ ਸੂਚਨਾ ਦਿੱਤੀ ਜਾਂਦੀ ਹੈ- "ਧੂਮਰਪਾਨ ਸਿਹਤ ਲਈ ਹਾਨੀਕਾਰਕ ਹੁੰਦਾ ਹੈ।"

ਮੇਰੀ ਗੱਲ 'ਤੇ ਵਿਚਾਰ ਕਰਨ ਲਈ ਏਨਾ ਮੁੱਦਿਆਂ 'ਤੇ ਧਿਆਨ ਦਿਓ:

ਜਿਸ ਵਿਦਿਆਰਥੀ ਦਾ ਇੰਟਰਵਿਊ ਹੋ ਰਿਹਾ ਹੈ, ਉਸ ਵਿੱਚ ਅਜਿਹਾ ਕੀ ਖ਼ਾਸ ਹੈ ਜੋ ਇਸ ਨੂੰ ਬੋਲਦੇ ਹੋਏ ਸਭ ਨੂੰ ਸੁਣਨਾ ਚਾਹੀਦਾ ਹੈ? ਜਿਵੇਂ ਮੰਨ ਲਓ, ਕੱਲ੍ਹ ਨੂੰ ਗੂਗਲ ਦਾ ਸੀਈਓ ਸੁੰਦਰ ਪਿਚਾਈ ਜੀ ਨੌਕਰੀ ਤੋਂ ਅਸਤੀਫਾ ਦੇ ਕੇ ਆਵੇ ਅਤੇ ਬੋਲੇ ਕਿ ਹੁਣ ਮੈਂ ਆਈ.ਏ.ਐੱਸ. ਬਣਾਂਗਾ ਅਤੇ ਦੇਸ਼ ਦੀ ਸੇਵਾ ਕਰਾਂਗਾ, ਤਾਂ ਸਾਨੂੰ ਉਸ ਨੂੰ ਸੁਣਨਾ ਚਾਹੀਦਾ ਹੈ ਕਿਉਂਕਿ ਉਸ ਦੇ ਆਈ.ਏ.ਐੱਸ. ਬਣਨ ਨਾਲ ਦੇਸ਼ ਨੂੰ ਸੱਚਮੁੱਚ ਫ਼ਾਇਦਾ ਹੋ ਸਕਦਾ ਹੈ; ਉਹ ਦੇਸ਼ ਦੀ ਸੇਵਾ ਲਈ ਇੱਕ ਵੱਡੀ ਨੌਕਰੀ ਛੱਡ ਕੇ ਛੋਟੀ ਜਿਹੀ ਨੌਕਰੀ ਕਰ ਰਿਹਾ ਹੈ, ਇਸ ਲਈ ਉਸ ਦੀ ਮਹਾਨਤਾ ਦਾ ਸਨਮਾਨ ਕਰਦੇ ਹੋਏ ਸਾਨੂੰ ਉਸ ਦਾ ਇੰਟਰਵਿਊ ਲੈਣਾ ਚਾਹੀਦਾ ਹੈ। ਪਰ ਕਿਸੇ ਸਧਾਰਨ ਵਿਦਿਆਰਥੀ ਨੂੰ ਨੌਕਰੀ ਮਿਲਣ 'ਤੇ ਇੰਟਰਵਿਊ ਲੈਣ ਦਾ ਕੋਈ ਤੁਕ ਨਹੀਂ ਬਣਨਾ; ਉਸ ਨੇ ਇੱਕ ਨੌਕਰੀ ਲੈ ਕੇ ਦੇਸ਼ 'ਤੇ ਕੋਈ ਅਹਿਸਾਨ ਨਹੀਂ ਕੀਤਾ, ਸਿਰਫ਼ ਇੱਕ ਸੀਟ ਨੂੰ ਘੱਟ ਕੀਤਾ ਹੈ।

ਕਿਉਂਕਿ ਏਨਾ ਨੌਕਰੀਆਂ ਵਿੱਚ ਸੀਟਾਂ ਦੀ ਗਿਣਤੀ ਸੀਮਿਤ ਹੈ, ਇਸ ਲਈ ਏਨਾ ਵਿਦਿਆਰਥੀਆਂ ਦੁਆਰਾ ਦੱਸੇ ਗਏ ਟਿਪਸ ਦਾ ਕੋਈ ਫ਼ਾਇਦਾ ਨਹੀਂ। ਮੰਨ ਲਓ ਕਿ ਯੂ.ਪੀ.ਐੱਸ.ਸੀ. ਦੀਆਂ ਕੁੱਲ 1000 ਸੀਟਾਂ ਨਿਕਲਦੀਆਂ ਹਨ। ਮੰਨ ਲਓ ਕਿ ਟੌਪਰ

ਵਿਦਿਆਰਥੀ ਨੇ ਕਿਹਾ ਕਿ ਉਸ ਵਿਸ਼ੇਸ਼ ਕਿਤਾਬ ਨੂੰ ਪੜ੍ਹਨ ਨਾਲ ਫ਼ਾਇਦਾ ਮਿਲੇਗਾ। ਉਸ ਸਾਲ ਦੇਸ਼ ਦੇ ਸਾਰੇ ਯੂ.ਪੀ.ਐੱਸ.ਸੀ. ਚਾਹਵਾਨਾਂ ਨੇ ਉਸ ਵਿਦਿਆਰਥੀ ਦੀ ਸਲਾਹ ਮੰਨ ਕੇ ਉਹੀ ਵਿਸ਼ੇਸ਼ ਕਿਤਾਬ ਪੜ੍ਹੀ। ਹੁਣ ਦੱਸੋ ਉਸ ਸਾਲ ਕਿੰਨੇ ਵਿਦਿਆਰਥੀ ਵਿਦਿਆਰਥੀ ਪਾਸ ਹੋਣਗੇ? ਜ਼ਾਹਿਰ ਜਿਹੀ ਗੱਲ ਹੈ ਕਿ 1000 ਵਿਦਿਆਰਥੀ ਹੀ ਪਾਸ ਹੋਣਗੇ। ਹੁਣ ਇਸ ਦੇ ਉਲਟ ਦੁਬਾਰਾ ਸੋਚੋ ਕਿ ਉਸ ਵਿਦਿਆਰਥੀ ਦਾ ਇੰਟਰਵਿਊ ਕਿਸੇ ਨੇ ਨਹੀਂ ਲਿਆ ਅਤੇ ਨਾ ਹੀ ਉਸ ਵਿਸ਼ੇਸ਼ ਕਿਤਾਬ ਦਾ ਕਿਤੇ ਜ਼ਿਕਰ ਹੋਇਆ। ਤਾਂ ਇਸ ਵਾਰ ਕਿੰਨੇ ਵਿਦਿਆਰਥੀ ਪਾਸ ਹੁੰਦੇ? ਫਿਰ ਤੋਂ 1000 ਵਿਦਿਆਰਥੀ ਹੀ ਪਾਸ ਹੁੰਦੇ।

ਕਹਿਣ ਦਾ ਮਤਲਬ, ਏਨਾ ਟੌਪਰ ਵਿਦਿਆਰਥੀਆਂ ਦੇ ਇੰਟਰਵਿਊ ਨਾਲ ਇਹ ਤਾਂ ਹੋ ਸਕਦਾ ਹੈ ਕਿ ਰਾਮ ਦੇ ਬਦਲੇ ਸ਼ਿਆਮ ਨੂੰ ਫ਼ਾਇਦਾ ਹੋ ਜਾਵੇ, ਪਰ ਜੇਕਰ ਅਸੀਂ ਪੂਰੇ ਭਾਰਤ ਨੂੰ ਦੇਖੀਏ ਤਾਂ ਕੋਈ ਫ਼ਾਇਦਾ ਨਹੀਂ। ਕਿਉਂਕਿ ਜੇਕਰ ਰਾਮ ਦੀ ਬਜਾਏ ਸ਼ਿਆਮ ਅਧਿਕਾਰੀ ਬਣ ਜਾਂਦਾ ਹੈ ਤਾਂ ਉਹ ਵੀ ਦੇਸ਼ ਲਈ ਰਾਮ ਵਾਂਗ ਹੀ ਆਪਣੀ ਡਿਊਟੀ ਤੇ ਕੰਮ ਕਰੇਗਾ। ਜੇਕਰ ਟੌਪਰ ਵਿਦਿਆਰਥੀ ਅਪਾਹਜ/ ਬਹੁਤ ਗ਼ਰੀਬ/ ਰਿਕਸ਼ਾ ਚਾਲਕ ਆਦਿ ਵੀ ਹੋਵੇ ਤਾਂ ਵੀ ਇਸ ਤਰ੍ਹਾਂ ਦੇ ਇੰਟਰਵਿਊ ਦਾ ਕੋਈ ਫ਼ਾਇਦਾ ਨਹੀਂ ਹੈ।

ਸਿੱਧੀ ਜਿਹੀ ਗੱਲ ਹੈ। ਕਿਸੇ ਇੱਕ-ਦੋ ਰਿਕਸ਼ਾ ਚਾਲਕ ਦੇ ਅਧਿਕਾਰੀ ਬਣਨ ਨਾਲ ਲੱਖਾਂ ਰਿਕਸ਼ਾ ਚਾਲਕਾਂ ਦੀ ਸਮਾਜਿਕ ਹਾਲਤ ਨਹੀਂ ਸੁਧਰ ਸਕਦੀ। ਉਹ ਆਪਣੀ ਨੌਕਰੀ ਦੇ ਦੌਰਾਨ ਅਜਿਹਾ ਕੁਝ ਖ਼ਾਸ ਨਹੀਂ ਕਰਨ ਵਾਲਾ ਜਿਸ ਕਾਰਨ ਦੇਸ਼ ਦੀ ਗ਼ਰੀਬੀ ਘਟੇ ਜਾਂ ਦੇਸ਼ ਵਿੱਚ ਕੁਝ ਚੰਗਾ ਸੁਧਾਰ ਆਵੇ। ਉਸ ਨੇ ਬਸ ਇੱਕ ਨੌਕਰੀ ਪ੍ਰਾਪਤ ਕੀਤੀ ਹੈ, ਜਿਸ ਵਿੱਚ ਸੀਮਿਤ ਸੀਟਾਂ ਸਨ। ਉਸ ਦੀ ਨੌਕਰੀ ਦੇ ਕੁਝ ਸਾਲਾਂ ਬਾਅਦ ਉਸ ਦੇ ਵਿਚਾਰ ਅਤੇ ਦੂਜੇ ਅਧਿਕਾਰੀ ਦੇ ਵਿਚਾਰ, ਜਿਸ ਦੇ ਬਾਪ-ਦਾਦਾ ਵੀ ਅਧਿਕਾਰੀ ਸਨ, ਵਿੱਚ ਕੋਈ ਪਰਿਵਰਤਨ ਨਹੀਂ ਰਹੇਗਾ।

ਤਾਂ, ਇਸ ਤਰ੍ਹਾਂ ਦੇ ਇੰਟਰਵਿਊ ਨਾਲ ਦੇਸ਼ ਦਾ ਕੀ ਨੁਕਸਾਨ? ਦੋ ਤਰ੍ਹਾਂ ਦਾ ਨੁਕਸਾਨ ਹੈ: ਕੋਚਿੰਗ ਕਲਾਸੇਜ਼ ਪ੍ਰਫੁੱਲਿਤ ਹੁੰਦੀਆਂ ਹਨ ਅਤੇ ਕੋਚਿੰਗ ਕਲਾਸੇਜ਼ ਲਗਾਤਾਰ ਕੰਪੀਟੀਸ਼ਨ ਦੀ ਕਟ-ਆਫ਼ ਵਧਾਉਂਦੀਆਂ ਹਨ। ਮੰਨ ਲਓ ਕਿ ਦੇਸ਼ ਵਿੱਚ ਇੱਕ ਵੀ ਅਜਿਹਾ ਕੋਚਿੰਗ ਸੈਂਟਰ ਨਹੀਂ ਹੈ ਜੋ ਸਰਕਾਰੀ ਨੌਕਰੀ ਦੀ ਤਿਆਰੀ ਕਰਵਾਵੇ। ਅਜਿਹੀ ਸਥਿਤੀ ਵਿੱਚ ਹਰ ਵਿਦਿਆਰਥੀ ਆਪਣੇ ਆਪ ਪੜ੍ਹੇਗਾ, ਆਪਣੇ ਆਪ ਹੀ ਵਿਸ਼ੇ ਨੂੰ ਸਮਝੇਗਾ। ਜੇਕਰ ਸਭ ਕੁਝ ਆਪ ਹੀ ਕਰਨਾ ਹੈ ਤਾਂ ਸਪਸ਼ਟ ਤੌਰ 'ਤੇ ਪੂਰਾ ਸਿਲੇਬਸ ਖ਼ਤਮ ਕਰਨਾ ਮੁਸ਼ਕਲ ਹੋਵੇਗਾ। ਅਜਿਹੀ ਸਥਿਤੀ ਵਿੱਚ ਜੋ ਵੀ ਵਿਦਿਆਰਥੀ 30-40 ਫ਼ੀਸਦੀ ਸਿਲੇਬਸ ਪੜ੍ਹਨਗੇ, ਉਹ ਸਿਲੈਕਸ਼ਨ ਲੈਣ ਲਈ ਕਾਫ਼ੀ ਹੋਵੇਗਾ।

ਹੁਣ ਜਦੋਂ ਇਹ ਕਲਾਸੇਜ਼ ਚਾਲੂ ਹੋ ਗਈਆਂ ਹਨ, ਤਾਂ ਪੂਰਾ ਸਿਲੇਬਸ ਪੜ੍ਹਨ, ਉਸ ਨੂੰ ਯਾਦ ਕਰਨ ਅਤੇ ਸਮਝਣ ਲਈ ਟ੍ਰਿਕ ਆਦਿ ਆਸਾਨੀ ਨਾਲ ਮਿਲ ਜਾਂਦੀਆਂ ਹਨ, ਜਿਸ ਕਾਰਨ ਵਿਦਿਆਰਥੀਆਂ ਨੂੰ ਪੂਰਾ ਸਿਲੇਬਸ ਪੜ੍ਹਨਾ ਪੈਂਦਾ ਹੈ। ਜ਼ਿਆਦਾ ਤੋਂ ਜ਼ਿਆਦਾ ਵਿਦਿਆਰਥੀ ਪੂਰਾ ਸਿਲੇਬਸ ਪੜ੍ਹ ਕੇ ਜਾਂਦੇ ਹਨ ਤਾਂ ਆਪਣੇ ਆਪ ਜ਼ਿਆਦਾ ਸਕੋਰ ਕਰਦੇ ਹਨ ਅਤੇ ਕਟ-ਆਫ਼ ਉੱਪਰ ਉੱਠਦੀ ਹੈ, ਜੇਕਰ ਪ੍ਰੀਖਿਆ ਦਾ ਪੱਧਰ ਹਰ ਵਾਰ ਔਖਾ ਨਾ ਕੀਤਾ ਜਾਵੇ।

ਇਸ ਨਾਲ ਨੁਕਸਾਨ ਇਹ ਹੁੰਦਾ ਹੈ ਕਿ ਜੋ ਨੌਕਰੀ ਇੱਕ ਸਾਲ ਦੀ ਤਿਆਰੀ ਨਾਲ ਮਿਲ ਸਕਦੀ ਸੀ, ਉਸ ਲਈ ਹੁਣ ਤੁਹਾਨੂੰ 3-4 ਸਾਲ ਦੇਣੇ ਪੈਣਗੇ। ਇਹ ਇੰਟਰਵਿਊ ਪਹਿਲਾਂ ਤੋਂ ਨੌਕਰੀ ਕਰਨ ਵਾਲੇ ਵਿਦਿਆਰਥੀਆਂ ਨੂੰ ਵੱਡੀ ਨੌਕਰੀ ਦੀ ਤਿਆਰੀ ਲਈ ਉਤਸ਼ਾਹਿਤ ਕਰਕੇ ਦੇਸ਼ ਦੀ ਆਰਥਿਕਤਾ ਨੂੰ ਨੁਕਸਾਨ ਪਹੁੰਚਾਉਂਦੇ ਹਨ। ਕੁਝ ਨੂੰ ਤਾਂ ਨੌਕਰੀ ਮਿਲ ਜਾਂਦੀ ਹੈ, ਪਰ 99 ਫ਼ੀਸਦੀ ਨੂੰ ਪੈਸਾ/ ਸਮਾਂ ਬਰਬਾਦ ਕਰਨ ਤੋਂ ਬਾਅਦ ਵੀ ਕੁਝ ਨਹੀਂ ਮਿਲਦਾ। ਅਜਿਹੇ ਲੋਕ ਜੋ ਪਹਿਲਾਂ ਤੋਂ ਨੌਕਰੀ ਕਰ ਰਹੇ ਹਨ ਜੇਕਰ ਉਹ ਆਪਣੇ ਕੰਮ ਵਿੱਚ ਹੀ ਮਨ ਲਾਉਂਦੇ ਤਾਂ ਅੱਗੇ ਵਧ ਸਕਦੇ ਸਨ, ਪਰ ਏਨਾ ਇੰਟਰਵਿਊ ਰਾਹੀਂ ਅਜਿਹਾ ਮਾਹੌਲ ਸਿਰਜਿਆ ਜਾਂਦਾ ਹੈ ਕਿ ਜੇਕਰ ਤੁਸੀਂ ਬੁੱਧੀਮਾਨ ਹੋ ਤਾਂ ਤੁਹਾਨੂੰ ਸਰਕਾਰੀ ਅਧਿਕਾਰੀ ਬਣਨ ਦਾ ਯਤਨ ਕਰਨਾ ਚਾਹੀਦਾ ਹੈ।

ਅਜਿਹਾ ਲਗਦਾ ਹੈ ਕਿ ਭਾਰਤ ਨੂੰ ਬਸ ਆਈ.ਏ.ਐੱਸ./ ਆਈ.ਪੀ.ਐੱਸ. ਦੀ ਲੋੜ ਹੈ, ਇੰਜੀਨੀਅਰ, ਡਾਕਟਰ, ਵਪਾਰੀ, ਉਦਯੋਗਪਤੀ ਆਦਿ ਦੀ ਨਹੀਂ, ਕਿਉਂਕਿ ਸਾਡੇ ਇੱਥੇ ਪਹਿਲਾਂ ਤੋਂ ਐੱਪਲ, ਮਾਈਕਰੋਸਾਫ਼ਟ, ਬੋਇੰਗ ਆਦਿ ਕੰਪਨੀਆਂ ਮੌਜੂਦ ਹਨ! 21ਵੀਂ ਸ਼ਤਾਬਦੀ ਵਿੱਚ ਜਦੋਂ ਭਾਰਤ ਵਿਸ਼ਵ-ਪੱਧਰੀ ਸਵਦੇਸ਼ੀ ਇਲੈਕਟ੍ਰੌਨਿਕ ਉਤਪਾਦ ਬਣਾਉਣ ਲਈ ਤਰਸ ਰਿਹਾ ਹੈ, ਤਾਂ ਨੌਜਵਾਨਾਂ ਨੂੰ ਉਤਸ਼ਾਹਿਤ ਕੀਤਾ ਜਾ ਰਿਹਾ ਹੈ ਕਿ ਉਹ ਸਰਕਾਰੀ ਅਧਿਕਾਰੀ ਬਣਨ। ਇਹ ਸਾਡੇ ਦੇਸ਼ ਦੀ ਬਦਕਿਸਮਤੀ ਹੀ ਹੈ ਕਿ ਸਾਡੇ ਦੇਸ਼ ਵਿੱਚ ਇੱਕ ਪੱਖੇ 'ਚ ਲੱਗਣ ਵਾਲੀ ਚਿੱਪ ਵੀ ਤਿਆਰ ਨਹੀਂ ਹੁੰਦੀ ਅਤੇ ਚੀਨ ਤੋਂ ਮੰਗਾਉਣੀ ਪੈਂਦੀ ਹੈ। ਇਹ ਫੈਕਟਰ ਫਿਰ ਤੋਂ ਕੱਟ-ਆਫ਼ ਨੂੰ ਵਧਾਉਂਦਾ ਹੈ। ਕਿਉਂਕਿ ਜੋ ਪਹਿਲਾਂ ਤੋਂ ਹੀ ਨੌਕਰੀਆਂ ਵਿੱਚ ਹਨ ਉਹ ਥੋੜ੍ਹੇ ਜ਼ਿਆਦਾ ਹੁਸ਼ਿਆਰ ਹੁੰਦੇ ਹਨ, ਇਸ ਨਾਲ ਬੇਰੁਜ਼ਗਾਰ ਵਿਦਿਆਰਥੀਆਂ ਲਈ ਮੁਸ਼ਕਲਾਂ ਹੋਰ ਜ਼ਿਆਦਾ ਵਧੀਆਂ ਹਨ। ਸੰਖੇਪ ਵਿੱਚ, ਇੰਟਰਵਿਊ ਪ੍ਰੀਖਿਆ ਨੂੰ ਪ੍ਰਸਿੱਧ ਬਣਾ ਕੇ ਆਪਣੀਆਂ ਕੋਚਿੰਗ ਕਲਾਸਾਂ ਦੀ ਬ੍ਰਾਂਡਿੰਗ ਲਈ ਵਿਦਿਆਰਥੀਆਂ/ ਨੌਕਰੀਪੇਸ਼ਾ ਲੋਕਾਂ ਨੂੰ ਸਰਕਾਰੀ ਨੌਕਰੀ ਦੀ ਤਿਆਰੀ ਵਿੱਚ ਲਾਉਣ ਲਈ ਪ੍ਰੇਰਿਤ ਕਰਦੇ ਹਨ। ਕਿਸੇ ਵੀ ਤਰ੍ਹਾਂ ਇਹ ਕਲਾਸਾਂ ਅਤੇ ਇੰਟਰਵਿਊ ਸਮਾਜ ਅਤੇ ਵਿਦਿਆਰਥੀਆਂ ਦੀ ਮਦਦ ਨਹੀਂ ਕਰਦੇ, ਉਲਟੇ ਨੁਕਸਾਨ ਹੀ ਕਰਦੇ ਹਨ।

ਅਭਿਸ਼ੇਕ ਜੀ ਨੇ ਇੱਕ ਦੂਜਾ ਨਜ਼ਰੀਆ ਪੇਸ਼ ਕਰਦੇ ਹੋਏ ਆਪਣੇ ਫੇਸਬੁੱਕ ਵਾਲ 'ਤੇ ਲਿਖਿਆ:

ਪ੍ਰਸ਼ਾਸਨਿਕ ਸੇਵਾ ਦੀ ਪ੍ਰੀਖਿਆ ਦਾ ਨਸ਼ਾ ਅੱਜ ਸੰਘ ਲੋਕ ਸੇਵਾ ਆਯੋਗ ਪ੍ਰਸ਼ਾਸਨਿਕ ਪ੍ਰੀਖਿਆ ਦਾ ਰਿਜ਼ਲਟ ਆਉਣ ਦੇ ਨਾਲ ਹੀ ਮੰਚ-ਮਾਲਾ-ਮਾਇਕ-ਕੈਮਰੇ ਸਜ ਚੁੱਕੇ ਸਨ। ਟਾਪਰਜ਼ ਦੇ ਘਰ ਟੀਵੀ ਚੈਨਲਾਂ ਦੀ ਛਾਪੇਮਾਰੀ ਸ਼ੁਰੂ ਹੋ ਚੁੱਕੀ ਹੈ, ਓਨਾ ਦੀ ਸਫ਼ਲਤਾ ਦਾ ਰਾਜ਼ ਜਾਣਨ ਲਈ। ਉਹ ਵੀ ਆਪਣੇ ਘਰ ਦੇ ਸਾਦੇ ਜਿਹੇ ਡਰਾਈਵਿੰਗ ਰੂਮ ਵਿੱਚ ਇੰਟਰਵਿਊ ਦਿੰਦੇ ਹੋਏ 'ਕੰਸਿਸਟੇਂਸੀ ਅਤੇ ਫੰਡਾਮੈਂਟਲਸ, ਟਾਈਮ ਮੈਨੇਜਮੈਂਟ, ਕੰਸੇਪਟਸ ਮੇਕਿੰਗ, ਕੰਸਟ੍ਰੇਸ਼ਨ' ਵਰਗੇ ਭਾਰੀ-ਭਰਕਮ ਸ਼ਬਦਾਂ 'ਤੇ ਧਿਆਨ ਦੇਣ ਨੂੰ ਸਫ਼ਲਤਾ ਦਾ ਮੂਲ ਦੱਸ ਰਹੇ ਸਨ ਅਤੇ ਹਾਂ, ਫੈਮਲੀ ਨੂੰ ਬਹੁਤ-ਬਹੁਤ ਥੈਂਕਸ ਕਹਿ ਰਹੇ ਸਨ ਸਪੋਰਟ ਲਈ। ਅਗਲੇ ਦਿਨ ਕੋਚਿੰਗ ਵਾਲਿਆਂ ਦੇ ਅਖ਼ਬਾਰਾਂ ਵਿੱਚ ਦਿੱਤੇ ਇਸ਼ਤਿਹਾਰ ਆਪਣੇ ਸ਼ਾਨਦਾਰ ਨਤੀਜਿਆਂ ਦੀ ਕਹਾਣੀ ਕਹਿ ਰਹੇ ਹੋਣਗੇ। ਫੇਸਬੁੱਕ/ ਯੂ-ਟਿਊਬ/ ਇੰਸਟਾਗ੍ਰਾਮ ਵਰਗੇ ਸੋਸ਼ਲ ਮੀਡੀਆ 'ਤੇ ਟਾਪਰਜ਼ ਦੇ ਨਵੇਂ ਪੇਜ/ ਪ੍ਰੋਫਾਈਲ ਬਣਨਗੇ ਅਤੇ ਗਿਆਨ ਦੀ ਗੰਗਾ ਵਹਿਣੀ ਸ਼ੁਰੂ ਹੋ ਜਾਵੇਗੀ।

ਫਿਰ ਸ਼ੁਰੂ ਹੋਵੇਗਾ ਦੇਸ਼ ਭਰ ਵਿੱਚ ਇੰਨਾ ਤੋਂ ਪ੍ਰੇਰਨਾ ਲੈ ਕੇ ਫਟਾਫਟ ਐਨ.ਸੀ.ਈ.ਆਰ.ਟੀ. ਦੀਆਂ ਕਿਤਾਬਾਂ ਖ਼ਰੀਦਣ ਦਾ ਦੌਰ। ਆਤਮ-ਵਿਸ਼ਵਾਸ ਦੇ ਉਬਾਲ ਆਉਣਗੇ। ਕੁਝ ਕਰ ਗੁਜ਼ਰਨ ਦੇ ਜਜ਼ਬੇ ਜ਼ੋਰ ਮਾਰਨਗੇ। ਫਿਰ ਜ਼ਿਆਦਾਤਰ ਮੁੰਡੇ/ ਕੁੜੀਆਂ ਦਿੱਲੀ/ ਜੈਪੁਰ ਵੱਲ ਕੂਚ ਕਰਨਗੇ। ਇੱਥੇ ਮੁੰਡੇ ਪਹਿਲਾਂ ਦਾੜ੍ਹੀ-ਵਾਲ ਨਾ ਕਟਵਾਉਣ ਦਾ ਅਤੇ ਫੇਸ਼ੀਅਲ-ਵੈਕਸ ਨਾ ਕਰਵਾਉਣ ਦਾ ਪ੍ਰਣ ਲੈਣਗੇ। ਮੁਖਰਜੀ ਨਗਰ ਤੇ ਰਾਜਿੰਦਰ ਨਗਰ ਜੋਸ਼ ਨਾਲ ਲਬਰੇਜ਼ ਹੋ ਜਾਣਗੇ। ਇਸ਼ਕਬਾਜ਼ੀ ਅਤੇ ਫੇਸਬੁੱਕ/ ਇੰਸਟਾਗ੍ਰਾਮ ਵਰਗੇ ਸੋਸ਼ਲ ਮੀਡੀਆ ਤੋਂ ਜਰਾ ਪਰਹੇਜ਼ ਹੀ ਰੱਖਿਆ ਜਾਵੇਗਾ। ਫਿਰ ਦੋ-ਤਿੰਨ ਸਾਲ ਦੀ ਜੀਅ-ਤੋੜ ਮਿਹਨਤ ਤੋਂ ਬਾਅਦ ਕੁਝ ਦਾ ਨਾਂ ਲਿਸਟ ਵਿੱਚ ਆਵੇਗਾ ਅਤੇ ਕੁਝ ਘਟੀ ਹੋਈ ਐਨਰਜੀ ਅਤੇ ਵਧੀ ਹੋਈ ਫ੍ਰਸਟੇਸ਼ਨ ਦੇ ਨਾਲ ਆਪਣੀ ਬੁਕਿੰਗ ਜਾਰੀ ਰੱਖਣਗੇ। ਸਿਵਲ ਸਰਵਿਸ ਦੀ ਰਗੜਮ-ਪੇਲਿਮ ਵਿੱਚ ਤੁਹਾਡੀ ਵਧੀ ਹੋਈ ਬੇਤਰਤੀਬ ਦਾੜ੍ਹੀ ਹੀ ਤੁਹਾਡੀ ਸੀਨੀਅਰਟੀ ਦੀ ਪਛਾਣ ਹੋਵੇਗੀ। ਫਿਰ ਫ੍ਰਸਟੇਸ਼ਨ, ਉਮਰ ਅਤੇ ਦਾੜ੍ਹੀ ਤਿੰਨੋਂ ਵਧਦੀਆਂ ਜਾਂਦੀਆਂ ਹਨ। ਫਿਰ ਪਿੱਛੋਂ ਕੋਈ ਤਿੰਨ ਚਾਰ ਸਾਲ ਜੂਨੀਅਰ ਮੁੰਡਾ/ ਕੁੜੀ ਪਹਿਲੇ ਹੀ ਅਟੈਂਪਟ ਵਿੱਚ ਠੀਕ-ਠਾਕ ਰੈਂਕ ਪ੍ਰਾਪਤ ਕਰ ਲੈਂਦਾ ਹੈ ਤਾਂ ਫ੍ਰਸਟੇਸ਼ਨ ਦਾ ਇੰਡੈਕਸ ਇੱਕ ਅੰਕ ਹੋਰ ਉੱਪਰ ਖਿਸਕ ਜਾਂਦਾ ਹੈ।

ਇੱਥੇ ਧੱਕੇ ਖਾ-ਖਾ ਕੇ ਗਿਆਨ ਇੰਨਾ ਹੋ ਜਾਂਦਾ ਹੈ ਕਿ ਤੁਸੀਂ ਚਲਦੇ ਫਿਰਦੇ ਗੂਗਲ ਬਣ ਜਾਂਦੇ ਹੋ। ਸਕੂਲ/ ਕਾਲਜ ਵਿੱਚ ਪੜ੍ਹਨ ਵਾਲੇ ਸਾਥੀਆਂ ਦਾ ਪੈਕੇਜ ਭਾਰਤ ਦੇ ਵਧਦੇ

ਆਯਾਤ ਦੀ ਤਰ੍ਹਾਂ ਵਿਸ਼ਾਲ ਹੁੰਦਾ ਜਾਂਦਾ ਹੈ। ਉਹਨਾਂ ਦੇ ਗੁੱਟ ’ਤੇ ਬੰਨ੍ਹੀ ਐੱਪਲ ਵਾਚ ਸਾਨੂੰ ਆਪਣਾ ਸਮਾਂ ਦੇਖਣ ’ਤੇ ਮਜਬੂਰ ਕਰ ਦਿੰਦੀ ਹੈ।

ਹੁਣ ਜੀਵਨ ਵਿੱਚ ਅਧਿਆਤਮ ਦੀ ਐਂਟਰੀ ਵੀ ਹੋਣ ਲੱਗਦੀ ਹੈ। ਮੌਕਿਆਂ ਦੀ ਕਮੀ ਅਤੇ ਪੈਸੇ ਦੀ ਤੰਗੀ ਦੋਹਰੀ ਮਾਰ ਕਰਦੀ ਹੈ ਦਿੱਲੀ-ਇੰਦੌਰ ਵਰਗੇ ਚਮਕਦਾਰ ਸ਼ਹਿਰ ਵਿੱਚ। ‘ਸਭ ਮੋਹ-ਮਾਇਆ ਹੈ’, ‘ਅਹੰ ਬ੍ਰਹਮਾਸਮੀ’, ‘ਚਰੈਵੇਤੀ-ਚਰੈਵੇਤੀ’ ਆਦਿ ਅਥਿਕਸ ਵਿੱਚ ਪੜ੍ਹੇ ਸਾਰੇ ਦਾਰਸ਼ਨਿਕਾਂ ਦੇ ਸਬਕ ਯਾਦ ਆਉਣ ਲੱਗਦੇ ਹਨ। ਦੁਨੀਆ ਭਰ ਦੀ ਜਿਓਗਰਾਫੀ ਅਤੇ ਰਾਜਨੀਤੀ ਅੰਦਰ ਹੀ ਅੰਦਰ ਜ਼ੋਰ ਮਾਰਦੀ ਹੈ। ਮੁੰਡੇ ਦੁਨੀਆਦਾਰੀ ਤੋਂ ਬੋਰ ਹੋਣ ਲੱਗਦੇ ਹਨ ਅਤੇ ਫਿਰ ਸ਼ੁਰੂ ਹੁੰਦਾ ਹੈ ਦਿੱਲੀ ਦੀਆਂ ਗਲੀਆਂ ਵਿੱਚੋਂ ਪਲਾਇਨ। ਇੱਕ ਸੁਪਨੇ ਦੇ ਪਿੱਛੇ ਇੱਕ ਉਮਰ ਖਪ ਜਾਂਦੀ ਹੈ। ਫਿਰ ਅਸੀਂ ਦਾੜ੍ਹੀ ਕਟਾ ਕੇ ਯੂ.ਪੀ.ਐੱਸ.ਸੀ. ਦੀਆਂ ਮਨੌਤਾਂ ਨੂੰ ਤੋੜਕੇ ਇੱਧਰ-ਉੱਧਰ ਸੈੱਟ ਹੋ ਜਾਂਦੇ ਹਾਂ। ਕੁੜੀਆਂ ਦੇ ਮਾਂ-ਪਿਓ ਉਹਨਾਂ ਦੀ ਵਧ ਰਹੀ ਉਮਰ ਦਾ ਹਵਾਲਾ ਦੇ ਕੇ ਉਹਨਾਂ ਦੇ ਵਿਆਹ ਕਰਨ ’ਤੇ ਜ਼ੋਰ ਦਿੰਦੇ ਹਨ।

ਕਲੈਕਟਰ ਤੋਂ ਡਿਪਟੀ ਕਲੈਕਟਰ, ਡਿਪਟੀ ਕਲੈਕਟਰ ਤੋਂ ਨਾਇਬ ਤਹਿਸੀਲਦਾਰ, ਫਿਰ ਪੁਲਿਸ ਸਬ-ਇੰਸਪੈਕਟਰ, ਪਟਵਾਰੀ, ਕਾਂਸਟੇਬਲ ਅਤੇ ਜੋ ਬੁੱਧੀਮਾਨ ਹੈ ਉਹ ਨਾਲ-ਨਾਲ ਬੀ.ਐਡ. ਕਰਕੇ ਠੇਕਾ ਅਧਿਆਪਕ ਬਣਨ ਦੀ ਤਰਫ਼ ਕਦਮ ਵਧਾਉਂਦੇ ਹਨ। ਬਚੇ-ਖੁਚੇ ਬ੍ਰਹਮਰਾਕਸ਼ ਕੋਚਿੰਗ ਸੈਂਟਰ ਵਿੱਚ ਫੈਕਲਟੀ ਬਣ ਕੇ ਆਪਣੇ ਅਨੁਭਵਾਂ ਦਾ ਪ੍ਰਵਚਨ ਦੇਣ ਲੱਗਦੇ ਹਨ। ਕੋਟਾ ਫ਼ੈਕਟਰੀ ਦੇ ਜੀਤੂ ਭਾਈ ਦੇ ਸ਼ਬਦਾਂ ਵਿੱਚ ਕਹੀਏ ਤਾਂ “ਆਪ ਸਿਵਲ ਸਰਵਿਸ ਸੇ ਬਾਹਰ ਆ ਜਾਤੇ ਹੈ ਲੇਕਿਨ ਸਿਵਲ ਸਰਵਿਸ ਆਪਸੇ ਬਾਹਰ ਨਹੀਂ ਨਿਕਲਤੀ।” ਮੈਂ ਚਾਹੁੰਦਾ ਹਾਂ ਕਿ ਥੱਕੇ ਹੋਏ, ਬੁਝੇ ਹੋਏ, ਪਰ ਮਿਹਨਤੀ, ਜੁਝਾਰੂ, ਸੰਘਰਸ਼ਸ਼ੀਲ ਪਲਾਇਨਵਾਦੀਆਂ ਦਾ ਵੀ ਟੀਵੀ ’ਤੇ ਇੱਕ ਇੰਟਰਵਿਊ ਜ਼ਰੂਰ ਹੋਣਾ ਚਾਹੀਦਾ ਹੈ। ਸਿਰਫ਼ ਟਾਪਰਜ਼ ਹੀ ਸਭ ਕੁਝ ਜਾਣਦੇ ਹੋਣ, ਇਹ ਜ਼ਰੂਰੀ ਨਹੀਂ ਹੈ।

ਉਸ ਦੀ ਇਹ ਫੇਸਬੁੱਕ ਪੋਸਟ ਸੋਸ਼ਲ ਮੀਡੀਆ ’ਤੇ ਵਾਇਰਲ ਹੋ ਗਈ।

“ਕੀ ਮੈਨੂੰ ਰਾਜਸਥਾਨ ਕਾਡਰ ਮਿਲ ਜਾਵੇਗਾ।” ਐਂਜਲ ਦਾ ਮੈਸੇਜ ਆਇਆ।

“ਸ਼ਾਇਦ ਹੀ ਮਿਲੇ, ਕਿਉਂਕਿ ਤੁਹਾਡੇ ਤੋਂ ਪਹਿਲਾਂ ਤਿੰਨ ਹੋਰ ਜਰਨਲ ਕੈਟਾਗਰੀ ਦੇ ਕੈਂਡੀਡੇਟ ਹਨ।” ਮੈਂ ਕਿਹਾ।

ਐਂਜਲ ਦੇ ਆਈ.ਏ.ਐੱਸ. ਪ੍ਰੀਖਿਆ ਵਿੱਚ ਸਿਲੈਕਸ਼ਨ ਨੇ ਸਮਾਜ ਵਿਚਲੀਆਂ ਪ੍ਰਚਲਿਤ ਕਈ ਮਿੱਥਾਂ ਨੂੰ ਤੋੜ ਦਿੱਤਾ। ਪਹਿਲੀ ਮਿੱਥ ਤਾਂ ਇਹ ਟੁੱਟੀ ਕਿ ਪਿਆਰ ਅਤੇ ਯੂ.ਪੀ.ਐੱਸ.ਸੀ. ਦੋਵੇਂ ਇਕੱਠੇ ਨਾਲ-ਨਾਲ ਨਹੀਂ ਹੋ ਸਕਦੇ। ਮਜ਼ੇ ਦੀ ਗੱਲ ਤਾਂ ਇਹ ਹੈ ਕਿ

ਸਾਲ 2018 ਵਿੱਚ ਕਨਿਸ਼ਕ ਕਟਾਰੀਆ ਨੇ ਸਵੀਕਾਰ ਕੀਤਾ ਸੀ ਕਿ ਉਸ ਦੇ ਸਿਲੈਕਸ਼ਨ ਵਿੱਚ ਉਸ ਦੀ ਗਰਲ-ਫਰੈਂਡ ਸੋਨਲ ਦਾ ਹੱਥ ਸੀ ਅਤੇ ਇਸ ਸਾਲ ਐਂਜਲ ਦੇ ਸਿਲੈਕਸ਼ਨ ਵਿੱਚ ਉਸ ਦੇ ਬੁਆਏ-ਫਰੈਂਡ ਯਾਨੀ ਗਿਰੀਸ਼ ਦਾ ਹੱਥ। ਐਂਜਲ ਨੇ ਦੂਜੀ ਮਿੱਥ ਇਹ ਤੋੜੀ ਕਿ ਆਈ.ਏ.ਐੱਸ. ਅਫ਼ਸਰ ਬਣਨ ਲਈ 16 ਤੋਂ 18 ਘੰਟੇ ਪੜ੍ਹਨਾ ਜ਼ਰੂਰੀ ਹੁੰਦਾ ਹੈ, ਪਰ ਐਂਜਲ ਰੁਟੀਨ ਤੌਰ 'ਤੇ 6 ਤੋਂ 7 ਘੰਟੇ ਹੀ ਪੜ੍ਹਦੀ ਸੀ। ਤੀਜੀ ਮਿੱਥ ਇਹ ਵੀ ਟੁੱਟੀ ਕਿ ਸੋਸ਼ਲ ਮੀਡੀਆ ਸਫ਼ਲਤਾ ਵਿੱਚ ਰੁਕਾਵਟ ਬਣਦਾ ਹੈ, ਪਰ ਐਂਜਲ ਅਤੇ ਮੈਂ ਹਰ ਰੋਜ਼ ਇੱਕ ਤੋਂ ਡੇਢ ਘੰਟੇ ਤੱਕ ਫ਼ੋਨ 'ਤੇ ਡਿਸਕਸ ਕਰਿਆ ਕਰਦੇ ਸੀ। ਇਸ ਤੋਂ ਇਲਾਵਾ ਐਂਜਲ ਹਰ ਰੋਜ਼ ਤਿਆਰੀ ਨੂੰ ਧਾਰਦਾਰ ਬਣਾਉਣ ਲਈ 'ਓਨਲੀ ਆਈ.ਏ.ਐੱਸ. ਪ੍ਰੀਲਿਮਜ਼ ਬੂਸਟਰ' ਅਤੇ 'ਦਾ ਹਿੰਦ' ਦਾ ਐਡੀਟੋਰੀਅਲ ਦੇਖਦੀ ਸੀ। ਇਸ ਦੇ ਨਾਲ ਹੀ ਦ੍ਰਿਸ਼ਟੀ ਆਈ.ਏ.ਐੱਸ. ਦਾ 'ਟੂ ਦਾ ਪੁਆਇੰਟ', 'ਆਡੀਓ ਆਰਟੀਕਲ' ਅਤੇ 'ਸਪਤਾਹਿਕ ਕਰੰਟ ਅਫੇਅਰਜ਼' ਵਰਗੇ ਪ੍ਰੋਗਰਾਮ ਵੀ ਰੁਟੀਨ ਤੌਰ 'ਤੇ ਦੇਖਦੀ ਸੀ। ਉਸ ਦੀ ਸਫ਼ਲਤਾ ਵਿੱਚ ਯੂ-ਟਿਊਬ ਅਤੇ ਹੋਰ ਸੋਸ਼ਲ ਮੀਡੀਆ ਪਲੇਟਫ਼ਾਰਮ ਰੁਕਾਵਟ ਦੀ ਥਾਂ ਮਦਦਗਾਰ ਬਣੇ।

ਮੈਂ ਇਹ ਮੈਸੇਜ ਪਹਿਲਾਂ ਐਂਜਲ ਨੂੰ ਵੱਟਸਐਪ ਕੀਤਾ ਅਤੇ ਫਿਰ ਫੇਸਬੁੱਕ 'ਤੇ ਪੋਸਟ ਕਰ ਦਿੱਤਾ।

ਜਦੋਂ ਮੈਂ ਐਂਜਲ ਦੇ ਆਈ.ਏ.ਐੱਸ. ਪ੍ਰੀਖਿਆ ਦਾ ਫਾਈਨਲ ਰਿਜ਼ਲਟ ਪੀਡੀਐਫ ਵਿੱਚ ਦੇਖਿਆ ਤਾਂ ਮੈਨੂੰ ਲੱਗਿਆ ਕਿ ਮੇਰੀ ਸਾਰੀ ਤਪੱਸਿਆ ਦਾ ਫਲ਼ ਉਸੇ ਪਲ ਬਿਨ ਮੰਗੇ ਹੀ ਮਿਲ ਗਿਆ। ਮੈਂ ਏਨਾ ਖ਼ੁਸ਼ ਸੀ ਕਿ ਮੈਂ ਯੂ.ਪੀ.ਐੱਸ.ਸੀ. ਦੇ ਹਰ ਗੰਭੀਰ ਉਮੀਦਵਾਰ ਨੂੰ ਚੀਕ-ਚੀਕ ਕੇ ਕਹਿਣਾ ਚਾਹੁੰਦਾ ਸੀ ਕਿ ਯੂ.ਪੀ.ਐੱਸ.ਸੀ. ਅਸੰਭਵ ਨਹੀਂ ਹੈ। ਮੈਂ ਕਹਿਣਾ ਚਾਹੁੰਦਾ ਸੀ ਕਿ ਲੱਗੇ ਰਹੋ ਤਾਂ ਯੂ.ਪੀ.ਐੱਸ.ਸੀ. ਨੂੰ ਫ਼ਤਹਿ ਕੀਤਾ ਜਾ ਸਕਦਾ ਹੈ। ਸੁਪਨਾ ਤੁਹਾਡਾ ਹੈ ਤਾਂ ਜਾਨ ਵੀ ਤੁਹਾਨੂੰ ਹੀ ਲਾਉਣੀ ਪਵੇਗੀ। ਇਸ ਗੱਲ ਨੂੰ ਗੰਢ ਬੰਨ੍ਹ ਕੇ ਧਿਆਨ 'ਚ ਰੱਖਣਾ ਹੈ ਕਿ ਸਿਵਲ ਸੇਵਾ ਵਿੱਚ ਸਿਲੈਕਸ਼ਨ ਉਦੋਂ ਹੁੰਦਾ ਹੈ ਜਦੋਂ ਤੁਸੀਂ ਓਵਰਆਲ ਤਿਆਰੀ ਕੀਤੀ ਹੋਵੇ... ਯਾਨੀ ਪ੍ਰੀਲਿਮਜ਼, ਮੇਨਜ਼ ਅਤੇ ਇੰਟਰਵਿਊ ਦੀ ਤਿਆਰੀ ਇਕੱਠੀ ਕਰਨੀ ਚਾਹੀਦੀ ਹੈ। ਸਧਾਰਨ ਸ਼ਬਦਾਂ ਵਿੱਚ ਤਿਆਰੀ ਸ਼ੁਰੂ ਕਰਨ ਦੇ ਪਹਿਲੇ ਦਿਨ ਤੋਂ ਹੀ ਲਗਭਗ ਡੇਢ ਸਾਲ ਤੱਕ ਏਨਾ ਤਿੰਨਾਂ ਗੇੜਿਆਂ ਦੀ ਇਕੱਠੀ ਤਿਆਰੀ ਕਰੋ, ਫਿਰ ਜਦੋਂ ਪ੍ਰੀਲਿਮਜ਼ ਵਿੱਚ ਤਿੰਨ ਮਹੀਨੇ ਰਹਿ ਜਾਣ ਤਾਂ ਕੇਵਲ ਪ੍ਰੀਲਿਮਜ਼ ਦੀ ਤਿਆਰੀ ਕਰਨੀ ਚਾਹੀਦੀ ਹੈ। ਸਿਵਲ ਸੇਵਾ ਪ੍ਰੀਖਿਆ ਵਿੱਚ ਨਾ ਕੇਵਲ ਤੱਥਾਂ ਨਾਲ ਕੰਮ ਚਲਦਾ ਹੈ ਅਤੇ ਨਾ ਕੇਵਲ ਕਨਸੈਪਟ ਨਾਲ... ਤੁਹਾਨੂੰ ਜ਼ਰੂਰੀ ਤੱਥਾਂ ਅਤੇ ਕਨਸੈਪਟ ਦੋਨਾਂ 'ਤੇ ਚੰਗੀ ਪਕੜ ਬਣਾਉਣੀ ਚਾਹੀਦੀ ਹੈ। ਤੁਸੀਂ ਨਾ ਤਾਂ ਕੇਵਲ ਆਪਣੇ ਗਿਆਨ ਦੇ ਦਮ 'ਤੇ ਸਿਵਲ ਸੇਵਾ ਪਾਸ ਕਰ ਸਕਦੇ ਹੋ ਅਤੇ ਨਾ ਹੀ ਇਕੱਲੀ ਲਿਖਣ ਸ਼ੈਲੀ ਦੇ

ਦਮ 'ਤੇ। ਤੁਹਾਨੂੰ ਜ਼ਰੂਰੀ ਗਿਆਨ ਅਤੇ ਚੰਗੀ ਲਿਖਣ ਸ਼ੈਲੀ, ਦੋਨਾਂ 'ਤੇ ਧਿਆਨ ਦੇਣਾ ਚਾਹੀਦਾ ਹੈ। ਇਸ ਦੇ ਨਾਲ ਹੀ ਤਿਆਰੀ ਸ਼ੁਰੂ ਕਰਨ ਦੇ ਪਹਿਲੇ ਦਿਨ ਤੋਂ ਹੀ ਆਪਣੀ ਇੱਕ ਪ੍ਰਸ਼ਾਸਨਿਕ ਅਧਿਕਾਰੀ ਵਰਗੀ ਸ਼ਖ਼ਸੀਅਤ ਬਣਾਉਣ 'ਤੇ ਧਿਆਨ ਕੇਂਦਰਿਤ ਕਰਨਾ ਚਾਹੀਦਾ ਹੈ।

ਅੱਜ ਦਾ ਸਮਾਂ ਹੀ ਅਜਿਹਾ ਹੈ ਕਿ ਜ਼ਿਆਦਾਤਰ ਨੌਜਵਾਨ ਤੁਹਾਨੂੰ ਆਲੇ-ਦੁਆਲੇ ਦੇ ਮਾਹੌਲ ਤੋਂ ਸ਼ਿਕਾਇਤ ਕਰਦੇ ਅਤੇ ਸਿਸਟਮ ਨੂੰ ਨਿੰਦਦੇ ਹੋਏ ਮਿਲ ਜਾਣਗੇ। ਪਰ ਦ੍ਰਿੜ੍ਹ ਇੱਛਾ-ਸ਼ਕਤੀ ਅਤੇ ਸਖ਼ਤ ਮਿਹਨਤ ਅਭਿਆਸ ਵਾਲੇ ਕੁਝ ਨੌਜਵਾਨ ਅਜਿਹੇ ਵੀ ਹੋਣਗੇ, ਜੋ ਗ਼ਰੀਬੀ, ਅਸੁਵਿਧਾ ਅਤੇ ਆਉਂਦੀਆਂ ਮੁਸ਼ਕਲਾਂ ਬਾਰੇ ਸ਼ਿਕਾਇਤ ਕੀਤੇ ਬਿਨਾਂ ਇੱਕ ਦਿਨ ਇੰਨੇ ਕਾਬਲ ਹੋ ਜਾਣਗੇ ਕਿ ਭਵਿੱਖ ਵਿੱਚ ਉਹ ਮੈਨੇਜਮੈਂਟ ਦੀਆਂ ਕਿਤਾਬਾਂ ਵਿੱਚ ਜੀਵਨ ਪ੍ਰਬੰਧਕ ਦੇ ਰੂਪ ਵਿੱਚ ਅਤੇ ਇਤਿਹਾਸ ਦੀਆਂ ਕਿਤਾਬਾਂ ਵਿੱਚ ਯੁੱਗ ਪੁਰਸ਼ ਦੇ ਰੂਪ ਵਿੱਚ ਪੜ੍ਹਾਏ ਜਾਣਗੇ। ਦੋਸਤੋ! ਜੀਵਨ ਦੇ ਕਿਸੇ ਵੀ ਖੇਤਰ ਵਿੱਚ ਕਾਮਯਾਬ ਹੋਣਾ ਹੈ ਤਾਂ ਇੱਕ ਦਿਨ ਵਿੱਚ ਸਵੇਰੇ ਉੱਠਣ ਤੋਂ ਲੈ ਕੇ ਰਾਤ ਨੂੰ ਸੌਣ ਤਕ ਜੋ 17 ਘੰਟੇ ਤੁਹਾਨੂੰ ਮਿਲਦੇ ਹਨ, ਉਹਨਾਂ ਵਿੱਚ ਤੁਸੀਂ ਜੋ ਵੀ ਕਾਰਜ ਕਰਦੇ ਹੋ, ਉਸ ਨੂੰ ਆਪਣਾ 110 ਫ਼ੀਸਦੀ ਦਿਓ। ਦੋਸਤੋ! ਆਪਣੇ ਕਾਰਜ ਕੁਝ ਇਸ ਤਰ੍ਹਾਂ ਕਰੋ ਕਿ ਜਦੋਂ ਭਗਵਾਨ ਦੁਨੀਆ ਵਿੱਚ ਸਭ ਤੋਂ ਚੰਗੇ ਕਾਰਜ ਕਰਨ ਵਾਲੇ 0.1 ਫ਼ੀਸਦੀ ਲੋਕਾਂ ਦੀ ਰੈਂਕਿੰਗ ਜਾਰੀ ਕਰੇ, ਉਸ ਵਿੱਚ ਤੁਹਾਡਾ ਨਾਂ ਲਾਜ਼ਮੀ ਹੋਣਾ ਚਾਹੀਦਾ ਹੈ। ਜੇਕਰ ਤੁਸੀਂ ਸਭ ਤੋਂ ਚੰਗੇ ਕਾਰਜ ਕਰਨ ਵਾਲੇ 0.1 ਫ਼ੀਸਦੀ ਲੋਕਾਂ ਦੀ ਸੂਚੀ ਵਿੱਚ ਆਪਣੀ ਥਾਂ ਬਣਾ ਲਈ, ਤਾਂ ਤੁਹਾਡੀ ਦੁਨੀਆ ਦੇ ਸਭ ਤੋਂ ਸਫ਼ਲ 0.1 ਫ਼ੀਸਦੀ ਲੋਕਾਂ ਵਿੱਚੋਂ ਇੱਕ ਹੋਣ ਦੀ ਮੈਂ ਗਾਰੰਟੀ ਦਿੰਦਾ ਹਾਂ। ਮੈਂ ਉਹਨਾਂ ਸਾਰੇ ਗੰਭੀਰ ਕੈਂਡੀਡੇਟ ਨੂੰ ਇਸ ਲਈ ਕਹਿਣਾ ਚਾਹੁੰਦਾ ਹਾਂ ਕਿਉਂਕਿ ਇਹਨਾਂ ਸਾਰੀਆਂ ਗੱਲਾਂ ਨੇ ਐਂਜਲ ਦੀ ਔਖੀ ਘੜੀ ਵਿੱਚ ਬਹੁਤ ਮਦਦ ਕੀਤੀ ਸੀ। ਅੱਜ ਉਹ ਭਾਰਤ ਦੀ ਸਭ ਤੋਂ ਵੱਡੀ ਤੇ ਔਖੀ ਪ੍ਰੀਖਿਆ ਦੇ ਟਾਪ 50 ਵਿੱਚ ਆਪਣਾ ਸਿਲੈਕਸ਼ਨ ਕਰਵਾਉਣ ਵਿੱਚ ਕਾਮਯਾਬ ਹੋ ਗਈ ਸੀ।

ਸਿਲੈਕਸ਼ਨ ਹੋਣ ਤੋਂ ਬਾਅਦ ਜਦੋਂ ਉਸ ਦਾ ਪਿੰਡ ਵਾਲਿਆਂ ਵੱਲੋਂ ਸਨਮਾਨ ਕੀਤਾ ਗਿਆ ਤਾਂ ਉਸ ਨੇ ਆਪਣੇ ਸੰਬੋਧਨ ਵਿੱਚ ਕੁਝ ਸਫ਼ਲਤਾ ਦੇ ਫ਼ਾਰਮੂਲੇ ਦੱਸੇ ਸਨ ਜੋ ਯੂ.ਪੀ.ਐੱਸ.ਸੀ. ਵਿੱਚ ਹੀ ਨਹੀਂ, ਜੀਵਨ ਦੇ ਕਿਸੇ ਵੀ ਖੇਤਰ ਵਿੱਚ ਸਫ਼ਲ ਹੋਣ ਲਈ ਮਹੱਤਵਪੂਰਨ ਹਨ। ਸਫ਼ਲਤਾ ਦਾ ਪਹਿਲਾ ਫ਼ਾਰਮੂਲਾ ਉਸ ਨੇ ਇਹ ਦੱਸਿਆ ਕਿ ਇੱਕ ਸਵਾਲ ਹਰ ਰੋਜ਼ ਆਪਣੇ ਆਪ ਨੂੰ ਕਰੋ ਕਿ, ਕੀ ਮੈਂ ਆਪਣਾ ਕੰਮ ਸਭ ਤੋਂ ਵਧੀਆ ਤਰੀਕੇ ਨਾਲ ਕਰ ਰਿਹਾ/ ਰਹੀ ਹਾਂ? ਜੇਕਰ ਉੱਤਰ ਮਿਲੇ 'ਨਹੀਂ' ਤਾਂ ਉਸ ਕੰਮ ਨੂੰ ਵਧੀਆ ਤਰੀਕੇ ਨਾਲ ਕਰਨ ਦੇ ਉਪਾਅ ਜ਼ਰੂਰ ਖੋਜੋ। ਕਿਉਂਕਿ ਔਸਤ ਤਰੀਕੇ ਨਾਲ ਕੀਤੇ ਗਏ ਕੰਮ ਦੇ ਰਿਜ਼ਲਟ ਵੀ ਅਕਸਰ ਔਸਤ ਹੀ ਹੁੰਦੇ ਹਨ, ਅਤੇ ਵਧੀਆ ਤਰੀਕੇ ਨਾਲ ਕੀਤੇ ਗਏ ਕੰਮ

ਦੇ ਰਿਜ਼ਲਟ ਵੀ ਵਧੀਆ ਹੀ ਮਿਲਦੇ ਹਨ। ਭਾਵੇਂ ਉਹ ਕੰਮ ਪੜ੍ਹਨ ਦਾ ਹੋਵੇ ਜਾਂ ਪੜ੍ਹਾਉਣ ਦਾ, ਖੇਡਣ ਦਾ ਹੋਵੇ ਜਾਂ ਖਿਡਾਉਣ ਦਾ... ਤੁਸੀਂ ਗ੍ਰੇਟ ਬਣਨ ਲਈ ਕੰਮ ਨਾ ਕਰੋ, ਬਲਕਿ ਜੋ ਵੀ ਕੰਮ ਕਰੋ, ਉਸ ਨੂੰ ਗ੍ਰੇਟਨੈਸ ਦੇ ਨਾਲ ਕਰੋ; ਤੁਸੀਂ ਉਸ ਖੇਤਰ ਵਿੱਚ ਜ਼ਰੂਰ ਇੱਕ ਦਿਨ ਗ੍ਰੇਟ ਬਣ ਜਾਓਗੇ।

ਦੂਜਾ ਫ਼ਾਰਮੂਲਾ ਇਹ ਕਿ ਜਿਹੜਾ ਸੰਕਲਪ ਕੀਤਾ ਹੋਵੇ ਅਤੇ ਉਸ ਨੂੰ ਹੀ ਹਾਸਲ ਕਰਨਾ ਹੋਵੇ ਤਾਂ ਚੰਗੀ ਰਣਨੀਤੀ ਬਣਾਓ, ਉਸ 'ਤੇ ਅਮਲ ਕਰੋ। ਮੰਜ਼ਿਲ ਦੀ ਰਾਹ ਵਿੱਚ ਬਹੁਤ ਸਾਰੇ ਵਿਕਲਪ ਮਿਲਣਗੇ, ਪਰ ਵਿਕਲਪਾਂ ਵਿੱਚ ਭਟਕ ਕੇ ਸੰਕਲਪ ਨੂੰ ਨਜ਼ਰਾਂ ਤੋਂ ਓਹਲੇ ਨਹੀਂ ਹੋਣ ਦੇਣਾ ਹੈ। ਜੇਕਰ ਤੁਸੀਂ ਆਪਣੇ ਲਈ ਸੰਕਲਪ ਦੇ ਇਲਾਵਾ ਹੋਰ ਕੁਝ ਵੀ ਸਵੀਕਾਰ ਕਰਨ ਤੋਂ ਇਨਕਾਰ ਕਰਦੇ ਹੋ ਤਾਂ ਤੁਸੀਂ ਇੱਕ ਦਿਨ ਆਪਣੇ ਸੰਕਲਪ ਨੂੰ ਯਕੀਨੀ ਤੌਰ 'ਤੇ ਪ੍ਰਾਪਤ ਕਰ ਲਉਗੇ।

ਤੀਜਾ ਫ਼ਾਰਮੂਲਾ ਇਹ ਹੈ ਕਿ ਜੇਕਰ ਤੁਸੀਂ ਵੱਡੀ ਮੰਜ਼ਿਲ ਪ੍ਰਾਪਤ ਕਰਨਾ ਚਾਹੁੰਦੇ ਹੋ ਤਾਂ ਇੱਕ ਨਿਯਮ ਨੂੰ ਆਪਣੇ ਰੁਟੀਨ ਵਿੱਚ ਜ਼ਰੂਰ ਸ਼ਾਮਲ ਕਰ ਲੈਣਾ ਚਾਹੀਦਾ ਹੈ, ਉਹ ਹੈ '20/80 ਦਾ ਨਿਯਮ' -ਇਸ ਨਿਯਮ ਦੇ ਤਹਿਤ ਤੁਸੀਂ ਆਪਣੀ ਰੁਟੀਨ ਦੇ ਸਮੇਂ ਵਿੱਚੋਂ ਉਸ 20 ਫ਼ੀਸਦੀ ਹਿੱਸੇ ਨੂੰ ਨਿਰਧਾਰਿਤ ਕਰੋ, ਜੋ ਤੁਹਾਡੇ ਲਈ ਪ੍ਰਾਈਮ ਟਾਈਮ ਹੋਵੇ। ਇਸ ਸਮੇਂ ਵਿੱਚ ਤੁਸੀਂ ਆਪਣੇ ਮੁਢਲੇ 20 ਫ਼ੀਸਦੀ ਕੰਮ ਹਰ ਸਥਿਤੀ ਵਿੱਚ ਨਿਪਟਾ ਲਓ। ਦਿਲਚਸਪ ਗੱਲ ਇਹ ਹੈ ਕਿ ਇਹ 20 ਫ਼ੀਸਦੀ ਮਹੱਤਵਪੂਰਨ ਸਮਾਂ ਅਤੇ ਕੰਮ ਤੁਹਾਡੀ ਸਫ਼ਲਤਾ ਵਿੱਚ 80 ਫ਼ੀਸਦੀ ਰੋਲ ਅਦਾ ਕਰਨਗੇ।

ਚੌਥਾ ਫ਼ਾਰਮੂਲਾ, ਕਾਮਯਾਬ ਹੋਣ ਵਾਲੇ ਵਿਦਿਆਰਥੀ ਭੀੜ 'ਤੇ ਨਹੀਂ, ਬਲਕਿ ਲਕਸ਼ (ਟੀਚੇ) 'ਤੇ ਆਪਣੀ ਨਜ਼ਰ ਰੱਖਦੇ ਹਨ, ਇਸ ਲਈ ਉਹਨਾਂ ਨੂੰ ਭੀੜ ਨਹੀਂ ਕੇਵਲ ਮੰਜ਼ਿਲ ਦਿਖਾਈ ਦਿੰਦੀ ਹੈ। ਇਸ ਕਰਕੇ ਉਹ ਹਜ਼ਾਰਾਂ ਦੀ ਭੀੜ ਨੂੰ ਵੀ ਚੀਰ ਕੇ ਸਫ਼ਲਤਾ ਦੇ ਸਿਖਰ 'ਤੇ ਪਹੁੰਚ ਜਾਂਦੇ ਹਨ।

ਪੰਜਵਾਂ ਫ਼ਾਰਮੂਲਾ, ਜ਼ਿਆਦਾਤਰ ਲੋਕ ਉਹੀ ਰਾਹ ਚੁਣਦੇ ਹਨ ਜਿਸ ਵਿੱਚ ਘੱਟ ਤੋਂ ਘੱਟ ਮਿਹਨਤ ਕਰਨੀ ਪਵੇ ਅਤੇ ਜ਼ਿਆਦਾ ਅਨੁਸ਼ਾਸਨ ਦੇ ਫੇਰ ਵਿੱਚ ਉਲਝਣਾ ਨਾ ਪਵੇ। ਯਾਨੀ ਉਹ ਸਰੀਰ ਨੂੰ ਜ਼ਿਆਦਾਤਰ ਸਮਾਂ ਆਰਾਮਦਾਇਕ ਸਥਿਤੀ ਵਿੱਚ ਅਤੇ ਦਿਮਾਗ਼ ਨੂੰ ਜ਼ਿਆਦਾਤਰ ਸਮਾਂ ਅਰਧ-ਸੁਸਤ ਅਵਸਥਾ ਵਿੱਚ ਹੀ ਰੱਖਣਾ ਚਾਹੁੰਦੇ ਹਨ ਤਾਂ ਕਿ ਕੁਝ ਨਵਾਂ ਨਾ ਕਰਨਾ ਪਵੇ, ਕੁਝ ਨਵਾਂ ਨਾ ਸੋਚਣਾ ਪਵੇ ਅਤੇ ਨਾ ਹੀ ਪਰਿਸਥਿਤੀਆਂ ਨਾਲ ਦੋ-ਦੋ ਹੱਥ ਕਰਨੇ ਪੈਣ। ਉੱਥੇ ਕੁਝ ਲੋਕ ਸਖ਼ਤ ਮਿਹਨਤ ਵਾਲਾ, ਕੁਝ ਨਵਾਂ ਅਤੇ ਵੱਡਾ ਕਰਨ ਵਾਲਾ ਔਖਾ ਰਾਹ ਹੀ ਚੁਣਦੇ ਹਨ ਅਤੇ ਮੰਜ਼ਿਲ ਮਿਲਣ ਤੱਕ ਹਿੰਮਤ ਨਹੀਂ ਹਾਰਦੇ, ਚੈਨ ਨਾਲ ਨਹੀਂ ਬੈਠਦੇ ਅਤੇ ਕਰਮ, ਅਨੁਸ਼ਾਸਨ ਅਤੇ ਲਗਨ ਦੇ ਤਿਕੋਣ ਦੀ ਤਾਲ ਨਹੀਂ ਗਵਾਉਂਦੇ।

ਸਫ਼ਲਤਾ ਦੇ ਫ਼ਾਰਮੂਲੇ ਦੇ ਰੂਪ ਵਿੱਚ ਛੇਵੀਂ ਗੱਲ ਐਂਜਲ ਨੇ ਇਹ ਦੱਸੀ ਕਿ ਕਿਸੇ ਵਿਅਕਤੀ ਦੀ ਸ਼ਖ਼ਸੀਅਤ ਦੇ ਵਿਕਾਸ ਅਤੇ ਜੀਵਨ ਵਿੱਚ ਸੰਗਤ ਬਹੁਤ ਅਹਿਮੀਅਤ ਰੱਖਦੀ ਹੈ। ਇਨਸਾਨ ਦੀ ਜਿਹੋ-ਜਿਹੀ ਸੰਗਤ ਹੁੰਦੀ ਹੈ, ਉਹ ਜਿਹਾ ਹੀ ਉਸ ਦਾ ਜੀਵਨ ਬਣ ਜਾਂਦਾ ਹੈ। ਇਨਸਾਨ ਦੇ ਗੁਣ-ਦੋਸ਼ ਉਸ ਦੀ ਸੰਗਤ 'ਤੇ ਨਿਰਭਰ ਕਰਦੇ ਹਨ ਯਾਨੀ ਸੰਗਤ ਮਾਨਵੀ ਗੁਣਾਂ ਨੂੰ ਵਿਆਪਕ ਤੌਰ 'ਤੇ ਪ੍ਰਭਾਵਿਤ ਕਰਦੀ ਹੈ। ਅਕਸਰ ਸੰਗਤ ਦੇ ਕਾਰਨ ਵਿਅਕਤੀ ਦੀ ਚਾਲ਼-ਢਾਲ਼, ਰਹਿਣ-ਸਹਿਣ, ਖਾਣ-ਪੀਣ, ਗੱਲ ਕਰਨ ਦਾ ਸਲੀਕਾ, ਚਰਿੱਤਰ ਆਦਿ ਵਿੱਚ ਬਦਲਾਅ ਆ ਜਾਂਦਾ ਹੈ। ਪ੍ਰਸਿੱਧ ਕਵੀ ਰਹੀਮ ਜੀ ਦਾ ਇੱਕ ਦੋਹਾ ਹੈ-

'ਕਦਲੀ, ਸੀਪ, ਭੁਜੰਗ ਮੁੱਖ, ਸਵਾਤੀ ਏਕ ਗੁਣ ਤੀਨ,
ਜੈਸੀ ਸੰਗਤਿ ਬੈਠੀਐ ਤੈ ਸੋਈ ਫਲ਼ ਦੀਨ।'

ਇੱਥੇ ਦੋਹੇ ਦਾ ਭਾਵ ਅਰਥ ਇਹ ਹੈ ਕਿ ਸੰਗਤ ਦਾ ਅਸਰ ਹਰ ਚੇਤਨ ਵਸਤੂ ਉੱਤੇ ਪੈਂਦਾ ਹੈ। ਕਿਹਾ ਜਾਂਦਾ ਹੈ ਕਿ ਇਨਸਾਨ ਜੋਗੀਆਂ ਦੇ ਨਾਲ ਜੋਗੀ ਅਤੇ ਭੋਗੀਆਂ ਦੇ ਨਾਲ ਭੋਗੀ ਬਣ ਜਾਂਦਾ ਹੈ। ਮਨੁੱਖ ਦਾ ਵਿਹਾਰ, ਸੁਭਾਅ, ਉਸ ਦੀ ਸੰਗਤ ਤੋਂ ਹੀ ਤੈਅ ਹੁੰਦਾ ਹੈ। ਬਚਪਨ ਅਤੇ ਜਵਾਨੀ ਵਿੱਚ ਜੋ ਵਿਅਕਤੀ ਜਿਸ ਦੇ ਨਾਲ ਰਹਿੰਦਾ ਹੈ, ਉਸ ਦੇ ਜੀਵਨ ਉੱਤੇ ਉਸ ਦਾ ਡੂੰਘਾ ਅਸਰ ਉਸ ਦੀ ਸ਼ਖ਼ਸੀਅਤ ਵਿੱਚ ਦੇਖਣ ਨੂੰ ਮਿਲਦਾ ਹੈ।

ਜੀਵਨ ਵਿੱਚ ਤਰੱਕੀ ਦੀ ਪੌੜੀ ਸਤਿਸੰਗਤ/ ਚੰਗੀ ਸੰਗਤ ਹੈ। ਚੰਗੀ ਸੰਗਤ ਇੱਕ ਪ੍ਰਾਣ ਵਾਯੂ ਹੈ ਜਿਸ ਦੇ ਸੰਪਰਕ ਨਾਲ ਵਿਅਕਤੀ ਨੇਕ ਪੁਰਸ਼ ਬਣ ਜਾਂਦਾ ਹੈ ਅਤੇ ਉਸ ਵਿੱਚ ਨਿਮਰਤਾ, ਪਰਉਪਕਾਰ, ਗਿਆਨ ਅਤੇ ਦਇਆ ਆਦਿ ਗੁਣ ਆ ਜਾਂਦੇ ਹਨ। ਚੰਗੀ ਸੰਗਤ ਵਿੱਚ ਏਨੀ ਊਰਜਾ ਹੁੰਦੀ ਹੈ ਕਿ ਉਹ ਬੁਰਾਈਆਂ ਨੂੰ ਖ਼ਤਮ ਕਰਨ ਦੀ ਤਾਕਤ ਰੱਖਦੀ ਹੈ। ਇੱਥੇ ਸਤਿਸੰਗਤ ਦਾ ਅਰਥ ਸੱਚੇ ਚਰਿੱਤਰ ਵਾਲੇ ਵਿਅਕਤੀਆਂ ਦੇ ਸੰਪਰਕ ਵਿੱਚ ਰਹਿਣਾ ਅਤੇ ਉਹਨਾਂ ਨਾਲ ਸੰਬੰਧ ਬਣਾ ਕੇ ਰੱਖਣਾ ਹੈ।

ਸੰਗਤ ਨਾਲ ਵਿਅਕਤੀ ਨੂੰ ਸੰਸਕਾਰ ਮਿਲਦੇ ਹਨ। ਜੇਕਰ ਕੋਈ ਇਨਸਾਨ ਆਪਣੇ ਆਪ ਵਿੱਚ ਸੁਧਾਰ ਕਰਨਾ ਚਾਹੁੰਦਾ ਹੈ, ਪਰ ਜੇਕਰ ਉਸ ਦੀ ਸੰਗਤ ਮਾੜੇ ਵਿਚਾਰਾਂ ਵਾਲੇ ਯਾਨੀ ਦੁਰਜਨ ਲੋਕਾਂ ਨਾਲ ਹੈ ਤਾਂ ਉਹ ਚੰਗੇ ਸੰਸਕਾਰ ਪ੍ਰਾਪਤ ਨਹੀਂ ਕਰ ਸਕਦਾ। ਜੇਕਰ ਉਸ ਦੀ ਸੰਗਤ ਸੱਜਣ/ ਚੰਗੇ ਲੋਕਾਂ ਨਾਲ ਹੈ ਤਾਂ ਵਿਅਕਤੀ ਦੇ ਵਿਚਾਰ ਸ਼ੁਭ ਹੋਣਗੇ ਅਤੇ ਆਤਮਾ ਸ਼ੁੱਧੀ ਦੇ ਮਾਰਗ ਦੇ ਰਾਹ 'ਤੇ ਅੱਗੇ ਵਧੇਗੀ। ਨੇਕ ਅਤੇ ਚੰਗੇ ਲੋਕਾਂ ਦਾ ਸਾਥ ਹੋਵੇ ਤਾਂ ਮਨੁੱਖ ਸਹੀ ਰਸਤੇ 'ਤੇ ਚਲਦਾ ਹੈ। ਜੇਕਰ ਗ਼ਲਤ ਅਤੇ ਮਾੜੇ ਵਿਹਾਰ ਵਾਲੇ ਲੋਕਾਂ ਦਾ

ਸਾਥ ਮਿਲ ਜਾਵੇ ਤਾਂ ਮਨੁੱਖ ਨਸ਼ੇ ਅਤੇ ਵਿਭਚਾਰ ਦੇ ਰਾਹ 'ਤੇ ਪੈ ਜਾਵੇਗਾ। ਇਸ ਲਈ ਸਾਨੂੰ ਸੱਜਣ (ਚੰਗੇ) ਲੋਕਾਂ ਦੀ ਸੰਗਤ ਕਰਨੀ ਚਾਹੀਦੀ ਹੈ ਅਤੇ ਦੁਰਜਨਾਂ ਦੀ ਸੰਗਤ ਤੋਂ ਬਚਣਾ ਚਾਹੀਦਾ ਹੈ। ਸਾਨੂੰ ਸਾਰਿਆਂ ਨੂੰ ਅਜਿਹੇ ਦੋਸਤ ਰੱਖਣੇ ਚਾਹੀਦੇ ਹਨ ਜੋ ਸਾਨੂੰ ਉੱਤੋਂ ਥੱਲੇ ਨਾ ਡੇਗਣ ਬਲਕਿ ਥੱਲੇ ਤੋਂ ਉੱਚਾ ਉਠਾਉਣ ਵਿੱਚ ਮਦਦਗਾਰ ਬਣਨ। ਬੁਰੀ ਸੰਗਤ ਪ੍ਰਤਿਭਾਸ਼ਾਲੀ ਵਿਅਕਤੀ ਨੂੰ ਵੀ ਬੇਕਾਰ ਅਤੇ ਅਸਫ਼ਲ ਬਣਾ ਦਿੰਦੀ ਹੈ। ਇਸ ਲਈ ਸਾਨੂੰ ਆਪਣੇ ਦੋਸਤ ਸੋਚ ਸਮਝ ਕੇ ਅਤੇ ਸਾਵਧਾਨੀ ਨਾਲ ਚੁਣਨੇ ਚਾਹੀਦੇ ਹਨ। ਸਮੁੱਚੇ ਤੌਰ 'ਤੇ ਅਸੀਂ ਸਤਿਸੰਗਤ ਯਾਨੀ ਚੰਗੀ ਸੰਗਤ ਵਿੱਚ ਰਹਿ ਕੇ ਆਪਣੇ ਜੀਵਨ ਨੂੰ ਅਰਥਪੂਰਨ ਅਤੇ ਸਫ਼ਲ ਬਣਾ ਸਕਦੇ ਹਾਂ।

ਐਂਜਲ ਨੇ ਸਫ਼ਲਤਾ ਦੇ ਫ਼ਾਰਮੂਲੇ ਦੇ ਰੂਪ ਵਿੱਚ ਇੱਕ ਗੱਲ ਹੋਰ ਦੱਸੀ ਕਿ ਜਦੋਂ ਫ਼ੈਸਲਾ ਲੈਣ ਵਿੱਚ ਦੁਬਿਧਾ ਹੋਵੇ ਤਾਂ ਆਪਣੀ ਜ਼ਮੀਰ/ ਅੰਤਰ-ਆਤਮਾ ਦੀ ਆਵਾਜ਼ ਸੁਣੋ, ਜ਼ਮੀਰ ਨੂੰ ਮਨੁੱਖ 'ਚ ਸਹੀ-ਗ਼ਲਤ, ਨੀਤੀ-ਅਨੀਤੀ, ਇਨਸਾਫ਼-ਬੇਇਨਸਾਫ਼ੀ, ਧਰਮ-ਅਧਰਮ, ਉਚਿਤ-ਅਨੁਚਿਤ ਦਾ ਫ਼ਰਕ ਕਰਨ ਵਾਲਾ ਨੈਤਿਕ ਬੋਧ ਮੰਨਿਆ ਜਾਂਦਾ ਹੈ ਜੋ ਕਿ ਮਨੁੱਖ ਦੇ ਵਿਹਾਰ ਲਈ ਮਾਰਗ-ਦਰਸ਼ਕ ਦਾ ਕੰਮ ਕਰਦਾ ਹੈ। ਜ਼ਮੀਰ ਦੀ ਮਦਦ ਨਾਲ ਅਸੀਂ ਆਪਣੇ ਨੈਤਿਕ ਸਿਧਾਂਤਾਂ ਨੂੰ ਡੂੰਘਾਈ ਨਾਲ ਸਮਝ ਸਕਦੇ ਹਾਂ ਅਤੇ ਉਸ ਦੇ ਮੁਤਾਬਿਕ ਹੀ ਕੰਮ ਕਰਨ ਲਈ ਪ੍ਰੇਰਿਤ ਹੁੰਦੇ ਹਾਂ। ਮਨੋਵਿਗਿਆਨ ਦੇ ਮੁਤਾਬਕ, ਜਦੋਂ ਕਿਸੇ ਮਨੁੱਖ ਦਾ ਕੋਈ ਕੰਮ, ਵਿਚਾਰ ਜਾਂ ਅਭਿਵਿਅਕਤੀ ਨੈਤਿਕ ਕਦਰਾਂ-ਕੀਮਤਾਂ ਦੇ ਉਲਟ ਹੁੰਦੀ ਹੈ ਤਾਂ ਜ਼ਮੀਰ ਦੀ ਆਵਾਜ਼ ਉਸ ਵਿਅਕਤੀ ਵਿੱਚ ਗਿਲਾਨੀ ਅਤੇ ਪਛਤਾਵੇ ਦੀ ਭਾਵਨਾ ਨੂੰ ਜਨਮ ਦਿੰਦੀ ਹੈ। ਪਰ ਜਦੋਂ ਸਾਡੇ ਕੰਮ ਨੈਤਿਕ ਕਦਰਾਂ-ਕੀਮਤਾਂ ਦੇ ਮੁਤਾਬਿਕ ਨਤੀਜੇ ਦਿੰਦੇ ਹਨ ਤਾਂ ਇਸ ਨਾਲ ਪ੍ਰਸੰਨਤਾ ਦੀ ਭਾਵਨਾ ਜਨਮ ਲੈਂਦੀ ਹੈ।

ਪ੍ਰਾਚੀਨ ਰਿਸ਼ੀਆਂ ਮੁਨੀਆਂ ਦਾ ਵੀ ਇਹੀ ਮੰਨਣਾ ਸੀ ਕਿ ਜ਼ਮੀਰ ਦੀ ਆਵਾਜ਼ ਸਾਡੇ ਅੰਦਰ ਤੋਂ ਹਮੇਸ਼ਾ ਸਾਡਾ ਮਾਰਗ-ਦਰਸ਼ਨ ਕਰਨ ਲਈ ਆਉਂਦੀ ਰਹਿੰਦੀ ਹੈ। ਪਰ ਸਾਡੇ ਵਿੱਚੋਂ ਜ਼ਿਆਦਾਤਰ ਲੋਕ ਆਧੁਨਿਕ ਜ਼ਿੰਦਗੀ ਦੇ ਰਾਮ-ਰੌਲੇ ਵਿੱਚ ਉਸ ਆਵਾਜ਼ ਨੂੰ ਸੁਣ ਨਹੀਂ ਪਾਉਂਦੇ। ਆਪਣੇ ਜ਼ਮੀਰ ਦੀ ਆਵਾਜ਼ ਨੂੰ ਨਾ ਸੁਣਨ ਵਾਲਾ ਮਨੁੱਖ ਆਪਣੇ ਜੀਵਨ ਵਿੱਚ ਹਮੇਸ਼ਾ ਅਸ਼ਾਂਤ ਅਤੇ ਕੁਰਾਹੇ ਪਿਆ ਰਹਿੰਦਾ ਹੈ। ਕਈ ਵਾਰ ਇਹ ਦੇਖਿਆ ਜਾਂਦਾ ਹੈ ਕਿ ਇਨਸਾਨ ਜਦੋਂ ਲੋਭ ਅਤੇ ਲਾਲਚ ਦੇ ਵੱਸ ਹੋ ਕੇ ਪਲ ਭਰ ਦੇ ਭੌਤਿਕ ਅਨੰਦ ਲਈ ਆਪਣੀ ਜ਼ਮੀਰ ਦੀ ਆਵਾਜ਼ ਨਹੀਂ ਸੁਣਦਾ, ਤਾਂ ਉਹ ਬੁਰੇ ਵਿਹਾਰ ਵਿੱਚ ਏਨਾ ਗ੍ਰਸਤ ਹੋ ਜਾਂਦਾ ਹੈ ਕਿ ਉਸ ਨੂੰ ਸ਼ੁਭ ਅਤੇ ਅਸ਼ੁਭ ਦਾ ਗਿਆਨ ਹੀ ਨਹੀਂ ਰਹਿੰਦਾ।

ਮਹਾਤਮਾ ਗਾਂਧੀ ਵੀ ਜ਼ਮੀਰ ਦੀ ਆਵਾਜ਼ ਨੂੰ ਸਰਵੋਤਮ ਮੰਨਦੇ ਸਨ ਅਤੇ ਉਹਨਾਂ ਦੇ ਕਈ ਫ਼ੈਸਲਿਆਂ ਦਾ ਨੈਤਿਕ ਆਧਾਰ ਜ਼ਮੀਰ ਦੀ ਆਵਾਜ਼ ਹੀ ਹੁੰਦੀ ਸੀ। ਗਾਂਧੀ

ਜੀ ਆਪਣੀ ਜ਼ਮੀਰ ਦੀ ਆਵਾਜ਼ ਸੁਣ ਕੇ ਸੱਚ ਦੇ ਨਾਲ ਖੜ੍ਹੇ ਰਹਿੰਦੇ ਸਨ ਅਤੇ ਇਸ ਲਈ ਉਹਨਾਂ ਦੁਆਰਾ ਕੀਤੇ ਗਏ ਜ਼ਿਆਦਾਤਰ ਪ੍ਰਯੋਗ ਸਫ਼ਲ ਹੀ ਰਹੇ। ਜੀਵਨ ਵਿੱਚ ਹਮੇਸ਼ਾ ਖ਼ੁਸ਼ ਰਹਿਣ ਦਾ ਸੌਖਾ ਜਿਹਾ ਤਰੀਕਾ ਇਹੀ ਹੈ ਕਿ ਅਸੀਂ ਆਪਣੇ ਜ਼ਮੀਰ ਦੀ ਆਵਾਜ਼ ਸੁਣੀਏ, ਕਿਉਂਕਿ ਸਾਡੇ ਅੰਦਰ ਤੋਂ ਆਉਣ ਵਾਲੀ ਆਵਾਜ਼ ਹਰੇਕ ਪਰਸਥਿਤੀ ਵਿੱਚ ਹਮੇਸ਼ਾ ਸਹੀ ਹੀ ਹੁੰਦੀ ਹੈ। ਜਦੋਂ ਅਸੀਂ ਕਦੇ ਕੁਝ ਗ਼ਲਤ ਜਾਂ ਬੁਰਾ ਵਿਹਾਰ ਕਰ ਰਹੇ ਹੁੰਦੇ ਹਾਂ ਤਾਂ ਅਸੀਂ ਕਿਤੇ ਨਾ ਕਿਤੇ ਆਪਣੀ ਗ਼ਲਤੀ ਤੋਂ ਜਾਣੂ ਹੁੰਦੇ ਹਾਂ। ਜਦੋਂ ਸਾਨੂੰ ਕੁਝ ਅਜੀਬ ਜਿਹਾ ਲੱਗਦਾ ਹੈ ਤਾਂ ਅੰਦਰ ਤੋਂ ਆਵਾਜ਼ ਆਉਂਦੀ ਹੈ ਕਿ ਇਹ ਕੰਮ ਉਚਿਤ ਨਹੀਂ ਹੈ। ਇਹ ਸਾਡੇ ਜ਼ਮੀਰ ਦੀ ਆਵਾਜ਼ ਹੁੰਦੀ ਹੈ, ਜੋ ਸਾਨੂੰ ਮਾੜਾ ਕਰਨ ਅਤੇ ਕਿਸੇ ਨੂੰ ਦੁੱਖ ਪਹੁੰਚਾਉਣ ਤੋਂ ਰੋਕਦੀ ਹੈ। ਪਰ ਜਦੋਂ ਅਸੀਂ ਜ਼ਮੀਰ ਦੀ ਆਵਾਜ਼ ਨੂੰ ਅਣਸੁਣੀ ਕਰ ਦਿੰਦੇ ਹਾਂ ਤਾਂ ਸਾਡਾ ਆਪਣੇ ਜ਼ਮੀਰ ਨਾਲ ਸੰਪਰਕ ਕਮਜ਼ੋਰ ਹੋ ਜਾਂਦਾ ਹੈ। ਠੀਕ ਇਸ ਦੇ ਉਲਟ ਜਦੋਂ ਅਸੀਂ ਕਿਸੇ ਚੰਗੇ ਕੰਮ ਬਾਰੇ ਦੁਬਿਧਾ 'ਚ ਹੁੰਦੇ ਹਾਂ, ਜਿਵੇਂ ਸੜਕ ਹਾਦਸੇ ਵਿੱਚ ਕਿਸੇ ਦੀ ਸਹਾਇਤਾ ਲਈ ਰੁਕਣਾ ਪਵੇ ਤਾਂ ਸਾਡੀ ਜ਼ਮੀਰ ਇਸ ਲਈ ਸਾਨੂੰ ਪ੍ਰੇਰਿਤ ਕਰਦੀ ਹੈ। ਇਸ ਲਈ ਕਿਹਾ ਜਾ ਸਕਦਾ ਹੈ ਕਿ ਜ਼ਮੀਰ ਦੀ ਆਵਾਜ਼ ਸਾਨੂੰ ਸਹੀ, ਸੱਚੇ ਅਤੇ ਨੈਤਿਕਤਾ ਦੇ ਮਾਰਗ 'ਤੇ ਚੱਲਣ ਦੀ ਪ੍ਰੇਰਨਾ ਦਿੰਦੀ ਹੈ।

ਉਹ ਗ਼ਲਤੀਆਂ ਜਿਨ੍ਹਾਂ ਕਾਰਨ ਅਸਫ਼ਲ ਹੁੰਦੇ ਹਾਂ ਅਸੀਂ?

ਆਈ.ਏ.ਐੱਸ. ਬਣਨਾ ਇੱਕ ਅਜਿਹਾ ਸੁਨਹਿਰਾ ਖ਼ੁਆਬ ਹੈ ਜੋ ਲੱਖਾਂ ਨੌਜਵਾਨਾਂ ਦੇ ਦਿਲਾਂ ਵਿੱਚ ਪਲਦਾ ਹੈ। ਇਸ ਨੂੰ ਪੂਰਾ ਕਰਨ ਲਈ ਹਰ ਇੱਕ ਕੈਂਡੀਡੇਟ ਜੀਅ-ਜਾਨ ਲਾ ਦਿੰਦਾ ਹੈ ਪਰ ਉਹਨਾਂ ਵਿੱਚੋਂ ਕੁਝ ਹੀ ਸਫ਼ਲ ਹੁੰਦੇ ਹਨ ਅਤੇ ਬਾਕੀ ਲੋਕਾਂ ਲਈ ਇਹ ਕੇਵਲ ਖ਼ੁਆਬ ਬਣ ਕੇ ਰਹਿ ਜਾਂਦਾ ਹੈ। ਕੀ ਸਿਰਫ਼ ਸਖ਼ਤ ਮਿਹਨਤ ਕਰਨ ਨਾਲ ਆਈ.ਏ.ਐੱਸ. ਬਣਿਆ ਜਾ ਸਕਦਾ ਹੈ? ਮੇਰਾ ਜਵਾਬ ਹੈ ਨਹੀਂ। ਆਈ.ਏ.ਐੱਸ. ਬਣਨ ਲਈ ਸਖ਼ਤ ਮਿਹਨਤ ਦੇ ਨਾਲ-ਨਾਲ ਬਹੁਤ ਸਾਰੀਆਂ ਹੋਰ ਚੀਜ਼ਾਂ ਵੀ ਹਨ ਜਿਨ੍ਹਾਂ ਦਾ ਸਾਨੂੰ ਧਿਆਨ ਰੱਖਣਾ ਚਾਹੀਦਾ ਹੈ। ਕੁਝ ਸਾਲਾਂ ਦੀ ਸਖ਼ਤ ਮਿਹਨਤ ਤੇ ਲਗਨ ਦੇ ਨਾਲ ਤਿਆਰੀ ਕਰਨ ਤੋਂ ਬਾਅਦ ਜੀਵਨ ਦੀ ਮਿਲੀ-ਜੁਲੀ ਸਫ਼ਲਤਾ ਅਤੇ ਅਸਫ਼ਲਤਾ ਤੋਂ ਬਾਅਦ ਮੈਂ ਤੁਹਾਡੇ ਨਾਲ ਆਪਣੇ ਅਨੁਭਵ ਸ਼ੇਅਰ ਕਰ ਰਿਹਾ ਹਾਂ ਅਤੇ ਉਹਨਾਂ ਗ਼ਲਤੀਆਂ ਨੂੰ ਤੁਹਾਡੇ ਸਾਹਮਣੇ ਰੱਖ ਰਿਹਾ ਹਾਂ ਜੋ ਸਾਨੂੰ ਸਾਡੀ ਸਫ਼ਲਤਾ ਦੇ ਰਾਹ ਵਿੱਚ ਆਉਂਦੀਆਂ ਹਨ। ਇਹਨਾਂ ਗ਼ਲਤੀਆਂ ਦੇ ਕਾਰਨ ਜਾਂ ਤਾਂ ਸਫ਼ਲਤਾ ਦੇਰੀ ਨਾਲ ਮਿਲਦੀ ਹੈ, ਜਾਂ ਕਈ ਵਾਰ ਸਮਾਂ ਨਿਕਲ ਜਾਂਦਾ ਹੈ, ਪਰ ਸਫ਼ਲਤਾ ਨਹੀਂ ਮਿਲਦੀ।

1. **ਗ਼ਲਤ ਸ਼ੁਰੂਆਤ:** ਜਦੋਂ ਅਸੀਂ ਤਿਆਰੀ ਦੇ ਖੇਤਰ ਵਿੱਚ ਆਉਂਦੇ ਹਾਂ ਤਾਂ ਅਕਸਰ ਜੋਸ਼ ਏਨਾ ਜ਼ਿਆਦਾ ਹੁੰਦਾ ਹੈ ਕਿ ਬਿਨਾਂ ਕੁਝ ਸੋਚੇ ਅਤੇ ਸਮਝੇ, ਬਸ ਤਿਆਰੀ ਵਿੱਚ ਜੁੱਟ ਜਾਂਦੇ ਹਾਂ। ਪਰ ਇਹ ਸਿਰਫ਼ ਤੁਹਾਡਾ ਜੋਸ਼ ਹੈ, ਅਤੇ ਤੁਹਾਨੂੰ ਇਸ ਜੋਸ਼ ਦੇ ਨਾਲ ਦ੍ਰਿੜ੍ਹ ਸੰਕਲਪ, ਦ੍ਰਿੜ੍ਹ ਇੱਛਾ-ਸ਼ਕਤੀ, ਅਟੁੱਟ ਵਿਸ਼ਵਾਸ, ਮਾਨਸਿਕ ਤੌਰ 'ਤੇ ਹਾਰ ਨੂੰ ਸਹਿਣ ਕਰਨ ਦੀ ਸ਼ਕਤੀ ਦੀ ਵੀ ਜ਼ਰੂਰਤ ਹੁੰਦੀ ਹੈ। ਤੁਹਾਡਾ ਪਹਿਲਾ ਕਦਮ ਪ੍ਰੀਖਿਆ ਤੇ ਸਿਲੇਬਸ ਦੇ ਵਿਸ਼ੇ ਸੰਬੰਧੀ ਸੰਪੂਰਨ ਜਾਣਕਾਰੀ ਪ੍ਰਾਪਤ ਕਰ ਲੈਣਾ ਹੋਣਾ ਚਾਹੀਦਾ ਹੈ।
2. **ਗ਼ਲਤ ਮੀਡੀਅਮ ਦੀ ਚੋਣ:** ਹਿੰਦੀ ਭਾਸ਼ੀ ਜਾਂ ਹੋਰ ਖੇਤਰੀ ਭਾਸ਼ਾਵਾਂ ਵਿੱਚ ਤਿਆਰੀ ਕਰਨ ਵਾਲੇ ਕੈਂਡੀਡੇਟ ਦੇ ਮਨ ਵਿੱਚ ਅਜਿਹੀ ਧਾਰਨਾ ਬਣ ਚੁੱਕੀ ਹੈ ਕਿ ਸਿਲੈੱਕਸ਼ਨ ਤਾਂ ਕੇਵਲ ਅੰਗਰੇਜ਼ੀ ਮੀਡੀਅਮ ਨਾਲ ਹੀ ਹੋਵੇਗਾ। ਇਸ ਲਈ ਅੰਗਰੇਜ਼ੀ ਮੀਡੀਅਮ ਦਾ ਹੀ ਸਿਲੈੱਕਸ਼ਨ ਕੀਤਾ ਜਾਵੇ। ਹਾਲਾਂਕਿ ਇਹ ਗੱਲ ਸੱਚ ਹੈ ਕਿ ਸਫ਼ਲ ਵਿਦਿਆਰਥੀਆਂ ਵਿੱਚ ਜ਼ਿਆਦਾਤਰ ਅੰਗਰੇਜ਼ੀ ਮੀਡੀਅਮ ਵਾਲੇ ਹੁੰਦੇ ਹਨ, ਪਰ ਹਿੰਦੀ ਮੀਡੀਅਮ ਨਾਲ ਸਿਲੈੱਕਸ਼ਨ ਘੱਟ ਹੋਣ ਦੇ ਹੋਰ ਵੀ ਬਹੁਤ ਸਾਰੇ ਕਾਰਨ ਹਨ। ਤੁਹਾਨੂੰ ਉਸ ਭਾਸ਼ਾ ਦੇ ਮੀਡੀਅਮ ਦੀ ਚੋਣ ਕਰਨੀ ਚਾਹੀਦੀ ਹੈ ਜਿਸ ਭਾਸ਼ਾ ਵਿੱਚ ਤੁਸੀਂ ਚੰਗਾ ਲਿਖ ਸਕਦੇ ਹੋ, ਕਿਉਂਕਿ ਮੁੱਖ ਪ੍ਰੀਖਿਆ ਵਿੱਚ ਨੰਬਰ ਭਾਸ਼ਾ ਦੀ ਚੋਣ ਨਾਲ ਨਹੀਂ, ਬਲਕਿ ਚੰਗੀ ਉੱਤਰ ਲੇਖਣੀ ਅਤੇ ਉਸ ਦੀ ਸਪਸ਼ਟਤਾ ਨਾਲ ਮਿਲਦੇ ਹਨ।
3. **ਗ਼ਲਤ ਆਪਸ਼ਨਲ ਵਿਸ਼ੇ ਦੀ ਚੋਣ:** ਅਕਸਰ ਦੇਖਿਆ ਗਿਆ ਹੈ ਕਿ ਵਿਦਿਆਰਥੀ ਆਪਣੇ ਆਪਸ਼ਨਲ ਵਿਸ਼ੇ ਦੀ ਚੋਣ, ਪਿਛਲੇ ਸਾਲਾਂ ਵਿੱਚ ਉਸ ਵਿਸ਼ੇ ਦੇ ਕਿੰਨੇ ਕੈਂਡੀਡੇਟਸ ਸਫ਼ਲ ਹੋਏ, ਉਸ ਦੀ ਗਿਣਤੀ ਨੂੰ ਦੇਖ ਕੇ ਕਰਦੇ ਹਨ ਜੋ ਕਿ ਸਭ ਤੋਂ ਵੱਡੀ ਗ਼ਲਤੀ ਹੈ। ਆਪਸ਼ਨਲ ਵਿਸ਼ੇ ਦੀ ਚੋਣ ਆਪਣੀ ਰੁਚੀ ਮੁਤਾਬਕ ਕਰਨੀ ਚਾਹੀਦੀ ਹੈ। ਜਿਸ ਵਿਸ਼ੇ ਵਿੱਚ ਤੁਸੀਂ ਸਹਿਜ ਮਹਿਸੂਸ ਕਰਦੇ ਹੋ ਅਤੇ ਆਪਣੇ ਪ੍ਰਾਪਤ ਗਿਆਨ ਨੂੰ ਪ੍ਰੀਖਿਆ ਵਿੱਚ ਬਿਹਤਰ ਤਰੀਕੇ ਨਾਲ ਲਿਖ ਸਕਦੇ ਹੋ, ਉਸ ਵਿਸ਼ੇ ਦੀ ਹੀ ਚੋਣ ਕਰੋ।
4. **ਗ਼ਲਤ ਮਾਰਗ-ਦਰਸ਼ਨ:** ਗ਼ਲਤ ਮਾਰਗ-ਦਰਸ਼ਨ ਤੁਹਾਡੇ ਜੀਵਨ ਦੇ ਕੁਝ ਬਹੁਮੁੱਲੇ ਸਾਲਾਂ ਦੀ ਤਬਾਹੀ ਕਰ ਸਕਦਾ ਹੈ। ਇਸ ਲਈ ਆਪਣੀ ਬੁੱਧੀ ਵਿਵੇਕ ਤੋਂ ਕੰਮ ਲਓ ਤੇ ਕਿਸੇ ਦੇ ਅੰਨ੍ਹੇ ਭਗਤ ਨਾ ਬਣੋ। ਇਹ ਠੀਕ ਹੈ ਕਿ ਇੱਕ ਸਫ਼ਲ ਵਿਅਕਤੀ ਤੁਹਾਨੂੰ ਸਫ਼ਲਤਾ ਦੇ ਰਾਹ ਦੱਸ ਸਕਦਾ ਹੈ, ਪਰ ਇੱਕ ਅਸਫ਼ਲ

ਵਿਅਕਤੀ ਤੁਹਾਨੂੰ ਉਹ ਗ਼ਲਤੀਆਂ ਦੱਸੇਗਾ, ਜਿਨ੍ਹਾਂ ਦਾ ਉਹ ਖ਼ੁਦ ਗਵਾਹ ਰਿਹਾ ਹੈ। ਇਹਨਾਂ ਦੋਨਾਂ ਗੱਲਾਂ ਦੀ ਜਾਣਕਾਰੀ ਹੋਣਾ ਤੁਹਾਡੇ ਲਈ ਬਹੁਤ ਜ਼ਰੂਰੀ ਹੈ।

5. **ਗ਼ਲਤ ਅਧਿਐਨ ਸਮਗਰੀ:** ਤਿਆਰੀ ਵਿੱਚ ਆਉਂਦੇ ਹੀ ਵਿਦਿਆਰਥੀ ਅਧਿਐਨ ਸਮਗਰੀ ਦੇ ਮਾਇਆ ਜਾਲ ਵਿੱਚ ਉਲਝ ਜਾਂਦੇ ਹਨ, ਅਤੇ ਸੌ ਫ਼ੀਸਦੀ ਸਫ਼ਲਤਾ ਦੀ ਗਰੰਟੀ ਦੇਣ ਵਾਲੀ ਵਾਲੀਆਂ ਕਿਤਾਬਾਂ, ਚਮਤਕਾਰੀ ਨੋਟਸ ਆਦਿ ਖ਼ਰੀਦ ਕੇ ਆਪਣੀ ਰੈਕ ਸਜਾਉਣ ਲੱਗ ਜਾਂਦੇ ਹਨ। ਪਰ ਤੁਹਾਨੂੰ ਐਨ.ਸੀ.ਈ.ਆਰ.ਟੀ. ਦੀਆਂ ਕਿਤਾਬਾਂ, ਵਿਸ਼ੇ ਨਾਲ ਸੰਬੰਧਿਤ ਦੋ ਤਿੰਨ ਕਿਤਾਬਾਂ, ਦੋ ਤਿੰਨ ਮਹੀਨਾਵਾਰ ਮੈਗਜ਼ੀਨਾਂ ਅਤੇ ਪਿਛਲੇ ਸਾਲਾਂ ਦੇ ਹੱਲ ਕੀਤੇ ਪ੍ਰਸ਼ਨ ਪੱਤਰ ਖ਼ਰੀਦਣੇ ਚਾਹੀਦੇ ਹਨ। ਪ੍ਰੀਖਿਆ ਦੇ ਨੇੜੇ ਕੋਈ ਟੈੱਸਟ ਸੀਰੀਜ਼ ਜੁਆਇਨ ਕਰਨੀ ਚਾਹੀਦੀ ਹੈ ਜਾਂ ਟੈੱਸਟ ਪੇਪਰ ਹੱਲ ਕਰਨੇ ਚਾਹੀਦੇ ਹਨ। ਜੇਕਰ ਪ੍ਰੀਖਿਆ ਪਾਸ ਕਰਨੀ ਹੈ ਤਾਂ ਨੋਟਸ ਦੀ ਦੀਵਾਨਗੀ ਨੂੰ ਭੁੱਲ ਜਾਓ। ਕਿਸੇ ਇੱਕ ਦੋ ਕੋਚਿੰਗ ਦੇ ਨੋਟਸ ਜਾਂ ਕਿਸੇ ਅਨੁਭਵੀ ਕੈਂਡੀਡੇਟ ਦੇ ਅਜਿਹੇ ਨੋਟਸ, ਜੋ ਯੂ.ਪੀ.ਐੱਸ.ਸੀ. ਦਾ ਪੂਰਾ ਸਿਲੇਬਸ ਕਵਰ ਕਰਦੇ ਹਨ ਅਤੇ ਤੁਹਾਡੀ ਸਮਝ ਵਿੱਚ ਆ ਰਹੇ ਹਨ, ਕਾਫ਼ੀ ਹੈ।

6. **ਗ਼ਲਤ ਰਣਨੀਤੀ:** ਜ਼ਿਆਦਾਤਰ ਵਿਦਿਆਰਥੀ ਕੋਈ ਵੀ ਰਣਨੀਤੀ ਨਹੀਂ ਬਣਾਉਂਦੇ ਜਾਂ ਫਿਰ ਗ਼ਲਤ ਰਣਨੀਤੀ ਬਣਾ ਲੈਂਦੇ ਹਨ। ਬਹੁਤ ਸਾਰੇ ਕੈਂਡੀਡੇਟ ਲੋਕਾਂ ਨਾਲ ਗੱਲ ਕਰਕੇ ਜਾਂ ਫਿਰ ਇੰਟਰਨੈੱਟ ਦੀ ਮਦਦ ਨਾਲ ਚੰਗੇ ਲੇਖਕਾਂ ਦੀਆਂ ਕਿਤਾਬਾਂ ਖ਼ਰੀਦ ਲੈਂਦੇ ਹਨ ਅਤੇ ਪੜ੍ਹਨ ਲੱਗ ਜਾਂਦੇ ਹਨ। ਅਜਿਹਾ ਨਹੀਂ ਕਰਨਾ ਚਾਹੀਦਾ। ਚਾਹੀਦਾ ਇਹ ਹੈ ਕਿ ਸਭ ਤੋਂ ਪਹਿਲਾਂ ਐਨ.ਸੀ.ਈ.ਆਰ.ਟੀ. ਦੀਆਂ ਉਹ ਸਾਰੀਆਂ ਕਿਤਾਬਾਂ ਖ਼ਰੀਦੋ, ਜੋ ਜ਼ਰੂਰੀ ਹਨ ਅਤੇ ਉਹਨਾਂ ਨੂੰ ਘੱਟ ਤੋਂ ਘੱਟ ਦੋ ਤਿੰਨ ਵਾਰ ਪੜ੍ਹ ਲੈਣਾ ਚਾਹੀਦਾ ਹੈ। ਇਸ ਦੇ ਨਾਲ ਹੀ ਪਿਛਲੇ ਸਾਲਾਂ ਦੇ ਪ੍ਰਸ਼ਨ ਪੱਤਰਾਂ 'ਤੇ ਨਜ਼ਰ ਮਾਰਦੇ ਰਹੋ। ਜਦੋਂ ਤੁਹਾਡਾ ਆਧਾਰ ਮਜ਼ਬੂਤ ਹੋ ਜਾਵੇ, ਫਿਰ ਰੈਫਰੈਂਸ ਕਿਤਾਬਾਂ ਨੂੰ ਪੜ੍ਹਨ ਲਈ ਚੁੱਕੋ।

7. **ਪੜ੍ਹਨ ਦਾ ਗ਼ਲਤ ਤਰੀਕਾ:** ਜ਼ਿਆਦਾਤਰ ਵਿਦਿਆਰਥੀਆਂ ਨੂੰ ਦੇਖਿਆ ਗਿਆ ਹੈ ਕਿ ਉਹ ਦਿਨ-ਰਾਤ ਪੜ੍ਹਨ ਵਿੱਚ ਹੀ ਲੱਗੇ ਰਹਿੰਦੇ ਹਨ, ਪਰ ਫਿਰ ਵੀ ਕਿਸੇ ਵੀ ਪ੍ਰੀਖਿਆ ਦਾ ਪ੍ਰੀਲਿਮਜ਼ ਪੇਪਰ ਤੱਕ ਪਾਸ ਨਹੀਂ ਹੁੰਦਾ। ਅਸੀਂ ਕਿੰਨੇ ਘੰਟੇ ਪੜ੍ਹ ਰਹੇ ਹਾਂ ਇਹ ਮਾਅਨੇ ਨਹੀਂ ਰੱਖਦਾ, ਅਸੀਂ ਕੀ ਪੜ੍ਹ ਰਹੇ ਹਾਂ ਅਤੇ ਕਿਵੇਂ ਪੜ੍ਹ ਰਹੇ ਹਾਂ, ਇਹ ਮਾਅਨੇ ਰੱਖਦਾ ਹੈ। ਤੁਸੀਂ ਇੱਕ ਵਾਰ ਵਿੱਚ ਦੋ ਵਿਸ਼ਿਆਂ ਦੀਆਂ

ਕਿਤਾਬਾਂ ਚੁੱਕੋ ਅਤੇ ਦਿਨ ਵਿੱਚ ਜਿੰਨੇ ਘੰਟੇ ਪੜ੍ਹਦੇ ਹੋ, ਉਹਨਾਂ ਨੂੰ ਦੋ-ਦੋ ਘੰਟਿਆਂ ਦੇ ਸਲੋਟ ਵਿੱਚ ਵੰਡੋ। ਜੇਕਰ ਤੁਸੀਂ ਅੱਠ ਘੰਟੇ ਪੜ੍ਹਦੇ ਹੋ ਤਾਂ ਇਸ ਨੂੰ ਚਾਰ ਭਾਗਾਂ ਵਿੱਚ ਵੰਡ ਲਓ, ਫਿਰ ਦੋ ਘੰਟੇ ਦਾ ਇੱਕ ਸਲੋਟ ਕਰੰਟ ਜੀਕੇ, ਨਿਊਜ਼ ਪੇਪਰ, ਕੰਟੰਪਰੇਰੀ ਇਸ਼ੂਜ ਆਦਿ ਨੂੰ ਦਿਓ ਅਤੇ ਦੋ ਘੰਟੇ ਦਾ ਸਮਾਂ ਆਪਣੇ ਆਪਸ਼ਨਲ ਵਿਸ਼ੇ ਨੂੰ ਦਿਓ। ਬਾਕੀ ਦੋ-ਦੋ ਘੰਟਿਆਂ ਦੇ ਦੋ ਸਲੋਟ, ਜੋ ਦੋ ਵਿਸ਼ੇ ਤੁਸੀਂ ਪੜ੍ਹਨੇ ਹਨ ਉਹਨਾਂ ਨੂੰ ਦਿਓ ਅਤੇ ਹਰ ਦੋ ਘੰਟੇ ਦੀ ਪੜ੍ਹਾਈ ਤੋਂ ਬਾਅਦ ਦਿਮਾਗ਼ ਨੂੰ ਥੋੜ੍ਹਾ ਆਰਾਮ ਵੀ ਦਿਓ।

8. **ਨਿਰੰਤਰਤਾ ਦੀ ਕਮੀ:** ਅਕਸਰ ਜਦੋਂ ਅਸੀਂ ਜੋਸ਼ ਵਿੱਚ ਹੁੰਦੇ ਹਾਂ ਤਾਂ ਨਿਰੰਤਰ ਜਾਂ ਇਸ ਤੋਂ ਵੀ ਜ਼ਿਆਦਾ ਪੜ੍ਹਾਈ ਕਰਦੇ ਹਾਂ, ਪਰ ਉਸ ਤੋਂ ਬਾਅਦ ਪੰਜ ਦਸ ਦਿਨਾਂ ਦਾ ਗੈਪ ਕਰ ਲੈਂਦੇ ਹਾਂ ਜੋ ਕਿ ਗ਼ਲਤ ਹੈ। ਤੁਸੀਂ ਆਪਣੀ ਇੱਕ ਦੈਨਿਕ ਰੁਟੀਨ ਬਣਾਓ। ਜੋ ਲੋਕ ਜੌਬ ਕਰਦੇ ਹਨ ਉਹ ਉਸ ਹਿਸਾਬ ਨਾਲ, ਜੋ ਸਿਰਫ਼ ਤਿਆਰੀ ਕਰਨ ਵਾਲੇ ਹਨ ਉਹ ਉਸ ਹਿਸਾਬ ਨਾਲ, ਆਪਣੀ ਰੁਟੀਨ ਬਣਾਓ ਅਤੇ ਦ੍ਰਿੜ੍ਹਤਾ ਨਾਲ ਉਸ ਦਾ ਪਾਲਨ ਕਰੋ।

9. **ਸੋਸ਼ਲ ਜੀਵਨ ਦਾ ਤਿਆਗ:** ਜੇਕਰ ਤੁਸੀਂ ਆਪਣਾ ਜ਼ਿਆਦਾਤਰ ਸਮਾਂ ਪੜ੍ਹਾਈ ਨੂੰ ਦੇਣਾ ਹੈ ਤਾਂ ਸੋਸ਼ਲ ਜੀਵਨ ਤੋਂ ਥੋੜ੍ਹੀ ਦੂਰੀ ਬਣਾ ਲੈਣ ਵਿੱਚ ਹੀ ਭਲਾਈ ਹੈ। ਪਰ ਦੋਸਤਾਂ-ਮਿੱਤਰਾਂ ਅਤੇ ਪਰਿਵਾਰ ਤੋਂ ਪੂਰੀ ਤਰ੍ਹਾਂ ਦੂਰ ਨਾ ਹੋਵੋ। ਇਸ ਤਰ੍ਹਾਂ ਕਰਨ ਨਾਲ ਜਦੋਂ ਇਕੱਲਾਪਣ ਮਹਿਸੂਸ ਹੋਵੇਗਾ ਤਾਂ ਤੁਸੀਂ ਡਿਪਰੈਸ਼ਨ ਵਿੱਚ ਚਲੇ ਜਾਓਗੇ, ਜੋ ਜ਼ਿਆਦਾ ਖ਼ਤਰਨਾਕ ਸਥਿਤੀ ਹੋਵੇਗੀ। ਇਸ ਲਈ ਪੜ੍ਹਾਈ ਅਤੇ ਸਮਾਜ ਵਿੱਚ ਸੰਤੁਲਨ ਬਣਾਈ ਰੱਖੋ।

10. **ਆਪਣੇ ਸ਼ੌਕ ਅਤੇ ਖ਼ੁਸ਼ੀਆਂ ਦਾ ਤਿਆਗ:** ਇਹ ਸੋਚਣਾ ਗ਼ਲਤ ਹੋਵੇਗਾ ਕਿ ਜੇਕਰ ਸਾਨੂੰ ਸਫ਼ਲ ਹੋਣਾ ਹੈ ਤਾਂ ਜ਼ਿੰਦਗੀ ਵਿੱਚੋਂ ਮੌਜ-ਮਸਤੀ ਦੀ ਕੋਈ ਥਾਂ ਨਹੀਂ ਹੈ। ਜਦਕਿ ਹੋਣਾ ਇਹ ਚਾਹੀਦਾ ਹੈ ਕਿ ਤੁਸੀਂ ਘੁੰਮੋ-ਫਿਰੋ, ਮਨੋਰੰਜਨ ਕਰੋ ਜਾਂ ਫਿਰ ਕੋਈ ਖੇਡ ਜੋ ਤੁਹਾਨੂੰ ਪਸੰਦ ਹੋਵੇ ਉਹ ਖੇਡੋ, ਗਾਉਣਾ-ਵਜਾਉਣਾ ਆਦਿ ਸਭ ਕਰੋ, ਪਰ ਇੱਕ ਸੀਮਾ ਦੇ ਅੰਦਰ ਰਹਿ ਕੇ। ਹਫ਼ਤੇ ਵਿੱਚ ਇੱਕ ਦਿਨ ਜਾਂ ਦੋ ਹਫ਼ਤਿਆਂ ਵਿੱਚ ਇੱਕ ਦਿਨ ਕੁਝ ਘੰਟੇ ਤੁਸੀਂ ਆਪਣੇ ਆਪ ਦੀਆਂ ਖ਼ੁਸ਼ੀਆਂ ਨੂੰ ਵੀ ਦਿਓ। ਜਦੋਂ ਸਾਡਾ ਮਨ ਖ਼ੁਸ਼ ਰਹਿੰਦਾ ਹੈ ਤਾਂ ਦਿਮਾਗ਼ ਵੀ ਸ਼ਾਂਤ ਰਹਿੰਦਾ ਹੈ। ਇਸ ਨਾਲ ਅਸੀਂ ਆਪਣੇ ਦਿਮਾਗ਼ ਦਾ ਪੂਰਾ ਤੇ ਸਹੀ ਇਸਤੇਮਾਲ ਕਰ ਸਕਦੇ ਹਾਂ। ਇਹੀ ਕਾਰਨ ਹੈ ਕਿ ਪੜ੍ਹਾਈ ਦੇ ਨਾਲ-ਨਾਲ ਮੌਜ ਮਸਤੀ ਅਤੇ ਖ਼ੁਸ਼ ਰਹਿਣ ਵਾਲੇ ਲੋਕ

ਜਲਦੀ ਸਫ਼ਲ ਹੁੰਦੇ ਹਨ। ਅਸੀਂ ਗਧੇ ਨਹੀਂ ਹਾਂ ਜੋ ਹਮੇਸ਼ਾ ਬਸ ਇੱਕ ਹੀ ਕੰਮ ਕਰਦੇ ਰਹੀਏ। ਅੱਜ ਸਮਾਰਟ ਜ਼ਮਾਨਾ ਹੈ, ਇਸ ਲਈ ਸਮਾਰਟ ਸਟੱਡੀ ਕਰੋ ਅਤੇ ਪੜ੍ਹਾਈ ਦਾ ਅਨੰਦ ਮਾਣੋ।

"ਮੇਰੀ ਬੈਸਟ-ਫਰੈਂਡ ਦਾ ਆਈ.ਏ.ਐੱਸ. ਵਿੱਚ ਸਿਲੈਂਕਸ਼ਨ ਹੋਇਆ ਹੈ, ਹੰਗਾਮਾ ਕਰਨਾ ਤਾਂ ਬਣਦਾ ਹੈ।" ਮੈਂ ਲਵਗੁਰੂ ਨੂੰ ਕਿਹਾ।

'ਬੈਸਟ-ਫਰੈਂਡ ਜਾਂ ਗਰਲ-ਫਰੈਂਡ! ਭਾਈ ਮੰਗਣੀ ਕਰ ਲਓ, ਕੀ ਪਤਾ ਕੁੜੀ ਦੀ ਕਿਸਮਤ ਨਾਲ ਤੇਰੀ ਵੀ ਕਿਸਮਤ ਖੁੱਲ੍ਹ ਜਾਵੇ!" ਲਵਗੁਰੂ ਨੇ ਕਿਹਾ

"ਐਂਜਲ ਦੀ ਫੈਮਲੀ ਨਾਲ ਉਸ ਦੇ ਸੈਟਲ ਹੋ ਜਾਣ ਤੋਂ ਬਾਅਦ ਹੀ ਗੱਲ ਕਰਨੀ ਚਾਹੀਦੀ ਹੈ। ਆਈ.ਏ.ਐੱਸ. ਅਫ਼ਸਰ ਬਣਨ ਤੋਂ ਬਾਅਦ ਐਂਜਲ ਦਾ ਜੀਵਨ ਜਨਤਕ ਹੋ ਗਿਆ ਹੈ ਅਤੇ ਮੈਂ ਅਜੇ ਯੂ.ਪੀ.ਐੱਸ.ਸੀ. ਦੀ ਤਿਆਰੀ ਵਿੱਚ ਰੁੱਝਿਆ ਹੋਇਆ ਹਾਂ। ਸੋਸ਼ਲ ਮੀਡੀਆ 'ਤੇ ਵੀ ਸ਼ੇਅਰ ਨਹੀਂ ਕੀਤਾ ਕਿ ਮੇਰੀ ਗਰਲ-ਫਰੈਂਡ ਦਾ ਆਈ.ਏ.ਐੱਸ. ਵਿੱਚ ਸਿਲੈਂਕਸ਼ਨ ਹੋਇਆ ਹੈ, ਕਿਉਂਕਿ ਉਹ ਇੱਕ ਕੁੜੀ ਹੈ, ਇਸ ਲਈ ਉਸ ਨੂੰ ਸਮਾਜਿਕ ਨਰਾਜ਼ਗੀ ਦਾ ਸਾਹਮਣਾ ਕਰਨਾ ਪੈ ਸਕਦਾ ਹੈ।

"ਗਿਰੀਸ਼ ਬਾਬੂ, ਇਹ ਮਨ ਚੋਂ ਕੱਢ ਦਿਓ ਕਿ ਕੁੜੀ ਨੂੰ ਇਮਪ੍ਰੈੱਸ ਕਰ ਲਿਆ ਹੈ ਤਾਂ ਇਸ ਤੋਂ ਬਾਅਦ ਕੁੜੀ ਪਹਿਲ ਕਰੇਗੀ। ਜੇਕਰ ਤੁਸੀਂ ਵੀ ਇਹੀ ਸੋਚ ਕੇ ਬੈਠੇ ਹੋ ਤਾਂ ਇਹ ਤੁਹਾਡੀ ਸਭ ਤੋਂ ਵੱਡੀ ਗ਼ਲਤਫ਼ਹਿਮੀ ਹੈ। ਉਹ ਤੁਹਾਨੂੰ ਪਸੰਦ ਕਰਦੀ ਹੈ ਤਾਂ ਵੀ ਉਹ ਪਹਿਲ ਨਹੀਂ ਕਰੇਗੀ। ਤੁਹਾਨੂੰ ਜਦੋਂ ਵੀ ਮੌਕਾ ਮਿਲੇ ਕੁੜੀ ਨੂੰ ਆਪਣੇ ਦਿਲ ਦੀ ਗੱਲ ਕਹਿ ਦਿਓ। ਤੁਸੀਂ ਪ੍ਰੋਪੋਜ਼ ਕਰਨ ਵਿੱਚ ਦੇਰ ਨਾ ਕਰੋ। ਕੁੜੀ ਦਾ ਦੋਸਤ ਬਣਨ ਜਾਂ ਫਿਰ ਉਸ ਦੀ ਤਰਫ਼ੋਂ ਪਹਿਲ ਕਰਨ ਦੀ ਉਮੀਦ ਕਰਨਾ ਬੇਕਾਰ ਹੈ।" ਲਵਗੁਰੂ ਨੇ ਆਪਣੇ ਅਨੁਭਵਾਂ ਦਾ ਲੈਕਚਰ ਦਿੰਦੇ ਹੋਏ ਕਿਹਾ।

"ਗਿਰੀਸ਼, ਤੁਸੀਂ ਆਪਣਾ ਪਿਆਰ ਪਾਉਣਾ ਚਾਹੁੰਦੇ ਹੋ, ਪਰ ਐਂਜਲ ਦੀ ਹਾਈ ਸਟੇਟਸ ਨੌਕਰੀ ਅੱਗੇ ਤੁਹਾਡਾ ਪਿਆਰ ਹਾਰ ਵੀ ਸਕਦਾ ਹੈ। ਇਸ ਕਰਕੇ ਸੰਭਲ ਕੇ ਚੱਲਣਾ ਮੇਰੇ ਦੋਸਤ! ਗਰੀਸ ਬਾਬੂ ਕੁੜੀਆਂ ਗੋਲਡ-ਡੀਗਰ ਵੀ ਹੁੰਦੀਆਂ ਹਨ, ਪੈਸੇ ਦੇ ਪਿੱਛੇ ਪਾਗਲ ਹੁੰਦੀਆਂ ਹਨ।"

"ਤੁਹਾਨੂੰ ਅਜਿਹਾ ਕਿਉਂ ਲੱਗਦਾ ਹੈ, ਸੁਮਿਤ ਭਈਆ?"

"ਜ਼ਮਾਨਾ ਬਦਲ ਗਿਆ ਗਿਰੀਸ਼, ਫੈਮਲੀ ਬੈਕਗਰਾਊਂਡ ਹੀ ਨਹੀਂ, ਫੈਮਲੀ ਦੀ ਇਨਕਮ ਵੀ ਅੱਜਕੱਲ੍ਹ ਮੈਟਰ ਕਰਦੀ ਹੈ। ਤੇ ਲਵ-ਸ਼ਵ ਬਾਅਦ ਦੀਆਂ ਗੱਲਾਂ ਹਨ।" ਲਵਗੁਰੂ ਨੇ ਥੋੜ੍ਹੀ ਚਿੰਤਾ ਪ੍ਰਗਟ ਕਰਦੇ ਹੋਏ ਕਿਹਾ।

"ਇੱਕ ਅਜੀਬ ਗੱਲ ਇਹ ਹੈ ਕਿ ਆਈ.ਏ.ਐੱਸ. ਅਤੇ ਆਈ.ਪੀ.ਐੱਸ. ਵਿੱਚ ਸਿਲੈੱਕਟ 90 ਫ਼ੀਸਦੀ ਅਧਿਕਾਰੀ ਆਪਣੇ ਸੰਘਰਸ਼ ਸਮੇਂ ਦੇ ਮਿੱਤਰਾਂ ਨਾਲ ਫ਼ੋਨ 'ਤੇ ਗੱਲ ਕਰਨਾ ਵੀ ਪਸੰਦ ਨਹੀਂ ਕਰਦੇ, ਮਿਲਣਾ ਤਾਂ ਦੂਰ ਦੀ ਗੱਲ ਹੈ। ਉਹ ਆਪਣੀ ਤਥਾ-ਕਥਿਤ ਸਫ਼ਲਤਾ ਨੂੰ ਇਸ ਨਜ਼ਰੀਏ ਨਾਲ ਦੇਖਦੇ ਹਨ ਕਿ ਉਹ ਕਿੰਨੇ ਕਾਮਯਾਬ ਹਨ ਜਦੋਂਕਿ ਉਹ ਕਾਮਯਾਬ ਹੋ ਕੇ ਵੀ ਫੇਲ ਹਨ। ਸਫ਼ਲਤਾ ਦਾ ਅਰਥ ਸਮਾਜ ਅਤੇ ਦੋਸਤਾਂ ਨਾਲੋਂ ਟੁੱਟ ਜਾਣਾ ਨਹੀਂ ਹੁੰਦਾ ਬਲਕਿ ਜੁੜਨਾ ਹੁੰਦਾ ਹੈ, ਉਹ ਇੰਨੀ ਕੁ ਬੇਸਿਕ ਜਿਹੀ ਗੱਲ ਵੀ ਨਹੀਂ ਜਾਣਦੇ ਅਤੇ ਖ਼ੁਦ ਨੂੰ ਤੀਸ ਮਾਰ ਖਾਂ ਸਮਝਦੇ ਹਨ। ਅਸਲ ਵਿੱਚ ਕੋਈ ਪ੍ਰੀਖਿਆ ਪਾਸ ਕਰਨ ਨਾਲ ਸਫ਼ਲ ਨਹੀਂ ਹੋ ਜਾਂਦਾ। ਤੁਸੀਂ ਆਪ ਹੀ ਦੇਖ ਲਓ ਅੱਜ ਚਰਿੱਤਰ ਅਤੇ ਵਿਹਾਰ ਦੀ ਗੱਲ ਦੂਰ-ਦੂਰ ਤੱਕ ਨਹੀਂ ਹੁੰਦੀ, ਜਦਕਿ ਖ਼ੂਬਸੂਰਤੀ ਬਾਜ਼ਾਰਾਂ ਵਿੱਚ ਵਿਕ ਰਹੀ ਹੁੰਦੀ ਹੈ ਅਤੇ ਪੈਸਾ ਉਸ ਨੂੰ ਖ਼ਰੀਦ ਰਿਹਾ ਹੁੰਦਾ ਹੈ... ਅੱਜ ਦੇ ਬਾਜ਼ਾਰਵਾਦ ਦੇ ਦੌਰ ਵਿੱਚ ਇਨਸਾਨ ਦੀ ਨੈਤਿਕਤਾ ਅਤੇ ਚਰਿੱਤਰ ਦੀ ਗੱਲ ਬੇਮਾਨੀ ਜਿਹੀ ਹੋ ਗਈ ਹੈ। ਲੋਕ ਸਿਰਫ਼ ਉਹਨਾਂ ਦਾ ਹਾਲ-ਚਾਲ ਪੁੱਛਦੇ ਹਨ ਜਿਨ੍ਹਾਂ ਦਾ ਹਾਲ-ਚਾਲ ਪਹਿਲਾਂ ਤੋਂ ਹੀ ਵਧੀਆ ਹੁੰਦਾ ਹੈ। ਮੁਸੀਬਤ 'ਚ ਫਸੇ ਇਨਸਾਨ ਦੇ ਲੋਕ ਨੰਬਰ ਤੱਕ ਬਲਾਕ ਕਰ ਦਿੰਦੇ ਹਨ। ਭਾਰਤੀ ਵਿਦੇਸ਼ ਸੇਵਾ ਵਿੱਚ ਇੱਕ ਅਧਿਕਾਰੀ ਚੁਣਿਆ ਗਿਆ ਹੈ, ਜਿਸ ਦੀ ਗਰਲ-ਫਰੈਂਡ ਨੇ ਉਸ ਨੂੰ ਉਸ ਸਮੇਂ ਛੱਡ ਦਿੱਤਾ ਸੀ ਜਦੋਂ ਉਸ ਨੂੰ ਸਭ ਤੋਂ ਜ਼ਿਆਦਾ ਜ਼ਰੂਰਤ ਸੀ। ਉਸ ਸਮੇਂ ਉਹ ਮੁੰਡਾ ਐਕਸੀਡੈਂਟ ਕਾਰਨ ਅਪਾਹਜ ਹੋ ਗਿਆ ਸੀ। ਇੱਕ ਗੱਲ ਦੱਸਾਂ ਗਿਰੀਸ਼? 'ਹੈਸੀਅਤ ਕੋ ਮਿਲਤੀ ਹੈ ਦਿਲ ਮੇਂ ਜਗਹ, ਤੁਮ ਜਜ਼ਬਾਤ ਲੀਏ ਫਿਰਤੇ ਹੋ।'

"ਹੈਸੀਅਤ ਦੀ ਕੀ ਗੱਲ ਕਰ ਰਹੇ ਹੋ? ਜੋ ਦੇਸ਼ ਦੇ ਸਭ ਤੋਂ ਵੱਡੇ ਅਖ਼ਬਾਰ ਵਿੱਚ ਰੁਟੀਨ 'ਚ ਆਰਟੀਕਲ ਲਿਖਦਾ ਹੈ, ਉਸ ਦੀ ਹੈਸੀਅਤ ਇੱਕ ਆਈ.ਏ.ਐੱਸ. ਅਧਿਕਾਰੀ ਜਿੰਨੀ ਵੀ ਨਹੀਂ ਹੁੰਦੀ ਕਿ?"

"ਇਸ਼ਕ ਦਾ ਰੋਗ ਜਿਸ ਮੁੰਡੇ ਨੂੰ ਲੱਗ ਜਾਵੇ ਉਸ ਨੂੰ ਆਪਣੀ ਪ੍ਰੇਮਿਕਾ ਦੇ ਵਾਅਦਿਆਂ ਤੋਂ ਇਲਾਵਾ ਸੰਸਾਰ ਦੇ ਸਾਰੇ ਸੱਚ ਝੂਠ ਹੀ ਲੱਗਦੇ ਹਨ। ਉਸ ਵਕਤ ਜੇਕਰ ਮਹਿਬੂਬਾ ਇਹ ਕਹਿ ਦੇਵੇ ਕਿ ਗੁਲਾਬ ਦੇ ਫੁੱਲ ਨਹੀਂ ਕੰਡੇ ਹੀ ਖ਼ੂਬਸੂਰਤ ਹੁੰਦੇ ਹਨ ਤਾਂ ਉਹ ਦੀਵਾਨਾ ਆਪਣੇ ਘਰ ਦੇ ਹਰ ਗਮਲੇ ਵਿੱਚ ਫੁੱਲਾਂ ਦੀ ਬਜਾਏ ਕੰਡਿਆਂ ਨੂੰ ਉਗਾਉਣ ਦਾ ਯਤਨ ਕਰੇਗਾ। ਆਈ.ਏ.ਐੱਸ. ਅਧਿਕਾਰੀ ਅਤੇ ਮੰਤਰੀ ਆਪਣੇ ਆਪ ਨੂੰ ਇਸ ਧਰਤੀ ਦਾ ਜੀਅ ਹੀ ਨਹੀਂ ਸਮਝਦੇ! ਮੰਗਲ ਗ੍ਰਹਿ ਦਾ ਜੀਅ ਸਮਝਦੇ ਹਨ ਜ਼ਿਆਦਾਤਰ ਆਪਣੇ ਆਪ ਨੂੰ। ਹਾਲਾਂਕਿ ਮੈਂ ਸਾਰਿਆਂ ਦੀ ਗੱਲ ਨਹੀਂ ਕਰ ਰਿਹਾ। ਪਰ ਕੁਝ ਅਜਿਹੇ ਵੀ ਹਨ ਜੋ ਜ਼ਮੀਨ ਨਾਲ ਜੁੜੇ ਰਹਿ ਕੇ ਆਪਣਾ ਸਰਲ ਸੁਭਾਅ ਬਣਾ ਕੇ ਰੱਖਦੇ ਹਨ, ਪਰ ਅਜਿਹੇ ਲੋਕਾਂ ਦੀ ਗਿਣਤੀ ਉਂਗਲੀਆਂ 'ਤੇ ਕੀਤੀ ਜਾ ਸਕਦੀ ਹੈ। ਸਾਡਾ ਇੱਕ ਬੈਚਮੈਟ ਅਤੇ

ਦੋਸਤ ਸੀ ਉਹ ਦੋ ਸਾਲ ਪਹਿਲਾਂ ਹਰਿਆਣਾ ਕਾਡਰ ਵਿੱਚ ਆਈ.ਪੀ.ਐੱਸ. ਅਫ਼ਸਰ ਬਣ ਗਿਆ ਸੀ। ਅੱਜ ਉਹ ਸਾਡੇ ਫ਼ੋਨ ਕਾਲ ਤੱਕ ਨਹੀਂ ਚੁੱਕਦਾ। ਮਸੂਰੀ ਦੀ ਹਵਾ ਬਹੁਤ ਸਾਰੇ ਲੋਕਾਂ ਨੂੰ ਬਦਲ ਕੇ ਰੱਖ ਦਿੰਦੀ ਹੈ।"

"ਮੈਨੂੰ ਮੇਰੇ ਪਿਆਰ 'ਤੇ ਪੂਰਾ ਭਰੋਸਾ ਹੈ, ਜੇਕਰ ਬਦਲ ਜਾਏ ਯਾਰ ਤਾਂ ਪਿਆਰ ਕੈਸਾ?" ਮੈਨੂੰ ਐਂਜਲ ਨੇ ਹਦਾਇਤ ਦਿੱਤੀ ਹੈ ਕਿ ਮੈਂ ਤਿਆਰੀ 'ਤੇ ਫੋਕਸ ਕਰਾਂ, ਬਾਕੀ ਕਿਸੇ ਵੀ ਪ੍ਰਕਾਰ ਦੀ ਚਿੰਤਾ ਬਿਲਕੁਲ ਨਹੀਂ ਕਰਨੀ। ਇਹ ਸਭ ਬਾਅਦ ਵਿੱਚ ਦੇਖਾਂਗੇ। ਪਹਿਲਾਂ 4 ਅਕਤੂਬਰ 'ਤੇ ਧਿਆਨ ਕੇਂਦਰਿਤ ਕਰਦੇ ਹਾਂ। ਮੈਨੂੰ ਖ਼ੁਦ ਆਪਣਾ ਸਿਲੈਕਸ਼ਨ ਲੈਣ 'ਤੇ ਫੋਕਸ ਕਰਨਾ ਚਾਹੀਦਾ ਹੈ। ਪਹਿਲਾਂ ਆਈ.ਏ.ਐੱਸ. ਦੀ ਨੌਕਰੀ ਫਿਰ ਵਿਆਹ।" ਮੈਂ ਕੈਰੀਅਰ ਆਧਾਰਿਤ ਦ੍ਰਿਸ਼ਟੀਕੋਣ ਅਪਣਾਉਂਦੇ ਹੋਏ ਕਿਹਾ।

"ਪ੍ਰਪੋਜ਼ ਤਾਂ ਕਰ ਦਿਓ! ਪ੍ਰਪੋਜ ਕਰਨ ਵਿੱਚ ਕਿਹੜਾ ਪੜ੍ਹਾਈ ਅੜਿੱਕਾ ਪਾਉਂਦੀ ਹੈ? ਅਜੇ ਮੌਕਾ ਹੈ, ਰਿਜ਼ਲਟ ਦੀ ਖ਼ੁਸ਼ੀ ਦੇ ਨਾਲ-ਨਾਲ ਆਪਣੀ ਖ਼ੁਸ਼ੀ ਨੂੰ ਵੀ ਪ੍ਰਪੋਜ਼ ਕਰ ਕੇ ਉਸ ਦੇ ਸਾਹਮਣੇ ਜ਼ਾਹਿਰ ਕਰ ਦਿਓ। ਦਿਲ ਦੀ ਗੱਲ ਕਹਿਣ ਵਿੱਚ ਦੇਰੀ ਨਹੀਂ ਕਰਨੀ ਚਾਹੀਦੀ। ਮਸੂਰੀ ਦੀ ਆਬੋ ਹਵਾ ਤਾਂ ਪਹਿਲਾਂ ਹੀ ਖ਼ਰਾਬ ਹੈ, ਇਸ ਲਈ ਪਹਿਲਾਂ ਦੱਸ ਦੇਣਾ ਜ਼ਰੂਰੀ ਹੈ। ਤੇਰੀ ਕਿਸੇ ਵੀ ਗੱਲ ਤੋਂ ਉਹ ਇਨਕਾਰ ਤਾਂ ਨਹੀਂ ਕਰਦੀ, ਪਰ ਹਾਂ ਵੀ ਤਾਂ ਨਹੀਂ ਕੀਤੀ। ਹਰ ਗੱਲ ਮੁਸਕਰਾ ਕੇ ਟਾਲ ਦਿੰਦੀ ਹੈ। ਇਸ ਤੋਂ ਲੱਗਦਾ ਹੈ ਉਹ ਵੀ ਤੇਰੇ ਨਾਲ ਪਿਆਰ ਕਰਨ ਲੱਗੀ ਹੈ।" ਲਵਗੁਰੂ ਨੇ ਬੋਤਲ ਵਿੱਚੋਂ ਪਾਣੀ ਪੀਂਦੇ ਹੋਏ ਕਿਹਾ।

"ਮੈਂ ਇਹ ਸੋਚ ਕੇ ਕਦੇ ਵੀ ਉਸ ਨੂੰ ਕੁਝ ਕਹਿ ਨਹੀਂ ਸਕਿਆ ਕਿ ਕਿਤੇ ਇਜ਼ਹਾਰ ਕਰਨ ਨਾਲ ਦੋਸਤੀ ਨਾ ਟੁੱਟ ਜਾਵੇ।" ਮੈਂ ਕਿਹਾ।

"ਮੋਬਾਇਲ 'ਤੇ ਅੱਖਾਂ ਗੱਡੀਆਂ ਹੋਈਆਂ ਹਨ, ਕੀ ਕਰ ਰਿਹਾ ਹੈ ਅਭਿਲਾਸ਼?" ਲਵਗੁਰੂ ਨੇ ਨਾਲ ਬੈਠੇ ਅਭਿਲਾਸ਼ ਤੋਂ ਪੁੱਛਿਆ।

"ਕ੍ਰਸ਼ ਨਾਲ ਚੈਟਿੰਗ ਹੋ ਰਹੀ ਹੈ ਗੁਰੂ! ਵੱਟਸਐਪ ਗੁਲਾਬ ਦੇ ਫੁੱਲ ਨੂੰ ਵੀ ਫੇਲ ਕਰ ਰਿਹਾ ਹੈ।" ਮੈਂ ਕਿਹਾ।

"ਘਾਹ ਪਾ ਰਹੀ ਹੈ ਕਿ ਨਹੀਂ?" ਲਵਗੁਰੂ ਨੇ ਅਭਿਲਾਸ਼ ਦੀ ਨਬਜ਼ ਫੜਨ ਦੀ ਕੋਸ਼ਿਸ਼ ਕੀਤੀ।

"ਚੈਟਿੰਗ ਕਰਨ ਦੇ ਅੰਦਾਜ਼ ਤੋਂ ਤਾਂ ਲੱਗ ਰਿਹਾ ਹੈ ਕਿ ਕੁੜੀ ਫਸ ਰਹੀ ਹੈ।" ਅਭਿਲਾਸ਼ ਨੇ ਮੋਬਾਇਲ ਨੂੰ ਟੇਬਲ 'ਤੇ ਰੱਖਦੇ ਹੋਏ ਕਿਹਾ।

"ਕਿਵੇਂ-ਕਿਵੇਂ? ਜ਼ਰਾ ਡਿਟੇਲਜ਼ ਨਾਲ ਦੱਸ!" ਲਵਗੁਰੂ ਨੇ ਸੁਆਦ ਲੈਂਦੇ ਹੋਏ ਕਿਹਾ।

"ਸਿਗਨਲ ਤਾਂ ਇਹੀ ਹੈ ਕਿ ਮੈਂ ਜਦੋਂ ਵੱਟਸਐਪ ਡੀਪੀ ਚੇਂਜ ਕਰਦਾ ਹਾਂ ਜਾਂ ਵੱਟਸਐਪ ਸਟੇਟਸ ਲਾਉਂਦਾ ਹਾਂ, ਤਾਂ 15-20 ਮਿੰਟਾਂ ਵਿੱਚ ਹੀ ਸੀਨ ਹੋ ਜਾਂਦਾ ਹੈ। ਅਜਿਹਾ ਹਰ ਵਾਰ ਹੁੰਦਾ ਹੈ, ਉਹ ਫ਼ੋਟੋ ਜਾਂ ਸਟੇਟਸ 'ਤੇ ਕਮੈਂਟ ਵੀ ਕਰਦੀ ਹੈ।"

"ਕਈ ਵਾਰ ਚੈਟ ਵਿੰਡੋ ਵਿੱਚ 'ਟਾਈਪਿੰਗ...' ਲਿਖਿਆ ਨਜ਼ਰ ਆਉਂਦਾ ਹੈ ਪਰ ਮੈਸੇਜ ਨਹੀਂ ਆਉਂਦਾ, ਕੀ ਅਜਿਹਾ ਵੀ ਹੁੰਦਾ ਹੈ?" ਲਵਗੁਰੂ ਨੇ ਪੁੱਛਿਆ।

"ਹਾਂ ਜੀ।"

"ਅਭਿਲਾਸ਼ ਬਾਬੂ, ਕੀ ਨਾਂ ਹੈ ਕ੍ਰਸ਼ ਦਾ ਜਿਸ ਲਈ ਤੇਰਾ ਜੀਆ ਬੇਕਰਾਰ ਹੈ?" ਲਵਗੁਰੂ ਨੇ ਸ਼ਾਇਰਾਨਾ ਅੰਦਾਜ਼ ਵਿੱਚ ਕਿਹਾ।

"ਨਾਂ ਤਾਂ ਹੈ ਪ੍ਰਤਿਕਸ਼ਾ, ਪਰ ਹੁਣ ਮੈਂ ਉਸ ਦੀ ਇੱਕ ਪਲ ਵੀ ਉਡੀਕ ਨਹੀਂ ਕਰ ਪਾ ਰਿਹਾ।"

"ਚਲੋ ਦੋਸਤੋ, ਮੈਨੂੰ ਸੀਪੀ ਵੀ ਜਾਣਾ ਹੈ, ਚੱਲਦਾ ਹਾਂ।" ਮੈਂ ਗੱਲਾਂ ਦੀ ਲੜੀ ਤੋੜਦੇ ਹੋਏ ਕਿਹਾ।

"ਠੀਕ ਹੈ, ਅਸੀਂ ਵੀ ਨਿਕਲਦੇ ਹਾਂ।" ਲਵਗੁਰੂ ਨੇ ਕਿਹਾ।

ਕੁਝ ਹਫ਼ਤੇ ਬਾਅਦ, ਅਭਿਲਾਸ਼ ਜੀ.ਟੀ.ਬੀ. ਨਗਰ ਪਹੁੰਚ ਕੇ ਮੈਟਰੋ ਗੇਟ ਨੰਬਰ ਚਾਰ 'ਤੇ ਬੈਠ ਗਿਆ ਅਤੇ ਘੰਟਾ ਭਰ ਇੱਕ ਹੀ ਗੱਲ ਸੋਚਦਾ ਰਿਹਾ। ਵੱਟਸਐਪ ਤੋਂ ਪਿਆਰ ਅਤੇ ਵੱਟਸਐਪ ਤੋਂ ਹੀ ਬ੍ਰੇਕਅਪ... ਸਾਥ ਨਿਭਾਉਣ ਦੀਆਂ ਕਸਮਾਂ ਜੋ ਹੁਣ ਟੁੱਟ ਗਈਆਂ... ਪਹਿਲਾਂ ਹਾਏ-ਹੈਲੋ, ਹਾਲ-ਚਾਲ; ਹੁਣ ਟਾਟਾ ਬਾਏ-ਬਾਏ। ਕਿੰਨਾ ਅਜੀਬ ਹੈ ਇਹ ਵਰਚੂਅਲ ਇਸ਼ਕ... ਅਜੀਬ ਹੈ ਇਹ ਸੋਸ਼ਲ ਮੀਡੀਆ ਦਾ ਟਰੈਪ।

ਕੁਝ ਦੇਰ ਹੋਰ ਉੱਥੇ ਰੁਕਣ ਤੋਂ ਬਾਅਦ ਅਭਿਲਾਸ਼ ਫਿਰ ਪਰਮਾਨੰਦ ਕਾਲੋਨੀ ਵਿਖੇ ਲਵਗੁਰੂ ਦੇ ਫਲੈਟ 'ਤੇ ਚਲਿਆ ਗਿਆ, ਜਿੱਥੇ ਲਵਗੁਰੂ ਦੈਨਿਕ ਜਾਗਰਨ ਅਖ਼ਬਾਰ ਦੀਆਂ ਮਸਾਲੇਦਾਰ ਖ਼ਬਰਾਂ ਦੀ ਪੜਚੋਲ ਕਰ ਰਿਹਾ ਸੀ।

"ਅਭਿਲਾਸ ਜੀ, ਕਿਵੇਂ ਹੋ ਤੁਸੀਂ?"

"ਬਹੁਤ ਮੂਡ ਖ਼ਰਾਬ ਹੈ ਲਵਗੁਰੂ ਭਰਾ! ਮੈਨੂੰ ਤਾਂ ਪ੍ਰਤਿਕਸ਼ਾ ਨੇ ਬਲਾਕ ਹੀ ਕਰ ਦਿੱਤਾ।"

"ਇਸ ਵਰਚੂਅਲ ਜ਼ਮਾਨੇ ਵਿੱਚ ਪਿਆਰ 'ਚ ਬਲਾਕ ਨਾ ਹੋਵੇ ਤਾਂ ਫਿਰ ਪਿਆਰ ਦਾ ਕੀ ਮਜ਼ਾ! ਪਿਆਰ ਵਿੱਚ ਬਲਾਕ ਹੋ ਕੇ ਅਣ-ਬਲਾਕ ਹੋਣ ਵਾਲੇ ਨੂੰ ਹੀ ਤਾਂ ਬਲਾਕਬਸਟਰ ਕਹਿੰਦੇ ਹਨ।" ਲਵਗੁਰੂ ਨੇ ਕਿਹਾ।

12

ਲਬਾਸਨਾ ਇੱਕ ਰੁਮਾਂਸ ਸੈਂਟਰ

'ਮੈਂ ਆਈ.ਏ.ਐੱਸ. ਪ੍ਰੀਖਿਆ ਦਾ ਇੰਟਰਵਿਊ ਦੇ ਰਿਹਾ ਸੀ,
ਉਹ ਬੀ.ਏ ਕਰ ਰਹੀ ਸੀ।
ਮੈਂ ਇੰਟਰਵਿਊ ਦੇ ਰਿਹਾ ਸੀ, ਉਹ ਆਈ.ਏ.ਐੱਸ. ਪ੍ਰੀਲਿਮਜ਼
ਵਿੱਚ ਫੇਲ੍ਹ ਹੋ ਰਹੀ ਸੀ।
ਮੈਂ ਇੰਟਰਵਿਊ ਦੇ ਰਿਹਾ ਸੀ, ਉਹ ਵੀ ਹੁਣ ਇੰਟਰਵਿਊ ਦੇ ਰਹੀ ਸੀ।
ਮੈਂ ਫਿਰ ਆਈ.ਏ.ਐੱਸ. ਪ੍ਰੀਲਿਮਜ਼ ਦੀ ਪ੍ਰੀਖਿਆ ਵਿੱਚ ਬੈਠ ਰਿਹਾ ਸੀ, ਉਹ
ਮਸੂਰੀ ਵਿੱਚ ਟ੍ਰੇਨਿੰਗ ਲੈਣ ਲਈ ਜਾ ਰਹੀ ਸੀ।'
ਇਸ ਨੂੰ ਕਹਿੰਦੇ ਹਨ ਕਿਸਮਤ ਦਾ ਹੋਣਾ ਅਤੇ ਕਿਸਮਤ ਦਾ ਹੀ ਰੋਣਾ।

ਪਹਿਲਾਂ ਪੂਰੇ ਤਨ-ਮਨ ਨਾਲ ਦੱਬ ਕੇ ਪੜ੍ਹਾਈ ਅਤੇ ਇਮਾਨਦਾਰੀ ਨਾਲ ਕਿਤਾਬਾਂ ਨਾਲ ਦੋਸਤੀ, ਫਿਰ ਆਪਣੇ ਸੁਪਨਿਆਂ ਦੀ ਨਗਰੀ ਮਸੂਰੀ ਵਿੱਚ ਟ੍ਰੇਨਿੰਗ ਲਈ ਪਹੁੰਚਣਾ। ਮਿਤੀ ਸੀ 8 ਅਕਤੂਬਰ 2020। ਸਵੇਰੇ-ਸਵੇਰੇ ਹੀ ਦੇਹਰਾਦੂਨ ਸ਼ਹਿਰ ਯੂ.ਪੀ.ਐੱਸ.ਸੀ. ਦੇ ਨਵੇਂ ਚੁਣੇ ਹੋਏ ਅਫ਼ਸਰਾਂ ਨਾਲ ਗੁਲਜ਼ਾਰ ਹੋ ਗਿਆ। ਕੋਈ ਚੇਨਈ ਤੋਂ ਫਲਾਈਟ ਫੜ ਕੇ ਆਇਆ, ਕੋਈ ਗੁਹਾਟੀ ਤੋਂ ਕੋਈ ਬੱਸ 'ਤੇ ਆਇਆ ਤੇ ਕੋਈ ਆਪਣੀ ਕਾਰ 'ਤੇ। ਐਂਜਲ ਵੀ ਆਪਣੇ ਮੰਮੀ-ਪਾਪਾ ਅਤੇ ਤਾਇਆ ਜੀ ਦੇ ਨਾਲ ਦਿੱਲੀ, ਹਰਿਦੁਆਰ ਅਤੇ ਦੇਹਰਾਦੂਨ ਹੁੰਦੇ ਹੋਏ ਮਸੂਰੀ ਪੁੱਜੀ ਸੀ।

ਲਬਾਸਨਾ ਵਿਖੇ ਟ੍ਰੇਨੀਜ਼ ਅਫ਼ਸਰ ਲਈ ਪੰਜ ਹੋਸਟਲ ਹਨ: ਨਰਮਦਾ, ਗੰਗਾ, ਕਾਵੇਰੀ, ਸਿਲਵਰ ਵੁਡ ਅਤੇ ਨਿਊ ਹੈਪੀ ਵੈਲੀ। ਕਾਵੇਰੀ ਹੋਸਟਲ ਅਤੇ ਨਰਮਦਾ ਹੋਸਟਲ ਇੱਕ ਦੂਜੇ ਦੇ ਠੀਕ ਸਾਹਮਣੇ ਹਨ ਅਤੇ ਇਹਨਾਂ ਦੋਨਾਂ ਵਿਚਾਲੇ ਹੋਮ ਟ੍ਰਫ਼ ਦਾ ਕੈਫ਼ੇ ਹੈ। ਜੇਕਰ ਮੈਂ ਸਿਲਵਰ ਵੁਡ ਦੀ ਗੱਲ ਕਰਾਂ ਤਾਂ ਇਹ ਲਬਾਸਨਾ ਅਕੈਡਮੀ ਤੋਂ ਬਾਹਰ

ਹੈ। ਇਹ ਪਹਿਲਾਂ ਇੱਕ ਪ੍ਰਾਈਵੇਟ ਹੋਟਲ ਹੋਇਆ ਕਰਦਾ ਸੀ। ਜਦੋਂ ਟ੍ਰੇਨੀਜ਼ ਅਫ਼ਸਰ ਦੀ ਗਿਣਤੀ ਵਧਦੀ ਗਈ ਤਾਂ ਅਕੈਡਮੀ ਨੇ ਬਾਅਦ ਵਿੱਚ ਇਸ ਨੂੰ ਖ਼ਰੀਦ ਲਿਆ। ਇਸ ਦੀ ਖ਼ਾਸੀਅਤ ਇਹ ਹੈ ਕਿ ਇੱਥੇ ਬਾਲਕੋਨੀ ਵਾਲੇ ਵੱਡੇ-ਵੱਡੇ ਕਮਰੇ ਹਨ। ਓਲਡ ਰਾਜਿੰਦਰ ਨਗਰ, ਕਰੋਲ ਬਾਗ਼ ਅਤੇ ਮੁਖਰਜੀ ਨਗਰ ਦੇ ਕਮਰਿਆਂ ਵਿੱਚ ਰਹਿ ਚੁੱਕੇ ਵਿਦਿਆਰਥੀਆਂ ਦਾ ਤਾਂ ਲਬਾਸਨਾ ਦੇ ਕਮਰਿਆਂ ਦੀ ਕੁਆਲਿਟੀ ਦੇਖ ਕੇ ਸਿਰ ਚਕਰਾ ਗਿਆ ਸੀ।

ਫਸਟ ਫ਼ਲੋਰ 'ਤੇ ਕਮਰਾ ਨੰਬਰ 304 ਤੋਂ 313 ਤੱਕ ਮੁੰਡਿਆਂ ਨੂੰ ਅਲਾਟ ਹਨ। ਫਿਰ ਆਉਂਦਾ ਹੈ ਟਵਿਨ ਸ਼ੇਅਰਿੰਗ ਰੂਮ ਵਿੱਚ ਐਂਜਲ ਦਾ ਕਮਰਾ ਨੰਬਰ 314। ਫਾਊਂਡੇਸ਼ਨ ਕੋਰਸ ਦੇ ਦੌਰਾਨ ਟ੍ਰੇਨਿੰਗ ਅਧਿਕਾਰੀਆਂ ਨੂੰ ਟਵਿਨ ਸ਼ੇਅਰਿੰਗ ਰੂਮ ਹੀ ਮਿਲਦੇ ਹਨ, ਸਿੰਗਲ ਰੂਮ ਨਹੀਂ ਮਿਲਦਾ। 10 ਅਕਤੂਬਰ ਤੋਂ ਟ੍ਰੇਨਿੰਗ ਸ਼ੁਰੂ ਹੋਣੀ ਸੀ ਪਰ ਸਾਲ 2020 ਵਿੱਚ ਟ੍ਰੇਨਿੰਗ ਦਾ ਮਜ਼ਾ ਕੋਰੋਨਾ ਨੇ ਖ਼ਰਾਬ ਕਰ ਦਿੱਤਾ। ਸਾਲ 2020, ਜਿਸ ਨੇ ਪੂਰੀ ਦੁਨੀਆ ਨੂੰ ਇੱਕ ਸਮੇਂ ਘਰ ਵਿਖੇ ਕੈਦ ਕਰਕੇ ਰੱਖ ਦਿੱਤਾ ਸੀ। ਅਕਤੂਬਰ ਵਿੱਚ ਵੀ ਪੂਰੇ ਭਾਰਤ ਵਿੱਚੋਂ ਹਰ ਰੋਜ਼ ਲਗਭਗ 1 ਲੱਖ ਦੇ ਕਰੀਬ ਕੇਸ ਆ ਰਹੇ ਸਨ। ਟ੍ਰੇਨੀਜ਼ ਅਫ਼ਸਰਾਂ ਨੂੰ ਸੂਚਿਤ ਕੀਤਾ ਗਿਆ ਕਿ 13 ਤੋਂ 17 ਅਕਤੂਬਰ ਤੱਕ ਦੀਆਂ ਕਲਾਸਾਂ ਆਨਲਾਈਨ ਹੀ ਹੋਣਗੀਆਂ। ਕੁਦਰਤੀ ਤੌਰ 'ਤੇ ਪਹਿਲੇ ਦਿਨ ਤੋਂ ਹੀ ਟ੍ਰੇਨੀਜ਼ ਅਫ਼ਸਰ ਮੁੰਡਿਆਂ ਦੀ ਨਜ਼ਰ ਖ਼ੂਬਸੂਰਤ ਕੁੜੀਆਂ ਨੂੰ ਤਲਾਸ਼ ਰਹੀ ਸੀ। ਇੱਕ ਮੁੰਡਾ ਐਂਜਲ ਦੇ ਕੋਲ ਆ ਕੇ ਬੋਲਿਆ,

"ਆਈ ਐਮ ਫ਼ਰੋਮ ਬਿਹਾਰ, ਯੂ.ਪੀ.ਐੱਸ.ਸੀ. ਰੈਂਕ 25।"

"ਆਈ ਐਮ ਐਂਜਲ ਫ਼ਰੋਮ ਰਾਜਸਥਾਨ।" ਐਂਜਲ ਦੇ ਨੇੜੇ ਤਿੰਨ ਹੋਰ ਕੁੜੀਆਂ ਵੀ ਖੜ੍ਹੀਆਂ ਸਨ।

ਦਿਲਚਸਪ ਗੱਲ ਇਹ ਕਿ ਐਂਜਲ ਨੂੰ ਲਬਾਸਨਾ ਟ੍ਰੇਨਿੰਗ ਸੈਂਟਰ ਘੱਟ ਅਤੇ ਮੈਰਿਜ ਬਿਊਰੋ ਜ਼ਿਆਦਾ ਲੱਗਦਾ ਸੀ। 2020 ਬੈਚ ਦੇ 421 ਟ੍ਰੇਨੀਜ਼ ਅਫ਼ਸਰ ਦੀ ਟ੍ਰੇਨਿੰਗ ਸ਼ੁਰੂ ਹੋ ਚੁੱਕੀ ਸੀ ਅਤੇ ਨਾਲ ਹੀ ਸ਼ੁਰੂ ਹੋ ਚੁੱਕੀ ਸੀ ਮੁੰਡਿਆਂ ਦੀ ਉਹ ਵੱਡੀ ਮੁਹਿੰਮ ਕਿ ਮਸੂਰੀ ਵਿੱਚ ਕਿਹੜੀ ਕੁੜੀ ਨੂੰ ਜੀਵਨ ਸਾਥੀ ਬਣਾਉਣਾ ਸਭ ਤੋਂ ਜ਼ਿਆਦਾ ਫ਼ਾਇਦੇਮੰਦ ਰਹੇਗਾ। ਟ੍ਰੇਨਿੰਗ ਸੈਂਟਰ ਵਿੱਚ ਕੁਝ ਗਰਲਜ਼ ਟ੍ਰੇਨੀਜ਼ ਅਫ਼ਸਰ ਵੀ ਪਹਿਲੇ ਦਿਨ ਤੋਂ ਹੀ ਇਹ ਚਾਹੁੰਦੀਆਂ ਸਨ ਕਿ ਉਹਨਾਂ ਦੀ ਲਾਈਫ਼ ਵਿੱਚ ਕੋਈ ਪ੍ਰਿੰਸ ਚਾਰਮਿੰਗ ਆ ਜਾਵੇ, ਜਿਸ ਦੀਆਂ ਅੱਖਾਂ ਵਿੱਚ ਵੇਖਦੇ ਹੀ ਉਹ ਗੁਆਚ ਜਾਵੇ। ਐਂਜਲ ਨੇ ਇਸ ਚੀਜ਼ ਨੂੰ ਨੋਟਿਸ ਕਰ ਲਿਆ ਸੀ ਅਤੇ ਉਸੇ ਸ਼ਾਮ ਨੂੰ ਉਸ ਨੇ ਇਹ ਗੱਲਾਂ ਮੇਰੇ ਨਾਲ ਸ਼ੇਅਰ ਕੀਤੀਆਂ ਸਨ। ਐਂਜਲ ਨੇ ਦੱਸਿਆ ਕਿ ਆਈ.ਆਈ.ਟੀ. ਕੀਤੇ ਟ੍ਰੇਨੀਜ਼ ਅਫ਼ਸਰ ਯੂ.ਪੀ.ਐੱਸ.

ਸੀ. ਵਿੱਚ ਹੀ ਨਹੀਂ, ਇਸ਼ਕ ਲੜਾਉਣ ਵਿੱਚ ਵੀ ਟੌਪਰ ਹਨ ਅਤੇ ਉਹਨਾਂ ਦੀਆਂ ਹਰਕਤਾਂ ਤੋਂ ਇਹ ਸਾਫ਼ ਨਜ਼ਰ ਆ ਰਿਹਾ ਸੀ। ਪਹਿਲੇ ਦਿਨ ਤੋਂ ਹੀ ਅਜਿਹਾ ਲੱਗ ਰਿਹਾ ਸੀ ਕਿ ਜਿਵੇਂ ਉਹਨਾਂ ਵਿੱਚੋਂ ਜ਼ਿਆਦਾਤਰ ਲੋਕ ਟ੍ਰੇਨਿੰਗ ਲਈ ਨਹੀਂ, ਬਲਕਿ ਲਵ ਪੁਆਇੰਟ 'ਤੇ ਇਸ਼ਕ ਕਰਨ ਆਏ ਹੋਣ।

ਇੱਕ ਗੱਲ ਇੱਥੇ ਮੈਂ ਜੋੜਨਾ ਚਾਹਾਂਗਾ ਕਿ ਮਸੂਰੀ ਪਹੁੰਚਣ ਤੋਂ ਕੁਝ ਦਿਨਾਂ ਬਾਅਦ ਹੀ ਐਂਜਲ ਦੇ ਨਖ਼ਰੇ ਥੋੜ੍ਹੇ ਜਿਹੇ ਬਦਲ ਗਏ ਸਨ। ਉਸ ਨੂੰ ਵੀ ਮਸੂਰੀ ਦੀ ਟ੍ਰੇਨਿੰਗ ਅਕੈਡਮੀ ਦੀ ਹਵਾ ਲੱਗ ਗਈ ਸੀ! ਪਰ ਪਿਆਰ ਦੀ ਵੀ ਆਪਣੀ ਹੀ ਤਾਕਤ ਹੁੰਦੀ ਹੈ।

ਸ਼ਾਮ ਨੂੰ ਐਂਜਲ ਨੇ ਮੈਨੂੰ ਕਾਲ ਕੀਤਾ ਅਤੇ ਕਹਿਣ ਲੱਗੀ, "ਸਾਲ 2020 ਦੇ ਮਸੂਰੀ ਟ੍ਰੇਨਿੰਗ ਵਿੱਚ ਬਹੁਤ ਸਾਰੇ ਅਫ਼ਸਰ ਬੇਹੱਦ ਸੰਘਰਸ਼ ਕਰਕੇ ਇਸ ਮੁਕਾਮ 'ਤੇ ਪਹੁੰਚੇ ਹਨ। ਕਿਸੇ ਦਾ ਅੱਠਵਾਂ ਅਟੈਂਪਟ ਸੀ, ਕਿਸੇ ਦਾ ਛੇਵਾਂ ਇੰਟਰਵਿਊ। ਕੋਈ ਬੇਹੱਦ ਮਾੜੇ ਆਰਥਿਕ ਹਾਲਤਾਂ ਵਿੱਚੋਂ ਜੂਝ ਕੇ ਮਸੂਰੀ ਵਿਖੇ ਆਈ.ਏ.ਐੱਸ. ਅਫ਼ਸਰ ਬਣਨ ਆਇਆ ਸੀ ਤੇ ਕੋਈ ਪਾਰਟ ਟਾਈਮ ਜੌਬ ਦੇ ਨਾਲ ਪੜ੍ਹਾਈ ਕਰਕੇ।

"ਗਿਰੀਸ਼, ਮੈਂ ਇਹ ਗੱਲਾਂ ਤੁਹਾਡੇ ਨਾਲ ਇਸ ਲਈ ਕਰ ਰਹੀ ਹਾਂ ਕਿਉਂਕਿ ਔਕੜਾਂ ਅਤੇ ਰੁਕਾਵਟਾਂ ਜੀਵਨ ਦਾ ਹਿੱਸਾ ਹਨ। ਪਰ ਅਸੀਂ ਅਕਸਰ ਦੇਖਦੇ ਹਾਂ ਕਿ ਜਦੋਂ ਜੀਵਨ ਵਿੱਚ ਸੰਘਰਸ਼ ਦਾ ਸਮਾਂ ਆਉਂਦਾ ਹੈ ਤਾਂ ਲੋਕ ਉਸ ਨੂੰ ਆਪਣੀ ਬਦਕਿਸਮਤੀ ਮੰਨਣ ਲੱਗਦੇ ਹਨ। ਜਦੋਂ ਕਿ ਜੀਵਨ ਵਿੱਚ ਸੰਘਰਸ਼ ਨੂੰ ਬਦਕਿਸਮਤੀ ਨਹੀਂ, ਚੁਨੌਤੀ ਸਮਝਣਾ ਚਾਹੀਦਾ ਹੈ। ਇਤਿਹਾਸ ਗਵਾਹ ਰਿਹਾ ਹੈ ਕਿ ਜਿਸ ਦਾ ਸੰਘਰਸ਼ ਜਿੰਨਾ ਜ਼ਿਆਦਾ ਹੁੰਦਾ ਹੈ, ਉਹ ਓਨੀ ਹੀ ਜ਼ਿਆਦਾ ਤਰੱਕੀ ਕਰਦਾ ਹੈ। ਮੁਕੱਦਰ ਦਾ ਸਿਕੰਦਰ ਉਹੀ ਅਖਵਾਉਂਦਾ ਹੈ ਜੋ ਜੀਵਨ ਵਿੱਚ ਸੰਘਰਸ਼ ਕਰਦਾ ਹੈ। ਮੇਰੇ ਯਾਰ, ਮਨੁੱਖ ਜਦੋਂ ਸੰਘਰਸ਼ ਦੀ ਭੱਠੀ ਵਿੱਚ ਖ਼ੁਦ ਨੂੰ ਤਪਾਉਂਦਾ ਹੈ ਤਾਂ ਹੀ ਉਹ ਕੁੰਦਨ ਬਣ ਕੇ ਉੱਭਰਦਾ ਹੈ। ਸੱਚ ਪੁੱਛੋ ਤਾਂ ਜੀਵਨ ਦਾ ਸੰਘਰਸ਼ ਸਾਡੇ ਲਈ ਸਭ ਤੋਂ ਮਹਾਨ ਅਸੀਸਾਂ ਵਿੱਚੋਂ ਇੱਕ ਹੈ। ਇਹ ਸਾਨੂੰ ਧੀਰਜਸ਼ੀਲ ਸੰਵੇਦਨਸ਼ੀਲ ਅਤੇ ਬ੍ਰਹਮ ਬਣਾਉਂਦਾ ਹੈ। ਅਸਲ 'ਚ ਸੰਘਰਸ਼ ਹੀ ਜੀਵਨ ਨੂੰ ਨਿਖਾਰਦਾ, ਸੰਵਾਰਦਾ ਅਤੇ ਤਰਾਸ਼ਦਾ ਹੈ। ਜੀਵਨ ਵਿੱਚ ਜੇਕਰ ਸੰਘਰਸ਼ ਨਹੀਂ ਹਨ, ਚੁਨੌਤੀਆਂ ਨਹੀਂ ਹਨ ਤਾਂ ਮਨੁੱਖ ਦੀ ਸ਼ਖ਼ਸੀਅਤ ਦਾ ਬਹੁਪੱਖੀ ਵਿਕਾਸ ਨਹੀਂ ਹੋ ਸਕਦਾ। ਅਸਲ ਵਿੱਚ ਸੰਘਰਸ਼ ਹੀ ਸਾਡਾ ਚਰਿੱਤਰ ਨਿਰਮਾਣ ਕਰਦਾ ਹੈ ਅਤੇ ਸਾਡਾ ਚਰਿੱਤਰ ਹੀ ਇਹ ਫ਼ੈਸਲਾ ਕਰਦਾ ਹੈ ਕਿ ਅਸੀਂ ਕੀ ਬਣਾਂਗੇ? ਇਸ ਲਈ ਜੀਵਨ ਵਿੱਚ ਆਉਣ ਵਾਲੇ ਸੰਘਰਸ਼ ਤੋਂ ਕਦੇ ਘਬਰਾਉਣਾ ਨਹੀਂ ਚਾਹੀਦਾ। ਸਮੱਸਿਆਵਾਂ ਦਾ ਹੜ੍ਹ ਆ ਜਾਵੇ ਤਾਂ ਵੀ ਆਪਣੇ ਸੁਪਨਿਆਂ ਨੂੰ ਜਿਉਂਦੇ ਰੱਖੋ, ਕਿਉਂਕਿ ਇਤਿਹਾਸ ਵਿੱਚ ਕਦੇ ਵੀ ਸੁਖੀ ਜੀਵਨ ਜਿਊਣ ਵਾਲੇ ਮਨੁੱਖ ਨੂੰ ਯਾਦ ਨਹੀਂ ਰੱਖਿਆ ਜਾਂਦਾ। ਜੀਵਨ ਵਿੱਚ ਸੰਘਰਸ਼ ਕਰਨ ਤੋਂ ਬਾਅਦ ਹੀ ਸ੍ਰੀ ਰਾਮ ਜਾਂ ਮਹਾਤਮਾ

ਗਾਂਧੀ ਜਾਂ ਫਿਰ ਅਬਰਾਹਮ ਲਿੰਕਨ ਦਾ ਜੀਵਨ ਆਦਰਸ਼ ਬਣਿਆ ਸੀ। ਦਰਅਸਲ, ਸੰਘਰਸ਼ ਨਾਲ ਹੀ ਮਨੁੱਖ ਮਹਾਨ ਬਣਦਾ ਹੈ।" ਐਂਜਲ ਨੇ ਮੈਨੂੰ ਸਮਝਾਉਂਦੇ ਹੋਏ ਕਿਹਾ।

ਮੈਂ ਕਿਹਾ, "ਹਾਂਜੀ, ਤੁਹਾਡੀ ਗੱਲ ਡੂੰਘਾਈ ਵਾਲੀ ਹੈ, ਐਂਜਲ। ਲੱਗਦਾ ਹੈ ਮਸੂਰੀ ਤੋਂ ਅੱਜ ਮੋਟੀਵੇਸ਼ਨਲ ਚੀਜ਼ਾਂ ਜ਼ਿਆਦਾ ਦੱਸੀਆਂ ਗਈਆਂ ਹਨ। ਜੀਵਨ ਵਿੱਚ ਛੋਟੇ-ਵੱਡੇ ਸੰਕਟ ਅਤੇ ਸੰਘਰਸ਼ ਦੇ ਅਨੇਕਾਂ ਤੂਫ਼ਾਨ ਆਉਂਦੇ ਹੀ ਰਹਿੰਦੇ ਹਨ। ਸਾਨੂੰ ਉਹਨਾਂ ਤੂਫ਼ਾਨਾਂ ਤੋਂ ਵਿਚਲਿਤ ਨਾ ਹੋ ਕੇ, ਸਬਰ ਨਾਲ ਡਟ ਕੇ ਮੁਕਾਬਲਾ ਕਰਨਾ ਚਾਹੀਦਾ ਹੈ। ਮਨੁੱਖ ਨੂੰ ਚਾਹੀਦਾ ਹੈ ਕਿ ਉਹ ਮੁਸ਼ਕਲ ਤੋਂ ਮੁਸ਼ਕਲ ਹਾਲਤਾਂ ਵਿੱਚ ਵੀ ਸਬਰ ਦਾ ਸਾਥ ਨਾ ਛੱਡੇ। ਨਿਰਾਸ਼ਾ, ਉਦਾਸੀ ਅਤੇ ਨਕਾਰਾਤਮਿਕ ਦ੍ਰਿਸ਼ਟੀਕੋਣ ਨੂੰ ਆਪਣੇ ਨੇੜੇ ਨਾ ਆਉਣ ਦੇਵੇ। ਇਸ ਦੁਨੀਆ ਵਿੱਚ ਕੁਝ ਵੀ ਅਸੰਭਵ ਨਹੀਂ ਹੈ। ਬਸ ਜ਼ਰੂਰਤ ਹੈ ਤਾਂ ਵਿਅਕਤੀ 'ਚ ਉਤਸ਼ਾਹ, ਹਿੰਮਤ ਅਤੇ ਸੰਘਰਸ਼ਮਈ ਦ੍ਰਿਸ਼ਟੀਕੋਣ ਦੀ। ਮਨੁੱਖ ਨੂੰ ਚਾਹੀਦਾ ਹੈ ਕਿ ਉਹ ਹਮੇਸ਼ਾ ਲਗਨ ਅਤੇ ਮਨੋਬਲ ਨਾਲ ਕੰਮ ਕਰਦਾ ਰਹੇ ਅਤੇ ਜੀਵਨ ਦਾ ਸੰਘਰਸ਼ ਜਾਰੀ ਰੱਖੇ। ਸੰਘਰਸ਼ ਨੂੰ ਹਮੇਸ਼ਾ ਜੀਵਨ ਦਾ ਹਿੱਸਾ ਸਮਝੇ ਅਤੇ ਉਸ ਤੋਂ ਭੱਜਣ ਦਾ ਯਤਨ ਨਾ ਕਰੇ। ਸਾਰੇ ਗ੍ਰੰਥਾਂ ਅਤੇ ਮਹਾਂਪੁਰਸ਼ਾਂ ਦੇ ਅਨੁਭਵਾਂ ਦਾ ਸਿੱਟਾ ਵੀ ਇਹੀ ਹੈ ਕਿ ਸੰਘਰਸ਼ ਤੋਂ ਡਰਨਾ ਅਤੇ ਬੇਮੁਖ ਹੋਣਾ ਹਾਨੀਕਾਰਕ ਹੈ, ਮਨੁੱਖਤਾ ਦੇ ਖ਼ਿਲਾਫ਼ ਹੈ ਅਤੇ ਵਿਕਾਸ 'ਚ ਬੇਲੋੜੀ ਰੁਕਾਵਟ ਪਾਉਂਦਾ ਹੈ। ਸੰਘਰਸ਼ ਸਾਨੂੰ ਭਵਿੱਖ ਲਈ ਤਿਆਰ ਕਰਦਾ ਹੈ, ਇਸ ਲਈ ਸਾਨੂੰ ਹਮੇਸ਼ਾ ਉਸ ਨੂੰ ਸਕਾਰਾਤਮਿਕ ਰੂਪ 'ਚ ਹੀ ਲੈਣਾ ਚਾਹੀਦਾ ਹੈ। ਮੈਂ ਤਾਂ ਜਿੰਨੀ ਵਾਰ ਫੇਲ੍ਹ ਹੋਇਆ ਹਾਂ, ਓਨੀ ਹੀ ਤੇਜ਼ੀ ਅਤੇ ਓਨੇ ਹੀ ਉਤਸ਼ਾਹ ਨਾਲ ਵਾਪਸ ਆਪਣੇ ਕਰਮ ਪੱਥ 'ਤੇ ਲੱਗਿਆ ਹਾਂ।"

"ਸੱਚੀ ਗੱਲ ਹੈ! ਤੁਸੀਂ ਤਾਂ ਖ਼ੁਦ ਅਖ਼ਬਾਰਾਂ ਦੇ ਮੋਟੀਵੇਸ਼ਨਲ ਕਾਲਮ ਵਿੱਚ ਇਹ ਸਾਰੀਆਂ ਗੱਲਾਂ ਲਿਖਦੇ ਰਹਿੰਦੇ ਹੋ, ਮੈਂ ਵੀ ਤੁਹਾਡੇ ਤੋਂ ਹੀ ਸਿੱਖਿਆ ਹੈ, ਗਿਰੀਸ਼!"

"ਇਹ ਤਾਂ ਤੁਹਾਡੀ ਮਹਾਨਤਾ ਹੈ, ਮੈਡਮ!"

"ਕੀ ਗੱਲ ਹੈ, ਅੱਜ ਮੈਡਮ ਨਾਲ ਸੰਬੋਧਿਤ ਕੀਤਾ!" ਅਤੇ ਇਸੇ ਗੱਲ ਤੇ ਅਸੀਂ ਦੋਵੇਂ ਹੱਸ ਪਏ।

"ਇੱਕ ਗੱਲ ਦੱਸਾਂ? ਲਾਕਡਾਊਨ ਵਿੱਚ ਕਿੰਨੀਆਂ ਸਾਰੀਆਂ ਰੁਕਾਵਟਾਂ ਆਈਆਂ ਹਨ, ਜਿਸ ਕਾਰਨ ਅਸੀਂ ਠੀਕ ਤਰ੍ਹਾਂ ਮਿਲ ਵੀ ਨਹੀਂ ਰਹੇ। ਤੁਹਾਡੀ ਕਾਲ ਦਾ ਜਿੰਨੀ ਬੇਚੈਨੀ ਅਤੇ ਬੇਤਾਬੀ ਨਾਲ ਇੰਤਜ਼ਾਰ ਰਹਿੰਦਾ ਹੈ, ਉਹਨਾਂ ਕਿਸੇ ਹੋਰ ਦਾ ਨਹੀਂ ਰਹਿੰਦਾ, ਐਂਜਲ!" ਮੈਂ ਕਿਹਾ।

"ਯਾਰ ਗਿਰੀਸ਼, ਭਵਿੱਖ ਪ੍ਰਤੀ ਅਨਿਸ਼ਚਿਤਤਾ ਕਾਰਨ ਬਹੁਤ ਡਰ ਲੱਗਦਾ ਹੈ ਕਦੇ-ਕਦੇ?"

"ਆਈ.ਏ.ਐਸ. ਅਫ਼ਸਰ ਬਣਨ ਤੋਂ ਬਾਅਦ ਹੋਰ ਕਿਹੜੀ ਅਨਿਸ਼ਚਿਤਤਾ ਰਹਿ ਗਈ ਹੈ ਜੀਵਨ ਵਿੱਚ, ਦੱਸੋ।"

"ਇੱਕ ਡਰ ਹੈ ਜੋ ਪਰੇਸ਼ਾਨ ਕਰ ਰਿਹਾ ਹੈ।" ਐਂਜਲ ਨੇ ਕਿਹਾ।

"ਜੀਵਨ ਵਿੱਚ ਹਰ ਵਿਅਕਤੀ ਨੂੰ ਕਦੇ ਨਾ ਕਦੇ ਡਰ ਦਾ ਸਾਹਮਣਾ ਕਰਨਾ ਹੀ ਪੈਂਦਾ ਹੈ। ਸ਼ਾਇਦ ਹੀ ਅਜਿਹਾ ਕੋਈ ਇਨਸਾਨ ਹੋਵੇ ਜੋ ਕਿਸੇ ਵੀ ਚੀਜ਼ ਤੋਂ ਕਦੇ ਰੱਤੀ ਭਰ ਵੀ ਡਰਿਆ ਨਾ ਹੋਵੇ। ਇਸ ਸੰਸਾਰ ਵਿੱਚ ਮਨੁੱਖ ਲਾਲਚ ਅਤੇ ਭੈਅ ਤੋਂ ਜ਼ਿਆਦਾ ਪ੍ਰਭਾਵਿਤ ਹੁੰਦਾ ਹੈ। ਕਿਸੇ ਨੂੰ ਪ੍ਰੀਖਿਆ ਦਾ ਡਰ, ਕਿਸੇ ਨੂੰ ਆਪਣੇ ਅਪਮਾਨ ਦਾ ਡਰ, ਕਿਸੇ ਨੂੰ ਵਪਾਰ 'ਚ ਘਾਟੇ ਦਾ ਡਰ, ਕਿਸੇ ਨੂੰ ਬਿਮਾਰੀ ਦਾ ਡਰ ਤੇ ਕਿਸੇ ਨੂੰ ਆਪਣੇ ਧਨ ਦੇ ਖ਼ਤਮ ਹੋਣ ਦਾ ਡਰ ਹੈ। ਇਹੀ ਨਹੀਂ ਅੱਜ ਅਨੇਕਾਂ ਅਗਿਆਤ ਕਿਸਮ ਦੇ ਡਰ ਲੋਕਾਂ ਦੀ ਜ਼ਿੰਦਗੀ ਨੂੰ ਡਾਵਾਂਡੋਲ ਕਰ ਰਹੇ ਹਨ, ਜਿਵੇਂ ਤੁਹਾਨੂੰ!"

"ਭੈਅ (ਡਰ) ਮਨੁੱਖ ਦਾ ਸਭ ਤੋਂ ਵੱਡਾ ਦੁਸ਼ਮਣ ਹੈ। ਇਹ ਮਨੁੱਖ ਲਈ ਇੱਕ ਅਜਿਹਾ ਅਦਿੱਖ ਭੂਤ ਹੈ ਜੋ ਅਦਿੱਖ ਰਹਿ ਕੇ ਵੀ ਉਮੀਦ ਰੱਖਣ ਵਾਲੇ ਮਨੁੱਖ ਨੂੰ ਪ੍ਰਭਾਵਿਤ ਕਰਦਾ ਰਹਿੰਦਾ ਹੈ। ਭੈਅ ਨਾਲ ਮਨੁੱਖ ਦਾ ਮਨੋਬਲ ਕਮਜ਼ੋਰ ਪੈਂਦਾ ਹੈ। ਇਸ ਕਾਰਨ ਵਿਆਕੁਲਤਾ, ਅਧੀਰਤਾ ਅਤੇ ਅਸਥਿਰਤਾ ਦੀ ਮਨੋਦਸ਼ਾ ਉਤਪੰਨ ਹੁੰਦੀ ਹੈ। ਅਜਿਹੀ ਮਨੋਦਸ਼ਾ ਵਿੱਚ ਚਿੰਤਾ ਦਾ ਜਾਲ-ਜੰਜਾਲ ਬੁਣ ਕੇ ਵਿਅਕਤੀ ਆਪਣੇ ਚਿੰਤਨ ਨੂੰ ਵਿਗਾੜ ਲੈਂਦਾ ਹੈ। ਭੈਅ ਦੀ ਪ੍ਰਤੀਕਿਰਿਆ ਨਾਲ ਸਰੀਰਕ ਸਿਹਤ 'ਤੇ ਪ੍ਰਤੀਕੂਲ ਅਸਰ ਪੈਂਦਾ ਹੈ। ਹਾਲਾਂਕਿ, ਜ਼ਿਆਦਾਤਰ ਭੈਅ ਕਾਲਪਨਿਕ ਹੁੰਦੇ ਹਨ। ਫਿਰ ਵੀ ਇਸ ਦੀ ਪ੍ਰਤੀਕਿਰਿਆ ਸਰੀਰ ਲਈ ਗੰਭੀਰ ਹੁੰਦੀ ਹੈ। ਭੈਅ ਆਮ ਤੌਰ 'ਤੇ ਬੇਕਾਰ ਦੇ ਭਰਮ, ਅੰਧ-ਵਿਸ਼ਵਾਸ, ਆਤਮ-ਵਿਸ਼ਵਾਸ ਦੀ ਕਮੀ ਅਤੇ ਨਕਾਰਾਤਮਿਕ ਸੋਚ ਨਾਲ ਪੈਦਾ ਹੁੰਦੇ ਹਨ।

ਜੀਵਨ ਵਿੱਚ ਕਿਸੇ ਵੀ ਲਕਸ਼ (ਟੀਚੇ) ਨੂੰ ਹਾਸਲ ਕਰਨ ਅਤੇ ਜਿੱਤ ਲਈ ਡਰ ਜਾਂ ਭੈਅ ਉੱਤੇ ਕਾਬੂ ਪਾਉਣਾ ਜ਼ਰੂਰੀ ਹੈ। ਡਰ ਤੋਂ ਬਚਣ ਲਈ ਮਨੁੱਖ ਨੂੰ ਆਪਣੇ ਮਨ ਨੂੰ ਮਜ਼ਬੂਤ ਬਣਾਉਣਾ ਜ਼ਰੂਰੀ ਹੈ ਅਤੇ ਬਿਨਾਂ ਭੈਅ ਤੋਂ ਸਾਧਨਾ ਕਰਨੀ ਚਾਹੀਦੀ ਹੈ। ਭੈਅ 'ਤੇ ਕਾਬੂ ਪਾਉਣ ਲਈ ਅਸੀਂ ਇਹ ਜਾਣਨ ਦਾ ਯਤਨ ਕਰੀਏ ਕਿ ਜੋ ਡਰ ਸਾਨੂੰ ਸਤਾਉਂਦੇ ਹਨ, ਕੀ ਅਸਲ 'ਚ ਉਹਨਾਂ ਦਾ ਕੋਈ ਵਜੂਦ ਹੈ? ਦੂਜਾ ਤਰੀਕਾ ਇਹ ਹੈ ਕਿ ਜਿਸ ਗੱਲ ਜਾਂ ਕੰਮ ਤੋਂ ਤੁਹਾਨੂੰ ਡਰ ਲੱਗ ਰਿਹਾ ਹੈ, ਉਸ ਨੂੰ ਵਾਰ-ਵਾਰ ਕਰੋ। ਇੱਕ ਵਾਰ ਤੁਸੀਂ ਆਪਣੇ ਡਰ ਦਾ ਸਾਹਮਣਾ ਕਰ ਲਉਗੇ ਤਾਂ ਤੁਹਾਨੂੰ ਅਹਿਸਾਸ ਹੋਵੇਗਾ ਕਿ ਇਹ ਓਨਾ ਵੱਡਾ ਨਹੀਂ ਸੀ, ਜਿੰਨਾ ਤੁਸੀਂ ਸੋਚਦੇ ਸੀ। ਜੋ ਭਵਿੱਖ ਤੋਂ ਭੈਅ-ਭੀਤ ਨਹੀਂ, ਉਹੀ ਵਰਤਮਾਨ ਦਾ ਅਨੰਦ ਉਠਾ ਸਕਦਾ ਹੈ। ਅਸਲ ਵਿੱਚ, ਸੰਸਾਰ ਦਾ ਸਭ ਤੋਂ ਖ਼ੁਸ਼ ਇਨਸਾਨ ਕੌਣ ਹੈ? ਉਹ ਜਿਸ ਕੋਲੇ ਸਭ ਤੋਂ ਜ਼ਿਆਦਾ ਧਨ-ਦੌਲਤ ਅਤੇ ਸ਼ੁਹਰਤ ਹੈ? ਨਹੀਂ... ਦੁਨੀਆ ਦਾ ਸਭ ਤੋਂ ਖ਼ੁਸ਼

ਇਨਸਾਨ ਉਹ ਹੈ, ਜੋ ਨਿਰਭਉ ਅਤੇ ਨਿਡਰ ਹੈ ਅਤੇ ਖ਼ੁਦ ਨੂੰ ਬਿਨਾਂ ਝਿਜਕ ਪ੍ਰਗਟ ਕਰ ਸਕਦਾ ਹੈ, ਜੋ ਕੁਝ ਹਟ ਕੇ ਨਵਾਂ ਕਰਨ ਤੋਂ ਡਰਦਾ ਨਹੀਂ, ਨਵੇਂ-ਨਵੇਂ ਪ੍ਰਯੋਗ ਕਰਨ ਤੋਂ ਘਬਰਾਉਂਦਾ ਨਹੀਂ। ਜੋ ਨਵੀਆਂ ਚਣੌਤੀਆਂ ਦੇ ਸਾਰੇ ਜੋਖ਼ਮ ਉਠਾਉਣ ਦੀ ਹਿੰਮਤ ਰੱਖਦਾ ਹੈ। ਜੋ ਅਸਫ਼ਲਤਾ ਤੋਂ ਘਬਰਾਉਂਦਾ ਨਹੀਂ... ਉਹੀ ਹੈ ਸਭ ਤੋਂ ਖ਼ੁਸ਼ ਇਨਸਾਨ। ਭੈਅ ਅਤੇ ਝਿਜਕ ਤੋਂ ਮੁਕਤੀ ਹੀ ਸਵਰਗ ਹੈ।

ਮਸੂਰੀ ਦੇ 421 ਟ੍ਰੇਨੀਜ਼ ਅਫ਼ਸਰਾਂ ਵਿੱਚੋਂ ਐਂਜਲ ਸਭ ਤੋਂ ਜ਼ਿਆਦਾ ਖ਼ੂਬਸੂਰਤ ਸੀ, ਏਨੀ ਖ਼ੂਬਸੂਰਤ, ਕਿ ਪੂਰੀ ਲਬਾਸਨਾ ਵਿੱਚ ਉਸ ਦੇ ਚਰਚੇ ਸਨ। ਮੁੰਡੇ ਅਕਸਰ ਉਸ ’ਤੇ ਇਹ ਕਹਿ ਕੇ ਤਾਅਨੇ ਕਸਦੇ ਸਨ ਕਿ ਤੁਸੀਂ ਕਿੱਧਰ ਆਈ.ਏ.ਐੱਸ. ਬਣ ਗਏ, ਤੁਹਾਨੂੰ ਤਾਂ ਮਾਡਲਿੰਗ ਵਿੱਚ ਹੋਣਾ ਚਾਹੀਦਾ ਸੀ। ਐਂਜਲ ਦੀ ਕਲਾਸ ਵਿੱਚ ਐਂਟਰੀ ਕਈ ਟ੍ਰੇਨੀਜ਼ ਅਫ਼ਸਰਾਂ ਦੀ ਦਿਲਾਂ ਦੀ ਧੜਕਣ ਨੂੰ ਰੋਕ ਦਿੰਦੀ ਸੀ। 421 ਟ੍ਰੇਨੀਜ਼ ਅਫ਼ਸਰਾਂ ਦਾ ਬੈਚ ਹੋਣ ਕਾਰਨ ਹਰੇਕ ਹਫ਼ਤੇ ਕਈ-ਕਈ ਜਨਮਦਿਨ ਪਾਰਟੀਆਂ ਵੀ ਹੁੰਦੀਆਂ ਸਨ।

ਇੱਕ ਦਿਨ ਗੰਗਾ ਢਾਬੇ ਦੇ ਬਾਹਰ ਦੋ ਟ੍ਰੇਨੀਜ਼ ਅਫ਼ਸਰ ਗੱਲ ਕਰ ਰਹੇ ਸਨ, “ਖੋਜੀ ਖਬਰਚੀ ਦੱਸ ਰਹੇ ਸਨ ਕਿ ਫਲਾਣੀ ਦਾ ਫਲਾਣੇ ਨਾਲ ਅਫੇਅਰਜ਼ ਤਾਂ ਪੱਕਾ ਚੱਲ ਹੀ ਰਿਹਾ ਹੈ, ਪਰ ਇਹ ਭਰੋਸੇਯੋਗ ਸਰੋਤਾਂ ਤੋਂ ਵੀ ਪਤਾ ਨਹੀਂ ਲੱਗ ਸਕਿਆ ਹੈ ਕਿ ਇਹ ਵਾਵਰੋਲਾ ਕਿੰਨਾ ਸਰੀਰਕ ਅਤੇ ਕਿੰਨਾ ਰੂਹਾਨੀ ਹੈ? ਵਿਆਹ ਦੇ ਮੰਡਪ ਤੱਕ ਜਾਵੇਗਾ ਜਾਂ ਓਯੋ (ਹੋਟਲ) ਹੀ ਅੰਤਿਮ ਮੰਜ਼ਿਲ ਹੈ।

ਦੂਜੇ ਪਾਸੇ ਦੋ ਕੁੜੀਆਂ ਗੱਲਾਂ ਕਰ ਰਹੀਆਂ ਸਨ, “ਓਲਡ ਰਾਜਿੰਦਰ ਨਗਰ ਵਿੱਚ 5 ਦਿਨ ਤੱਕ ਬਨਿਆਨ ਤੱਕ ਨਾ ਚੇਂਜ ਵਾਲੇ ਮੁੰਡੇ ਮਸੂਰੀ ਜਾ ਕੇ ਦਿਨ ਵਿੱਚ ਦੋ ਵਾਰ ਡਰੈੱਸ ਬਦਲਦੇ ਹਨ। ਮੁਖਰਜੀ ਨਗਰ ’ਚ ਮਹੀਨਾ ਭਰ ਸੇਵਿੰਗ ਨਾ ਕਰਨ ਵਾਲੇ ਮਸੂਰੀ ਵਿੱਚ ਹਰ ਦਿਨ ਚਿਹਰੇ ਚਮਕਾਉਂਦੇ ਹਨ। ਇਹ ਹੈ ਮਸੂਰੀ ਦੀ ਹਵਾ ਦਾ ਅਸਰ!

ਨਵੰਬਰ-ਦਸੰਬਰ ਦੀ ਧੁੱਪ ਮਸੂਰੀ ਵਿੱਚ ਬਹੁਤ ਸੁਖਦਾਈ ਹੁੰਦੀ ਹੈ। ਫਾਊਂਡੇਸ਼ਨ ਕੋਰਸ ਦੇ ਆਖ਼ਰੀ ਦਿਨ ਐਂਜਲ ਨੇ ਸਲੇਟੀ ਰੰਗ ਦੀ ਕਾਂਜੀ ਦੀ ਸਾੜ੍ਹੀ ਪਾਈ ਸੀ, ਜਿਸ ਉੱਤੇ ਸੀ ਛੋਟੀਆਂ-ਛੋਟੀਆਂ ਸੁਨਹਿਰੀ ਬੂਟੀਆਂ ਅਤੇ ਮੈਰੂਨ ਬਾਰਡਰ। ਉਹ ਦੁਪਹਿਰ 3 ਵਜੇ ਦੇ ਲਗਭਗ ਗੈਲਰੀ ਵਿੱਚ ਬੈਠੀ ਧੁੱਪ ਸੇਕ ਰਹੀ ਸੀ, ਉਦੋਂ ਉਸ ਦੀ ਮੰਮੀ ਦਾ ਕਾਲ ਆਇਆ।

“ਮੁੰਡਾ ਆਈ.ਪੀ.ਐੱਸ. ਅਫ਼ਸਰ ਹੈ ਅਤੇ ਆਪਣੀ ਬਿਰਾਦਰੀ ਦਾ ਵੀ ਹੈ। ਦੇਖਣ ਵਿੱਚ ਠੀਕ-ਠਾਕ ਹੈ, ਤੂੰ ਹਾਂ ਕਹੇ ਤਾਂ ਐਂਜਲ ਉਹਦੇ ਪਾਪਾ ਨੂੰ ‘ਯੈੱਸ’ ਕਰ ਦੀਏ?” ਮੇਰੀ ਭਾਵੀ ਸੱਸ ਨੇ ਇੱਕ ਹੀ ਸਾਹ ਵਿੱਚ ਏਨੀਆਂ ਗੱਲਾਂ ਕਹਿ ਦਿੱਤੀਆਂ।

"ਮੈਂ ਅਜੇ ਵਿਆਹ ਨਹੀਂ ਕਰਵਾਉਣਾ।" ਐਂਜਲ ਨੇ ਕਿਹਾ ਅਤੇ ਫ਼ੋਨ ਕੱਟ ਦਿੱਤਾ। 'ਮੈਂ ਵਿਆਹ ਕਰਾਂਗੀ ਤਾਂ ਸਿਰਫ਼ ਗਿਰੀਸ਼ ਨਾਲ ਜਾਂ ਜ਼ਿੰਦਗੀ ਭਰ ਵਿਆਹ ਨਹੀਂ ਕਰਾਂਗੀ।' ਉਸ ਦੇ ਮਨ ਵਿੱਚ ਖ਼ਿਆਲ ਆ ਰਿਹਾ ਸੀ ਪਰ ਉਸ ਨੇ ਆਪਣੀ ਮੰਮੀ ਨੂੰ ਨਹੀਂ ਕਿਹਾ।

ਸ਼ਾਮ ਨੂੰ ਆਪਣੇ ਕਮਰੇ ਵਿੱਚ ਵਾਪਸ ਆ ਕੇ ਐਂਜਲ ਬਿਸਤਰ 'ਤੇ ਲੇਟ ਗਈ ਅਤੇ ਪਾਸੇ ਮਾਰਦੀ ਰਹੀ। ਨੀਂਦ ਉਸ ਦੀਆਂ ਅੱਖਾਂ ਤੋਂ ਮੀਲਾਂ ਦੂਰ ਸੀ। ਉਹ ਮਨ ਹੀ ਮਨ ਸੋਚ ਰਹੀ ਸੀ, 'ਮੰਮੀ ਨੂੰ ਕਿਵੇਂ ਦੱਸਾਂ ਕਿ ਮੈਂ ਸਿਰਫ਼ ਤੇ ਸਿਰਫ਼ ਗਿਰੀਸ਼ ਨੂੰ ਪਿਆਰ ਕਰਦੀ ਹਾਂ। ਕੇਵਲ ਪਿਆਰ ਹੀ ਨਹੀਂ ਉਸ 'ਤੇ ਜਾਨ ਵੀ ਵਾਰਦੀ ਹਾਂ।' ਪਰ ਮੰਮਾ ਦਾ ਸਖ਼ਤ ਮਿਜ਼ਾਜ ਅੰਦਰ ਤੋਂ ਡਰਾ ਵੀ ਰਿਹਾ ਸੀ। ਪਤਾ ਨਹੀਂ ਉਸ ਦਾ ਕੀ ਰਿਐਕਸ਼ਨ ਹੋਵੇਗਾ!

ਆਈ.ਏ.ਐੱਸ. ਅਫ਼ਸਰ ਬਣਨ ਦੇ ਬਾਵਜੂਦ ਐਂਜਲ ਆਪਣੀ ਮੰਮੀ ਦੇ ਸਖ਼ਤ ਮਿਜ਼ਾਜ ਤੋਂ ਬਹੁਤ ਡਰਦੀ ਸੀ। ਸਿਲੈਕਸ਼ਨ ਤੋਂ ਪਹਿਲਾਂ ਤਾਂ ਹਾਲਾਤ ਹੋਰ ਵੀ ਜ਼ਿਆਦਾ ਗੰਭੀਰ ਸਨ। ਜੇਕਰ ਉਸ ਦੀ ਮੰਮੀ ਨੇੜੇ ਹੋਵੇ ਤਾਂ ਫ਼ੋਨ ਕਾਲ 'ਤੇ ਗੱਲ ਕਰਨ ਦਾ ਸਵਾਲ ਹੀ ਨਹੀਂ ਸੀ ਹੁੰਦਾ, ਘੰਟਿਆਂ ਤੱਕ ਕੇਵਲ ਟੈਕਸਟ ਮੈਸੇਜ ਰਾਹੀਂ ਚੈਟਿੰਗ ਹੋ ਸਕਦੀ ਸੀ।

ਐਂਜਲ ਉਸ ਰਾਤ ਮਸੂਰੀ ਦੇ ਹੋਸਟਲ ਵਿੱਚ ਬਹੁਤ ਖਪੀ ਤੇ ਰੋਈ। ਪਰ ਉਸ ਦਾ ਮਨ ਕਿਸੇ ਹੋਰ ਨਾਲ ਵਿਆਹ ਕਰਨ ਦੀ ਗਵਾਹੀ ਨਹੀਂ ਭਰ ਰਿਹਾ ਸੀ। ਐਂਜਲ ਦੀ ਮਾਂ ਨੂੰ ਵੀ ਇਹ ਚੰਗੀ ਤਰ੍ਹਾਂ ਸਮਝ ਆ ਚੁੱਕਿਆ ਸੀ ਕਿ ਉਸ ਦੀ ਕੁੜੀ 'ਤੇ ਕਿਸੇ ਦੇ ਇਸ਼ਕ ਦਾ ਭੂਤ ਸਵਾਰ ਹੈ, ਜੋ ਸਮਾਂ ਬੀਤਣ ਤੇ ਉਤਰ ਜਾਵੇਗਾ।

"ਮੇਰੇ ਘਰ ਵਾਲੇ ਅਤੇ ਰਿਸ਼ਤੇਦਾਰ ਸਾਡੇ ਰਿਸ਼ਤੇ ਨੂੰ ਲੈ ਕੇ ਬਿਲਕੁਲ ਰਾਜ਼ੀ ਨਹੀਂ ਹੋਣਗੇ। ਆਪਾਂ ਕਿਉਂ ਨਾ ਕੋਰਟ ਮੈਰਿਜ ਕਰ ਲਈਏ।" ਐਂਜਲ ਨੇ ਮੈਨੂੰ ਕਾਲ ਕਰਕੇ ਕਿਹਾ।

"ਕਰਾਂਗੇ ਤਾਂ ਘਰ ਵਾਲਿਆਂ ਦੀ ਸਹਿਮਤੀ ਨਾਲ ਹੀ। ਤੁਸੀਂ ਇੰਤਜ਼ਾਰ ਕਰੋ, ਮੈਂ ਰਿਸ਼ਤਾ ਲੈ ਕੇ ਤੁਹਾਡੇ ਘਰ ਆਵਾਂਗਾ।" ਮੈਂ ਕਿਹਾ।

ਐਂਜਲ ਹੁਣ ਗਿਰੀਸ਼ ਦੀ ਵਹੁਟੀ (ਪਤਨੀ) ਬਣਨ ਦਾ ਸੁਪਨਾ ਦੇਖਣ ਲੱਗੀ ਸੀ। ਉਹ ਜਦੋਂ ਵੀ ਵੱਟਸਐਪ ਜਾਂ ਫ਼ੋਨ ਕਾਲ ਕਰਕੇ ਮੈਨੂੰ ਪੁੱਛਦੀ ਕਿ ਮੈਂ ਉਸ ਨੂੰ ਵਿਆਹ ਕੇ ਕਦੋਂ ਸਨਸਿਟੀ ਲੈ ਜਾਵਾਂਗਾ, ਤਾਂ ਮੈਂ ਉਸ ਨੂੰ ਇਹ ਕਹਿ ਕੇ ਟਾਲ ਦਿੰਦਾ ਸੀ ਕਿ ਅਜੇ ਮੈਨੂੰ ਸੈਟਲ ਹੋਣਾ ਹੈ, ਉਸ ਤੋਂ ਬਾਅਦ ਤੇਰੇ ਘਰ ਵਾਲਿਆਂ ਨੂੰ ਵੀ ਰਾਜ਼ੀ ਕਰ ਲਵਾਂਗੇ।

"ਤੁਸੀਂ ਕਦੋਂ ਆਉਗੇ, ਮੇਰੇ ਘਰ ਰਿਸ਼ਤੇ ਦੀ ਗੱਲ ਚੱਲ ਰਹੀ ਹੈ। ਮੰਮੀ ਅਤੇ ਪਾਪਾ ਮੇਰੇ 'ਤੇ ਵਿਆਹ ਲਈ ਦਬਾਅ ਬਣਾ ਰਹੇ ਹਨ।" ਐਂਜਲ ਨੇ ਇੱਕ ਦਿਨ ਫਿਰ ਮਜਬੂਰ ਹੋ ਕੇ ਕਿਹਾ।

"ਐਂਜਲ, ਆਪਣੇ ਪਾਪਾ ਨੂੰ ਕਹਿ ਦਿਓ ਕਿ ਮੈਂ ਟ੍ਰੇਨਿੰਗ ਪੂਰੀ ਹੋਣ ਤੋਂ ਬਾਅਦ ਹੀ ਵਿਆਹ ਕਰਵਾਊਂਗੀ। ਉਦੋਂ ਤੱਕ ਮੈਂ ਵੀ ਸੈਟਲ ਹੋ ਜਾਵਾਂਗਾ। ਥੋੜ੍ਹਾ ਵਕਤ ਤਾਂ ਦਿਓ ਐਂਜਲ!" ਮੈਂ ਬੇਪਰਵਾਹੀ ਦੇ ਅੰਦਾਜ਼ ਵਿੱਚ ਕਿਹਾ।

ਉਹਦੀ ਚਿੰਤਾ ਉਦੋਂ ਹੋਰ ਵਧਣ ਲੱਗੀ ਜਦੋਂ ਬਾੜਮੇਰ ਦੇ ਧੋਰੀਮਨਾ ਦੇ ਟਿੱਬਿਆਂ ਵਾਲੇ ਇਲਾਕੇ ਤੋਂ ਉਸ ਦੇ ਘਰ ਰਿਸ਼ਤੇ ਆਉਣ ਲੱਗੇ। ਐਂਜਲ 'ਤੇ ਵਿਆਹ ਕਰਨ ਦਾ ਦਬਾਅ ਲਗਾਤਾਰ ਵਧ ਰਿਹਾ ਸੀ। ਜਦੋਂ ਅਗਲੀ ਸਵੇਰ ਮੈਂ ਅਤੇ ਐਂਜਲ ਵੀਡੀਓ ਕਾਲਿੰਗ ਤੇ ਗੱਲ ਕਰ ਰਹੇ ਸਾਂ ਤਾਂ ਮਸੂਰੀ ਵਿੱਚ ਇੱਕ ਸਾਥੀ ਆਈ.ਏ.ਐੱਸ. ਸਹੇਲੀ ਨੇ ਉਸ ਨੂੰ ਪੁੱਛਿਆ, "ਕੌਣ ਹੈ ਇਹ?"

"ਮੇਰਾ ਹੋਣ ਵਾਲਾ ਘਰਵਾਲਾ (ਪਤੀ)! ਮੈਂ ਤਾਂ ਇਸ ਨਾਲ ਹੀ ਵਿਆਹ ਕਰਵਾਉਣਾ ਹੈ।" ਉਸ ਨੇ ਤੁਰੰਤ ਕਿਹਾ। ਬਿਨਾਂ ਸੋਚੇ, ਬਿਨਾਂ ਸਮਝੇ ਜੋ ਚੀਜ਼ ਦਿਲ ਤੋਂ ਨਿਕਲਦੀ ਹੈ, ਉਹ ਚੀਜ਼ ਸਹੀ ਹੁੰਦੀ ਹੈ। ਅਸੀਂ ਤਿੰਨੇ ਖਿੜ-ਖਿੜਾ ਕੇ ਹੱਸ ਪਏ।

"ਇੰਨੇ ਜ਼ਿਆਦਾ ਰਿਸ਼ਤੇ ਆ ਰਹੇ ਹਨ, ਜਿੰਨੇ ਆਈ.ਏ.ਐੱਸ. 'ਚ ਸਿਲੈੱਕਸ਼ਨ ਹੋਣ ਤੋਂ ਬਾਅਦ ਨਹੀਂ ਆਏ ਸਨ।" ਐਂਜਲ ਨੇ ਕਿਹਾ।

"ਇੰਨੇ ਜ਼ਿਆਦਾ ਰਿਸ਼ਤੇ ਦੇਖ ਕੇ ਤੁਹਾਡੀ ਮੰਮਾ ਬੇਟੀ ਲਈ ਕਿਤੇ ਸਵੰਬਰ ਦਾ ਆਯੋਜਨ ਹੀ ਨਾ ਕਰਵਾ ਦੇਵੇ?" ਮੈਂ ਕਿਹਾ।

"ਹਾ ਹਾ..! ਸਹੇਲੀਆਂ ਕਹਿ ਰਹੀਆਂ ਸਨ ਕਿ ਮੁੰਡੇ ਦਾ ਸਟੇਟਸ ਹੋਣਾ ਚਾਹੀਦਾ ਹੈ।"

"ਕੀ ਕਰੀਏ, ਜ਼ਿੰਦਗੀ ਹੋਵੇ ਜਾਂ ਵੱਟਸਐਪ ਲੋਕ ਸਟੇਟਸ ਹੀ ਦੇਖਦੇ ਹਨ। ਮੈਂ ਆਈ.ਏ.ਐੱਸ. ਅਫ਼ਸਰ ਤਾਂ ਨਹੀਂ ਹਾਂ ਅਤੇ ਸਟੇਟਸ ਦਾ ਅੰਕਲਨ ਕਿਵੇਂ ਕੀਤਾ ਜਾਂਦਾ ਹੈ ਮੈਨੂੰ ਨਹੀਂ ਪਤਾ, ਪਰ ਮੈਂ ਵੀ ਕਿਸੇ ਤੋਂ ਘੱਟ ਨਹੀਂ ਹਾਂ। ਉਂਜ ਪਾਪਾ ਦੀ ਕਾਲ ਆਈ ਸੀ, ਦਿਵਾਲੀ 'ਤੇ ਘਰ ਬੁਲਾ ਰਹੇ ਹਨ।" ਮੈਂ ਐਂਜਲ ਨੂੰ ਕਿਹਾ।

"ਜਾਓ, ਫੈਮਲੀ ਨਾਲ ਰਲ ਕੇ ਦਿਵਾਲੀ ਮਨਾਓ।"

"ਤੁਸੀਂ ਵੀ ਚੱਲੋ ਮੇਰੇ ਨਾਲ, ਮੇਰੀ ਫੈਮਲੀ ਤੁਹਾਨੂੰ ਮਿਲਣ ਲਈ ਬੇਤਾਬ ਅਤੇ ਬੇਕਰਾਰ ਹੈ।" ਮੈਂ ਕਿਹਾ।

"ਮੇਰਾ ਇੱਕ ਦੋਸਤ ਜਿਸ ਨੇ ਵੱਟਸਐਪ ਸਟੇਟਸ ਲਾਇਆ ਹੈ ਕਿ ਉਸ ਵਿਅਕਤੀ ਨਾਲ ਵਿਆਹ ਨਾ ਕਰਨਾ ਜਿਹਦੇ ਬਗੈਰ ਤੁਸੀਂ ਰਹਿ ਸਕਦੇ ਹੋ, ਵਿਆਹ ਉਸ ਦੇ ਨਾਲ ਹੀ ਕਰਨਾ ਜਿਸ ਤੋਂ ਬਗੈਰ ਤੁਸੀਂ ਰਹਿ ਨਹੀਂ ਸਕਦੇ।"

"ਤਾਂ ਸੋਚ ਲਓ, ਮੇਰੇ ਬਗੈਰ ਤੁਸੀਂ ਰਹਿ ਸਕਦੇ ਹੋ ਤਾਂ ਮੇਰੇ ਨਾਲ ਵਿਆਹ ਨਾ ਕਰਿਓ ਐਂਜਲ!" ਮੈਂ ਪੰਚ ਮਾਰਦਿਆਂ ਕਿਹਾ।

"ਨਹੀਂ, ਮੈਂ ਤਾਂ ਬਸ ਉਦਾਹਰਨ ਦੇ ਰਹੀ ਸੀ। ਚਲੋ ਬਾਅਦ 'ਚ ਗੱਲ ਕਰਦੇ ਹਾਂ, ਕਲਾਸ ਹੈ 10 ਮਿੰਟਾਂ ਬਾਅਦ।" ਉਸ ਨੇ ਕਿਹਾ ਅਤੇ ਫ਼ੋਨ ਕੱਟ ਦਿੱਤਾ।

"ਕਲੈਕਟਰ ਤਾਂ ਕਲੈਕਟਰ ਹੀ ਹੁੰਦਾ ਹੈ, ਆਮ ਜਿਹੇ ਰਾਈਟਰ ਨੂੰ ਕੌਣ ਪੁੱਛਦਾ ਹੈ!" ਦਿਵਿਆ ਨੇ ਕਲੈਕਟਰੀ ਦੀ ਤਾਕਤ ਦਾ ਅਹਿਸਾਸ ਕਰਾਉਂਦੇ ਹੋਏ ਕਿਹਾ ।

"ਚੇਤਨ ਭਗਤ, ਪ੍ਰੇਮ ਚੰਦ, ਜੈਸ਼ੰਕਰ ਪ੍ਰਸਾਦ, ਕੁਮਾਰ ਵਿਸ਼ਵਾਸ, ਨੀਲੋਤਪਲ, ਮਰਨਾਲ, ਮਨੋਜ ਮੁੰਤਸ਼ਿਰ ਅਤੇ ਜਾਵੇਦ ਅਖ਼ਤਰ ਦੇ ਨਾਂ ਦੇ ਸਾਹਮਣੇ ਆਈ.ਏ.ਐੱਸ. ਦੀ ਪੋਸਟ ਕਲਰਕ ਦੀ ਨੌਕਰੀ ਲੱਗਦੀ ਹੈ।" ਐਂਜਲ ਨੇ ਗਿਰੀਸ਼ ਨੂੰ ਲੇਖਣ ਦੀ ਦੁਨੀਆ ਦਾ ਭਵਿੱਖ ਦਾ ਸੁਪਰਸਟਾਰ ਦੱਸਦੇ ਹੋਏ ਕਿਹਾ।" "ਉਏ, ਇਹ ਸਭ ਛੱਡੋ, ਸਾਡੇ ਬੈਚਮੇਟ ਵਿੱਚ ਕਿੰਨੇ ਅਜਿਹੇ ਆਈ.ਏ.ਐੱਸ. ਅਫ਼ਸਰ ਹਨ ਜਿਨ੍ਹਾਂ ਨੇ ਆਮ ਜਿਹੀ ਕੁੜੀ ਨਾਲ ਵਿਆਹ ਕਰਵਾਇਆ! ਉਹਨਾਂ ਨੇ ਕਦੇ ਸਟੇਟਸ ਦੇਖ ਕੇ ਵਿਆਹ ਨਹੀਂ ਕਰਵਾਇਆ। ਕੋਈ ਕੁੜੀ ਪਸੰਦ ਆ ਗਈ, ਤਾਂ ਆ ਗਈ। ਜਦੋਂ ਮੁੰਡੇ ਸਟੇਟਸ ਤੋਂ ਜ਼ਿਆਦਾ ਆਪਣੇ ਪਿਆਰ ਨੂੰ ਤਵੱਜੋ ਦਿੰਦੇ ਹਨ ਤਾਂ ਕੁੜੀਆਂ ਅਜਿਹਾ ਕਿਉਂ ਨਹੀਂ ਕਰ ਸਕਦੀਆਂ। ਫਿਰ ਅਸੀਂ ਮਹਿਲਾ ਸਸ਼ਕਤੀਕਰਨ ਅਤੇ ਪੁਰਸ਼ ਪ੍ਰਧਾਨ ਮਾਨਸਿਕਤਾ ਦੀਆਂ ਗੱਲਾਂ ਕਰਦੇ ਹਾਂ। ਜਦੋਂ ਅਸੀਂ ਹਰ ਪਾਸੇ ਔਰਤਾਂ ਦੀ ਸਮਾਨਤਾ ਦੀ ਗੱਲ ਕਰਦੇ ਹਾਂ ਤਾਂ ਸਟੇਟਸ ਵਾਲਾ ਚੱਕਰ ਕੁੜੀਆਂ ਨੂੰ ਵੀ ਛੱਡ ਦੇਣਾ ਚਾਹੀਦਾ ਹੈ ਅਤੇ ਆਪਣੇ ਪਿਆਰ ਨੂੰ ਤਵੱਜੋ ਦੇਣੀ ਚਾਹੀਦੀ ਹੈ ਤਾਂ ਕਿ ਉਹ ਜੀਵਨ ਭਰ ਖ਼ੁਸ਼ ਰਹਿ ਸਕਣ। ਸਟੇਟਸ ਨਾਲ ਖ਼ੁਸ਼ੀ ਨਹੀਂ ਮਿਲਦੀ।"

"ਐਂਜਲ, ਤੇਰੀ ਗੱਲ ਵਿੱਚ ਦਮ ਹੈ। ਗਿਰੀਸ਼ ਦੇ ਆਰਟੀਕਲ ਮੈਂ ਵੀ ਪੜ੍ਹੇ ਹਨ; ਕਮਾਲ ਦਾ ਲਿਖਦਾ ਹੈ। ਸੁਣਿਆ ਹੈ ਤੇਰੇ 'ਤੇ ਕੋਈ ਨਾਵਲ ਵੀ ਲਿਖ ਰਹੇ ਹਨ ਗਿਰੀਸ਼ ਜੀ।" ਹੁਣ ਤੱਕ ਚੁੱਪ ਬੈਠੀ ਅਲਕਾ ਨੇ ਗਰਮਾ-ਗਰਮ ਚਰਚਾ ਦਾ ਹਿੱਸਾ ਬਣਦੇ ਹੋਏ ਕਿਹਾ।

"ਹਾਂ, ਮੈਂ ਗਿਰੀਸ਼ ਨਾਲ ਬੇਇੰਤਹਾ ਮੁਹੱਬਤ ਕਰਦੀ ਹਾਂ। ਮੈਂ ਆਈ.ਏ.ਐੱਸ. ਬਣ ਗਈ ਅਤੇ ਗਿਰੀਸ਼ ਨਹੀਂ ਬਣ ਸਕਿਆ। ਇਸ ਲਈ ਉਸ ਨੂੰ ਛੱਡ ਦੇਵਾਂ, ਕੀ ਇਹ ਪਿਆਰ ਨਾਲ ਮਜ਼ਾਕ ਨਹੀਂ ਹੋਵੇਗਾ?" ਐਂਜਲ ਨੇ ਆਪਣੇ ਫ਼ੈਸਲੇ 'ਤੇ ਅਡੋਲ ਰਹਿੰਦਿਆਂ ਕਿਹਾ।

"ਯਾਦ ਹੈ, ਐਂਜਲ? ਤੂੰ ਦੱਸਿਆ ਸੀ ਕਿ ਤੁਹਾਡੀ ਪ੍ਰੀਲਿਮਜ਼ ਪ੍ਰੀਖਿਆ ਤੋਂ ਲੈ ਕੇ ਫਾਈਨਲ ਸਿਲੈਕਸ਼ਨ ਤੱਕ ਗਿਰੀਸ਼ ਨੇ ਇੱਕ ਮੈਂਟਰ ਅਤੇ ਮਾਰਗ-ਦਰਸ਼ਕ ਦੀ ਭੂਮਿਕਾ ਨਿਭਾਈ ਹੈ, ਉਹ ਧੁੱਪ, ਛਾਂ ਅਤੇ ਮੀਂਹ ਵਿੱਚ ਵੀ ਤੇਰੇ ਲਈ ਛਤਰੀ ਬਣ ਕੇ ਖੜ੍ਹਿਆ ਰਿਹਾ।" ਅਲਕਾ ਨੇ ਐਂਜਲ ਦੇ ਪੱਖ ਵਿੱਚ ਦਲੀਲ ਦਿੰਦੇ ਹੋਏ ਕਿਹਾ।

"ਯਾਦ ਹੈ, ਮੁੱਖ ਪ੍ਰੀਖਿਆ ਹੋਵੇ ਜਾਂ ਪ੍ਰੀ, ਇੰਟਰਵਿਊ ਹੋਵੇ ਜਾਂ ਸਟਰੈਟਜੀ, ਹਰ ਮੋੜ ਤੇ ਗਿਰੀਸ਼ ਨੇ ਕਿੰਨੀ ਮਦਦ ਕੀਤੀ ਹੈ ਮੇਰੀ! ਉਸ ਦੀ ਕਿੰਨੀ ਮਦਦ ਮਿਲੀ ਹੈ ਮੈਨੂੰ, ਤੂੰ ਚੰਗੀ ਤਰ੍ਹਾਂ ਜਾਣਦੀ ਹੈ। ਯੂ.ਪੀ.ਐੱਸ.ਸੀ. ਮੇਰਾ ਪੈਸ਼ਨ ਸੀ। ਉਹ ਗਿਰੀਸ਼ ਹੀ ਸੀ, ਜਿਸ ਦੇ ਸਹਿਯੋਗ ਨਾਲ ਮੈਂ ਆਪਣਾ ਪੈਸ਼ਨ ਪੂਰਾ ਕਰ ਸਕੀ। ਉਸ ਦੀ ਸਿਰਫ਼ ਇਹੀ ਇੱਕ ਚਾਹਤ ਸੀ ਕਿ ਮੈਂ ਚੰਗੀ ਰੈਂਕ ਦੇ ਨਾਲ ਯੂ.ਪੀ.ਐੱਸ.ਸੀ. ਵਿੱਚ ਸਿਲੈਕਟ ਹੋ ਜਾਵਾਂ। ਹੁਣ ਮੈਂ ਇੰਨੀ ਖ਼ੁਦਗ਼ਰਜ਼ ਨਹੀਂ ਹੋ ਸਕਦੀ। ਮੈਂ ਉਸ ਦੀ ਰੂਹ ਨੂੰ ਧੋਖਾ ਨਹੀਂ ਦੇ ਸਕਦੀ! ਪਰ ਫਿਰ ਮਾਂ ਦਾ ਉਹੀ ਪੁਰਾਣਾ ਰਾਗ-'ਵਿਆਹ ਕਰ ਲਓ। ਤੰਗ ਆ ਗਈ ਹਾਂ ਮੈਂ!"

"ਪਤਝੜ ਵਿੱਚ ਹੀ ਰਿਸ਼ਤਿਆਂ ਦੀ ਪਰਖ ਹੁੰਦੀ ਹੈ, ਬਾਰਸ਼ ਵਿੱਚ ਤਾਂ ਹਰ ਪੱਤਾ ਹਰਾ ਹੀ ਦਿਸਦਾ ਹੈ। ਤੈਨੂੰ ਗਿਰੀਸ਼ ਬਹੁਤ ਪਿਆਰ ਕਰਦਾ ਹੈ, ਜਾਨ ਵਾਰਦਾ ਹੈ ਤੇਰੇ 'ਤੇ। ਦੁਨੀਆ ਲਈ ਸ਼ਾਇਦ ਤੂੰ ਇੱਕ ਕੁੜੀ ਹੈ ਪਰ ਗਿਰੀਸ਼ ਲਈ ਤੂੰ ਪੂਰੀ ਦੁਨੀਆ ਹੈਂ।" ਅਲਕਾ ਨੇ ਨੇੜੇ ਬੈਠੀ ਮੀਨੂ ਪਲਟਦੀ ਐਂਜਲ ਨੂੰ ਕੂਹਣੀ ਮਾਰਦਿਆਂ ਕਿਹਾ।

"ਉਂਜ ਗਿਰੀਸ਼ ਦੇਖਣ ਵਿੱਚ ਵੀ ਕਾਮਦੇਵ ਦੇ ਅਵਤਾਰ ਤੋਂ ਘੱਟ ਨਹੀਂ ਲੱਗਦਾ!" ਦਿਵਿਆ ਨੇ ਕਿਹਾ।

"ਵਿਆਹ ਤੋਂ ਬਾਅਦ ਉਹ ਮੇਰਾ ਹਰ ਕਦਮ ਸਾਥ ਨਿਭਾਵੇਗਾ ਅਤੇ ਜੇਕਰ ਉਸ ਵਿੱਚ ਕੋਈ ਕਮੀ ਵੀ ਹੈ ਤਾਂ ਮੈਂ ਉਸ ਨੂੰ ਸੁਧਾਰ ਲਵਾਂਗੀ।" ਐਂਜਲ ਨੇ ਸਟੂਲ ਤੋਂ ਉੱਠਦੇ ਹੋਏ ਕਿਹਾ।

ਤਿੰਨੋਂ ਬੈਚਮੈਂਟ ਰੈਸਟੋਰੈਂਟ ਵਿੱਚ ਖਾਣਾ ਖਾਣ ਤੋਂ ਬਾਅਦ ਖੜ੍ਹੀਆਂ ਹੋ ਗਈਆਂ। ਐਂਜਲ ਨੇ ਕਾਊਂਟਰ 'ਤੇ ਬਿੱਲ ਭਰਿਆ ਅਤੇ ਆਪਣੀਆਂ ਆਈ.ਏ.ਐੱਸ. ਸਹੇਲੀਆਂ ਦੇ ਨਾਲ ਉਹ ਨਰਮਦਾ ਹੋਸਟਲ ਵੱਲ ਚੱਲ ਪਈ। ਅਸਮਾਨ ਦਾ ਰੰਗ ਨੀਲੇ ਤੋ ਨਾਰੰਗੀ ਹੋ ਚੁੱਕਿਆ ਸੀ। ਆਪਣੇ ਰੂਮ ਵਿੱਚ ਜਾ ਕੇ ਐਂਜਲ ਨੇ ਲਾਈਟ ਜਗਾ ਕੇ ਚਾਬੀਆਂ ਕੀ ਹੋਲਡਰ 'ਤੇ ਲਟਕਾਈਆਂ ਅਤੇ ਸਿੱਧੇ ਬੈੱਡ 'ਤੇ ਜਾ ਕੇ ਪੈ ਗਈ। ਅੱਜ ਉਹ ਬਹੁਤ ਥਕਾਵਟ ਮਹਿਸੂਸ ਕਰ ਰਹੀ ਸੀ; ਕੇਵਲ ਸਰੀਰ ਤੋਂ ਹੀ ਨਹੀਂ, ਮਨ ਤੋਂ ਵੀ।

ਇੱਕ ਸਵੇਰ ਪ੍ਰੋਫੈਸਰ ਚੈਟਰਜੀ ਦੀ ਭਾਰੀ ਆਵਾਜ਼ ਪੂਰੇ ਹਾਲ ਵਿੱਚ ਗੂੰਜ ਰਹੀ ਸੀ। ਹਾਲਾਂਕਿ ਟ੍ਰੇਨਿੰਗ ਅਫ਼ਸਰ ਵਿੱਚੋਂ ਕੁਝ ਗੋਲੂ ਟਾਈਪ ਦੇ ਅਫ਼ਸਰ ਲੈਕਚਰ ਨੂੰ ਬੇਹੱਦ ਧਿਆਨ ਨਾਲ ਸੁਣ ਰਹੇ ਸਨ। ਕਈ ਅਫ਼ਸਰ ਇਸ ਲਈ ਨੀਂਦ ਫ਼ਰਮਾ ਰਹੇ ਸਨ ਕਿਉਂਕਿ ਉਹਨਾਂ ਨੂੰ ਲੱਗਦਾ ਸੀ ਕਿ ਆਈ.ਏ.ਐੱਸ. ਬਣਨ ਤੋਂ ਬਾਅਦ ਇਹ ਲੈਕਚਰ ਸੁਣਨ ਦਾ ਭਲਾ ਕੀ ਫ਼ਾਇਦਾ? ਕੁਝ ਨੂੰ ਨੀਂਦ ਆ ਰਹੀ ਸੀ, ਪਰ ਉਹ ਕੁੜੀਆਂ ਦੀ ਤਰ੍ਹਾਂ ਸ਼ਰਮਾ ਰਹੇ ਸਨ ਅਤੇ ਬਾਕੀ ਬਚੇ ਕੁਝ ਟ੍ਰੇਨਿੰਗ ਅਫ਼ਸਰ ਆਪਣੀਆਂ ਕਲਾਸਮੇਟ ਕੁੜੀਆਂ ਦੇ ਨਾਲ

ਅੱਖ-ਮਟੱਕਾ ਕਰ ਰਹੇ ਸਨ। ਕਲਾਸ ਪਬਲਿਕ ਐਡਮਨਿਸਟਰੇਸ਼ਨ ਦੀ ਸੀ ਪਰ ਭਾਵੀ ਐਡਮਨਿਸਟਰੇਸ਼ਨ ਇਸ ਤੋਂ ਬੇਫ਼ਿਕਰ ਸਨ। ਕਈ ਤਾਂ ਇਹ ਵੀ ਸੋਚ ਰਹੇ ਸਨ ਓਲਡ ਰਾਜਿੰਦਰ ਨਗਰ ਵਿੱਚ ਵੀ ਅਸੀਂ ਪਬਲਿਕ ਐਡਮਨਿਸਟਰੇਸ਼ਨ ਦੀ ਕਲਾਸ ਲੈ ਰਹੇ ਸਾਂ ਅਤੇ ਮਸੂਰੀ ਵਿੱਚ ਵੀ ਲੈ ਰਹੇ ਹਾਂ, ਤਾਂ ਸਿਲੈਕਸ਼ਨ ਲੈਣ ਅਤੇ ਸਿਲੈਕਸ਼ਨ ਨਾ ਲੈਣ ਵਿੱਚ ਕੀ ਫ਼ਰਕ ਰਹਿ ਗਿਆ? ਉਹ ਮਨ ਹੀ ਮਨ ਸੋਚ ਰਹੇ ਸਨ ਕਿ ਦਿੱਲੀ ਦੇ ਛੋਟੇ-ਛੋਟੇ ਕਮਰਿਆਂ ਵਿੱਚ ਸਾਲਾਂ-ਬੱਧੀ ਪੜ੍ਹ-ਪੜ੍ਹ ਕੇ ਪੱਕਣ ਤੋਂ ਬਾਅਦ ਤਾਂ ਸਿਲੈਕਸ਼ਨ ਹੁੰਦਾ ਹੈ, ਘੱਟ ਤੋਂ ਘੱਟ ਇੱਥੇ ਤਾਂ ਮਜ਼ੇ ਨਾਲ ਜਿਊਣ ਦਿਓ ਯਾਰੋ!

ਸਾਰੇ ਲੈਕਚਰ ਅੰਗਰੇਜ਼ੀ ਵਿੱਚ ਹੁੰਦੇ ਸਨ ਜਿਸ ਕਾਰਨ ਤਮਿਲ, ਹਿੰਦੀ ਅਤੇ ਤੇਲਗੂ ਵਰਗੇ ਹੋਰ ਮੀਡੀਅਮ ਵਾਲੇ ਕਈ ਅਫ਼ਸਰਾਂ ਦੇ ਦਿਮਾਗ਼ ਨੂੰ ਹਵਾ ਵੀ ਨਹੀਂ ਸੀ ਲੱਗਦੀ। ਰਮਨ, ਜੋ ਤਮਿਲ ਭਾਸ਼ਾ ਤੋਂ ਸਿਲੈਕਟਿਡ ਇਕਲੌਤਾ ਆਈ.ਏ.ਐੱਸ. ਅਫ਼ਸਰ ਸੀ, ਉਸ ਨੂੰ ਲੱਖਾਂ ਕੋਸ਼ਿਸ਼ਾਂ ਕਰਨ ਦੇ ਬਾਵਜੂਦ ਲੈਕਚਰ ਸਮਝਣ ਵਿੱਚ ਬਹੁਤ ਮੁਸ਼ਕਲਾਂ ਮਹਿਸੂਸ ਹੁੰਦੀਆਂ ਸਨ। ਜਦੋਂ ਕਿ ਲਬਾਸਨਾ ਵਿੱਚ ਲਾਇਬ੍ਰੇਰੀਅਨ ਤੋਂ ਲੈ ਕੇ ਗੇਟ-ਮੈਨ ਤੱਕ ਅੰਗਰੇਜ਼ੀ ਵਿੱਚ ਹੀ ਗੱਲ ਕਰਦਾ ਸੀ। ਅਜਿਹਾ ਲੱਗਦਾ ਸੀ ਕਿ ਮਸੂਰੀ ਭਾਰਤ ਤੋਂ ਬਾਹਰ ਕਿਤੇ ਗ੍ਰੇਟ ਬ੍ਰਿਟੇਨ ਵਿੱਚ ਹੋਵੇ!

ਮਸੂਰੀ ਵਿੱਚ ਡੇਲੀ ਰੁਟੀਨ ਦੀ ਸ਼ੁਰੂਆਤ ਸਵੇਰੇ 5:30 ਵਜੇ ਦੇ ਲਗਭਗ ਹੋ ਜਾਂਦੀ ਹੈ। ਦਿਨ ਦੀ ਸ਼ੁਰੂਆਤ ਆਮ ਤੌਰ 'ਤੇ ਸਵੇਰੇ 6 ਵਜੇ ਪੋਲੋ ਗਰਾਊਂਡ ਵਿਖੇ ਇੱਕ ਘੰਟੇ ਜਾਂ 6-10 ਕਿੱਲੋਮੀਟਰ ਦੀ ਜਾਗਿੰਗ ਦੇ ਨਾਲ ਹੁੰਦੀ ਹੈ। ਉਸ ਤੋਂ ਬਾਅਦ ਸਵੇਰੇ 9 ਵਜੇ ਤੋਂ ਕਲਾਸਾਂ ਸ਼ੁਰੂ ਹੁੰਦੀਆਂ ਹਨ ਅਤੇ ਇੱਕ ਦਿਨ ਵਿੱਚ 5-6 ਸੈਸ਼ਨ ਸ਼ਾਮ 5 ਵਜੇ ਤੱਕ ਹੁੰਦੇ ਹਨ। ਹਰੇਕ ਕਲਾਸ 55 ਮਿੰਟ ਤੱਕ ਚਲਦੀ ਹੈ। ਸ਼ਾਮ 5 ਤੋਂ ਸਾਢੇ 7 ਵਜੇ ਤੱਕ ਖੇਡ ਅਤੇ ਘੋੜਸਵਾਰੀ ਦੀਆਂ ਗਤੀਵਿਧੀਆਂ ਆਯੋਜਿਤ ਕੀਤੀਆਂ ਜਾਂਦੀਆਂ ਹਨ। ਟਾਈਮ ਟੇਬਲ ਏਨਾ ਬਿਜ਼ੀ ਰਹਿੰਦਾ ਹੈ ਕਿ ਕਈ ਵਾਰ ਟਰੇਨਿੰਗ ਕਰਨ ਵਾਲੇ ਅਫ਼ਸਰਾਂ ਨੂੰ ਘਰ 'ਚ ਗੱਲ ਕਰਨ ਦਾ ਸਮਾਂ ਨਹੀਂ ਮਿਲਦਾ। ਅਜਿਹੀ ਸਥਿਤੀ ਵਿੱਚ ਬੁਆਏ-ਫਰੈਂਡ ਅਤੇ ਗਰਲ-ਫਰੈਂਡ ਦੀਆਂ ਸ਼ਿਕਾਇਤਾਂ ਤਾਂ ਆਮ ਹੀ ਹੋ ਜਾਂਦੀਆਂ ਹਨ। "ਦੇਖੋ ਅਫ਼ਸਰ ਬਣ ਗਿਆ/ ਗਈ ਹੈ, ਹੁਣ ਸਾਡੇ ਲਈ ਟਾਈਮ ਨਹੀਂ ਹੈ ਉਹਦੇ ਕੋਲ।" ਇਸ ਤਰ੍ਹਾਂ ਦੇ ਤਾਅਨੇ ਸੁਣਨ ਨੂੰ ਮਿਲਣੇ ਸ਼ੁਰੂ ਹੋ ਜਾਂਦੇ ਹਨ। ਇੱਕ ਦੋ ਵਾਰ ਤਾਂ ਮੈਂ ਵੀ ਐਂਜਲ ਨੂੰ ਕਹਿ ਦਿੱਤਾ ਸੀ ਕਿ ਏਨਾ ਟਾਈਟ ਸ਼ਡਿਊਲ ਕਿਵੇਂ ਹੋ ਸਕਦਾ ਹੈ। ਹਾਂ, ਸੰਡੇ ਨੂੰ ਜ਼ਰੂਰ ਥੋੜ੍ਹੀ ਬਹੁਤ ਰਾਹਤ ਮਿਲਦੀ ਹੈ।

ਦੂਜੇ ਪਾਸੇ, ਅਨ-ਮੈਰੀਡ ਅਫ਼ਸਰਾਂ ਦੀ ਆਪਣੇ ਲਈ ਰਾਣੀ ਵਰਗੀ ਕੁੜੀ ਦੀ ਤਲਾਸ਼ ਜਾਰੀ ਸੀ। ਉਂਜ ਲਬਾਸਨਾ ਵਿਖੇ ਹੈਂਡਸਮ ਅਫ਼ਸਰਾਂ ਦੀ ਕਮੀ ਨਹੀਂ ਸੀ। ਐਂਜਲ

ਦੀ ਸਹੇਲੀ ਰਵੀਨਾ ਦਾ ਅਮਰੀਸ਼ 'ਤੇ ਦਿਲ ਆ ਗਿਆ ਸੀ ਅਤੇ ਉਹ ਦੋਨੋਂ ਇੱਕ ਦੂਜੇ ਦੇ ਹੱਥ ਵਿੱਚ ਹੱਥ ਪਾ ਕੇ ਇੱਕ ਰੈਸਟੋਰੈਂਟ ਤੋਂ ਦੂਜੇ ਰੈਸਟੋਰੈਂਟ ਜਾਣ ਲੱਗੇ ਸਨ। ਜੇਕਰ ਕੋਈ ਟ੍ਰੇਨਿੰਗ ਅਫ਼ਸਰ ਮੁੰਡਾ, ਟ੍ਰੇਨਿੰਗ ਅਫ਼ਸਰ ਕੁੜੀ ਦੇ ਨਾਲ ਰੈਸਟੋਰੈਂਟ ਵਿੱਚ ਖਾਣਾ ਖਾਣ ਲਈ ਚਲਿਆ ਜਾਂਦਾ ਤਾਂ ਸਾਰੇ ਹੀ ਅਫ਼ਸਰਾਂ ਵਿੱਚ ਇਸ ਗੱਲ ਦੀ ਚਰਚਾ ਤੇਜ਼ ਹੋ ਜਾਂਦੀ ਅਤੇ ਇਹੀ ਗੱਲਾਂ ਹੁੰਦੀਆਂ ਕਿ ਉਹ ਉਸ ਨੂੰ ਡੇਟ ਕਰ ਰਿਹਾ ਹੈ। ਇਹਨਾਂ ਗੱਲਾਂ ਵਿੱਚ ਕਈ ਵਾਰ ਸਚਾਈ ਵੀ ਹੁੰਦੀ ਹੈ। ਮਸੂਰੀ ਦੇ ਸਾਰੇ ਪ੍ਰਸਿੱਧ ਰੈਸਟੋਰੈਂਟ ਵਿੱਚ ਟ੍ਰੇਨਿੰਗ ਅਫ਼ਸਰ ਡੇਟ ਕਰਦੇ ਅਕਸਰ ਦਿੱਸ ਜਾਂਦੇ ਹਨ। ਕੁਝ ਮੀਡੀਆ ਰਿਪੋਰਟਾਂ ਦੇ ਦਾਅਵਿਆਂ ਅਨੁਸਾਰ 2017 ਤੋਂ ਲੈ ਕੇ ਹੁਣ ਤੱਕ ਕੁੱਲ 52 ਆਈ.ਏ.ਐੱਸ. ਅਫ਼ਸਰਾਂ ਨੇ ਸਾਥੀ ਅਫ਼ਸਰਾਂ ਦੇ ਨਾਲ ਵਿਆਹ ਕੀਤਾ ਹੈ। ਸੀਨੀਅਰ ਬਿਊਰੋਕਰੇਟਸ ਦਾ ਮੰਨਣਾ ਹੈ ਕਿ ਲਬਾਸਨਾ ਟ੍ਰੇਨਿੰਗ ਸੈਂਟਰ ਹੀ ਨਹੀਂ ਬਲਕਿ ਆਈ.ਏ.ਐੱਸ. ਅਫ਼ਸਰਾਂ ਲਈ ਰੁਮਾਂਸ ਸੈਂਟਰ ਵੀ ਹੈ। ਅਕਸਰ ਇਹ ਚਰਚਾ ਹੁੰਦੀ ਸੀ ਕਿ ਤੁਸੀਂ ਕਿਹੜਾ ਵਿਆਹ ਕਰਨ ਜਾ ਰਹੇ ਹੋ - ਲਵ ਮੈਰਿਜ ਜਾਂ ਕਾਡਰ ਮੈਰਿਜ। ਮਸੂਰੀ ਵਿੱਚ ਕਾਡਰ ਅਲਾਟ ਹੋ ਜਾਣ ਤੋਂ ਬਾਅਦ ਅਫ਼ਸਰਾਂ ਵਿੱਚ ਕਾਡਰ ਵਾਲਾ ਪਿਆਰ ਉਮੜ ਪੈਂਦਾ ਹੈ।

ਟ੍ਰੇਨਿੰਗ ਸੈਂਟਰ ਵਿਖੇ ਟ੍ਰੇਨਿੰਗ ਅਫ਼ਸਰ ਨੂੰ ਕੇਵਲ ਫਾਰਮਲ ਡਰੈੱਸ ਪਾਉਣ ਦੀ ਇਜਾਜ਼ਤ ਦਿੱਤੀ ਜਾਂਦੀ ਹੈ। ਇੱਥੋਂ ਤੱਕ ਕਿ ਮੈੱਸ 'ਚ ਜਾਣ ਲਈ ਵੀ ਡਰੈੱਸ ਕੋਡ ਨਿਰਧਾਰਿਤ ਕੀਤਾ ਗਿਆ ਹੈ। ਆਪਣੇ ਰੂਮ ਤੋਂ ਬਾਹਰ ਕੋਈ ਵੀ ਅਫ਼ਸਰ ਬਾਥਰੂਮ ਸਲੀਪਰ ਜਾਂ ਸੈਂਡਲ ਪਾ ਕੇ ਨਹੀਂ ਘੁੰਮ ਸਕਦਾ। ਡਰੈੱਸ ਕੋਡ ਦਾ ਨਿਯਮ ਤੋੜਨ ਵਾਲੇ ਨੂੰ ਜੁਰਮਾਨਾ ਭਰਨਾ ਪੈਂਦਾ ਹੈ।

ਕਲਾਸ-ਰੂਮ ਦੇ ਡਰੈੱਸ ਕੋਡ ਅਨੁਸਾਰ ਮਰਦ ਅਫ਼ਸਰਾਂ ਨੂੰ ਗਰਮੀ ਦੇ ਮੌਸਮ ਵਿੱਚ ਨੇਕ-ਟਾਈ ਦੇ ਨਾਲ ਫੁੱਲ ਸਲੀਵ ਸ਼ਰਟ ਤੇ ਪੈਂਟ ਅਤੇ ਸਰਦੀ ਦੇ ਮੌਸਮ ਵਿੱਚ ਨੇਕ-ਟਾਈ ਦੇ ਨਾਲ ਫੁੱਲ ਸਲੀਵ ਸ਼ਰਟ, ਜੈਕਟ ਅਤੇ ਪੈਂਟ ਪਾਉਣਾ ਲਾਜ਼ਮੀ ਹੈ। ਇਸ ਦੇ ਨਾਲ-ਨਾਲ ਲੈਦਰ ਬੂਟ ਵੀ ਜ਼ਰੂਰੀ ਹਨ। ਮਹਿਲਾ ਟ੍ਰੇਨਿੰਗ ਅਫ਼ਸਰ ਲਈ ਸਾੜੀ/ ਸਲਵਾਰ-ਕਮੀਜ਼/ ਚੂੜੀਦਾਰ-ਕੁਰਤਾ/ ਵੈਸਟਰਨ ਬਿਜ਼ਨਸ ਸੂਟ, ਫ਼ਾਰਮਲ ਜੁੱਤੇ/ ਸੈਂਡਲ ਦੇ ਨਾਲ ਪਾਉਣਾ ਜ਼ਰੂਰੀ ਹੈ। ਸਾਰੇ ਅਫ਼ਸਰਾਂ ਨੂੰ ਮੈੱਸ ਵਿੱਚ ਖਾਣਾ ਖਾਂਦੇ ਸਮੇਂ ਵੀ ਇਸ ਡਰੈੱਸ ਕੋਡ ਦੀ ਪਾਲਨਾ ਕਰਨੀ ਪੈਂਦੀ ਹੈ।

ਇੱਕ ਦਿਨ ਮੈਂ ਸਵੇਰੇ ਮਸੂਰੀ ਵਿੱਚ ਘੁੰਮ ਰਿਹਾ ਸੀ ਤਾਂ ਤਾਇਬ ਅਲੀ ਨੇ ਕਿਹਾ, "ਮਸੂਰੀ ਵਿੱਚ ਮੀਂਹ ਤੇ ਧਨੋਲਟੀ ਵਿਖੇ ਬਰਫ਼ਬਾਰੀ ਸ਼ੁਰੂ ਹੋ ਚੁੱਕੀ ਹੈ, ਆਓ ਐਡਵੈਂਚਰ ਦਾ ਲੁਤਫ਼ ਉਠਾਉਂਦੇ ਹਾਂ।"

"ਮਸੂਰੀ ਦੀ ਘਾਟੀ ਵਿੱਚ ਬਾਰਸ਼ ਦਾ ਨਜ਼ਾਰਾ ਬਹੁਤ ਹੀ ਮਨਭਾਉਂਦਾ ਹੁੰਦਾ ਹੈ; ਸੌ ਵਾਰੀ ਦੇਖ ਕੇ ਵੀ ਮਨ ਨਹੀਂ ਭਰਦਾ।" ਮੈਂ ਕਿਹਾ।

ਸਨੋਫਾਲ ਦੇ ਸਮੇਂ ਪਹਾੜਾਂ ਨੂੰ ਭਲਾ ਨੇੜਿਓਂ ਕੌਣ ਨਹੀਂ ਦੇਖਣਾ ਚਾਹੁੰਦਾ! ਲਗਭਗ 20 ਸਾਲ ਤੋਂ ਨਿਰੰਤਰ ਮੈਂ ਵੀ ਇਸ ਖ਼ੂਬਸੂਰਤ ਸਥਾਨ ਦਾ ਦੀਦਾਰ ਕੀਤਾ ਹੈ। ਸੱਚ ਕਹਾਂ, ਤਾਂ ਮੇਰੀਆਂ ਸਭ ਤੋਂ ਮਨਪਸੰਦ ਥਾਵਾਂ ਵਿੱਚ ਇੱਕ ਥਾਂ ਮਸੂਰੀ ਵੀ ਹੈ। ਮੈਂ ਵੀ ਇਹਨਾਂ ਪਹਾੜਾਂ ਦੀ ਖ਼ੂਬਸੂਰਤੀ ਨੂੰ ਬਹੁਤ ਨੇੜੇ ਤੋਂ ਦੇਖਿਆ ਹੈ। ਜੇਕਰ ਤੁਹਾਡੇ ਵੀ ਕੁਝ ਅਜਿਹੇ ਸੁਪਨੇ ਹਨ, ਤਾਂ ਤੁਸੀਂ ਵੀ ਉੱਤਰਾਖੰਡ ਵਿਖੇ ਮਸੂਰੀ ਹਿੱਲ ਸਟੇਸ਼ਨ 'ਤੇ ਸੈਰ ਦਾ ਪਲਾਨ ਬਣਾ ਸਕਦੇ ਹੋ। ਉਂਜ ਤਾਂ ਮਸੂਰੀ ਵਿੱਚ ਘੁੰਮਣ ਲਈ ਛੋਟੀਆਂ-ਵੱਡੀਆਂ ਕਈ ਖ਼ੂਬਸੂਰਤ ਥਾਵਾਂ ਹਨ। ਆਪਣੀ ਯਾਤਰਾ ਦੇ ਦੌਰਾਨ ਮੈਂ ਜਿਹੜੀਆਂ ਸ਼ਾਨਦਾਰ ਥਾਵਾਂ ਨੂੰ ਨੇੜੇ ਤੋਂ ਦੇਖਿਆ ਹੈ, ਉਹਨਾਂ ਵਿੱਚੋਂ ਮੇਰੀਆਂ ਕੁਝ ਮਨਪਸੰਦ ਥਾਵਾਂ ਹਨ- ਲਾਲ ਡਿੱਬਾ, ਕਲਾਊਡ ਐਂਡ, ਕੈਂਪਟੀ ਵਾਟਰ ਫਾਲ, ਧਨੋਲਟੀ, ਸੁਰਕੁੰਡਾ ਦੇਵੀ ਮੰਦਰ, ਗ੍ਰੀਨ ਵਿੰਡੋ ਐਡਵੈਂਚਰ, ਮਸੂਰੀ ਝੀਲ, ਜਾਰਜ ਐਵਰੈਸਟ ਹਾਊਸ, ਝਰੀ ਪਾਣੀ ਵਾਟਰ ਫਾਲ, ਭੱਟਾ ਫਾੱਲ, ਸੰਤੂਰਾ ਦੇਵੀ ਮੰਦਰ, ਕੰਪਨੀ ਗਾਰਡਨ, ਮਾਲ ਰੋਡ, ਗੰਨ ਹਿੱਲ, ਪਿਕਚਰ ਪੈਲੇਸ, ਲੰਬੀ ਵਾਈਨ ਧਾਰ ਅਤੇ ਹਾਥੀ ਪਾਂਵ।

ਸਵਿਟਜ਼ਰਲੈਂਡ ਤੋਂ ਬਾਅਦ ਮਸੂਰੀ ਦੂਸਰੀ ਅਜਿਹੀ ਥਾਂ ਹੈ ਜਿੱਥੇ ਸੂਰਜ ਛਿਪਣ ਦਾ ਏਨਾ ਖ਼ੂਬਸੂਰਤ ਨਜ਼ਾਰਾ ਦਿਸਦਾ ਹੈ, ਬਲਕਿ ਮੈਂ ਤਾਂ ਕਹਾਂਗਾ ਕਿ ਤੁਸੀਂ ਮਸੂਰੀ ਤੋਂ ਇਲਾਵਾ ਅਜਿਹਾ ਅਦਭੁਤ ਦ੍ਰਿਸ਼ ਕਿਤੇ ਹੋਰ ਨਹੀਂ ਦੇਖ ਸਕਦੇ। ਮਸੂਰੀ ਬੱਸ ਸਟੈਂਡ ਤੋਂ ਤਿੰਨ ਕਿੱਲੋਮੀਟਰ ਦੀ ਦੂਰੀ 'ਤੇ 'ਕੈਮਲਸ ਬੈਕ ਰੋਡ' ਹੈ। ਜਿਸ ਦਾ ਨਾਂ ਊਂਠ ਦੀ ਪਿੱਠ ਦੇ ਆਕਾਰ ਵਰਗੀ ਇੱਕ ਪਹਾੜੀ ਤੋਂ ਲਿਆ ਗਿਆ ਹੈ। ਕਿਹਾ ਜਾਂਦਾ ਹੈ ਕਿ ਕੈਮਲਸ ਬੈਕ ਰੋਡ ਦਾ ਨਿਰਮਾਣ ਸਾਲ 1845 ਵਿੱਚ ਕੀਤਾ ਗਿਆ ਸੀ। ਇਸ ਸੜਕ 'ਤੇ ਇੱਕ ਪ੍ਰਾਚੀਨ ਹਵਾਘਰ ਵੀ ਹੈ, ਜਿੱਥੇ ਬੈਠ ਕੇ ਲੋਕ ਪਹਾੜਾਂ ਦੀਆਂ ਖ਼ੂਬਸੂਰਤ ਸ਼ਿਖਰਾਂ/ ਚੋਟੀਆਂ ਨੂੰ ਦੇਖ ਸਕਦੇ ਹਨ। ਇਸ ਹਵਾਘਰ ਨੂੰ ਬ੍ਰਿਟਿਸ਼ ਕਾਲ ਵਿੱਚ 'ਸਕੈਂਡਲ ਪੁਆਇੰਟ' ਦੇ ਨਾਂ ਨਾਲ ਜਾਣਿਆ ਜਾਂਦਾ ਸੀ। ਹਿਮਾਲਿਆ ਦੀਆਂ ਚੋਟੀਆਂ ਨੂੰ ਨੇੜੇ ਤੋਂ ਦੇਖਣ ਦੇ ਇੱਛੁਕ ਲੋਕਾਂ ਲਈ ਇੱਥੇ ਟੈਲੀਸਕੋਪ ਉਪਲਬਧ ਰਹਿੰਦਾ ਹੈ, ਜਿਸ ਦੀ ਮਦਦ ਨਾਲ ਬਦਰੀਨਾਥ, ਕੇਦਾਰਨਾਥ, ਗੰਗੋਤਰੀ, ਯਮੁਨੋਤਰੀ ਅਤੇ ਚੌਖੰਭਾ ਨੰਦਾਦੇਵੀ ਦੀਆਂ ਚੋਟੀਆਂ ਸਾਫ਼ ਦਿਖਾਈ ਦਿੰਦੀਆਂ ਹਨ।

ਭਾਰਤ ਵਿੱਚ ਜੇਕਰ ਤੁਸੀਂ ਘੁੰਮਣ ਦਾ ਮਨ ਬਣਾ ਰਹੇ ਹੋ ਤਾਂ ਮਸੂਰੀ ਬਹੁਤ ਸ਼ਾਨਦਾਰ ਥਾਂ ਹੈ। ਇਹ ਉੱਤਰਾਖੰਡ ਰਾਜ ਦਾ ਇੱਕ ਰਮਣੀਕ ਪਹਾੜੀ ਨਗਰ ਹੈ। ਆਪਣੀ ਮਨੋਹਾਰੀ ਕੁਦਰਤੀ ਸੁਸ਼ਮਾ ਦੇ ਕਾਰਨ ਇਸ ਨਗਰ ਨੂੰ 'ਪਹਾੜੀਆਂ ਦੀ ਰਾਣੀ' ਕਿਹਾ

ਜਾਂਦਾ ਹੈ। ਮਸੂਰੀ ਉੱਤਰਾਖੰਡ ਦੀ ਰਾਜਧਾਨੀ ਦੇਹਰਾਦੂਨ ਤੋਂ ਲਗਭਗ 35 ਕਿੱਲੋਮੀਟਰ ਦੂਰ ਹੈ। ਸਮੁੰਦਰ ਤਲ ਤੋਂ ਇਸ ਨਗਰ ਦੀ ਔਸਤ ਉਚਾਈ ਲਗਭਗ 6600 ਫੁੱਟ ਹੈ। ਬ੍ਰਿਟਿਸ਼ ਪ੍ਰਸ਼ਾਸਨਿਕ ਅਧਿਕਾਰੀ ਐੱਫ਼.ਜੇ. ਸ਼ੋਰ ਸਾਲ 1823 ਵਿੱਚ ਆਪਣੇ ਕੁਝ ਦੋਸਤਾਂ ਨਾਲ ਪਹਾੜਾਂ ਦੀ ਸੈਰ ਕਰਦੇ ਹੋਏ ਪਹਿਲੀ ਵਾਰ ਇੱਥੇ ਆਏ ਸਨ ਅਤੇ ਇੱਥੋਂ ਦੀ ਕੁਦਰਤੀ ਸੁੰਦਰਤਾ ਉੱਤੇ ਮੋਹਿਤ ਹੋ ਗਏ। ਫਿਰ ਇਹ ਥਾਂ ਗਰਮੀਆਂ 'ਚ ਸੈਰ-ਸਪਾਟੇ ਲਈ ਪ੍ਰਮੁੱਖ ਕੇਂਦਰ ਬਣ ਗਿਆ। ਇੱਥੋਂ ਦੇ ਹਿੱਲ ਸਟੇਸ਼ਨ, ਪ੍ਰਾਚੀਨ ਮੰਦਰ, ਝਰਨੇ, ਘਾਟੀਆਂ, ਜੰਗਲੀ ਜੀਵ ਅਭਿਆਰਨ ਅਤੇ ਸਿੱਖਿਆ ਸੰਸਥਾਵਾਂ ਸੈਲਾਨੀਆਂ ਨੂੰ ਆਪਣੇ ਵੱਲ ਖਿੱਚਦੀਆਂ ਹਨ। ਇੱਥੋਂ ਦੀਆਂ ਖ਼ੂਬਸੂਰਤ ਪਹਾੜੀਆਂ ਵਿੱਚ ਗੰਨ ਹਿੱਲ, ਲਾਲ ਟਿੱਬਾ ਅਤੇ ਨਾਗ ਟਿੱਬਾ ਆਦਿ ਹਨ। ਗੰਨ ਹਿੱਲ ਪਹਾੜੀ ਸਮੁੰਦਰ ਤਲ ਤੋਂ 212 ਮੀਟਰ ਦੀ ਉਚਾਈ 'ਤੇ ਹੈ। ਇਹ ਮਸੂਰੀ ਦੀ ਦੂਸਰੀ ਸਭ ਤੋਂ ਉੱਚੀ ਪਹਾੜੀ ਹੈ। ਇਸ ਦਾ ਇਤਿਹਾਸਿਕ ਮਹੱਤਵ ਵੀ ਹੈ। ਆਜ਼ਾਦੀ ਤੋਂ ਪਹਿਲਾਂ ਇਸ ਪਹਾੜੀ ਤੋਂ ਹਰ ਦੁਪਹਿਰ ਨੂੰ ਤੋਪ ਨਾਲ ਗੋਲਾ ਚਲਾਇਆ ਜਾਂਦਾ ਸੀ, ਤਾਂ ਕਿ ਸਥਾਨਕ ਲੋਕਾਂ ਨੂੰ ਸਮੇਂ ਦੀ ਜਾਣਕਾਰੀ ਦਿੱਤੀ ਜਾ ਸਕੇ। ਉਸ ਸਮੇਂ ਲੋਕ ਆਪਣੀਆਂ ਘੜੀਆਂ ਨੂੰ ਉਸ ਦੇ ਅਨੁਸਾਰ ਹੀ ਸੈੱਟ ਕਰ ਲੈਂਦੇ ਸਨ।

ਲਾਲ ਟਿੱਬਾ, ਮਸੂਰੀ ਦਾ ਸਭ ਤੋਂ ਉੱਚਾ ਪੁਆਇੰਟ ਹੈ। ਆਲ ਇੰਡੀਆ ਰੇਡੀਓ ਅਤੇ ਦੂਰਦਰਸ਼ਨ ਦੇ ਟਾਵਰ ਇਸੇ ਪਹਾੜੀ 'ਤੇ ਸਥਿਤ ਹਨ। ਇਸ ਪਹਾੜੀ 'ਤੇ ਸੈਲਾਨੀਆਂ ਦੀ ਸੁਵਿਧਾ ਲਈ ਇੱਕ ਜਾਪਾਨੀ ਟੈਲੀਸਕੋਪ ਸਾਲ 1967 ਵਿੱਚ ਸਥਾਪਿਤ ਕੀਤਾ ਗਿਆ ਸੀ। ਇਸ ਟੈਲੀਸਕੋਪ ਦੀ ਮਦਦ ਨਾਲ ਸੈਲਾਨੀ ਬੰਦੇਰਪੁੰਛ, ਕੇਦਾਰਨਾਥ ਅਤੇ ਬਦਰੀਨਾਥ ਨੂੰ ਦੇਖ ਸਕਦੇ ਹਨ। ਨਾਗ ਟਿੱਬਾ, ਮਸੂਰੀ ਦੀ ਇੱਕ ਹੋਰ ਪ੍ਰਸਿੱਧ ਪਹਾੜੀ ਹੈ, ਇਸ ਨੂੰ ਨਾਗ ਚੋਟੀ ਦੇ ਰੂਪ ਵਿੱਚ ਵੀ ਜਾਣਿਆ ਜਾਂਦਾ ਹੈ। ਸੈਲਾਨੀ ਇੱਥੇ ਆ ਕੇ ਕਈ ਹਿੰਮਤੀ ਖੇਡਾਂ ਦਾ ਅਨੰਦ ਮਾਣਦੇ ਹਨ। ਇੱਥੇ ਝਰੀ-ਪਾਣੀ ਝਰਨਾ, ਭੱਟਾ ਝਰਨਾ ਅਤੇ ਮੌਸਮੀ ਝਰਨਾ ਆਪਣੀ ਸੁੰਦਰਤਾ ਲਈ ਪ੍ਰਸਿੱਧ ਹਨ। ਮਸੂਰੀ ਦੀ ਸੈਰ 'ਤੇ ਆਉਣ ਵਾਲੇ ਸੈਲਾਨੀਆਂ ਲਈ 'ਕੈਂਪਟੀ ਝਰਨਾ' ਧਿਆਨ ਖਿੱਚਦਾ ਹੈ। ਸਮੁੰਦਰ ਤਲ ਤੋਂ ਇਸ ਝਰਨੇ ਦੀ ਉਚਾਈ 4500 ਫੁੱਟ ਹੈ। ਇਸ ਖੇਤਰ ਦੀ ਸੁੰਦਰਤਾ ਤੋਂ ਪ੍ਰਭਾਵਿਤ ਹੋ ਕੇ ਬ੍ਰਿਟਿਸ਼ ਅਧਿਕਾਰੀ ਜੌਹਨ ਮੇਕੀਨਨ ਨੇ ਇਸ ਨੂੰ ਇੱਕ ਸੈਲਾਨੀ ਸਥਾਨ ਵਿੱਚ ਤਬਦੀਲ ਕਰ ਦਿੱਤਾ ਸੀ। ਸੈਲਾਨੀ ਸਥਾਨ ਤੋਂ ਇਲਾਵਾ ਇਹ ਸ਼ਹਿਰ ਲਾਲ ਬਹਾਦਰ ਸ਼ਾਸਤਰੀ ਪ੍ਰਸ਼ਾਸਨਿਕ ਸਿਖਲਾਈ ਸੰਸਥਾ, ਸੇਂਟ ਜੌਰਜ ਕਾਲਜ, ਓਕ ਗਰੋਵ ਸਕੂਲ, ਵਯਾਨਬਰਗ ਐਲਨ ਸਕੂਲ ਆਦਿ ਲਈ ਮਸ਼ਹੂਰ ਹੈ।

‘Indian And Dogs Are Not Allowed (ਭਾਰਤੀ ਅਤੇ ਕੁੱਤਿਆਂ ਨੂੰ ਇਜਾਜ਼ਤ ਨਹੀਂ ਹੈ)’

ਬ੍ਰਿਟਿਸ਼ ਰਾਜ ਦੀਆਂ ਇਹ ਲਾਈਨਾਂ ਹਰ ਸ਼ਹਿਰ ਦੇ ਕੈਂਟੋਨਮੈਂਟ ਏਰੀਆ ਵਿੱਚ ਹੋਰਡਿੰਗ ’ਤੇ ਲੱਗੀਆਂ ਰਹਿੰਦੀਆਂ ਸਨ। ਇਹ ਲਾਈਨਾਂ ਉਸ ਸਮੇਂ ਮਸੂਰੀ ਦੇ ਮਾਲ ਰੋਡ ’ਤੇ ਵੀ ਲੱਗੀਆਂ ਸੀ। ਪਰ ਮੋਤੀ ਲਾਲ ਨਹਿਰੂ ਦਾ ਪਰਿਵਾਰ ਏਨਾ ਲਿਖੀਆਂ ਲਾਈਨਾਂ ਤੋਂ ਮੁਕਤ ਸੀ, 1920-1940 ਈ. ਦੇ ਦੌਰਾਨ ਇੰਦਰਾ ਗਾਂਧੀ ਦੀ ਇਹ ਮਨਪਸੰਦ ਰੈਗੂਲਰ ਵਿਜ਼ਟਿੰਗ ਥਾਂ ਸੀ। ਮਸੂਰੀ ਦੀ ਖੋਜ 1825 ਈ. ਵਿੱਚ ਇੱਕ ਅੰਗਰੇਜ਼ ਅਫ਼ਸਰ ਕੈਪਟਨ ਯੰਗ ਨੇ ਕੀਤੀ ਸੀ। 1827 ਈ. ਵਿੱਚ ਲੈਂਢੌਰ ਵਿੱਚ ਸੈਨੀਟੋਰੀਅਮ ਬਣਾਇਆ ਗਿਆ ਜੋ ਬਾਅਦ ਵਿੱਚ ਕੈਂਟੋਨਮੈਂਟ ਬਣ ਗਿਆ। ਸਮੁੰਦਰ-ਤਲ ਤੋਂ 5991 ਫੁੱਟ ਦੀ ਦੀ ਉਚਾਈ ’ਤੇ ਵਸੇ ਇਸ ਸ਼ਹਿਰ ਦੀ ਆਬਾਦੀ ਸਾਲ 1901 ਵਿੱਚ ਸਿਰਫ਼ 6500 ਦੇ ਲਗਭਗ ਸੀ ਜੋ ਸਾਲ 2011 ਦੀ ਮਰਦਮਸ਼ੁਮਾਰੀ ਅਨੁਸਾਰ 3 ਲੱਖ ਤੋਂ ਵੀ ਜ਼ਿਆਦਾ ਹੈ। ਦੇਹਰਾਦੂਨ ਤੋਂ ਸਿਰਫ਼ 35 ਕਿੱਲੋਮੀਟਰ ਦੀ ਦੂਰੀ ’ਤੇ ਵਸਿਆ ਇਹ ਸ਼ਹਿਰ ਸਾਲ 1920 ਵਿੱਚ ਰੇਲਵੇ ਨਾਲ ਜੁੜਿਆ। ‘ਮੰਸੂਰ’ ਨਾਂ ਦੇ ਸਥਾਨਿਕ ਪੌਦੇ (ਬੂਟੇ) ਦੇ ਕਾਰਨ ਇਸ ਦਾ ਨਾਂ ‘ਮੰਸੂਰੀ’ ਪਿਆ, ਜੋ ਅੱਗੇ ਵਿਗੜ ਕੇ ‘ਮਸੂਰੀ’ ਹੋ ਗਿਆ।

ਸਾਲ 1959 ਵਿੱਚ ਤਿੱਬਤੀ ਧਰਮ ਗੁਰੂ ਦਲਾਈਲਾਮਾ ਨੇ ਚੀਨ ਅਧਿਕਾਰਤ ਤਿੱਬਤ ਤੋਂ ਭੱਜ ਕੇ ਇੱਥੇ ਸ਼ਰਨ ਲਈ ਅਤੇ ਤਿੱਬਤ ਦੀ ਜਲਾਵਤਨੀ (ਨਿਰਵਾਸਿਤ) ਸਰਕਾਰ ਬਣਾਈ। ਪ੍ਰਸਿੱਧ ਬ੍ਰਿਟਿਸ਼ ਭਾਰਤੀ ਲੇਖਕ ਰਸਕਿਨ ਬਾਂਡ ਅੱਜ ਵੀ ਇੱਕ ਸਥਾਨਕ ਕਿਤਾਬਾਂ ਦੀ ਦੁਕਾਨ ’ਤੇ ਸ਼ਾਮ ਨੂੰ ਤਿੰਨ ਵਜੇ ਰੁਟੀਨ ਵਿੱਚ ਆਪਣੇ ਪਾਠਕਾਂ ਨੂੰ ਮਿਲਣ ਆਉਂਦਾ ਹੈ। 1853 ਦਾ ਸੈਂਟ ਜਾੱਰਜ ਸਕੂਲ ਇੱਥੋਂ ਦਾ ਸਭ ਤੋਂ ਪੁਰਾਣਾ ਬੋਰਡਿੰਗ ਸਕੂਲ ਹੈ। ਸਾਲ 1850 ਵਿੱਚ ਬਣੇ ਵੁੱਡਸਟਾੱਕ ਸਕੂਲ ਵਿੱਚ ਅਮਰੀਕੀ ਮਿਸ਼ਨਰੀਆਂ ਦੁਆਰਾ ਬ੍ਰਿਟਿਸ਼ ਔਰਤਾਂ ਨੂੰ ਪ੍ਰੋਟੈਸਟੈਂਟ ਪੰਥ ਦੀ ਸਿਖਲਾਈ ਦਿੱਤੀ ਜਾਂਦੀ ਸੀ।

ਚੀੜ੍ਹ-ਦੇਵਦਾਰ (ਪਾਈਨ) ਦੇ ਜੰਗਲਾਂ ’ਚ ਵਸਿਆ ਇਹ ਸ਼ਹਿਰ ਭਾਰਤੀ ਸੈਲਾਨੀਆਂ ਲਈ ਅੱਜ ਵੀ ਬੜੀ ਖਿੱਚ ਰੱਖਦਾ ਹੈ। ਮਸੂਰੀ ਦਾ ਸਵਾ ਸੌ ਸਾਲ ਪੁਰਾਣਾ ਹੱਥ ਰਿਕਸ਼ਾ ਅੱਜ ਵੀ ਖਿੱਚ ਦਾ ਕੇਂਦਰ ਹੈ ਜੋ ਮਾਲ ਰੋਡ ’ਤੇ ਸੈਲਾਨੀਆਂ ਦੇ ਦੇਖਣ ਲਈ ਰੱਖਿਆ ਹੈ। ਮਸੂਰੀ ਦੇ ਹੱਥ ਰਿਕਸ਼ਾ ਦਾ ਇੱਕ ਇਤਿਹਾਸ ਵੀ ਹੈ। 19 ਵੀਂ ਸ਼ਤਾਬਦੀ ਤਕ ਮਸੂਰੀ ਇੱਕ ਪ੍ਰਮੁੱਖ ਹਿੱਲ ਸਟੇਸ਼ਨ ਦੇ ਰੂਪ ਵਿੱਚ ਸਥਾਪਤ ਹੋ ਚੁੱਕਿਆ ਸੀ। ਪਰ ਪਹਾੜ ’ਤੇ ਆਉਣ-ਜਾਣ ਦੀ ਸਮੱਸਿਆ ਵੱਡੀ ਸੀ। ਸਾਲ 1890 ਵਿੱਚ ਇੱਕ ਵਪਾਰੀ ਨੇ ਹੱਥ ਰਿਕਸ਼ੇ ਦਾ ਪ੍ਰਸਤਾਵ ਰੱਖਿਆ। ਜਿਸ ਨੂੰ ਅੰਗਰੇਜ਼ਾਂ ਨੇ ਬਹੁਤ ਪਸੰਦ ਕੀਤਾ। ਇੱਥੋਂ ਤੱਕ

ਕਿ ਇਸ ਦੀ ਉਸਾਰੀ ਲਈ ਚਾਰਲੀਵਿਲੀ ਹੋਟਲ ਦੀ ਇਮਾਰਤ ਵਿੱਚ ਥਾਂ ਵੀ ਦਿੱਤੀ। ਅੱਜਕੱਲ੍ਹ ਉਸੇ ਹੋਟਲ ਵਿੱਚ ਲਾਲ ਬਹਾਦਰ ਸ਼ਾਸਤਰੀ ਅਕੈਡਮੀ ਖੁੱਲ੍ਹੀ ਹੋਈ ਹੈ, ਜਿੱਥੇ ਆਈ.ਏ.ਐੱਸ. ਅਫ਼ਸਰਾਂ ਦੀ ਸਿਖਲਾਈ ਹੁੰਦੀ ਹੈ।

ਦਿੱਲੀ ਦੇ ਨੇੜੇ ਅਤੇ ਆਮ ਤੌਰ 'ਤੇ ਸਸਤਾ ਹੋਣ ਦੇ ਕਾਰਨ ਇੱਥੇ ਸਾਲ ਭਰ ਸੈਲਾਨੀਆਂ ਦੀ ਭੀੜ ਰਹਿੰਦੀ ਹੈ। ਮਸੂਰੀ ਨਗਰ ਨਿਗਮ ਇਸ ਭੀੜ ਨੂੰ ਸੰਭਾਲ ਸਕਣ ਵਿੱਚ ਨਾਕਾਮਯਾਬ ਰਿਹਾ ਹੈ। ਨਤੀਜੇ ਵਜੋਂ ਸੈਲਾਨੀਆ ਦੁਆਰਾ ਕੀਤਾ ਗਿਆ ਕੂੜਾ ਇਸ ਥਾਂ ਦੀ ਖਿੱਚ ਅਤੇ ਸਾਫ਼-ਸਫ਼ਾਈ ਨੂੰ ਲਗਾਤਾਰ ਵਿਗਾੜ ਰਿਹਾ ਹੈ। ਜ਼ਿਆਦਾ ਉਸਾਰੀ ਗਤੀਵਿਧੀਆਂ ਹੋਣ ਕਰਕੇ ਲੈਂਡ ਸਲਾਈਡ ਦੀਆਂ ਘਟਨਾਵਾਂ ਵਧਣ ਲੱਗੀਆਂ ਹਨ ਅਤੇ ਗਲੋਬਲ ਵਾਰਮਿੰਗ ਦੇ ਪ੍ਰਭਾਵ ਹੇਠ ਤਾਪਮਾਨ ਵੀ ਵਧਿਆ ਹੈ। ਇਸ ਨੂੰ ਹੋਰ ਵਧਣ ਤੋਂ ਰੋਕਣ ਦੀ ਜ਼ਰੂਰਤ ਹੈ।

ਮਸੂਰੀ ਘੁੰਮਣ ਦਾ ਸਭ ਤੋਂ ਵਧੀਆ ਸਮਾਂ ਮਈ-ਜੂਨ ਦੀ ਫੁੱਲ ਗਰਮੀ ਜਾਂ ਜਨਵਰੀ-ਫਰਵਰੀ ਦੀ ਹੱਡ ਭੰਨਵੀਂ ਠੰਢ ਹੈ। ਹਾਲਾਂਕਿ ਠੰਢ ਦੇ ਮੌਸਮ ਵਿੱਚ ਇੱਥੇ ਜਾਣਾ ਜੋਖ਼ਮ ਭਰਿਆ ਹੈ। ਸਨੋਫਾਲ ਦੇ ਕਾਰਨ ਮਸੂਰੀ ਦੇ ਸਾਰੇ ਪਹਾੜੀ ਰਸਤੇ ਰਸਤਿਆਂ 'ਤੇ ਇੰਨੀ ਜ਼ਿਆਦਾ ਤਿਲਕਣ ਹੋ ਜਾਂਦੀ ਹੈ ਕਿ ਇੱਥੇ ਅਕਸਰ ਰੋਡ 'ਤੇ ਗੱਡੀਆਂ ਦੇ ਤਿਲਕਣ ਨਾਲ ਦੁਰਘਟਨਾਵਾਂ ਹੋ ਜਾਂਦੀਆਂ ਹਨ।

ਮਸੂਰੀ 'ਤੇ ਜੇ.ਮਾਥੁਰ ਦੀਆਂ ਇਹ ਲਾਈਨਾਂ ਬਿਲਕੁਲ ਢੁਕਦੀਆਂ ਹਨ:-

ਹੁਸਨ ਕੀ ਬਾਦੀਓਂ ਮੇਂ ਬਸੀ, ਪਹਾੜੋਂ ਕੀ ਰਾਨੀ ਮਸੂਰੀ ਹੈ ਯੇ।
ਗੜ੍ਹਵਾਲ ਕਾ ਤਾਜ ਹੈ, ਪ੍ਰਯਟਕੋਂ ਕੀ ਦੀਵਾਨਗੀ, ਮਸੂਰੀ ਹੈ ਯੇ।

ਚੌੜੇ-ਪਤਲੇ ਟੇਢੇ-ਮੇਡੇ ਰਾਸਤੋਂ ਸੇ ਚੜ੍ਹਤੇ ਹੋਏ ਵਸੀ ਹੈ ਯੇ।
ਜਹਾਂ ਪਾਨੀ ਭੀ ਠੰਢਾ ਹੈ ਔਰ ਹਵਾ ਵੀ ਬਹਤੀ ਠੰਢੀ ਹੈ ਯੇ।

ਪ੍ਰਯਟਨੋ ਕੇ ਸਥਲੋਂ ਸੇ ਭਰੀ ਹੋਈ ਸੁੰਦਰ ਪ੍ਰਲੋਭਨਕਾਰੀ ਹੈ ਯੇ।
ਹਰ ਪ੍ਰੇਮ ਕਰਨੇ ਵਾਲੋਂ ਕੇ ਅਟੂਟ ਪ੍ਰੇਮ ਕੀ ਮਨੋਹਾਰੀ ਹੈ ਯੇ।

ਡੂਬ ਜਾਏ ਇਸਕੀ ਖ਼ੂਬਸੂਰਤੀ ਮੇਂ ਐਸੀ ਕਲਾਕਾਰੀ ਹੈ ਯੇ।
ਲੋਗੋਂ ਕੇ ਦਿਲੋਂ ਕੋ ਜੋ ਜੋੜ ਦੇ ਐਸੀ ਨਿਆਰੀ ਹੈ ਯੇ।

13

ਮੁਖਰਜੀ ਨਗਰ ਦੀ ਗੱਪ-ਸ਼ੱਪ

ਦਿੱਲੀ ਦੇ ਜੀ.ਟੀ.ਬੀ. ਨਗਰ ਦੀ ਕੈਂਪਸ ਲਾਇਬ੍ਰੇਰੀ ਦੇ ਬਾਹਰ ਅਸੀਂ ਇੱਕ ਦਰਜਨ ਦੋਸਤ ਬੈਠੇ ਹੋਏ ਸੀ। ਸਾਡੇ ਗਰੁੱਪ ਵਿੱਚ ਗਰਮਾ-ਗਰਮ ਚੱਲ ਰਹੀ ਬਹਿਸ ਦੌਰਾਨ ਵਿਦਿਆ ਆਈ ਅਤੇ ਬੋਲੀ, "ਮੈਂ 50 ਮਾੱਕ ਟੈਂਸਟ ਦਾ ਤਿੰਨ ਵਾਰੀ ਰਿਵੀਜ਼ਨ ਕਰ ਲਿਆ, ਤੇ ਗਿਰੀਸ਼ ਤੁਸੀਂ?"

"ਮੈਂ ਤਾਂ ਵਿਜ਼ਨ ਪੀਟੀ 365 'ਤੇ ਹੀ ਅਟਕਿਆ ਹੋਇਆ ਹਾਂ।" ਵਿੱਚੋਂ ਹੀ ਸੁਮਿਤ ਬੋਲਿਆ।

"ਤੁਸੀਂ ਰਿਵੀਜ਼ਨ ਕਰ ਰਹੇ ਹੋ ਮੇਰਾ ਤਾਂ ਸਿਲੇਬਸ ਵੀ ਪੂਰਾ ਨਹੀਂ ਹੋਇਆ।"

"ਤੁਸੀਂ ਪੜ੍ਹ ਰਹੇ ਹੋ, ਮੈਂ ਤਾਂ ਪੜ੍ਹਾਈ ਸ਼ੁਰੂ ਕਰਨ ਬਾਰੇ ਸੋਚ ਹੀ ਰਿਹਾ ਸੀ।" ਲਵਗੁਰੂ ਨੇ ਕਿਹਾ।

"ਲਵਗੁਰੂ ਭਈਆ ਤਾਂ ਗੂਗਲ ਵਿੱਚੋਂ ਸਰਚ ਕਰ ਰਹੇ ਸਨ ਕਿ ਦੋ ਮਹੀਨਿਆਂ ਵਿੱਚ ਆਈ.ਏ.ਐੱਸ. ਪ੍ਰੀਲੀਮਜ਼ ਪ੍ਰੀਖਿਆ ਕਿਵੇਂ ਪਾਸ ਕੀਤੀ ਜਾਵੇ।" ਸੁਮਿਤ ਨੇ ਲਵਗੁਰੂ ਦੀ ਅਸਲੀਅਤ ਸਾਡੇ ਸਾਹਮਣੇ ਰੱਖੀ।

"ਦੋ ਮਹੀਨਿਆਂ ਵਿੱਚ ਤਾਂ ਕਾਂਸਟੇਬਲ ਦੀ ਪ੍ਰੀਖਿਆ ਪਾਸ ਨਹੀਂ ਹੁੰਦੀ, ਆਈ.ਏ.ਐੱਸ. ਪ੍ਰੀ ਕਿਵੇਂ ਹੋ ਸਕਦੀ ਹੈ?"

ਪਰ ਲਵਗੁਰੂ ਕਿੱਥੇ ਚੁੱਪ ਰਹਿਣ ਵਾਲਾ ਸੀ, "ਸੁਮਿਤ, ਤੂੰ ਜੋ ਕਹਿਣਾ ਚਾਹੁੰਦਾ ਹੈ ਕਹਿ ਦੇ। ਆਪਣੇ ਅੰਦਰ ਦਾ ਲਾਵਾ ਬਾਹਰ ਆਉਣ ਦੇ। ਮੰਨਿਆ ਕਿ ਤੈਨੂੰ ਭੌਂਕਣਾ ਆਉਂਦਾ ਹੈ, ਪਰ ਯਾਦ ਰੱਖਣਾ ਸਾਨੂੰ ਸਿਰਫ਼ ਠੋਕਣਾ ਆਉਂਦਾ ਹੈ।"

ਜਦੋਂ ਵੀ ਯੂ.ਪੀ.ਐੱਸ.ਸੀ. ਦਾ ਫਾਈਨਲ ਰਿਜ਼ਲਟ ਆਉਂਦਾ ਹੈ ਤਾਂ ਨਵੇਂ-ਨਵੇਲੇ ਗ੍ਰੈਜੂਏਟ ਮੁੰਡੇ ਗੂਗਲ ਵਿੱਚ ਸਰਚ ਕਰਦੇ ਹਨ, 'ਹਾਊ ਟੂ ਕਲੀਅਰ ਯੂ.ਪੀ.

ਐੱਸ.ਸੀ. ਇੰਨ ਜਸਟ ਥ੍ਰੀ ਮੰਥਸ?' 'ਹਾਊ ਟੂ ਪ੍ਰੀਪੇਅਰ ਯੂ.ਪੀ.ਐੱਸ.ਸੀ. ਕਰੰਟ ਅਫੇਅਰਜ਼ ਇੰਨ ਵਨ ਮੰਥ!' ਯੂ.ਪੀ.ਐੱਸ.ਸੀ. ਏਨਾ ਸੌਖਾ ਹੁੰਦਾ ਤਾਂ ਹਰ ਗਲੀ-ਮਹੱਲੇ ਵਿੱਚੋਂ ਇੱਕ ਆਈ.ਏ.ਐੱਸ. ਜ਼ਰੂਰ ਨਿਕਲਦਾ। ਕੁਝ ਉਹਨਾਂ ਤੋਂ ਵੀ ਉੱਚੇ ਦਰਜੇ ਦੇ ਸਿਰ-ਫਿਰੇ ਤਾਂ ਗੂਗਲ ਵਿੱਚ ਸਰਚ ਕਰ ਰਹੇ ਹੁੰਦੇ ਹੈ ਕਿ, 'ਆਈ.ਏ.ਐੱਸ. ਦੀ ਤਿਆਰੀ ਦੇ ਦੌਰਾਨ ਗਰਲ-ਫਰੈਂਡ ਬਣਾਉਣ ਦੇ ਫ਼ਾਇਦੇ ਅਤੇ ਨੁਕਸਾਨ ਕੀ-ਕੀ ਹਨ?'

"ਮੁੱਖ ਪ੍ਰੀਖਿਆ ਤੋਂ ਡਰ ਨਹੀਂ ਲੱਗਦਾ ਸਾਹਿਬ, ਪ੍ਰੀ ਤੋਂ ਲੱਗਦਾ ਹੈ। ਉਸ ਵਿੱਚ ਤਿੰਨ ਵਾਰ ਫੇਲ੍ਹ ਹੋ ਗਿਆ ਹਾਂ ਮੈਂ, ਮੇਨਜ਼ ਦਿੰਦਾ ਤਾਂ ਕਦੇ ਫੇਲ੍ਹ ਨਹੀਂ ਹੁੰਦਾ। ਪਤਾ ਹੈ, ਮੈਂ 2016 ਵਿੱਚ ਆਈ.ਏ.ਐੱਸ. ਪ੍ਰੀ ਪ੍ਰੀਖਿਆ ਵਿੱਚ ਪੂਰੀ ਤਰ੍ਹਾਂ ਫੇਲ੍ਹ ਹੋਇਆ। 2017 ਵਿੱਚ ਕੁਝ ਨੰਬਰਾਂ ਤੋਂ ਰਹਿ ਗਿਆ ਅਤੇ ਇਸ ਵਾਰ ਕੇਵਲ ਇੱਕ ਨੰਬਰ ਤੋਂ ਪ੍ਰੀ ਰਹਿ ਗਿਆ। ਇੰਪਰੂਵਮੈਂਟ ਤਾਂ ਹੋ ਹੀ ਰਿਹਾ ਹੈ।" ਰਵੀਕਾਂਤ ਨੇ ਘੋਰ ਆਸ਼ਾਵਾਦੀ ਕੈਂਡੀਡੇਟ ਦਾ ਪਰਿਚੈ ਦਿੰਦੇ ਹੋਏ ਕਿਹਾ।

"ਇੰਨੇ ਵੀ ਆਸ਼ਾਵਾਦੀ ਨਾ ਬਣੋ। ਚੰਗੀ ਤਰ੍ਹਾਂ ਮਿਹਨਤ ਕਰੋ ਅਤੇ ਪਹਿਲੇ ਹੀ ਯਤਨ ਵਿੱਚ ਯੂ.ਪੀ.ਐੱਸ.ਸੀ. ਕਲੀਅਰ ਕਰ ਲਓ, ਨਹੀਂ ਤਾਂ ਅਗਲੀ ਵਾਰ ਆਉਗੇ ਅਤੇ ਕਹੋਗੇ ਕਿ ਇਸ ਵਾਰ ਘੱਟ ਤੋਂ ਘੱਟ ਮੁੱਖ ਪ੍ਰੀਖਿਆ ਤਾਂ ਦਿੱਤੀ, ਫਿਰ 2021 ਵਿੱਚ ਕਹੋਗੇ ਕਿ ਮੁੱਖ ਪ੍ਰੀਖਿਆ ਕੁਝ ਨੰਬਰਾਂ ਤੋਂ ਰਹਿ ਗਈ ਅਤੇ ਉਦੋਂ ਤੱਕ ਫਾਈਨਲ ਅਟੈਂਪਟ ਆ ਜਾਵੇਗਾ।" ਲਵਗੁਰੂ ਨੇ ਕਿਹਾ।

"ਤੇਰਾ ਢਿੱਡ ਕਿਉਂ ਨਿਕਲਦਾ ਜਾ ਰਿਹਾ ਹੈ?" ਸੁਮਿਤ ਨੇ ਪੁੱਛਿਆ।

"ਬੇਟਾ ਇੱਕ ਗੱਲ ਸਮਝ ਲਓ, ਜੇਕਰ ਢਿੱਡ ਬਾਹਰ ਨਿਕਲ ਰਿਹਾ ਹੈ ਤਾਂ ਇਸ ਦਾ ਮਤਲਬ ਯੂ.ਪੀ.ਐੱਸ.ਸੀ. ਦੀ ਤਿਆਰੀ ਠੀਕ ਚੱਲ ਰਹੀ ਹੈ। ਇਸ ਤੋਂ ਪਤਾ ਚੱਲਦਾ ਹੈ ਕਿ ਮੁੰਡਾ ਕੇਵਲ ਪੜ੍ਹਾਈ ਹੀ ਕਰ ਰਿਹਾ ਹੈ, ਉਸ ਕੋਲ ਘੁੰਮਣ ਅਤੇ ਐਕਸਰਸਾਈਜ਼ ਕਰਨ ਦਾ ਵੀ ਸਮਾਂ ਨਹੀਂ ਹੈ।" ਮੈਂ ਲਵਗੁਰੂ ਦਾ ਪੱਖ ਲੈਂਦੇ ਹੋਏ ਕਿਹਾ।

"ਉਂਜ ਇਸ ਵਾਰ ਤਾਂ ਪੀਟੀ 365 ਕਰੰਟ ਅਫੇਅਰਜ਼ ਨੂੰ ਘੋਲ ਕੇ ਹੀ ਪੀ ਜਾਵਾਂਗਾ।" ਲਵਗੁਰੂ ਨੇ ਕਿਹਾ।

"ਯੂ.ਪੀ.ਐੱਸ.ਸੀ. ਕਦੇ ਵੀ ਨਿਯਮ ਬਦਲ ਸਕਦਾ ਹੈ! ਕਰੰਟ ਪੁੱਛਿਆ ਹੀ ਨਾ ਜਾਵੇ ਤਾਂ? ਉਂਜ ਇੱਕ ਗੱਲ ਤਾਂ ਹੈ, ਅਸੀਂ ਪੀਟੀ 365 ਪੜ੍ਹਦੇ-ਪੜ੍ਹਦੇ ਐਨਪੀਏ ਬਣ ਗਏ, ਪਰ ਸਿਲੈੱਕਸ਼ਨ ਦਾ ਤਾਂ ਅਤਾ-ਪਤਾ ਨਹੀਂ ਹੈ।" ਸੁਮਿਤ ਨੇ ਕਿਹਾ।

"ਅੱਛਾ ਭਰਾਵਾ, ਸੁਣਿਆ ਹੈ ਵਿਜ਼ਨ ਆਈ.ਏ.ਐਸ. ਬੈਸਟ ਹੈ!" ਦਿੱਲੀ ਯੂਨੀਵਰਸਿਟੀ ਤੋਂ ਗ੍ਰੈਜੂਏਟ ਕਰ ਰਹੇ ਅਤੇ ਯੂ.ਪੀ.ਐਸ.ਸੀ. ਦੀ ਸਾਡੀ ਮੰਡਲੀ ਦੇ ਨਵੇਂ ਮੈਂਬਰ ਗੌਰਵ ਨੇ ਕਿਹਾ।

"ਸਾਨੂੰ ਯੂ.ਪੀ.ਐਸ.ਸੀ. ਦੇ ਬਾਰੇ ਗਿਆਨ ਨਾ ਦੇ, ਤੇਰੀ ਉਮਰ ਦਾ ਤਾਂ ਸਾਡਾ ਬੇਟਾ ਹੈ।" ਲਵਗੁਰੂ ਨੇ ਅੰਗੜਾਈ ਲੈਂਦੇ ਹੋਏ ਕਿਹਾ।

"ਲਵਗੁਰੂ , ਅਸੀਂ ਸਾਰੇ ਤੁਹਾਨੂੰ ਗਿਆਨੀ ਬਾਬਾ ਇਸ ਲਈ ਤਾਂ ਕਹਿੰਦੇ ਹਾਂ।"

"ਮੁਖਰਜੀ ਨਗਰ ਵਿੱਚ ਦੋ ਚਾਰ ਸਾਲ ਹੋਰ ਰਹੋਗੇ ਤਾਂ ਤੁਹਾਨੂੰ ਵੀ ਹਰ ਕੋਈ ਗਿਆਨੀ ਬਾਬਾ ਕਹੇਗਾ।" ਮੈਂ ਸਕਾਚ ਪੀਂਦੇ ਹੋਏ ਕਿਹਾ।

"ਜੌਬ ਨਹੀਂ ਕਰ ਰਹੇ ਹਾਂ ਇਹ ਇੰਪੋਰਟੈਂਟ ਨਹੀਂ ਹੈ, ਯੂ.ਪੀ.ਐਸ.ਸੀ. ਦੀ ਤਿਆਰੀ ਕਰ ਰਹੇ ਹਾਂ ਇਹ ਇੰਪੋਰਟੈਂਟ ਹੈ।" ਲਵਗੁਰੂ ਨੇ ਚਿਹਰੇ 'ਤੇ ਆਤਮ-ਵਿਸ਼ਵਾਸ ਲਿਆਉਂਦੇ ਹੋਏ ਕਿਹਾ।

"ਸੁਮਿਤ, ਇਹ ਦੱਸੋ, ਜਦੋਂ ਜਿਓਗ੍ਰਾਫੀ ਆਪਸ਼ਨਲ ਯੂ.ਪੀ.ਐਸ.ਸੀ. ਵਿੱਚ ਇੰਨਾ ਪਿਟ ਰਿਹਾ ਹੈ ਤਾਂ ਫਿਰ ਜਿਓਗ੍ਰਾਫੀ ਕਿਉਂ ਰੱਖਿਆ ਹੈ?"

"ਲਾਈਫ਼ ਵਿੱਚ ਮੈਨੂੰ ਕੁਝ ਡੇਰਿੰਗ ਕਰਨਾ ਸੀ, ਇਸ ਲਈ।"

"ਅੱਛਾ ਸੁਮਿਤ, ਜੀਵਨ ਬਾਰੇ ਚਾਰ ਸ਼ਬਦ ਬੋਲੋ।" ਮੈਂ ਪੁੱਛਿਆ।

"ਯੂ.ਪੀ.ਐਸ.ਸੀ. ਨੇ ਲਗਾ ਦੀ!" ਸੁਮਿਤ ਨੇ ਤੁਰੰਤ ਜਵਾਬ ਦਿੱਤਾ।

"ਮੰਜ਼ਿਲ ਕੀ ਸੀੜ੍ਹੀਆਂ ਚੜ੍ਹਤੇ ਜਾਓ, ਸਸੁਰੀ ਕਭੀ ਤੋ ਖ਼ਤਮ ਹੋਗੀ।"

"ਇੱਕ ਗੱਲ ਕਹਾਂ ਗਿਰੀਸ਼, ਗਰਲ-ਫਰੈਂਡ ਦੇ ਚੱਕਰ ਵਿੱਚ ਪਏ ਰਹੋਗੇ ਤਾਂ ਕਲੀਅਰ ਨਹੀਂ ਹੋਵੇਗਾ ਆਈ.ਏ.ਐਸ.! ਬਸ ਮੁੰਗੇਰੀ ਲਾਲ ਦੀ ਤਰ੍ਹਾਂ ਹੁਸੀਨ ਸੁਪਨੇ ਦੇਖਦੇ ਰਹਿ ਜਾਓਗੇ।" ਅਮਿਤ ਨੇ ਕਿਹਾ।

"ਮਾਈ ਗਰਲ-ਫਰੈਂਡ ਇਜ਼ ਆੱਲਰੈਡੀ ਐਨ ਆਈ.ਏ.ਐਸ. ਆਫ਼ੀਸਰ। ਉਂਜ ਮੈਂ ਵੀ ਬਣ ਹੀ ਜਾਵਾਂਗਾ। ਮੈਨੂੰ ਵੀ ਤੇਰੀ ਗੱਲ ਵਿੱਚੋਂ ਥੋੜ੍ਹੀ ਜਲਨ ਦੀ ਬੋ ਆ ਰਹੀ ਹੈ।"

"ਐਮ. ਲਕਸ਼ਮੀਕਾਂਤ ਰਿਵਾਈਜ਼ ਕਰਨ ਦਾ ਮਨ ਬਣਾਇਆ ਸੀ ਅੱਜ ਤੂੰ। ਉਧਰੋਂ ਗਰਲ-ਫਰੈਂਡ ਦਾ ਫ਼ੋਨ ਆ ਗਿਆ ਅਤੇ ਸਾਰਾ ਟਾਈਮ ਸੋਨਾ-ਬੇਬੀ ਕਰਦੇ-ਕਰਦੇ ਨਿਕਲ ਗਿਆ।" ਲਵਗੁਰੂ ਨੇ ਝਿੜਕਦਿਆਂ ਕਿਹਾ।

"ਸੁਣਨ ਵਿੱਚ ਆ ਰਿਹਾ ਹੈ ਸਾਡੇ ਵਰਗੇ ਫੇਸਬੁੱਕ ਯੂਜ਼ਰ ਦਾ ਡਾਟਾ ਚੋਰੀ ਹੋ ਗਿਆ ਹੈ।" ਸੁਮਿਤ ਨੇ ਵਿਸ਼ਾ ਬਦਲਿਆ।

"ਖ਼ੁਦ ਕੇ ਲੀਏ ਭਲੇ ਹੀ ਤੇਰਾ ਵਜੂਦ ਦੋ ਕੌੜੀ ਕਾ ਹੋ ਸੁਮਿਤ, ਲੇਕਿਨ ਗਲੋਬਲ ਲੈਵਲ ਪਰ ਤੇਰੀ ਪ੍ਰਾਈਵੇਸੀ ਤੋ ਬੜੀ ਅਨਮੋਲ ਨਿਕਲੀ ਰੇ ਭਾਈ!" ਲਵਗੁਰੂ ਨੇ ਬੈਂਚ 'ਤੇ ਬੈਠਦੇ ਹੋਏ ਕਿਹਾ।

"ਅੱਛਾ, ਇਹ ਦੱਸੋ ਕਿ ਰਾਜਨੇਤਾ ਕਥਨੀ ਅਤੇ ਕਰਨੀ ਵਿੱਚ ਏਨਾ ਫ਼ਰਕ ਕਿਉਂ ਰੱਖਦੇ ਹਨ?" ਮੈਂ ਪੁੱਛਿਆ।

"ਰਾਜ ਨੇਤਾਵਾਂ ਨੂੰ ਇਹ ਚੰਗੀ ਤਰ੍ਹਾਂ ਪਤਾ ਹੁੰਦਾ ਹੈ ਕਿ ਕਥਨੀ ਅਤੇ ਕਰਨੀ ਵਿੱਚ ਜੇਕਰ ਫ਼ਰਕ ਨਾ ਹੋਵੇ, ਤਾਂ ਕੋਈ ਮਾਈ ਦਾ ਲਾਲ ਚੋਣਾਂ ਜਿੱਤ ਹੀ ਨਹੀਂ ਸਕਦਾ।"

"ਵਰਤਮਾਨ ਸਮੇਂ ਦੀ ਰਾਜਨੀਤੀ ਤਾਂ ਇਹ ਹੈ ਕਿ ਰਾਜਨੇਤਾ ਉੱਚੇ ਅਸਮਾਨ ਵਿੱਚ ਪਤੰਗ ਉਡਾਉਂਦੇ ਰਹਿੰਦੇ ਹਨ ਅਤੇ ਪਬਲਿਕ ਚਰਖੜੀ ਫੜੀ ਖੜ੍ਹੀ ਰਹਿੰਦੀ ਹੈ। ਨੇਤਾ ਕਦੇ ਰਿਟਾਇਰ ਨਹੀਂ ਹੋਣਾ ਚਾਹੁੰਦੇ, ਉਹ ਅੰਤਿਮ ਘੜੀ ਤਕ, ਭਾਵੇਂ ਆਈ.ਸੀ.ਯੂ. 'ਚੋਂ ਹੀ ਸਹੀ, ਪਰ ਦੇਸ਼ ਸੇਵਾ ਲਈ ਲਿਲ੍ਹਕਦੇ ਰਹਿੰਦੇ ਹਨ। ਸੇਵਾ ਕਿੰਨੀ ਹੁੰਦੀ ਹੈ ਪਤਾ ਨਹੀਂ, ਪਰ ਆਮ ਆਦਮੀ ਨੂੰ ਸਿਰਫ਼ ਖਾਣ ਲਈ ਠੋਕਰਾਂ ਅਤੇ ਪੀਣ ਲਈ ਹੰਝੂ ਨਸੀਬ ਹੁੰਦੇ ਹਨ।" ਸੁਮਿਤ ਨੇ ਚਿਹਰੇ 'ਤੇ ਗੰਭੀਰ ਭਾਵ ਲਿਆਉਂਦੇ ਹੋਏ ਕਿਹਾ।

"ਨੇਤਾ ਕਹਿੰਦੇ ਹੈ ਕਿ ਚੋਣਾਂ ਜਿਤਾ ਦਿਓ, ਅੱਛੇ ਦਿਨ ਆਉਣਗੇ, ਪਰ ਅੱਛੇ ਦਿਨ ਤਾਂ ਦੂਰ-ਦੂਰ ਤੱਕ ਨਹੀਂ ਦਿਸ ਰਹੇ।"

"ਅੱਛੇ ਦਿਨ ਤਾਂ ਉਦੋਂ ਹੀ ਆਉਣਗੇ, ਜਦੋਂ ਬੁਰੇ ਦਿਨਾਂ ਦਾ ਕੋਟਾ ਪੂਰਾ ਹੋ ਜਾਵੇਗਾ। ਉਂਜ ਬੁਰੇ ਦਿਨ ਆਦਤ ਵਿੱਚ ਸ਼ੁਮਾਰ ਹੋ ਜਾਣ ਤਾਂ ਉਹ ਓਨੇ ਬੁਰੇ ਨਹੀਂ ਲੱਗਦੇ।" ਮੈਂ ਕਿਹਾ।

"ਇਹ ਸਭ ਛੱਡੋ ਯਾਰ, ਮੈਂ ਕਈ ਦਿਨਾਂ ਤੋਂ ਇੱਕ ਗੱਲ ਸੋਚ ਰਿਹਾ ਸੀ ਕਿ ਜੇਕਰ ਜਾਤੀ ਆਧਾਰਿਤ ਰਿਜ਼ਰਵੇਸ਼ਨ ਖ਼ਤਮ ਕਰ ਦਿੱਤੀ ਜਾਵੇ, ਤਾਂ ਕੀ ਜਾਤੀਵਾਦ ਖ਼ਤਮ ਹੋ ਸਕਦਾ ਹੈ? ਤੁਹਾਨੂੰ ਕਿਵੇਂ ਲੱਗਦਾ ਹੈ?" ਲਵਗੁਰੂ ਨੇ ਵਿਸ਼ਾ ਬਦਲਦੇ ਹੋਏ ਪੁੱਛਿਆ।

"ਅਜਿਹਾ ਨਹੀਂ ਹੈ ਕਿ ਜਾਤੀਵਾਦ ਨਾਂ ਦੇ ਦੈਂਤ ਦੇ ਪ੍ਰਾਣ ਰਿਜ਼ਰਵੇਸ਼ਨ ਨਾਂ ਦੇ ਤੋਤੇ ਵਿੱਚ ਵੱਸਦੇ ਹਨ। ਬਸ ਉਸ ਤੋਤੇ ਦੀ ਧੌਣ ਮਰੋੜ ਦਿਓ ਤਾਂ ਦੇਸ਼ ਵਿੱਚੋਂ ਜਾਤੀਵਾਦ ਬਿਲਕੁਲ ਖ਼ਤਮ? ਲੋਕ ਅੱਜ ਵੀ ਵਿਆਹ ਸਮੇਂ ਜਾਤੀ-ਉਪਜਾਤੀ, ਗੋਤ ਆਦਿ ਦੇਖਦੇ ਹਨ ਅਤੇ ਇਸ ਨੂੰ ਆਪਣੀ ਆਨ-ਬਾਣ ਸਮਝਦੇ ਹਨ, ਫਿਰ ਅਸੀਂ ਇਹ ਉਮੀਦ ਕਿਵੇਂ ਰੱਖੀਏ ਕਿ ਜਾਤੀਵਾਦ ਖ਼ਤਮ ਹੋ ਜਾਵੇਗਾ? ਇਹ ਤਾਂ ਦਿਨੇ ਹੀ ਸੁਪਨੇ ਦੇਖਣ ਵਾਲੀ ਗੱਲ ਹੋਵੇਗੀ!"

"ਲਵਗੁਰੂ ਭਰਾ, ਤੁਸੀਂ ਧਿਆਨ ਦਿੱਤਾ? ਗਿਰੀਸ਼ ਤਾਂ ਜੈਂਟਲਮੈਨ ਬਣ ਗਿਆ ਯਾਰ! ਲੇਡੀ ਲੱਕ ਦਾ ਜਾਦੂ! ਮੇਨਰਸ ਤੋਂ ਲੈ ਕੇ ਪੇਸ਼ੈਂਸ ਤਕ ਐਂਜਲ ਦੀ ਛਾਪ ਦਿਖਾਈ ਦਿੰਦੀ ਹੈ ਆਪਣੇ ਗਿਰੀਸ਼ ਬਾਬੂ 'ਤੇ।"

'ਗਿਰੀਸ਼ ਭਰਾਵਾ, ਤੇਰੀ ਪ੍ਰੇਮ ਕਹਾਣੀ ਮੁਕੰਮਲ ਹੈ। ਇੱਕ ਅਜਿਹੀ ਕਹਾਣੀ ਜਿਸ ਵਿੱਚ ਬੇਚੈਨੀ ਹੈ, ਇੰਤਜ਼ਾਰ ਹੈ, ਅਤੇ ਇੱਕ ਦੂਜੇ ਨੂੰ ਪਾਉਣ ਦੀ ਤੜਫ ਵੀ ਹੈ।" ਸੁਮਿਤ ਨੇ ਕਿਹਾ।

"ਅਖ਼ਬਾਰਾਂ ਵਿੱਚ ਪੜ੍ਹਿਆ ਹੋਵੇਗਾ ਜਾਂ ਚੈਨਲਾਂ ਵਿੱਚ ਸੁਣਿਆ ਹੋਵੇਗਾ ਕਿ ਸਾਰੇ ਦੇਸ਼ 'ਚ ਪਿੰਡਾਂ-ਪਿੰਡਾਂ ਤਕ ਬਿਜਲੀ ਪਹੁੰਚ ਗਈ ਅਤੇ ਦੇਸ਼ ਦੀ ਇਕਾਨਾਮੀ ਪੰਜ ਟ੍ਰਿਲੀਅਨ ਡਾਲਰ ਦੀ ਬਣਨ ਵੱਲ ਸਰਪਟ ਦੌੜ ਰਹੀ ਹੈ।" ਮੈਂ ਸੁਮਿਤ ਦੀ ਟਿੱਪਣੀ ਨੂੰ ਅਣਸੁਣਿਆ ਕਰਦੇ ਹੋਏ ਗੱਲ ਬਦਲ ਦਿੱਤੀ।

"ਇਹ ਤਾਂ ਸਰਕਾਰ ਦੀ ਹਾਰ ਅਤੇ ਤਥਾ-ਕਥਿਤ ਅੱਛੇ ਦਿਨਾਂ ਦੀ ਜਿੱਤ ਹੈ।" ਲਵਗੁਰੂ ਨੇ ਚਟਖ਼ਾਰੇ ਲੈਂਦੇ ਹੋਏ ਕਿਹਾ। ਉਂਜ ਸਚਾਈ ਇਹ ਵੀ ਹੈ ਕਿ ਮੈਂ ਏਨਾ ਅਗਿਆਨੀ ਹਾਂ ਕਿ ਮੈਨੂੰ ਇਹ ਵੀ ਨਹੀਂ ਪਤਾ ਕਿ ਟ੍ਰਿਲੀਅਨ ਵਿੱਚ ਕਿੰਨੀਆਂ ਜ਼ੀਰੋ ਲੱਗਦੀਆਂ ਹਨ।

"ਓਏ ਲੁੰਬੜਾ! ਓਏ ਗਿੱਦੜਾ! ਓਏ ਲੰਪਟਾ! ਓਏ ਲੀਚੜਾ! ਓਏ ਗੋਬਰਾ! ਓਏ ਚਿੱਕੜਾ! ਓਏ ਨਾਸ਼ੁਕਰਿਆ! ਏਨਾ ਵੀ ਨਹੀਂ ਪਤਾ?" ਸੁਮਿਤ ਨੇ ਮਜ਼ੇ ਲੈਂਦੇ ਹੋਏ ਕਿਹਾ।

"ਉਂਜ ਸੱਚੀ ਗੱਲ ਤਾਂ ਇਹ ਹੈ ਕਿ ਮੈਨੂੰ ਵੀ ਨਹੀਂ ਪਤਾ।"

"ਤਾਂ ਯੂ.ਪੀ.ਐੱਸ.ਸੀ. ਛੱਡ ਦੇ, ਤੇਰੇ ਤੋਂ ਕਲੀਅਰ ਨਹੀਂ ਹੋਵੇਗਾ।"

"ਕੀ ਜਦੋਂ ਲਾਸਟ ਬਾਲ ਵਿੱਚ 6 ਦੌੜਾਂ ਚਾਹੀਦੀਆਂ ਹੋਣ ਤਾਂ ਧੋਨੀ ਬਾਲ ਖੇਡੇ ਬਗੈਰ ਹੀ ਪਵੇਲੀਅਨ ਚਲਿਆ ਜਾਂਦਾ ਹੈ? ਨਹੀਂ ਨਾ! ਕੀ ਪਤਾ ਲਾਸਟ ਬਾਲ 'ਤੇ ਛੱਕਾ ਜੜ ਦੇਵੇ" ਸੁਮਿਤ ਨੇ ਕਿਹਾ।

"ਭਾਰਤ ਦੇਸ਼ ਲਹਿਰ ਪ੍ਰਧਾਨ ਦੇਸ਼ ਹੈ। ਸੁਣਨ ਵਿੱਚ ਆ ਰਿਹਾ ਹੈ ਕਿ ਕੋਰੋਨਾ ਦੀ ਚੌਥੀ ਲਹਿਰ ਜੂਨ ਮਹੀਨੇ ਤੱਕ ਦਸਤਕ ਦੇ ਸਕਦੀ ਹੈ। ਉਂਜ ਤਾਂ ਭਾਰਤ ਵਿੱਚ ਕਦੇ ਵਿਕਾਸ ਦੀ ਲਹਿਰ, ਕਦੇ ਯੋਗੀ ਲਹਿਰ ਅਤੇ ਕਦੇ ਮੋਦੀ ਲਹਿਰ ਆਉਂਦੀ ਹੀ ਰਹਿੰਦੀ ਹੈ। ਇਹ ਕੋਰੋਨਾ ਦੀ ਲਹਿਰ ਸਾਡਾ ਕੀ ਪੱਟ ਲਵੇਗੀ!"

"ਸਾਲ 2020 ਅਤੇ 2021 ਬੜੇ ਮਨਹੂਸ ਸਾਲ ਰਹੇ ਹਨ। ਸਾਲ 2020 ਅਤੇ 2021 ਮੇਰੀ ਜ਼ਿੰਦਗੀ ਦੇ ਵਿੱਚ ਮੇਡਨ ਓਵਰ ਦੀ ਤਰ੍ਹਾਂ ਨਿਕਲ ਗਏ, ਕੁਝ ਵੀ ਹੱਥ ਨਹੀਂ ਆਇਆ।" ਮੈਂ ਆਪਣਾ ਦੁੱਖ ਲਵਗੁਰੂ ਨੂੰ ਸੁਣਾਇਆ।

"ਕੁਝ ਹੱਥ ਨਹੀਂ ਆਇਆ ਤਾਂ ਕੋਈ ਗੱਲ ਨਹੀਂ, ਇਹ ਆਪਣੇ ਆਪ ਵਿੱਚ ਕੋਈ ਛੋਟੀ ਉਪਲਬਧੀ ਨਹੀਂ ਹੈ ਕਿ ਐਨੀ ਭਿਆਨਕ ਮਹਾਮਾਰੀ ਵਿੱਚ ਵੀ ਅਸੀਂ ਜੀਵਨ ਦੇ ਮੈਦਾਨ ਵਿੱਚ ਟਿਕੇ ਹੋਏ ਹਾਂ। ਜਿਵੇਂ ਕ੍ਰਿਕੇਟ ਦੀ ਖੇਡ ਵਿੱਚ ਤੇਜ਼ੀ ਨਾਲ ਦੌੜਾਂ ਬਣਾਉਣ ਨਾਲੋਂ

ਜ਼ਿਆਦਾ ਮਹੱਤਵਪੂਰਨ ਹੁੰਦਾ ਹੈ ਮੈਦਾਨ ਵਿੱਚ ਲਾਸਟ ਤੱਕ ਡਟੇ ਰਹਿਣਾ।" ਲਵਗੁਰੂ ਨੇ ਦਾਰਸ਼ਨਿਕ ਗਿਆਨ ਨੂੰ ਆਪਣੇ ਦਿਮਾਗ਼ ਚੋਂ ਕੱਢਦੇ ਹੋਏ ਕਿਹਾ।

"ਅੱਜਕੱਲ੍ਹ ਇੱਕ ਨਵਾਂ ਟਰੈਂਡ ਦੇਖਣ ਨੂੰ ਮਿਲ ਰਿਹਾ ਕਿ ਕਿਸੇ ਗ੍ਰੈਜੂਏਟ ਮੁੰਡੇ ਨੂੰ ਕੋਈ ਕੁੜੀ ਰਿਜੈਕਟ ਕਰ ਦੇਵੇ ਜਾਂ ਬ੍ਰੇਕਅਪ ਕਰ ਲਵੇ ਤਾਂ ਮੁੰਡੇ 'ਸ਼ਾਦੀ ਮੇਂ ਜ਼ਰੂਰ ਆਣਾ' ਫ਼ਿਲਮ ਤੋਂ ਇੰਸਪਾਇਰ ਹੋ ਕੇ ਯੂ.ਪੀ.ਐੱਸ.ਸੀ. ਦੀ ਤਿਆਰੀ ਸ਼ੁਰੂ ਕਰ ਦਿੰਦੇ ਹਨ। ਮੈਨੂੰ ਤਾਂ ਕਦੇ-ਕਦੇ ਅਜਿਹਾ ਲੱਗਦਾ ਹੈ ਕਿ ਯੂ.ਪੀ.ਐੱਸ.ਸੀ. ਵਿੱਚ 50 ਫ਼ੀਸਦੀ ਕੰਪੀਟੀਸ਼ਨ ਟੁੱਟੇ ਦਿਲ ਦੇ ਮਜਨੂੰਆਂ ਦਾ ਹੈ, ਇੱਥੇ ਜਾਂ ਤਾਂ ਇਨਸਾਫ਼ ਹੈ ਜਾਂ ਇੰਤਕਾਮ।" ਸੁਮਿਤ ਨੇ ਕਿਹਾ।

"ਇੱਕ ਗੱਲ ਦਾ ਧਿਆਨ ਰੱਖੋ, ਕੇਵਲ ਦਿਲ ਟੁੱਟਣ ਨਾਲ ਯੂ.ਪੀ.ਐੱਸ.ਸੀ. ਕਲੀਅਰ ਨਹੀਂ ਹੁੰਦਾ, ਨਹੀਂ ਤਾਂ ਗਲੀ ਦਾ ਹਰ ਆਸ਼ਕ ਆਈ.ਏ.ਐੱਸ. ਅਫ਼ਸਰ ਬਣ ਜਾਵੇ। ਲੱਕ ਤੋੜਵੀਂ ਮਿਹਨਤ ਕਰਨੀ ਪੈਂਦੀ ਹੈ। ਜੇਕਰ ਤੁਸੀਂ ਯੂ.ਪੀ.ਐੱਸ.ਸੀ. ਐਸੀਪੈਂਟ ਹੋ, ਤੁਹਾਨੂੰ ਕਿਸੇ ਕੁੜੀ ਨਾਲ ਪਿਆਰ ਹੋ ਜਾਵੇ ਅਤੇ ਉਹ ਤੁਹਾਡੇ ਲੱਤ ਮਾਰ ਕੇ ਛੱਡ ਦੇਵੇ ਤਾਂ ਉਸ ਨੂੰ ਜਾਣ ਦਿਓ, ਪਰ ਉਸ ਨਾਲ ਪਿਆਰ ਕਰਨਾ ਨਾ ਛੱਡੋ। ਦੇਖ ਲੈਣਾ ਪ੍ਰੀਖਿਆ ਕਲੀਅਰ ਹੋਣ 'ਤੇ ਉਹ ਸਭ ਤੋਂ ਪਹਿਲਾਂ ਵਧਾਈ ਦੇਣ ਆਵੇਗੀ।"

"ਸਿਵਲ ਸੇਵਾ ਦੀ ਚਾਹਤ ਮਾੜੀ ਨਹੀਂ ਹੈ ਅਤੇ ਨਾ ਹੀ ਯਤਨ ਕਰਨਾ ਗ਼ਲਤ ਹੈ, ਪਰ ਕੁਝ ਐਸੀਪੈਂਟ 'ਗੰਗਾਜਲ' ਮੂਵੀ ਦੇਖ ਕੇ ਖ਼ੁਦ ਵਿੱਚ ਰੁਮਾਂਚ ਪੈਦਾ ਕਰਕੇ ਮੁਖਰਜੀ ਨਗਰ, ਓਲਡ ਰਾਜਿੰਦਰ ਨਗਰ ਜਾਂ ਕਰੋਲ ਬਾਗ਼ ਪੁੱਜ ਜਾਂਦੇ ਹਨ, ਇਹ ਗ਼ਲਤ ਹੈ।"

"ਕੁਝ ਐਸੀਪੈਂਟ 'ਸ਼ਾਦੀ ਮੇਂ ਜ਼ਰੂਰ ਆਣਾ' ਵਰਗੇ ਵੀ ਹੁੰਦੇ ਹਨ, ਜੋ ਕੇਵਲ ਇਸ ਲਈ ਸਿਵਲ ਸੇਵਾ ਚੁਣ ਲੈਂਦੇ ਹਨ ਕਿ ਉਹਨਾਂ ਦਾ ਪਿਆਰ ਠੁਕਰਾਇਆ ਗਿਆ ਹੈ। ਜੇਕਰ ਅਜਿਹਾ ਹੈ ਤਾਂ ਭਰਾਵਾ ਤੈਨੂੰ ਸਿਵਲ ਸੇਵਾ ਦੀ ਨਹੀਂ, ਵਸੀਕਰਨ ਵਾਲੇ ਬਾਬੇ ਦੀ ਲੋੜ ਹੈ।"

"ਸਿਵਲ ਸੇਵਾ ਕੇਵਲ ਅਹਿਸਾਸ ਦਾ ਵਹਾਵ ਨਹੀਂ ਹੈ, ਬਲਕਿ ਬਹੁਤ ਸੋਚ ਸਮਝ ਕੇ ਜੀਵਨ ਨੂੰ ਇੱਕ ਨਵੀਂ ਯਾਤਰਾ 'ਤੇ ਲੈ ਜਾਣ ਦਾ ਫ਼ੈਸਲਾ ਹੈ। ਜਿਸ ਵਿੱਚ ਤੁਹਾਡੇ ਕੋਲ ਹਰੇਕ ਹਾਲਤ ਨੂੰ ਸਵੀਕਾਰ ਕਰਨ ਦੀ ਹਿੰਮਤ ਹੋਣੀ ਚਾਹੀਦੀ ਹੈ। ਯਕੀਨੀ ਤੌਰ 'ਤੇ ਸਫ਼ਲਤਾ ਕਈ ਗੱਲਾਂ ਦਾ ਮਿਸ਼ਰਨ ਹੁੰਦੀ ਹੈ, ਪਰ ਮੁਖਰਜੀ ਨਗਰ ਵਿੱਚ ਰਹਿ ਕੇ ਆਪਾਂ ਜੋ ਸਿੱਖਿਆ ਹੈ, ਉਹ ਵੀ ਕਿਸੇ ਸਫ਼ਲਤਾ ਤੋਂ ਘੱਟ ਨਹੀਂ ਹੈ। ਤੁਸੀਂ ਜਿਸ ਮਹਾਨ ਟੀਚੇ ਵੱਲ ਮੋਹਰੀ ਬਣ ਕੇ ਤੁਰਦੇ ਹੋ, ਉਸ ਵਿੱਚ ਸਿਲੈੱਕਸ਼ਨ ਨਾ ਹੋਣ ਦੇ ਬਾਵਜੂਦ ਤੁਸੀਂ ਲੱਖਾਂ ਲੋਕਾਂ ਨਾਲੋਂ ਬਿਹਤਰ ਬਣ ਜਾਂਦੇ ਹੋ।"

"ਇੱਕ ਗੱਲ ਸਮਝ ਲਓ, ਯੂ.ਪੀ.ਐੱਸ.ਸੀ. ਸਿਲੈੱਕਸ਼ਨ ਦਾ ਫ਼ੈਸਲਾ ਤੁਹਾਡਾ ਸੀ ਤਾਂ ਉਸ ਦੀ ਸਫ਼ਲਤਾ ਜਾਂ ਅਸਫ਼ਲਤਾ ਦੀ ਜ਼ਿੰਮੇਵਾਰੀ ਵੀ ਤੁਹਾਨੂੰ ਲੈਣੀ ਪਵੇਗੀ। ਮਾਣ ਮਹਿਸੂਸ ਕਰੋ ਕਿ ਤੁਸੀਂ ਭਾਰਤ ਦੇ ਸਭ ਤੋਂ ਵੱਡੇ ਅਤੇ ਵੱਕਾਰੀ ਇਮਤਿਹਾਨ ਵਿੱਚ ਸ਼ਾਮਲ ਹੋ ਰਹੇ ਹੋ। ਵੱਡਾ ਲਕਸ਼ (ਟੀਚਾ) ਵੱਡੀ ਕੁਰਬਾਨੀ ਮੰਗਦਾ ਹੈ ਤਾਂ ਸੁਚੇਤ ਹੋ ਜਾਓ ਆਪਣੇ ਜੀਵਨ ਦਾ ਵੱਡਾ ਤਿਆਗ ਕਰਨ ਲਈ!"

"ਸਿਵਲ ਸੇਵਾ ਤਾਂ ਸਿਕੰਦਰ ਦੀ ਉਸ ਜਿੱਤ ਮਾਰਚ ਵਰਗੀ ਹੈ ਜਿਸ ਦੇ ਅੰਤ ਵਿੱਚ, ਕਿਸ ਦੇ ਹਿੱਸੇ ਕੀ ਆਵੇਗਾ, ਇਹ ਸਿਰਫ਼ ਕਿਸਮਤ ਹੀ ਜਾਣਦੀ ਹੈ। ਅਰਜੁਨ ਦੀ ਤਰ੍ਹਾਂ ਸੰਪੂਰਨ ਮਨੋਯੋਗ ਨਾਲ ਯਤਨ ਕਰਨਾ ਹੀ ਅਸਲ ਵਿਦਿਆਰਥੀ ਦਾ ਇੱਕੋ ਇਕਮਾਤਰ ਫ਼ਰਜ਼ ਹੈ।"

"ਇੱਕ ਵਾਰ ਦਿਲ 'ਤੇ ਹੱਥ ਰੱਖੋ ਅਤੇ ਪੁੱਛੋ ਕਿ, ਕੀ ਤੁਸੀਂ ਇਹ ਫ਼ੈਸਲਾ ਜਨੂਨ ਨਾਲ ਤਾਂ ਨਹੀਂ ਲਿਆ ਹੈ। ਜੇਕਰ ਹਾਂ, ਤਾਂ ਸ਼ੁਰੂ 'ਚ ਹੀ ਸੰਭਲ ਜਾਓ। ਜੇਕਰ ਰਸਤੇ ਵਿੱਚ ਆ ਹੀ ਗਏ ਹੋ, ਤਾਂ ਇਸ ਨੂੰ ਆਪਣੇ ਜੀਵਨ ਦਾ ਮਹਾਨ ਉਦੇਸ਼ ਬਣਾਓ। ਯੂ.ਪੀ.ਐੱਸ. ਸੀ. ਤੁਹਾਡੇ ਸਿਲੈੱਕਸ਼ਨ ਲਈ ਹੀ ਹੈ। ਬਸ ਬਹਾਨਿਆਂ ਨੂੰ ਕੁਝ ਸਮੇਂ ਲਈ ਟੋਕਰੀ 'ਚ ਪਾ ਦਿਓ ਅਤੇ ਆਪਣਾ ਸਭ ਕੁਝ ਅਰਪਣ ਕਰ ਦਿਓ।"

"ਸਿਵਲ ਸੇਵਾ ਇੱਕ ਮੁਕਾਬਲਾ ਹੀ ਤਾਂ ਹੈ, ਜਿਸ ਵਿੱਚ ਤੁਹਾਡੇ ਅਤੇ ਮੇਰੇ ਵਰਗੇ ਕੈਂਡੀਡੇਟ ਭਾਗ ਲੈਣਗੇ। ਇਹ ਇੱਕ ਚੱਕਰਵਿਊ ਵਰਗਾ ਹੈ, ਜਿੱਥੋਂ ਨਿਕਲਣਾ ਸੌਖਾ ਹੈ ਜੇਕਰ ਤੁਸੀਂ ਯੂ.ਪੀ.ਐੱਸ.ਸੀ. ਦੀ ਰਣਨੀਤੀ ਸਮਝ ਲਈ ਹੈ ਤਾਂ। ਨਹੀਂ ਤਾਂ ਤੁਸੀਂ ਅਭਿਮੰਨਿਊ ਬਣਨ ਲਈ ਤਿਆਰ ਰਹੋ।" ਮਹੇਸ਼ ਗੌੜ ਨੇ ਕਿਹਾ।

"ਚਲੋ ਦੋਸਤੋ, ਹੁਣ ਪੜ੍ਹਨ ਦਾ ਸਮਾਂ ਹੋ ਗਿਆ ਹੈ, ਲਾਇਬ੍ਰੇਰੀ ਚੱਲ ਕੇ ਪੜ੍ਹਾਈ ਕਰਦੇ ਹਾਂ।" ਲਵਗੁਰੂ ਨੇ ਵਾਸ਼ਰੂਮ ਵੱਲ ਜਾਂਦੇ ਹੋਏ ਕਿਹਾ।

"ਅਗਰ ਟੇਬਲ ਕੁਰਸੀ ਪਰ ਘੰਟੋ ਪੜ੍ਹ-ਪੜ੍ਹਕਰ ਗਰਦਨ ਔਰ ਪੀਠ ਮੇਂ ਦਰਦ ਨ ਹੁਆ ਹੋ, ਤੋ ਕਯਾ ਖ਼ਾਕ ਗੰਭੀਰ ਯੂ.ਪੀ.ਐੱਸ.ਸੀ. ਐਸੀਪ੍ਰੈਂਟ ਹੋ ਤੁਮ?" ਸੁਮਿਤ ਨੇ ਇਹ ਮੋਟੀਵੇਸ਼ਨਲ ਲਾਈਨਾਂ ਬੋਲਦਿਆਂ ਹੋਇਆਂ ਲਾਇਬ੍ਰੇਰੀ ਵੱਲ ਰਵਾਨਗੀ ਲਈ।

"ਅਗਰ ਦਿਲੋਂ ਮੇਂ ਲਬਾਸਨਾ ਕਾ ਸਪਨਾ ਲੇਕਰ ਚੱਲ ਰਹੇ ਹੋ ਤੋ ਯੂ.ਪੀ.ਐੱਸ.ਸੀ ਐਸੀਪ੍ਰੈਂਟ ਹੋ ਤੁਮ।" ਮੈਂ ਸੁਮਿਤ ਵੱਲ ਦੇਖਦੇ ਹੋਏ ਕਿਹਾ।

14

ਆਈ.ਏ.ਐੱਸ. ਬਣਨ ਦੀ ਚੂਹਾ-ਦੌੜ

ਕੀ ਕਾਰਨ ਹਨ ਕਿ ਅੱਜਕੱਲ੍ਹ ਕਾਫ਼ੀ ਜ਼ਿਆਦਾ ਗਿਣਤੀ ਵਿੱਚ ਲੋਕ ਸਿਵਲ ਸਰਵਿਸ ਨੂੰ ਪਸੰਦ ਕਰਨ ਲੱਗੇ ਹਨ? ਦਰਅਸਲ ਭਾਰਤ ਵਿੱਚ ਆਈ.ਏ.ਐੱਸ. ਨੂੰ ਨੌਕਰੀ ਨਹੀਂ ਮੰਨਿਆ ਜਾਂਦਾ, ਬਲਕਿ ਇਸ ਨੂੰ ਇੱਕ ਪ੍ਰਤਿਸ਼ਠਾ (ਵੱਕਾਰ) ਸਮਝਿਆ ਜਾਂਦਾ ਹੈ। ਲੋਕ ਆਈ.ਏ.ਐੱਸ. ਨਾਲ ਜੁੜੀਆਂ ਹੋਈਆਂ ਪ੍ਰਸ਼ਾਸਨਿਕ ਸ਼ਕਤੀਆਂ ਅਤੇ ਸੁਵਿਧਾਵਾਂ ਤੋਂ ਇੰਨੇ ਜ਼ਿਆਦਾ ਪ੍ਰਭਾਵਿਤ ਹਨ ਕਿ, ਇਸ ਨੂੰ ਹਾਸਿਲ ਕਰਨ ਲਈ ਕੁਝ ਵੀ ਕਰਨ ਨੂੰ ਤਿਆਰ ਹਨ। ਆਮ ਤੌਰ 'ਤੇ ਕਿਹਾ ਜਾਂਦਾ ਹੈ ਕਿ 'ਆਈ.ਏ.ਐੱਸ. ਤਾਂ ਜ਼ਿਲ੍ਹੇ ਦਾ ਰਾਜਾ ਹੁੰਦਾ ਹੈ', ਅਤੇ ਇਸ ਤਾਜਪੋਸ਼ੀ ਲਈ ਸਾਰੇ ਸਖ਼ਤ ਮਿਹਨਤ ਕਰਦੇ ਹਨ। ਕਹਿਣ ਨੂੰ ਤਾਂ ਆਈ.ਏ.ਐੱਸ. ਇੱਕ ਪ੍ਰਸ਼ਾਸਨਿਕ ਨੌਕਰੀ ਹੈ, ਪਰ ਜ਼ਿਲ੍ਹੇ ਨਾਲ ਸੰਬੰਧਿਤ ਰਾਜ ਸਰਕਾਰਾਂ ਦੇ ਡਿਪਾਰਟਮੈਂਟ ਕਿਤੇ ਨਾ ਕਿਤੇ ਇਸ ਪੋਸਟ ਨਾਲ ਜੁੜੇ ਹੋਏ ਹੁੰਦੇ ਹਨ।

ਨਿੱਜੀ ਖੇਤਰ ਵਿੱਚ ਰੁਜ਼ਗਾਰ ਦੇ ਮੌਕੇਾਂ/ ਮੌਕਿਆਂ ਦੇ ਵਾਧੇ ਦੇ ਬਾਵਜੂਦ ਭਾਰਤੀ ਪ੍ਰਸ਼ਾਸਨਿਕ ਸੇਵਾ (ਆਈ.ਏ.ਐੱਸ.) ਅਤੇ ਭਾਰਤੀ ਪੁਲਿਸ ਸੇਵਾ (ਆਈ.ਪੀ.ਐੱਸ.) ਦੀ ਆਭਾ ਨਾ ਕੇਵਲ ਬਰਕਰਾਰ ਹੈ, ਬਲਕਿ ਅਜੋਕੇ ਸਮੇਂ ਵਿੱਚ ਤਾਂ ਨਿਰੰਤਰ ਵਧਦੀ ਹੀ ਜਾ ਰਹੀ ਹੈ। ਹਰ ਸਾਲ ਸੰਘ ਲੋਕ ਸੇਵਾ ਆਯੋਗ (ਯੂ.ਪੀ.ਐੱਸ.ਸੀ.) ਸਿਵਲ ਸਰਵਿਸ ਪ੍ਰੀਖਿਆ (ਸੀ.ਐੱਸ.ਈ.) ਲਈ ਲਗਭਗ 10 ਲੱਖ ਆਵੇਦਨ ਪ੍ਰਾਪਤ ਕਰਦਾ ਹੈ, ਜਿਨ੍ਹਾਂ ਵਿੱਚੋਂ ਆਈ.ਏ.ਐੱਸ. ਅਤੇ ਆਈ.ਪੀ.ਐੱਸ. ਲਈ ਸਿਰਫ਼ 380 ਕੈਂਡੀਡੇਟ ਦੀ ਚੋਣ ਕੀਤੀ ਜਾਂਦੀ ਹੈ।

ਹੁਣ ਦਿਲਚਸਪ ਸਵਾਲ ਇਹ ਹੈ ਕਿ ਭਾਰਤੀ ਨੌਜਵਾਨਾਂ ਲਈ ਕੈਰੀਅਰ ਦੀ ਸਭ ਤੋਂ ਵੱਡੀ ਪਸੰਦ ਆਈ.ਏ.ਐੱਸ. ਅਤੇ ਆਈ.ਪੀ.ਐੱਸ. ਹੀ ਕਿਉਂ ਹਨ। ਇਸ ਦਾ ਇੱਕ ਹੀ ਜਵਾਬ ਹੈ: ਆਈ.ਏ.ਐੱਸ./ ਆਈ.ਪੀ.ਐੱਸ. ਅਧਿਕਾਰੀਆਂ ਨੂੰ ਦਿੱਤੀ ਜਾਣ ਵਾਲੀ ਪ੍ਰੀ-ਸਰਵਿਸ ਅਤੇ ਇੰਨ-ਸਰਵਿਸ ਟ੍ਰੇਨਿੰਗ। ਆਈ.ਏ.ਐੱਸ. ਲਈ ਉੱਤਰਾਖੰਡ ਦੇ

ਮਸੂਰੀ ਵਿੱਚ ਲਾਲ ਬਹਾਦਰ ਸ਼ਾਸਤਰੀ ਨੈਸ਼ਨਲ ਅਕੈਡਮੀ ਆਫ਼ ਐਡਮਨਿਸਟਰੇਸ਼ਨ (ਐੱਲ.ਬੀ.ਐੱਸ.ਐਨ.ਏ.ਏ.) ਵਿਖੇ ਦੋ ਸਾਲ ਦੀ ਟ੍ਰੇਨਿੰਗ ਦਿੱਤੀ ਜਾਂਦੀ ਹੈ। ਜਦਕਿ ਹੈਦਰਾਬਾਦ ਵਿਖੇ ਸਰਦਾਰ ਵੱਲਭ ਭਾਈ ਪਟੇਲ ਰਾਸ਼ਟਰੀ ਪੁਲਿਸ ਅਕਾਦਮੀ (ਐੱਸ. ਵੀ.ਪੀ.ਐਨ.ਪੀ.ਏ.) ਵਿੱਚ ਆਈ.ਪੀ.ਐੱਸ. ਅਧਿਕਾਰੀਆਂ ਨੂੰ ਟ੍ਰੇਨਿੰਗ ਦਿੱਤੀ ਜਾਂਦੀ ਹੈ। ਇਸ ਟ੍ਰੇਨਿੰਗ ਦੇ ਦੌਰਾਨ ਭਾਵੀ ਅਫ਼ਸਰਾਂ ਨੂੰ ਵਿਭਿੰਨ ਅਕਾਦਮਿਕ ਅਤੇ ਸਮਾਜਿਕ ਖੇਤਰ ਨਾਲ ਜੁੜੀਆਂ ਹੋਈਆਂ ਹਸਤੀਆਂ ਨਾਲ ਮਿਲਣ ਦਾ ਮੌਕਾ ਪ੍ਰਦਾਨ ਕੀਤਾ ਜਾਂਦਾ ਹੈ। ਪੜ੍ਹਾਈ ਤੋਂ ਇਲਾਵਾ ਇਸ ਟ੍ਰੇਨਿੰਗ ਵਿੱਚ ਸੰਸਾਰ ਪੱਧਰ ਦੀਆਂ ਸੁਵਿਧਾਵਾਂ ਦੇ ਨਾਲ ਤੈਰਾਕੀ, ਟਰੈਕਿੰਗ, ਘੋੜਸਵਾਰੀ, ਰਾਈਫ਼ਲ ਸ਼ੂਟਿੰਗ ਆਦਿ ਦੀ ਸਿਖਲਾਈ ਦਿੱਤੀ ਜਾਂਦੀ ਹੈ। ਰੁਟੀਨ ਵਕਫ਼ੇ 'ਤੇ ਆਈ.ਏ.ਐੱਸ. ਅਤੇ ਆਈ.ਪੀ.ਐੱਸ. ਅਧਿਕਾਰੀ ਭਾਰਤ ਅਤੇ ਵਿਦੇਸ਼ਾਂ ਵਿੱਚ ਇਨ-ਸਰਵਿਸ ਟ੍ਰੇਨਿੰਗ ਲਈ ਵੀ ਭੇਜੇ ਜਾਂਦੇ ਹਨ।

ਆਲ ਇੰਡੀਆ ਸਰਵਿਸਿਜ਼, ਸੈਂਟਰਲ ਸਰਵਿਸਿਜ਼ ਅਤੇ ਸਟੇਟ ਸਰਵਿਸਿਜ਼ ਦੀ ਤੁਲਨਾ ਵਿੱਚ ਆਈ.ਏ.ਐੱਸ. ਅਤੇ ਆਈ.ਪੀ.ਐੱਸ. ਅਧਿਕਾਰੀਆਂ ਦੇ ਕੋਲ ਸਭ ਤੋਂ ਜ਼ਿਆਦਾ ਸ਼ਕਤੀਆਂ ਹਨ। ਜ਼ਿਲ੍ਹਾ ਕਲੈਕਟਰ/ ਪੁਲਿਸ ਸੁਪਰਡੈਂਟ ਦੇ ਰੂਪ ਵਿੱਚ ਇੱਕ ਆਈ.ਏ.ਐੱਸ./ ਆਈ.ਪੀ.ਐੱਸ. ਅਧਿਕਾਰੀ ਜ਼ਿਲ੍ਹੇ ਦਾ 'ਅਸਲੀ ਮਾਲਕ' ਹੁੰਦਾ ਹੈ। ਅਸਲ ਵਿੱਚ, ਜ਼ਿਲ੍ਹਾ ਕਲੈਕਟਰ ਦੇ ਰੂਪ ਵਿੱਚ, ਇੱਕ ਆਈ.ਏ.ਐੱਸ. ਅਧਿਕਾਰੀ ਜ਼ਿਲ੍ਹੇ ਦੇ ਸਾਰੇ ਵਿਭਾਗਾਂ ਅਤੇ ਸਰਕਾਰੀ ਏਜੰਸੀਆਂ ਦੇ ਕੰਮ-ਕਾਜ ਦੀ ਨਿਗਰਾਨੀ ਕਰਦਾ ਹੈ।

ਸ਼ਹਿਰ ਵਿੱਚ ਕੋਈ ਵੀ ਕੰਮ ਕਰਵਾਉਣ ਲਈ ਕਲੈਕਟਰ (ਆਈ.ਏ.ਐੱਸ.) ਜਾਂ ਐਸਐਸਪੀ (ਆਈ.ਪੀ.ਐੱਸ.) ਤੋਂ ਇਜਾਜ਼ਤ ਲੈਣੀ ਪੈਂਦੀ ਹੈ, ਜਿਵੇਂ ਕਿ ਹਥਿਆਰ ਦਾ ਲਾਇਸੈਂਸ ਲੈਣਾ ਹੋਵੇ, ਸ਼ਹਿਰ ਵਿਖੇ ਸਰਕਸ ਲਾਉਣੀ ਹੋਵੇ, ਕੋਈ ਪ੍ਰਦਰਸ਼ਨੀ ਲਾਉਣੀ ਹੋਵੇ, ਜੇਲ੍ਹ ਦੀ ਸ਼੍ਰੇਣੀ ਵਿੱਚ ਪਰਿਵਰਤਨ ਕਰਵਾਉਣਾ ਹੋਵੇ ਤਾਂ ਡੀ.ਐੱਮ. (ਆਈ.ਏ.ਐੱਸ.) ਦੀ ਇਜਾਜ਼ਤ ਦੀ ਜ਼ਰੂਰਤ ਹੁੰਦੀ ਹੈ। ਇੱਥੋਂ ਤੱਕ ਕਿ ਬਿਨਾਂ ਚੀਫ਼ ਸੈਕਟਰੀ ਦੀ ਸਲਾਹ ਦੇ ਸਰਕਾਰ ਦਾ ਕੋਈ ਮੰਤਰੀ ਅਖ਼ਬਾਰ ਵਿਖੇ ਇਸ਼ਤਿਹਾਰ ਤਕ ਨਹੀਂ ਦੇ ਸਕਦਾ। ਸ਼ਹਿਰ ਵਿੱਚ ਰੈਲੀ ਕੱਢਣੀ ਹੋਵੇ ਤਾਂ ਪੁਲਿਸ (ਆਈ.ਪੀ.ਐੱਸ.) ਦੀ ਇਜਾਜ਼ਤ ਚਾਹੀਦੀ ਹੈ। ਏਨਾ ਵਿਆਪਕ ਸ਼ਕਤੀਆਂ ਤੋਂ ਇਲਾਵਾ ਆਈ.ਏ.ਐੱਸ. ਅਤੇ ਆਈ.ਪੀ.ਐੱਸ. ਅਧਿਕਾਰੀਆਂ ਨੂੰ ਸੰਵਿਧਾਨ ਵੀ ਸੁਰੱਖਿਆ ਦਿੰਦਾ ਹੈ। ਹਾਲਾਂਕਿ ਉਹ ਰਾਜ ਸਰਕਾਰ ਦੇ ਅਧੀਨ ਕੰਮ ਕਰਦੇ ਹਨ, ਪਰ ਸਿਰਫ਼ ਭਾਰਤ ਦੇ ਰਾਸ਼ਟਰਪਤੀ ਕੋਲੋ ਹੀ ਉਹਨਾਂ ਨੂੰ ਸੇਵਾ ਤੋਂ ਬਰਖ਼ਾਸਤ ਕਰਨ ਦੀ ਤਾਕਤ ਹੈ। ਸੰਵਿਧਾਨ ਦੁਆਰਾ ਪ੍ਰਦਾਨ ਕੀਤੀਆਂ ਇਹਨਾਂ ਸੁਰੱਖਿਆਵਾਂ ਕਾਰਨ ਏਨਾ ਨੂੰ ਹੁਨਰਮੰਦ ਤਰੀਕੇ ਅਤੇ ਰਾਜਨੀਤਿਕ ਦਬਾਅ ਦੇ ਅੱਗੇ ਬਿਨਾਂ ਝੁਕੇ ਕੰਮ ਕਰਨ ਦੀ ਆਜ਼ਾਦੀ ਮਿਲਦੀ ਹੈ।

ਚਾਹੇ ਉਹ ਕਿਸੇ ਵੀ ਰਾਜ ਵਿੱਚ ਸੇਵਾ ਕਰ ਰਹੇ ਹੋਣ, ਦੇਸ਼ ਭਰ ਵਿੱਚ ਆਈ.ਏ.ਐੱਸ. ਅਤੇ ਆਈ.ਪੀ.ਐੱਸ. ਅਧਿਕਾਰੀਆਂ ਦੀਆਂ ਤਨਖ਼ਾਹਾਂ ਬਰਾਬਰ ਹੁੰਦੀਆਂ ਹਨ। ਦੇਸ਼ ਦੇ ਪ੍ਰਤਿਭਾਸ਼ਾਲੀ ਨੌਜਵਾਨਾਂ ਨੂੰ ਆਕਰਸ਼ਿਤ ਕਰਨ ਲਈ ਆਈ.ਏ.ਐੱਸ. ਅਤੇ ਆਈ.ਪੀ.ਐੱਸ. ਅਧਿਕਾਰੀਆਂ ਦੀ ਤਨਖ਼ਾਹ ਅਤੇ ਭੱਤੇ ਹਮੇਸ਼ਾ ਇੱਕ ਉੱਚੇ ਲੈਵਲ 'ਤੇ ਬਣਾ ਕੇ ਰੱਖੇ ਜਾਂਦੇ ਹਨ। ਪਰ ਕੇਵਲ ਇਹ ਤਨਖ਼ਾਹ ਅਤੇ ਭੱਤੇ ਇਹਨਾਂ ਸੇਵਾਵਾਂ ਦੀ ਖਿੱਚ ਦਾ ਕੇਂਦਰ ਨਹੀਂ ਹਨ। ਤਨਖ਼ਾਹ ਅਤੇ ਭੱਤਿਆਂ ਤੋਂ ਇਲਾਵਾ, ਖੇਤਰੀ ਦਫ਼ਤਰ ਜਾਂ ਹੈੱਡਕੁਆਰਟਰ ਵਿੱਚ ਕੰਮ ਕਰ ਰਹੇ ਆਈ.ਏ.ਐੱਸ. ਅਤੇ ਆਈ.ਪੀ.ਐੱਸ. ਅਧਿਕਾਰੀਆਂ ਦੇ ਵੱਡੇ ਘਰ (ਜਿਵੇਂ ਕਲੈਕਟਰ ਦਾ ਬੰਗਲਾ), ਆਵਾਜਾਈ ਲਈ ਸਾਧਨ, ਬਾਡੀਗਾਰਡ ਆਦਿ ਸਹੂਲਤਾਂ ਹੁੰਦੀਆਂ ਹਨ। ਕਲਪਨਾ ਕਰੋ, 130 ਕਰੋੜ ਤੋਂ ਜ਼ਿਆਦਾ ਆਬਾਦੀ ਵਾਲੇ ਦੇਸ਼ ਵਿੱਚ ਕਰੀਬ 5000 ਆਈ.ਏ.ਐੱਸ. ਅਧਿਕਾਰੀ ਅਤੇ 4000 ਆਈ.ਪੀ.ਐੱਸ. ਅਧਿਕਾਰੀ ਹਨ। ਨੀਤੀ ਬਣਾਉਣ ਅਤੇ ਨੀਤੀ ਨੂੰ ਲਾਗੂ ਕਰਨ 'ਚ ਮਹੱਤਵਪੂਰਨ ਭੂਮਿਕਾ ਨਿਭਾਉਣ ਦੇ ਨਾਲ-ਨਾਲ ਵਿਆਪਕ ਅਖ਼ਤਿਆਰੀ ਸ਼ਕਤੀਆਂ ਪ੍ਰਾਪਤ ਹੋਣ ਦੇ ਕਾਰਨ ਭਾਰਤੀ ਸਮਾਜ ਵਿੱਚ ਆਈ.ਏ.ਐੱਸ. ਅਤੇ ਆਈ.ਪੀ.ਐੱਸ. ਅਧਿਕਾਰੀਆਂ ਦੀ ਸਮਾਜਿਕ ਪ੍ਰਤਿਸ਼ਠਾ ਬਹੁਤ ਜ਼ਿਆਦਾ ਹੈ। ਇਸ ਤੋਂ ਇਲਾਵਾ ਮੰਤਰੀ, ਵੱਡੇ ਰਾਜਨੇਤਾ, ਵਪਾਰੀ ਅਤੇ ਮਸ਼ਹੂਰ ਹਸਤੀਆਂ ਨਾਲ ਨੇੜਤਾ, ਆਈ.ਏ.ਐੱਸ. ਅਤੇ ਆਈ.ਪੀ.ਐੱਸ. ਅਧਿਕਾਰੀਆਂ ਦੀ ਪੋਸਟ ਨੂੰ ਹੋਰ ਵੀ ਖਿੱਚ ਦਾ ਕੇਂਦਰ ਬਣਾ ਦਿੰਦੀ ਹੈ। ਇਹਨਾਂ ਪੋਸਟਾਂ 'ਤੇ ਰਹਿੰਦੇ ਹੋਏ ਏਨਾ ਨੂੰ ਸਮਾਜ ਦੀ ਸੇਵਾ ਦੇ ਬਹੁਤ ਸਾਰੇ ਮੌਕੇ ਮਿਲਦੇ ਹਨ। ਆਈ.ਏ.ਐੱਸ. ਅਧਿਕਾਰੀ ਕਲਿਆਣਕਾਰੀ ਯੋਜਨਾਵਾਂ ਨੂੰ ਬਣਾਉਣ ਅਤੇ ਉਹਨਾਂ ਨੂੰ ਲਾਗੂ ਕਰਨ ਵਿੱਚ ਮਹੱਤਵਪੂਰਨ ਭੂਮਿਕਾ ਨਿਭਾਉਂਦੇ ਹਨ, ਜਿਸ ਤੋਂ ਆਮ ਆਦਮੀ ਦਾ ਜੀਵਨ ਸਭ ਤੋਂ ਜ਼ਿਆਦਾ ਪ੍ਰਭਾਵਿਤ ਹੁੰਦਾ ਹੈ। ਵਿਕਾਸ ਲਈ ਕਾਨੂੰਨ ਵਿਵਸਥਾ ਦਾ ਠੀਕ ਹੋਣਾ ਲਾਜ਼ਮੀ ਹੈ, ਜਿਸ ਲਈ ਆਈ.ਏ.ਐੱਸ. ਅਤੇ ਆਈ.ਪੀ.ਐੱਸ. ਅਧਿਕਾਰੀ ਹੀ ਜ਼ਿੰਮੇਵਾਰ ਹੈ। ਆਈ.ਪੀ.ਐੱਸ. ਅਧਿਕਾਰੀ ਕਾਨੂੰਨ ਤੇ ਵਿਵਸਥਾ ਨੂੰ ਬਣਾ ਕੇ ਰੱਖਣ ਲਈ ਵਚਨਬੱਧ ਹੁੰਦੇ ਹਨ ਅਤੇ ਸੰਕਟ ਦੀ ਘੜੀ ਵਿੱਚ ਉਹ ਵੱਖ-ਵੱਖ ਭਾਈਚਾਰਿਆਂ ਦੇ ਮੁਖੀਆਂ ਦੀ ਕਾਊਂਸਲਿੰਗ ਕਰਕੇ ਸ਼ਾਂਤੀ ਬਹਾਲ ਕਰਨ ਅਤੇ ਅਪਰਾਧਿਕ ਗਤੀਵਿਧੀਆਂ ਨੂੰ ਕੰਟਰੋਲ ਕਰਨ ਲਈ ਯਤਨ ਕਰਦੇ ਹਨ।

ਅਸਲ ਵਿੱਚ, ਆਈ.ਏ.ਐੱਸ./ ਆਈ.ਪੀ.ਐੱਸ. ਅਧਿਕਾਰੀਆਂ ਦੀ ਜੀਵਨ ਸ਼ੈਲੀ ਇਸ ਸੇਵਾ ਦਾ ਸਭ ਤੋਂ ਵੱਡਾ ਖਿੱਚ ਦਾ ਕੇਂਦਰ ਬਿੰਦੂ ਹੈ। ਇਹਨਾਂ ਅਧਿਕਾਰੀਆਂ ਨੂੰ ਕੰਮ ਦੇ ਰੁਝੇਵੇਂ ਹੋਣ ਦੇ ਨਾਲ-ਨਾਲ ਜੀਵਨ ਜਿਊਣ ਦੀਆਂ ਭਰਪੂਰ ਸੁਵਿਧਾਵਾਂ ਉਪਲਬਧ ਹੁੰਦੀਆਂ ਹਨ। ਸਰਕਾਰ ਅਤੇ ਸਮਾਜ ਵਿੱਚ ਸਨਮਾਨ ਹੋਣ ਕਾਰਨ ਇਹਨਾਂ ਨੂੰ ਖੇਡ,

ਸੰਗੀਤ, ਸਿਖਲਾਈ ਆਦਿ ਦੇ ਨਾਲ ਜੁੜੇ ਗੈਰ-ਸਰਕਾਰੀ ਸੰਗਠਨਾਂ ਨਾਲ ਜੁੜਨ ਦਾ ਮੌਕਾ ਵੀ ਮਿਲਦਾ ਹੈ। ਸ਼ਹਿਰ ਦੇ ਮਹੱਤਵਪੂਰਨ ਕਲੱਬਾਂ, ਯੂਨੀਅਨਾਂ ਅਤੇ ਸੰਗਠਨਾਂ ਵਿੱਚ ਕਈ ਵਾਰ ਉਹਨਾਂ ਨੂੰ ਚੇਅਰਮੈਨ/ ਪ੍ਰਧਾਨ ਦੇ ਰੂਪ ਵਿੱਚ ਚੁਣਿਆ ਜਾਂਦਾ ਹੈ ਅਤੇ ਇਸ ਨਾਲ ਇਹਨਾਂ ਨੂੰ ਸੰਗਠਨਾਂ ਦੇ ਕੰਮ-ਕਾਜ ਵਿੱਚ ਸਰਗਰਮ ਭੂਮਿਕਾ ਨਿਭਾਉਣ ਦਾ ਮੌਕਾ ਮਿਲਦਾ ਹੈ। ਆਈ.ਏ.ਐੱਸ. ਅਤੇ ਆਈ.ਪੀ.ਐੱਸ. ਦੀ ਖ਼ਾਸ ਵਿਸ਼ੇਸ਼ਤਾ ਇਹ ਹੈ ਕਿ ਇਹਨਾਂ ਅਧਿਕਾਰੀਆਂ ਨੂੰ ਸਥਾਨਕ ਪੱਧਰ (ਜ਼ਿਲ੍ਹਾ ਤੇ ਸਟੇਟ), ਰਾਸ਼ਟਰੀ ਪੱਧਰ ਅਤੇ ਅੰਤਰਰਾਸ਼ਟਰੀ ਪੱਧਰ 'ਤੇ ਦੇਸ਼ ਦੀ ਸੇਵਾ ਕਰਨ ਦੇ ਮੌਕੇ ਮਿਲਦੇ ਹਨ।

ਹਾਲਾਂਕਿ ਆਈ.ਏ.ਐੱਸ. ਅਤੇ ਆਈ.ਪੀ.ਐੱਸ. ਅਧਿਕਾਰੀਆਂ ਨੂੰ ਕਿਸੇ ਰਾਜ ਵਿਸ਼ੇਸ਼ ਵਿੱਚ ਤਾਇਨਾਤ ਕੀਤਾ ਜਾਂਦਾ ਹੈ, ਪਰ ਕੁਝ ਵਕਫ਼ੇ ਤੋਂ ਬਾਅਦ ਉਹਨਾਂ ਨੂੰ ਸੈਂਟਰ ਸਰਕਾਰ ਦੀ ਸੇਵਾ ਕਰਨ ਦਾ ਮੌਕਾ ਪ੍ਰਦਾਨ ਕੀਤਾ ਜਾਂਦਾ ਹੈ। ਇਹ ਅਧਿਕਾਰੀ ਕੇਂਦਰ ਅਤੇ ਕੇਂਦਰੀ ਸੰਗਠਨਾਂ, ਵੱਖ-ਵੱਖ ਮੰਤਰਾਲਿਆਂ ਅਤੇ ਵਿਭਾਗਾਂ ਵਿੱਚ ਡੈਪੂਟੇਸ਼ਨ 'ਤੇ ਜਾਂਦੇ ਹਨ। ਆਈ.ਪੀ.ਐੱਸ. ਅਧਿਕਾਰੀ ਵੱਖ-ਵੱਖ ਯੋਗਤਾਵਾਂ ਕਾਰਨ ਕੇਂਦਰੀ ਹਥਿਆਰਬੰਦ ਪੁਲਿਸ ਬਲ (ਸੀ.ਏ.ਪੀ.ਐੱਫ਼.) ਵਿੱਚ ਸ਼ਾਮਲ ਹੁੰਦੇ ਹਨ। ਅੰਤਰਰਾਸ਼ਟਰੀ ਪੱਧਰ 'ਤੇ, ਆਈ.ਏ.ਐੱਸ. ਅਧਿਕਾਰੀ ਵੈਸ਼ਵਿਕ ਅੰਤਰਰਾਸ਼ਟਰੀ ਸੰਗਠਨ ਜਿਵੇਂ ਸੰਯੁਕਤ ਰਾਸ਼ਟਰ ਸੰਘ, ਵਿਸ਼ਵ ਬੈਂਕ ਗਰੁੱਪ, ਵਿਸ਼ਵ ਵਪਾਰ ਸੰਗਠਨ ਆਦਿ ਵਿੱਚ ਭਾਰਤ ਦੀ ਪ੍ਰਤੀਨਿਧਤਾ ਕਰਦੇ ਹਨ। ਆਈ.ਪੀ.ਐੱਸ. ਅਧਿਕਾਰੀਆਂ ਨੂੰ ਰਿਸਰਚ ਐਂਡ ਐਨਾਲਿਸਿਸ ਵਿੰਗ (ਰਾੱਅ) ਦੀਆਂ ਇਕਾਈਆਂ 'ਚ ਵਿਦੇਸ਼ਾਂ ਵਿੱਚ ਤਾਇਨਾਤ ਕੀਤਾ ਜਾਂਦਾ ਹੈ, ਜੋ ਭਾਰਤ ਦੀ ਪ੍ਰਮੁੱਖ ਵਿਦੇਸ਼ੀ ਖ਼ੁਫ਼ੀਆ ਏਜੰਸੀ ਹੈ। ਰਿਟਾਇਰ ਆਈ.ਏ.ਐੱਸ. ਅਤੇ ਆਈ.ਪੀ.ਐੱਸ. ਅਧਿਕਾਰੀਆਂ ਲਈ ਸਰਕਾਰ ਦੇ ਅੰਦਰ ਅਤੇ ਬਾਹਰ ਭਰਪੂਰ ਮੌਕੇ ਮੁਹਈਆ ਹੁੰਦੇ ਹਨ। ਰਿਟਾਇਰਮੈਂਟ ਤੋਂ ਬਾਅਦ ਯੂ.ਪੀ.ਐੱਸ.ਸੀ., ਵਿੱਤ ਕਮਿਸ਼ਨ, ਚੋਣ ਕਮਿਸ਼ਨ ਆਦਿ ਸੰਵਿਧਾਨਿਕ ਸੰਸਥਾਵਾਂ ਲਈ ਆਈ.ਏ.ਐੱਸ. ਅਧਿਕਾਰੀ ਨਿਯੁਕਤ ਕੀਤੇ ਜਾਂਦੇ ਹਨ। ਇਸੇ ਤਰ੍ਹਾਂ, ਰਾਜ ਸਰਕਾਰਾਂ ਵੀ ਰਾਜ ਲੋਕ ਸੇਵਾ ਕਮਿਸ਼ਨ ਅਤੇ ਜਨਤਕ ਨਿਗਮਾਂ ਵਿੱਚ ਰਿਟਾਇਰ ਆਈ.ਏ.ਐੱਸ. ਅਧਿਕਾਰੀਆਂ ਨੂੰ ਨਿਯੁਕਤ ਕਰਦੀ ਹੈ।

ਨਿੱਜੀ ਖੇਤਰ ਵਿੱਚ ਵੀ ਰਿਟਾਇਰ ਆਈ.ਏ.ਐੱਸ. ਅਤੇ ਆਈ.ਪੀ.ਐੱਸ. ਅਧਿਕਾਰੀਆਂ ਲਈ ਕਈ ਮੌਕੇ ਹੁੰਦੇ ਹਨ। ਅਸਲ ਵਿੱਚ, ਕਈ ਅਧਿਕਾਰੀ ਪਿਛਲੇ ਕੁਝ ਸਾਲਾਂ ਵਿੱਚ ਸਵੈ-ਇੱਛਿਤ ਰਿਟਾਇਰਮੈਂਟ ਸੇਵਾ (ਵੀ.ਆਰ.ਐੱਸ.) ਲੈ ਕੇ ਨਿੱਜੀ ਕੰਪਨੀਆਂ ਵਿੱਚ ਵੱਡੀਆਂ ਪੋਸਟਾਂ 'ਤੇ ਤਾਇਨਾਤ ਹੋਏ ਹਨ। ਇੰਨੀਆਂ ਸੁਵਿਧਾਵਾਂ ਅਤੇ

ਸਮਾਜਿਕ ਪ੍ਰਤਿਸ਼ਠਾ ਦੇ ਕਾਰਨ ਸਾਰੇ ਵਿਦਿਆਰਥੀ ਆਪਣੇ ਜੀਵਨ ਕਾਲ ਵਿੱਚ ਇੱਕ ਵਾਰੀ ਤਾਂ ਜ਼ਰੂਰ ਹੀ ਆਈ.ਏ.ਐੱਸ./ ਆਈ.ਪੀ.ਐੱਸ. ਬਣਨ ਬਾਰੇ ਲੋਚਦੇ ਹਨ।

ਕੋਰੋਨਾ ਕਾਲ ਦੀ ਪਹਿਲੀ ਲਹਿਰ ਤੋਂ ਬਾਅਦ ਪ੍ਰੇਮ ਸੁੱਖ ਡੇਲੂ, ਜੋ ਗੁਜਰਾਤ ਕਾਡਰ ਦੇ ਆਈ.ਪੀ.ਐੱਸ. ਸਨ, ਉਹਨਾਂ ਨੇ ਵਿਆਹ 'ਤੇ ਇੱਕ ਵੱਡਾ ਪ੍ਰੋਗਰਾਮ ਆਯੋਜਿਤ ਕੀਤਾ। ਮੈਂ ਅਤੇ ਐਂਜਲ ਵੀ ਵਿਆਹ ਵਿੱਚ ਹਾਜ਼ਰੀ ਲਾਉਣ ਲਈ ਗਏ। ਜਦੋਂ ਵਿਆਹ 'ਚ ਜਾਣ ਲਈ ਐਂਜਲ ਤਿਆਰ ਹੋ ਰਹੀ ਸੀ ਤਾਂ ਐਂਜਲ ਦੀ ਛੋਟੀ ਭੈਣ ਪ੍ਰਿਆ ਨੇ ਉਸ ਰੂਮ ਵਿੱਚ ਐਂਟਰੀ ਲਈ ਅਤੇ ਚੁਟਕੀ ਲੈਂਦੇ ਹੋਏ ਕਿਹਾ, "ਸੱਜ ਰਹੀ ਹੋ ਸੱਜਣਾ ਕੇ ਲੀਏ!" ਜਦੋਂ ਐਂਜਲ ਕੁਝ ਨਾ ਬੋਲੀ ਤਾਂ ਪ੍ਰਿਆ ਨੇ ਕਿਹਾ, "ਭੈਣ ਤੈਨੂੰ ਅੱਜ ਹੋਇਆ ਕੀ ਹੈ? ਖ਼ੁਸ਼ੀ ਨਾਲ ਮੁਖੜਾ ਚਮਕ-ਦਮਕ ਰਿਹਾ ਹੈ। ਅੱਛਾ, ਹੁਣ ਸਮਝੀ! ਬੁਆਏ-ਫਰੈਂਡ ਨਾਲ ਮਿਲ ਕੇ ਜਾ ਰਹੀ ਹੈ। ਅੱਜ ਤਾਂ ਜੀਅ ਕਰ ਰਿਹਾ ਹੈ ਕਿ ਮੰਮਾ ਨੂੰ ਦੱਸ ਹੀ ਦੇਵਾਂ ਕਿ ਉਸ ਦੀ ਪਿਆਰੀ ਅਤੇ ਲਾਡਲੀ ਧੀ ਦਾ ਬੁਆਏ-ਫਰੈਂਡ ਹੈ ਅਤੇ ਉਹ ਉਸ ਨਾਲ ਕਦੇ-ਕਦੇ ਮਿਲਦੀ ਹੈ।"

"ਦੱਸ ਦੇ, ਮੈਨੂੰ ਫ਼ਰਕ ਨਹੀਂ ਪੈਂਦਾ! ਪਤਾ ਹੈ, ਮੰਮੀ ਨੂੰ ਕੋਈ ਇਤਰਾਜ਼ ਨਹੀਂ ਹੋਵੇਗਾ, ਉਹ ਤੇਰੀ ਤਰ੍ਹਾਂ ਤੰਗ ਮਾਨਸਿਕਤਾ ਵਾਲੀ ਨਹੀਂ ਹੈ। ਸਾਡੀ ਮੰਮੀ ਸਮਾਰਟ, ਪੜ੍ਹੀ ਲਿਖੀ ਅਤੇ ਵੂਮਨ ਇੰਪਾਵਰਮੈਂਟ ਦੀ ਮਿਸਾਲ ਹੈ। ਸ਼ੀ ਡਾਂਟ ਮਾਈਂਡ। ਉਹ ਜ਼ਮਾਨੇ ਦੇ ਨਾਲ ਚੱਲਣਾ ਜਾਣਦੀ ਹੈ।" ਐਂਜਲ ਨੇ ਪ੍ਰਿਆ ਦੀ ਪਿੱਠ 'ਤੇ ਧੌਲ਼ ਜਮਾਉਂਦੇ ਹੋਏ ਜਤਾਇਆ ਕਿ ਉਹ ਉਸ ਤੋਂ ਉਮਰ, ਅਨੁਭਵ ਅਤੇ ਬੁੱਧੀ ਵਿੱਚ ਵੱਡੀ ਹੈ ਅਤੇ ਉਹ ਛੋਟੀ ਹੈ, ਇਸ ਲਈ ਜ਼ਿਆਦਾ ਹਵਾਬਾਜ਼ੀ ਨਾ ਕਰੇ।

ਵਿਆਹ ਦਾ ਪੰਡਾਲ ਮਹਿਮਾਨਾਂ ਨਾਲ ਭਰ ਚੁੱਕਿਆ ਸੀ। ਵਿਆਹ ਦੀ ਧੂਮਧਾਮ ਨਾਲ ਵਾਤਾਵਰਨ ਗੂੰਜ ਰਿਹਾ ਸੀ। ਮੈਂ ਐਂਜਲ ਨੂੰ ਪੁੱਛਿਆ, "ਕੀ ਖ਼ਿਆਲ ਹੈ ਜਨਾਬ ਦਾ? ਕਿਉਂ ਨਾ ਇੱਕ ਹੀ ਖ਼ਰਚੇ ਵਿੱਚ ਦੋ ਵਿਆਹ ਹੋ ਜਾਣ! ਇੱਕ ਆਈ.ਏ.ਐੱਸ. ਦਾ ਅਤੇ ਇੱਕ ਆਈ.ਪੀ.ਐੱਸ. ਦਾ। 'ਆਮ ਕੇ ਆਮ ਔਰ ਗੁਠਲਿਓਂ ਕੇ ਭੀ ਦਾਮ।'

"ਅੱਛਾ ਜੀ! ਉਂਜ ਮੇਰਾ ਵਰ (ਪਤੀ) ਕਿੱਥੇ ਹੈ?" ਐਂਜਲ ਨੇ ਕਿਹਾ।

"ਆਲ਼ੇ-ਦੁਆਲ਼ੇ ਨਜ਼ਰ ਘੁਮਾਓ, ਕੀ ਪਤਾ ਕੋਈ ਦੀਦਾਰ ਕਰ ਰਿਹਾ ਹੋਵੇ!" ਮੈਂ ਉੱਤਰ ਦਿੱਤਾ।

ਉਸ ਨੇ ਪ੍ਰੇਮ ਸੁਖ ਡੇਲੂ ਦੇ ਵਿਆਹ ਵਿੱਚ ਹਲਕੇ ਗ੍ਰੇ ਸਿਲਕ ਰੰਗ ਦੀ ਸਾੜ੍ਹੀ ਪਾਈ ਹੋਈ ਸੀ। ਉਸ ਦਿਨ ਉਸ ਦੇ ਚਿਹਰੇ 'ਤੇ ਨੂਰ ਝਲਕ ਰਿਹਾ ਸੀ। ਇਹਨਾਂ ਤਿਆਰੀਆਂ ਦੇ ਵਿੱਚ ਸਾਡੇ ਨੈਣ ਇੱਕ ਦੂਜੇ ਨਾਲ ਆ ਕੇ ਮਿਲ ਹੀ ਜਾਂਦੇ। ਮੈਂ ਜਦੋਂ ਵੀ ਉਸ ਵੱਲ ਦੇਖ

ਕੇ ਮੁਸਕਰਾਉਂਦਾ ਤਾਂ ਉਹ ਵੀ ਹੌਲੀ ਜਿਹੀ ਮੁਸਕਰਾ ਦਿੰਦੀ। ਸਭ ਕੁਝ ਪੂਰੀ ਸ਼ਿੱਦਤ ਨਾਲ ਨਿਪਟਾਉਂਦੇ ਹੋਏ ਵੀ ਉਹਦੀਆਂ ਅੱਖਾਂ ਵਾਰ-ਵਾਰ ਮੇਰੇ ਨੈਣਾਂ ਨਾਲ ਮਿਲ ਹੀ ਜਾਂਦੀਆਂ। ਮੈਂ ਉਸ ਨੂੰ ਦੇਖ ਕੇ ਇੰਜ ਖਿੜ ਰਿਹਾ ਸੀ ਜਿਵੇਂ ਬਸੰਤ ਆਉਣ 'ਤੇ ਫੁੱਲ ਖਿੜ ਜਾਂਦੇ ਹਨ। ਇੱਕ ਸੁੰਦਰ ਅਤੇ ਨੂਰਾਨੀ ਦ੍ਰਿਸ਼ ਦੇ ਅੱਗੇ ਮੇਰਾ ਤਨ-ਮਨ ਝੂਮ ਰਿਹਾ ਸੀ ਅਤੇ ਰੋਮ-ਰੋਮ ਖਿੜ ਰਿਹਾ ਸੀ। ਉਹ ਇਸ ਦੁਨੀਆ ਦੀ ਨਹੀਂ ਲੱਗਦੀ ਸੀ। ਉਸ ਦੀ ਆਹਟ ਨਾਲ ਹੀ ਮੇਰੇ ਦਿਲ ਦੀਆਂ ਧੜਕਣਾਂ ਵਧ ਜਾਂਦੀਆਂ, ਸਾਹ ਉੱਤੇ-ਥੱਲੇ ਹੋਣ ਲੱਗਦੇ। ਮੈਂ ਮਨ ਹੀ ਮਨ ਇਹ ਸੋਚ ਕੇ ਖੁਸ਼ ਹੋ ਰਿਹਾ ਸੀ ਕਿ 'ਹੌਲੇ-ਹੌਲੇ ਹੋ ਜਾਏਗਾ ਪਿਆਰ।'

"ਮੈਂ ਅਧੂਰਾ ਹਾਂ ਤੇਰੇ ਬਿਨਾਂ, ਜਿਵੇਂ ਚੰਦਰਮਾ ਅਧੂਰਾ ਹੈ ਚਾਨਣੀ ਤੋਂ ਬਿਨਾਂ। ਇਜਾਜ਼ਤ ਹੋਵੇ ਤਾਂ ਮੈਂ ਵੀ ਤੇਰੇ ਨੇੜੇ ਆ ਜਾਵਾਂ?, ਦੇਖ ਨਾ ਚੰਦਰਮਾ ਦੇ ਕੋਲ ਵੀ ਇੱਕ ਸਿਤਾਰਾ ਹੈ।" ਮੈਂ ਰੁਮਾਂਟਿਕ ਲਹਿਜੇ ਵਿੱਚ ਕਿਹਾ।

"ਤਾਂ ਰੋਕਿਆ ਕਿਸ ਨੇ ਹੈ? ਉਂਜ ਬਲੂ ਜੀਨਸ ਅਤੇ ਵ੍ਹਾਈਟ ਕਾੱਟਨ ਸ਼ਰਟ ਦੇ ਨਾਲ ਗਿਰੀਸ਼, ਤੁਸੀਂ ਡੈਸ਼ਿੰਗ ਲੱਗ ਰਹੇ ਹੋ।"

"ਅੱਛਾ ਜੀ, ਤੈਨੂੰ ਪਸੰਦ ਆਇਆ?"

"ਕਿਲਿੰਗ ਸਮਾਈਲ ਦੇ ਮਾਲਕ ਹੋ ਤੁਸੀਂ, ਤੁਹਾਡੀ ਸਮਾਈਲ 'ਤੇ ਪੰਜਾਹ ਕੁੜੀਆਂ ਮਰ-ਮਿਟਣ!"

"ਮੇਰੇ 'ਤੇ ਪੰਜਾਹ ਕੁੜੀਆਂ ਨੂੰ ਮਰਨ-ਮਿਟਣ ਦੀ ਜ਼ਰੂਰਤ ਨਹੀਂ ਹੈ। ਬਸ ਤੁਸੀਂ ਹੀ ਮਰ ਜਾਓ, ਕਾਫ਼ੀ ਹੈ। *'ਜਬ ਤੂੰ ਦਾਂਤੋਂ ਮੇਂ ਕਲਿੱਪ ਦਬਾਕਰ, ਖੁੱਲ੍ਹੇ ਬਾਲ ਬਾਂਧਤੀ ਹੈ, ਕਸਮ ਸੇ ਏਕ ਬਾਰ ਤੋਂ ਜ਼ਿੰਦਗੀ ਵਹੀਂ ਰੁਕ ਜਾਤੀ ਹੈ।"*

"ਤੇਰੀ ਸਿਰਫ਼ ਇੱਕ ਝਲਕ ਨੇ ਖ਼ਰੀਦ ਲਿਆ ਸਾਨੂੰ, ਬਹੁਤ ਗੁਮਾਨ ਸੀ ਸਾਨੂੰ ਕਿ ਅਸੀਂ ਵਿਕਣ ਵਾਲਿਆਂ ਵਿੱਚੋਂ ਨਹੀਂ ਹਾਂ।" ਐਂਜਲ ਨੇ ਕਿਹਾ।

"ਵਾਹ, ਕਿਆ ਬਾਤ ਹੈ! *'ਤੁਝੇ ਜਬਸੇ ਮੈਂਨੇ ਧੜਕਣੋਂ ਮੇਂ ਬਸਾਇਆ, ਤੋ ਧੜਕਣੇ ਭੀ ਬੋਲ ਉਠੀਂ... ਅਬ ਮਜ਼ਾ ਆ ਰਹਾ ਹੈ ਧੱਕ-ਧੱਕ ਕਰਨੇ ਮੇਂ।'"* ਮੈਂ ਕਿਹਾ।

"ਅੱਛਾ ਜੀ! ਇੱਕ ਸ਼ੇਅਰ ਮੈਨੂੰ ਵੀ ਯਾਦ ਆ ਰਿਹਾ ਹੈ; *'ਰੋਕਾ ਬਹੁਤ ਕੀ ਰਾਜ਼-ਏ-ਇਸ਼ਕ ਬਯਾਂ ਨ ਹੋ, ਪਰ ਸੰਭਵ ਕਹਾਂ ਥਾ, ਕਿ ਆਗ ਲਗੇ ਔਰ ਧੂਆਂ ਨ ਹੋ।'"*

"ਵਾਹ ਜੀ, ਵਾਹ! ਤੁਹਾਨੂੰ ਦੇਖ ਕੇ ਅਸਮਾਨ ਦੇ ਤਾਰੇ ਵੀ ਮੇਰੇ 'ਤੇ ਗੁੱਸਾ ਕਰ ਰਹੇ ਹਨ ਅਤੇ ਪੁੱਛ ਰਹੇ ਹਨ ਕਿ *'ਹਮਾਰਾ ਏਕ ਤਾਰਾ ਤੁਮ੍ਹਾਰੇ ਪਾਸ ਕੈਸੇ?'*

"ਲੱਗਦਾ ਹੈ, ਗਿਰੀਸ਼, ਅੱਜ ਤੁਸੀਂ ਵਿਆਹ 'ਚ ਗੁਲਾਬ-ਜਾਮਨ ਦੀ ਥਾਂ 'ਤੇ ਕੁਝ ਸ਼ੇਅਰ ਖਾ ਲਏ ਹਨ!" ਉਸ ਨੇ ਕਿਹਾ।

"ਆਪਣੇ ਇੱਥੇ ਵਿਆਹਾਂ 'ਚ ਅਜਿਹਾ ਮਾਹੌਲ ਹੁੰਦਾ ਹੈ, ਵਿਆਹ ਵਾਲੇ ਮੁੰਡੇ / ਕੁੜੀ ਦਾ ਫੁੱਫੜ ਤੇ ਜੀਜੇ, ਜਿਵੇਂ ਸ਼ਰਾਬ 'ਚ ਡੁੱਬ ਕੇ ਨਾਗਨ ਡਾਂਸ ਕਰਦੇ ਹਨ, ਉਸ ਨਾਲ ਸ਼ਰੀਫ਼ ਆਦਮੀ ਤੱਕ ਝਿਜਕ ਜਾਂਦਾ ਹੈ, ਦੇਵਤੇ ਤਾਂ ਇਸ ਤੋਂ ਕਈ ਗੁਣਾ ਜ਼ਿਆਦਾ ਝਿਜਕਦੇ ਹੋਣਗੇ। ਪਰ ਕੀ ਕਰੀਏ? ਸ਼ਰੀਫ਼ ਲੋਕ ਅਤੇ ਦੇਵਤੇ, ਦੋਨਾਂ ਨੂੰ ਵਿਆਹਾਂ ਵਿੱਚ ਆਪਣੀ ਮੌਜੂਦਗੀ ਦਰਜ ਕਰਵਾਉਣੀ ਹੀ ਪੈਂਦੀ ਹੈ।" ਮੈਂ ਐਂਜਲ ਨੂੰ ਕਿਹਾ।

"ਸਾਡੇ ਸਮਾਜ ਵਿੱਚ ਵਿਆਹਾਂ 'ਚ ਭੀੜ ਮੇਲੇ ਵਰਗੀ ਹੀ ਹੁੰਦੀ ਹੈ। ਲੋਕ ਢੌਂਗ ਅਤੇ ਦਿਖਾਵਾ ਏਨਾ ਜ਼ਿਆਦਾ ਕਰਦੇ ਹਨ ਕਿ ਨਾਟਕਾਂ ਵਿੱਚ ਹੋਣ ਵਾਲੇ ਦਿਖਾਵੇ ਵੀ ਇਸ ਤੋਂ ਪਿੱਛੇ ਰਹਿ ਜਾਂਦੇ ਹਨ। ਅੱਜਕੱਲ੍ਹ ਸਿਰਫ਼ ਰਹਿਣ-ਸਹਿਣ ਵਿੱਚ ਹੀ ਨਹੀਂ, ਰਿਸ਼ਤਿਆਂ ਦੇ ਮਾਮਲੇ ਵਿੱਚ ਵੀ ਦਿਖਾਵਾ ਵਧਣ ਲੱਗਿਆ ਹੈ। ਜੀਵਨ ਵਿੱਚ ਹੁਣ ਪਹਿਲਾਂ ਵਰਗੀ ਸਹਿਜਤਾ ਨਹੀਂ ਰਹੀ।" ਐਂਜਲ ਨੇ ਕਿਹਾ।

"ਹਾਂ।" ਮੈਂ ਸਹਿਮਤੀ ਦਿੰਦੇ ਹੋਏ ਕਿਹਾ।

"ਇਹ ਸਮਝਣਾ ਜ਼ਰੂਰੀ ਹੈ ਕਿ ਕਰਜ਼ਾ ਲੈ ਕੇ ਮਹਿੰਗੇ ਵਿਆਹ, ਚਮਕਦਾਰ ਵੱਡੇ-ਵੱਡੇ ਟੈਂਟ, ਇੱਕ ਦਿਨ ਲਈ ਬਰਾਤ ਵਿੱਚ 20 ਗੱਡੀਆਂ, ਡੀ ਜੇ, ਢੋਲ ਢਮੱਕਿਆਂ ਨਾਲ ਤੁਹਾਨੂੰ ਕੋਈ ਅੰਬਾਨੀ ਨਹੀਂ ਸਮਝਣ ਲੱਗੇਗਾ। ਇੱਕ ਦਿਨ ਸ਼ੇਰਵਾਨੀ ਅਤੇ ਘੋੜੇ 'ਤੇ ਬੈਠ ਕੇ ਨਕਲੀ ਰਾਜਾ ਬਣਨ ਲਈ ਤੁਹਾਨੂੰ ਕਈ ਸਾਲਾਂ ਤੱਕ ਖੱਚਰ ਬਣ ਕੇ ਕੰਮ ਕਰਨਾ ਪਵੇਗਾ। ਬਰਾਤ ਰਵਾਨਗੀ ਫਾਰਚੂਨਰ ਵਿੱਚ ਅਤੇ ਅਗਲੇ ਦਿਨ ਉਹੀ ਸੀਡੀ ਡੀਲਕਸ ਬਾਈਕ 'ਤੇ ਨਜ਼ਰ ਆਉਣਗੇ ਤਾਂ ਫਿਰ ਇਹ ਦਿਖਾਵਾ ਕਿਉਂ? ਹੋਣਾ ਤਾਂ ਇਹ ਚਾਹੀਦਾ ਕਿ ਵਿਆਹ ਸਮਾਗਮ ਬੜੇ ਸਾਦੇ ਤੇ ਸਰਲ ਤਰੀਕੇ ਨਾਲ ਕੀਤੇ ਜਾਣ। ਦਾਜ ਲੈਣ-ਦੇਣ ਤੋਂ ਪਰਹੇਜ਼ ਕੀਤਾ ਜਾਵੇ, ਦਿਖਾਵਟੀ ਦੁਨੀਆ ਤੋਂ ਬਾਹਰ ਨਿਕਲ ਕੇ ਹਕੀਕਤਾਂ ਦਾ ਸਾਹਮਣਾ ਕੀਤਾ ਜਾਵੇ। ਜੇਕਰ ਭਵਿੱਖ ਵਿੱਚ ਤਣਾਅ-ਮੁਕਤ ਜੀਵਨ ਜਿਊਣਾ ਹੈ ਤਾਂ 'ਕਰਜ਼ਾ ਲੈ ਕੇ ਘਿਓ ਪੀਣਾ' ਬੰਦ ਕਰੋ। ਅੱਜ ਹਰ ਇੱਕ ਨੂੰ ਇਹ ਸੰਕਲਪ ਜ਼ਰੂਰ ਕਰਨਾ ਚਾਹੀਦਾ ਹੈ ਕਿ ਨਾ ਤਾਂ ਅਸੀਂ ਕਰਜ਼ੇ ਨਾਲ ਬਹੂ ਲਿਆਵਾਂਗੇ ਅਤੇ ਨਾ ਹੀ ਕਰਜ਼ੇ ਨਾਲ ਬੇਟੀ ਦੇਵਾਂਗੇ। ਸਾਰ ਇਹ ਹੈ ਕਿ ਖ਼ੁਸ਼ੀ ਮਨਾਓ ਜ਼ਰੂਰ, ਪਰ ਆਪਣੀ ਸਮਰੱਥਾ ਤੋਂ ਬਾਹਰ ਜਾ ਕੇ ਨਹੀਂ।"

"ਪ੍ਰੇਮ ਸੁਖ ਜੀ ਆਈ.ਪੀ.ਐੱਸ. ਅਫ਼ਸਰ ਹਨ ਤਾਂ ਉਹਨਾਂ ਲਈ ਇਹ ਖਰਚਾ ਜ਼ਿਆਦਾ ਨਹੀਂ ਹੈ, ਉਹ ਤਾਂ 'ਮੈਨੇਜ' ਕਰ ਲੈਣਗੇ: ਪਰ ਬਾਕੀ ਲੋਕਾਂ ਨੂੰ ਆਪਣੀ ਸਮਰੱਥਾ ਦੇ ਅਨੁਸਾਰ ਵਿਆਹ 'ਤੇ ਖਰਚਾ ਕਰਨਾ ਚਾਹੀਦਾ ਹੈ। ਕਿਸੇ ਨੂੰ ਉੱਚਾ ਦੇਖ ਕੇ ਨਕਲ ਨਹੀਂ ਕਰਨੀ ਚਾਹੀਦੀ।"

"ਕੱਪੜਿਆਂ ਨੂੰ ਵੀ ਬਹੁਤ ਜ਼ਿਆਦਾ ਦਿਖਾਵੇ ਦੀ ਚੀਜ਼ ਨਹੀਂ ਬਣਾਉਣਾ ਚਾਹੀਦਾ, ਕੱਪੜਿਆਂ ਦੀ ਲੋੜ ਤਾਂ ਸਰੀਰ ਢਕਣ ਲਈ ਹੁੰਦੀ ਹੈ, ਨਾ ਕਿ ਦਿਖਾਵਾ ਕਰਨ ਲਈ। ਅਫ਼ਸੋਸ ਦੀ ਗੱਲ ਇਹ ਹੈ ਕਿ ਵਿਆਹਾਂ ਵਿੱਚ ਦਿਖਾਵਟੀਪਣ ਬਹੁਤ ਵਧ ਰਿਹਾ ਹੈ, ਦਾਜ ਪ੍ਰਥਾ ਵਰਗੀਆਂ ਬੁਰਾਈਆਂ ਵੀ ਵਧਦੀਆਂ ਜਾ ਰਹੀਆਂ ਹਨ, ਕਿਉਂਕਿ ਦਿਖਾਵੇ ਦੇ ਕਲਚਰ ਵਿੱਚ ਆਖ਼ਰਕਾਰ ਪੈਸੇ ਦੀ ਹੀ ਕੀਮਤ ਵੱਧ ਰਹੀ ਹੈ।" ਐਂਜਲ ਨੇ ਕਿਹਾ।

"ਇੱਕ ਵਿਅਕਤੀ ਵਿਆਹ 'ਤੇ ਜਿੰਨਾ ਖਰਚਾ ਕਰਦਾ ਤੇ ਸ਼ਾਨ ਦਿਖਾਉਂਦਾ ਹੈ। ਦੂਜਾ ਵਿਅਕਤੀ ਉਸ ਤੋਂ ਦੁੱਗਣੀ ਸ਼ਾਨ ਦਿਖਾਉਣਾ ਚਾਹੁੰਦਾ ਹੈ, ਚਾਹੇ ਇਸ ਲਈ ਉਸ ਨੂੰ ਕਰਜ਼ਾ ਹੀ ਕਿਉਂ ਨਾ ਲੈਣਾ ਪਵੇ। ਸਮਾਜ ਦਾ ਅਹਿਮ ਹਿੱਸਾ ਹੋਣ ਦੇ ਕਾਰਨ ਜਾਣੇ-ਅਨਜਾਣੇ ਵਿੱਚ ਅਸੀਂ ਦਿਖਾਵੇ ਦੇ ਕਲਚਰ ਤੋਂ ਪ੍ਰਭਾਵਿਤ ਹੋ ਰਹੇ ਹਾਂ।" ਉਸ ਨੇ ਕਿਹਾ।

"ਹਰ ਵਿਅਕਤੀ ਨੂੰ ਆਪਣੇ ਆਪ ਤੋਂ ਸਵਾਲ ਪੁੱਛਣਾ ਚਾਹੀਦਾ ਹੈ ਕਿ ਜੋ ਅਸੀਂ ਨਹੀਂ ਹਾਂ ਤਾਂ ਉਸ ਦਾ ਦਿਖਾਵਾ ਕਿਉਂ? ਇਸ ਮਾਮੂਲੀ ਅੰਤਰ ਨੂੰ ਵੀ ਸਮਝਣ ਦੀ ਲੋੜ ਹੈ ਕਿ ਜੀਵਨ ਵਿੱਚ ਦਿਖਾਵਾ ਜ਼ਰੂਰੀ ਹੈ, ਪਰ ਦਿਖਾਵਟੀਪਨ ਗੈਰ ਜ਼ਰੂਰੀ। ਅੱਜ ਦੇ ਸਮੇਂ ਵਿੱਚ, ਦਿਖਾਵੇ ਦਾ ਮੁੱਖ ਕਾਰਨ ਇੱਛਾਵਾਂ ਦਾ ਵਧਣਾ ਹੈ। ਇਸ ਲਈ ਇਹਨਾਂ 'ਤੇ ਕੰਟਰੋਲ ਕਰਨਾ ਚਾਹੀਦਾ ਹੈ ਅਤੇ ਆਪਣੀ ਵਰਤਮਾਨ ਪਰਿਸਥਿਤੀ ਨੂੰ ਸਵੀਕਾਰ ਕਰਦੇ ਹੋਏ ਆਪਣਾ ਵਿਕਾਸ ਕਰਨਾ ਚਾਹੀਦਾ ਹੈ। ਸਾਨੂੰ ਸਾਡੇ ਪੁਰਖਿਆਂ ਤੋਂ 'ਸਾਦਾ ਜੀਵਨ ਉੱਚ ਵਿਚਾਰ' ਵਾਲੀ ਕਹਾਵਤ ਨੂੰ ਧਿਆਨ ਵਿੱਚ ਰੱਖਦੇ ਹੋਏ ਬੁੱਧ ਦੇ ਮੱਧਮ ਮਾਰਗ 'ਤੇ ਚੱਲਣਾ ਚਾਹੀਦਾ ਹੈ। ਦੂਜਿਆਂ ਦੀਆਂ ਨਜ਼ਰਾਂ ਵਿੱਚ ਚੰਗਾ ਬਣਨ ਲਈ ਝੂਠਾ ਦਿਖਾਵਾ ਕਰਨਾ, ਯਾਨੀ ਦਿਖਾਵੇ ਭਰੀ ਜ਼ਿੰਦਗੀ ਨੂੰ ਬਿਲਕੁਲ ਵੀ ਠੀਕ ਨਹੀਂ ਕਿਹਾ ਜਾ ਸਕਦਾ। ਦੂਜਿਆਂ ਦੀ ਤਰ੍ਹਾਂ ਦਿਸਣ ਦਾ ਵਿਚਾਰ ਸਾਡਾ ਬਹੁਤ ਨੁਕਸਾਨ ਕਰਦਾ ਹੈ। ਜੋ ਲੋਕ ਦਿਖਾਵੇ ਵਿੱਚ ਵਿਸ਼ਵਾਸ ਕਰਦੇ ਨੇ, ਉਹ ਹਮੇਸ਼ਾ ਬੇਚੈਨ ਰਹਿੰਦੇ ਹਨ। ਇਸ ਲਈ ਬਾਹਰਲੇ ਦਿਖਾਵੇ ਤੋਂ ਦੂਰ ਹੋ ਕੇ 'ਸਾਦਾ ਜੀਵਨ ਉੱਚ ਵਿਚਾਰ' ਵਾਲਾ ਜੀਵਨ ਜਿਊਣਾ ਚਾਹੀਦਾ ਹੈ।" ਮੈਂ ਕਿਹਾ।

"ਦੇਖੋ ਜੀ, ਸਾਡੇ ਨੇਤਾ ਵਿਆਹ ਵਿੱਚ ਵੀ ਦੇਰੀ ਨਾਲ ਆਏ ਹਨ।" ਐਂਜਲ ਨੇ ਕਿਹਾ।

"ਨੇਤਾ ਦੀ ਹੈਸੀਅਤ ਦਾ ਇਸ ਤੋਂ ਪਤਾ ਲੱਗਦਾ ਹੈ ਕਿ ਉਸ ਦੇ ਕਿੰਨੇ ਕੁ ਰੁਝੇਵੇਂ ਹਨ। ਨੇਤਾ ਲੋਕ ਜਦੋਂ ਵੀ ਕਿਸੇ ਵਿਆਹ/ ਸਮਾਰੋਹ/ ਸੰਮੇਲਨ/ ਸੈਮੀਨਾਰ ਵਿੱਚ ਮੁੱਖ ਮਹਿਮਾਨ ਜਾਂ ਪ੍ਰਧਾਨ ਦੇ ਰੂਪ ਵਿੱਚ ਸ਼ਿਰਕਤ ਕਰਦੇ ਹਨ ਤਾਂ ਉਹਨਾਂ ਦਾ ਦੇਰੀ ਨਾਲ ਆਉਣਾ ਕੁਦਰਤੀ ਹੈ। ਉਹ ਇਹ ਸੋਚ ਕੇ ਦੇਰੀ ਨਾਲ ਆਉਂਦੇ ਹਨ ਕਿ ਉੱਥੇ ਆਈ ਹੋਈ ਪਬਲਿਕ ਸੋਚੇਗੀ ਕਿ ਸਾਡੇ ਨੇਤਾ ਦੇ ਰੁਝੇਵੇਂ ਬਹੁਤ ਜ਼ਿਆਦਾ ਹਨ, ਕਿੰਨਾ ਜ਼ਿਆਦਾ ਕੰਮ

ਇਸ ਨੂੰ ਹੁੰਦਾ ਹੈ। ਆਮ ਤੌਰ ’ਤੇ, ਪ੍ਰੋਗਰਾਮ ਵਿੱਚ ਮੁੱਖ ਮਹਿਮਾਨ ਨਿਰਧਾਰਿਤ ਸਮੇਂ ਤੋਂ ਇੱਕ ਘੰਟੇ ਬਾਅਦ ਪਹੁੰਚਦਾ ਹੈ ਅਤੇ ਪ੍ਰਧਾਨ ਉਸ ਦੇ ਆਉਣ ਤੋਂ ਬਾਅਦ ਵੀ ਹੋਰ ਅੱਧੇ ਘੰਟੇ ਦੀ ਦੇਰੀ ਨਾਲ। ਉਦੋਂ ਤੱਕ ਅੱਧਾ ਸਮਾਗਮ ਨਿੱਬੜ ਚੁੱਕਿਆ ਹੁੰਦਾ ਹੈ। ਇਹ ਨੇਤਾ ਰੁਝੇਵਿਆਂ ਕਾਰਨ ਨਹੀਂ ਬਲਕਿ ਜਾਣਬੁੱਝ ਕੇ ਦੇਰੀ ਨਾਲ ਆਉਂਦੇ ਹਨ।

ਪ੍ਰੇਮ ਸੁੱਖ ਦਾ ਵਿਆਹ ਧੂਮ-ਧੜੱਕੇ ਨਾਲ ਸੰਪੰਨ ਹੋਇਆ। ਉਸ ਤੋਂ ਬਾਅਦ ਐਂਜਲ ਤੇ ਮੈਂ, ਦੋਵੇਂ ਆਪਣੇ-ਆਪਣੇ ਘਰ ਵਾਪਸ ਆ ਗਏ।

ਦੂਜੇ ਦਿਨ ਜਦੋਂ ਐਂਜਲ ਦੀ ਮੰਮੀ ਨੇ ਆਪਣੀ ਬੇਟੀ ਨੂੰ ਸਵੇਰੇ ਛੇਤੀ ਉਠਾ ਕੇ ਉਸ ਦੀ ਇੱਛਾ-ਸ਼ਕਤੀ ਵਧਾਉਣ ਦੀ ਕੋਸ਼ਿਸ਼ ਕੀਤੀ ਤਾਂ ਉਸ ਨੂੰ ਤੁਰੰਤ ਸੁਣਨ ਨੂੰ ਮਿਲਿਆ, “ਮੰਮਾ ਥੋੜ੍ਹੀ ਦੇਰ ਹੋਰ ਸੌਂ ਲੈਣ ਦਿਓ ਨਾ, ਪਲੀਜ਼!” ਐਂਜਲ ਦਾ ਤਰਕ ਸੀ ਕਿ ਸਵੇਰੇ ਛੇਤੀ ਸਿਰਫ਼ ਅਖ਼ਬਾਰ ਵੰਡਣ ਵਾਲੇ ਜਾਂ ਫਿਰ ਦੁੱਧ ਚੋਣ ਵਾਲੇ ਉੱਠਦੇ ਹਨ। ਜਾਂ ਫਿਰ ਜਲਦੀ ਉਹ ਲੋਕ ਉੱਠਦੇ ਹਨ, ਜੋ ਇਹ ਸੋਚਦੇ ਹਨ ਕਿ ਸਵੇਰੇ ਉੱਠ ਕੇ ਪੜ੍ਹਨ ਨਾਲ ਜ਼ਿਆਦਾ ਚੀਜ਼ਾਂ ਯਾਦ ਰਹਿੰਦੀਆਂ ਹਨ। ਪਰ ਏਅਰ ਕੰਡੀਸ਼ਨਰ ਵਿੱਚ ਵਧਣ-ਫੁੱਲਣ ਵਾਲੀ ਨਵੀਂ ਪੌਦ ਨੂੰ ਸ਼ੁੱਧ ਆਕਸੀਜਨ ਦੀ ਲੋੜ ਨਹੀਂ ਹੈ। ਐਂਜਲ ਦਾ ਮੰਨਣਾ ਸੀ ਕਿ ਸਰੀਰ ਦਾ ਜਿੰਮ ’ਚ ਸੁਧਾਰ ਹੁੰਦਾ ਹੈ ਅਤੇ ਆਤਮਿਕ ਬਲ ‘ਯੋਗਾ’ ਨਾਲ ਵਧਦਾ ਹੈ।

“ਅਰਾਮ ਤੇਰੇ ਲਈ ਵੱਡੀ ਚੀਜ਼ ਹੈ ਤਾਂ ਜੀਅ ਭਰ ਕੇ ਸੁੱਤੀ ਰਹਿ।” ਉਸ ਦੀ ਮੰਮੀ ਨੇ ਕਿਹਾ ਅਤੇ ਰਸੋਈ ’ਚ ਚਲੀ ਗਈ। ਐਂਜਲ ਦਾ ਸਪਸ਼ਟ ਤੇ ਠੋਸ ਤਰਕ ਹੁੰਦਾ ਸੀ ਕਿ ਸਵੇਰੇ-ਸਵੇਰੇ ਜਲਦੀ ਉੱਠਣਾ ਦਰਦਨਾਕ ਹੈ ਤਾਂ ਸਵੇਰੇ ਜਲਦੀ ਉੱਠ ਕੇ ਕਿਉਂ ਕਸ਼ਟ ਝੱਲਿਆ ਜਾਵੇ। ਦੇਰੀ ਨਾਲ ਸੌਂ ਕੇ ਉੱਠਣ ਨਾਲ ਅਖ਼ਬਾਰ ਭਾਵੇਂ ‘ਜੂਠਾ’ ਹੋ ਜਾਵੇ, ਪਰ ਖ਼ਬਰਾਂ ਬੇਹੀਆਂ ਨਹੀਂ ਹੁੰਦੀਆਂ। ਇੱਛਾ-ਸ਼ਕਤੀ ਸਵੇਰੇ ਜਲਦੀ ਉੱਠਣ ਨਾਲ ਕਦੇ ਨਹੀਂ ਵਧਣ ਵਾਲੀ।

15

ਲਾਕਡਾਊਨ ਵਿੱਚ ਲਵ ਦੀ ਖ਼ੁਮਾਰੀ

2021 ਦੇ ਮਈ ਮਹੀਨੇ ਵਿੱਚ ਕੋਰੋਨਾ ਦੇ ਪੀਕ ਟਾਈਮ ਉੱਤੇ ਇੱਕ ਵੈਬੀਨਾਰ ਆਯੋਜਿਤ ਕੀਤਾ ਗਿਆ, ਜਿਸ ਵਿੱਚ ਐਂਜਲ ਨੇ ਕੁਝ ਮੋਟੀਵੇਸ਼ਨਲ ਗੱਲਾਂ ਦੱਸੀਆਂ ਜੋ ਯੂ.ਪੀ.ਐੱਸ.ਸੀ. ਦੀ ਤਿਆਰੀ ਕਰਨ ਵਾਲੇ ਵਿਦਿਆਰਥੀਆਂ ਲਈ ਹੀ ਨਹੀਂ, ਸਗੋਂ ਜੀਵਨ ਦੇ ਕਿਸੇ ਵੀ ਖੇਤਰ ਵਿੱਚ ਸਫ਼ਲਤਾ ਲਈ ਕਾਫ਼ੀ ਮਹੱਤਵਪੂਰਨ ਹਨ।

"ਪਹਿਲੀ ਗੱਲ - ਇਨਸਾਨ ਆਪਣੇ ਆਚਾਰ, ਵਿਚਾਰ ਤੇ ਵਿਹਾਰ ਨਾਲ ਪੁਰਸ਼ ਤੋਂ ਮਹਾਂਪੁਰਸ਼ ਬਣਨ ਤੱਕ ਦਾ ਸਫ਼ਰ ਤੈਅ ਕਰਦਾ ਹੈ, ਸਿਰਫ਼ ਜ਼ਿਆਦਾ ਪੈਸਾ ਕਮਾਉਣ ਅਤੇ ਵੱਡੀ ਪੋਸਟ ਨਾਲ ਨਹੀਂ। ਇਸ ਲਈ ਪੈਸਾ ਕਮਾਉਣ ਅਤੇ ਪੋਸਟ ਹਾਸਲ ਕਰਨ ਲਈ ਲੋਕਾਂ ਨਾਲ ਆਚਾਰ-ਵਿਹਾਰ ਕੁਝ ਇਸ ਤਰ੍ਹਾਂ ਦਾ ਕਰੋ ਕਿ ਤੁਹਾਡੇ ਵਿਹਾਰ ਦੀ ਸੁਗੰਧ ਅਤੇ ਮਿਠਾਸ ਨਾਲ ਆਲੇ-ਦੁਆਲੇ ਦਾ ਵਾਤਾਵਰਨ ਸੁਹਾਵਣਾ, ਸੁਗੰਧਿਤ ਅਤੇ ਮਨੋਹਰ ਹੋ ਜਾਵੇ। ਮਨੁੱਖ ਦੀ ਸ਼ਖ਼ਸੀਅਤ ਦੀ ਪਹਿਲੀ ਜਾਣ-ਪਛਾਣ ਉਸ ਦੇ ਵਿਹਾਰ ਤੋਂ ਹੀ ਹੁੰਦੀ ਹੈ। ਕਿਸੇ ਵਿਅਕਤੀ ਦੀ ਅਸਲ ਪਛਾਣ ਬੇਅੰਤ ਧਨ-ਦੌਲਤ ਨਾਲ ਨਹੀਂ, ਬਲਕਿ ਉਸ ਦੇ ਵਿਹਾਰ ਅਤੇ ਆਚਰਨ ਨਾਲ ਹੁੰਦੀ ਹੈ।

ਕੋਈ ਵੀ ਇਨਸਾਨ ਧਨ ਤਾਂ ਸਖ਼ਤ ਮਿਹਨਤ ਨਾਲ ਕਮਾ ਸਕਦਾ ਹੈ, ਪਰ ਸਮਾਜ ਵਿੱਚ ਇੱਜ਼ਤ-ਮਾਣ ਉਸ ਦੇ ਆਚਰਨ ਅਤੇ ਵਿਹਾਰ 'ਤੇ ਨਿਰਭਰ ਕਰਦਾ ਹੈ। ਕਿਹਾ ਜਾਂਦਾ ਹੈ ਕਿ ਪੈਰ ਉਹਨਾਂ ਦੇ ਹੀ ਪੂਜੇ ਜਾਂਦੇ ਹਨ ਜਿਨ੍ਹਾਂ ਦਾ ਆਚਰਨ ਵੀ ਪੂਜਣ ਯੋਗ ਹੁੰਦਾ ਹੈ। ਜੇਕਰ ਵਿਅਕਤੀ ਵਿੱਚ ਸੁੰਦਰਤਾ ਦੀ ਘਾਟ ਹੋਵੇ ਤਾਂ ਉਹ ਚੰਗੇ ਆਚਰਨ ਨਾਲ ਪੂਰੀ ਕੀਤੀ ਜਾ ਸਕਦੀ ਹੈ। ਪਰ ਜੇਕਰ ਚੰਗੇ ਆਚਰਨ ਦੀ ਘਾਟ ਹੋਵੇ ਤਾਂ ਇਸ ਨੂੰ ਸੁੰਦਰਤਾ ਦੇ ਨਾਲ ਪੂਰਾ ਨਹੀਂ ਕੀਤਾ ਜਾ ਸਕਦਾ। ਯਾਨੀ ਅਸੀਂ ਕਹਿ ਸਕਦੇ ਹਾਂ ਕਿ ਚੰਗਾ ਆਚਰਨ ਸੁੰਦਰ ਸਰੀਰ ਨਾਲੋਂ ਬਿਹਤਰ ਹੈ। ਇਸ 'ਤੇ ਕਿਸੇ ਭਲੇ ਮਾਣਸ ਨੇ ਸਹੀ ਕਿਹਾ ਹੈ ਕਿ, '*ਇਤਰ*

ਸੇ ਕੱਪੜੋਂ ਕੋ ਮਹਿਕਾਨਾ ਕੋਈ ਬੜੀ ਬਾਤ ਨਹੀਂ, ਮਜ਼ਾ ਤੋ ਤਬ ਹੈ ਜਬ ਆਪਕੇ ਕਿਰਦਾਰ ਸੇ ਖ਼ੁਸ਼ਬੂ ਆਏ।'

ਨਿਮਰਤਾ ਅਤੇ ਸ਼ਿਸ਼ਟਾਚਾਰ ਨੂੰ ਚੰਗੇ ਵਿਹਾਰ ਦੇ ਪ੍ਰਾਣ ਕਿਹਾ ਜਾ ਸਕਦਾ ਹੈ। ਜੇਕਰ ਕੋਈ ਵਿਅਕਤੀ ਦੂਸਰਿਆਂ ਨਾਲ ਹਮੇਸ਼ਾ ਨਿਮਰਤਾ ਅਤੇ ਸ਼ਿਸ਼ਟਾਚਾਰ ਨਾਲ ਪੇਸ਼ ਆਉਂਦਾ ਹੈ, ਤਾਂ ਉਹ ਉਸ ਦੇ ਅਸਲ ਵਿਹਾਰ, ਸੋਚ ਤੇ ਮਨ ਦੀ ਸਥਿਤੀ ਦੇ ਪੱਧਰ ਨੂੰ ਦਰਸਾਉਂਦਾ ਹੈ। ਇੱਕ ਸ਼ਿਸ਼ਟਾਚਾਰੀ ਵਿਅਕਤੀ ਭਾਵੇਂ ਆਫ਼ਿਸ ਚ ਹੋਵੇ, ਕਾਲਜ ਹੋਵੇ ਜਾਂ ਕਿਸੇ ਹੋਰ ਥਾਂ, ਛੇਤੀ ਹੀ ਲੋਕਾਂ ਦੇ ਧਿਆਨ ਅਤੇ ਖਿੱਚ ਦਾ ਕੇਂਦਰ ਬਣ ਜਾਂਦਾ ਹੈ। ਲੋਕ ਉਸ ਨਾਲ ਗੱਲ ਕਰਨ ਅਤੇ ਦੋਸਤੀ ਰੱਖਣ ਵਿੱਚ ਰੁਚੀ ਦਿਖਾਉਂਦੇ ਹਨ। ਇੱਕ ਚੰਗਾ ਵਿਹਾਰ ਕਰਨ ਵਾਲਾ ਵਿਅਕਤੀ ਹੋਣ ਦੇ ਨਾਤੇ ਉਹ ਦੂਸਰਿਆਂ ਲਈ ਵੀ ਇੱਕ ਸਟੈਂਡਰਡ ਨਿਰਧਾਰਿਤ ਕਰਦਾ ਹੈ, ਜੋ ਕਿ ਲੋਕਾਂ ਨੂੰ ਸਾਡੇ ਪ੍ਰਤੀ ਚੰਗੇ ਤਰੀਕੇ ਨਾਲ ਪੇਸ਼ ਆਉਣ ਅਤੇ ਚੰਗਾ ਵਿਹਾਰ ਕਰਨ ਲਈ ਉਤਸ਼ਾਹਿਤ ਕਰਦਾ ਹੈ।

ਅਸੀਂ ਜਿਸ ਪਰਿਵਾਰ, ਸਮਾਜ ਅਤੇ ਸੰਗਤ ਵਿੱਚ ਪਲੇ ਅਤੇ ਵੱਡੇ ਹੋਏ ਹਾਂ, ਉਹ ਸਾਡੇ ਆਚਰਨ ਅਤੇ ਵਿਹਾਰ ਨੂੰ ਡੂੰਘਾ ਪ੍ਰਭਾਵਿਤ ਕਰਦਾ ਹੈ। ਵਿਅਕਤੀ ਨੂੰ ਚੰਗੇ ਆਚਰਨ ਦੀ ਸਿੱਖਿਆ ਆਪਣੇ ਘਰ, ਪਰਿਵਾਰ, ਸਮਾਜ ਅਤੇ ਸਕੂਲ ਤੋਂ ਹੀ ਮਿਲਦੀ ਹੈ। ਆਮ ਤੌਰ 'ਤੇ ਬੱਚੇ ਦਾ ਜੀਵਨ ਅਤੇ ਉਸ ਦੇ ਪਰਿਵਾਰ ਤੋਂ ਹੀ ਸ਼ੁਰੂ ਹੁੰਦਾ ਹੈ। ਜੇਕਰ ਪਰਿਵਾਰ ਦੇ ਮੈਂਬਰ ਗ਼ਲਤ ਵਿਹਾਰ ਕਰਦੇ ਹਨ ਤਾਂ ਬੱਚਾ ਵੀ ਉਹਨਾਂ ਦੀ ਹੀ ਨਕਲ ਕਰਦਾ ਹੈ। ਪਰਿਵਾਰ ਤੋਂ ਬਾਅਦ ਬੱਚਾ ਆਪਣੇ ਸਕੂਲ ਤੇ ਸਮਾਜ ਤੋਂ ਸਿੱਖਦਾ ਹੈ। ਜੇਕਰ ਉਸ ਦੇ ਸਾਥੀਆਂ ਦਾ ਵਿਹਾਰ ਖ਼ਰਾਬ ਹੋਵੇਗਾ ਤਾਂ ਉਸ ਉੱਤੇ ਖ਼ਰਾਬ ਵਿਹਾਰ ਦੇ ਪ੍ਰਭਾਵ ਪੈਣ ਦੀ ਪੂਰੀ ਸੰਭਾਵਨਾ ਹੋਵੇਗੀ। ਜੇਕਰ ਟੀਚਰ ਦਾ ਆਚਰਨ ਗ਼ਲਤ ਹੈ ਤਾਂ ਬੱਚੇ ਸਹੀ ਕਿਵੇਂ ਹੋ ਸਕਦੇ ਹਨ! ਇਸ ਲਈ ਜੇਕਰ ਅਸੀਂ ਚਾਹੁੰਦੇ ਹਾਂ ਕਿ ਸਾਡੇ ਬੱਚੇ ਚੰਗੇ ਆਚਰਨ ਵਾਲੇ ਹੋਣ ਤਾਂ ਇਸ ਲਈ ਸਾਨੂੰ ਬੱਚਿਆਂ ਦੇ ਸਾਹਮਣੇ ਖ਼ੁਦ ਨੂੰ ਚੰਗੇ ਆਚਰਨ ਦੇ ਆਦਰਸ਼ ਦੇ ਰੂਪ ਵਿੱਚ ਪੇਸ਼ ਕਰਨਾ ਪਵੇਗਾ। ਇਸ ਲਈ ਸਭ ਤੋਂ ਪਹਿਲਾ ਸਾਨੂੰ ਆਪਣੇ ਆਚਰਨ ਵਿੱਚ ਸੁਧਾਰ ਲਿਆ ਕੇ ਖ਼ੁਦ ਅਨੁਸ਼ਾਸਿਤ ਰਹਿ ਕੇ ਬਚਪਨ ਤੋਂ ਹੀ ਬੱਚਿਆਂ ਨੂੰ ਸਦਾਚਾਰ ਦੀ ਸਿੱਖਿਆ ਦੇਣੀ ਚਾਹੀਦੀ ਹੈ।

ਇੱਕ ਗੱਲ ਹੋਰ, ਆਪਣੇ ਦਿਲ ਤੋਂ ਇਹ ਸਵਾਲ ਪੁੱਛੋ ਕਿ ਉਹ ਕੀ ਚਾਹੁੰਦਾ ਹੈ? ਆਪਣੇ ਦਿਲ ਦੀ ਖ਼ਾਹਿਸ਼ ਦਾ ਪਤਾ ਲਾਓ ਕਿ ਉਸ ਦਾ ਮੁੱਖ ਕੰਮ ਕਿਹੜਾ ਹੈ, ਜਿਸ ਨੂੰ ਪੂਰਾ ਕਰਨ ਲਈ ਤੁਹਾਡਾ ਇਸ ਧਰਤੀ 'ਤੇ ਜਨਮ ਹੋਇਆ ਹੈ। ਉਹ ਕਿਹੜਾ ਹੁਨਰ ਹੈ ਜਿਸ ਵਿੱਚ ਤੁਸੀਂ ਮੁਹਾਰਤ ਹਾਸਲ ਕਰ ਸਕਦੇ ਹੋ, ਆਪਣੀ ਚਮਕ ਫੈਲਾ ਸਕਦੇ ਹੋ? ਪਤਾ ਲਾਓ ਕਿ ਉਹ ਕਿਹੜਾ ਕੰਮ ਹੈ ਜਿਸ ਨੂੰ ਕਰਨ ਨਾਲ ਤੁਹਾਨੂੰ ਰੱਤੀ ਭਰ ਵੀ ਥਕਾਨ

ਮਹਿਸੂਸ ਨਹੀਂ ਹੁੰਦੀ। ਜੇਕਰ ਤੁਸੀਂ ਉਸ ਕੰਮ ਦਾ ਪਤਾ ਲਾ ਲਿਆ ਤਾਂ ਉਸ ਖੇਤਰ ਵਿੱਚ ਤੁਸੀਂ ਮਹਾਨ ਉਪਲਬਧੀ ਹਾਸਲ ਕਰ ਸਕਦੇ ਹੋ। ਬਸ਼ਰਤੇ ਉਸ 'ਤੇ ਹਜ਼ਾਰਾਂ ਘੰਟਿਆਂ ਦੀ ਮਿਹਨਤ ਝੋਕਣ ਨੂੰ ਤਿਆਰ ਹੋਵੋ।"

"ਦੂਜੀ ਗੱਲ - ਇਹ ਧਿਆਨ 'ਚ ਰੱਖੋ ਕਿ,

'ਵਿਫਲ ਹੋ ਜਾਂ ਸਫ਼ਲ ਹੋ, ਪਰ ਸੋਚ ਹਮੇਸ਼ਾ ਸਕਾਰਾਤਮਿਕ ਹੋ,
ਹਾਰ ਜਾਓ ਜਾਂ ਜੀਤ ਜਾਓ, ਪਰ ਖ਼ੁਦ ਪਰ ਵਿਸ਼ਵਾਸ ਕਮ ਨਾ ਹੋ,
ਜੀਵਨ ਮੇਂ ਗ਼ਲਤੀ ਹੋ ਜਾਂ ਮਹਾਂਗਲਤੀ ਹੋ, ਫਿਰ ਕਭੀ ਐਸੀ ਭੂਲ ਨਾ ਹੋ,
ਰਾਹ ਮੇਂ ਫੂਲ ਜਾਂ ਸੂਲ ਹੋ, ਪਰ ਮੰਜ਼ਿਲ ਸੇ ਨਿਗਾਹੇ ਦੂਰ ਨਾ ਹੋ।'

ਸਿਵਲ ਸਰਵਿਸਿਜ਼ ਦੀ ਤਿਆਰੀ ਦੇ ਦੌਰਾਨ ਕਲੈਕਟਰ ਸ਼ਬਦ ਅਕਸਰ ਨੀਂਦ ਉਡਾ ਦਿੰਦਾ ਹੈ। ਇਸ ਲਈ;

ਜੋਸ਼ ਨਾਲ ਹੋਸ਼ ਵੀ ਰੱਖੋ, ਛੇਤੀ ਸਫ਼ਲਤਾ ਪਾਉਣ ਦੇ ਚੱਕਰ 'ਚ ਸ਼ਾਰਟਕੱਟ ਨਾ ਲੱਭੋ।

ਹਰ ਰੋਜ਼ ਖ਼ੂਬ ਪੜ੍ਹਾਈ ਕਰੋ, ਪਰ ਕੇਵਲ ਪੜ੍ਹਾਈ ਨਹੀਂ, ਹੋਰ ਹੱਬੀਜ ਲਈ ਵੀ ਸਮਾਂ ਕੱਢੋ।

ਮੰਜ਼ਿਲ ਪਾਉਣ ਲਈ ਅੱਗੇ ਕਦਮ ਵਧਾਓ, ਪਰ ਭੇਡਚਾਲ ਦਾ ਹਿੱਸਾ ਬਣ ਕੇ ਨਹੀਂ।

ਦੋਸਤ ਰੱਖੋ, ਪਰ ਸਿਰਫ਼ ਅਜਿਹੇ ਹੀ ਜੋ ਸਕਾਰਾਤਮਿਕ ਸੋਚ ਦੇ ਨਾਲ ਤੁਹਾਨੂੰ ਅੱਗੇ ਵਧਦਾ ਹੋਇਆ ਦੇਖਣਾ ਚਾਹੁੰਦੇ ਹਨ। ਲੱਤਾਂ ਖਿੱਚਣ ਵਾਲੇ ਦੋਸਤਾਂ ਨਾਲੋਂ ਚੰਗਾ ਹੈ, ਇਕੱਲੇ ਰਹਿਣਾ।

ਅਗ੍ਰੈਸਿਵ ਰਹੋ, ਪਰ ਸਿਰਫ਼ ਆਪਣੇ ਪ੍ਰਤੀ। ਸਮਾਜ ਦੇ ਕਮਜ਼ੋਰ ਵਰਗ ਪ੍ਰਤੀ ਸੰਵੇਦਨਸ਼ੀਲਤਾ ਵਾਲਾ ਨਜ਼ਰੀਆ ਵਿਕਸਿਤ ਕਰੋ, ਕਿਉਂਕਿ ਇਹ ਨਜ਼ਰੀਆ ਮੇਨਜ਼ ਅਤੇ ਇੰਟਰਵਿਊ ਦੇ ਸਮੇਂ ਕਾਫ਼ੀ ਕੰਮ ਆਉਣ ਵਾਲਾ ਹੈ। ਇਸ ਪ੍ਰੀਖਿਆ ਵਿੱਚ ਕਈ ਲੋਕ ਪਹਿਲੇ ਹੀ ਅਟੈਂਪਟ ਵਿੱਚ ਚੁਣੇ ਜਾਂਦੇ ਹਨ। ਜਦਕਿ ਦੂਜੇ ਪਾਸੇ ਕਈ ਕੈਂਡੀਡੇਟ ਅਜਿਹੇ ਵੀ ਹੁੰਦੇ ਹਨ ਜੋ 7-8 ਸਾਲ, ਕਈ ਤਾਂ 10-12 ਸਾਲ ਤਿਆਰੀ ਕਰਕੇ ਅਤੇ 5-5 ਵਾਰ ਇੰਟਰਵਿਊ ਦੇ ਕੇ ਵੀ ਅਸਫ਼ਲ ਹੋ ਜਾਂਦੇ ਹਨ।

ਦਰਅਸਲ ਯੂ.ਪੀ.ਐੱਸ.ਸੀ. ਦੀ ਪ੍ਰੀਖਿਆ ਬੇਹੱਦ ਅਨਿਸਚਿਤਤਾ ਨਾਲ ਭਰੀ ਹੁੰਦੀ ਹੈ। ਇਸ ਵਿੱਚ ਤੁਹਾਡੀ ਇੱਕ ਪੱਧਰ ਦੀ ਤਿਆਰੀ ਹੋ ਜਾਣ ਤੋਂ ਬਾਅਦ ਤੁਹਾਡੇ ਗਿਆਨ ਦਾ ਪੱਧਰ ਓਨਾ ਵੱਡਾ ਰੋਲ ਅਦਾ ਨਹੀਂ ਕਰਦਾ। ਪੜ੍ਹਾਈ-ਲਿਖਾਈ ਤੋਂ ਇਲਾਵਾ ਇਸ ਵਿੱਚ ਸੰਜੋਗ, ਕਿਸਮਤ, ਪ੍ਰਸ਼ਨ ਪੱਤਰ ਦਾ ਪੱਧਰ, ਕਾਪੀ ਚੈੱਕ ਕਰਨ ਦੇ ਮਾਪਦੰਡ (ਉਸ ਵਿੱਚ ਪਰੀਖਿਅਕ ਤੁਹਾਨੂੰ 230+ ਅੰਕ ਦੇ ਸਕਦਾ ਹੈ, ਦੂਜਾ ਪਰੀਖਿਅਕ ਸਿਰਫ਼ 180 ਅੰਕ ਹੀ ਦੇ ਸਕਦਾ ਹੈ), ਤਿਆਰੀ ਦੇ ਦੌਰਾਨ ਘਰੇਲੂ ਵਾਤਾਵਰਨ, ਪਰਿਵਾਰ ਦੀ ਆਰਥਿਕ ਪਰਿਸਥਿਤੀ ਸਮੇਤ ਸਾਰੇ ਫੈਕਟਰ ਪ੍ਰਭਾਵ ਪਾਉਂਦੇ ਹਨ।

ਤੁਹਾਡੇ 'ਚ ਇੱਕ-ਦੋ ਸਾਲ ਦੀ ਤਿਆਰੀ ਤੋਂ ਬਾਅਦ ਇਤਿਹਾਸ, ਭੂਗੋਲ, ਸੰਵਿਧਾਨ, ਲੋਕਤੰਤਰ, ਪ੍ਰਸ਼ਾਸਨ, ਵਾਤਾਵਰਨ, ਵਿਗਿਆਨ, ਟੈਕਨੋਲੋਜੀ, ਸਾਹਿਤ, ਕਲਾ, ਅੰਤਰਰਾਸ਼ਟਰੀ ਸੰਬੰਧ, ਆਂਤਰਿਕ ਸੁਰੱਖਿਆ, ਆਪਦਾ ਪ੍ਰਬੰਧਨ, ਅਰਥਵਿਵਸਥਾ ਆਦਿ ਦੀ ਏਨੀ ਗਹਿਰੀ ਤੇ ਸੁਲਝੀ ਹੋਈ ਸਮਝ ਵਿਕਸਿਤ ਹੋ ਚੁੱਕੀ ਹੋਵੇਗੀ ਕਿ ਤੁਹਾਡਾ ਜੀਵਨ ਇੱਕ ਬਿਹਤਰੀਨ ਜੀਵਨ ਹੋਵੇਗਾ। ਪੈਸੇ ਤਾਂ ਤੁਸੀਂ ਆਪਣੀ ਪੜ੍ਹਾਈ-ਲਿਖਾਈ ਦਾ ਇਸਤੇਮਾਲ ਕਰਕੇ ਕਮਾ ਹੀ ਲਉਗੇ। ਪਰ ਸ਼ਖ਼ਸੀਅਤ ਦੇ ਮਾਮਲੇ ਵਿੱਚ ਤੁਸੀਂ ਹੋਰਾਂ ਨਾਲੋਂ ਵੱਖਰੇ ਹੋ ਕੇ ਵੱਖਰੇ ਹੀ ਧਰਾਤਲ 'ਤੇ ਖੜ੍ਹੇ ਹੋਵੋਗੇ। ਬਸ ਤੁਸੀਂ ਅਸਫ਼ਲਤਾ ਦੇ ਚਲਦੇ ਦੁਨੀਆ ਅਤੇ ਜੀਵਨ ਦੇ ਪ੍ਰਤੀ ਨਿਰਾਸ਼ ਨਾ ਹੋਇਓ। ਤੁਸੀਂ ਬੇਸ਼ੱਕ ਸਿੱਧੇ ਆਈ.ਏ.ਐੱਸ. ਬਣ ਕੇ ਸੇਵਾ ਨਹੀਂ ਕਰ ਸਕੇ ਪਰ ਜਿਸ ਵੀ ਖੇਤਰ ਵਿੱਚ ਸ਼ੁਰੂਆਤ ਕਰੋਗੇ, ਤੁਸੀਂ ਉਸ ਵਿੱਚ ਬਿਹਤਰ ਕਰ ਸਕਦੇ ਹੋ।

ਮਨੁੱਖੀ ਜੀਵਨ ਪਰਮਾਤਮਾ ਦੀ ਇੱਕ ਅਮੁੱਲ ਦੇਣ ਹੈ। ਸੋ ਇਸ ਨੂੰ ਸਾਰਥਕ ਬਣਾਉਣ ਦਾ ਯਤਨ ਸਾਰਿਆਂ ਨੂੰ ਕਰਨਾ ਚਾਹੀਦਾ ਹੈ। ਮਨੁੱਖੀ ਜੀਵਨ ਦਾ ਉਦੇਸ਼ ਦੁਰਗੁਣਾਂ 'ਤੇ ਜਿੱਤ ਪਾ ਕੇ ਸਾਰਥਕਤਾ ਵੱਲ ਕਦਮ ਵਧਾਉਣਾ ਹੈ। ਇਸ ਧਰਤੀ ਉੱਤੇ ਕਿਸੇ ਵੀ ਮਨੁੱਖ ਦਾ ਜਨਮ ਬਿਨਾਂ ਉਦੇਸ਼ ਤੋਂ ਨਹੀਂ ਹੁੰਦਾ; ਹਰੇਕ ਦੇ ਜਨਮ ਦੀ ਇੱਕ ਅਹਿਮੀਅਤ ਹੁੰਦੀ ਹੈ। ਅਸਲ ਵਿੱਚ ਜੀਵਨ ਦੀ ਸਾਰਥਕਤਾ ਉਦੋਂ ਹੀ ਹੈ ਜਦੋਂ ਅਸੀਂ ਇਸ ਜੀਵਨ ਦਾ ਸਹੀ ਮਹੱਤਵ ਸਮਝ ਕੇ ਇਸ ਉਦੇਸ਼ ਨੂੰ ਪੂਰਾ ਕਰ ਸਕੀਏ ਜਿਸ ਕਾਰਨ ਸਾਨੂੰ ਇਹ ਮਨੁੱਖੀ ਸਰੀਰ ਮਿਲਿਆ ਹੈ। ਇੱਕ ਵਿਅਕਤੀ ਦੇ ਜੀਵਨ ਵਿੱਚ ਦੋ ਦਿਨ ਸਭ ਤੋਂ ਮਹੱਤਵਪੂਰਨ ਹੁੰਦੇ ਹਨ - ਇੱਕ ਉਹ ਜਿਸ ਦਿਨ ਅਸੀਂ ਜਨਮ ਲੈਂਦੇ ਹਾਂ ਅਤੇ ਦੂਜਾ ਉਹ ਜਿਸ ਦਿਨ ਅਸੀਂ ਆਪਣੇ ਜਨਮ ਲੈਣ ਦਾ ਉਦੇਸ਼ ਲੱਭ ਲੈਂਦੇ ਹਾਂ।

ਖਾਣਾ, ਪੀਣਾ ਤੇ ਸੌਣਾ ਹੀ ਜੀਵਨ ਨਹੀਂ ਹੈ। ਖਾਣਾ, ਪੀਣਾ ਤੇ ਸੌਣਾ ਤਾਂ ਜਾਨਵਰ ਵੀ ਕਰ ਲੈਂਦੇ ਹਨ। ਜੀਵਨ ਦਾ ਉਦੇਸ਼ ਸਿਰਫ਼ ਜ਼ਿੰਦਾ ਰਹਿ ਕੇ, ਸਾਹ ਪੂਰੇ ਕਰ ਕੇ ਚਲੇ ਜਾਣਾ ਨਹੀਂ ਹੈ। ਜੇਕਰ ਜੀਵਨ ਦਾ ਮਤਲਬ ਕੇਵਲ ਇਸ ਸੰਸਾਰ ਵਿੱਚ ਆਉਣਾ-ਜਾਣਾ

ਹੀ ਹੁੰਦਾ ਤਾਂ ਮਨੁੱਖੀ ਸਭਿਆਚਾਰ ਦਾ ਵਿਕਾਸ ਹੀ ਨਾ ਹੁੰਦਾ। ਅਸਲ ਵਿੱਚ, ਜੀਵਨ ਤਾਂ ਨਵਾਂ ਇਤਿਹਾਸ ਬਣਾਉਣ ਦਾ ਨਾਂ ਹੈ। ਮਨੁੱਖ ਨੂੰ ਪਰਮਾਤਮਾ ਦਾ ਅੰਸ਼ ਮੰਨਿਆ ਗਿਆ ਹੈ ਤਾਂ ਹਰ ਮਨੁੱਖ ਕਿਸੇ ਨਾ ਕਿਸੇ ਮਕਸਦ ਲਈ ਇਸ ਧਰਤੀ 'ਤੇ ਆਇਆ ਹੋਵੇਗਾ। ਸਾਡਾ ਯਤਨ ਹੋਣਾ ਚਾਹੀਦਾ ਹੈ ਕਿ ਅਸੀਂ ਉਸ ਕਾਰਨ ਦੀ ਤਲਾਸ਼ ਕਰੀਏ ਅਤੇ ਸਮਝੀਏ ਕਿ ਸਾਡੇ ਜੀਵਨ ਦਾ ਮਕਸਦ ਕੀ ਹੈ। ਇਸ ਤੋਂ ਬਾਅਦ, ਅਸੀਂ ਆਪਣੀ ਸਮਰੱਥਾ ਅਨੁਸਾਰ ਕੋਸ਼ਿਸ਼ਾਂ ਕਰਦੇ ਹੋਏ ਉਸ ਮੁਕਾਮ ਨੂੰ ਹਾਸਲ ਕਰੀਏ ਜੋ ਸਾਡੇ ਲਈ ਨਿਰਧਾਰਿਤ ਹੈ। ਨਹੀਂ ਤਾਂ ਕਰਤੱਵ-ਹੀਣ ਵਿਅਕਤੀ ਤਾਂ ਸਿਰਫ਼ ਕਾਮਨਾ ਕਰਦਾ ਹੋਇਆ ਉਦੇਸ਼ ਰਹਿਤ ਜੀਵਨ ਜਿਉਂ ਕੇ ਚਲਿਆ ਜਾਂਦਾ ਹੈ।

ਜੇਕਰ ਅਸੀਂ ਇੱਕ ਸਧਾਰਨ ਨਜ਼ਰੀਏ ਨਾਲ ਦੇਖੀਏ ਤਾਂ ਮਨੁੱਖੀ ਜੀਵਨ ਦੀ ਸਾਰਥਕਤਾ ਧਨ ਦੌਲਤ ਦੇ ਅੰਬਾਰ ਲਾਉਣ 'ਚ ਨਹੀਂ ਹੈ। ਬਲਕਿ ਮਨੁੱਖ ਦੀ ਸਾਰਥਕਤਾ ਹੈ ਤਿਆਗ ਦੀ ਭਾਵਨਾ ਨਾਲ ਜੀਵਨ ਜਿਊਣ ਵਿੱਚ ਅਤੇ ਕਿਸੇ ਦੇ ਹੰਝੂ ਪੂੰਝਣ ਵਿੱਚ। ਯਾਨੀ, ਸਾਡੇ ਜੀਵਨ ਦੀ ਸਾਰਥਕਤਾ ਕਿਸੇ ਦੂਜੇ ਦੇ ਕੰਮ ਆ ਸਕਣ ਵਿੱਚ ਹੈ। ਉਹ ਵਿਅਕਤੀ, ਸਮਾਜ, ਦੇਸ਼ ਕੁਝ ਵੀ ਹੋ ਸਕਦਾ ਹੈ। ਦੂਜਿਆਂ ਲਈ ਪ੍ਰਕਾਸ਼ ਦੀ ਇੱਕ ਕਿਰਨ ਬਣ ਕੇ ਉਹਨਾਂ ਦੇ ਜੀਵਨ ਨੂੰ ਸੁਧਾਰਨਾ, ਸਭ ਤੋਂ ਵੱਡਾ ਸੁੱਖ ਹੈ ਜੋ ਮਨੁੱਖ ਪ੍ਰਾਪਤ ਕਰ ਸਕਦਾ ਹੈ। ਅਜਿਹੀ ਸਥਿਤੀ ਵਿੱਚ, ਸਮੇਂ ਸਿਰ ਇਸ ਦਾ ਅਹਿਸਾਸ ਕਰਨਾ ਜ਼ਰੂਰੀ ਹੈ ਕਿ ਮਨੁੱਖੀ ਜਨਮ ਸਾਨੂੰ ਕੁਝ ਚੰਗਾ ਕਰਨ ਲਈ ਮਿਲਿਆ ਹੈ। ਇਸ ਲਈ ਅੱਜ ਤੋਂ ਹੀ ਸੁਚੇਤ ਹੋ ਜਾਈਏ, ਨਹੀਂ ਤਾਂ ਇਹ ਕਿਤੇ ਵਿਅਰਥ ਹੀ ਨਾ ਚਲਿਆ ਜਾਵੇ। ਜੀਵਨ ਨੂੰ ਅਰਥਪੂਰਨ ਬਣਾਉਣ ਲਈ ਸਾਨੂੰ ਸਾਡੀ ਅੰਦਰਲੀ ਊਰਜਾ ਦੀ ਵਰਤੋਂ ਸਾਰਥਕ ਅਤੇ ਵਾਜਬ ਟੀਚੇ ਲਈ ਕਰਨੀ ਚਾਹੀਦੀ ਹੈ, ਕਿਉਂਕਿ ਮਨੁੱਖੀ ਜੀਵਨ ਦੀ ਸਾਰਥਕਤਾ ਅਰਥਪੂਰਨ ਜੀਵਨ ਜਿਊਣ ਵਿੱਚ ਹੀ ਹੈ।"

ਮੋਟੀਵੇਸ਼ਨ ਸੈਮੀਨਾਰ ਵਿੱਚ ਐਂਜਲ ਦੀਆਂ ਇਹਨਾਂ ਗੱਲਾਂ ਨੇ ਬੱਚਿਆਂ ਨੂੰ ਬਹੁਤ ਉਤਸ਼ਾਹਿਤ ਕੀਤਾ।

'ਸਿਵਲ ਸੇਵਾ; ਜ਼ਿੰਦਗੀ ਤਾਂ ਤੇਰੇ ਕਦਮਾਂ ਵਿੱਚ ਉਸ ਦਿਨ ਹੀ ਰੱਖ ਦਿੱਤੀ ਸੀ ਜਦੋਂ ਸਾਨੂੰ ਅਹਿਸਾਸ ਹੋਇਆ ਕਿ ਅਸੀਂ ਕੁਝ ਬਣ ਸਕਦੇ ਹਾਂ। ਬਸ ਹੁਣ ਤਾਂ ਸਾਡਾ ਮਿਸ਼ਨ ਆਈ.ਏ.ਐਸ. ਹੀ ਹੈ। ਹੁਣ ਨਾਲ ਵੀ ਤੂੰ ਹੈ ਅਤੇ ਪਿਆਰ ਵੀ ਤੂੰ ਹੈ। ਜਿੱਤ ਵੀ ਤੂੰ ਹੈ ਤੇ ਹਾਰ ਵੀ ਤੂੰ ਹੈ, ਦੋਸਤ ਵੀ ਤੂੰ ਤੇ ਦੁਸ਼ਮਣ ਵੀ ਤੂੰ ਹੈਂ। ਮਨ ਬੜਾ ਬਲਵਾਨ ਹੈ। ਮੁਸ਼ਕਲਾਂ ਤੋਂ ਘਬਰਾਓ ਨਾ, ਚੁਨੌਤੀਆਂ ਨਾਲ ਲੋਹਾ ਲਓ। ਰਾਤ ਦੇ ਹਨੇਰੇ ਵਿੱਚ ਡਰੋ ਨਾ, ਮਜ਼ਬੂਤ ਮਨ ਨਾਲ ਅੱਗੇ ਵਧੀਏ। ਬਸ! ਸਵੇਰ ਹੋਣ ਵਾਲੀ ਹੈ। ਯਾਦ ਰੱਖੋ, ਸਿਵਲ ਸੇਵਾ ਦੀ ਤਿਆਰੀ ਵਿੱਚ ਕਮਜ਼ੋਰ ਮਨ ਵਾਲਿਆਂ ਦੀ ਕਿਸ਼ਤੀ ਡੁੱਬ ਜਾਂਦੀ ਹੈ। ਜਦੋਂਕਿ ਮਾਨਸਿਕ ਰੂਪ ਨਾਲ

ਤਤਪਰ, ਜਾਗਰੂਕ ਤੇ ਮਜ਼ਬੂਤ ਵਿਦਿਆਰਥੀਆਂ ਦੀ ਕਿਸ਼ਤੀ ਖਹਿੰਦੀ ਹੋਈ ਵੀ ਮਸੂਰੀ (ਆਈ.ਏ.ਐੱਸ. ਟ੍ਰੇਨਿੰਗ ਸੈਂਟਰ) ਤੱਕ ਲੈ ਜਾਂਦੀ ਹੈ। ਸਫ਼ਲ ਹੋਣਾ ਹੈ ਤਾਂ ਹਰ ਵਕਤ ਜਿੱਤ ਦੀ ਭੁੱਖ ਰੱਖੋ, ਜਿੱਤ ਤੁਹਾਡੀ ਹੋਵੇਗੀ ਅਤੇ ਇਸ ਜਿੱਤ ਨੂੰ ਲੋਕ ਸਾਲਾਂ ਤੱਕ ਯਾਦ ਰੱਖਣਗੇ। ਜਿੰਨੀ ਤਾਕਤ ਹੈ ਲਾ ਦਿਓ, ਤਾਂ ਕਿ ਸਾਡੇ ਲੋਕਾਂ ਨੂੰ ਆਪਣੇ ਨਾਂ ਅਤੇ ਪਛਾਣ ਲਈ ਲੜਨਾ ਨਾ ਪਵੇ।' ਦਿੱਲੀ ਦੇ ਮੁਖਰਜੀ ਨਗਰ ਦੀ ਯੂ.ਪੀ.ਐੱਸ.ਸੀ. ਦੀ ਤਿਆਰੀ 'ਤੇ ਅਰਵਿੰਦ ਨੇ ਇਹ ਫੇਸਬੁੱਕ ਪੋਸਟ ਪਾਈ, ਜੋ ਵਾਇਰਲ ਹੋ ਗਈ।

ਦਿੱਲੀ ਦਾ ਮੁਖਰਜੀ ਨਗਰ ਯੂ.ਪੀ.ਐੱਸ.ਸੀ. ਅਤੇ ਐੱਸ.ਐੱਸ.ਪੀ. ਦੀ ਕੋਚਿੰਗ ਲਈ ਪੂਰੇ ਭਾਰਤ ਵਿੱਚ ਮਸ਼ਹੂਰ ਹੈ। ਇੱਥੇ ਲਗਭਗ 400 ਕੋਚਿੰਗ ਸੈਂਟਰ ਹਨ ਅਤੇ ਮਹੀਨਾਵਾਰ 8000-15000 ਰੁਪਈਆਂ ਤੋਂ ਘੱਟ ਦਾ ਰੂਮ ਕਿਤੇ ਨਹੀਂ ਮਿਲਦਾ। ਇੱਥੇ ਲਗਭਗ 3 ਲੱਖ ਵਿਦਿਆਰਥੀ ਰਹਿੰਦੇ ਹਨ। ਪੂਰੇ ਮੁਖਰਜੀ ਨਗਰ ਅਤੇ ਆਲੇ-ਦੁਆਲੇ ਦੀਆਂ ਕਾਲੋਨੀਆਂ ਵਿੱਚ ਬੰਗਾਲ, ਯੂਪੀ, ਬਿਹਾਰ ਆਦਿ ਸਾਰੀਆਂ ਸਟੇਟਾਂ ਤੋਂ ਵਿਦਿਆਰਥੀ ਤੁਹਾਨੂੰ ਇੱਥੇ ਮਿਲ ਜਾਣਗੇ। ਇਹਨਾਂ ਵਿੱਚੋਂ ਜ਼ਿਆਦਾਤਰ ਵਿਦਿਆਰਥੀ ਮਿਡਲ ਕਲਾਸ ਪਰਿਵਾਰਾਂ ਵਿੱਚੋਂ ਹੁੰਦੇ ਹਨ। ਵਿਦਿਆਰਥੀ ਜੀਵਨ ਬਣਾਉਣ ਲਈ ਇੱਥੇ ਆਉਂਦੇ ਹਨ; ਕੁਝ ਸਫ਼ਲ ਹੁੰਦੇ ਹਨ ਅਤੇ ਜ਼ਿਆਦਾਤਰ ਕੋਚਿੰਗ ਸੈਂਟਰ, ਟਿਫ਼ਨ ਵਾਲਾ ਅਤੇ ਕਿਤਾਬਾਂ ਵੇਚਣ ਵਾਲਿਆਂ ਦੇ ਸ਼ੋਸ਼ਣ ਤੋਂ ਨਿਰਾਸ਼ ਹੋ ਜਾਂਦੇ ਹਨ। ਹਾਲਾਂਕਿ ਦਿੱਲੀ ਵਿੱਚ ਤਿਆਰੀ ਦਾ ਗੁਣਵੱਤਾ-ਪੂਰਨ ਮਾਹੌਲ ਹੈ, ਇਸ ਵਿੱਚ ਕੋਈ ਸ਼ੱਕ ਨਹੀਂ ਹੈ, ਪਰ ਇਸ ਦੇ ਕੁਝ ਨਕਾਰਾਤਮਿਕ ਪਹਿਲੂ ਵੀ ਹਨ। ਜਿਵੇਂ, ਇੱਥੋਂ ਦੇ ਕੋਚਿੰਗ ਸੈਂਟਰਾਂ ਦੀ ਫ਼ੀਸ ਜ਼ਿਆਦਾ ਹੈ। ਇੱਥੇ ਰਹਿਣਾ ਅਤੇ ਖਾਣਾ ਕਾਫ਼ੀ ਮਹਿੰਗਾ ਹੈ। ਜਿਸ ਨਾਲ ਮੀਡੀਅਮ ਅਤੇ ਲੋਅਰ ਕਲਾਸ ਵਿਦਿਆਰਥੀਆਂ ਨੂੰ ਹੋਰ ਸ਼ਹਿਰਾਂ ਵੱਲ ਜਾਣਾ ਪੈਂਦਾ ਹੈ। ਇੱਥੇ ਅੰਗਰੇਜ਼ੀ ਮੀਡੀਅਮ ਦੇ ਵਿਦਿਆਰਥੀਆਂ ਨੂੰ ਹਿੰਦੀ ਮੀਡੀਅਮ ਦੇ ਵਿਦਿਆਰਥੀਆਂ ਦੀ ਤੁਲਨਾ ਵਿੱਚ ਜ਼ਿਆਦਾ ਵਿਕਲਪ ਉਪਲਬਧ ਹਨ, ਜਿਵੇਂ ਕਿ ਕੋਚਿੰਗ ਸੰਸਥਾਨ ਅਤੇ ਅਧਿਐਨ ਸਮਗਰੀ।

ਦਿੱਲੀ ਸ਼ਹਿਰ ਵਿੱਚ ਕੁਝ ਕੋਚਿੰਗ ਸੰਸਥਾਵਾਂ ਨੇ ਚੰਗਾ ਨਾਂ ਕਮਾ ਲਿਆ ਹੈ, ਜਿਵੇਂ: ਮੁਖਰਜੀ ਨਗਰ ਵਿਖੇ ਦ੍ਰਿਸ਼ਟੀ ਆਈ.ਏ.ਐੱਸ. ਅਕਾਦਮੀ, ਨਿਰਮਾਣ ਆਈ.ਏ.ਐੱਸ., ਏ.ਐੱਲ.ਐੱਸ. ਆਈ.ਏ.ਐੱਸ. ਸੰਸਥਾਨ, ਚਾਣਕਯ ਅਕਾਦਮੀ, ਖ਼ਾਨ ਆਈ.ਏ.ਐੱਸ. ਸੰਸਥਾਨ, ਪਤੰਜਲੀ ਆਈ.ਏ.ਐੱਸ. ਸੰਸਥਾਨ, ਵਿਜ਼ਨ ਆਈ.ਏ.ਐੱਸ. ਸੰਸਥਾਨ, ਰਾਵ ਆਈ.ਏ.ਐੱਸ. ਸੰਸਥਾਨ, ਸ੍ਰੀ ਰਾਮ ਆਈ.ਏ.ਐੱਸ. ਸੰਸਥਾਨ ਆਦਿ। ਰਹੀ ਗੱਲ ਟੀਚਰਜ਼ ਦੀ, ਤਾਂ ਕੁਝ ਹੀ ਟੀਚਰ ਚੰਗੇ ਹਨ। ਸਾਰੇ ਸੰਸਥਾਨ ਕਹਿੰਦੇ ਹਨ ਕਿ ਸਾਡੇ ਇੱਥੋਂ ਹਰ ਸਾਲ 50 ਤੋਂ 60 ਬੱਚਿਆਂ ਦਾ ਸਿਲੈੱਕਸ਼ਨ ਹੁੰਦਾ ਹੈ। ਕੁਝ ਕੋਚਿੰਗ ਦੇ ਬੱਚਿਆਂ ਦਾ

ਸਿਲੈਕਸ਼ਨ ਹੋ ਵੀ ਜਾਂਦਾ ਹੈ। ਇੱਥੇ ਕੋਚਿੰਗ ਫ਼ੀਸ ਕਿਸੇ ਸੈਂਟਰ ਤੋਂ ਪੁੱਛ ਲਓ ਤਾਂ ਕਹਿੰਦੇ ਹਨ, “ਪਹਿਲਾ ਡੈਮੋ ਲੈ ਲਓ।” ਜਾਂ ਫਿਰ, “ਫ਼ੀਸ ਦਾ ਕੀ ਹੈ! ਤੁਹਾਡੇ ਲਈ ਕੁਝ ਛੋਟ ਹੋ ਜਾਵੇਗੀ।” ਪਰ ਇਹ ਸਭ ਫਸਾਉਣ ਦੇ ਤਰੀਕੇ ਹਨ। ਜਦੋਂ ਤੁਸੀਂ ਪਹਿਲੀ ਕਿਸ਼ਤ ਜਮ੍ਹਾ ਕਰਵਾ ਦਿੰਦੇ ਹੋ ਤਾਂ ਉਸ ਤੋਂ ਬਾਅਦ ਇਹ ਆਪਣਾ ਰੰਗ ਦਿਖਾਉਣਾ ਸ਼ੁਰੂ ਕਰ ਦਿੰਦੇ ਹਨ। ਜੇਕਰ ਕੋਈ ਬੱਚਾ ਪਾਸ ਹੋ ਗਿਆ ਤਾਂ ਲਗਭਗ ਸਾਰੇ ਕੋਚਿੰਗ ਸੈਂਟਰ ਵਾਲੇ ਆਪਣੇ ਹੋਰਡਿੰਗ ਵਿੱਚ ਉਸ ਦਾ ਨਾਂ ਅਤੇ ਉਸ ਦੀ ਫ਼ੋਟੋ ਛਪਵਾ ਦਿੰਦੇ ਹਨ।

ਸ਼ਹਿਰ ਦਾ ਨਾਮ ਹੀ ਦਿੱਲੀ ਹੈ, ਜੋ ਇਸ ਦੇ ਨਾਂ ਵਿੱਚ ਦਿਲ ਹੈ, ਉਸ ਨਾਲ ਦਿਲ ਲੱਗਣਾ ਕੁਦਰਤੀ ਹੈ। ਜੇਕਰ ਦਿੱਲੀ ਆ ਕੇ ਤੁਸੀਂ ਅੰਗਰੇਜ਼ੀ ਨਹੀਂ ਬੋਲਦੇ ਤਾਂ ਗਵਾਰ ਸਮਝੇ ਜਾਓਗੇ। ਗਰਲ-ਫਰੈਂਡ ਤਾਂ ਇੱਥੇ 10 ਮਿੰਟਾਂ ਵਿੱਚ ਬਣ ਜਾਂਦੀ ਹੈ। ਖ਼ਾਸਕਰ ਪਹਿਲੀ ਕੋਚਿੰਗ ਦੇ ਆਪਣੇ ਪਹਿਲੇ ਬੈਚ ਵਿੱਚ। ਕੁਝ ਹੀ ਸੈਂਟਰਾਂ ਵਿੱਚ ਪੜ੍ਹਾਈ ਹੁੰਦੀ ਹੈ। ਤੁਸੀਂ ਕੋਚਿੰਗ ਲੈਣ ਤੋਂ ਪਹਿਲਾਂ ਆਪਣੇ ਆਪ ਨੂੰ ਤਿਆਰ ਕਰੋ, ਫਿਰ ਕੋਚਿੰਗ ਜੁਆਇਨ ਕਰੋ। ਕਿਸੇ ਕੋਚਿੰਗ ਸੈਂਟਰ ’ਤੇ ਜ਼ਿਆਦਾ ਵਿਸ਼ਵਾਸ ਨਾ ਕਰੋ, ਖ਼ਾਸਕਰ ਪੈਸੇ ਦੇ ਮਾਮਲੇ ਵਿੱਚ। ਆਪਣੇ ਉੱਤੇ ਹੀ ਵਿਸ਼ਵਾਸ ਰੱਖੋ, ਕਿਉਂਕਿ ਬਹੁਤ ਸਾਰੇ ਬੱਚਿਆਂ ਨੇ ਬਿਨਾਂ ਕੋਚਿੰਗ ਪ੍ਰੀਖਿਆ ਪਾਸ ਕੀਤੀ ਹੈ। ਅੰਤ ਵਿੱਚ ਇਹੀ ਕਹਾਂਗਾ ਕਿ ਕਿਸੇ ਕੋਚਿੰਗ ਵਿੱਚ ਜਾਣ ਤੋਂ ਪਹਿਲਾਂ ਉਸ ਦੇ ਬਾਰੇ ਚੰਗੀ ਤਰ੍ਹਾਂ ਜਾਂਚ ਕਰ ਲਓ, ਕਿਉਂਕਿ ਇੱਥੇ ਪੜ੍ਹਾਉਣ ਵਾਲੇ ਘੱਟ ਹਨ ਅਤੇ ਲੁੱਟਣ ਵਾਲੇ ਜ਼ਿਆਦਾ। ਪੈਸਾ ਨਾ ਹੋਵੇ ਤਾਂ ਤੁਸੀਂ ਦਿੱਲੀ ਵਿੱਚ ਸਾਹ ਵੀ ਨਹੀਂ ਲੈ ਸਕਦੇ!

16

ਆਈ.ਏ.ਐੱਸ. ਖ਼ੁਦ ਨੂੰ ਖ਼ੁਦਾ ਸਮਝਣ !

"ਮੁੰਡਾ 27 ਸਾਲ ਦਾ ਹੋ ਗਿਆ ਹੈ, ਉਸ ਦਾ ਵਿਆਹ ਕਦੋਂ ਕਰ ਰਹੇ ਹੋ?" ਮਾਸਟਰ ਸਾਹਿਬ ਕੁਰਸੀ 'ਤੇ ਬੈਠਦੇ ਹੋਏ ਬੋਲੇ।

"ਗਿਰੀਸ਼ ਕਹਿ ਰਿਹਾ ਹੈ ਪਹਿਲਾਂ ਕੈਰੀਅਰ ਸੈੱਟ ਹੋ ਜਾਵੇ, ਫਿਰ ਆਪਣੀ ਪਸੰਦ ਦੀ ਕੁੜੀ ਨਾਲ ਵਿਆਹ ਕਰਾਂਗਾ।" ਮੇਰੇ ਪਾਪਾ ਨੇ ਮਾਸਟਰ ਸਾਹਿਬ ਦੇ ਸਵਾਲ ਦਾ ਜਵਾਬ ਦਿੰਦੇ ਹੋਏ ਕਿਹਾ।

"ਆਪਣੀ ਪਸੰਦ ਦਾ ਕੀ ਮਤਲਬ!" ਪਸੰਦ ਦੀ ਕੁੜੀ ਨਾਲ ਵਿਆਹ ਵਾਲੀ ਗੱਲ ਸੁਣ ਕੇ ਹਨੂਮਾਨ ਸਰ ਦੇ ਢਿੱਡ ਵਿੱਚ ਮਰੋੜਾ ਉੱਠਿਆ।

"ਉਸ ਦੀ ਕਲਾਸ ਫਰੈਂਡ ਸੀ, ਐਂਜਲ ਕਰਕੇ ਕੋਈ ਨਾਂ ਹੈ, ਆਈ.ਏ.ਐੱਸ. ਯਾਨੀ ਕਲੈਕਟਰ ਬਣ ਗਈ ਹੈ; ਹੁਣ ਉਸੇ ਨਾਲ ਵਿਆਹ ਕਰੇਗਾ।"

ਇਹ ਸੁਣ ਕੇ ਮਾਸਟਰ ਸਾਹਿਬ ਪੂਰੇ ਪੰਜ ਮਿੰਟ ਚੁੱਪ ਕਰਕੇ ਬੈਠੇ ਰਹੇ, ਫਿਰ ਕੁਰਸੀ ਤੋਂ ਉੱਠ ਕੇ ਆਪਣੇ ਘਰ ਵੱਲ ਚੱਲ ਪਏ। ਘਰ ਜਾ ਕੇ ਆਪਣੀ ਪਤਨੀ ਨੂੰ ਬੋਲੇ, "ਸੁਣਦੀ ਐਂ, ਹਰੀਸ਼ ਦਾ ਬਬੂਆ ਵਿਆਹ ਕਰਕੇ ਕਲੈਕਟਰਨੀ ਲਿਆਵੇਗਾ।" ਮਾਸਟਰਨੀ ਦੇ ਢਿੱਡ 'ਚ ਇਹ ਗੱਲ ਪਚ ਨਹੀਂ ਸਕੀ ਉਸ ਨੇ ਗੁਆਂਢਣ ਨੂੰ ਜਾ ਕੇ ਦੱਸਿਆ ਅਤੇ ਦੋ-ਤਿੰਨ ਦਿਨ ਦੇ ਅੰਦਰ ਹੀ ਇਹ ਖ਼ਬਰ ਪੂਰੇ ਪਿੰਡ ਵਿੱਚ ਚਰਚਾ ਦਾ ਵਿਸ਼ਾ ਬਣ ਗਈ।

ਸੋਸ਼ਲ ਮੀਡੀਆ ਇੱਕ ਅਜੀਬ ਪਲੇਟਫ਼ਾਰਮ ਦੇ ਰੂਪ ਵਿੱਚ ਉੱਭਰਿਆ ਹੈ ਅਤੇ ਉਸ ਵਿੱਚ ਬਹੁਤ ਸਾਰੇ ਅਜੀਬ ਨਮੂਨੇ ਫੇਸਬੁੱਕ ਅਤੇ ਇੰਸਟਾਗ੍ਰਾਮ 'ਤੇ ਪੋਸਟਾਂ ਪਾ ਕੇ ਲਿਖਦੇ ਰਹਿੰਦੇ ਹਨ ਕਿ ਅਸਲੀ ਭਾਰਤੀ ਹੋ ਤਾਂ ਲਾਈਕ ਕਰੋ, ਅਸਲੀ ਹਿੰਦੂ ਹੋ ਤਾਂ ਕਮੈਂਟ ਕਰੋ। ਉਹ ਭਰਾਵੋ, ਲਾਈਕ ਅਤੇ ਕਮੈਂਟ ਭਾਰਤੀ ਹੋਣ ਦਾ ਪ੍ਰਮਾਣ ਹੈ ਕਿ! ਇੱਕ ਸੋਸ਼ਲ ਮੀਡੀਆ ਪਲੇਟਫ਼ਾਰਮ, ਉਸ ਵਿੱਚ ਵੀ ਚੰਗੇ ਯੂਜ਼ਰ ਘੱਟ ਅਤੇ ਨਮੂਨੇ ਜ਼ਿਆਦਾ ਹਨ।

ਮਜ਼ੇ ਦੀ ਗੱਲ ਇਹ ਕਿ ਇਸ ਤਰ੍ਹਾਂ ਦੀ ਪੋਸਟ 'ਤੇ ਲਾਈਕ ਅਤੇ ਕਮੈਂਟ ਲੱਖਾਂ ਵਿੱਚ ਆਉਂਦੇ ਹਨ। ਜ਼ਿਆਦਾਤਰ ਮੁੰਡੇ ਤਾਂ ਇਸ ਲਈ ਲਾਈਕ ਅਤੇ ਕਮੈਂਟ ਕਰ ਦਿੰਦੇ ਹਨ ਕਿ ਕਿਤੇ ਅਜਿਹਾ ਨਾ ਕਰਨ ਨਾਲ ਉਹਨਾਂ ਦੇ ਭਾਰਤੀ ਹੋਣ 'ਤੇ ਸ਼ੱਕ ਨਾ ਕੀਤਾ ਜਾਵੇ। ਹੁਣ ਇਹਨਾਂ ਨੂੰ ਕੌਣ ਸਮਝਾਵੇ ਕਿ ਹਿੰਦੁਸਤਾਨੀ ਤੇ ਹਿੰਦੂ, ਸਿਰਫ਼ ਲਾਈਕ ਅਤੇ ਕਮੈਂਟ ਵਾਲੇ ਹੀ ਹੋਣਗੇ? ਜਾਂ ਫਿਰ ਖੇਤਾਂ ਵਿੱਚ ਹੱਡ ਤੋੜਵੀਂ ਮਿਹਨਤ ਕਰਨ ਵਾਲੇ ਕਿਸਾਨ, ਫ਼ੈਕਟਰੀ ਵਿੱਚ ਕੰਮ ਕਰ ਰਹੇ ਮਜ਼ਦੂਰ, ਰਿਕਸ਼ਾ ਚਲਾਉਣ ਵਾਲੇ ਜਾਂ ਦੇਸ਼ ਨੂੰ ਆਪਣੀਆਂ ਸੇਵਾਵਾਂ ਦੇ ਰਹੇ ਫ਼ੌਜੀ ਭਰਾ, ਇਹ ਲੋਕ ਜੋ ਸੋਸ਼ਲ ਮੀਡੀਆ ਦੀ ਵਰਤੋਂ ਹਫ਼ਤੇ ਵਿੱਚ ਇੱਕ ਅੱਧੀ ਵਾਰ ਵੀ ਨਹੀਂ ਕਰਦੇ ਹੋਣੇ, ਕੀ ਉਹ ਅਸਲੀ ਭਾਰਤੀ ਨਹੀਂ ਹਨ? ਕੀ ਇਹਨਾਂ ਵਿੱਚ ਦੇਸ਼ ਭਗਤੀ ਨਹੀਂ? ਕੀ ਲਾਈਕ ਅਤੇ ਕਮੈਂਟ ਹੀ ਦੇਸ਼ ਭਗਤੀ ਦਾ ਸਬੂਤ ਹੈ? ਹੱਦ ਹੋ ਗਈ!

ਇਹ ਉਸ ਸਮੇਂ ਦੀ ਗੱਲ ਹੈ ਜਦੋਂ ਸੂਰਜਪੁਰ, ਛੱਤੀਸਗੜ੍ਹ ਦੇ ਕਲੈਕਟਰ ਰਣਵੀਰ ਸ਼ਰਮਾ ਦਾ ਕੁਰਸੀ ਤੇ ਪਾਵਰ ਦੇ ਨਸ਼ੇ ਦੇ ਕਾਰਨ ਉਹਨਾਂ ਦਾ ਥੱਪੜ ਕਾਂਡ ਸੁਰਖ਼ੀਆਂ ਬਣਾ ਰਿਹਾ ਸੀ। ਇਹ ਅਜਿਹਾ ਵਕਤ ਸੀ, ਜਦੋਂ ਦੇਸ਼ ਪਹਿਲਾਂ ਹੀ ਕੋਰੋਨਾ ਮਹਾਮਾਰੀ ਦੇ ਥਪੇੜਿਆਂ ਤੋਂ ਪਰੇਸ਼ਾਨ ਸੀ ਅਤੇ ਹੁਣ ਸਰਕਾਰੀ ਅਫ਼ਸਰ ਵੀ ਆਮ ਜਨਤਾ ਨੂੰ ਥੱਪੜਾਂ ਨਾਲ ਪਰੇਸ਼ਾਨ ਕਰਨ ਲੱਗੇ। ਲਾਕਡਾਊਨ ਨੂੰ ਪ੍ਰਭਾਵੀ ਢੰਗ ਨਾਲ ਲਾਗੂ ਕਰਨ ਲਈ ਜਦੋਂ ਉੱਤੋਂ ਦਬਾਅ ਵਧਿਆ, ਤਾਂ ਕਲੈਕਟਰਾਂ ਨੂੰ ਆਪਣੇ ਏ.ਸੀ ਕਮਰਿਆਂ ਚੋਂ ਬਾਹਰ ਨਿਕਲਣਾ ਪਿਆ। ਬਾਹਰ ਦਾ ਟੈਂਪਰੇਚਰ ਉਹਨਾਂ ਨੂੰ ਅੱਗ ਬਬੂਲਾ ਕਰ ਰਿਹਾ ਸੀ। ਇਸ ਦੇ ਚਪੇਟੇ ਵਿੱਚ ਜੋ ਆਏ, ਉਹਨਾਂ 'ਤੇ ਥੱਪੜਾਂ ਦੀ ਬਰਸਾਤ ਕਰ ਦਿੱਤੀ। ਸੂਰਜ ਦੀ ਤਪਸ਼ ਵਿੱਚ ਅਫ਼ਸਰ ਵੀ ਅੱਗ ਬਣ ਗਏ, ਜਿਨ੍ਹਾਂ ਦਾ ਗ਼ੁੱਸਾ ਹੁਣ ਆਮ ਜਨਤਾ 'ਤੇ ਨਿਕਲ ਰਿਹਾ ਸੀ। ਪਾਵਰ ਦਾ ਨਸ਼ਾ ਸਿਰ ਚੜ੍ਹ ਕੇ ਬੋਲ ਰਿਹਾ ਸੀ। ਪਰ ਸਮਝ ਨਹੀਂ ਸੀ ਆਉਂਦਾ ਕਿ ਇਹ ਪਾਵਰ ਦਾ ਨਸ਼ਾ ਇੰਨਾ ਸਿਰ ਕਿਵੇਂ ਚੜ੍ਹ ਜਾਂਦਾ ਹੈ? ਸੜਕ 'ਤੇ ਇੱਕ ਜ਼ਰੂਰੀ ਕੰਮ ਲਈ ਜਾ ਰਹੇ ਇੱਕ ਮੁੰਡੇ 'ਤੇ ਸੂਰਜਪੁਰ ਦੇ ਕਲੈਕਟਰ ਨੇ ਥੱਪੜਾਂ ਦਾ ਮੀਂਹ ਵਰ੍ਹਾ ਦਿੱਤਾ ਅਤੇ ਇਹ ਘਟਨਾ ਸੋਸ਼ਲ ਮੀਡੀਆ 'ਤੇ ਵਾਇਰਲ ਹੋ ਗਈ।

ਸੋਸ਼ਲ ਮੀਡੀਆ 'ਤੇ ਇੱਕ ਯੂਜ਼ਰ ਨੇ ਲਿਖਿਆ, "ਉਹ ਤੁਹਾਡੀ ਨਹੀਂ, ਤੁਹਾਡੀ ਕਲੈਕਟਰੀ ਦੀ ਕਦਰ ਕਰਕੇ ਚੁੱਪ ਰਿਹਾ। ਨਹੀਂ ਤਾਂ ਛਤੀਸਗੜ੍ਹੀਆ ਆਦਮੀ ਇੱਕ ਥੱਪੜ ਦੀ ਇਵਜ਼ 'ਚ ਆਪਣੀ ਜ਼ਮਾਨਤ ਕਰਵਾਉਣ ਲਈ ਜ਼ਮੀਨ ਦੀ ਜਮ੍ਹਾਬੰਦੀ ਲੱਭਣਾ ਸ਼ੁਰੂ ਕਰ ਦਿੰਦਾ ਹੈ।"

ਏਨਾ ਰੋਹਬ ਤੇ ਹੰਕਾਰ ਕਿੱਥੋਂ ਆ ਜਾਂਦਾ ਹੈ? ਆਈ.ਏ.ਐੱਸ. ਖ਼ੁਦ ਨੂੰ ਖ਼ੁਦਾ ਸਮਝਣਾ ਕਦੋਂ ਬੰਦ ਕਰਨਗੇ?

ਮੁੱਖ ਮੰਤਰੀ ਨੇ ਖ਼ੁਦ ਕਿਹਾ ਸੀ, "ਲਾਕਡਾਊਨ ਵਿੱਚ ਸਖ਼ਤੀ ਵਰਤਣੀ ਹੈ, ਪਰ ਵਿਹਾਰ ਸੰਜਮ ਵਿੱਚ ਰੱਖਣਾ ਹੈ, ਹਿੰਸਾ ਨਹੀਂ ਕਰਨੀ ਹੈ।" ਪਰ ਕੀ ਤੁਸੀਂ ਉਹਨਾਂ ਦੇ ਆਰਡਰ ਦਾ ਪਾਲਣ ਕਰ ਰਹੇ ਹੋ? ਕਮਜ਼ੋਰ-ਮਜ਼ਲੂਮ ਮਿਲਿਆ ਨਹੀਂ ਕਿ ਉਸ ਤੋਂ ਫ਼ੋਨ ਫੜ ਲਿਆ ਤੇ ਥੱਪੜ ਜੜ 'ਤੇ। ਆਈ.ਏ.ਐੱਸ. ਛੱਡ ਕੇ ਇਲਮ ਦੇ ਵਿਭਾਗਾਂ ਵਿੱਚ ਨਜ਼ਰ ਮਾਰੋ, ਉਦੋਂ ਪਤਾ ਲੱਗੇਗਾ ਕਿ ਹਰ ਵਿਅਕਤੀ ਆਪਣੀ ਸਲਤਨਤ ਦਾ ਮਾਲਕ ਹੈ। ਕੁਝ ਕਨਫਿਊਜ਼ ਸੱਜਣ ਤਾਂ ਇਹ ਕਹਿੰਦੇ ਹਨ ਕਿ, "ਮੈਂ ਏਨਾ ਜ਼ਿਆਦਾ ਹੁਸ਼ਿਆਰ ਹਾਂ ਜਿਸ ਕਾਰਨ ਮੈਨੂੰ ਇਹ ਕੁਰਸੀ ਮਿਲੀ ਹੈ।" ਵਿਹਾਰਕਤਾ ਤਾਂ ਨਜ਼ਰ ਆਉਂਦੀ ਹੀ ਨਹੀਂ; ਸਾਰੇ ਹੰਕਾਰ ਦੇ ਬਾਦਸ਼ਾਹ ਬਣੇ ਬੈਠੇ ਹਨ। ਉੱਪਰ ਵਾਲੇ ਦੀ ਲਾਠੀ ਵਿੱਚ ਆਵਾਜ਼ ਨਹੀਂ ਹੁੰਦੀ, ਪਵੇਗੀ ਤਾਂ ਪਤਾ ਚੱਲੇਗਾ!

ਹੰਕਾਰ ਦੇ ਪੁਤਲਿਓ, ਸੁਧਰ ਜਾਓ! ਸੂਰਜਪੁਰ ਜ਼ਿਲ੍ਹੇ ਦੇ ਕਲੈਕਟਰ ਹਨ ਰਣਵੀਰ ਸ਼ਰਮਾ, ਲਬਾਸਨਾ ਨੇ ਇਸ ਨੂੰ ਖ਼ੁਦਾ ਜਾਂ ਭਗਵਾਨ ਹੋ ਜਾਣ ਤੋਂ ਇੱਕ ਪੌੜੀ ਥੱਲੇ ਹੀ ਰੱਖਿਆ ਹੈ। ਆਈ.ਏ.ਐੱਸ. ਅਧਿਕਾਰੀ ਸਿਰਫ਼ ਕਹਿਣ ਨੂੰ ਲੋਕ ਸੇਵਕ ਹਨ, ਪਰ ਆਮ ਤੌਰ 'ਤੇ ਦੇਖਿਆ ਗਿਆ ਹੈ ਕਿ ਉਹ ਖ਼ੁਦ ਨੂੰ ਸਵਰਗ ਤੋਂ ਉੱਤਰੇ ਹੋਏ ਲੋਕਾਂ ਦੇ ਰੂਪ ਵਿੱਚ, ਬਾਦਸ਼ਾਹ ਮੰਨਦੇ ਹਨ ਅਤੇ ਉਹਨਾਂ ਵਿੱਚ ਸ੍ਰੇਸ਼ਠਤਾ ਤੇ ਹੰਕਾਰ ਦੀ ਭਾਵਨਾ ਹੈ। ਅਜਿਹਾ ਇਸ ਕਰਕੇ ਹੈ, ਕਿਉਂਕਿ ਭਾਰਤ ਵਿੱਚ ਬਾਬੂਗਿਰੀ ਬਹੁਤ ਪ੍ਰਚਲਿਤ ਹੈ। ਭਾਰਤ ਵਿੱਚ ਬੀਜੇ ਗਏ ਬਾਬੂਗਿਰੀ ਦੇ ਬੀਜ ਬ੍ਰਿਟਿਸ਼ ਰਾਜ ਦੇ ਪਤਨ ਤੋਂ ਬਾਅਦ ਵੀ ਇੱਥੇ ਜਿਉਂਦੇ ਹਨ। ਯੂ.ਪੀ.ਐੱਸ.ਸੀ. ਨੂੰ ਇੱਕ ਪ੍ਰੀਖਿਆ ਏਨਾ ਦੇ ਘਮੰਡ ਤੇ ਹੰਕਾਰ ਦੀ ਵੀ ਲੈਣੀ ਚਾਹੀਦੀ ਹੈ। ਇਹ ਲੋਕ ਪ੍ਰਫੈਕਟ ਹੋ ਕੇ ਆਉਂਦੇ ਹਨ ਲਾਲ ਬਹਾਦਰ ਸ਼ਾਸਤਰੀ ਨੈਸ਼ਨਲ ਅਕਾਦਮੀ ਆਫ਼ ਐਡਮਨਿਸਟਰੇਸ਼ਨ (ਲਬਾਸਨਾ) ਤੋਂ, ਜਿਸ ਦਾ ਮਾਟੋ ਹੈ- 'ਸ਼ੀਲੰ ਪਰਮ ਭੂਸ਼ਣਮ' ਪਰ ਕੁਰਸੀ 'ਤੇ ਬੈਠਦੇ ਹੀ ਇਹ ਲੋਕ ਖ਼ੁਦ ਨੂੰ ਭਗਵਾਨ ਮੰਨਣ ਲੱਗ ਪੈਂਦੇ ਹਨ।

ਉਹ ਨੌਜਵਾਨ ਜੇਕਰ ਇੱਕ ਥੱਪੜ ਉਸ ਆਈ.ਏ.ਐੱਸ. ਨੂੰ ਮੋੜ ਕੇ ਮਾਰ ਦਿੰਦਾ ਤਾਂ ਉਹ ਜੇਲ੍ਹ 'ਚ ਹੁੰਦਾ, ਜਦੋਂਕਿ ਉਹ ਸਿਰਫ਼ ਮੁਆਫ਼ੀ ਮੰਗ ਕੇ ਖਾਨਾਪੂਰਤੀ ਕਰ ਰਿਹਾ ਹੈ, ਤਰਕ ਦੇ ਰਿਹਾ ਹੈ ਕਿ ਪਰਿਵਾਰ ਕੋਵਿਡ ਸੰਕਰਮਿਤ ਹੈ। ਇਹ ਜ਼ਿਲ੍ਹਾ ਬਚਾਉਣ ਨਿਕਲੇ ਸੀ! ਇਹਨਾਂ ਦੇ ਤਰਕ ਨਾਲ ਚੱਲੀਏ ਤਾਂ ਪੂਰੇ ਦੇਸ਼ ਨੂੰ ਰਾਇ ਸੀਨਾ ਹਿੱਲਜ਼ ਅਤੇ 7, ਲੋਕ ਕਲਿਆਣ ਮਾਰਗ 'ਤੇ ਧਾਵਾ ਬੋਲਣਾ ਚਾਹੀਦਾ ਹੈ! ਕਿਉਂ ਡੀ.ਐੱਮ. ਸਾਹਿਬ?

ਸਾਡੇ ਸਰਕਾਰੀ ਅਫ਼ਸਰ ਇਹ ਭੁੱਲ ਹੀ ਜਾਂਦੇ ਹਨ ਕਿ ਸਾਹਮਣੇ ਵਾਲਾ ਵੀ ਇੱਕ ਇਨਸਾਨ ਹੈ। ਪਾਵਰ ਦੇ ਹੰਕਾਰ ਵਿੱਚ ਆ ਕੇ ਆਪਣੀਆਂ ਹੱਦਾਂ ਭੁੱਲ ਜਾਣ ਵਾਲੇ ਇਹਨਾਂ ਲੋਕਾਂ ਤੋਂ ਜਦੋਂ ਆਈ.ਏ.ਐੱਸ. ਦੇ ਇੰਟਰਵਿਊ ਵਿੱਚ ਪੁੱਛਿਆ ਜਾਂਦਾ ਹੈ ਕਿ ਤੁਸੀਂ

ਆਈ.ਏ.ਐਸ. ਅਫ਼ਸਰ ਕਿਉਂ ਬਣਨਾ ਚਾਹੁੰਦੇ ਹੋ ਤਾਂ ਜ਼ਿਆਦਾਤਰ ਦੇ ਦਿਮਾਗ਼ ਵਿੱਚ ਇਹੀ ਜਵਾਬ ਆਉਂਦਾ ਹੈ ਕਿ ਉਹ ਦੇਸ਼ ਅਤੇ ਸਮਾਜ ਦੀ ਸੇਵਾ ਕਰਨਾ ਚਾਹੁੰਦੇ ਹਨ। ਦੇਸ਼ ਵਿੱਚ ਹਰ ਕੋਈ ਸੇਵਾ ਹੀ ਕਰਨਾ ਚਾਹੁੰਦਾ ਹੈ। ਇਸ ਲਈ ਭਾਰਤ ਸੇਵਾ ਪ੍ਰਧਾਨ ਦੇਸ਼ ਹੈ। ਇੱਥੋਂ ਦਾ ਸਭ ਤੋਂ ਵੱਡਾ ਬਿਜ਼ਨਸ ਸੇਵਾ ਕਰਨ ਵਾਲਿਆਂ ਦਾ ਹੈ। ਰਾਜਨੇਤਾ ਵੀ ਕਹਿੰਦੇ ਹਨ ਕਿ ਉਹਨਾਂ ਨੇ ਦੇਸ਼ ਦੀ ਸੇਵਾ ਕਰਨੀ ਹੈ, ਅਫ਼ਸਰ ਵੀ ਕਹਿੰਦੇ ਹਨ ਉਹਨਾਂ ਨੇ ਦੇਸ਼ ਦੀ ਸੇਵਾ ਕਰਨੀ ਹੈ। ਹਰ ਕੋਈ ਦੇਸ਼ ਦੀ ਸੇਵਾ ਕਰਨ ਲਈ ਉਤਸੁਕ ਦਿਸਦਾ ਹੈ। ਪਰ ਦੇਸ਼ ਦੀ ਸੇਵਾ ਨਹੀਂ ਹੋ ਰਹੀ ਹੈ। ਜਦੋਂ ਸਾਰੇ ਹੀ ਸੇਵਾ ਕਰਨਾ ਚਾਹੁੰਦੇ ਹਨ, ਤਾਂ ਇੰਨੇ ਵੱਡੇ ਪੈਮਾਨੇ 'ਤੇ ਭ੍ਰਿਸ਼ਟਾਚਾਰ ਅਤੇ ਰਿਸ਼ਵਤਖ਼ੋਰੀ ਦਾ ਆਲਮ ਕਿਉਂ ਹੈ? ਮੈਨੂੰ ਤਾਂ ਕਦੇ-ਕਦੇ ਅਜਿਹਾ ਲੱਗਦਾ ਹੈ ਕਿ ਦੇਸ਼ ਵਿੱਚ ਭ੍ਰਿਸ਼ਟਾਚਾਰ ਵਿਰੋਧੀ ਅੰਦੋਲਨ ਤੋਂ ਜ਼ਿਆਦਾ ਜ਼ਰੂਰਤ ਸੇਵਾ ਵਿਰੋਧੀ ਅੰਦੋਲਨ ਦੀ ਹੈ, ਕਿਉਂਕਿ ਦੇਸ਼ ਨੂੰ ਜ਼ਿਆਦਾ ਜ਼ਰੂਰਤ ਸੇਵਾ ਦੀ ਨਹੀਂ ਬਲਕਿ ਸੇਵਾ ਤੋਂ ਆਜ਼ਾਦੀ ਦੀ ਹੈ। ਭ੍ਰਿਸ਼ਟਾਚਾਰ ਸੇਵਾ ਦਾ ਹੀ ਸਿੱਟਾ ਹੈ।

ਸੋਸ਼ਲ ਮੀਡੀਆ 'ਤੇ ਕਲੈਕਟਰ ਸਾਹਿਬ ਦੇ ਮਾੜੇ ਵਿਹਾਰ 'ਤੇ ਤਿੱਖੀ ਪ੍ਰਤੀਕਿਰਿਆ ਦੇਖਣ ਨੂੰ ਮਿਲ ਰਹੀ ਸੀ। ਫੇਸਬੁੱਕ/ ਟਵਿਟਰ 'ਤੇ ਕਲੈਕਟਰ ਸਾਹਿਬ ਟ੍ਰੈਂਡ ਕਰਨ ਲੱਗੇ। ਸੌਰਵ ਨੇ ਆਪਣੀ ਫੇਸਬੁੱਕ ਵਾਲ 'ਤੇ ਲਿਖਿਆ, "ਤ੍ਰਿਪੁਰਾ ਵਾਲੇ ਡੀ.ਐਮ. ਸਾਹਿਬ ਅਤੇ ਛਤੀਸਗੜ੍ਹ ਦੇ ਡੀ.ਐਮ. ਸਾਹਿਬ ਰਣਵੀਰ ਸ਼ਰਮਾ ਦੇ ਸਸਪੈਂਡ ਹੋਣ ਦੀ ਖ਼ੁਸ਼ੀ ਵਿੱਚ ਮੈਂ ਕੋਵਿਡ ਦੇ ਘਟਣ 'ਤੇ ਇੱਕ ਪਾਰਟੀ ਦੇਵਾਂਗਾ ਅਤੇ ਇਹਨਾਂ ਦੇ ਸਸਪੈਂਸ਼ਨ ਦੇ ਨਾਂ ਦਾ ਇੱਕ ਕੇਕ ਕੱਟਾਂਗਾ, ਅੱਜ ਇਹ ਮੇਰੇ ਵੱਲੋਂ ਐਲਾਨ ਹੈ। ਅਜਿਹੇ ਅਫ਼ਸਰਾਂ ਨੂੰ ਸਸਪੈਂਡ ਕੀਤੇ ਜਾਣ 'ਤੇ ਜਸ਼ਨ ਹੋਣਾ ਹੀ ਚਾਹੀਦਾ ਹੈ। ਮੈਂ ਵੀ ਸਮਝਦਾ ਹਾਂ ਕਿ ਅਫ਼ਸਰ ਵੀ ਇਨਸਾਨ ਹੁੰਦੇ ਹਨ, ਪਰ ਜੇਕਰ ਤੁਹਾਡੇ ਕੋਲ ਇੱਕ ਵੀ ਆਮ ਇਨਸਾਨ ਦੇ ਬਰਾਬਰ ਧੀਰਜ ਅਤੇ ਬੁੱਧੀ ਹੈ ਤਾਂ ਤੁਸੀਂ ਕਿੱਥੋਂ ਦੇ ਡੀ.ਐਮ. ਹੋ? ਤੁਹਾਡੀ ਟ੍ਰੇਨਿੰਗ ਕਿਸ ਗੱਲ ਦੀ ਹੈ? ਤੁਹਾਨੂੰ ਇੰਨੀ ਤਨਖ਼ਾਹ ਤੇ ਪਾਵਰ ਕਿਸ ਲਈ ਮਿਲਦੀ ਹੈ? ਤੁਸੀਂ ਜ਼ਿਲ੍ਹੇ ਵਿੱਚ ਇੱਕ ਵਿਅਕਤੀ ਨੂੰ ਮਿਲਣ ਵਾਲੀ ਸਭ ਤੋਂ ਮਹੱਤਵਪੂਰਨ ਕੁਰਸੀ 'ਤੇ ਬੈਠੇ ਕਿਉਂ ਬੈਠੇ ਹੋ? ਤੁਹਾਨੂੰ ਵਿਵਸਥਾ ਦੀ ਜ਼ਿੰਮੇਵਾਰੀ ਕਿਉਂ ਦਿੱਤੀ ਗਈ ਹੈ? ਤੁਹਾਨੂੰ ਜ਼ਿਲ੍ਹੇ ਦਾ ਸਭ ਤੋਂ ਵੱਡਾ ਅਧਿਕਾਰੀ ਕਿਉਂ ਮੰਨਿਆ ਗਿਆ ਹੈ? ਤੁਹਾਡੇ 'ਚ ਧੀਰਜ, ਹੁਨਰ ਅਤੇ ਸ਼ਕਤੀ ਦਾ ਜੋ ਸੰਤੁਲਨ ਹੋਣਾ ਚਾਹੀਦਾ ਹੈ, ਉਹ ਕਿੱਥੇ ਹੈ? ਹੁਣ ਕੁਝ ਲੋਕ ਬੋਲਣਗੇ ਕਿ ਘਟਨਾ ਜਾਣਨ ਤੋਂ ਬਿਨਾਂ ਤੁਸੀਂ ਅਜਿਹਾ ਕਿਵੇਂ ਕਹਿ ਸਕਦੇ ਹੋ ਕਿ ਕੌਣ ਸਹੀ ਹੈ, ਕੌਣ ਗ਼ਲਤ? ਪਰ ਇਸ ਦਾ ਵੀ ਜਵਾਬ ਹੈ, ਏਨਾ ਤਾਂ ਵੀਡੀਓ ਵਿੱਚ ਦਿੱਸ ਹੀ ਰਿਹਾ ਹੈ ਕਿ ਉਹ ਬੰਦੂਕ ਕੱਢ ਕੇ ਡੀ.ਐਮ. ਸਾਹਿਬ ਨੂੰ ਗੋਲੀ ਨਹੀਂ ਮਾਰ ਰਿਹਾ ਸੀ; ਉਹ ਕੋਈ ਕਾਗ਼ਜ਼ ਦਿਖਾ ਰਿਹਾ ਸੀ। ਮੰਨ ਲਓ ਉਸ ਨੇ ਜੇਕਰ ਕੋਈ ਗਾਲ ਵੀ ਕੱਢਤੀ ਤਾਂ ਵੀ ਡੀ.ਐਮ. ਸਾਹਿਬ ਉਸ ਨੂੰ ਮੋੜ ਕੇ ਥੱਪੜ ਮਾਰਨ

ਦਾ ਅਧਿਕਾਰ ਨਹੀਂ ਰੱਖਦੇ। ਇਹ ਕੋਈ ਗਲੀ ਦੇ ਮੁਸ਼ਟੰਡਿਆਂ ਦੀ ਲੜਾਈ ਨਹੀਂ ਕਿ ਇਸ ਨੇ ਦੋ ਮਾਰੇ, ਉਸ ਨੇ ਚਾਰ ਮਾਰੇ।

ਮੁੰਡਾ ਸਹੀ ਹੋਵੇ ਜਾਂ ਗ਼ਲਤ ਹੋਵੇ, ਡੀ.ਐੱਮ. ਸਾਹਿਬ, ਤੁਸੀਂ ਤਾਂ ਗ਼ਲਤ ਹੀ ਹੋ! ਤੁਸੀਂ ਇੱਕ ਜ਼ਿੰਮੇਵਾਰ ਪੋਸਟ 'ਤੇ ਹੋ। ਤੁਹਾਨੂੰ ਤਨਖ਼ਾਹ ਮਿਲਦੀ ਹੈ। ਸਰਕਾਰੀ ਖ਼ਰਚੇ 'ਤੇ ਨੌਕਰ-ਚਾਕਰ-ਮਾਲੀ-ਕੁੱਕ ਮਿਲਦਾ ਹੈ। ਤੁਹਾਡੇ ਤੋਂ ਉਮੀਦ ਕੀਤੀ ਜਾਂਦੀ ਹੈ ਕਿ ਤੁਸੀਂ ਬਿਹਤਰ ਤਰੀਕੇ ਨਾਲ ਹਾਲਾਤ ਨੂੰ ਸੰਭਾਲ ਸਕਦੇ ਹੋ। ਜੇਕਰ ਤੁਹਾਡੀ ਬੁੱਧੀ ਇੰਨੀ ਕੱਚੀ ਹੈ ਕਿ ਥੱਪੜ ਨਾਲ ਹੀ ਕੰਮ ਚਲਾ ਰਹੇ ਹੋ, ਤਾਂ ਤੁਹਾਨੂੰ ਕੋਈ ਅਧਿਕਾਰ ਨਹੀਂ ਹੈ, ਉਸ ਕੁਰਸੀ 'ਤੇ ਬੈਠਣ ਦਾ। ਮੈਂ ਇਹ ਨਹੀਂ ਕਹਿੰਦਾ ਕਿ ਇਹ ਮੁੰਡਾ ਨਕਸਲੀ ਹੋ ਜਾਵੇਗਾ, ਪਰ ਆਪਣੇ ਪਾਵਰ ਸਰਕਲ ਵਿੱਚ ਕਿਸੇ ਇਕੱਲੇ 'ਤੇ ਅਜਿਹਾ ਜ਼ੁਲਮ ਕਰਨਾ ਨਿਸ਼ਚਿਤ ਰੂਪ ਵਿੱਚ ਨਕਸਲੀ ਮਾਨਸਿਕਤਾ ਵੱਲ ਲੈ ਜਾਂਦਾ ਹੈ। ਇੱਥੇ ਤਾਂ ਇੱਕ ਵੀਡੀਓ ਰਿਕਾਰਡ ਹੋ ਗਈ। ਜੇਕਰ ਤੁਹਾਡਾ ਇਹੀ ਤਰੀਕਾ ਹੈ ਤਾਂ ਪਤਾ ਨਹੀਂ ਤੁਸੀਂ ਕਿੰਨੇ ਬੇਗੁਨਾਹਾਂ ਨਾਲ ਇਹੋ ਜਿਹਾ ਵਿਹਾਰ ਕਰਦੇ ਹੋਵੋਗੇ! ਜੇਕਰ ਗ਼ੁੱਸਾ ਬਰਦਾਸ਼ਤ ਨਹੀਂ ਹੁੰਦਾ ਤਾਂ ਸਰਕਾਰ ਨੂੰ ਚਿੱਠੀ ਲਿਖੋ ਕਿ ਨਗਰ ਦੀ ਇਸ ਵੱਕਾਰੀ ਪੋਸਟ ਤੋਂ ਹਟਾ ਕੇ ਸਕੱਤਰੇਤ ਵਿੱਚ ਬਿਠਾ ਦੇਣ ਤੁਹਾਨੂੰ। ਉੱਥੇ ਬੈਠ ਕੇ ਕਲਮ ਘਸਾਉਂਦੇ ਰਹਿਣਾ। ਪਰ ਤੁਸੀਂ ਅਜਿਹਾ ਨਹੀਂ ਕਰੋਗੇ, ਕਿਉਂਕਿ ਉੱਥੇ ਇੰਨੀ ਪਾਵਰ ਕਿੱਥੋਂ ਮਿਲੇਗੀ, ਇੰਨੀ ਆਜ਼ਾਦੀ ਕਿੱਥੋਂ ਮਿਲੇਗੀ! ਇੰਨੀ ਮੌਜ ਕਿੱਥੇ ਹੈ ਸਕੱਤਰੇਤ ਦੀ ਨੌਕਰੀ ਵਿੱਚ!

ਡੀ.ਐੱਮ. ਬਣੇ ਹੋ... ਪਾਵਰ ਦਿਖਾ ਰਹੇ ਹੋ... ਇੱਕ ਮੰਤਰੀ, ਐੱਮ.ਪੀ. ਦੇ ਸਾਹਮਣੇ ਜਾਣ 'ਤੇ ਤਾਂ ਪਸੀਨੇ ਛੁੱਟ ਜਾਂਦੇ ਹਨ ਅਜਿਹੇ ਡੀ.ਐੱਮ. ਸਾਹਿਬਾਨ ਦੇ। ਬਸ ਕੋਈ ਸੜਕ ਚੱਲਦਾ ਮਿਲ ਜਾਵੇ, ਕੋਈ ਕਮਜ਼ੋਰੀ ਮਿਲ ਜਾਵੇ; ਸਾਰੀ ਮਿਸਾਲ ਉੱਥੇ ਪੇਸ਼ ਕੀਤੀ ਜਾਵੇਗੀ, ਸਾਰੀ ਤਾਕਤ ਉੱਥੇ ਦਿਖਾਈ ਜਾਵੇਗੀ। ਜਾਣਦਾ ਹਾਂ ਡਿਊਟੀ ਕੀ ਹੁੰਦੀ ਹੈ ਅਤੇ ਕਿਵੇਂ ਨਿਭਾਈ ਜਾਂਦੀ ਹੈ। ਤੁਹਾਡਾ ਤਰੀਕਾ ਗ਼ਲਤ ਹੈ, ਮਤਲਬ ਗ਼ਲਤ ਹੈ। ਜੇਕਰ ਉਸ ਨੇ ਕੋਈ ਅਜਿਹਾ ਅਪਰਾਧ ਕੀਤਾ ਵੀ ਸੀ ਤਾਂ ਤੁਸੀਂ ਸੀ.ਓ. ਜਾਂ ਐੱਸ.ਐੱਚ.ਓ. ਨੂੰ ਇਹ ਕੇਸ ਦੇ ਸਕਦੇ ਸੀ ਕਿ ਉਸ ਨੂੰ ਥਾਣੇ ਵਿੱਚ ਤਲਬ ਕਰੋ। ਪਰ ਨਹੀਂ, ਕਿਉਂਕਿ ਉਹ ਮੁੰਡਾ ਇਕੱਲਾ ਸੀ, ਤੁਸੀਂ ਆਪਣੇ ਹੱਥ ਦੀ ਤਾਕਤ ਦਿਖਾ ਦਿੱਤੀ ਅਤੇ ਕਹਿ ਦਿੱਤਾ ਆਪਣੇ ਬੰਦੂਕਧਾਰੀਆਂ ਨੂੰ ਕਿ 'ਮਾਰੋ ਇਸ ਨੂੰ।' 20 ਲੋਕ ਇਕੱਠੇ ਹੋ ਜਾਣ ਤਾਂ ਦੂਜੇ ਪਾਸੇ ਝਾਕਣ ਲੱਗ ਪੈਣ ਤੁਹਾਡੇ ਵਰਗੇ ਲੋਕ। ਉੱਥੇ ਨਹੀਂ ਚਲਦੀ ਤਾਕਤ, ਜਦੋਂ ਕੋਰਟ ਦੇ ਕਾਗ਼ਜ਼ ਦੇ ਬਾਵਜੂਦ ਨਜਾਇਜ਼ ਕਬਜ਼ੇ ਨਹੀਂ ਹਟਵਾ ਸਕਦੇ, ਦਬੰਗਾਂ ਤੋਂ ਇੱਕ ਘਰ ਵੀ ਖ਼ਾਲੀ ਨਹੀਂ ਕਰਵਾ ਸਕਦੇ।

ਜਾਂ ਤਾਂ ਇਹਨਾਂ ਦੀ ਚੋਣ ਦਾ ਤਰੀਕਾ ਬਦਲਿਆ ਜਾਵੇ ਜਾਂ ਫਿਰ ਹਰ ਦੋ-ਚਾਰ-ਛੇ ਮਹੀਨੇ ਬਾਅਦ ਇਹਨਾਂ ਦਾ ਸਾਈਕੋਮੈਟ੍ਰਿਕ ਟੈਸਟ ਕਰਵਾਇਆ ਜਾਵੇ। ਤਣਾਅ ਅਤੇ

ਦਬਾਅ ਵਿੱਚ ਕੰਮ ਕਰਨ ਲਈ ਹੀ ਕੁਰਸੀ ਮਿਲੀ ਹੈ ਸਰ ਤੁਹਾਨੂੰ! ਜੇਕਰ ਸਭ ਕੁਝ ਠੀਕ ਰਹਿੰਦਾ ਤਾਂ ਤੁਸੀਂ ਲੋਕਾਂ ਦੀ ਜ਼ਰੂਰਤ ਹੀ ਕਿਉਂ ਪੈਂਦੀ। ਜੇਕਰ ਰੁਟੀਨ ਨਾਲ ਸਾਈਕੋਮੈਟ੍ਰਿਕ ਟੈੱਸਟ ਕਰਵਾਇਆ ਜਾਵੇ ਅਤੇ ਜਿਸ ਵਿੱਚ ਤਣਾਅ ਜ਼ਿਆਦਾ ਹੋਵੇ, ਉਸ ਨੂੰ ਕਿਸੇ ਸ਼ਾਂਤ ਵਿਭਾਗ ਵਿੱਚ ਲਾਇਆ ਜਾਵੇ ਜਾਂ ਘਰ ਬਿਠਾ ਦਿੱਤਾ ਜਾਵੇ। ਵੱਡੇ ਕਲੈਕਟਰ ਬਣੇ ਆ... ਇਹਨਾਂ ਨੂੰ ਲੱਗਦਾ ਹੈ ਕਿ ਸਿਰਫ਼ ਇਹਨਾਂ 'ਤੇ ਹੀ ਤਣਾਅ ਹੈ ਅਤੇ ਬਾਕੀ ਲੋਕ ਮੌਜਾਂ ਲੁੱਟ ਰਹੇ ਹਨ। ਸਰ, ਮਜ਼ਦੂਰ ਚੌਕ 'ਤੇ ਕਿਸੇ ਗ੍ਰਾਹਕ ਦੇ ਇੰਤਜ਼ਾਰ ਕਰਨ ਵਾਲਿਆਂ ਤੋਂ ਲੈ ਕੇ ਆਈਟੀ ਕੰਪਨੀ ਦੇ ਵਿੱਚ ਕੰਮ ਕਰਨ ਵਾਲਿਆਂ, ਆਪਣਾ ਸਟਾਰਟ ਅੱਪ ਕਰਨ ਵਾਲਿਆਂ, ਦੁਕਾਨਦਾਰਾਂ ਆਦਿ ਸਭ ਨੂੰ ਤਣਾਅ ਹੁੰਦਾ ਹੈ, ਆਪਣੇ-ਆਪਣੇ ਪੱਧਰ ਦਾ। ਤੁਹਾਨੂੰ ਜਿਸ ਪੱਧਰ ਦਾ ਤਣਾਅ ਹੁੰਦਾ ਹੈ, ਉਸ ਲਈ ਸਰਕਾਰ ਤੁਹਾਨੂੰ ਤਨਖ਼ਾਹਾਂ ਅਤੇ ਸੁਵਿਧਾਵਾਂ ਵੀ ਆਫ਼ਰ ਕਰਦੀ ਹੈ। ਜੇਕਰ ਨਹੀਂ ਕਰਦੀ ਹੈ, ਤਾਂ ਕਿਉਂ ਤੁਸੀਂ ਇੱਕ ਔਖੀ ਪ੍ਰੀਖਿਆ ਨੂੰ ਪਾਸ ਕਰਕੇ ਇੱਥੋਂ ਤਕ ਕਿਓਂ ਆਏ?

ਭਰਾਵੋ, ਅਸੀਂ ਕਿਸ-ਕਿਸ ਦਾ ਹੰਕਾਰ ਸਹਿਣ ਕਰੀਏ? ਰਾਜ ਨੇਤਾਵਾਂ ਦਾ, ਪੁਲਿਸ ਦਾ, ਸੈਲੀਬ੍ਰਿਟੀਜ਼ ਦਾ, ਸਰਕਾਰੀ ਬਾਬੂਆਂ ਦਾ, ਬੈਂਕ ਅਫ਼ਸਰਾਂ ਦਾ, ਦਬੰਗਾਂ ਦਾ, ਬਿਜ਼ਨਸਮੈਨਾਂ ਦਾ, ਮਾਲਕਾਂ ਦਾ, ਧਰਮ ਗੁਰੂਆਂ ਦਾ... ਮਤਲਬ ਇੱਕ ਆਮ ਭਾਰਤੀ ਆਦਮੀ, ਕੀ ਇਸ ਲਈ ਹੀ ਪੈਦਾ ਹੋਇਆ ਹੈ ਕਿ ਏਨਾ ਦੇ ਹੰਕਾਰ ਦੀ ਗੱਡੀ ਦੇ ਥੱਲੇ ਇਸ ਦਾ ਆਤਮ-ਸਨਮਾਨ ਆਏ ਦਿਨ ਕੁਚਲਦਾ ਰਹੇ? ਜਿਸ ਨੂੰ ਦੇਖੋ ਉਹੀ ਵੱਢਣ ਨੂੰ ਪੈਂਦਾ ਹੈ... ਮਨੁੱਖਤਾ ਸਿੱਖੋ, ਮਨੁੱਖਤਾ!

17

ਆਈ.ਏ.ਐੱਸ. ਕਾਡਰ ਬਨਾਮ ਪਿਆਰ

ਮੈਂ 'ਤੇ ਐਂਜਲ ਦਿੱਲੀ ਦੇ ਓਪਨ ਸੀ-ਫੇਸਿੰਗ ਰੈਸਟੋਰੈਂਟ ਵਿੱਚ ਡਿਨਰ ਲਈ ਗਏ, ਉਦੋਂ ਉਹ ਉੱਤਰ-ਪੂਰਬ ਦੀ ਇੱਕ ਸਟੇਟ ਵਿੱਚ ਅਸਿਸਟੈਂਟ ਕਲੈਕਟਰ ਦੀ ਟ੍ਰੇਨਿੰਗ ਦੇ ਦੌਰਾਨ ਦੋ ਦਿਨ ਦੀ ਛੁੱਟੀ ਲੈ ਕੇ ਜੈਪੁਰ ਆਈ ਸੀ। ਐਂਜਲ ਗੁਹਾਟੀ ਤੋਂ ਵਾਪਸ ਆਈ ਤਾਂ ਸਿੱਧੇ ਹੀ ਮੈਨੂੰ ਮਿਲਣ ਆ ਗਈ। ਉਸ ਨੇ ਆਪਣੀ ਮੰਮਾ ਨੂੰ ਕਹਿ ਦਿੱਤਾ ਕਿ ਉਹ ਆਪਣੀ ਸਹੇਲੀ ਦੇ ਕੋਲ ਰੁਕੀ ਹੋਈ ਹੈ। ਉੱਥੋਂ ਦਿੱਲੀ ਮਹਾਨਗਰ ਦਾ ਦ੍ਰਿਸ਼ ਬਹੁਤ ਹੀ ਸ਼ਾਨਦਾਰ ਦਿਸ ਰਿਹਾ ਸੀ। ਉਸ ਦਿਨ ਐਂਜਲ ਨੇ ਲਾਈਟ ਯੈਲੋ ਕੱਲਰ ਦੀ ਬੰਗਾਲ ਦੀ ਸੂਤੀ ਕਲਾਤਮਕ ਸਾੜੀ ਪਾਈ ਹੋਈ ਸੀ। ਐਂਜਲ ਦੇ ਮੱਥੇ 'ਤੇ ਟੰਕੀ ਬਿੰਦੀ ਬਹੁਤ ਸ਼ਾਨਦਾਰ ਲੱਗ ਰਹੀ ਸੀ। ਉਸ ਦੇ ਬੁੱਲ੍ਹਾਂ ਉੱਤੇ ਗੁਲਾਬੀ ਪੱਲਵੀ ਲਿਪਸਟਿਕ ਲੱਗੀ ਹੋਈ ਸੀ।

ਮੈਂ ਅੱਜ ਐਂਜਲ ਦੀ ਨੇੜਤਾ ਨਾਲ ਬੇਹੱਦ ਖ਼ੁਸ਼ ਸੀ। ਮੈਂ ਅੱਜ ਉਸ ਨੂੰ ਠੀਕ ਚਾਰ ਮਹੀਨਿਆਂ ਬਾਅਦ ਮਿਲ ਰਿਹਾ ਸੀ। ਕੋਰੋਨਾ ਦੀ ਦੂਜੀ ਲਹਿਰ ਤੇ ਸਖ਼ਤ ਲਾਕਡਾਊਨ ਕਾਰਨ ਅਸੀਂ ਦੋਨੇ ਇਸ ਦੌਰਾਨ ਮਿਲ ਨਹੀਂ ਸਕੇ ਸੀ।

ਮੈਂ ਮੀਨੂ ਦੇਖਦੇ ਹੋਏ ਪੁੱਛਿਆ, "ਕੀ ਆਰਡਰ ਕਰਨਾ ਹੈ?"

"ਪਨੀਰ ਬਟਰ ਮਸਾਲਾ ਤੇ ਦਾਲ ਮਖਣੀ। ਤੁਹਾਨੂੰ ਕੀ ਪਸੰਦ ਹੈ?"

"ਤੇ ਮੈਂ ਕਰਡ ਰਾਈਸ ਅਤੇ ਮਿੱਠੇ ਵਿੱਚ ਰਵਾ ਕੇਸਰੀ ਐਡ ਕਰ ਦਿੰਦਾ ਹਾਂ।"

ਮੈਂ ਰੁਮਾਂਟਿਕ ਅੰਦਾਜ਼ ਵਿੱਚ ਐਂਜਲ ਨੂੰ ਕਿਹਾ, "ਤੇਰਾ ਨਾਂ ਓਨਾ ਹੀ ਮਨਮੋਹਕ ਹੈ, ਜਿੰਨੀ ਕਿ ਤੂੰ।" ਮੈਂ ਸੋਚ ਰਿਹਾ ਸੀ ਪਤਾ ਨਹੀਂ ਮੁਹੱਬਤ ਕੀ ਹੁੰਦੀ ਹੈ, ਸ਼ਾਇਦ ਤੁਸੀਂ ਮਿਲੇ ਤਾਂ ਜ਼ਿੰਦਗੀ ਹੀ ਮੁਹੱਬਤ ਬਣ ਗਈ।

ਉਸ ਨੇ ਮੇਰੀ ਗੱਲ 'ਤੇ ਧਿਆਨ ਨਾ ਦਿੰਦੇ ਹੋਏ ਪੁੱਛਿਆ, "ਤੁਹਾਨੂੰ ਤਿਆਰੀ ਦੇ ਦੌਰਾਨ ਦੇ ਕਾਫ਼ੀ ਹਾਊਸ ਦੇ ਦਿਨ ਯਾਦ ਹਨ, ਜਦੋਂ ਅਸੀਂ ਸ਼ਾਮ ਨੂੰ ਮਿਲ ਕੇ ਕਟਿੰਗ ਚਾਹ ਪੀਂਦੇ ਸਾਂ, ਨੌਰਥ ਕੈਂਪ ਵਿਖੇ?"

ਉਦੋਂ ਤੱਕ ਵੇਟਰ ਸਾਡਾ ਆਰਡਰ ਲੈ ਕੇ ਆ ਗਿਆ ਸੀ ਤੇ ਅਸੀਂ ਖਾਣ ਵਿੱਚ ਬਿਜ਼ੀ ਹੋ ਗਏ।

"ਪਤਾ ਹੈ ਗਿਰੀਸ਼, ਤੁਸੀਂ ਲਾਇਬ੍ਰੇਰੀ ਵਿੱਚ ਅਜਿਹੀ ਸੀਟ 'ਤੇ ਬੈਠਦੇ ਸੀ, ਜਿੱਥੋਂ ਮੈਂ ਸਿੱਧੀ ਤੁਹਾਨੂੰ ਦਿਖ ਸਕਾਂ। ਸਾਡੀਆਂ ਦੋਨਾਂ ਦੀਆਂ ਨਜ਼ਰਾਂ ਕਈ ਵਾਰ ਕਿਤਾਬਾਂ ਤੋਂ ਹਟ ਕੇ ਇੱਕ ਦੂਜੇ 'ਤੇ ਟਿਕ ਜਾਂਦੀਆਂ ਸਨ। ਉਹ ਦਿਨ ਵੀ ਕਿਹੜੇ ਦਿਨ ਸਨ, ਕਿੰਨੇ ਖ਼ੂਬਸੂਰਤ, ਕਿੰਨੇ ਪਿਆਰੇ!"

"ਅਤੇ ਅੱਜ ਦੀ ਸ਼ਾਮ ਵੀ ਕਿੰਨੀ ਮਜ਼ੇਦਾਰ ਹੈ ਕਿ ਮੈਂ ਇੱਕ ਭਾਵੀ ਕਲੈਕਟਰ ਸਾਹਿਬਾ ਦੇ ਨਾਲ ਰੁਮਾਂਟਿਕ ਡਿਨਰ ਡੇਟ 'ਤੇ ਹਾਂ।"

"ਅਤੇ ਮੈਂ ਇਸ ਵਕਤ ਇੱਕ ਅਜਿਹੇ ਨਾਵਲਕਾਰ ਦੇ ਨਾਲ ਡਿਨਰ ਕਰ ਰਹੀ ਹਾਂ ਜੋ ਆਪਣੀ ਪ੍ਰੇਮਿਕਾ 'ਤੇ ਨਾਵਲ ਲਿਖ ਰਿਹਾ ਹੈ। ਤੁਸੀਂ ਇਹ ਆਈ.ਏ.ਐੱਸ.-ਆਈ.ਏ.ਐੱਸ. ਦੀ ਕੀ ਰਟ ਲਾ ਰੱਖੀ ਹੈ! ਆਈ.ਏ.ਐੱਸ. ਦੀ ਤਿਆਰੀ ਕਰਨ ਵਾਲੇ ਸਾਰੇ ਆਈ.ਏ.ਐੱਸ. ਨਹੀਂ ਬਣਦੇ। ਕੁਝ ਆਈ.ਏ.ਐੱਸ. ਤੋਂ ਵੀ ਪੰਜ ਗੁਣਾ ਬਿਹਤਰ ਬਣਦੇ ਹਨ। ਰਾਜਨਾਥ ਸਿੰਘ ਆਈ.ਪੀ.ਐੱਸ. ਅਫ਼ਸਰ ਨਹੀਂ ਬਣ ਸਕੇ, ਪਰ ਦੇਸ਼ ਦੇ ਸਾਰੇ 4000 ਆਈ.ਪੀ.ਐੱਸ. ਅਫ਼ਸਰ ਦੇ ਹੈੱਡ ਯਾਨੀ ਦੇਸ਼ ਦੇ ਗ੍ਰਹਿ ਮੰਤਰੀ ਬਣ ਗਏ। ਡਾ. ਏ.ਪੀ.ਜੇ. ਅਬਦੁਲ ਕਲਾਮ ਪਾਇਲਟ ਨਹੀਂ ਬਣ ਸਕੇ, ਪਰ ਏਅਰਫੋਰਸ ਦੇ ਸਾਰੇ ਪਾਇਲਟਾਂ ਦੇ ਹੈੱਡ ਯਾਨੀ ਰਾਸ਼ਟਰਪਤੀ ਬਣ ਗਏ। ਜੋ ਸਾਨੂੰ ਮਨਜ਼ੂਰ ਹੁੰਦਾ ਹੈ, ਉਸ ਤੋਂ ਜ਼ਿਆਦਾ ਵਧੀਆ ਭਗਵਾਨ ਨੂੰ ਮਨਜ਼ੂਰ ਹੁੰਦਾ ਹੈ। ਮੇਰੀ ਭਗਵਾਨ ਅੱਗੇ ਇਹੀ ਅਰਦਾਸ ਹੈ ਕਿ ਤੁਸੀਂ ਜੋ ਲਿਖ ਰਹੇ ਹੋ, ਉਹ ਕਮਾਲ ਦਾ ਹੋਵੇ ਅਤੇ ਪਾਠਕਾਂ ਨੂੰ ਬਹੁਤ ਪਸੰਦ ਆਵੇ।"

ਥੋੜ੍ਹੀ ਖ਼ਾਮੋਸ਼ੀ ਤੋਂ ਬਾਅਦ ਐਂਜਲ ਨੇ ਕਿਹਾ, "ਮੇਰੀਆਂ ਕੁਝ ਸਹੇਲੀਆਂ ਕਹਿ ਰਹੀਆਂ ਹਨ ਕਿ ਕਿਸੇ ਹਿੰਦੀ ਪੱਟੀ ਸਟੇਟ ਵਾਲੇ ਆਈ.ਏ.ਐੱਸ. ਅਫ਼ਸਰ ਨਾਲ ਵਿਆਹ ਕਰ ਲਓ, ਤਾਂ ਹਿੰਦੀ ਪੱਟੀ ਵਿੱਚ ਕਾਡਰ ਮਿਲ ਜਾਵੇਗਾ!" ਐਂਜਲ ਨੇ ਕਿਹਾ।

"ਤੁਹਾਡਾ ਜ਼ਮੀਰ ਕੀ ਕਹਿੰਦਾ ਹੈ?"

"ਮੇਰਾ ਜ਼ਮੀਰ ਤਾਂ ਇਹ ਨਹੀਂ ਕਹਿ ਰਿਹਾ। ਗਿਰੀਸ਼ ਤੁਹਾਨੂੰ ਯਾਦ ਹੈ, ਇੱਕ ਦਿਨ ਤੁਸੀਂ ਮੇਰੇ ਰਜਿਸਟਰ 'ਤੇ 'ਆਈ ਲਵ ਯੂ' ਲਿਖ ਦਿੱਤਾ ਸੀ।" ਐਂਜਲ ਹਲਕੀ ਜਿਹੀ ਮੁਸਕਾਨ ਦੇ ਨਾਲ ਪੁਰਾਣੇ ਦਿਨਾਂ ਨੂੰ ਯਾਦ ਕਰਕੇ ਗੁਆਚ ਜਿਹੀ ਗਈ ਸੀ।

"ਸਮੇਂ ਦਾ ਵਹਾਅ ਕਿਸੇ ਦੇ ਰੋਕੇ ਥੋੜ੍ਹੇ ਰੁਕਦਾ ਹੈ! ਸਮਾਂ ਵੀ ਖੰਭ ਲਾ ਕੇ ਉੱਡ ਹੀ ਗਿਆ।" ਮੈਂ ਕਿਹਾ

"ਅਸੀਂ ਅਕਸਰ ਲਾਇਬ੍ਰੇਰੀ ਦੇ ਬਾਹਰ ਮਿਲਦੇ, ਸਾਡੀਆਂ ਜ਼ਿਆਦਾਤਰ ਗੱਲਾਂ ਸਿਵਲ ਸਰਵਿਸ ਦੀ ਤਿਆਰੀ ਨਾਲ ਸੰਬੰਧਿਤ ਹੀ ਹੁੰਦੀਆਂ ਸਨ, 'ਤੇ ਅਸੀਂ ਡਿਸਕਸ ਵੀ ਕਰਦੇ ਸਾਂ।"

"ਮੇਰਾ ਇੱਕ ਦੋਸਤ ਕਹਿ ਰਿਹਾ ਸੀ ਕਿ ਇਸ ਵਾਰ 'ਭਰੀ ਜਵਾਨੀ ਸੂਖਾ ਸਾਵਣ' ਨਹੀਂ ਹੋਣਾ ਚਾਹੀਦਾ, ਜੋ ਦਿਲ ਵਿੱਚ ਹੈ ਉਹ ਬੋਲ ਦਿਓ, ਜੋ ਬੁੱਲ੍ਹਾਂ 'ਤੇ ਬੋਲ ਆ ਰਹੇ ਹਨ ਉਹ ਕਹਿ ਦਿਓ।" ਇੰਨਾ ਕਹਿਣ ਦੇ ਨਾਲ ਹੀ ਮੇਰੇ ਦਿਲ ਦੀਆਂ ਧੜਕਣਾਂ ਤੇਜ਼ ਹੋ ਗਈਆਂ।

"ਕੀ ਦੱਸਣਾ ਚਾਹੁੰਦੇ ਹੋ, ਬੋਲੋ।" ਐਂਜਲ ਨੇ ਗੰਭੀਰ ਹੁੰਦੇ ਹੋਏ ਕਿਹਾ:

'ਤੂੰ ਅਗਰ ਹਾਂ ਕਹੇ, ਤੋ ਦਿਲ ਕਾ ਅਹਿਸਾਸ ਬਤਾ ਦੂੰ,
ਤੂੰ ਅਗਰ ਹਾਂ ਕਹੇ, ਤੋ ਨੈਨੋ ਮੇਂ ਏਕ ਖਵਾਬ ਸਜਾ ਦੂੰ।

ਤੂੰ ਅਗਰ ਹਾਂ ਕਹੇ, ਤੋ ਖ਼ੁਸ਼ੀਓਂ ਕੀ ਸੌਗਾਤ ਦਿਲਾ ਦੂੰ,
ਤੂੰ ਅਗਰ ਹਾਂ ਕਹੇ, ਤੋ ਥਾਰ ਮੇਂ ਤਾਜ ਬਣਾ ਦੂੰ।
ਤੂੰ ਅਗਰ ਹਾਂ ਕਹੇ, ਤੋ ਮਰੂ ਮੇਂ ਚਮਨ ਖਿਲਾ ਦੂੰ।

ਤੂੰ ਅਗਰ ਹਾਂ ਕਹੇ, ਤੋ ਉਮਰ ਭਰ ਕੀ ਮੁਹੱਬਤ ਤੇਰੇ ਨਾਮ ਕਰ ਦੂੰ।
ਤੂੰ ਅਗਰ ਹਾਂ ਕਹੇ, ਤੋ ਦੋਸਤੀ ਕੋ ਨਯਾ ਨਾਮ ਦੇ ਦੂੰ,
ਤੂੰ ਅਗਰ ਹਾਂ ਕਹੇ, ਤੋ ਦਿਲ ਮੇਂ ਪੇਸਮੇਕਰ ਵਾਲੀ ਜਗਹਾ ਦੇ ਦੂੰ।

ਤੂੰ ਅਗਰ ਹਾਂ ਕਹੇ, ਤੋ ਤੇਰੇ ਉਪਰ ਸੈਂਕੜੋ ਸ਼ਾਇਰੀਓਂ ਕੀ ਕਿਤਾਬ ਛਪਾ ਦੂੰ,
ਤੂੰ ਅਗਰ ਹਾਂ ਕਹਿ ਦੇ, ਮੁਹੱਬਤ ਕੀ ਤਾਲੀਮ ਖਾਤਿਰ ਪਾਠਸ਼ਾਲਾ ਚਲਾ ਦੂੰ।

ਤੂੰ ਅਗਰ ਹਾਂ ਕਹਿ ਦੇ ਤੋ ਹਮਰਾਹੀ ਤੁਝੇ, ਹਮਸਫ਼ਰ ਬਣਾ ਦੂੰ,
ਅਗਨੀ ਕੇ ਫੇਰੋਂ ਤੱਕ ਪਹੁੰਚਾ ਦੂੰ।'

"ਵਾਹ, ਇਹ ਤੁਸੀਂ ਲਿਖਿਆ ਹੈ! ਚੱਲੇਗਾ ਮੁਕੱਦਮਾ ਆਸਮਾਨ ਮੇਂ ਸਭੀ ਆਸ਼ਕੋ ਪਰ, ਜਿਸੇ ਦੇਖੋ ਅਪਨੇ ਮਹਿਬੂਬ ਕੋ ਚਾਂਦ ਜੋ ਬਤਾਤਾ ਹੈ।" ਐਂਜਲ ਨੇ ਕਿਹਾ।

ਉਦੋਂ ਹੀ ਮੇਰਾ ਫ਼ੋਨ ਵਾਈਬ੍ਰੇਟ ਹੋਣ ਲੱਗਾ।

"ਅੱਛਾ, ਤੁਸੀਂ ਕਵਿਤਾ ਦੀਆਂ ਲਾਈਨਾਂ ਵਿੱਚ ਕੀ ਕਹਿ ਰਹੇ ਸੀ? ਉਸ ਨੂੰ ਪੂਰਾ ਕਰੋ," ਐਂਜਲ ਨੇ ਕਿਹਾ।

"ਕੁਝ ਨਹੀਂ, ਬਸ ਕੁਝ ਸ਼ਬਦਾਂ ਨੂੰ ਤਾਲਬੱਧ ਕਰ ਰਿਹਾ ਸੀ। ਅਮਰ ਉਜਾਲਾ ਦੇ ਕਾਵਿ-ਮੰਚ 'ਤੇ ਇਹ ਕਵਿਤਾ ਭੇਜੀ ਸੀ, ਜੋ ਪ੍ਰਕਾਸ਼ਿਤ ਹੋਈ ਹੈ।" ਮੈਂ ਇੱਕ ਹੀ ਸਾਹ ਵਿੱਚ ਐਂਜਲ ਨੂੰ ਪੂਰੀ ਕਵਿਤਾ ਸੁਣਾ ਦਿੱਤੀ।

"ਇੱਕ ਸ਼ੇਅਰ ਯਾਦ ਆ ਰਿਹਾ ਹੈ।" ਐਂਜਲ ਬੋਲੀ।

"ਹਾਂ ਸੁਣਾਓ, ਇਰਸ਼ਾਦ! ਇਰਸ਼ਾਦ!" ਮੈਂ ਉਤਸ਼ਾਹ ਵਧਾਇਆ।

'ਇਸ਼ਕ ਪਰ ਜ਼ੋਰ ਨਹੀਂ ਹੈ ਯੇ ਵੋ ਆਤਿਸ਼ 'ਗਾਲਿਬ'
ਜੋ ਲਗਾਏ ਨ ਲਗੇ ਔਰ ਬੁਝਾਏ ਨ ਬੁਝੇ।'

"ਕਯਾ ਬਾਤ ਹੈ, ਕਯਾ ਬਾਤ ਹੈ!" ਮੈਂ ਤਾਲੀ ਵਜਾਉਂਦੇ ਹੋਏ ਕਿਹਾ:

"ਸੁਣੋ ਨ ਗਿਰ ਜਾਏ ਮੇਰੇ ਦਿਲ ਕੀ ਸਰਕਾਰ, ਹੋ ਸਕੇ ਤੋ ਮੁਝਸੇ ਗਠਬੰਧਨ ਕਰ ਲੋ।"

"ਅੱਛਾ, ਗਠਬੰਧਨ ਵਾਲੀ ਸਰਕਾਰ ਬਣਾਉਣਾ ਚਾਹੁੰਦੇ ਹੋ!"

"ਸਰਕਾਰ ਬਣਨੀ ਚਾਹੀਦੀ ਹੈ,ਚਾਹੇ ਗਠਬੰਧਨ ਦੀ ਹੋਵੇ ਜਾਂ ਸਿੰਗਲ ਪਾਰਟੀ ਦੀ ।"

"ਦੁਨੀਆ ਲਈ ਤੁਸੀਂ ਇੱਕ ਵਿਅਕਤੀ ਹੋ ਸਕਦੇ ਹੋ, ਪਰ ਇੱਕ ਵਿਅਕਤੀ ਲਈ ਤੁਸੀਂ ਪੂਰੀ ਦੁਨੀਆ ਹੋ।"

"ਕੌਣ ਹੈ ਉਹ ਵਿਅਕਤੀ?"

"ਆਲੇ-ਦੁਆਲੇ ਨਜ਼ਰਾਂ ਘੁਮਾਓ, ਕੀ ਪਤਾ ਮਿਲ ਜਾਵੇ?" ਮੈਂ ਉਸ ਦੇ ਹੱਥ ਨੂੰ ਆਪਣੇ ਹੱਥ ਵਿੱਚ ਲੈਂਦੇ ਹੋਏ ਕਿਹਾ। ਐਂਜਲ ਦੇ ਹੱਥ ਨੂੰ ਹੱਥ ਵਿੱਚ ਲੈ ਕੇ ਸਹਿਲਾਉਣਾ ਮੈਨੂੰ ਆਨੰਦਿਤ ਕਰ ਰਿਹਾ ਸੀ।

'ਤੇਰੀ ਨਜ਼ਰ ਕਾ ਜਾਦੂ ਹੈ ਯਾ ਤੇਰੀ ਉਮਰ ਕਾ ਜੋਸ਼,
ਜਬ ਭੀ ਦੇਖਤਾ ਹੂੰ ਤੁਝੇ, ਉੜ ਜਾਤੇ ਹੈ ਮੇਰੇ ਹੋਸ਼।'

ਅੱਜ ਦਿੱਲੀ 'ਚ ਸਵੇਰ ਤੋਂ ਹੀ ਬੂੰਦਾ-ਬਾਂਦੀ ਹੋ ਰਹੀ ਸੀ। ਮੀਂਹ ਦੀਆਂ ਬੂੰਦਾਂ ਨਾਲ ਮੇਰੇ ਮਨ ਦੀਆਂ ਅੰਦਰੂਨੀ ਪਰਤਾਂ ਵੀ ਭਿੱਜ ਰਹੀਆਂ ਸਨ। ਉਸ ਨੇ ਵਾਪਸ ਗੁਹਾਟੀ ਜਾਣਾ ਸੀ, ਤਾਂ ਏਅਰਪੋਰਟ ਤੱਕ ਛੱਡਣ ਲਈ ਮੈਂ ਉਹਦੇ ਨਾਲ ਗਿਆ।

ਦਿੱਲੀ ਤੋਂ ਗੁਹਾਟੀ ਤੱਕ ਦਾ ਫਲਾਈਟ ਵਿੱਚ ਸਫ਼ਰ ਤੈਅ ਕਰਨ ਤੋਂ ਬਾਅਦ ਜਦੋਂ ਉਹ ਘਰ ਪਹੁੰਚੀ ਤਾਂ ਥਕਾਵਟ ਉਹਦੇ ਪੂਰੇ ਸਰੀਰ 'ਤੇ ਨਜ਼ਰ ਆ ਰਹੀ ਸੀ। ਫਰੈਸ਼ ਹੋਣ

ਤੋਂ ਬਾਅਦ ਉਹ ਬਾਜ਼ਾਰ 'ਚ ਘੁੰਮਣ ਨਿਕਲ ਗਈ। ਠੰਢੀ ਹਵਾ ਦੇ ਬੁੱਲਿਆਂ ਤੋਂ ਉਸ ਨੂੰ ਰਾਹਤ ਮਿਲਣ ਲੱਗੀ।

"ਤੁਸੀਂ ਇੱਥੇ ਆ ਜਾਓ ਤਾਂ ਠੀਕ ਰਹੇਗਾ।" ਐਂਜਲ ਨੇ ਟੈਕਸਟ ਮੈਸੇਜ ਕੀਤਾ।

"ਕੌਣ ਕਹਤਾ ਹੈ ਘਨਸ਼ਿਆਮ ਆਤੇ ਨਹੀਂ, ਰਾਧਾ ਕੀ ਤਰਹ ਤੁਮ ਬੁਲਾਤੇ ਨਹੀਂ।" ਮੈਂ ਜਵਾਬ ਦਿੱਤਾ।

"ਯੇ ਕਾਤਿਲਾਨਾ ਮੌਸਮ, ਔਫ਼ ਯੇ ਜ਼ਾਲਿਮ ਹਵਾਏਂ ਔਰ ਯੇ ਬਾਰਿਸ਼ ਕਾ ਸਮਾਂ! ਕਾਸ਼ ਆਜ ਕੋਈ ਜਾਦੂ ਹੋ ਜਾਏ ਔਰ ਦੀਦਾਰ-ਏ-ਮਹਿਬੂਬ ਹੋ ਜਾਏ।" ਐਂਜਲ ਨੇ ਲਿਖਿਆ। ਇਸ਼ਕ 'ਚ ਹੋਣ ਅਤੇ ਨਸ਼ੇ 'ਚ ਹੋਣ ਵਿੱਚ ਇੱਕ ਗੱਲ ਕਾਮਨ ਹੈ- ਤੁਸੀਂ ਜੋ ਕਰਦੇ ਹੋ, ਉਸ ਉੱਤੇ ਤੁਹਾਡਾ ਕੋਈ ਕੰਟਰੋਲ ਨਹੀਂ ਹੁੰਦਾ।

"ਠੀਕ ਹੈ, ਦੇਖਦਾ ਹਾਂ, ਟਾਈਮ ਮਿਲਣ 'ਤੇ ਫਲਾਈਟ ਫੜ ਲਵਾਂਗਾ।"

ਉਸ ਦਿਨ ਐਂਜਲ ਨੂੰ ਕਾਲ ਕਰਕੇ ਇੱਕ ਕੁੜੀ ਨੇ ਪੁੱਛਿਆ ਕਿ ਯੂ.ਪੀ.ਐੱਸ.ਸੀ. ਵਿੱਚ ਸਿਲੈੱਕਟ ਹੋਣ ਲਈ 'ਮੋਟੀਵੇਸ਼ਨ' ਕਿੱਥੋਂ ਪ੍ਰਾਪਤ ਕਰੀਏ।

ਐਂਜਲ ਨੇ ਵਿਸਤ੍ਰਿਤ ਤਰੀਕੇ ਨਾਲ ਸਮਝਾਉਣ ਦੀ ਕੋਸ਼ਿਸ਼ ਕਰਦੇ ਹੋਏ ਕਿਹਾ, "ਯੂ.ਪੀ.ਐੱਸ.ਸੀ. ਵਿੱਚ ਸਿਲੈੱਕਟ ਹੋਣ ਲਈ 'ਮੋਟੀਵੇਸ਼ਨ' ਹੋਣਾ ਬਹੁਤ ਜ਼ਰੂਰੀ ਹੈ। ਕੀ ਇਸ ਮੋਟੀਵੇਸ਼ਨ ਦੇ ਉਹੀ ਮਾਅਨੇ ਹਨ ਜਿਨ੍ਹਾਂ ਨੂੰ ਤੁਸੀਂ ਫੋਲੋ ਕਰ ਰਹੇ ਹੋ? ਯੂ.ਪੀ.ਐੱਸ. ਸੀ. ਐਸਪਿਰੈਂਟਸ ਦੇ ਲਈ ਮੋਟੀਵੇਸ਼ਨ ਦਾ ਅਰਥ ਥੋੜ੍ਹਾ-ਬਹੁਤ ਵੱਖਰਾ ਹੋ ਸਕਦਾ ਹੈ, ਪਰ ਆਈ.ਏ.ਐੱਸ. ਲਿਖਿਆ ਪੋਸਟਰ ਲਾਉਣ ਨਾਲ, ਫੇਸਬੁੱਕ, ਇੰਸਟਾ, ਵੱਟਸਐਪ ਵਿੱਚ ਸਿਲੈੱਕਟਿਡ ਕੈਂਡੀਡੇਟਸ ਦੀ ਫ਼ੋਟੋ ਦੇਖਣ ਨਾਲ ਪਲ-ਭਰ ਦਾ ਅਨੰਦ ਅਤੇ ਥੋੜ੍ਹੀ ਦੇਰ ਦਾ ਸਪਾਰਕ ਮਿਲਦਾ ਹੈ। ਇਹ ਮੋਟੀਵੇਸ਼ਨ ਨਹੀਂ ਹੈ; ਇਹ ਉਤੇਜਨਾ ਹੈ; ਇਹ ਥੋੜ੍ਹੇ ਸਮੇਂ ਦਾ ਰੁਮਾਂਚ ਹੈ।

ਅਜਿਹੇ ਪਲ-ਭਰ ਦੇ ਮੋਟੀਵੇਸ਼ਨ ਨਾਲ ਤੁਸੀਂ ਆਈ.ਏ.ਐੱਸ. ਸਿਲੈੱਕਟ ਨਹੀਂ ਹੋ ਸਕਦੇ। ਫੇਸਬੁੱਕ ਅਤੇ ਟੈਲੀਗ੍ਰਾਮ 'ਤੇ ਅਜਿਹੀਆਂ ਦੁਕਾਨਾਂ ਦਾ ਹੜ੍ਹ ਹੈ, ਜਿੱਥੇ ਸਿਲੈੱਕਟਿਡ ਕੈਂਡੀਡੇਟਸ ਦੇ ਇੰਸਟਾ/ ਫੇਸਬੁੱਕ ਤੋਂ ਚੋਰੀ ਕੀਤੀ ਵਿਅਕਤੀਗਤ ਫ਼ੋਟੋ ਲਾ ਕੇ ਤੁਹਾਨੂੰ ਮੋਟੀਵੇਟ ਕੀਤਾ ਜਾਂਦਾ ਹੈ। ਇਸ ਨਾਲ ਤੁਸੀਂ ਮੋਟੀਵੇਟ ਨਹੀਂ ਹੁੰਦੇ, ਉਸ ਨਾਲ ਬਸ ਤੁਸੀਂ ਰੁਮਾਨੀਅਤ ਅਤੇ ਫੈਂਟਸੀ ਦਾ ਅਨੰਦ ਲੈਂਦੇ ਹੋ।

ਸਭ ਤੋਂ ਵੱਡਾ ਮੋਟੀਵੇਸ਼ਨ ਹੁੰਦਾ ਹੈ ਸੈੱਲਫ਼-ਮੋਟੀਵੇਸ਼ਨ। ਜੀ ਹਾਂ! ਸੁਣਨ-ਸਮਝਣ ਵਿੱਚ ਔਖਾ ਹੈ। ਪਰ ਇਹੀ ਸੱਚ ਹੈ। ਇਸ ਲਈ ਤਾਂ ਲੱਖਾਂ ਵਿੱਚੋਂ ਕੁਝ ਦਾ ਹੀ ਸਿਲੈੱਕਸ਼ਨ ਹੁੰਦਾ ਹੈ, ਜਦਕਿ ਡਿਜਰਵਿੰਗ ਤਾਂ ਹਜ਼ਾਰਾਂ ਹੁੰਦੇ ਹਨ।

ਆਈ.ਏ.ਐਸ. ਦੀ ਤਿਆਰੀ ਦਾ ਸਭ ਤੋਂ ਕਾਲਾ ਪੱਖ ਇਹ ਹੈ ਕਿ ਤੁਸੀਂ ਬਹੁਤ ਵਾਰ ਆਪਣੇ ਲਈ ਲਕਸ਼ (ਟੀਚੇ) ਤੈਅ ਕਰੋਗੇ - ਟਾਈਮ ਟੇਬਲ ਬਣਾਉਗੇ, ਸ਼ਡਿਊਲ ਬਣਾਉਗੇ, ਤੈਅ ਕਰੋਗੇ ਇੰਨੇ ਦਿਨਾਂ ਵਿੱਚ ਇਕੋਨਾੱਮੀ ਪੜ੍ਹਿਆ ਜਾਵੇਗਾ ਅਤੇ ਇੰਨੇ ਦਿਨਾਂ ਵਿੱਚ ਆਈਆਰ; ਇੰਨੇ ਘੰਟੇ ਪ੍ਰੀ ਪੜ੍ਹਾਂਗਾ ਅਤੇ ਇੰਨੇ ਘੰਟੇ ਆਪਸ਼ਨਲ ਨੂੰ ਦੇਵਾਂਗਾ; ਪਰ 95 ਫ਼ੀਸਦੀ ਅਜਿਹਾ ਹੁੰਦਾ ਨਹੀਂ। ਇਸ ਦਾ ਵੱਡਾ ਕਾਰਨ ਤੁਹਾਡੇ ਵਿੱਚ ਦ੍ਰਿੜ੍ਹਤਾ ਨਹੀਂ ਹੈ। ਤੇ ਇਹ ਸਿਰਫ਼ ਤੁਹਾਡੀ ਵਿਅਕਤੀਗਤ ਸਮੱਸਿਆ ਨਹੀਂ ਹੈ, ਇਹ ਇੱਕ ਸਮਾਜਿਕ ਸਮੱਸਿਆ ਹੈ, ਇਸ ਲਈ ਤਾਂ 'ਅਸਫ਼ਲਤਾਓਂ ਕੀ ਬਾੜ੍ਹ ਹੈ ਔਰ ਸਫ਼ਲਤਾਓਂ ਕੀ ਬੂੰਦੇ'। ਇੱਕ-ਦੋ ਫ਼ੀਸਦੀ ਲੋਕ ਹੀ ਹੁੰਦੇ ਹਨ ਜੋ ਆਪਣੇ ਆਪ ਨੂੰ ਅੰਦਰੂਨੀ ਤੌਰ 'ਤੇ ਇੰਨਾ ਮਜ਼ਬੂਤ ਬਣਾ ਕੇ ਅਤੇ ਖ਼ੁਦ ਨੂੰ ਇੰਨਾ ਬੰਨ੍ਹ ਕੇ ਰੱਖਦੇ ਹਨ ਕਿ ਉਹ ਆਪਣੇ ਮਿਥੇ ਟੀਚਿਆਂ ਨੂੰ, ਤੈਅ ਕੀਤੀ ਡੈਡ ਲਾਈਨ 'ਤੇ ਲਕੀਰ ਦੀ ਤਰ੍ਹਾਂ ਚੱਲ ਸਕਣ। ਤੁਸੀਂ ਟੀਚੇ ਛੋਟੇ ਨਿਰਧਾਰਿਤ ਕਰੋ ਪਰ ਉਹਨਾਂ 'ਤੇ ਦ੍ਰਿੜ੍ਹ ਰਹੋ। ਤੁਸੀਂ ਦੇਖੋਗੇ ਕਿ ਜੇਕਰ ਇੱਕ ਹਫ਼ਤਾ ਵੀ ਤੁਸੀਂ ਆਪਣੇ ਦੈਨਿਕ ਟੀਚੇ ਨੂੰ ਪੂਰਾ ਕਰ ਲਿਆ ਤਾਂ ਅੰਦਰ ਤੋਂ ਇੰਨਾ ਅਨੰਦ ਮਿਲੇਗਾ, ਇੰਨੀ ਪਾੱਜ਼ੀਟਿਵ ਐਨਰਜੀ ਮਿਲੇਗੀ, ਅਤੇ ਇਹੀ ਹੈ ਅਸਲੀ ਮੋਟੀਵੇਸ਼ਨ। ਇਸ ਤਰ੍ਹਾਂ ਤੁਸੀਂ ਸੈਲਫ਼ ਮੋਟੀਵੇਟ ਹੋਵੋਗੇ ਅਤੇ ਇਸ ਮੋਟੀਵੇਸ਼ਨ ਨੂੰ ਆਪਣੀ ਲੰਬੀ ਤਿਆਰੀ ਦੇ ਦੌਰਾਨ ਬਰਕਰਾਰ ਰੱਖਣ ਦੇ ਯੋਗ ਹੋਵੋਗੇ।

ਸਿਲੇਬਸ ਵੱਡਾ ਹੈ, ਤਿਆਰੀ ਲੰਬੀ ਹੈ ਅਤੇ ਟੁੱਟਣ ਦੇ ਹਜ਼ਾਰਾਂ ਮੌਕੇ ਆਉਣਗੇ। ਛੋਟੇ ਟੀਚੇ ਨਿਰਧਾਰਿਤ ਕਰੋ, ਉਸ ਉੱਤੇ ਪਾਗਲਪਣ ਦੀ ਹੱਦ ਤਕ ਦ੍ਰਿੜ੍ਹ ਰਹੋ, ਇਹ ਦ੍ਰਿੜ੍ਹਤਾ ਤੁਹਾਨੂੰ ਅੰਦਰੂਨੀ ਖ਼ੁਸ਼ੀ ਦੇਵੇਗੀ, ਮੋਟੀਵੇਟ ਵੀ ਕਰੇਗੀ ਅਤੇ ਪ੍ਰੀਖਿਆ ਵਿੱਚ ਤੁਸੀਂ ਆਪਣੀ ਸਮਰੱਥਾ ਤੋਂ ਬਿਹਤਰ ਪਰਫੌਰਮ ਕਰੋਗੇ। ਫਿਰ ਤੁਹਾਨੂੰ ਬਾਹਰੀ ਮੋਟੀਵੇਸ਼ਨ ਜਾਂ ਉਤੇਜਨਾ ਦੀ ਲੋੜ ਨਹੀਂ ਪਵੇਗੀ - ਨਾ ਨੀਲੀ ਬੱਤੀ ਦੀ ਕਾਰ, ਨਾ ਲਬਾਸਨਾ ਦੀਆਂ ਤਸਵੀਰਾਂ, ਨਾ ਅਧਿਕਾਰੀਆਂ ਦੀ ਅਖ਼ਬਾਰਾਂ 'ਚ ਛਪੀ ਸੁਰਖ਼ੀਆਂ। ਯੂ.ਪੀ.ਐਸ.ਸੀ. ਦੀ ਤਿਆਰੀ ਦੇ ਦੌਰਾਨ ਇਸ ਗੱਲ ਦਾ ਸੰਤੋਖ ਹੈ ਕਿ ਮੈਂ ਉਹਨਾਂ ਟੀਚਿਆਂ ਨੂੰ ਪ੍ਰਾਪਤ ਕਰ ਸਕਿਆ/ ਸਕੀ, ਜਿਨ੍ਹਾਂ ਨੂੰ ਮੈਂ ਨਿਰਧਾਰਿਤ ਕੀਤਾ ਸੀ, ਤੁਹਾਡੇ ਲਈ ਸਭ ਤੋਂ ਵੱਡਾ ਸਕਾਰਾਤਮਿਕ ਬਲ ਸਾਬਤ ਹੋਵੇਗਾ।

ਤਿਆਰੀ ਦੇ ਦੌਰਾਨ, ਜ਼ਿਆਦਾਤਰ ਲੋਕ ਦ੍ਰਿੜ੍ਹਤਾ ਦੀ ਕਮੀ ਕਾਰਨ ਇੱਕ-ਦੋ ਅਸਫ਼ਲਤਾ ਮਿਲਦੇ ਹੀ ਅੰਦਰ ਤੋਂ ਟੁੱਟ ਜਾਂਦੇ ਹਨ, ਸਵੈ ਸ਼ੱਕ ਦੇ ਸ਼ਿਕਾਰ ਹੋ ਜਾਂਦੇ ਹਨ ਅਤੇ ਫਿਰ ਹੌਲੀ ਹੌਲੀ ਸਮਾਂ ਨਿਕਲਦਾ ਜਾਂਦਾ ਹੈ।

ਇਸ ਲਈ ਚਾਹੇ ਦਿਨ ਵਿੱਚ ਸਿਰਫ਼ ਚਾਰ ਘੰਟੇ ਪੜ੍ਹਨ ਦਾ ਟੀਚਾ ਬਣਾਓ, ਚਾਹੇ ਇੱਕ ਛੋਟੇ ਜਿਹੇ ਟੌਪਿਕ ਨੂੰ ਤਿਆਰ ਕਰਨ ਦਾ ਟੀਚਾ ਬਣਾਓ, ਚਾਹੇ ਸਿਰਫ਼ ਇੱਕ ਉੱਤਰ

ਲਿਖਣ ਦਾ ਟੀਚਾ ਬਣਾਓ, ਪਰ ਉਸ ਨੂੰ ਰੁਟੀਨ 'ਚ ਕਰਦੇ ਰਹੋ, ਦ੍ਰਿੜ੍ਹ ਰਹੋ, ਅਡੋਲ ਰਹੋ ਅਤੇ ਖ਼ੁਦ ਨਾਲ ਸਖ਼ਤੀ ਕਰੋ। ਫਿਰ ਤਿਆਰੀ ਵਿੱਚ ਵੀ ਅਨੰਦ ਹੈ ਅਤੇ ਸਫ਼ਲਤਾ ਵਿੱਚ ਵੀ।

"ਸਿਵਲ ਸੇਵਾ ਕਿੰਨ੍ਹਾਂ ਲਈ, ਕਿੰਨੀ ਕੁ ਆਸਾਨ ਹੈ। ਇਸ 'ਤੇ ਕੁਝ ਦੱਸੋ ਮੇਮ, ਕਨਫਿਊਜਨ ਰਹਿੰਦਾ ਹੈ।" ਉਸ ਕੁੜੀ ਨੇ ਐਂਜਲ ਦੇ ਸਾਹਮਣੇ ਇੱਕ ਹੋਰ ਸਵਾਲ ਕੀਤਾ।

"ਕੁਝ ਚੀਜ਼ਾਂ ਹਨ ਜਿਨ੍ਹਾਂ ਨਾਲ ਇਹ ਪ੍ਰੀਖਿਆ ਆਸਾਨ ਹੋ ਜਾਂਦੀ ਹੈ:

ਪੜ੍ਹਨ ਵਿੱਚ ਡੂੰਘੀ ਦਿਲਚਸਪੀ। ਜੇਕਰ ਤੁਸੀਂ ਦੋ ਤਿੰਨ ਘੰਟੇ ਤਕ ਇੱਕ ਥਾਂ 'ਤੇ ਬੈਠ ਕੇ ਕਿਤਾਬਾਂ ਦੇ ਨਾਲ ਡੁੱਬੇ ਰਹਿ ਸਕਦੇ ਹੋ, ਉਸ ਤਰ੍ਹਾਂ ਜਿਵੇਂ ਇੱਕ ਮਜ਼ੇਦਾਰ ਨਾਵਲ ਨੂੰ ਪੜ੍ਹਦੇ ਸਮੇਂ ਤੁਹਾਨੂੰ ਸਮੇਂ ਦਾ ਪਤਾ ਹੀ ਨਹੀਂ ਲੱਗਦਾ। ਭਾਵ ਪੜ੍ਹਾਈ ਨੂੰ ਵੀ ਮਜ਼ੇਦਾਰ ਤਰੀਕੇ ਨਾਲ ਕਰੋ।

ਨਿਰੰਤਰਤਾ ਦਾ ਕੋਈ ਜਵਾਬ ਨਹੀਂ। ਹਰ ਰੋਜ਼ ਪੜ੍ਹਨ ਦੀ ਲਲ੍ਹਕ; ਫਿਰ ਚਾਹੇ ਚਾਰ-ਪੰਜ ਘੰਟੇ ਹੀ ਪੜ੍ਹੋ, ਕਿਉਂਕਿ ਹਫ਼ਤੇ ਵਿੱਚ ਚਾਰ ਦਿਨ 15-15 ਘੰਟੇ ਪੜ੍ਹ ਕੇ, ਫਿਰ ਤਿੰਨ ਦਿਨ ਮੌਜ-ਮਸਤੀ ਕਰਨ ਤੋਂ ਚੰਗਾ ਹੈ ਹਫ਼ਤੇ ਦੇ ਸੱਤੇ ਦਿਨ 8-8 ਘੰਟੇ ਪੜ੍ਹਨਾ।

ਕਰੰਟ ਅਫੇਅਰਜ਼ 'ਤੇ ਤਕੜੀ ਪਕੜ। ਸਿਵਲ ਸੇਵਾ ਦੀ ਤਿਆਰੀ 70 ਫ਼ੀਸਦੀ ਡੇਲੀ ਨਿਊਜ਼ ਪੇਪਰ ਤੋਂ ਹੁੰਦੀ ਹੈ। ਇਸ ਲਈ ਖ਼ੁਦ ਨੂੰ ਹਰ ਦਿਨ ਦੇਸ਼-ਦੁਨੀਆ ਦੀਆਂ ਖ਼ਬਰਾਂ ਅਤੇ ਘਟਨਾਵਾਂ ਦੇ ਪ੍ਰਤੀ ਸੁਚੇਤ ਰੱਖਣਾ ਪਵੇਗਾ, ਨਿਊਜ਼ਪੇਪਰ ਨੂੰ ਕਿਤਾਬ ਦੀ ਤਰ੍ਹਾਂ ਪੜ੍ਹਨਾ ਪਵੇਗਾ, ਪਰ ਚੋਣਵੀਂਆਂ ਖ਼ਬਰਾਂ ਤੇ ਆਰਟੀਕਲਾਂ ਨੂੰ ਹੀ।

ਤਿਆਰੀ ਦੇ ਸ਼ੁਰੂਆਤੀ ਚਾਰ ਮਹੀਨਿਆਂ ਵਿੱਚ ਹਰ ਰੋਜ਼ ਅੱਧਾ ਘੰਟਾ ਸਿਵਲ ਸੇਵਾ ਦੇ ਸਿਲੇਬਸ ਨੂੰ ਸਮਝਣ ਵਿੱਚ ਲਾਓ, ਉਸ ਤੋਂ ਬਾਅਦ ਅਗਲੇ ਚਾਰ ਮਹੀਨੇ ਹਰ ਰੋਜ਼ ਅੱਧਾ ਘੰਟਾ ਆਈ.ਏ.ਐੱਸ. ਦੇ ਪੁਰਾਣੇ ਪੇਪਰਾਂ ਨੂੰ ਸਮਝਣ ਵਿੱਚ ਲਾਓ। ਇਹ ਯਾਦ ਰੱਖੋ ਕਿ ਜੇਕਰ ਤੁਸੀਂ ਸਿਲੇਬਸ ਅਤੇ ਪੁਰਾਣੇ ਪੇਪਰਾਂ ਨੂੰ ਨਾ ਸਮਝਿਆ ਤਾਂ ਤੁਸੀਂ ਯੂ.ਪੀ.ਐੱਸ.ਸੀ. ਦੇ ਬਾਰੇ ਕੁਝ ਵੀ ਨਹੀਂ ਜਾਣਦੇ, ਕਿਉਂਕਿ ਇਹੀ ਤੁਹਾਡੀ ਗੀਤਾ ਹੈ, ਇਹੀ ਤੁਹਾਡੀ ਕੁਰਾਨ ਹੈ।

ਕਲਾਸ ਛੇਵੀਂ ਤੋਂ ਬਾਰ੍ਹਵੀਂ ਤੱਕ ਦੀਆਂ ਐਨ.ਸੀ.ਈ.ਆਰ.ਟੀ. ਕਿਤਾਬਾਂ ਦਾ ਖ਼ੁਦ ਨੂੰ ਮਾਹਰ ਬਣਾ ਲਓ।

ਸਭ ਤੋਂ ਅੰਤ ਵਿੱਚ, ਅਤੇ ਸਭ ਤੋਂ ਜ਼ਰੂਰੀ ਵੀ, ਇੱਕ ਵਿਕਲਪਿਕ ਕੈਰੀਅਰ ਦਿਮਾਗ਼ ਵਿੱਚ ਰੱਖੋ, ਤਾਂ ਕਿ ਅੱਗੇ ਚੱਲ ਕੇ ਜ਼ਿਆਦਾ ਹੱਥ-ਪੈਰ ਨਾ ਮਾਰਨੇ ਪੈਣ। ਇਸ ਗੱਲ ਨੂੰ ਜ਼ਿਆਦਾਤਰ ਲੋਕ ਹਲਕੇ ਤੌਰ 'ਤੇ ਲੈਂਦੇ ਹਨ।

"ਮੈਮ, ਸਿਵਲ ਸੇਵਾ ਵਿੱਚ ਆਪਣੇ ਐਪਟੀਟਿਊਡ ਦੀ ਪਛਾਣ ਕਿਵੇਂ ਕਰੀਏ?" ਉਸ ਕੈਂਡੀਡੇਟ ਨੇ ਇੱਕ ਹੋਰ ਸਵਾਲ ਪੁੱਛਿਆ।

"ਯੂਨੀਅਨ ਪਬਲਿਕ ਸਰਵਿਸ ਕਮਿਸ਼ਨ ਦੁਆਰਾ ਆਯੋਜਿਤ ਕੀਤੀ ਜਾਣ ਵਾਲੀ ਸਿਵਲ ਸੇਵਾ ਪ੍ਰੀਖਿਆ ਵਿੱਚ ਇੱਕ ਕੈਂਡੀਡੇਟ ਦੀ ਜੋ ਚੀਜ਼ ਸਭ ਤੋਂ ਜ਼ਿਆਦਾ ਚੈੱਕ ਕੀਤੀ ਜਾਂਦੀ ਹੈ, ਉਹ ਹੈ ਐਪਟੀਟਿਊਡ। 2011 ਅਤੇ 2013 ਦੇ ਵਿੱਚ ਹੋਏ ਬਦਲਾਅ ਤੋਂ ਬਾਅਦ ਰਟੰਤ ਵਿਧੀ ਦਾ ਸਿਲੈੱਕਸ਼ਨ ਵਿੱਚ ਯੋਗਦਾਨ ਮਹਿਜ਼ ਚੰਦ ਫ਼ੀਸਦੀ ਹੀ ਰਹਿ ਗਿਆ ਹੈ। ਯੂ.ਪੀ.ਐੱਸ.ਸੀ. ਹੁਣ ਸਿਵਲ ਸੇਵਾ ਵਿੱਚ ਉਹਨਾਂ ਵਿਦਿਆਰਥੀਆਂ ਦੀ ਹੀ ਚੋਣ ਕਰ ਰਹੀ ਹੈ, ਜੋ ਉਹਨਾਂ ਦੁਆਰਾ ਤੈਅ ਕੀਤੇ ਐਪਟੀਟਿਊਡ ਦੇ ਮਾਪਦੰਡਾਂ 'ਤੇ ਖਰੇ ਉਤਰ ਰਹੇ ਹਨ। ਯੂ.ਪੀ.ਐੱਸ.ਸੀ. ਮੁੱਖ ਤੌਰ 'ਤੇ ਐਪਟੀਟਿਊਡ ਦੇ ਹੇਠ ਲਿਖੇ ਮਾਪਦੰਡਾਂ ਦੀ ਯਕੀਨੀ ਤੌਰ 'ਤੇ ਜਾਂਚ ਕਰਦੀ ਹੈ:

ਪ੍ਰਸ਼ਾਸਕ ਬਣਨਾ ਇੱਕ ਅੰਦਰੂਨੀ ਲੋੜ ਹੋਵੇ। ਕੈਂਡੀਡੇਟ ਵਿੱਚ ਯੂ.ਪੀ.ਐੱਸ.ਸੀ. ਇਹ ਜਾਂਚ ਕਰਦੀ ਹੈ ਕਿ ਇੱਕ ਪ੍ਰਸ਼ਾਸਕ ਬਣਨਾ ਉਸ ਦੀ ਜ਼ਮੀਰ ਦੀ ਆਵਾਜ਼ ਹੈ ਜਾਂ ਇੱਕ ਆਈ.ਏ.ਐੱਸ. ਦੀ ਚਮਕ-ਦਮਕ ਕਰਕੇ ਸਿਰਫ਼ ਇੱਕ ਖਿੱਚ ਹੈ।

ਨਵੇਂ ਗਿਆਨ ਨੂੰ ਸਿੱਖਣ ਦੀ ਸਮਰੱਥਾ। ਸਿਵਲ ਸੇਵਾ ਵਿੱਚ ਇਸ ਗੱਲ 'ਤੇ ਖ਼ਾਸ ਧਿਆਨ ਦਿੱਤਾ ਜਾਂਦਾ ਹੈ ਕਿ ਤੁਸੀਂ ਕਿਸੇ ਨਵੀਂ ਚੀਜ਼ ਨੂੰ ਕਿੰਨਾ ਛੇਤੀ ਸਿੱਖ ਲੈਂਦੇ ਹੋ। ਤੁਹਾਡੀ ਮੈਮਰੀ ਭਾਵੇਂ ਜ਼ਿਆਦਾ ਵਧੀਆ ਨਾ ਹੋਵੇ, ਪਰ ਇਹ ਦਰਮਿਆਨੇ ਪੱਧਰ ਦੀ ਵੀ ਨਾ ਹੋਵੇ ਅਤੇ ਤੁਹਾਡੀ ਤੱਥਾਂ, ਸੂਚਨਾਵਾਂ ਅਤੇ ਅੰਕੜਿਆਂ 'ਤੇ ਚੰਗੀ ਪਕੜ ਹੋਵੇ। ਪੜ੍ਹਨ ਵਿੱਚ ਮਨ ਲੱਗਦਾ ਹੋਵੇ ਤਾਂ ਲੰਬੇ ਸਮੇਂ ਤੱਕ ਕੇਂਦਰਿਤ ਰਹਿ ਸਕਦੇ ਹੋ।

ਬੇਬਾਕ ਅਤੇ ਸਟੀਕ ਫ਼ੈਸਲੇ ਲੈਣ ਦੀ ਸਮਰੱਥਾ ਹੋਵੇ। ਦੂਰਅੰਦੇਸ਼ੀ, ਤਰਕਸ਼ੀਲਤਾ ਅਤੇ ਵਿਗਿਆਨਕ ਪਹੁੰਚ ਦੇ ਆਧਾਰ 'ਤੇ ਪ੍ਰੋ-ਐਕਟਿਵ ਫ਼ੈਸਲੇ ਲੈਣ ਦੀ ਵਿਸ਼ੇਸ਼ ਸਮਰੱਥਾ ਹੋਵੇ। ਆਮ ਆਦਮੀ ਨੂੰ ਗੰਭੀਰ ਅਤੇ ਲਗਭਗ ਅਣਸੁਲਝੀ ਲੱਗਣ ਵਾਲੀ ਸਮੱਸਿਆ ਦਾ ਤੁਸੀਂ ਆਪਣੇ ਦਿਮਾਗ਼ ਨਾਲ ਸਟੀਕ ਸਮਾਧਾਨ ਕੱਢ ਸਕਦੇ ਹੋ।

ਭਾਸ਼ਾ 'ਤੇ ਚੰਗੀ ਪਕੜ ਹੋਵੇ। ਤੁਹਾਡੀ ਲਿਖਣ ਅਤੇ ਵਿਸ਼ਲੇਸ਼ਣਾਤਮਿਕ ਸਮਰੱਥਾ ਚੰਗੀ ਹੋਵੇ, ਕਿਸੇ ਵੀ ਵਿਸ਼ੇ 'ਤੇ ਤੁਸੀਂ ਆਪਣੇ ਵਿਚਾਰ ਰੱਖ ਸਕਦੇ ਹੋਵੋ। ਲਿਖਣ ਦੀ ਸਮਰੱਥਾ ਕੁਝ ਇਸ ਤਰ੍ਹਾਂ ਦੀ ਹੋਵੇ ਕਿ ਤੁਸੀਂ 50 ਸ਼ਬਦਾਂ ਨੂੰ 500 ਸ਼ਬਦਾਂ ਵਿੱਚ ਅਤੇ 500 ਸ਼ਬਦਾਂ ਨੂੰ 50 ਸ਼ਬਦਾਂ ਵਿੱਚ ਲਿਖ ਸਕੋ।

ਕਮਿਊਨੀਕੇਸ਼ਨ ਸਕਿੱਲ। ਇੱਕ ਸਿਵਲ ਸੇਵਕ ਵਿੱਚ ਦੂਜੇ ਦੀ ਗੱਲ ਨੂੰ ਸਮਝਣ ਅਤੇ ਆਪਣੀ ਗੱਲ ਦੂਜੇ ਨੂੰ ਸਮਝਾਉਣ ਦੀ ਅਦਭੁਤ ਕਲਾ ਹੋਣੀ ਚਾਹੀਦੀ ਹੈ। ਸੜਕ 'ਤੇ ਚਲਦੇ ਕਿਸੇ ਘੱਟ ਪੜ੍ਹੇ-ਲਿਖੇ ਵਿਅਕਤੀ ਨੂੰ ਵੀ ਅਲ-ਨੀਨੋ ਦਾ ਭਾਰਤੀ ਮਾਨਸੂਨ 'ਤੇ ਪ੍ਰਭਾਵ ਅਤੇ ਡਾਲਰ ਦੇ ਮੁਕਾਬਲੇ ਮਜ਼ਬੂਤ ਹੁੰਦੇ ਰੁਪਈਏ ਨਾਲ ਭਾਰਤੀ ਅਰਥਵਿਵਸਥਾ 'ਤੇ ਪੈਣ ਵਾਲੇ ਪ੍ਰਭਾਵਾਂ ਨੂੰ ਸਰਲ ਸ਼ਬਦਾਂ ਵਿੱਚ ਆਸਾਨੀ ਨਾਲ ਸਮਝਾ ਸਕਦੇ ਹੋ।

ਐਪਟੀਟਿਊਡ ਜਨਮਜਾਤ ਹੁੰਦਾ ਹੈ। ਹਾਲਾਂਕਿ, ਜੇਕਰ ਤੁਹਾਡੇ ਐਪਟੀਟਿਊਡ 'ਤੇ ਧੂੜ ਜੰਮੀ ਹੋਵੇ ਤਾਂ ਤੁਸੀਂ ਆਪਣੀ ਬੌਧਿਕ ਸਮਰੱਥਾ ਦੀ ਪਛਾਣ ਕਰਕੇ ਉਸ ਧੂੜ ਨੂੰ ਹਟਾ ਸਕਦੇ ਹੋ ਅਤੇ ਐਪਟੀਟਿਊਡ ਨੂੰ ਦਿਨ ਰਾਤ ਨਿਖਾਰ ਕੇ ਸਿਵਲ ਸੇਵਾ ਵਿੱਚ ਸਫ਼ਲਤਾ ਪਾ ਸਕਦੇ ਹੋ।" ਐਂਜਲ ਨੇ ਕਿਹਾ।

"ਸਿਵਲ ਸੇਵਾ ਵਿੱਚ ਸਫ਼ਲਤਾ ਲਈ ਬਾਜ਼ਾਰ ਦੇ ਨੋਟਸ ਕਿੰਨੇ ਕੁ ਭਰੋਸੇਮੰਦ ਹਨ?" ਇੱਕ ਸਵਾਲ ਹੋਰ ਆਇਆ।

"ਬਾਜ਼ਾਰ ਵਿੱਚ ਸਿਵਲ ਸੇਵਾ ਪ੍ਰੀਖਿਆ ਲਈ ਦਰਜਨਾਂ ਕੋਚਿੰਗ ਦੇ ਨੋਟਸ ਉਪਲਬਧ ਹਨ, ਪਰ ਜ਼ਿਆਦਾਤਰ ਨੋਟਸ ਪੱਧਰਹੀਨ ਅਤੇ ਸਤਹੀ ਗਿਆਨ ਵਾਲੇ ਹਨ। ਇੱਕ-ਦੋ ਕੋਚਿੰਗ ਨੂੰ ਛੱਡ ਦਿੱਤਾ ਜਾਵੇ, ਤਾਂ ਬਾਕੀ ਕੋਚਿੰਗ ਵਾਲੇ ਨੋਟਸ ਦੇ ਨਾਂ 'ਤੇ ਕੈਂਡੀਡੇਟ ਦੇ ਭਵਿੱਖ ਨਾਲ ਖਿਲਵਾੜ ਕਰ ਰਹੇ ਹਨ। ਲੋੜੀਂਦੀ ਜਾਂਚ ਤੋਂ ਬਿਨਾਂ ਕਿਸੇ ਵੀ ਕੋਚਿੰਗ ਦੇ ਨੋਟਸ/ ਪੱਤਰ ਵਿਹਾਰ ਦੇ ਕੋਰਸ ਲੈਣ ਤੋਂ ਬਚੋ। ਸਭ ਤੋਂ ਠੀਕ ਇਹ ਰਹੇਗਾ ਕਿ ਤੁਸੀਂ ਖ਼ੁਦ ਆਪਣੇ ਨੋਟਸ ਤਿਆਰ ਕਰੋ, ਜਿਸ ਨਾਲ ਤੁਹਾਨੂੰ ਇਸ ਗੱਲ ਦੀ ਸੰਤੁਸ਼ਟੀ ਹੋਵੇਗੀ ਕਿ ਮੈਂ ਸਾਰੇ ਪੱਖਾਂ ਨੂੰ ਧਿਆਨ ਵਿੱਚ ਰੱਖਦੇ ਹੋਏ ਮਿਆਰੀ ਕਿਤਾਬਾਂ ਤੋਂ ਇਹਨਾਂ ਨੋਟਸਾਂ ਨੂੰ ਤਿਆਰ ਕੀਤਾ ਹੈ ਅਤੇ ਤੁਸੀਂ ਪੂਰੇ ਵਿਸ਼ਵਾਸ ਨਾਲ ਦਿਲ ਲਾ ਕੇ ਪੜ੍ਹ ਸਕੋਗੇ ਅਤੇ ਸਫ਼ਲਤਾ ਦੀਆਂ ਪੌੜੀਆਂ 'ਤੇ ਭਰੋਸੇ ਨਾਲ ਚੜ੍ਹ ਸਕੋਗੇ।

18

ਨਵੇਂ ਰਾਜਾ ਮਹਾਰਾਜਾ ਹਨ - ਆਈ.ਏ.ਐੱਸ.

ਇੰਟਰਨੈੱਟ ਮੀਡੀਆ ਵਿੱਚ ਮਨਰੇਗਾ ਘੁਟਾਲਾ, ਆਮਦਨੀ ਨਾਲੋਂ ਜ਼ਿਆਦਾ ਜਾਇਦਾਦ ਅਤੇ ਭ੍ਰਿਸ਼ਟਾਚਾਰ ਦੇ ਗੰਭੀਰ ਦੋਸ਼ਾਂ 'ਚ ਘਿਰੀ ਝਾਰਖੰਡ ਦੀ ਮਾਈਨਿੰਗ ਅਤੇ ਉਦਯੋਗ ਸਕੱਤਰ ਆਈ.ਏ.ਐੱਸ. ਪੂਜਾ ਸਿੰਘਲ 'ਤੇ ਇਨਫੋਰਸਮੈਂਟ ਡਾਇਰੈਕਟੋਰੇਟ (ਈਡੀ) ਦੀ ਕਾਰਵਾਈ ਨਾਲ 19 ਕਰੋੜ ਰੁਪਏ ਤੋਂ ਵੀ ਜ਼ਿਆਦਾ ਨਕਦ ਜ਼ਬਤ ਹੋਣ ਤੋਂ ਬਾਅਦ ਪ੍ਰਸ਼ਾਸਨ ਵਿੱਚ ਭ੍ਰਿਸ਼ਟਾਚਾਰ ਦੀ ਗੰਭੀਰ ਹੁੰਦੀ ਸਮੱਸਿਆ ਅਤੇ ਜਨਤਾ ਦੇ ਪੈਸੇ ਦੇ ਦੁਰਵਰਤੋਂ 'ਤੇ ਬਹਿਸ ਛਿੜ ਗਈ। ਰਾਜਸਥਾਨ ਤੋਂ ਲੈ ਕੇ ਝਾਰਖੰਡ ਤੱਕ ਛੋਟੇ ਕਰਮਚਾਰੀਆਂ ਤੋਂ ਲੈ ਕੇ ਵੱਡੇ ਅਧਿਕਾਰੀਆਂ ਤੱਕ ਰਿਸ਼ਵਤਖ਼ੋਰੀ ਜਾਂ ਭ੍ਰਿਸ਼ਟਾਚਾਰ ਇਹ ਦਰਸਾਉਂਦਾ ਹੈ ਕਿ ਭ੍ਰਿਸ਼ਟਾਚਾਰ ਦੀ ਸਮੱਸਿਆ ਕਿੰਨਾ ਭਿਆਨਕ ਰੂਪ ਧਾਰਨ ਕਰ ਚੁੱਕੀ ਹੈ। ਉਂਜ ਇਹ ਕੋਈ ਲੁਕੀ ਹੋਈ ਗੱਲ ਨਹੀਂ ਹੈ ਕਿ ਰੁਟੀਨ ਦੇ ਜੀਵਨ ਵਿੱਚ ਲੋਕਾਂ ਨੂੰ ਵੱਖ-ਵੱਖ ਸਰਕਾਰੀ ਸੁਵਿਧਾਵਾਂ ਲੈਣ ਲਈ ਰਿਸ਼ਵਤ ਦੇਣੀ ਪੈਂਦੀ ਹੈ। ਜਨਮ ਸਰਟੀਫਿਕੇਟ ਬਣਵਾਉਣ ਤੋਂ ਲੈ ਕੇ ਬਿਜਲੀ ਦੇ ਬਿੱਲ ਨੂੰ ਠੀਕ ਕਰਵਾਉਣ ਲਈ ਵੀ ਰਿਸ਼ਵਤ ਦਾ ਚਲਣ ਆਮ ਗੱਲ ਹੈ। ਤੇ ਇਹ ਸਭ ਉਦੋਂ ਹੈ ਜਦੋਂ ਜ਼ਿਆਦਾਤਰ ਸੇਵਾਵਾਂ ਆਨਲਾਈਨ ਦਿੱਤੀਆਂ ਜਾ ਰਹੀਆਂ ਹਨ।

ਅਕਸਰ ਦੇਖਣ ਵਿੱਚ ਆਉਂਦਾ ਹੈ ਕਿ ਸਰਕਾਰੀ ਦਫ਼ਤਰ ਤੋਂ ਜੁੜਿਆ ਕੰਮ ਕਰਾਉਣ ਵਿੱਚ ਆਮ ਆਦਮੀ ਦੇ ਛੱਕੇ ਛੁੱਟ ਜਾਂਦੇ ਹਨ। ਛੋਟੇ ਜਿਹੇ ਕੰਮ ਲਈ ਉਸ ਨੂੰ ਵੱਡੇ-ਵੱਡੇ ਪਾਪੜ ਵੇਲਣੇ ਪੈਂਦੇ ਹਨ। ਆਪਣੀ ਇੱਕ ਸਮੱਸਿਆ ਦੇ ਸਮਾਧਾਨ ਲਈ ਜ਼ਿਲ੍ਹੇ ਦੀ ਜਨਤਾ ਨੂੰ ਤਹਿਸੀਲ ਜਾਂ ਥਾਣੇ ਵਿੱਚ ਵਾਰ-ਵਾਰ ਬਿਨੈ ਪੱਤਰ ਦੇਣੇ ਪੈਂਦੇ ਹਨ। ਇੱਕ ਗੱਲ ਇਹ ਵੀ ਹੈ ਕਿ ਭਾਰਤ ਦੇ ਲੋਕ ਸੰਜਮ ਨਹੀਂ ਰੱਖਦੇ। ਉਹਨਾਂ ਨੂੰ ਆਪਣੇ ਕੰਮ ਕਰਵਾਉਣ ਦੀ

ਜਲਦਬਾਜ਼ੀ ਹੁੰਦੀ ਹੈ। ਦਸਤਾਵੇਜ਼ ਪੂਰੇ ਹੋਣ 'ਤੇ ਵੀ ਲੋਕ ਸਰਕਾਰੀ ਕਰਮਚਾਰੀਆਂ ਦੀ 'ਜੀ ਹਜ਼ੂਰੀ' ਕਰਦੇ ਹਨ। ਜਨਤਾ ਨੂੰ ਜਲਦਬਾਜ਼ੀ ਨਹੀਂ ਕਰਨੀ ਚਾਹੀਦੀ; ਅਧਿਕਾਰੀ ਜਾਂ ਕਰਮਚਾਰੀ ਜੇਕਰ ਟਾਲਮਟੋਲ ਕਰ ਰਿਹਾ ਹੈ ਤਾਂ ਕਰਨ ਦਿਓ। ਦੇਰੀ ਨਾਲ ਹੀ ਸਹੀ, ਕੰਮ ਨਿਯਮਾਂ ਦੇ ਤਹਿਤ ਕਰਾਉਣਾ ਚਾਹੀਦਾ ਹੈ। ਰਿਸ਼ਵਤ ਨਹੀਂ ਦੇਣੀ ਚਾਹੀਦੀ ਭਾਵੇਂ ਕੁਝ ਵੀ ਹੋ ਜਾਵੇ।

ਇੱਕ ਰਿਪੋਰਟ ਦੇ ਮੁਤਾਬਕ ਆਮ ਆਦਮੀ ਤੋਂ ਸਭ ਤੋਂ ਜ਼ਿਆਦਾ ਰਿਸ਼ਵਤ ਪੁਲਿਸ, ਆਵਾਜਾਈ ਵਿਭਾਗ, ਸਿਹਤ ਵਿਭਾਗ, ਹਾਊਸਿੰਗ ਸੈੱਲ ਅਤੇ ਲੈਂਡ ਰਿਕਾਰਡ ਵਾਲੇ ਦਫ਼ਤਰਾਂ ਵਿੱਚ ਮੰਗੀ ਜਾਂਦੀ ਹੈ। 'ਟ੍ਰਾਂਸਪਰੈਂਸੀ ਇੰਟਰਨੈਸ਼ਨਲ' ਦੀ ਰਿਪੋਰਟ ਅਨੁਸਾਰ ਭਾਰਤ ਦੇ ਸਰਕਾਰੀ ਦਫ਼ਤਰਾਂ ਵਿੱਚ ਕੰਮ ਕਰਾਉਣ ਲਈ ਦੇਸ਼ ਦੇ 62 ਫ਼ੀਸਦੀ ਲੋਕਾਂ ਨੂੰ ਰਿਸ਼ਵਤ ਦੇਣ ਦਾ ਅਨੁਭਵ ਹੈ। ਅੱਜ ਭਾਵੇਂ ਅਸੀਂ ਉੱਚ ਪੱਧਰ 'ਤੇ ਦੇਖੀਏ ਜਾਂ ਹੇਠਲੇ ਪੱਧਰ 'ਤੇ, ਦੋਨਾਂ ਹੀ ਕਿਸਮਾਂ ਦੇ ਵਿਭਾਗਾਂ ਦੇ ਸੀਨੀਅਰ ਅਧਿਕਾਰੀ ਆਮ ਤੌਰ 'ਤੇ ਜਨਤਾ ਦੀ ਪਹੁੰਚ ਤੋਂ ਬਾਹਰ ਹਨ। ਇੱਥੋਂ ਤੱਕ ਕਿ ਉਹ ਆਮ ਜਨਤਾ ਦੀਆਂ ਸ਼ਿਕਾਇਤਾਂ ਸੁਣਨ ਲਈ ਫ਼ੋਨ 'ਤੇ ਵੀ ਉਪਲਬਧ ਨਹੀਂ ਹੁੰਦੇ। ਮੰਨਿਆ ਕਿ ਅਧਿਕਾਰੀਆਂ 'ਤੇ ਕੰਮ ਦਾ ਬੋਝ ਹੁੰਦਾ ਹੈ, ਪਰ ਉਹਨਾਂ ਨੂੰ ਇਹ ਵੀ ਨਹੀਂ ਭੁੱਲਣਾ ਚਾਹੀਦਾ ਕਿ ਆਮ ਜਨਤਾ ਦੇ ਟੈਕਸ ਦੇ ਭੁਗਤਾਨ ਨਾਲ ਹੀ ਨੌਕਰਸ਼ਾਹੀ ਚੱਲ ਰਹੀ ਹੈ। ਪਰ ਬਦਕਿਸਮਤੀ ਦੀ ਗੱਲ ਹੈ ਕਿ ਹੁਣ ਇਹ ਸੇਵਾਵਾਂ, ਸੇਵਾ ਨਾ ਰਹਿ ਕੇ ਅਧਿਕਾਰੀਆਂ ਦੇ ਆਰਾਮ-ਘਰ ਬਣ ਗਏ ਹਨ। ਪੰਚਾਇਤਾਂ ਤੋਂ ਲੈ ਕੇ ਦੇਸ਼ ਦੇ ਵੱਡੇ ਸ਼ਹਿਰਾਂ ਤੱਕ ਦੀ ਆਮ ਜਨਤਾ ਪ੍ਰਬੰਧਕੀ ਸਿਸਟਮ ਤੋਂ ਸੰਤੁਸ਼ਟ ਨਹੀਂ ਹੈ। ਅਜਿਹੀ ਸਥਿਤੀ ਵਿੱਚ, ਸਿਵਲ ਸੇਵਕਾਂ ਨੂੰ ਆਮ ਜਨਤਾ ਦੇ ਪ੍ਰਤੀ ਜਵਾਬਦੇਹ ਬਣਾਉਣ ਦੇ ਨਾਲ-ਨਾਲ ਉਹਨਾਂ ਪ੍ਰਤੀ ਸੰਵੇਦਨਸ਼ੀਲਤਾ ਜਤਾਉਣਾ ਇੱਕ ਅਹਿਮ ਚੁਨੌਤੀ ਬਣ ਗਈ ਹੈ। ਤੇ ਅਸੀਂ ਤਮਾਮ ਯਤਨਾਂ ਦੇ ਬਾਵਜੂਦ ਇੱਛਿਤ ਨੌਕਰਸ਼ਾਹੀ ਸਮੂਹ ਵਿਕਸਿਤ ਨਹੀਂ ਕਰ ਸਕੇ ਹਾਂ।

ਸਾਫ਼-ਸੁਥਰੇ ਪ੍ਰਸ਼ਾਸਨ ਲਈ ਸਰਕਾਰੀ ਪੱਧਰ 'ਤੇ ਯਤਨ ਵੀ ਹੋ ਰਹੇ ਹਨ। ਉਦਾਹਰਨ ਵਜੋਂ ਨੌਕਰਸ਼ਾਹਾਂ ਨੂੰ ਭ੍ਰਿਸ਼ਟਾਚਾਰ ਮੁਕਤ ਰੱਖਣ ਦੇ ਉਦੇਸ਼ ਨਾਲ ਉਹਨਾਂ ਨੂੰ ਹਰ ਸਾਲ ਆਪਣੀ ਚੱਲ-ਅਚੱਲ ਜਾਇਦਾਦ ਦਾ ਬਿਉਰਾ ਸਰਕਾਰ ਨੂੰ ਦੇਣਾ ਪੈਂਦਾ ਹੈ। ਪਰ ਦੇਖਣ ਵਿੱਚ ਆਇਆ ਹੈ ਕਿ ਇਸ ਨਿਯਮ ਦੀ ਅਕਸਰ ਅਣਦੇਖੀ ਹੁੰਦੀ ਹੈ। ਕੁਝ ਅਰਥ ਸ਼ਾਸਤਰੀਆਂ ਦਾ ਤਾਂ ਇੱਥੋਂ ਤੱਕ ਮੰਨਣਾ ਹੈ ਕਿ ਭਾਰਤ ਦੇ ਵਿਕਾਸ ਵਿੱਚ ਰੁਕਾਵਟ ਦਾ ਸਭ ਤੋਂ ਵੱਡਾ ਜ਼ਿੰਮੇਵਾਰ ਇਹਨਾਂ ਨੌਕਰਸ਼ਾਹਾਂ ਨੂੰ ਠਹਿਰਾਇਆ ਜਾਣਾ ਚਾਹੀਦਾ ਹੈ। ਹੁਣ ਤਾਂ ਸਥਿਤੀ ਇਹ ਹੈ ਕਿ ਲੋਕ ਨੌਕਰਸ਼ਾਹੀ ਨੂੰ ਸੇਵਾਪ੍ਰਦਾਤਾ ਦੀ ਬਜਾਏ ਸ਼ੋਸ਼ਣ ਦੇ ਏਜੰਟ ਦੇ ਰੂਪ ਵਿੱਚ ਦੇਖਣ ਲੱਗੇ ਹਨ। ਪ੍ਰਸ਼ਾਸਨ ਅਤੇ ਆਮ ਜਨਤਾ ਵਿੱਚ ਦੂਰੀ ਇਸ ਕਦਰ

ਵਧ ਗਈ ਹੈ ਕਿ ਇੱਕ ਤਰ੍ਹਾਂ ਨਾਲ ਨੌਕਰਸ਼ਾਹੀ ਵਿੱਚ ਮੱਧ ਕਾਲ ਦੀ ਸਾਮੰਤਸ਼ਾਹੀ ਨਜ਼ਰ ਆਉਂਦੀ ਹੈ। ਫ਼ਰਕ ਸਿਰਫ਼ ਇਹ ਹੈ ਕਿ ਸ਼ੋਸ਼ਣ ਦਾ ਅੰਦਾਜ਼ ਬਦਲ ਗਿਆ ਹੈ ਅਤੇ ਇਸ ਵਿੱਚ ਭ੍ਰਿਸ਼ਟਾਚਾਰ ਦੀ ਭੂਮਿਕਾ ਕੇਂਦਰੀ ਹੋ ਗਈ ਹੈ।

ਆਮ ਤੌਰ ’ਤੇ ਕਿਹਾ ਜਾਂਦਾ ਹੈ ਕਿ ਸਭ ਤੋਂ ਬਿਹਤਰੀਨ ਪ੍ਰਤਿਭਾ ਸਿਵਲ ਸੇਵਾ ਲਈ ਚੁਣੀ ਜਾਂਦੀ ਹੈ। ਇਸ ਪ੍ਰਤੀ ਖਿੱਚ ’ਤੇ ਕਾਰਪੋਰੇਟ ਜਗਤ ਦੀ ਮੋਟੀ ਤਨਖ਼ਾਹ ਦੀ ਨੌਕਰੀ ਵੀ ਕੋਈ ਅਸਰ ਨਹੀਂ ਪਾ ਸਕੀ ਹੈ। ਦੁੱਖ ਤਾਂ ਉਦੋਂ ਹੁੰਦਾ ਹੈ ਜਦੋਂ ਦੇਸ਼ ਦੀ ਸਰਵਉੱਚ ਪ੍ਰਸ਼ਾਸਨਿਕ ਪ੍ਰੀਖਿਆ ਪਾਸ ਕਰਕੇ ਸੇਵਾ ’ਚ ਆਉਣ ਵਾਲੇ ਇੱਕ ਤੋਂ ਬਾਅਦ ਇੱਕ ਅਫ਼ਸਰਾਂ ਦੀ ਚਰਚਾ ਸਕਾਰਾਤਮਿਕ ਕਾਰਜਾਂ ਤੋਂ ਜ਼ਿਆਦਾ ਰਿਸ਼ਵਤ ਖੋਰੀ ਅਤੇ ਭ੍ਰਿਸ਼ਟਾਚਾਰ ਲਈ ਹੋਣ ਲੱਗੀ ਹੈ। ਇਸ ਤੋਂ ਸਾਫ਼ ਜ਼ਾਹਿਰ ਹੁੰਦਾ ਹੈ ਕਿ ਭਾਰਤੀ ਨੌਕਰਸ਼ਾਹੀ ਦੇ ਇਸਪਾਤੀ ਢਾਂਚੇ ਨੂੰ ਜੰਗਾਲ ਲੱਗ ਰਹੀ ਹੈ। ਇਸ ਸਥਿਤੀ ਵਿੱਚ ਭਾਰਤ ਭ੍ਰਿਸ਼ਟਾਚਾਰ ਮੁਕਤ ਕਿਵੇਂ ਹੋ ਸਕੇਗਾ? ਜ਼ਿਕਰਯੋਗ ਹੈ ਕਿ ਦੇਸ਼ ਦੇ ਵੱਖ-ਵੱਖ ਖੇਤਰਾਂ ਤੋਂ ਪ੍ਰਤਿਭਾ ਨੂੰ ਖਿੱਚਣ ਲਈ ਵਰਤਮਾਨ ਸਰਕਾਰ ਦੁਆਰਾ ਪ੍ਰਸ਼ਾਸਨਿਕ ਸੇਵਾਵਾਂ ਵਿੱਚ ਲੈਟਰਲ ਇੰਟਰੀ ਦੀ ਸ਼ੁਰੂਆਤ ਕੀਤੀ ਗਈ ਹੈ। ਇਹ ਇੱਕ ਸ਼ਲਾਘਾਯੋਗ ਕਦਮ ਹੈ ਪਰ ਸਿਸਟਮ ਵਿੱਚ ਪੈਦਾ ਖ਼ਾਮੀਆਂ ਨੂੰ ਦੂਰ ਕਰਨ ਲਈ ਲੈਟਰਲ ਐਂਟਰੀ ਕੋਈ ਅੰਤਿਮ ਵਿਕਲਪ ਨਹੀਂ ਹੈ।

ਪਿਛਲੇ ਕੁਝ ਸਾਲਾਂ ਵਿੱਚ ਪ੍ਰਸ਼ਾਸਨਿਕ ਢਾਂਚੇ ਵਿੱਚ ਸੁਧਾਰ ਲਿਆਉਣ ਲਈ ਕੇਂਦਰ ਸਰਕਾਰ ਹਰ ਸਾਲ ਵੱਡੀ ਗਿਣਤੀ ਵਿੱਚ ਅਯੋਗ ਅਤੇ ਭ੍ਰਿਸ਼ਟ ਅਫ਼ਸਰਾਂ ਦੀ ਸਮੇਂ ਤੋਂ ਪਹਿਲਾਂ ਰਿਟਾਇਰਮੈਂਟ ’ਤੇ ਕੰਮ ਕਰ ਰਹੀ ਹੈ। ਸਰਕਾਰੀ ਅੰਕੜਿਆਂ ਦੇ ਅਨੁਸਾਰ 2014 ਤੋਂ 2019 ਦੇ ਵਿੱਚ ਕੇਂਦਰ ਸਰਕਾਰ ਦੁਆਰਾ 312 ਅਧਿਕਾਰੀਆਂ/ ਕਰਮਚਾਰੀਆਂ ਨੂੰ ਕੰਮ ਵਿੱਚ ਲਾਪਰਵਾਹੀ ਵਰਤਣ ਦੇ ਦੋਸ਼ ਵਿੱਚ ਜਬਰਨ ਰਿਟਾਇਰ ਕੀਤਾ ਗਿਆ। ਇਹ ਇੱਕ ਚੰਗੀ ਪਹਿਲ ਹੈ ਅਤੇ ਇਸ ’ਤੇ ਹੋਰ ਤੇਜ਼ੀ ਨਾਲ ਕੰਮ ਹੋਣਾ ਚਾਹੀਦਾ ਹੈ। ਇਸ ਦਾ ਫ਼ਾਇਦਾ ਇਹ ਹੋਵੇਗਾ ਕਿ ਪ੍ਰਸ਼ਾਸਨ ਦੇ ਅਧਿਕਾਰੀਆਂ ’ਤੇ ਚੰਗਾ ਪ੍ਰਦਰਸ਼ਨ ਕਰਨ ਅਤੇ ਸਾਫ਼-ਸੁਥਰਾ ਪ੍ਰਸ਼ਾਸਨ ਉਪਲਬਧ ਕਰਾਉਣ ਦਾ ਦਬਾਅ ਬਣੇਗਾ। ਕਾਰਪੋਰੇਟ ਪ੍ਰਸ਼ਾਸਨ ਵਿੱਚ ਸੁਸਤ ਪਏ ਕਰਮਚਾਰੀਆਂ ਨੂੰ ਆਕਰਸ਼ਕ ਪੈਕੇਜ ਦੇ ਕੇ ਬਾਹਰ ਦਾ ਰਸਤਾ ਦਿਖਾਇਆ ਜਾਂਦਾ ਹੈ। ਇਹ ਤਰੀਕਾ ਇਸ ਖੇਤਰ ਵਿੱਚ ਕੁਝ ਹੱਦ ਤੱਕ ਸਫ਼ਲ ਵੀ ਰਿਹਾ ਹੈ। ਇਸ ਲਈ ਅਜਿਹਾ ਹੀ ਤਰੀਕਾ ਰਾਜ ਸਰਕਾਰਾਂ ਨੂੰ ਵੀ ਪ੍ਰਸ਼ਾਸਨਿਕ ਅਤੇ ਅਧੀਨ ਸੇਵਾਵਾਂ ਲਈ ਅਪਣਾਉਣਾ ਚਾਹੀਦਾ ਹੈ। ਇਸ ਤਰੀਕੇ ਨਾਲ ਸ਼ਾਇਦ ਭ੍ਰਿਸ਼ਟਾਚਾਰ, ਅਕਿਰਿਆਸ਼ੀਲ, ਧੀਮੀ ਕਾਰਜਸ਼ੈਲੀ, ਲਾਲ ਫੀਤਾਸ਼ਾਹੀ ਵਰਗੀ ਕਾਰਜ ਪ੍ਰਣਾਲੀ ਤੋਂ ਦੇਸ਼ ਨੂੰ ਛੁਟਕਾਰਾ ਮਿਲ ਸਕੇ। ਸ਼ਾਸਨ ਦੀਆਂ ਨੀਤੀਆਂ ਕਿੰਨੀਆਂ ਵੀ ਚੰਗੀਆਂ ਕਿਉਂ ਨਾ ਹੋਣ? ਜੇਕਰ ਨੌਕਰਸ਼ਾਹੀ ਇਮਾਨਦਾਰ ਅਤੇ ਕੰਮ ਦੇ ਪ੍ਰਤੀ ਲਗਨਸ਼ੀਲ ਨਹੀਂ ਹੈ,

ਤਾਂ ਰਿਜ਼ਲਟ ਚੰਗੇ ਨਹੀਂ ਮਿਲਦੇ। ਅਜਿਹੇ ਮਾਮਲੇ ਸਾਹਮਣੇ ਆਉਂਦੇ ਰਹਿੰਦੇ ਹਨ, ਜਦੋਂ ਸਰਕਾਰ ਵੱਲੋਂ ਚੰਗੀ ਨੀਅਤ ਨਾਲ ਜਨ-ਕਲਿਆਣਕਾਰੀ ਯੋਜਨਾਵਾਂ ਸ਼ੁਰੂ ਕੀਤੀਆਂ ਗਈਆਂ; ਪਰ ਨੌਕਰਸ਼ਾਹੀ ਦੀ ਭ੍ਰਿਸ਼ਟ ਨੀਤੀਆਂ ਕਾਰਨ ਉਹ ਅੰਜਾਮ ਤੱਕ ਨਹੀਂ ਪਹੁੰਚ ਸਕੀਆਂ।

ਹੁਣ ਪ੍ਰਸ਼ਾਸਨਿਕ ਸੇਵਾਵਾਂ ਵਿੱਚ ਭ੍ਰਿਸ਼ਟਾਚਾਰ ਜਿਸ ਤਰ੍ਹਾਂ ਨਾਲ ਰਚ-ਮਿਚ ਗਿਆ ਹੈ, ਉਸ ਨੂੰ ਦੇਖਦੇ ਹੋਏ ਸਰਕਾਰ ਨੂੰ ਭ੍ਰਿਸ਼ਟਾਚਾਰ 'ਤੇ ਜ਼ੀਰੋ ਟੋਲਰੈਂਸ ਨੀਤੀ ਅਪਣਾਉਣ ਦੀ ਜ਼ਰੂਰਤ ਹੈ। ਸਮੇਂ-ਸਮੇਂ 'ਤੇ ਕੀਤੇ ਗਏ ਵੱਖ-ਵੱਖ ਅਧਿਐਨਾਂ ਅਨੁਸਾਰ ਭ੍ਰਿਸ਼ਟਾਚਾਰ ਮਨੁੱਖ ਦੀ ਨੈਤਿਕ ਕਮਜ਼ੋਰੀ ਤੋਂ ਇੰਨਾ ਪੈਦਾ ਨਹੀਂ ਹੁੰਦਾ, ਜਿੰਨਾ ਕਿ ਸਿਸਟਮ ਵਿੱਚ ਮੌਜੂਦ ਅੰਦਰੂਨੀ ਪ੍ਰਣਾਲੀਗਤ ਕਮਜ਼ੋਰੀਆਂ ਦੇ ਨਾਲ ਹੁੰਦਾ ਹੈ। ਇਹ ਕਮਜ਼ੋਰੀਆਂ ਭ੍ਰਿਸ਼ਟਾਚਾਰ ਦੇ ਮੌਕੇ ਪੈਦਾ ਕਰਦੀਆਂ ਹਨ। ਇਸ ਲਈ ਸਿਰਫ਼ ਪ੍ਰਸ਼ਾਸਨਿਕ ਚੌਕਸੀ ਨਾਲ ਭ੍ਰਿਸ਼ਟਾਚਾਰ 'ਤੇ ਕਾਬੂ ਪਾਉਣਾ ਬਹੁਤ ਮੁਸ਼ਕਿਲ ਹੈ। ਇਸ ਲਈ ਬਹੁ-ਕਾਰਜਸ਼ੀਲ ਦ੍ਰਿਸ਼ਟੀਕੋਣ ਅਪਣਾਉਣ ਦੀ ਲੋੜ ਹੈ, ਜਿਸ ਵਿੱਚ ਜਨਤਕ ਭਾਗੀਦਾਰੀ ਤੇ ਪ੍ਰਣਾਲੀਗਤ ਆਰਥਿਕ ਅਤੇ ਪ੍ਰਸ਼ਾਸਨਿਕ ਸੁਧਾਰ ਵੀ ਸ਼ਾਮਲ ਹੋਣ। ਇਸ ਤੋਂ ਇਲਾਵਾ ਇੱਕ ਸੁਝਾਅ ਇਹ ਵੀ ਹੈ ਕਿ ਜਨਤਕ ਸੇਵਾਵਾਂ ਨੂੰ ਲੋਕਾਂ ਤੱਕ ਬਿਹਤਰ ਤਰੀਕੇ ਨਾਲ ਪਹੁੰਚਾਉਣ ਲਈ ਜ਼ਿਲ੍ਹਾ ਅਧਿਕਾਰੀਆਂ ਨੂੰ ਜ਼ਿਲ੍ਹੇ ਦੀਆਂ ਵਿਕਾਸ ਯੋਜਨਾਵਾਂ ਨੂੰ ਲਾਗੂ ਕਰਨ ਦਾ ਇਕੱਲਾ ਹੀ ਜ਼ਿੰਮੇਵਾਰ ਬਣਾਉਣ ਦੀ ਬਜਾਏ ਚੁਣੇ ਹੋਏ ਜਨ ਪ੍ਰਤੀਨਿਧੀਆਂ ਦੀ ਕਮੇਟੀ ਦਾ ਸੀ.ਈ.ਓ. ਬਣਾਉਣਾ ਚਾਹੀਦਾ ਹੈ। ਠੀਕ ਓਵੇਂ ਹੀ ਜਿਵੇਂ ਗ੍ਰਾਮ ਪੰਚਾਇਤ ਅਤੇ ਬਲਾਕ ਪੰਚਾਇਤ ਪੱਧਰ 'ਤੇ ਪਹਿਲਾਂ ਹੀ ਕਰ ਦਿੱਤਾ ਗਿਆ ਹੈ। ਨਾਲ ਹੀ ਪ੍ਰਸ਼ਾਸਨਿਕ ਸੇਵਾਵਾਂ ਨੂੰ ਦੋ ਭਾਗਾਂ ਵਿੱਚ ਵੰਡਣ ਦੀ ਲੋੜ ਹੈ - ਇੱਕ ਹਿੱਸਾ ਪੂਰੀ ਤਰ੍ਹਾਂ ਪੇਂਡੂ ਇਲਾਕਿਆਂ ਦੇ ਵਿਕਾਸ ਲਈ ਹੋਣਾ ਚਾਹੀਦਾ ਹੈ ਅਤੇ ਦੂਜਾ ਹੋਰ ਸਾਰੇ ਕਾਰਜਾਂ ਲਈ।

ਜੇਕਰ ਅਸੀਂ ਨਵੇਂ ਭਾਰਤ (ਨਿਊ ਇੰਡੀਆ) ਦਾ ਸੁਪਨਾ ਸਾਕਾਰ ਕਰਨਾ ਹੈ ਅਤੇ ਸਭ ਨੂੰ ਨਿਆਂ ਅਤੇ ਵਿਕਾਸ ਦਾ ਫ਼ਾਇਦਾ ਦੇਣਾ ਹੈ ਤਾਂ ਦੇਸ਼ ਦੀ ਉੱਚ ਪ੍ਰਸ਼ਾਸਨਿਕ ਸੇਵਾਵਾਂ ਵਿੱਚ ਟ੍ਰੇਨਿੰਗ ਅਤੇ ਨਿਯੁਕਤੀ ਵਿੱਚ ਸੁਧਾਰ ਲਈ 'ਅਲਘ ਸਮਿਤੀ' ਦੀਆਂ ਸਿਫ਼ਾਰਿਸ਼ਾਂ ਤੇ ਗ਼ੌਰ ਕਰਨ ਦੀ ਜ਼ਰੂਰਤ ਹੈ। ਸਮਿਤੀ ਨੇ ਸੁਝਾਅ ਦਿੱਤਾ ਸੀ ਕਿ ਉੱਚ ਪ੍ਰਸ਼ਾਸਨਿਕ ਸੇਵਾਵਾਂ ਅਤੇ ਹੋਰ ਕੇਂਦਰੀ ਸੇਵਾਵਾਂ ਨੂੰ ਬਸਤੀਵਾਦੀ ਸਿਸਟਮ ਤੋਂ ਮੁਕਤ ਕਰਨਾ ਚਾਹੀਦਾ ਹੈ। ਮੈਕਾਲੇ ਦੀ ਚਲਾਈ ਅੰਗਰੇਜ਼ੀ ਪ੍ਰੀਖਿਆ ਅਤੇ ਜਰਨਲ ਨਾੱਲੇਜ ਤੋਂ ਹਟ ਕੇ, ਪ੍ਰਸ਼ਾਸਕਾਂ ਦਾ ਮੁਲਾਂਕਣ 21ਵੀਂ ਸ਼ਤਾਬਦੀ ਦੀਆਂ ਸਮੱਸਿਆਵਾਂ ਨੂੰ ਸੁਲਝਾਉਣ ਦੀ ਸਮਰੱਥਾ ਤੇ ਅਧਾਰਿਤ ਹੋਵੇ; ਅਤੇ ਡਿਜੀਟਲ ਦੌਰ ਵਿੱਚ ਤਕਨੀਕ ਦੇ ਪ੍ਰਭਾਵ, ਲੋਕਾਂ ਦੇ ਅਧਿਕਾਰਾਂ ਦੀ ਸੁਰੱਖਿਆ, ਵਿਸ਼ਵੀਕਰਨ ਅਤੇ ਵਾਤਾਵਰਨ ਸਬੰਧੀ ਬਦਲਾਅ ਆਦਿ ਨੂੰ ਪ੍ਰਸ਼ਾਸਨਿਕ

ਸੇਵਾਵਾਂ ਦਾ ਆਧਾਰ ਬਣਾਇਆ ਜਾਵੇ। ਇਸ ਤਰ੍ਹਾਂ ਇੱਕ ਬਹੁ-ਆਯਾਮੀ ਅਤੇ ਲੰਬੀ ਮਿਆਦ ਦੀ ਰਣਨੀਤੀ ਦੁਆਰਾ ਹੀ ਲੋਕ ਸੇਵਾਵਾਂ ਨੂੰ ਭ੍ਰਿਸ਼ਟਾਚਾਰ ਤੋਂ ਮੁਕਤ ਕਰਕੇ ਜਨਤਕ ਫ਼ੰਡ ਦੀ ਸਹੀ ਵਰਤੋਂ ਯਕੀਨੀ ਬਣਾਈ ਜਾ ਸਕਦੀ ਹੈ।

"ਨਵੇਂ ਰਾਜਾ ਮਹਾਰਾਜਾ ਹਨ ਭਾਰਤ ਦੇ ਆਈ.ਏ.ਐੱਸ.। ਮੇਰਾ ਆਪਣਾ ਤਜਰਬਾ ਹੈ ਮੋਦੀ ਜੀ ਦੇ ਕਾਰਜਕਾਲ ਵਿੱਚ ਆਮ ਆਈ.ਏ.ਐੱਸ. ਦਾ ਰੁਤਬਾ ਲਗਭਗ 10 ਗੁਣਾ ਵਧ ਗਿਆ ਹੈ। ਮੁਲਾਇਮ ਸਿੰਘ ਦੇ ਕਾਰਜਕਾਲ ਵਿੱਚ ਵੀ ਮੈਂ ਆਈ.ਏ.ਐੱਸ. ਨੂੰ ਨੇੜਿਓਂ ਦੇਖਿਆ। ਮਾਇਆਵਤੀ ਦੇ ਸਮੇਂ ਵੀ ਦੇਖਿਆ। ਜਨ-ਪ੍ਰਤੀਨਿਧੀਆਂ ਦਾ ਇੱਕ ਕੰਟਰੋਲ ਦਿਸਦਾ ਸੀ ਪਰ ਵਰਤਮਾਨ ਵਿੱਚ ਕਿਸੇ ਦਾ ਕੋਈ ਕੰਟਰੋਲ ਨਹੀਂ ਹੈ। ਏਨਾ ਵਿੱਚ ਜ਼ਬਰਦਸਤ ਏਕਤਾ ਹੈ। ਸੰਜੀਵ ਖੈਰਵਾਰ, ਦਿੱਲੀ ਸਰਕਾਰ ਦੇ ਪ੍ਰਿੰਸੀਪਲ ਸਕੱਤਰ, ਉਸ ਨੂੰ ਆਪਣੇ ਕੁੱਤੇ ਦੇ ਨਾਲ ਘੁੰਮਣ ਲਈ ਪੂਰਾ ਸਟੇਡੀਅਮ ਖ਼ਾਲੀ ਚਾਹੀਦਾ ਹੈ। ਇਹ ਤਾਂ ਬਹੁਤ ਆਮ ਜਿਹੀ ਗੱਲ ਹੈ। ਹੁਣ ਪੂਜਾ ਸਿੰਘਲ ਫੜੀ ਗਈ; ਹਜ਼ਾਰਾਂ ਕਰੋੜ ਦੀ ਪ੍ਰਾਪਰਟੀ ਹੈ, 20 ਕਰੋੜ ਘਰ ਚੋਂ ਨਿਕਲੇ। ਪਰ ਦੋ ਜਾਂ ਤਿੰਨ ਦਿਨਾਂ ਦੇ ਅੰਦਰ ਹੀ ਮੀਡੀਆ ਤੋਂ ਗੱਲ ਗ਼ਾਇਬ ਹੋ ਗਈ। ਹੁਣ ਜਾਂਚ ਵੀ ਆਈ.ਏ.ਐੱਸ. ਕਰਨਗੇ ਅਤੇ ਬਚਾਅ ਦਾ ਰਾਹ ਵੀ ਉਹੀ ਕੱਢ ਕੇ ਦੇਣਗੇ, ਤੇ ਕੁਝ ਦਿਨਾਂ ਬਾਅਦ ਉਹ ਜੇਲ੍ਹ ਤੋਂ ਵੀ ਬਾਹਰ ਆ ਜਾਵੇਗੀ। ਐਵੇਂ ਨਹੀਂ ਹੋਇਆ ਇਹ ਸਭ ਕੁਝ। ਮੋਦੀ ਨੇ ਆਪਣੇ ਪਹਿਲੇ ਹੀ ਕਾਰਜਕਾਲ ਵਿੱਚ ਸਕੱਤਰ ਅਤੇ ਸੰਯੁਕਤ ਸਕੱਤਰ ਪੱਧਰ ਦੀ ਮੀਟਿੰਗ ਬੁਲਾ ਕੇ ਕਹਿ ਦਿੱਤਾ ਸੀ ਕਿ ਮੰਤਰੀ ਦੀ ਕੋਈ ਗੱਲ ਸਮਝ ਨਾ ਆਵੇ ਤਾਂ ਸਿੱਧਾ ਮੈਨੂੰ ਦੱਸਣਾ। ਬਸ ਇੱਕ ਹੀ ਮੌਕਾ ਚਾਹੀਦਾ ਹੁੰਦਾ ਹੈ। ਜ਼ਿਆਦਾਤਰ ਮੰਤਰੀ ਦੋ ਕੌਡੀ ਦੇ ਹੋ ਗਏ। ਉਸ ਸਮੇਂ ਇੱਕ ਕੇਂਦਰ ਦਾ ਮੰਤਰੀ ਕਹਿ ਰਿਹਾ ਸੀ ਕਿ, "ਪਤਾ ਨਹੀਂ ਮੈਨੂੰ ਸਕੱਤਰ ਦੀ ਸੀਆਰ ਲਿਖਣੀ ਹੈ ਜਾਂ ਉਹ ਮੇਰੀ ਲਿਖ ਰਿਹਾ ਹੈ।" ਅਤੇ ਵਾਕਈ ਉਹ ਕੁਝ ਦਿਨਾਂ ਬਾਅਦ ਮੰਤਰੀ ਨਹੀਂ ਰਹੇ ਸਨ। ਜੈ ਹੋਵੇ! ਪਾਕਿਸਤਾਨ ਬਾਰੇ ਕਿਹਾ ਜਾਂਦਾ ਹੈ ਕਿ ਪਾਕਿਸਤਾਨ ਪੂਰੇ ਤਰੀਕੇ ਨਾਲ ਸੈਨਾ ਦੇ ਕੰਟਰੋਲ ਵਿੱਚ ਰਹਿੰਦਾ ਹੈ। ਉਸੇ ਤਰਜ਼ 'ਤੇ ਭਾਰਤ ਵਿੱਚ ਸਭ ਕੁਝ ਆਈ.ਏ.ਐੱਸ. ਦੇ ਕੰਟਰੋਲ 'ਚ ਰਹਿੰਦਾ ਹੈ। ਝਾਰਖੰਡ ਦੀ ਸੋਰੇਨ ਸਰਕਾਰ ਦੀ 'ਨੱਕ ਦਾ ਵਾਲ' ਰਹੀ, ਪੈਸਿਆਂ ਦੀ ਪੂਜਾ ਕਰਨ ਵਾਲੀ ਆਈ.ਏ.ਐੱਸ. ਪੂਜਾ ਸਿੰਘਲ ਪਰਿਵਾਰ ਦੇ ਠਿਕਾਣਿਆਂ 'ਤੇ ਈਡੀ ਦੇ ਛਾਪੇ ਵਿੱਚ 20 ਕਰੋੜ ਨਕਦ ਅਤੇ 150 ਕਰੋੜ ਦੀ ਜਾਇਦਾਦ ਮਿਲੀ। ਇਹ ਕੋਈ ਪਹਿਲੀ ਆਈ.ਏ.ਐੱਸ. ਨਹੀਂ ਹੈ ਜਿਸ ਕੋਲ ਏਨਾ ਪੈਸਾ ਜਾਂ ਜਾਇਦਾਦ ਮਿਲੀ ਹੋਵੇ। ਜੇਕਰ ਸਰਕਾਰ ਦੀ ਕਿਰਪਾ ਨਾਲ ਮਲਾਈਦਾਰ ਮਹਿਕਮੇ ਦੀ ਕਮਾਨ ਅਤੇ ਵੱਡੇ ਜ਼ਿਲ੍ਹਿਆਂ ਵਿੱਚ ਪੋਸਟਿੰਗ ਮਿਲਦੀ ਰਹੇ, ਤਾਂ 15-20 ਸਾਲਾਂ ਵਿੱਚ ਕੋਈ ਵੀ ਆਈ.ਏ.ਐੱਸ./ ਆਈ.ਪੀ.ਐੱਸ. ਇੰਨੀ ਦੌਲਤ ਅਸਾਨੀ ਨਾਲ ਕਮਾ ਲੈਂਦਾ ਹੈ।

ਪਿਛਲੇ 25 ਸਾਲਾਂ ਵਿੱਚ ਭਾਰਤੀ ਪ੍ਰਸ਼ਾਸਨਿਕ ਸੇਵਾ, ਭਾਰਤੀ ਪੁਲਿਸ ਸੇਵਾ, ਭਾਰਤੀ ਵਨ ਸੇਵਾ ਆਦਿ ਸਰਵਿਸਿਜ਼ ਐਸ਼ੋ-ਆਰਾਮ, ਸ਼ਾਨ-ਸ਼ੌਕਤ ਅਤੇ ਰੁਤਬੇ ਨਾਲ ਬਿਨਾਂ ਰਿਸਕ ਤੋਂ ਕਰੋੜਾਂ-ਅਰਬਾਂ ਵਿੱਚ ਖੇਡਣ ਦਾ ਜ਼ਰੀਆ ਬਣ ਗਈਆਂ ਹਨ। ਇਹਨਾਂ ਪੋਸਟਾਂ ਦਾ ਰਸੂਖ਼ ਅਤੇ ਇਹਨਾਂ ਤੋਂ ਕਮਾਈ ਦੀ ਬੇਅੰਤ ਸੰਭਾਵਨਾ ਦੇ ਕਾਰਨ ਹੀ ਨੌਜਵਾਨਾਂ ਵਿੱਚ ਯੂ.ਪੀ.ਐੱਸ.ਸੀ. ਦੀ ਤਿਆਰੀ ਦੀ ਖਿੱਚ ਰਹਿੰਦੀ ਹੈ। ਸਿਲੈੱਕਟ ਹੋਣ ਤੋਂ ਬਾਅਦ ਦੇ ਇੰਟਰਵੀਊਜ਼ ਵਿੱਚ ਕਹੀ ਜਾਣ ਵਾਲੀ 'ਜਨਤਾ ਦੀ ਸੇਵਾ', 'ਸਿਸਟਮ ਵਿੱਚ ਬਦਲਾਅ', 'ਵਿਕਾਸ ਵਿੱਚ ਯੋਗਦਾਨ' ਆਦਿ ਗੱਲਾਂ ਸਿਰਫ਼ ਛਲਾਵਾ ਹੁੰਦੀਆਂ ਹਨ। ਇਸ ਫ਼ੀਲਡ ਵਿੱਚ ਆਉਣ ਤੋਂ ਬਾਅਦ 'ਫ਼ੀਲਡ ਵਿੱਚ ਤਾਇਨਾਤੀ' ਦਾ ਅਰਥ ਹੈ- ਕਮਾਈ ਦੇ ਮੌਕੇ ਮਿਲਣਾ। ਵੱਡੇ ਜ਼ਿਲ੍ਹਿਆਂ ਵਿੱਚ ਤਾਇਨਾਤੀ ਦਾ ਮਕਸਦ ਹੈ- ਜ਼ਿਆਦਾ ਕਮਾਈ ਦੇ ਮੌਕੇ ਲੱਭਣਾ। ਸਕੱਤਰੇਤ ਜਾਂ ਪੀਐਚਕਯੂ ਵਿੱਚ ਤਾਇਨਾਤੀ ਦਾ ਮਤਲਬ ਹੈ- ਮਨਚਾਹੀਆਂ ਸੁਵਿਧਾਵਾਂ ਵਿੱਚ ਕਟੌਤੀ ਹੋ ਜਾਣਾ ਅਤੇ ਕਮਾਈ ਦੇ ਬੇਅੰਤ ਮੌਕਿਆਂ ਤੋਂ ਵਾਂਝਿਆਂ ਰਹਿ ਜਾਣਾ। ਜਦੋਂ ਤੱਕ ਅੰਗਰੇਜ਼ਾਂ ਦੀ ਦਿੱਤੀ ਹੋਈ ਇਸ ਵਿਵਸਥਾ ਨੂੰ ਸੁਧਾਰਿਆ ਨਹੀਂ ਜਾਵੇਗਾ, ਇਹਨਾਂ ਦੀ ਕੋਈ ਸਿੱਧੀ ਜਵਾਬਦੇਹੀ ਤੈਅ ਨਹੀਂ ਕੀਤੀ ਜਾਵੇਗੀ, ਇਹਨਾਂ 'ਤੇ ਨਿਗਰਾਨੀ ਲਈ ਕੋਈ ਵੱਡਾ ਸਿਸਟਮ ਸਥਾਪਿਤ ਨਹੀਂ ਕੀਤਾ ਜਾਵੇਗਾ, ਜਦੋਂ ਤੱਕ ਇਸ ਫ਼ੀਲਡ ਦੀਆਂ 'ਪੂਜਾ ਵਰਗੀਆਂ' ਕਰੋੜਾਂ ਵਿੱਚ ਖੇਡਦੀਆਂ ਰਹਿਣਗੀਆਂ। ਪਰ ਇਹਨਾਂ 'ਤੇ ਕੰਟਰੋਲ ਰੱਖੇਗਾ ਕੌਣ? ਇਸ ਵਿਵਸਥਾ ਨੂੰ ਬਦਲੇਗਾ ਕੌਣ? ਕਿਉਂਕਿ ਜਿਨ੍ਹਾਂ ਨੇ ਇਸ ਵਿਵਸਥਾ ਨੂੰ ਬਦਲਣਾ ਹੈ, ਉਹੀ ਲੋਕ ਤਾਂ ਇਹਨਾਂ ਨੂੰ ਸੁਰੱਖਿਆ ਦਿੰਦੇ ਹਨ।" ਇਹ ਪੋਸਟ ਪੂਜਾ ਸਿੰਘਲ ਦੇ ਮਾਮਲੇ ਵਿੱਚ ਮੁਨੀਸ਼ਵਰ ਜੀ ਨੇ ਆਪਣੀ ਫੇਸਬੁੱਕ ਵਾਲ 'ਤੇ ਲਿਖੀ।

"ਆਈ.ਏ.ਐੱਸ.-ਆਈ.ਪੀ.ਐੱਸ. ਧਰਤੀ ਦੇ ਭਗਵਾਨ ਹਨ... ਤੁਹਾਡੇ ਕੋਲ ਜਾਦੂ ਦੀ ਛੜੀ ਹੁੰਦੀ ਹੈ; ਤੁਹਾਡੇ ਲਈ ਸਭ ਕੁਝ ਸੰਭਵ ਹੈ; ਤੁਹਾਡੇ ਇੱਕ ਕਾਲ ਤੇ ਜ਼ਿਲ੍ਹਾ ਹਿਲਦਾ ਹੈ; ਤੁਹਾਡੀ ਸਲਾਹ ਨਾਲ ਹੀ ਸਰਕਾਰਾਂ ਚੱਲਦੀਆਂ ਹਨ; ਤੁਸੀਂ ਸੱਚਮੁੱਚ ਭਗਵਾਨ ਹੋ। ਭਗਵਾਨ ਜੀ, ਤੁਸੀਂ ਕਿਸਮਤ ਅਤੇ ਕਰਮ ਦੇ ਧਨੀ ਹੋ। ਸਿਰਫ਼ ਇੱਕ ਪ੍ਰੀਖਿਆ ਪਾਸ ਕਰਦੇ ਹੋ ਅਤੇ ਸਮਾਜ ਦੇ ਸਭ ਤੋਂ ਵੱਡੇ ਬੁੱਧੀਮਾਨ ਸਮਝੇ ਜਾਂਦੇ ਹੋ। ਤੁਹਾਡੀ ਹੈਂਕੜੀ ਅਤੇ ਟੌਹਰ ਤੋਂ ਹਰ ਕੋਈ ਵਾਕਿਫ਼ ਹੈ। ਨਾਂ ਸਿਵਲ ਸਰਵੈਂਟ ਹੈ, ਪਰ ਟੌਹਰ ਜਗੀਰਦਾਰੀ ਵਾਲੀ ਰੱਖਦੇ ਹੋ। ਆਧੁਨਿਕ ਜ਼ਮਾਨੇ ਦੇ ਰਾਜਾ ਤਾਂ ਤੁਸੀਂ ਲੋਕ ਹੀ ਹੋ। ਜੇਕਰ ਤੁਸੀਂ ਆਈ.ਏ.ਐੱਸ.-ਆਈ.ਪੀ.ਐੱਸ. ਹੋ ਤਾਂ ਤੁਹਾਡੇ ਪਿਤਾ ਜੀ ਵੀਸੀ ਬਣ ਸਕਦੇ ਹਨ; ਰਿਟਾਇਰਮੈਂਟ ਤੋਂ ਬਾਅਦ ਕਿਸੇ ਕਮਿਸ਼ਨ ਦੇ ਮੈਂਬਰ ਬਣ ਸਕਦੇ ਹਨ; ਤੁਹਾਡੀ ਪਤਨੀ ਸੰਸਥਾਨ ਦਾ ਡਾਇਰੈਕਟਰ ਬਣ ਸਕਦੀ ਹੈ; ਤੁਸੀਂ ਸਭ ਤੋਂ ਵੱਡਾ ਕੈਂਸਰ ਹਸਪਤਾਲ ਖੋਲ੍ਹ ਸਕਦੇ ਹੋ; ਤੁਸੀਂ 10 ਵਿੱਘੇ ਜ਼ਮੀਨ 'ਤੇ ਮੱਛੀ ਪਾਲਣ ਕਰ ਸਕਦੇ ਹੋ; ਤੁਸੀਂ ਵੱਡੇ ਪ੍ਰਾਈਵੇਟ

ਸਕੂਲਾਂ ਦੀ ਲਾਈਨ ਲਗਾ ਸਕਦੇ ਹੋ; ਤੁਹਾਡਾ ਭਰਾ ਨੈਸ਼ਨਲ ਚੈਨਲ ਦਾ ਪੱਤਰਕਾਰ ਬਣ ਸਕਦਾ ਹੈ; ਤੁਸੀਂ ਚੈਨਲ ਦੇ ਪੱਤਰਕਾਰਾਂ ਨੂੰ ਮੈਗਜ਼ੀਨ ਦੇ ਨਾਂ ਤੇ ਪੰਜ-ਪੰਜ ਕਰੋੜ ਦੇ ਇਸ਼ਤਿਹਾਰ ਦੇ ਕੇ ਭਾਈਆ ਬਣ ਸਕਦੇ ਹੋ; ਤੁਹਾਡੇ ਪੁੱਤਰ ਮੋਈਨੁਲ ਹੱਕ ਸਟੇਡੀਅਮ ਦੀ ਥਾਂ ਅਮਰੀਕਾ ਦੇ ਨਿਊਯਾਰਕ ਵਿੱਚ ਟੈਨਿਸ ਦੀ ਟ੍ਰੇਨਿੰਗ ਲੈ ਸਕਦੇ ਹਨ ਅਤੇ ਉਹ ਪਟਨਾ ਦੇ ਸਰਕਾਰੀ ਸਕੂਲਾਂ ਵਿੱਚ ਨਹੀਂ, ਰਜਵਾੜਿਆਂ ਦੇ ਸਿੰਧੀਆ ਸਕੂਲ ਵਿੱਚ ਪੜ੍ਹ ਸਕਦੇ ਹਨ।

ਆਈ.ਏ.ਐੱਸ.-ਆਈ.ਪੀ.ਐੱਸ. ਧਰਤੀ ਦੇ ਭਗਵਾਨ ਹਨ! ਤੁਸੀਂ ਚਾਹੋ ਤਾਂ ਨੌਕਰੀ ਛੱਡ ਕੇ ਕਿਸੇ ਮੰਦਰ ਦੇ ਸਕੱਤਰ/ ਡਾਇਰੈਕਟਰ ਬਣ ਸਕਦੇ ਹੋ; ਰਿਟਾਇਰਮੈਂਟ ਤੋਂ ਬਾਅਦ ਤੁਸੀਂ ਕਿਸੇ ਸੰਸਥਾ ਦੇ ਡਾਇਰੈਕਟਰ ਜਨਰਲ ਬਣ ਸਕਦੇ ਹੋ। ਤੁਸੀਂ ਆਈ.ਏ.ਐੱਸ. ਬਣ ਗਏ ਤਾਂ ਤੁਹਾਡੇ ਨੱਕ ਥੱਲੇ ਕਰੋੜਾਂ ਰੁਪਏ ਦਾ ਘੁਟਾਲਾ ਹੋਵੇਗਾ, ਪਰ ਲਾਲੂ ਯਾਦਵ ਦੀ ਤਰ੍ਹਾਂ ਤੁਸੀਂ ਜੇਲ੍ਹ ਨਹੀਂ ਜਾ ਸਕਦੇ। ਰਿਟਾਇਰਮੈਂਟ ਤੋਂ ਬਾਅਦ ਤੁਸੀਂ ਖ਼ੁਦ ਵੀ ਵੀਸੀ ਬਣ ਸਕਦੇ ਹੋ। ਤੁਹਾਡੇ ਵਰਗੇ ਬਾਲ-ਬੁੱਤ ਨੂੰ ਪੜ੍ਹਾਉਣ ਵਾਲੇ ਮਹਾਨ ਪ੍ਰੋਫੈਸਰ ਸਾਹਿਬ ਲੋਕ ਚਾਹੇ ਵੀਸੀ ਨਾ ਬਣ ਸਕਣ, ਪਰ ਤੁਸੀਂ ਚੁਟਕੀ ਵਜਾ ਕੇ ਵੀਸੀ ਬਣ ਸਕਦੇ ਹੋ।

ਰਿਟਾਇਰਮੈਂਟ ਤੋਂ ਬਾਅਦ ਤੁਸੀਂ ਬਲੈਕ-ਮਨੀ ਨੂੰ ਵ੍ਹਾਈਟ-ਮਨੀ ਕਰਨ ਲਈ ਬਾਬਾ ਬਣ ਸਕਦੇ ਹੋ। ਤੁਸੀਂ ਆਈ.ਏ.ਐੱਸ. ਬਣ ਗਏ, ਤਾਂ ਰਿਟਾਇਰਮੈਂਟ ਤੋਂ ਬਾਅਦ ਤੁਸੀਂ ਗਾਂਧੀ ਜੀ ਦੀ ਵਿਰਾਸਤ ਦੇ ਸੀ.ਈ.ਓ. ਬਣ ਸਕਦੇ ਹੋ। ਤੁਹਾਡੇ 'ਤੇ ਭਾਵੇਂ ਸੂਚਨਾ ਛੁਪਾਉਣ ਦਾ ਦੋਸ਼ ਲੱਗਦਾ ਹੈ, ਪਰ ਰਿਟਾਇਰਮੈਂਟ ਤੋਂ ਬਾਅਦ ਤੁਸੀਂ ਸੂਚਨਾ ਕਮਿਸ਼ਨਰ ਬਣ ਸਕਦੇ ਹੋ।

ਸੱਚਮੁੱਚ, ਜੇਕਰ ਤੁਸੀਂ ਆਈ.ਏ.ਐੱਸ.-ਆਈ.ਪੀ.ਐੱਸ. ਹੋ ਤਾਂ ਭਗਵਾਨ ਹੀ ਹੋ। ਤੁਹਾਡੇ ਲਈ ਸਭ ਕੁਝ ਸੰਭਵ ਹੈ। ਜੀਵਨ ਭਰ ਲੋਕਾਂ ਦੇ ਅਧਿਕਾਰਾਂ ਦਾ ਹਨਨ ਕਰਨ ਦੇ ਬਾਵਜੂਦ, ਤੁਸੀਂ ਹਿਊਮਨ ਰਾਈਟਸ ਦੇ ਮੈਂਬਰ ਬਣ ਸਕਦੇ ਹੋ। ਤੁਹਾਡੀ ਪਤਨੀ ਵੱਡੀ ਸਾਹਿਤਕਾਰ ਬਣ ਸਕਦੀ ਹੈ ਅਤੇ ਅੰਨ੍ਹੇਵਾਹ ਆਪਣੀਆਂ ਕਿਤਾਬਾਂ ਛਪਵਾ ਸਕਦੀ ਹੈ। ਸੱਚਮੁੱਚ, ਜੇਕਰ ਤੁਸੀਂ ਆਈ.ਏ.ਐੱਸ.-ਆਈ.ਪੀ.ਐੱਸ. ਹੋ ਤਾਂ ਭਗਵਾਨ ਹੀ ਹੋ। ਤੁਹਾਡਾ ਕੋਈ ਵਾਲ ਵਿੰਗਾ ਨਹੀਂ ਕਰ ਸਕਦਾ। ਤੁਸੀਂ ਅਖ਼ਬਾਰਾਂ ਵਿੱਚ ਅਰਾਮ ਤੋਂ ਛਪਵਾ ਸਕਦੇ ਹੋ ਕਿ ਤੁਹਾਡੇ ਕੋਲ ਕੈਸ਼ ਸਿਰਫ਼ 24000 ਰੁਪਏ ਹੈ ਅਤੇ ਤੁਸੀਂ ਮਰੂਤੀ 800 ਕਾਰ ਰਾਹੀਂ ਸਫ਼ਰ ਕਰਦੇ ਹੋ। ਪੱਤਰਕਾਰਾਂ ਦੀ ਇੰਨੀ ਹਿੰਮਤ ਕਿੱਥੇ ਕਿ ਤੁਹਾਡੇ ਤੋਂ ਪੁੱਛੇ ਕਿ ਮਹਾਰਾਜ, ਦਿੱਲੀ ਵਾਲੇ ਤਿੰਨੇ ਫਲੈਟ ਕਿਸ ਦੇ ਨਾਂ 'ਤੇ ਹਨ? ਅਯੁੱਧਿਆ ਤੇ ਨੋਇਡਾ ਵਾਲਾ ਫਲੈਟ ਕਿਸ ਦੇ ਨਾਂ 'ਤੇ ਹੈ। ਧਰਤੀ ਦੇ ਭਗਵਾਨ, ਤੁਹਾਨੂੰ ਕੋਈ ਪੁੱਛ ਹੀ ਨਹੀਂ ਸਕਦਾ ਕਿ ਕਿਹੜੀ

ਫ਼ੈਕਟਰੀ ਵਿੱਚ ਨੋਟ ਛਾਪੇ ਕਿ ਚਾਰ-ਚਾਰ ਫਲੈਟ ਬਣ ਗਏ! ਤੁਹਾਡੀ ਤਨਖ਼ਾਹ ਪ੍ਰੋਫ਼ੈਸਰ ਦੇ ਬਰਾਬਰ ਹੀ ਹੁੰਦੀ ਹੈ, ਪਰ ਪ੍ਰੋਫ਼ੈਸਰ ਸਾਹਿਬ ਪ੍ਰੋਫ਼ੈਸਰ ਹੀ ਰਹਿ ਜਾਂਦੇ ਹਨ ਤੇ ਤੁਸੀਂ ਬੇਅੰਤ ਜਾਇਦਾਦ ਦੇ ਮਾਲਕ ਬਣ ਜਾਂਦੇ ਹੋ।

ਸੱਚਮੁੱਚ ਆਈ.ਏ.ਐੱਸ.-ਆਈ.ਪੀ.ਐੱਸ. ਧਰਤੀ ਦੇ ਭਗਵਾਨ ਹਨ... ਭਗਵਾਨ, ਤੁਹਾਡੀ ਜਾਇਦਾਦ ਦੀ ਕੋਈ ਜਾਂਚ ਨਹੀਂ ਕਰ ਸਕਦਾ। ਕਿਸ ਦੀ ਹਿੰਮਤ ਹੈ? ਨੇਤਾ ਦੀ? ਕਦੇ ਨਹੀਂ। ਤੁਹਾਡਾ ਦੋਨਾਂ ਦਾ ਰਿਸ਼ਤਾ ਇੰਨਾ ਮਜ਼ਬੂਤ ਹੁੰਦਾ ਹੈ ਕਿ ਕੋਈ ਕੁਝ ਨਹੀਂ ਕਰ ਸਕਦਾ। ਤੁਹਾਡੇ ਦੋਨਾਂ ਵਿੱਚ ਜਵਾਈ-ਸਹੁਰੇ ਵਾਲਾ ਰਿਸ਼ਤਾ ਵੀ ਹੁੰਦਾ ਹੈ; ਹੁਣ ਭਲਾ ਸਹੁਰਾ ਆਪਣੇ ਜਵਾਈ ਦੀ ਜਾਂਚ ਕਿਵੇਂ ਕਰਵਾ ਸਕਦਾ ਹੈ!

ਤੁਹਾਡੀ ਮਹਿਮਾ ਬੇਅੰਤ ਹੈ। ਇੱਕ ਕਲਰਕ ਵਿਚਾਰਾ ਟਰਾਂਸਫ਼ਰ ਲਈ 10 ਸਾਲ ਤੜਫਦਾ ਰਹਿੰਦਾ ਹੈ ਤੇ ਤੁਸੀਂ ਤਾਂ ਦੂਸਰੇ ਰਾਜ ਵਿੱਚੋਂ ਨੌਕਰੀ ਕਰਕੇ ਵੀ ਆ ਸਕਦੇ ਹੋ। ਤੁਹਾਡੀ ਗੋਟੀ ਤੁਹਾਡੇ ਪੁਰਖਿਆਂ ਨੇ ਬਹੁਤ ਵਧੀਆ ਤਰੀਕੇ ਨਾਲ ਸੈੱਟ ਕੀਤੀ ਹੈ। ਭਗਵਾਨ! ਸੱਚਮੁੱਚ, ਜੇਕਰ ਤੁਸੀਂ ਆਈ.ਏ.ਐੱਸ.-ਆਈ.ਪੀ.ਐੱਸ. ਹੋ, ਤਾਂ ਭਗਵਾਨ ਹੋ। ਤੁਹਾਡੇ ਲਈ ਸਭ ਕੁਝ ਸੰਭਵ ਹੈ... ਤੁਹਾਡੇ ਨਾਂ ਦੇ ਨਾਲ 'ਸਿਵਲ ਸਰਵੈਂਟ' ਜੁੜਿਆ ਹੋਇਆ ਹੈ, ਪਰ ਤੁਸੀਂ ਸਰਵੈਂਟ ਥੋੜ੍ਹੇ ਹੋ। ਤੁਸੀਂ ਤਾਂ ਮਾਲਕ ਹੋ; ਹਾਕਮ ਹੋ। ਸੰਵਿਧਾਨ ਨੇ ਤੁਹਾਨੂੰ ਸਰਵੈਂਟ ਬਣਾਇਆ ਪਰ ਤੁਸੀਂ ਤਾਂ ਹਾਕਮ ਬਣ ਕੇ ਅਤੇ ਤਣ ਕੇ ਬੈਠੇ ਰਹਿੰਦੇ ਹੋ। ਤੁਸੀਂ ਮਾਲਕ ਦੇ ਰੂਪ ਵਿੱਚ ਦਿਸਦੇ ਹੋ ਅਤੇ ਜਨਤਾ ਸਰਵੈਂਟ ਦੇ ਰੂਪ ਵਿੱਚ ਦਿਸਦੀ ਹੈ। ਜਨਤਾ ਵਿੱਚ ਇੰਨੀ ਤਾਕਤ ਕਿੱਥੇ ਕਿ ਉਹ ਤੁਹਾਨੂੰ ਸਰਵੈਂਟ ਬੋਲੇ! ਜਨਤਾ ਤਾਂ ਵਿਚਾਰੀ ਹੈ। ਫਿਰ ਵੀ ਤੁਹਾਨੂੰ ਸ਼ਰਮਾਉਣ ਦੀ ਜ਼ਰੂਰਤ ਨਹੀਂ, ਕਿਉਂਕਿ ਤੁਸੀਂ ਧਰਤੀ ਦੇ ਭਗਵਾਨ ਹੋ।

ਸੱਚਮੁੱਚ, ਜੇਕਰ ਤੁਸੀਂ ਆਈ.ਏ.ਐੱਸ.-ਆਈ.ਪੀ.ਐੱਸ. ਹੋ, ਤਾਂ ਭਗਵਾਨ ਹੋ। ਤੁਹਾਡੇ ਲਈ ਸਭ ਕੁਝ ਸੰਭਵ ਹੈ... ਭਗਵਾਨ, ਤੁਸੀਂ ਦਰੋਗ਼ਾ ਨੂੰ ਫ਼ੋਨ ਵੀ ਕਰਦੇ ਹੋ ਤਾਂ ਬਾਬੂ ਕਹਿ ਕੇ ਗੱਲ ਕਰਦੇ ਹੋ, ਕਿਉਂਕਿ ਥਾਣਾ ਤਾਂ ਤੁਸੀਂ ਪੰਜ-ਪੰਜ ਲੱਖ ਰੁਪਏ ਵਿੱਚ ਵੇਚਦੇ ਹੋ। ਤੁਸੀਂ ਰੇਤ ਮਾਫ਼ੀਆ ਨਾਲ ਰਲ ਕੇ ਰੇਤ-ਰੇਤ ਖੇਡ ਸਕਦੇ ਹੋ। ਤੁਹਾਡੇ ਲਈ ਪ੍ਰੇਮਿਕਾਵਾਂ ਦੀ ਲਾਈਨ ਲੱਗ ਸਕਦੀ ਹੈ। ਕੋਈ ਤੁਹਾਡੇ ਵਿਰੁੱਧ ਕੁਝ ਸਾਬਤ ਨਹੀਂ ਕਰ ਸਕਦਾ। ਤੁਹਾਡੀ ਦੋਸਤੀ ਤੇ ਰਿਸ਼ਤੇਦਾਰੀ ਦੇ ਅੱਗੇ ਪੂਰੀ ਦੁਨੀਆ ਨਤਮਸਤਕ ਹੈ। ਤੁਹਾਡੀ ਕਲਾਬਾਜ਼ੀ ਦੇ ਅੱਗੇ ਪੂਰੀ ਦੁਨੀਆ ਨਤਮਸਤਕ ਹੈ। ਅਖ਼ਬਾਰਾਂ ਵਿੱਚ ਛਪਦਾ ਹੈ: ਚਾਰ ਕਰੋੜ ਦਾ ਫਲੈਟ, 14 ਕਰੋੜ ਦੀ ਜਾਇਦਾਦ; ਪਰ ਕੋਈ ਇਹ ਨਹੀਂ ਪੁੱਛ ਰਿਹਾ ਇੰਨੀ ਜਾਇਦਾਦ ਆਈ ਕਿੱਥੋਂ? ਕੀ ਕਿਸੇ ਪ੍ਰੋਫ਼ੈਸਰ ਦੇ ਨੌਕਰੀ ਵਿੱਚ ਆਉਣ ਤੋਂ ਬਾਅਦ ਇੰਨੀ ਜਾਇਦਾਦ ਹੁੰਦੀ ਹੈ, ਮਹਾਰਾਜ! ਤਨਖ਼ਾਹ ਤਾਂ ਤੁਹਾਡੀ ਬਰਾਬਰ ਹੈ ਨਾ! ਭਗਵਾਨ, ਤੁਸੀਂ ਇੱਕ ਕੰਪੀਟੀਸ਼ਨ ਪ੍ਰੀਖਿਆ ਪਾਸ ਕੀਤੀ, ਦੁਨੀਆ ਦੀਆਂ ਸਾਰੀਆਂ ਪ੍ਰੀਖਿਆਵਾਂ

ਪਾਸ ਨਹੀਂ ਕੀਤੀਆਂ, ਪਰ ਤੁਸੀਂ ਖ਼ੁਦ ਨੂੰ ਸਰਵ-ਗਿਆਤਾ ਸਮਝਦੇ ਹੋ। ਜੇਕਰ ਤੁਸੀਂ ਬਹੁਤ ਬਰੀਲੀਅੰਟ ਹੁੰਦੇ ਤਾਂ ਕੋਈ ਨਵੀਂ ਖੋਜ ਕਰਦੇ, ਨਵਾਂ ਪ੍ਰਯੋਗ ਕਰਦੇ, ਸਮਾਜਿਕ ਬਦਲਾਅ ਲਿਆਉਂਦੇ। ਪਰ ਤੁਹਾਡੇ ਵਿੱਚ ਨੈਤਿਕ ਬਲ ਹੈ ਕਿੱਥੇ? ਸਰਕਾਰ ਕਹਿੰਦੀ ਹੈ ਕਿ ਦਾਜ ਲੈਣਾ-ਦੇਣਾ ਬੰਦ ਕਰੋ, ਪਰ ਤੁਸੀਂ ਖ਼ੁਦ ਦੋ ਕਰੋੜ ਦਾ ਦਾਜ ਲੈ ਕੇ ਵਿਆਹ ਕੀਤਾ ਹੈ। ਸਰਕਾਰ ਕਹਿੰਦੀ ਹੈ ਕਿ ਸਿੱਖਿਆ ਵਿੱਚ ਸੁਧਾਰ ਲਿਆਵਾਂਗੇ, ਤੇ ਤੁਹਾਡਾ ਖ਼ੁਦ ਦਾ ਬੇਟਾ ਕਾਨਵੈਂਟ ਵਿੱਚ ਪੜ੍ਹਦਾ ਹੈ। ਸਰਕਾਰ ਕਹਿੰਦੀ ਹੈ ਕਿ ਬੇਰੁਜ਼ਗਾਰੀ ਦੂਰ ਕਰਾਂਗੇ, ਤੇ ਤੁਹਾਡੀ ਏਜੰਸੀ ਸਰਕਾਰੀ ਦਫ਼ਤਰਾਂ ਵਿੱਚ ਸੰਵਿਦਾ 'ਤੇ ਕਰਮਚਾਰੀਆਂ ਨੂੰ ਰਖਵਾਉਂਦੀ ਹੈ।

ਹੇ ਭਗਵਾਨ! ਹੇ ਆਰੀਆ ਪੁੱਤਰ! ਕੀ ਤੁਹਾਨੂੰ ਸ਼ਰਮ ਨਹੀਂ ਆਉਂਦੀ? ਸਾਰਾ ਭ੍ਰਿਸ਼ਟਾਚਾਰ ਤੁਹਾਡੇ ਤੋਂ ਹੀ ਸ਼ੁਰੂ ਹੁੰਦਾ ਹੈ। ਤੁਸੀਂ ਜੇਕਰ ਠੀਕ ਹੋ ਜਾਓ, ਤਾਂ ਥੱਲੇ ਦਾ ਸਿਸਟਮ ਠੀਕ ਹੋ ਜਾਵੇ। ਪਰ ਤੁਹਾਨੂੰ ਤਾਂ ਪੂਜਾ ਸਿੰਘਲ ਬਣਨ ਵਿੱਚ ਮਜ਼ਾ ਆਉਂਦਾ ਹੈ।" ਫੇਸਬੁੱਕ-ਟਵਿਟਰ 'ਤੇ ਭ੍ਰਿਸ਼ਟਾਚਾਰ ਮਾਮਲਿਆਂ ਦੀ ਚਰਚਾ ਸ਼ੁਰੂ ਹੋ ਜਾਣ ਤੋਂ ਬਾਅਦ ਇਸ ਮੁੱਦੇ 'ਤੇ ਦੀਪਕ ਜੀ ਨੇ ਆਪਣੀ ਫੇਸਬੁੱਕ ਵਾਲ 'ਤੇ ਲਿਖਿਆ।

ਕਿਸੇ ਵੀ ਦੇਸ਼ ਅਤੇ ਸਮਾਜ ਦੇ ਬਦਲਾਅ ਵਿੱਚ ਨੌਜਵਾਨਾਂ ਦਾ ਮੁੱਖ ਯੋਗਦਾਨ ਹੁੰਦਾ ਹੈ। ਇਤਿਹਾਸ ਗਵਾਹ ਹੈ ਕਿ ਅੱਜ ਤੱਕ ਦੁਨੀਆ 'ਚ ਜਿੰਨੇ ਵੀ ਕ੍ਰਾਂਤੀਕਾਰੀ ਬਦਲਾਅ ਹੋਏ ਹਨ, ਚਾਹੇ ਉਹ ਸਮਾਜਿਕ, ਰਾਜਨੀਤਿਕ, ਆਰਥਿਕ, ਸਭਿਆਚਾਰਕ ਜਾਂ ਵਿਗਿਆਨਿਕ ਹੋਣ, ਉਹਨਾਂ ਦਾ ਮੁੱਖ ਆਧਾਰ ਨੌਜਵਾਨ ਹੀ ਰਹੇ ਹਨ।

"ਆਈ.ਏ.ਐੱਸ. ਦੇ ਕੁੱਤੇ ਨੇ ਸਾਡੇ ਦੌਰ ਦੀ ਮਾਨਸਿਕਤਾ ਨੂੰ ਵੀ ਕੁੱਤਾ ਬਣਾ ਦਿੱਤਾ? ਇਹ ਕੋਈ ਆਮ ਕੁੱਤਾ ਨਹੀਂ ਹੈ; ਇਹ ਸਾਹਿਬ ਦਾ ਕੁੱਤਾ ਹੈ। ਇਹ ਉਸ ਆਈ.ਏ.ਐੱਸ. ਦਾ ਮਹਾਨ ਕੁੱਤਾ ਹੈ, ਜਿਸ ਲਈ ਦਿੱਲੀ ਦੇ ਇੱਕ ਪੂਰੇ ਸਟੇਡੀਅਮ ਨੂੰ ਖ਼ਾਲੀ ਕਰਵਾਇਆ ਗਿਆ ਸੀ। ਸਾਹਿਬ ਜੀ ਵੱਲੋਂ ਖਿਡਾਰੀਆਂ ਅਤੇ ਕੋਚ ਨੂੰ ਇਹ ਸਖ਼ਤ ਹਿਦਾਇਤਾਂ ਦਿੱਤੀਆਂ ਗਈਆਂ ਸਨ ਕਿ ਜਦੋਂ ਸਾਹਿਬ ਦਾ ਐਲੀਟ ਕਲਾਸ ਦਾ ਕੁੱਤਾ ਹਵਾ-ਪਾਣੀ ਲਈ ਆਵੇ ਤਾਂ ਮੈਦਾਨ ਸਾਫ਼ ਹੋਣਾ ਚਾਹੀਦਾ ਹੈ, ਤਾਂ ਕਿ ਉਸ ਦੇ ਘੁੰਮਣ ਵਿੱਚ ਕੋਈ ਰੁਕਾਵਟ ਨਾ ਹੋਵੇ; ਕੋਈ ਇਹ ਪੁੱਛਣ ਵਾਲਾ ਜਾਂ ਟੋਕਣ ਵਾਲਾ ਨਹੀਂ ਹੈ ਕਿ ਸਾਹਿਬ ਦਾ ਕੁੱਤਾ ਦੇਸ਼ ਲਈ ਮੈਡਲ ਲਿਆਉਣ ਅਤੇ ਇਸ ਸਟੇਡੀਅਮ ਵਿੱਚ ਪਸੀਨਾ ਵਹਾਉਣ ਵਾਲੇ ਖਿਡਾਰੀਆਂ ਨਾਲੋਂ ਸ੍ਰੇਸ਼ਠ ਪ੍ਰਜਾਤੀ ਦਾ ਕਿਵੇਂ ਹੈ? ਇਸ ਦਾ ਵੀ ਜਵਾਬ ਹੈ- 'ਇਸ ਵਿਸ਼ੇਸ਼ ਕੁੱਤੇ ਦੀ ਮਾਨਸਿਕਤਾ!'

ਇਹ ਕਿਸੇ ਜਰਮਨ ਸ਼ੈਫਰਡ ਜਾਂ ਬੁਲਡੋਗ ਕੁੱਤੇ ਵਾਂਗ ਬਿਲਕੁਲ ਨਹੀਂ! ਇਹ ਤਾਂ ਆਈ.ਏ.ਐੱਸ. ਸਾਹਿਬ ਦਾ ਕੁੱਤਾ ਹੈ। ਬਿਲਕੁਲ ਉਹਨਾਂ ਦੀ ਤਰ੍ਹਾਂ ਸੋਚਦਾ ਹੈ, ਵਿਚਾਰਦਾ

ਹੈ, ਉਸੇ ਲਾਈਫ਼ ਸਟਾਈਲ ਵਿੱਚ ਜਿਉਂਦਾ ਹੈ। ਕੁਲੀਨਤਾ ਦੇ ਸਿਖਰ 'ਤੇ ਚੜ੍ਹ ਕੇ ਤਾਂਡਵ ਕਰਦਾ ਹੈ ਅਤੇ ਉਸੇ ਮਾਨਸਿਕਤਾ ਅਨੁਸਾਰ ਦੂਜੇ ਲੋਕਾਂ ਨੂੰ ਨੌਕਰ ਸਮਝਦਾ ਹੈ। ਇਸ ਡਿਵੈਲਪਮੈਂਟ ਤੱਕ ਪਹੁੰਚਣਾ ਸੌਖਾ ਨਹੀਂ ਹੈ, ਹੈ ਨਾ! ਇਸ ਜੀਵਨ ਪੱਧਰ ਤੱਕ ਪਹੁੰਚਣ ਲਈ ਕੁੱਤੇ ਨੂੰ ਆਦਮੀ ਬਣਨਾ ਪਵੇਗਾ। ਇਸ ਕੰਪਲੈਕਸ ਅਤੇ ਮਹਾਨ ਟੀਚੇ ਦੀ ਪ੍ਰਾਪਤੀ ਲਈ ਉਸ ਨੇ ਬਹੁਤ ਮਿਹਨਤ ਕੀਤੀ ਹੋਵੇਗੀ। ਸਾਹਿਬ ਅਤੇ ਉਸ ਦੀ ਆਈ.ਏ.ਐੱਸ. ਮੈਡਮ ਦੁਆਰਾ ਉਸ ਨੂੰ ਵਿਸ਼ੇਸ਼ ਰੂਪ ਵਿੱਚ ਮਾਨਸਿਕ ਅਤੇ ਸਰੀਰਕ ਰਚਨਾ ਵਿਗਿਆਨ ਦੇ ਪੱਧਰ ਉੱਤੇ ਟ੍ਰੇਨਿੰਗ ਦਿੱਤੀ ਹੋਵੇਗੀ। ਉਸ ਦੀ ਸੋਚ ਵਿੱਚੋਂ 'ਕੁੱਤਾ ਸਮਾਜ' ਦੇ ਮਨੋਵਿਗਿਆਨ ਨੂੰ ਕੱਢ ਕੇ, ਮਾਨਵ ਸਮਾਜ ਅਤੇ ਉਸ ਉੱਤੇ ਵੀ ਆਈ.ਏ.ਐੱਸ. ਦੇ ਮਨੋਵਿਗਿਆਨ ਨੂੰ ਫਿਟ ਕੀਤਾ ਹੋਵੇਗਾ।

ਮਨੁੱਖ ਨੂੰ ਕੁੱਤਾ ਬਣਦੇ ਤਾਂ ਸਾਰਿਆਂ ਨੇ ਦੇਖਿਆ ਤੇ ਪੜ੍ਹਿਆ ਹੋਵੇਗਾ, ਪਰ ਇਹ ਤਾਂ ਕੁੱਤੇ ਨੂੰ ਆਦਮੀ ਬਣਾਉਣ ਦਾ ਮੁਸ਼ਕਲ ਅਤੇ ਅਸੰਭਵ ਜਿਹਾ ਟਾਸਕ ਸੀ, ਉਹ ਵੀ ਆਈ.ਏ.ਐੱਸ. ਦੇ ਮਨੋਵਿਗਿਆਨ ਅਤੇ ਉਸ ਮਾਨਸਿਕ ਪੱਧਰ ਤੇ ਪਹੁੰਚਾਉਣਾ। ਇਸ ਨਾਲ ਇਹ ਸਿੱਧ ਹੁੰਦਾ ਹੈ ਕਿ ਆਈ.ਏ.ਐੱਸ. ਮਾਮੂਲੀ ਕੁੱਤੇ ਨੂੰ ਵੀ ਆਦਮੀ ਬਣਾ ਸਕਦਾ ਹੈ। ਇਹ ਚਮਤਕਾਰ ਕੇਵਲ ਭਾਰਤੀ ਨੌਕਰਸ਼ਾਹ ਹੀ ਕਰ ਸਕਦਾ ਹੈ।

ਇਹ ਅਸੰਭਵ ਜਿਹਾ ਟਾਸਕ ਦੁਨੀਆ ਦੇ ਮਾਨਵ ਅਤੇ ਜੀਵ ਵਿਗਿਆਨ ਦੇ ਇਤਿਹਾਸ ਵਿੱਚ ਭਾਵੇਂ ਪਹਿਲੀ ਵਾਰ ਹੋਇਆ ਹੋਵੇ, ਪਰ ਇਸ ਰਿਕਾਰਡ ਨੂੰ ਪੂਰਾ ਕਰ ਕੇ ਭਾਰਤ ਨੇ ਦਿਖਾ ਦਿੱਤਾ। ਹਲਕੂ ਅਤੇ ਝਬਰਾਂ ਨੇ 'ਪੂਸ ਕੀ ਰਾਤ' ਵਿੱਚ ਮਾਲਕ ਦੀ ਫ਼ਸਲ ਦੀ ਪਸ਼ੂਆਂ ਤੋਂ ਰਖਵਾਲੀ ਕਰਨ ਵਿੱਚ ਭਾਵੇਂ ਆਪਣੀ ਸ਼ਵਾਨ-ਵਫ਼ਾਦਾਰੀ ਸਿੱਧ ਕੀਤੀ ਹੋਵੇ, ਪਰ ਇਹ ਮਾਮਲਾ 'ਐਲੀਟ ਵਰਜਨ' ਦੇ ਕੁੱਤੇ ਦਾ ਹੈ। ਕੁੱਤੇ ਨੇ ਦਿੱਲੀ ਦੇ ਆਪਣੇ ਆਈ.ਏ.ਐੱਸ. ਸਾਹਿਬ ਅਤੇ ਆਈ.ਏ.ਐੱਸ. ਮੇਮ ਸਾਹਿਬ ਦੇ ਵਿੱਚ 3500 ਕਿੱਲੋਮੀਟਰ ਦੀ ਜੁਦਾਈ ਦੀ ਦੀਵਾਰ ਖਿੱਚ ਦਿੱਤੀ, ਪਰ ਸਵਾਲ ਇਹ ਹੈ ਕਿ ਕੁੱਤੇ ਤੋਂ ਆਦਮੀ ਬਣਿਆ 'ਕੁੱਤਾ' ਹੁਣ ਕਿਸ ਦੇ ਕੋਲ ਹੋਵੇਗਾ। ਸਾਹਿਬ ਦੇ ਕੋਲ ਲਦਾਖ਼ ਵਿੱਚ, ਜਾਂ ਮੇਮ ਦੇ ਕੋਲ ਅਰੁਣਾਚਲ ਪ੍ਰਦੇਸ਼ ਵਿੱਚ। ਦਿਲ ਦੀ ਰਾਜਧਾਨੀ ਦਿੱਲੀ ਨੂੰ ਛੱਡ ਕੇ ਉਸ ਨੂੰ ਉੱਤਰ-ਪੂਰਬ ਭਾਰਤ ਵਿੱਚ ਕਦੋਂ ਤੱਕ ਰਹਿਣਾ ਪਵੇਗਾ! ਇਸ ਦਾ ਜਵਾਬ ਵੀ ਭਾਰਤ ਸਰਕਾਰ ਨੂੰ ਹੀ ਦੇਣਾ ਪਵੇਗਾ ਜਾਂ ਫਿਰ ਸਰਕਾਰ ਨੂੰ ਅਜਿਹਾ ਪ੍ਰਬੰਧ ਕਰਨਾ ਪਵੇਗਾ ਕਿ ਹਵਾਈ ਮਾਰਗ ਵਿੱਚ ਉਸ ਦੀਆਂ ਦੋਨਾਂ ਮਾਲਕਾਂ ਨਾਲ ਰੋਜ਼ਾਨਾ ਮੁਲਾਕਾਤ ਹੁੰਦੀ ਰਹੇ, ਨਹੀਂ ਤਾਂ ਉਹ ਆਦਮੀ ਦੀ ਮਾਨਸਿਕਤਾ ਵਾਲਾ ਕੁੱਤਾ, ਫਿਰ ਕੁੱਤਾ ਬਣ ਜਾਵੇਗਾ ਅਤੇ ਆਦਮੀ ਨੂੰ ਹੀ 'ਕੁ...' ਬਣਾ ਦੇਵੇਗਾ।" ਤਿਆਗ ਰਾਜ ਸਟੇਡੀਅਮ ਵਿੱਚ ਕੁੱਤਾ ਘੁਮਾਉਣ ਦੇ ਸ਼ੌਕੀਨ ਰਹੇ ਆਈ.ਏ.ਐੱਸ. ਅਫ਼ਸਰ ਸੰਜੀਵ ਖੇਰਵਾਰ ਦੇ ਟਰਾਂਸਫ਼ਰ 'ਤੇ ਅਰਵਿੰਦ ਜੀ ਨੇ ਆਪਣੀ ਫੇਸਬੁੱਕ

ਵਾਲ 'ਤੇ ਵਿਅੰਗ ਲਿਖਿਆ, ਜੋ ਦੇਖਦੇ ਹੀ ਦੇਖਦੇ ਸੋਸ਼ਲ ਮੀਡੀਆ 'ਤੇ ਵਾਇਰਲ ਹੋ ਗਿਆ।

"ਪਬਲਿਕ ਸਰਵਿਸ ਕਮਿਸ਼ਨ ਦੁਆਰਾ ਆਯੋਜਿਤ ਭਾਰਤੀ ਪ੍ਰਸ਼ਾਸਨਿਕ ਸੇਵਾ ਪ੍ਰੀਖਿਆ ਦੇ ਰਿਜ਼ਲਟ ਦਾ ਐਲਾਨ ਹੋ ਗਿਆ ਹੈ। ਕੈਂਡੀਡੇਟਸ ਦੇ ਵਿਸ਼ਾ ਗਿਆਨ ਅਤੇ ਜਨਰਲ ਨਾੱਲੇਜ ਦੀ ਪਰਖ ਕਰਨ ਵਾਲੇ ਮਾਹਰਾਂ ਦਾ ਗਰੁੱਪ ਚੁਣੇ ਹੋਏ ਕੈਂਡੀਡੇਟ ਨੂੰ ਸ੍ਰੇਸ਼ਠ ਪ੍ਰਤੀਭਾਗੀ ਹੋਣ ਦਾ ਸਰਟੀਫਿਕੇਟ ਦਿੰਦਾ ਹੈ। ਬਿਨਾਂ ਸ਼ੱਕ ਇੰਨੀ ਔਖੀ ਪ੍ਰੀਖਿਆ ਨੂੰ ਟਾਪ ਕਰਨਾ ਚੁਨੌਤੀ ਪੂਰਨ ਟੀਚਾ ਹੁੰਦਾ ਹੈ। ਇਸ ਚੁਨੌਤੀ ਨੂੰ ਪਾਰ ਕਰਕੇ ਜਿਸ ਲੋਕ ਸੇਵਾ ਦੀ ਚੁਨੌਤੀ ਨੂੰ ਸਵੀਕਾਰ ਕੀਤਾ ਜਾਂਦਾ ਹੈ, ਉਹ ਦੇਰ ਸਵੇਰ ਵਿਲਾਸਤਾ ਤੇ ਐਸ਼ੋ-ਆਰਾਮ ਦੇ ਬਿਸਤਰ ਹੇਠਾਂ ਦੱਬ ਕੇ ਮਰ ਜਾਂਦੀ ਹੈ। ਨੌਕਰੀ ਪਾਉਣ ਅਤੇ ਚੰਗੀ ਰੋਜ਼ੀ-ਰੋਟੀ ਕਮਾਉਣ ਲਈ ਹਰ ਵਿਦਿਆਰਥੀ ਮਿਹਨਤ ਕਰਦਾ ਹੈ। ਉਸ ਦੇ ਮਾਂ-ਪਿਓ ਦੇ ਅਰਮਾਨ ਜਦੋਂ ਪਰਮਾਤਮਾ ਦੀ ਕਿਰਪਾ ਨਾਲ ਫਲਦਾਇਕ ਹੋ ਕੇ ਇਨਸਾਨ ਨੂੰ ਸਫ਼ਲਤਾ ਬਖ਼ਸ਼ਦੇ ਹਨ, ਤਾਂ ਸਖ਼ਤ ਮਿਹਨਤ, ਅਧਿਐਨ ਅਤੇ ਪ੍ਰੀਖਿਆ ਦੀ ਨਿਰਪੱਖਤਾ ਆਦਿ ਪਰਿਭਾਸ਼ਾਵਾਂ ਸਿਰਲੇਖ ਬਣ ਜਾਂਦੀਆਂ ਹਨ।

ਨੌਕਰੀ ਲਈ ਆਯੋਜਿਤ ਕੀਤੀਆਂ ਜਾਣ ਵਾਲੀਆਂ ਸਾਰੀਆਂ ਪ੍ਰੀਖਿਆਵਾਂ ਵਿੱਚ 'ਸੇਵਾ' ਸ਼ਬਦ ਸ਼ੁਰੂ ਤੋਂ ਹੀ ਜੁੜ ਜਾਂਦਾ ਹੈ ਅਤੇ ਨੌਕਰੀ ਦੀ ਮਿਆਦ ਪੂਰੀ ਕਰਨ ਤੋਂ ਬਾਅਦ ਘਰ ਵਾਪਸੀ ਸਮੇਂ ਵੀ 'ਸੇਵਾ ਮੁਕਤ' ਸ਼ਬਦ ਵਰਤਿਆ ਜਾਂਦਾ ਹੈ। ਇਹ ਸੇਵਾ ਉਸ ਪ੍ਰੀਖਿਆ ਦੇ ਨਿਮਿਤ ਸੇਵਾ ਨਾ ਰਹਿ ਕੇ ਉਸ ਦੀ ਵਿਅਕਤੀਗਤ ਸੇਵਾ ਵਿੱਚ ਬਦਲ ਜਾਂਦੀ ਹੈ, ਤਾਂ ਉਹ ਸੇਵਕ ਤੋਂ ਸ਼ਾਹ ਦਾ ਸਫ਼ਰ ਤੈਅ ਕਰਕੇ ਨੌਕਰਸ਼ਾਹ ਬਣ ਜਾਂਦਾ ਹੈ। ਆਈ.ਏ.ਐਸ. ਵਿੱਚ ਟਾਪ ਕਰਨ ਵਾਲੇ ਕੈਂਡੀਡੇਟ ਦੇ ਸਵਾਗਤ ਸਮਾਰੋਹ ਵਿੱਚ ਨਗਾੜੇ ਦੀ ਆਵਾਜ਼ 'ਤੇ ਇਹੀ ਨੌਕਰਸ਼ਾਹ ਆਪਣੀ ਸਫ਼ਲਤਾ ਰੂਪੀ ਪ੍ਰੇਮਿਕਾ ਦੇ ਨਾਲ ਨੱਚਦਾ ਹੈ। ਮੀਡੀਆ ਨੂੰ ਦਿੱਤੇ ਗਏ ਇੰਟਰਵਿਊ ਵਿੱਚ ਆਦਰਸ਼ ਦੀ ਚਾਦਰ ਹੇਠਾਂ ਲੁਕਿਆ ਲੋਕ ਸੇਵਾ ਦੀ ਦੁਹਾਈ ਦਿੰਦਾ ਹੋਇਆ ਚਿਹਰਾ ਜਦੋਂ ਸੇਵਾ ਕਾਲ ਵਿੱਚ ਨਕਾਬ ਲਾਹ ਕੇ ਜਨਤਾ ਦੀ ਮਿਹਨਤ ਦੀ ਕਮਾਈ 'ਤੇ ਐਸ਼ ਕਰਦਾ ਹੈ ਤਾਂ ਉਹ ਹੋਰ ਵੀ ਮਿਸਾਲੀ ਬਣ ਜਾਂਦਾ ਹੈ। ਉਸ ਦੀ ਤਨਖ਼ਾਹ ਤੋਂ ਅੱਗੇ ਉਸ ਦੀ ਹੈਂਕੜੀ, ਰੁਤਬਾ, ਗੱਡੀ ਦੇ ਪਿੱਛੇ ਵੱਜਦਾ ਸਾਇਰਨ ਆਦਿ ਜਨਤਾ ਵਿੱਚ ਉਤਸੁਕਤਾ ਅਤੇ ਖਿੱਚ ਪੈਦਾ ਕਰਦਾ ਹੈ। ਹਰ ਵਿਅਕਤੀ ਵਿੱਚ ਲਾਲਸਾ ਪੈਦਾ ਹੁੰਦੀ ਹੈ ਕਿ ਕਾਸ਼! ਉਸ ਦੀ ਔਲਾਦ ਵੀ ਇਹ ਪ੍ਰੀਖਿਆ ਪਾਸ ਕਰਕੇ ਸਮਰਾਟ ਦਾ ਤਾਜ ਪਾ ਕੇ ਲੋਕ ਸੇਵਾ ਦੇ ਪਰਦੇ ਪਿੱਛੇ ਲੋਕਾਂ 'ਤੇ ਰਾਜ ਕਰਦੀ।

ਇਹ ਲੇਖ ਮੇਰੇ ਜਿਹੇ ਨਾਚੀਜ਼ ਦੇ ਪ੍ਰਸ਼ਾਸਨਿਕ ਅਧਿਕਾਰੀ ਨਾ ਬਣ ਸਕਣ ਵਾਲੇ ਦੇ ਦਰਦ ਦਾ ਨਤੀਜਾ ਨਹੀਂ ਹੈ, ਬਲਕਿ ਉਸ ਕੋਰੇ ਝੂਠ ਦਾ ਪਰਦਾਫਾਸ਼ ਕਰਨ ਦੇ ਨਿਮਿਤ ਹੈ,

ਜੋ 90 ਫ਼ੀਸਦੀ ਆਈ.ਏ.ਐਸ. ਅਧਿਕਾਰੀਆਂ ਦੇ ਮੱਥੇ 'ਤੇ ਲੋਕ ਸੇਵਾ ਦਾ ਕਲੰਕ ਬਣ ਕੇ ਤਥਾ-ਕਥਿਤ ਆਦਰਸ਼ ਦਾ ਡੰਕਾ ਵਜਵਾਉਂਦਾ ਹੈ। ਯੂਨੀਵਰਸਿਟੀਆਂ ਦੇ ਅਸਿਸਟੈਂਟ ਪ੍ਰੋਫੈਸਰ ਦੇ ਬਰਾਬਰ ਤਨਖ਼ਾਹ ਸਕੇਲ 'ਤੇ ਚੁਣੇ ਇਹ ਲੋਕ-ਸੇਵਕ ਜਦੋਂ ਜਨਤਾ ਦੀ ਮਿਹਨਤ ਦੀ ਕਮਾਈ ਨਾਲ ਆਪਣੀ ਤਿਜੋਰੀ ਭਰ ਕੇ ਕਈ ਫਲੈਟ, ਜ਼ਮੀਨ, ਫਾਰਮ ਹਾਊਸ ਆਦਿ ਦੇ ਮਾਲਕ ਬਣ ਕੇ ਹਜ਼ਾਰਪਤੀ ਤੋਂ ਅਰਬਪਤੀ ਬਣਨ ਦਾ ਸਫ਼ਰ ਪੂਰਾ ਕਰਦੇ ਹਨ, ਤਾਂ ਉਹ ਹੋਰ ਵੀ ਜ਼ਿਆਦਾ ਮਿਸਾਲੀ ਬਣ ਜਾਂਦੇ ਹਨ। ਸੱਤਾ ਦੇ ਪੈਰਾਂ ਵਿੱਚ ਜੁੱਤੀ ਪਾਉਣਾ, ਲਾਉਣਾ, ਫੀਤੇ ਬੰਨ੍ਹਣਾ ਅਤੇ ਮਲਾਈਦਾਰ ਪੋਸਟਿੰਗ ਲਈ ਪੈਰ ਚੱਟਣ ਤੱਕ ਦੀ ਉੱਦਮਤਾ ਕਰਨਾ ਉਹਨਾਂ ਦੀ ਰੁਟੀਨ ਜ਼ਿੰਦਗੀ ਵਿੱਚ ਸ਼ਾਮਲ ਹੋ ਜਾਂਦਾ ਹੈ।

ਹਰ ਮਾਂ-ਪਿਓ ਅਤੇ ਵਿਦਿਆਰਥੀ ਦੇ ਮਨ-ਦਿਮਾਗ਼ ਵਿੱਚ ਇਸ ਨੌਕਰੀ ਦੀ ਇੱਛਾ ਵਧਦੀ ਜਾਂਦੀ ਹੈ। ਇਹ ਪ੍ਰੀਖਿਆ ਵਿਅਕਤੀ ਨੂੰ ਕੰਗਾਲ ਤੋਂ ਰਾਜਾ ਬਣਾਉਣ ਦੀ ਸਮਰੱਥਾ ਰੱਖਦੀ ਹੈ। ਬਾਕੀ ਸਰਕਾਰੀ ਸੇਵਾਵਾਂ ਵੀ ਜਨਤਾ ਦੀ ਏਨੀ ਸੇਵਾ ਤਾਂ ਕਰ ਹੀ ਚੁੱਕੀਆਂ ਹਨ ਕਿ ਅੱਜ ਲਗਭਗ ਹਰ ਵਿਅਕਤੀ ਵਿਕਾਸ ਦੇ ਦਰੱਖ਼ਤ 'ਤੇ ਚੜ੍ਹ ਕੇ ਗ਼ੁਲਾਮ ਭਾਰਤ ਦੇ ਜ਼ਾਲਮ ਸ਼ਾਸਨ ਨੂੰ ਆਜ਼ਾਦ ਭਾਰਤ ਦੇ ਭ੍ਰਿਸ਼ਟ ਸ਼ਾਸਨ ਤੋਂ ਚੰਗਾ ਕਹਿੰਦਾ ਨਜ਼ਰ ਆਉਂਦਾ ਹੈ। ਮੇਰਾ ਮਕਸਦ ਸਰਵਉੱਚ ਸੇਵਾ ਦੀ ਸਰਵਉੱਚ ਪ੍ਰੀਖਿਆ ਵਿੱਚ ਸਰਵਉੱਚ ਅੰਕ ਪ੍ਰਾਪਤ ਕਰਨ ਵਾਲੀ ਸਰਵਉੱਚ ਪ੍ਰਤਿਭਾ ਨੂੰ ਰੇਖਾਂਕਿਤ ਕਰਨਾ ਨਹੀਂ, ਬਲਕਿ ਇਸ ਸੇਵਾ ਦੇ ਨਾਂ 'ਤੇ ਸਰਵਉੱਚ ਭ੍ਰਿਸ਼ਟਾਚਾਰ ਕਰਕੇ ਕੁਬੇਰ ਦੀ ਲੁੰਗੀ ਪਾ ਕੇ ਜਨਤਾ ਦੇ ਵਿੱਚ ਸਰਵਉੱਚ ਸੇਵਕ ਬਣਨ ਦੇ ਮਿੱਥ ਨੂੰ ਸਾਹਮਣੇ ਲਿਆਉਣਾ ਹੈ। ਲੋਕ ਸੇਵਾ ਲੋਕਾਂ ਲਈ ਹੈ ਜਾਂ ਲੋਕਾਂ ਤੋਂ ਸੇਵਾ ਲੈਣ ਲਈ, ਇਹ ਫ਼ੈਸਲਾ ਉਸ ਕਮਿਸ਼ਨ ਦੇ ਹਵਾਲੇ ਛੱਡ ਕੇ ਇੰਨਾ ਜ਼ਰੂਰ ਕਹਾਂਗਾ ਕਿ ਵਿਅਕਤੀ ਨੂੰ ਮਨੁੱਖ ਤੋਂ ਭਗਵਾਨ ਬਣਾਉਣ ਵਾਲੀ ਇਸ ਪ੍ਰੀਖਿਆ ਵਿੱਚ ਪ੍ਰਤਿਭਾਵਾਂ ਦੀ ਸਮਰੱਥਾ ਦੀ ਜਾਂਚ ਦੇ ਨਾਲ-ਨਾਲ ਉਹਨਾਂ ਵਿਚਲੇ ਮਾਨਵੀ ਮੁੱਲਾਂ ਦੀ ਵੀ ਜਾਂਚ ਹੋਣੀ ਚਾਹੀਦੀ ਹੈ ਜੋ ਉਹਨਾਂ ਦੇ ਮਰੇ ਜ਼ਮੀਰ ਵਿੱਚੋਂ ਛੁੱਟੀ ਲੈ ਕੇ ਭ੍ਰਿਸ਼ਟ ਤੋਂ ਭ੍ਰਿਸ਼ਟਮ ਤੱਕ ਦਾ ਸਫ਼ਰ ਤੈਅ ਕਰਾਉਂਦੇ ਹਨ।

ਅਸੀਂ ਵੀ ਸਾਰੇ ਟੌਪਰਾਂ ਦੇ ਨਾਲ ਆਈ.ਏ.ਐਸ. ਬਣੇ ਸਾਰੇ ਕੈਂਡੀਡੇਟ ਨੂੰ ਵਧਾਈ ਦਿੰਦੇ ਹਾਂ, ਪਰ ਉਹਨਾਂ ਦੇ ਸਵਾਗਤ ਗੀਤ ਵਿੱਚ ਚੱਲ ਰਹੇ ਡੀ.ਜੇ. ਦੀ ਆਵਾਜ਼ 'ਚ ਦੌਲਤ ਦੀ ਝਲਕ ਅਤੇ ਉਸ ਰੈੱਡ ਕਾਰਪੈਟ ਨੂੰ ਬਿਨਾਂ ਓਹਲੇ ਕੀਤੇ, ਜਿਸ ਦੇ ਥੱਲੇ ਲੱਖਾਂ ਕਿਸਾਨਾਂ ਦੀਆਂ ਪੱਗਾਂ ਦੱਬ ਕੇ ਸਾਰੀ ਉਮਰ ਕੁਰਲਾਉਂਦੀ ਰਹਿੰਦੀਆਂ ਹੈ।" ਤਿਆਗ ਰਾਜ ਸਟੇਡੀਅਮ ਵਿੱਚ ਪ੍ਰਸ਼ਾਸਨਿਕ ਅਧਿਕਾਰੀ ਦੁਆਰਾ ਪੋਸਟ ਦੀ ਦੁਰਵਰਤੋਂ 'ਤੇ ਅੰਜਲੀ ਕੁਮਾਰ ਨੇ ਆਪਣੀ ਫੇਸਬੁੱਕ ਵਾਲ ਤੇ ਲਿਖਿਆ।

"ਯੂ.ਪੀ.ਐੱਸ.ਸੀ. ਦਾ ਫਾਈਨਲ ਰਿਜ਼ਲਟ ਆ ਚੁੱਕਿਆ ਸੀ। 2021 ਦੀ ਯੂ.ਪੀ. ਐੱਸ.ਸੀ. ਸਿਵਲ ਸੇਵਾ ਵਿੱਚ ਚੁਣੇ ਹੋਏ ਕੈਂਡੀਡੇਟਸ ਨੂੰ ਵਧਾਈਆਂ ਮਿਲ ਰਹੀਆਂ ਸਨ। ਮੈਂ ਵੀ ਹਿੰਦੀ ਮੀਡੀਅਮ ਤੋਂ ਟੌਪਰ ਰਹੇ ਮੇਰੇ ਮਿੱਤਰ ਰਵੀ ਸਿਹਾਗ ਨੂੰ ਕਾਲ ਕਰਕੇ ਵਧਾਈ ਦਿੱਤੀ। ਰਵੀ ਨੇ ਇਸ ਸਾਲ 18ਵੀਂ ਰੈਂਕ ਲੈ ਕੇ ਹਿੰਦੀ ਮੀਡੀਅਮ ਦੇ ਝੰਡੇ ਗੱਡ ਦਿੱਤੇ ਸਨ। ਰਿਜ਼ਲਟ ਦਾ ਐਲਾਨ ਹੁੰਦੇ ਹੀ ਚੁਣੇ ਹੋਏ ਕੈਂਡੀਡੇਟਸ ਦੇ ਘਰਾਂ ਵਿੱਚ ਵਧਾਈਆਂ ਦੇਣ ਵਾਲੇ ਲੋਕਾਂ ਦੀ ਭੀੜ ਲੱਗ ਗਈ। ਚੁਣੇ ਹੋਏ ਕੈਂਡੀਡੇਟਸ ਨੂੰ ਇਸ ਤਰ੍ਹਾਂ ਲੱਗ ਰਿਹਾ ਸੀ, ਜਿਵੇਂ ਉਹਨਾਂ ਨੇ ਮੰਗਲ ਗ੍ਰਹਿ 'ਤੇ ਪਾਣੀ ਦੀ ਖੋਜ ਕਰ ਲਈ ਹੋਵੇ।

ਹੁਣ ਆਉਂਦੇ ਹਾਂ ਹਿੰਦੀ ਮੀਡੀਅਮ 'ਤੇ। ਮੇਰੇ ਦੋਸਤ ਰਵੀ ਕੁਮਾਰ ਸਿਹਾਗ ਨੂੰ ਸਾਲ 2018 ਵਿੱਚ 337 ਵੀਂ ਰੈਂਕ ਅਤੇ 2019 ਵਿੱਚ 317 ਵੀਂ ਰੈਂਕ ਮਿਲਣ ਤੋਂ ਬਾਅਦ ਇੱਕ ਬਿਹਤਰ ਰੈਂਕ ਮਿਲੀ। ਹੁਣ ਉਹ ਪ੍ਰੌਪਰ ਆਈ.ਏ.ਐੱਸ. ਬਣ ਸਕਦਾ ਸੀ। ਹਿੰਦੀ ਮੀਡੀਅਮ ਤੋਂ ਹੋਣਾ ਉਸ ਲਈ ਚੁਨੌਤੀ ਸੀ, ਉਹ ਵੀ ਉਦੋਂ, ਜਦੋਂ ਉਹ ਅੰਗਰੇਜ਼ੀ ਦਾ ਸਟੱਡੀ ਮੈਟੀਰੀਅਲ ਪੜ੍ਹਦੇ ਸਨ। ਭਾਵ ਅੰਗਰੇਜ਼ੀ ਵਿੱਚ ਉਪਲਬਧ ਸਮਗਰੀ ਪੜ੍ਹ ਕੇ ਮਾਤ-ਭਾਸ਼ਾ ਹਿੰਦੀ ਵਿੱਚ ਮੇਨਜ਼ ਪ੍ਰੀਖਿਆ ਦੇਣੀ। ਨਾਲ ਹੀ, ਪਿਛਲੀ ਚੋਣ ਵਿੱਚ ਮਿਲੀ ਨੌਕਰੀ ਦਾ ਐਕਸਪੋਜ਼ਰ ਵੀ ਸੀ।

ਇਸ ਤੋਂ ਇਲਾਵਾ 22ਵੀਂ ਰੈਂਕ ਤੇ ਇੱਕ ਹੋਰ ਹਿੰਦੀ ਮੀਡੀਅਮ ਦਾ ਉਮੀਦਵਾਰ ਕਾਬਜ਼ ਹੈ। ਅਸਲ ਵਿੱਚ, ਤੁਸੀਂ ਇਸ ਨੂੰ 'ਉਮੀਦ ਦੀ ਕਿਰਨ' ਕਹਿ ਸਕਦੇ ਹੋ, 'ਉਮੀਦ' ਨਹੀਂ। ਇਹ 18 ਵੀਂ ਰੈਂਕ ਦਾ ਝੰਡਾ ਉੱਥੇ ਗੱਡਿਆ ਹੈ, ਜਿੱਥੇ ਉਸ ਤੋਂ ਬਾਅਦ ਦਾ ਰਾਹ ਲੰਬਾ ਤੇ ਖ਼ਾਲੀ ਹੈ। 2011 ਤੋਂ ਪਹਿਲਾਂ, ਜਦੋਂ ਤੱਕ ਪ੍ਰੀਖਿਆ ਦਾ ਪੈਟਰਨ ਨਹੀਂ ਬਦਲਿਆ ਸੀ, ਉਦੋਂ ਤੱਕ ਹਿੰਦੀ ਮੀਡੀਅਮ 48 ਫ਼ੀਸਦੀ 'ਤੇ ਸੀ। ਪਰ ਹਿੰਦੀ ਮੀਡੀਅਮ ਅੱਜ 2-3 ਫ਼ੀਸਦੀ ਰਿਜ਼ਲਟ ਤੋਂ ਅਜਿਹਾ ਖ਼ੁਸ਼ ਹੈ ਜਿਵੇਂ ਦੱਬੀ ਹੋਈ ਦੌਲਤ ਮਿਲ ਗਈ ਹੋਵੇ।

ਇਹ ਰਿਜ਼ਲਟ ਵੀ ਸਰਕਾਰ ਨੂੰ ਢੇਰਾਂ ਮੈਮੋਰੰਡਮ, ਅੰਦੋਲਨ, ਮੰਤਰੀ, ਮੁੱਖ ਮੰਤਰੀ, ਪੱਤਰ ਵਿਹਾਰ, ਅਖ਼ਬਾਰ ਕਵਰੇਜ, ਸੋਸ਼ਲ ਮੀਡੀਆ ਅਤੇ ਪਤਾ ਨਹੀਂ ਹੋਰ ਕੀ-ਕੀ ਕਰਨ ਤੋਂ ਬਾਅਦ ਵੀ ਠੀਕ ਤੋਂ ਹਾਸਲ ਨਹੀਂ ਹੈ। ਤੇ ਹੁਣ ਜੇਕਰ ਕੁਝ ਬਿਹਤਰ ਹੋ ਵੀ ਜਾਵੇ ਤਾਂ ਡੀਪੀ ਅਗਰਵਾਲ ਜਿਹੇ 'ਆਧੁਨਿਕ ਮੈਕਾਲੇ' ਦਾ ਕੀਤਾ ਹੋਇਆ, ਜੋ ਬੀਤੇ 10 ਸਾਲਾਂ ਵਿੱਚ ਸਾਡੀ ਪੀੜ੍ਹੀ ਨੇ ਭੁਗਤਿਆ ਹੈ, ਮਾਫ਼ੀ ਯੋਗ ਨਹੀਂ ਹੈ। ਡੀਪੀ ਅਗਰਵਾਲ ਯੂ.ਪੀ. ਐੱਸ.ਸੀ. ਦੇ ਸਾਬਕਾ ਚੇਅਰਮੈਨ ਹਨ, ਜਿਨ੍ਹਾਂ ਨੇ ਇਸ ਨਵੇਂ ਪੈਟਰਨ ਨੂੰ ਲਾਗੂ ਕਰਨ ਵਿੱਚ ਪ੍ਰਮੁੱਖ ਭੂਮਿਕਾ ਨਿਭਾਈ ਸੀ।

ਹੁਣ ਕੁਝ ਲੋਕ ਇਸ 'ਤੇ ਆਪਣਾ ਗਿਆਨ ਝਾੜ ਸਕਦੇ ਹੈ ਕਿ ਭਾਸ਼ਾ ਚੋਣ ਵਿੱਚ ਰੁਕਾਵਟ ਨਹੀਂ ਹੈ। ਇਹ ਸਿਰਫ਼ ਹਿੰਦੀ ਮੀਡੀਅਮ ਦਾ ਭੁਲੇਖਾ ਹੈ। ਤਾਂ ਉਹਨਾਂ ਨੂੰ ਇੱਕ

ਹੀ ਗੱਲ ਦੱਸਣੀ ਹੈ। ਸਾਲ 2021 ਦੀ ਟੌਪਰ ਸ਼ਰੂਤੀ ਸ਼ਰਮਾ ਦਾ ਇੰਟਰਵਿਊ ਸੁਣੋ। ਉਹ ਕਹਿੰਦੀ ਹੈ ਕਿ ਪਿਛਲੇ ਅਟੈਂਪਟ ਵਿੱਚ ਮੇਨਜ਼ ਦਾ ਫਾਰਮ ਭਰਦੇ ਸਮੇਂ ਗ਼ਲਤੀ ਨਾਲ ਉਸ ਦਾ ਮੀਡੀਅਮ 'ਹਿੰਦੀ' ਕਲਿੱਕ ਹੋ ਗਿਆ ਸੀ। ਇਸ ਲਈ ਉਸ ਨੂੰ ਉਹ ਪ੍ਰੀਖਿਆ ਹਿੰਦੀ ਮੀਡੀਅਮ ਵਿੱਚ ਦੇਣੀ ਪਈ ਅਤੇ ਉਹ ਕੁਝ ਨੰਬਰਾਂ ਤੋਂ ਸਿਲੈਂਕਸ਼ਨ ਤੋਂ ਵਾਂਝੀ ਰਹਿ ਗਈ; ਵਧੀਆ ਪ੍ਰਫੌਰਮ ਨਹੀਂ ਕਰ ਸਕੀ। ਇਸ ਤੋਂ ਵੱਡਾ ਸਬੂਤ ਹਿੰਦੀ ਭਾਸ਼ਾ ਵਾਲਿਆਂ ਦੀ ਨਿਰਾਸ਼ਾ ਲਈ ਹੋਰ ਕੀ ਹੋਵੇਗਾ? ਭਾਈ! ਜੇਕਰ ਭਾਸ਼ਾ ਸਿਲੈਂਕਸ਼ਨ ਅਤੇ ਗਿਆਨ ਦੇ ਪ੍ਰਗਟਾਵੇ ਵਿੱਚ ਕੋਈ ਰੁਕਾਵਟ ਨਹੀਂ ਹੈ ਤਾਂ ਟੌਪਰ ਸ਼ਰੂਤੀ ਸ਼ਰਮਾ ਦਾ ਪਹਿਲਾਂ ਹੀ ਹਿੰਦੀ ਮੀਡੀਅਮ 'ਚ ਪ੍ਰੀਖਿਆ ਦੇਣ ਨਾਲ ਸਿਲੈਂਕਸ਼ਨ ਹੋ ਜਾਣਾ ਚਾਹੀਦਾ ਸੀ।

ਤੇ ਗੱਲ ਹਿੰਦੀ ਜਾਂ ਅੰਗਰੇਜ਼ੀ ਵਿੱਚ ਪ੍ਰੀਖਿਆ ਦੇਣ ਦੀ ਨਹੀਂ ਹੈ। ਪ੍ਰੀਖਿਆ ਦੀ ਤਿਆਰੀ, ਉਸ ਦਾ ਪ੍ਰੋਸੈੱਸ, ਉਪਲਬਧ ਅਧਿਐਨ ਸਮਗਰੀ, ਮੇਨਜ਼ ਦੇ ਉੱਤਰ ਜਾਂਚ ਕਰਨ ਵਾਲਿਆਂ ਦਾ ਰਵੱਈਆ, ਯੂ.ਪੀ.ਐੱਸ.ਸੀ. ਬੋਰਡ ਦੇ ਉਮੀਦਵਾਰਾਂ ਤੋਂ ਐਕਸਪੈਕਟੇਸ਼ਨ ਮਾਅਨੇ ਰੱਖਦਾ ਹੈ। ਤੇ ਇਹ ਐਕਸਪੈਕਟੇਸ਼ਨ ਅੰਗਰੇਜ਼ੀ ਨੂੰ ਪਾਲਦਾ ਹੈ, ਇਹ ਕਹਾਂ ਤਾਂ ਕੋਈ ਅਤਿਕਥਨੀ ਨਹੀਂ ਹੋਵੇਗੀ। ਦੌੜ ਸ਼ੁਰੂ ਕਰਨ ਦੀ ਲਾਈਨ ਬਰਾਬਰ ਦੀ ਨਹੀਂ ਹੈ। ਪੂਰੇ ਪ੍ਰੀਖਿਆ ਪੈਟਰਨ ਦਾ ਝੁਕਾਅ ਅੰਗਰੇਜ਼ੀ ਅਤੇ ਟੈਕਨੀਕਲ ਬੈਕਗਰਾਊਂਡ ਵੱਲ ਹੈ। ਦੇਸੀ, ਸਥਾਨਕ ਅਤੇ ਹਿੰਦੀ ਮੀਡੀਅਮ ਦੇ ਪੇਂਡੂ ਬੱਚਿਆਂ ਲਈ ਇਸ ਵਿੱਚ ਪ੍ਰੀਲਿਮਜ਼ ਦੇ ਪੱਧਰ ਤੋਂ ਹੀ ਐਲਿਮੀਨੇਸ਼ਨ ਹੈ, ਉਹਨਾਂ ਲਈ ਕੋਈ ਥਾਂ ਹੀ ਨਹੀਂ ਹੈ।

ਰਿਕਸ਼ੇ ਵਾਲੇ, ਚਾਹ ਵਾਲੇ, ਸਬਜ਼ੀ ਵਾਲੇ ਦੇ ਬੱਚਿਆਂ ਨੂੰ ਆਈ.ਏ.ਐੱਸ. ਬਣਨ ਦੇ ਦੇਖਣ ਦਾ ਬਾਜ਼ਾਰਵਾਦ ਤੁਹਾਨੂੰ ਸੱਚ ਨਹੀਂ ਦੇਖਣ ਦਿੰਦਾ। 'ਐਕਸਪੈਂਸਸ ਆਰ ਆੱਲਵੇਜ ਦੇਅਰ।' ਸੋ ਸੰਭਵ ਸਭ ਕੁਝ ਹੈ। ਉਹ ਵੀ ਬਣਨਗੇ ਜੇਕਰ ਡਿਜ਼ਰਵ ਕਰਦੇ ਹਨ, ਪਰ ਇਸ ਨੂੰ ਯੂਨੀਵਰਸਲ ਨਾ ਮੰਨੋ। ਫ਼ਿਲਹਾਲ ਹਿੰਦੀ ਮੀਡੀਅਮ ਦੇ ਇੰਨੇ-ਜਿਹੇ ਰਿਜ਼ਲਟ ਤੋਂ ਖ਼ੁਸ਼ ਹੋ ਕੇ ਭਾਸ਼ਾਈ ਨਿਰਾਸ਼ਾ ਦਾ ਮਖ਼ੌਲ ਨਾ ਉਡਾਓ। ਇਹ ਹਿੰਦੀ ਮੀਡੀਅਮ ਦੇ ਮਰ ਰਹੇ ਸਰੀਰ 'ਤੇ ਹੱਸਣ ਵਾਂਗ ਹੈ, ਜਿਵੇਂ ਕਿ ਦੇਖੋ ਉਸ ਨੇ ਹੁਣੇ ਹੱਥ ਹਿਲਾਏ।

ਅਸੀਂ ਹਿੰਦੀ ਮੀਡੀਅਮ ਵਾਲੇ ਇੱਕ ਲੰਬੀ ਨਿਰਾਸ਼ਾ ਤੋਂ ਗੁਜ਼ਰੇ ਹਾਂ। ਅਸੀਂ ਟੁੱਟ ਗਏ ਹਾਂ। ਅਸੀਂ ਕਾਬਲ ਸੀ। ਪਰ ਸਾਨੂੰ ਦੌੜ ਵਿੱਚ ਬਰਾਬਰੀ 'ਤੇ ਨਹੀਂ ਰੱਖਿਆ ਗਿਆ। ਅਸੀਂ ਫਿਰ ਵੀ ਸਿਲੈਂਕਟ ਹੋ ਗਏ, ਪਰ ਅਸੀਂ ਹਰ ਰਿਜ਼ਲਟ 'ਤੇ ਗ਼ੁੱਸੇ 'ਚ ਭਰੇ ਰਹਿੰਦੇ ਹਾਂ। ਅਸੀਂ ਨਾਰਮਲ ਹੋਣ ਦੀ ਕੋਸ਼ਿਸ਼ ਕਰਦੇ ਹਾਂ, ਪਰ ਉਮੀਦ ਦੀ ਇੱਕਾ-ਦੁੱਕਾ ਕਿਰਨ ਸਾਡੀ ਨਿਰਾਸਤਾ ਨੂੰ ਤੋੜਨ ਦੀ ਬਜਾਏ ਹੋਰ ਭਟਕਾ ਦਿੰਦੀ ਹੈ। ਕਿਉਂਕਿ ਸਾਨੂੰ ਉਮੀਦ ਦੀ ਕਿਰਨ ਨਹੀਂ, ਬਲਕਿ ਉਮੀਦ ਦਾ ਪੂਰਾ ਸੂਰਜ ਚਾਹੀਦਾ ਹੈ। ਬਾਕੀ, ਰਵੀ ਸਿਹਾਗ ਦੇ

ਬਹਾਨੇ ਹੀ ਸਹੀ, ਕੁਝ ਤਾਂ ਸੁਧਾਰ ਹੋਇਆ ਕਿ ਹਿੰਦੀ ਮੀਡੀਅਮ ਫਿਰ ਤੋਂ ਯੂ.ਪੀ.ਐੱਸ. ਸੀ. ਦੇ ਰਿਜ਼ਲਟ ਵਿੱਚ ਬਰਾਬਰੀ ਕਰ ਸਕੇ।

ਸਾਡਾ ਕੰਮ ਸਹੀ ਪ੍ਰਕਿਰਿਆ ਦਾ ਪਾਲਣ ਕਰਨਾ ਹੈ। ਜੇਕਰ ਇਸ ਨਾਲ ਵੀ ਅਸੀਂ ਰਿਜ਼ਲਟ ਤੱਕ ਨਾ ਪਹੁੰਚੇ ਤਾਂ ਕੁਦਰਤੀ ਤੌਰ 'ਤੇ ਚਿੰਤਾ ਹੁੰਦੀ ਹੀ ਹੈ। ਪਰ ਚਿੰਤਨ ਦਾ ਇੱਕ ਪੁਆਇੰਟ ਇਹ ਵੀ ਹੈ ਕਿ ਅਸੀਂ ਪ੍ਰਕਿਰਿਆ ਦਾ ਸੰਭਵ ਤੌਰ 'ਤੇ ਅਤੇ ਸਹੀ ਅਨੁਕਰਨ ਕੀਤਾ ਵੀ ਹੈ ਜਾਂ ਨਹੀਂ? ਪਿਛਲੇ ਦਿਨਾਂ ਵਿੱਚ, ਹਿੰਦੀ ਮੀਡੀਅਮ ਦੇ ਇੱਕ ਵੱਡੇ ਵਿਦਿਆਰਥੀ ਵਰਗ ਨੇ ਇਸ ਨੂੰ ਲੈ ਕੇ ਕਈ ਤਰਕਸ਼ੀਲ, ਗ਼ੁੱਸੇ ਭਰੀ, ਅਫ਼ਸੋਸਨਾਕ ਅਤੇ ਨਿਰਾਸ਼ਾ ਨਾਲ ਭਰੇ ਪ੍ਰਗਟਾਵੇ ਕੀਤੇ ਹਨ ਅਤੇ ਅਧਿਆਪਕ ਵਰਗ ਵੀ ਇਸ ਤੋਂ ਅਛੋਹ ਨਹੀਂ ਹੈ। ਲਿਹਾਜ਼ਾ, ਇਸ 'ਤੇ ਕਈ ਸਵਾਲ ਅਤੇ ਲੋੜਾਂ/ ਜ਼ਰੂਰਤਾਂ ਖੜ੍ਹੀਆਂ ਹੋ ਗਈਆਂ ਹਨ।

ਜ਼ਰੂਰਤਾਂ ਦੀ ਵਿਆਖਿਆ ਵਿੱਚ ਪਹਿਲਾ ਪੁਆਇੰਟ ਇਹੀ ਹੈ ਕਿ ਇੱਕ ਵੱਡੇ ਵਿਦਿਆਰਥੀ ਵਰਗ ਨੂੰ ਇਹ ਕਬੂਲ ਕਰ ਲੈਣਾ ਚਾਹੀਦਾ ਹੈ ਕਿ ਜੋ ਹੋਇਆ ਠੀਕ ਹੋਇਆ। ਉਹਨਾਂ ਦੀ ਭਾਸ਼ਾ, ਪ੍ਰਗਟਾਵੇ ਦੀ ਸ਼ੈਲੀ ਤੇ ਸਥੂਲ ਦ੍ਰਿਸ਼ਟੀ ਅਤੇ ਸਮਝ ਉਹਨਾਂ ਦੇ ਸਿਲੈਕਟ ਨਾ ਹੋਣ ਦੀ ਪੂਰੀ ਕਹਾਣੀ ਦੱਸ ਰਹੀ ਹੈ। ਦੂਜਾ ਆਪਣੇ ਟੀਚਰਾਂ ਦੇ ਜਾਦੂ 'ਤੇ ਮੋਹਿਤ ਨਾ ਹੋਵੋ। ਪ੍ਰੀਖਿਆ ਤੁਹਾਡੀ ਸਥਿਤੀ ਦੇ ਗਿਆਨ ਦੀ ਮੰਗ ਕਰਦੀ ਹੈ। ਤੀਜਾ, ਜੋ ਅਧਿਆਪਕ ਦੁਆਰਾ ਅਪਣਾਈ ਜਾਣ ਵਾਲੀ ਪ੍ਰਕਿਰਿਆ ਦੀ ਸੂਖਮ-ਅਤਿਸੂਖ਼ਮ ਪੜਚੋਲ ਪੂਰੀ ਇਮਾਨਦਾਰੀ ਨਾਲ ਕਰਦਾ ਹੈ। ਜਿਵੇਂ ਕਿ ਤੁਹਾਡੇ ਸਿਲੇਬਸ ਦੇ ਹਰ ਵਿਸ਼ੇ ਦੇ ਹਰ ਸੈਕਸ਼ਨ, ਹਰ ਸਬ-ਸੈਕਸ਼ਨ ਦਾ ਪਿਛਲੇ ਪ੍ਰਸ਼ਨ ਪੱਤਰਾਂ ਵਿੱਚ ਵੇਟੇਜ ਕਿੰਨਾ ਰਿਹਾ; ਹਿੰਦੀ, ਅੰਗਰੇਜ਼ੀ ਦੋਨਾਂ ਮੀਡੀਅਮ ਦੇ ਟੌਪਰ ਨਾਲ ਗੱਲਬਾਤ ਦਾ ਸਿੱਟਾ ਅਤੇ ਉਪਯੋਗੀ ਸੰਪਾਦਨ; ਤੇ ਜੋ ਪ੍ਰੀਖਿਆ ਦੇ ਪਿਛਲੇ 5-6 ਸਾਲਾਂ ਦੀ ਹਰ ਵੱਡੀ ਤੋਂ ਲੈ ਕੇ ਛੋਟੀ ਘਟਨਾ ਤੋਂ ਤੁਹਾਨੂੰ ਜਾਣੂ ਕਰਾਉਂਦਾ ਹੈ, ਉਸ ਨਾਲ ਦੁਰਵਿਹਾਰ ਕਰਕੇ ਉਸ ਦੀ ਪ੍ਰੇਰਨਾ ਅਤੇ ਜਜ਼ਬੇ ਨੂੰ ਅਗਵਾ ਨਾ ਕਰੋ। ਚੌਥਾ, ਇਹ ਸਪਸ਼ਟ ਹੈ ਕਿ ਹਿੰਦੀ ਮੀਡੀਅਮ ਦੇ ਵਿਦਿਆਰਥੀਆਂ ਦੇ ਕੋਲ ਉਪਲਬਧ ਵਿਸ਼ਾ-ਵਸਤੂ ਉਮੀਦ ਤੋਂ ਘੱਟ ਗੁਣਵੱਤਾ ਪੂਰਨ, ਪ੍ਰੀਖਿਆ ਦੀ ਮੰਗ ਦੇ ਘੱਟ ਅਨੁਕੂਲ ਹੈ, ਤੇ ਕਾਪੀ ਚੈੱਕ ਕਰਨ ਵਾਲਿਆਂ ਦੀ ਹਿੰਦੀ ਪ੍ਰਤੀ ਘੱਟ ਸਹਿਜਤਾ ਜਿਹੇ ਕਾਰਕਾਂ ਨੂੰ ਮਿਲਾ ਕੇ ਅਸੀਂ 25-30 ਨੰਬਰ ਪਿਛੜ ਜਾਂਦੇ ਹਾਂ, ਜਿਸ 'ਤੇ ਲਾਜ਼ਮੀ ਤੌਰ 'ਤੇ ਕੰਮ ਹੋਣਾ ਚਾਹੀਦਾ ਹੈ। ਪਰ ਇਸ ਪ੍ਰੀਖਿਆ ਦੀ ਪ੍ਰਕਿਰਤੀ ਨੂੰ ਸਮਝਣ ਅਤੇ ਵਿਖਿਆਨ ਕਰਨ ਵਾਲੇ ਸਪਸ਼ਟ ਰੂਪ ਨਾਲ ਕਹਿੰਦੇ ਹਨ ਕਿ ਇਸ ਤੋਂ ਬਾਅਦ ਸਾਰਾ ਦੋਸ਼ ਵਿਦਿਆਰਥੀਆਂ ਦਾ ਹੈ। ਜਿੱਥੋਂ ਕਈ ਸਵਾਲ ਖੜ੍ਹੇ ਹੁੰਦੇ ਹਨ।

ਵਿਵਾਦ ਦਾ ਪਹਿਲਾ ਸਵਾਲ ਤਾਂ ਇਹੀ ਹੈ ਕਿ ਮਾਹਰਾਂ ਦਾ ਇਹ ਮੰਨਣਾ ਕਿੰਨਾ ਸਹੀ ਹੈ? ਦੂਜਾ, ਕੀ ਅਸੀਂ ਹਿੰਦੀ ਮੀਡੀਅਮ ਵਾਲੇ ਆਪਣੀ ਪ੍ਰਕਿਰਤੀ ਵਿੱਚ ਆਲਸੀ ਹਾਂ? ਕੀ ਅਸੀਂ ਪ੍ਰੀਖਿਆ ਦੀ ਮੰਗ ਦੇ ਮੁਤਾਬਕ ਬਿਨਾਂ ਪੜ੍ਹੇ ਤੇ ਬਿਨਾਂ ਪ੍ਰਕਿਰਿਆ ਦਾ ਪਾਲਣ ਕੀਤੇ ਮੁਹਾਰਤ ਹਾਸਲ ਕਰਨ ਲੱਗ ਜਾਂਦੇ ਹਾਂ? ਕੀ ਅਸੀਂ ਔਬਜ਼ੈਕਟਵ ਪ੍ਰਸ਼ਨਾਂ ਦੇ ਅਭਿਆਸ ਅਤੇ ਉੱਤਰ ਲਿਖਣ ਅਭਿਆਸ ਵਿੱਚ ਕੁਤਾਹੀ ਵਰਤਦੇ ਹਾਂ? ਕੀ ਅਸੀਂ ਪ੍ਰਸ਼ਨਾਂ ਦੇ ਸਾਰ ਨੂੰ ਹੀ ਗ੍ਰਹਿਣ ਕਰਨ ਵਿੱਚ ਪਿਛੜੇ ਹੋਏ ਹਾਂ? ਅਜਿਹੇ ਸਵਾਲ, ਜਿਨ੍ਹਾਂ ਦੀ ਇਮਾਨਦਾਰੀ ਨਾਲ ਪੜਚੋਲ ਕਰਕੇ ਹਿੰਦੀ ਮਾਤ-ਭਾਸ਼ੀਆਂ ਦੇ ਘੱਟ ਸਿਲੈੱਕਸ਼ਨ ਦੇ ਕਾਰਨਾਂ ਅਤੇ ਸੰਭਾਵਿਤ ਜਵਾਬਾਂ ਤੱਕ ਅਸਾਨੀ ਨਾਲ ਪਹੁੰਚ ਸਕਦੇ ਹਾਂ।

ਯੂ.ਪੀ.ਐੱਸ.ਸੀ. ਪ੍ਰੀਖਿਆ ਦੇ ਭਾਸ਼ਾਈ ਮੀਡੀਅਮ ਵਿੱਚ ਹਿੰਦੀ ਦੇ ਨਾਲ-ਨਾਲ ਹੋਰ ਸਾਰੀਆਂ ਭਾਰਤੀ ਭਾਸ਼ਾਵਾਂ ਅੰਗਰੇਜ਼ੀ ਦੀ ਤੁਲਨਾ ਵਿੱਚ ਬੇਹੱਦ ਪਿੱਛੇ ਹਨ। ਭਾਰਤੀ ਭਾਸ਼ਾਵਾਂ ਨੂੰ ਪ੍ਰੀਖਿਆ ਦਾ ਮੀਡੀਅਮ ਬਣਾਉਣ ਦੇ ਪਿੱਛੇ ਤਰਕ ਇਹ ਵੀ ਸੀ ਕਿ ਲੋਕ ਆਪਣੀ ਮਾਤ-ਭਾਸ਼ਾ ਵਿੱਚ ਲਿਖਣਗੇ ਅਤੇ ਬਿਹਤਰ ਪ੍ਰਦਰਸ਼ਨ ਕਰ ਸਕਣਗੇ। ਪਰ ਅੰਗਰੇਜ਼ੀ ਦਾ ਪ੍ਰਭਾਵ ਅੱਜ ਵੀ ਹੈ ਤੇ ਵਧਦਾ ਹੀ ਜਾ ਰਿਹਾ ਹੈ। ਯੂ.ਪੀ.ਐੱਸ.ਸੀ. ਰਿਜ਼ਲਟ ਵਿੱਚ ਜਾਮੀਆ ਯੂਨੀਵਰਸਿਟੀ ਦੇ 52 ਵਿਦਿਆਰਥੀਆਂ ਦੇ ਸਫ਼ਲ ਹੋਣ ਦੀ ਖ਼ਬਰ 'ਤੇ ਕੁਝ ਮਿੱਤਰਾਂ ਨੇ ਕਿਹਾ ਕਿ ਉਹ ਉਰਦੂ ਮੀਡੀਅਮ ਵਾਲੇ ਕੈਂਡੀਡੇਟ ਰਹੇ ਹੋਣਗੇ, ਪਰ ਇਹ ਗੱਲ ਤੱਥਾਂ ਦੇ ਉਲਟ ਸੀ।

ਭਾਸ਼ਾਈ ਮੀਡੀਅਮ ਦੇ ਅਨੁਸਾਰ ਆਈ.ਏ.ਐੱਸ. ਦੀ ਟ੍ਰੇਨਿੰਗ ਦੇਣ ਵਾਲੇ ਲਾਲ ਬਹਾਦਰ ਸ਼ਾਸਤਰੀ ਰਾਸ਼ਟਰੀ ਪ੍ਰਸ਼ਾਸਨ ਅਕਾਦਮੀ, ਮਸੂਰੀ ਦੇ 2019 ਦੇ 94 ਫਾਊਂਡੇਸ਼ਨ ਕੋਰਸ ਵਿੱਚ ਕੁੱਲ 326 ਪ੍ਰੋਬੇਸ਼ਨਰ ਸਨ। ਜਿਨ੍ਹਾਂ ਵਿੱਚ 315 ਅੰਗਰੇਜ਼ੀ, 8 ਹਿੰਦੀ ਅਤੇ 1-1 ਗੁਜਰਾਤੀ, ਕੰਨੜ ਤੇ ਮਰਾਠੀ ਭਾਸ਼ੀ ਸੀ। ਉਰਦੂ ਤੋਂ ਕੋਈ ਵੀ ਸਿਲੈੱਕਟ ਨਹੀਂ ਹੋਇਆ ਸੀ।" ਸ਼ਾਲਿਨੀ ਨੇ ਸਿਵਲ ਸੇਵਾ ਪ੍ਰੀਖਿਆ ਦੇ ਰਿਜ਼ਲਟ ਦਾ ਐਲਾਨ ਹੁੰਦੇ ਹੀ ਆਪਣੀ ਫੇਸਬੁੱਕ ਪੋਸਟ 'ਚ ਇਹ ਗੱਲਾਂ ਲਿਖੀਆਂ।

"ਤੁਸੀਂ ਖ਼ੁਦ ਨਹੀਂ ਬਣ ਸਕੋਗੇ ਯੂ.ਪੀ.ਐੱਸ.ਸੀ. ਟੌਪਰ , ਸਿਰਫ਼ ਵਧਾਈ ਦਿੰਦੇ ਰਹਿ ਗਏ ਜਾਓਗੇ। ਯੂ.ਪੀ.ਐੱਸ.ਸੀ. ਦਾ ਰਿਜ਼ਲਟ ਆ ਗਿਆ। ਖ਼ਬਰ ਪੜ੍ਹ ਕੇ ਤੁਹਾਡੇ ਵਿੱਚ ਗਲੂਕੌਨ-ਡੀ ਵਾਲੀ ਇੰਸਟੈਂਟ ਐਨਰਜੀ ਆ ਗਈ ਹੋਵੇਗੀ ਕਿ ਤੁਸੀਂ ਵੀ ਕੁਝ ਅਜਿਹਾ ਕਰ ਸਕਦੇ ਹੋ। ਤੁਸੀਂ ਭਵਿੱਖ ਦੇ ਸੁਪਨੇ ਸਜਾਉਣ ਲੱਗਦੇ ਹੋ। ਤੁਸੀਂ ਬਿਲਕੁਲ ਉਸ ਮਾਸੂਮ ਪ੍ਰੇਮੀ ਵਰਗੇ ਹੋ ਜੋ ਮੁਹੱਲੇ ਦੀ ਪ੍ਰੇਮਿਕਾ ਨਾਲ ਇੱਕਤਰਫ਼ਾ ਸੱਚਾ ਪਿਆਰ ਕਰਦਾ ਰਹਿ ਗਿਆ ਅਤੇ ਤੁਹਾਡੇ ਪਿਆਰ ਨੂੰ ਕੋਈ ਡਾਕਟਰ,

ਇੰਜੀਨੀਅਰ, ਆਈ.ਆਈ.ਟੀ.ਐਨ ਲੈ ਗਿਆ। ਜੀ ਹਾਂ! ਅਜਿਹਾ ਹੀ ਹਾਲ ਹੁੰਦਾ ਹੈ ਹਿੰਦੀ ਮੀਡੀਅਮ ਵਿੱਚ ਯੂ.ਪੀ.ਐੱਸ.ਸੀ. ਦੀ ਤਿਆਰੀ ਕਰ ਰਹੇ ਵਿਦਿਆਰਥੀਆਂ ਦਾ।

ਦੇਸ਼ ਵਿੱਚ ਨੌਕਰੀ ਦੀਆਂ ਸਰਵਉੱਚ ਪੋਸਟਾਂ ਅੰਗਰੇਜ਼ੀ ਮੀਡੀਅਮ ਵਾਲਿਆਂ ਲਈ ਰਿਜ਼ਰਵ ਹੁੰਦੀਆਂ ਹਨ। ਹਾਂ, ਰਿਜ਼ਰਵ ਹਨ। ਯੂ.ਪੀ.ਐੱਸ.ਸੀ. ਵਿੱਚ ਹਿੰਦੀ ਮੀਡੀਅਮ ਦਾ ਸਿਰਫ਼ ਵਿਕਲਪ ਹੁੰਦਾ ਹੈ। 60-70 ਲੋਕ ਵੀ ਫਾਈਨਲ ਮੈਰਿਟ ਵਿੱਚ ਥਾਂ ਨਹੀਂ ਲੈ ਸਕਦੇ। ਆਈ.ਆਈ.ਐੱਮ., ਸੀ.ਡੀ.ਐੱਸ., ਮੈਡੀਕਲ, ਇੰਜੀਨੀਅਰਿੰਗ, ਲਾਅ ਵਿੱਚ ਹਿੰਦੀ ਨਾਂ ਦੀ ਕੋਈ ਚੀਜ਼ ਹੀ ਨਹੀਂ ਹੈ। ਜੇਕਰ ਦੁਨੀਆ ਦੀ ਤੀਸਰੀ ਸਭ ਤੋਂ ਜ਼ਿਆਦਾ ਬੋਲੀ ਜਾਣ ਵਾਲੀ ਭਾਸ਼ਾ ਰੁਜ਼ਗਾਰ ਨਹੀਂ ਦੇ ਪਾ ਰਹੀ ਹੈ, ਤਾਂ ਤੁਸੀਂ ਸੋਚ ਸਕਦੇ ਹੋ ਕਿ ਕਿੰਨਾ ਵੱਡਾ ਤਬਕਾ ਹਰੇਕ ਸਾਲ ਬੇਰੁਜ਼ਗਾਰ ਬਣਦਾ ਹੋਵੇਗਾ। ਸਭ ਤੋਂ ਭਿਆਨਕ ਸਵਾਲ ਤਾਂ ਇਹੀ ਹੈ ਕਿ ਹਿੰਦੀ ਮੀਡੀਅਮ ਤੋਂ ਪੜ੍ਹੇ ਬੇਰੁਜ਼ਗਾਰਾਂ ਦੀ ਇੰਨੀ ਵੱਡੀ ਗਿਣਤੀ ਨੂੰ ਕਿੱਥੇ ਖਪਾਇਆ ਜਾਵੇਗਾ?

ਹੈਰਾਨੀ ਤਾਂ ਉਦੋਂ ਹੁੰਦੀ ਹੈ ਜਦੋਂ ਪਾਰਲੀਮੈਂਟ ਵਿੱਚ ਸਭ ਤੋਂ ਜ਼ਿਆਦਾ ਐੱਮਪੀ, ਕੇਂਦਰੀ ਮੰਤਰੀ ਤੇ ਪ੍ਰਧਾਨ ਮੰਤਰੀ ਹਿੰਦੀ ਬੈਲਟ ਤੋਂ ਆਉਂਦੇ ਹਨ, ਫਿਰ ਵੀ ਹਿੰਦੀ ਭਾਸ਼ੀ ਵਿਦਿਆਰਥੀਆਂ ਨੂੰ ਰੋਜ਼ਗਾਰ ਨਹੀਂ ਮਿਲ ਰਿਹਾ। ਹਰੇਕ ਪੱਧਰ 'ਤੇ ਉਹਨਾਂ ਨਾਲ ਦੂਜੇ ਦਰਜੇ ਦਾ ਵਿਹਾਰ ਹੁੰਦਾ ਹੈ। ਪ੍ਰਾਈਵੇਟ ਨੌਕਰੀ ਵਿੱਚ ਤਾਂ ਇਹਨਾਂ ਨੂੰ ਬੜੀ ਸਖ਼ਤੀ ਨਾਲ ਕਿਹਾ ਜਾਂਦਾ ਹੈ, "ਇਫ਼ ਯੂ ਡੋਂਟ ਨੋ ਇੰਗਲਿਸ਼, ਯੂ ਆਰ ਨੋਟ ਐਲੀਜੀਬਲ ਫਾਰ ਦਿਸ ਪੋਸਟ।" ਆਖ਼ਿਰ ਇਹ ਵਿਦਿਆਰਥੀ ਜਾਣਗੇ ਕਿੱਥੇ? ਕੁਝ ਵਿਦਿਆਰਥੀ, ਜੋ ਜ਼ਿਆਦਾ ਮਿਹਨਤੀ ਹੁੰਦੇ ਹਨ, ਆਪਣੀ ਅੰਗਰੇਜ਼ੀ ਸੁਧਾਰ ਕੇ ਸੈਟਲ ਹੋ ਜਾਂਦੇ ਹਨ। ਪਰ ਬਾਕੀ ਵਿਦਿਆਰਥੀਆਂ ਦੀ ਐਨਰਜੀ ਦੀ ਵਰਤੋਂ ਸਿਰਫ਼ ਝੰਡਾ ਚੁੱਕਣ 'ਚ ਕਰਵਾਈ ਜਾਂਦੀ ਹੈ, ਕਿਉਂਕਿ ਬੇਰੁਜ਼ਗਾਰਾਂ ਦੀ ਫ਼ੌਜ ਵਿੱਚੋਂ ਹੀ ਅਸਲੀ ਰਾਜਨੀਤਿਕ ਵਰਕਰ ਬਣਦੇ ਹਨ। ਹੋਸ਼ 'ਚ ਆ ਜਾਓ! ਤੁਹਾਡੇ ਨਾਲ ਕਿੰਨਾ ਵੱਡਾ ਧੋਖਾ ਕੀਤਾ ਜਾ ਰਿਹਾ ਹੈ ਕਿ ਸਰਕਾਰ ਜਿਸ ਮੀਡੀਅਮ ਵਿੱਚ ਤੁਹਾਨੂੰ ਸਿੱਖਿਆ ਦਿੰਦੀ ਹੈ, ਉਸ ਮੀਡੀਅਮ ਵਿੱਚ ਰੁਜ਼ਗਾਰ ਨਹੀਂ ਦਿੰਦੀ।" ਸੁਮਨ ਜੀ ਨੇ ਆਪਣੀ ਫੇਸਬੁੱਕ ਵਾਲ 'ਤੇ ਲਿਖਿਆ।

"ਦਿੱਲੀ ਵਿੱਚ ਯੂ.ਪੀ.ਐੱਸ.ਸੀ. ਦੀ ਤਿਆਰੀ ਕਰਨ ਆਏ ਵਿਦਿਆਰਥੀਆਂ ਨੂੰ ਕੀ ਨਹੀਂ ਕਰਨਾ ਚਾਹੀਦਾ?" ਇੱਕ ਟੀਵੀ ਰਿਪੋਰਟਰ ਨੇ ਯੂ.ਪੀ.ਐੱਸ.ਸੀ. ਟੌਪਰ ਨੂੰ ਪੁੱਛਿਆ।

ਟੌਪਰ ਦਾ ਆਸਾਨ ਜਿਹਾ ਜਵਾਬ ਸੀ:

ਇੱਥੇ ਹਰ ਵਾਰ ਦੀ ਤਰ੍ਹਾਂ ਹੁਣ ਪਾਰਟੀ ’ਚ ਨਾ ਜਾਓ। ਜੇਕਰ ਤੁਸੀਂ ਹਰ ਵੀਕੈਂਡ ’ਤੇ ਪਾਰਟੀ ਕਰਦੇ ਹੋ, ਤਾਂ ਦੋ ਸਾਲ ਤੋਂ ਬਾਅਦ ਤੁਹਾਡੀ ਜ਼ਿੰਦਗੀ ਵਿੱਚ ਇੱਕ ਹੀ ਚੀਜ਼ ‘ਖ਼ਾਸ’ ਹੋਵੇਗੀ।

ਆਪਣੀ ਸਿਹਤ ਅਤੇ ਨੀਂਦ ਨੂੰ ਨਜ਼ਰਅੰਦਾਜ਼ ਨਾ ਕਰੋ। ਤੁਹਾਡੇ ਡਾਰਕ ਸਰਕਲ ਸਿਰਫ਼ ਓ.ਐੱਮ.ਆਰ. ਵਿੱਚ ਮਿਲਣ, ਤੁਹਾਡੀਆਂ ਅੱਖਾਂ ਦੇ ਥੱਲੇ ਨਹੀਂ।

ਚਾਹ-ਸਿਗਰਟ-ਤੰਬਾਕੂ ਚਰਚਾ ਤੋਂ ਬਚੋ, ਅੰਨ੍ਹੇ ਫੇਫੜੇ ਤੁਹਾਨੂੰ ਇੱਕ ਅੰਨ੍ਹੇ ਕੈਰੀਅਰ ਵੱਲ ਹੀ ਲੈ ਕੇ ਜਾਣਗੇ।

ਹਰ ਦੋ ਮਹੀਨੇ ਵਿੱਚ ਰੂਮ ਸ਼ਿਫਟਿੰਗ ਨਾ ਕਰੋ। ਇਹ ਇੱਕ ਵਾਰ ਸ਼ੁਰੂ ਹੋਣ ਤੋਂ ਬਾਅਦ ਕਦੇ ਨਹੀਂ ਰੁਕੇਗਾ। ਜੇਕਰ ਅੱਜ ਤੁਸੀਂ ਮੁਖਰਜੀ ਨਗਰ ਵਿੱਚ ਹੋ ਤਾਂ ਕੱਲ੍ਹ ਨਹਿਰੂ ਵਿਹਾਰ, ਫਿਰ ਗਾਂਧੀ ਵਿਹਾਰ, ਵਜ਼ੀਰਾਬਾਦ, ਆਜ਼ਾਦਪੁਰ, ਤਿਮਾਰਪੁਰ, ਜੀ.ਟੀ.ਬੀ. ਨਗਰ ਆਦਿ।

ਕਿਸੇ ਵੀ ਕੋਚਿੰਗ ਇੰਸਟੀਚਿਊਟ/ ਟੌਪਰ ਆਦਿ ’ਤੇ ਅੱਖਾਂ ਬੰਦ ਕਰਕੇ ਭਰੋਸਾ ਨਾ ਕਰੋ। ਇੱਛਿਤ ਸੀਟ ਲੈਣ ਲਈ 40-50 ਮਿੰਟ ਆਪਣੇ ਕੋਚਿੰਗ ਕਲਾਸ ਤੋਂ ਬਾਹਰ ਖੜ੍ਹੇ ਨਾ ਹੋਵੋ। ਲਬਾਸਨਾ ਵਿੱਚ ਸੀਟ ਹਾਸਲ ਕਰਨ ਦਾ ਟੀਚਾ ਰੱਖੋ, ਕਲਾਸ ’ਚ ਨਹੀਂ।

ਹਿਮਾਲਿਆ ਦੀ ਯਾਤਰਾ ’ਤੇ ਨਾ ਜਾਓ। ਜਦੋਂ ਤੁਸੀਂ ਪ੍ਰਿਲੀਮਜ਼ ਅਤੇ ਮੁੱਖ ਪ੍ਰੀਖਿਆ ਤੋਂ ਬਾਅਦ ਆਰਾਮ ਕਰ ਰਹੇ ਹੋ ਤਾਂ ਤੁਸੀਂ ਕਾਰਾਕੋਰਮ ਨੂੰ ਯਾਦ ਕਰ ਸਕਦੇ ਹੋ: ‘ਲਦਾਖ਼- ਜੰਸਕਾਰ- ਪੀਰ ਜੰਜਾਲ’, ਅਸਲ ਵਿੱਚ ਉੱਥੇ ਜਾਏ ਬਿਨਾਂ ਵੀ।

ਗੈਰ ਉਮੀਦਵਾਰਾਂ ਦੇ ਸਾਹਮਣੇ ਆਪਣੇ ਗਿਆਨ ਦਾ ਪ੍ਰਦਰਸ਼ਨ ਨਾ ਕਰੋ। ਮੁੰਡੇ ਕੁੜੀਆਂ ਦੇ ਵਿੱਚ “ਓਹਹ ਬੀਸੀ!”, ਅਤੇ ਚਾਚੀਆਂ ਦੇ ਵਿੱਚ “ਹਾਏ ਮੇਰਾ ਪੁੱਤ!” ਦੇ ਪ੍ਰਗਟਾਵੇ ਨੂੰ ਛੱਡ ਕੇ ਇਸ ਤੋਂ ਕੁਝ ਵੀ ਚੰਗਾ ਹਾਸਲ ਨਹੀਂ ਹੋਵੇਗਾ।

19

ਲਵ ਮੁਕੰਮਲ

"ਤੇਰੀ ਸਿਹਤ ਤਾਂ ਠੀਕ ਹੈ, ਗਿਰੀ?" ਮਾਂ ਨੇ ਮੱਥਾ ਸਹਿਲਾਉਂਦੇ ਹੋਏ ਪੁੱਛਿਆ।

"ਸਿਹਤ ਤਾਂ ਠੀਕ ਹੀ ਹੈ। ਰਾਤ ਨੂੰ ਟ੍ਰੇਨ ਵਿੱਚ ਜ਼ਿਆਦਾ ਨੀਂਦ ਨਹੀਂ ਆਈ, ਇਸ ਲਈ ਮੱਠੀ-ਮੱਠੀ ਨੀਂਦ ਆ ਰਹੀ ਹੈ।"

"ਉਹ ਤੇਰੇ ਨਾਲ ਵਿਆਹ ਕਰਵਾਏਗੀ?" ਮਾਂ ਨੇ ਉਤਸੁਕਤਾ ਨਾਲ ਪੁੱਛਿਆ।

"ਪਿਆਰ ਹੈ ਤਾਂ ਵਿਆਹ ਕਰੇਗੀ, ਜੇਕਰ ਪਿਆਰ ਨਹੀਂ ਹੈ ਤਾਂ ਕੋਈ ਜ਼ਬਰਦਸਤੀ ਨਹੀਂ ਹੈ। ਅਸੀਂ ਅਕਸਰ ਹਰ ਚੀਜ਼ ਨੂੰ ਹੈਸੀਅਤ ਨਾਲ ਤੋਲਣ ਲੱਗ ਜਾਂਦੇ ਹਾਂ। ਹੈਸੀਅਤ ਥੋੜ੍ਹੀ-ਬਹੁਤ ਉੱਤੇ-ਥੱਲੇ ਹੋਣ 'ਤੇ ਉਸ ਬਾਰੇ ਗ਼ਲਤ-ਮਲਤ ਸੋਚਣ ਲੱਗ ਜਾਂਦੇ ਹਾਂ। ਮਨ ਅਤੇ ਵਿਚਾਰ ਦੋਨਾਂ ਦੇ ਮਿਲਦੇ ਹਨ, ਫਿਰ ਵੱਡੀ ਪੋਸਟ ਤੇ ਉੱਚੀ ਹੈਸੀਅਤ ਵਰਗੀਆਂ ਚੀਜ਼ਾਂ ਕੋਈ ਮਾਅਨੇ ਨਹੀਂ ਰੱਖਦੀਆਂ।" ਮੈਂ ਆਪਣੇ ਪਿਆਰ 'ਤੇ ਭਰੋਸਾ ਕਰਦੇ ਹੋਏ ਕਿਹਾ।

ਅੱਜ ਦੇ ਮਸ਼ੀਨੀ ਯੁੱਗ ਵਿੱਚ ਮਨੁੱਖ ਦੀ ਫ਼ਿਤਰਤ ਨੂੰ ਸਭ ਕੁਝ ਸਵੀਕਾਰ ਹੈ। ਪਰ ਸਟੇਟਸ ਡਾਊਨ ਹੋਣਾ ਹਰਗਿਜ਼ ਸਵੀਕਾਰ ਨਹੀਂ। ਇੱਕ ਕਲੈਕਟਰ ਕੁੜੀ ਕੈਰੀਅਰ ਲਈ ਸੰਘਰਸ਼ਸ਼ੀਲ ਮੁੰਡੇ ਨਾਲ ਵਿਆਹ ਕਰੇ, ਇਹ ਨਾ ਤਾਂ ਸਮਾਜ ਨੂੰ ਅਤੇ ਨਾ ਹੀ ਉਸ ਦੇ ਰਿਸ਼ਤੇਦਾਰਾਂ ਨੂੰ ਸਵੀਕਾਰ ਸੀ। ਅਜਿਹਾ ਉਦੋਂ ਸੀ ਜਦੋਂ ਮੈਂ ਚੰਗੀ ਕਮਾਈ ਕਰ ਰਿਹਾ ਸੀ। ਆਈ.ਏ.ਐੱਸ. ਟ੍ਰੇਨਿੰਗ ਦੇ ਦੌਰਾਨ ਜਿੰਨੀ ਸੈਲਰੀ ਮਿਲਦੀ ਹੈ ਉਸ ਤੋਂ ਜ਼ਿਆਦਾ। ਮੁੰਡਾ ਇੱਕ ਸਟਰਗਲਿੰਗ ਅਤੇ ਬੇਰੁਜ਼ਗਾਰ ਕੁੜੀ ਨਾਲ ਵਿਆਹ ਕਰੇ ਤਾਂ ਸਮਾਜ ਨੂੰ ਕੋਈ ਤਕਲੀਫ਼ ਨਹੀਂ, ਪਰ ਇੱਕ ਪੜ੍ਹੀ ਲਿਖੀ ਅਤੇ ਉੱਚੇ ਅਹੁਦੇ ਵਾਲੀ ਕੁੜੀ ਘੱਟ ਅਹੁਦੇ ਵਾਲੇ ਮੁੰਡੇ ਨਾਲ ਵਿਆਹ ਕਰੇ, ਅਜਿਹੇ ਮਾਮਲੇ ਦੇਖਣ ਨੂੰ ਮਿਲਦੇ ਹੀ ਨਹੀਂ ਹਨ।

ਮੰਮੀ ਨੇ ਇੱਕ ਡੂੰਘਾ ਸਾਹ ਲਿਆ। "ਤਾਂ ਤੈਨੂੰ ਪੂਰਾ ਭਰੋਸਾ ਹੈ ਕਿ ਉਹ ਤੇਰੇ ਨਾਲ ਵਿਆਹ ਕਰੇਗੀ?"

"ਮੰਮਾ ਜਦੋਂ ਮੇਰਾ ਸਿਲੈਕਸ਼ਨ ਨਹੀਂ ਹੋਇਆ ਸੀ ਤਾਂ ਮੈਂ ਐਂਜਲ ਤੋਂ ਥੋੜ੍ਹੀ ਦੂਰੀ ਬਣਾਉਣੀ ਸ਼ੁਰੂ ਕਰ ਦਿੱਤੀ ਸੀ। ਮੈਂ ਇਹ ਸਾਰੀਆਂ ਗੱਲਾਂ ਐਂਜਲ ਨਾਲ ਸ਼ੇਅਰ ਕੀਤੀਆਂ ਸਨ ਤਾਂ ਉਸ ਨੇ ਕਿਹਾ ਸੀ ਕਿ 'ਬਕਵਾਸ ਗੱਲਾਂ ਕਰਨੀਆਂ ਬੰਦ ਕਰੋ। ਮੈਂ ਅਜਿਹਾ ਸੋਚਦੀ ਤੱਕ ਵੀ ਨਹੀਂ, ਪਰ ਤੁਸੀਂ ਇੰਨਾ ਛੋਟਾ ਕਿਵੇਂ ਸੋਚ ਸਕਦੇ ਹੋ। ਆਈ.ਏ.ਐੱਸ. ਅਫ਼ਸਰ ਤਾਂ ਭਾਰਤ ਵਿੱਚ 5 ਹਜ਼ਾਰ ਹਨ। ਪਰ ਤੇਰੇ ਵਰਗੇ ਗੰਭੀਰ ਅਤੇ ਇੰਨੇ ਵਧੀਆ ਲਿਖਣ ਵਾਲੇ ਲੇਖਕ ਸੈਂਕੜਿਆਂ ਵਿੱਚ ਵੀ ਨਹੀਂ ਹੋਣਗੇ। ਆਪਣੀ ਕਾਬਲੀਅਤ ਨੂੰ ਘੱਟ ਨਾ ਸਮਝੋ। ਮੌਜੂਦਾ ਵਿਸ਼ਿਆਂ 'ਤੇ ਇੰਨਾ ਗੰਭੀਰ ਲਿਖਣਾ ਕੋਈ ਛੋਟੀ ਗੱਲ ਨਹੀਂ ਹੈ, ਜੋ ਛੋਟਾ ਮੰਨਦਾ ਹੈ ਉਹਨਾਂ 'ਤੇ ਧਿਆਨ ਨਾ ਦਿਓ। ਅਜਿਹੇ ਐਡੀਟੋਰੀਅਲ ਆਰਟੀਕਲ ਪੜ੍ਹ ਕੇ ਮੁੰਡੇ ਆਈ.ਏ.ਐੱਸ. ਅਤੇ ਪੀ.ਸੀ.ਐੱਸ. ਬਣਦੇ ਹਨ। ਹਰ ਕਿਸੇ ਨੂੰ ਸਰਕਾਰੀ ਜੌਬ ਵਿੱਚ ਵੱਡਾ ਅਫ਼ਸਰ ਹੋਣਾ ਕਿਉਂ ਜ਼ਰੂਰੀ ਹੈ! ਪਿੰਡ ਵਾਲੇ ਤਾਂ ਗੂਗਲ ਦੇ ਸੀਈਓ ਨੂੰ ਵੀ ਪਟਵਾਰੀ ਤੋਂ ਛੋਟਾ ਮੰਨਦੇ ਹਨ। ਤੁਸੀਂ ਕਿਉਂ ਛੋਟੀਆਂ-ਛੋਟੀਆਂ ਗੱਲਾਂ 'ਤੇ ਚਿੰਤਾ ਕਰਦੇ ਹੋ! ਜ਼ਿਆਦਾਤਰ ਲੋਕ ਹਮੇਸ਼ਾ ਬਣੀ-ਬਣਾਈ ਲਾਈਨ 'ਤੇ ਹੀ ਚੱਲਣ 'ਤੇ ਵਿਸ਼ਵਾਸ ਰੱਖਦੇ ਹਨ। ਧਿਆਨ ਰੱਖੋ, ਹਮੇਸ਼ਾ ਸੁਰੱਖਿਆ ਦਾ ਭਾਅ ਤੁਹਾਡੀ ਉਡਾਣ ਨੂੰ ਸੀਮਤ ਕਰ ਦਿੰਦਾ ਹੈ। ਲਾਈਫ਼ 'ਸੈੱਟ' ਹੋਣਾ ਜ਼ਰੂਰੀ ਨਹੀਂ ਹੈ, ਲਾਈਫ਼ ਵਿੱਚ ਆਪਣੇ ਪੈਸ਼ਨ 'ਤੇ ਲੱਗੇ ਰਹਿਣਾ ਜ਼ਰੂਰੀ ਹੈ। ਜੀਵਨ ਵਿੱਚ ਕੈਰੀਅਰ ਦੇ ਢੇਰ ਸਾਰੇ ਆਪਸ਼ਨ ਹਨ, ਸਿਰਫ਼ ਸਰਕਾਰੀ ਨੌਕਰੀ ਵਾਲਾ ਕੈਰੀਅਰ ਹੀ ਕਿਉਂ? ਤਾਂ ਕਿ ਕੈਰੀਅਰ ਸੈੱਟ ਹੋ ਜਾਵੇ ਅਤੇ ਸੁਰੱਖਿਆ ਦਾ ਭਾਵ ਹਮੇਸ਼ਾ ਬਣਿਆ ਰਹੇ। ਸਪੋਰਟਸ, ਜਰਨਲਿਜ਼ਮ, ਡਿਜੀਟਲ ਮਾਰਕੀਟਿੰਗ ਅਤੇ ਮਿਊਜ਼ਿਕ ਵਿੱਚ ਵੀ ਕੈਰੀਅਰ ਹੈ। ਇਹਨਾਂ ਵਿੱਚ ਬਹੁਤ ਕੁਝ ਹੈ ਕਰਨ ਨੂੰ। ਆਮ ਲੋਕ ਇਹ ਨਹੀਂ ਸੋਚਦੇ ਹਨ। ਜੋ ਸੋਚਿਆ ਨਹੀਂ ਉਹ ਕਰਾਂਗੇ ਕਿਵੇਂ! ਕਰਾਂਗੇ ਨਹੀਂ ਤਾਂ ਉੱਡਾਂਗੇ ਕਿਵੇਂ! ਅੱਜ ਸਰਕਾਰੀ ਨੌਕਰੀ ਵਾਲੇ ਖੇਤਰ ਤੋਂ ਵਧੀਆ ਕੈਰੀਅਰ ਦੂਜੇ ਖੇਤਰਾਂ ਵਿੱਚ ਹੈ। ਅੱਜ ਦੇ ਟਾਈਮ ਵਿੱਚ ਥੋੜ੍ਹਾ ਹਟ ਕੇ ਵੱਖਰਾ ਕੈਰੀਅਰ ਬਣਾਉਣ ਦੀ ਕੋਸ਼ਿਸ਼ ਕਰਨ ਵਾਲਾ ਸਫ਼ਲਤਾ ਦੇ ਝੰਡੇ ਗੱਡ ਰਿਹਾ ਹੈ।" ਮੇਰੀਆਂ ਇਹਨਾਂ ਗੱਲਾਂ ਨੂੰ ਸੁਣ ਕੇ ਮਾਂ ਦੀ ਉਮੀਦ ਬੱਝ ਗਈ।

ਐਂਜਲ ਨੇ ਅੱਗੇ ਕਿਹਾ ਸੀ, "ਇੱਕ ਮਿੰਟ ਲਈ ਮੰਨ ਵੀ ਲੈਂਦੇ ਹਾਂ ਕਿ ਮੈਂ ਪੋਸਟ ਵਿੱਚ ਤੁਹਾਡੇ ਤੋਂ ਵੱਡੀ ਹਾਂ, ਤਾਂ ਕੀ ਅਜਿਹਾ ਜ਼ਰੂਰੀ ਹੈ ਕਿ ਦੋ ਬਰਾਬਰ ਪੋਸਟਾਂ ਵਾਲੇ ਲੋਕ ਹੀ ਵਿਆਹ ਕਰਨ? ਕਿੰਨੇ ਆਈ.ਏ.ਐੱਸ. ਮੁੰਡੇ ਸਧਾਰਨ ਕੁੜੀਆਂ ਨਾਲ ਵਿਆਹ ਕਰਦੇ ਹਨ। ਤਾਂ ਫਿਰ ਇੱਕ ਆਈ.ਏ.ਐੱਸ. ਕੁੜੀ ਨੂੰ ਇੱਕ ਅਖੌਤੀ ਛੋਟੇ ਸਟੇਟਸ ਵਾਲੇ ਮੁੰਡੇ ਨਾਲ ਵਿਆਹ ਕਰਨ ਵਿੱਚ ਤਕਲੀਫ਼ ਕੀ ਹੈ? ਸਮਾਜ ਦੀ ਮਾਨਸਿਕਤਾ ਤੋਂ ਸਾਨੂੰ ਕੀ ਲੈਣਾ-ਦੇਣਾ! ਜੋ ਜਾਣਦੇ ਹਨ, ਉਹ ਤੁਹਾਨੂੰ ਮੰਨਦੇ ਵੀ ਹਨ। ਮੈਂ ਇੱਕ ਵਾਰ ਅਖ਼ਬਾਰ 'ਚ ਪੜ੍ਹਿਆ ਸੀ ਕਿ ਜਿਸ ਕੰਮ ਨਾਲ ਤੁਸੀਂ ਜੁੜਿਆ ਮਹਿਸੂਸ ਕਰੋ, ਉਸ ਨੂੰ ਛੱਡੋ ਨਾ,

ਕਰਦੇ ਰਹੋ। ਤੁਸੀਂ ਮੋਟੀਵੇਸ਼ਨਲ ਅਤੇ ਮੌਜੂਦਾ ਵਿਸ਼ਿਆਂ 'ਤੇ ਇੰਨਾ ਵਧੀਆ ਲਿਖਦੇ ਹੋ। ਤੁਸੀਂ ਇਸੇ 'ਤੇ ਕੰਮ ਕਰੋ; ਜੀਵਨ ਵਿੱਚ ਆਈ.ਏ.ਐੱਸ. ਬਣਨਾ ਹੀ ਸਭ ਕੁਝ ਨਹੀਂ ਹੈ, ਨਾ ਹੀ ਜ਼ਿਆਦਾ ਤਨਖ਼ਾਹ ਵਾਲੀ ਸਰਕਾਰੀ ਨੌਕਰੀ ਹੋਣਾ। ਗਿਰੀਸ਼ ਤੁਸੀਂ ਕਿੰਨੀਆਂ ਹੀ ਸਰਕਾਰੀ ਨੌਕਰੀਆਂ ਸਿਲੈੱਕਸ਼ਨ ਤੋਂ ਬਾਅਦ ਛੱਡ ਦਿੱਤੀਆਂ। ਸਿਰਫ਼ ਆਈ.ਏ.ਐੱਸ. ਹੀ ਤਾਂ ਨਹੀਂ ਬਣੇ ਹੋ, ਬਾਕੀ ਵਿੱਚ ਤਾਂ ਸਿਲੈੱਕਸ਼ਨ ਹੋ ਹੀ ਰਿਹਾ ਹੈ। ਆਈ.ਏ.ਐੱਸ. ਵਿੱਚ ਸਿਲੈੱਕਸ਼ਨ ਲਈ ਟਰਾਈ ਕਰ ਵੀ ਰਹੇ ਹੋ, ਹੋ ਹੀ ਜਾਵੇਗਾ ਅੱਜ ਨਹੀਂ ਤਾਂ ਕੱਲ੍ਹ। ਜੇਕਰ ਨਾ ਵੀ ਹੋਇਆ ਤਾਂ ਅਸਿਸਟੈਂਟ ਪ੍ਰੋਫੈਸਰ ਬਣ ਜਾਣਾ। ਕਲੈਕਟਰ ਹੀ ਬਣਨਾ ਹੈ ਤਾਂ ਪੀ.ਸੀ. ਐੱਸ. ਵਿੱਚ ਸਿਲੈੱਕਸ਼ਨ ਲੈ ਕੇ ਵੀ ਬਣ ਸਕਦੇ ਹੋ। ਆਈ.ਏ.ਐੱਸ. 30 ਸਾਲ ਦੀ ਉਮਰ ਵਿੱਚ ਕਲੈਕਟਰ ਬਣਦੇ ਹਨ। ਤੁਸੀਂ ਐੱਸ.ਡੀ.ਐੱਮ. ਬਣ ਕੇ ਫਿਰ ਪ੍ਰਮੋਟ ਹੋ ਕੇ 40 ਸਾਲ ਦੀ ਉਮਰ ਵਿੱਚ ਕਲੈਕਟਰ ਬਣ ਜਾਣਾ।

ਸਭ ਤੋਂ ਜ਼ਿਆਦਾ ਜ਼ਰੂਰੀ ਹੈ ਕਿ ਤੁਸੀਂ ਆਪਣੀ ਲੇਖਣੀ 'ਤੇ ਭਰੋਸਾ ਰੱਖੋ। ਲਿਖਣ ਦੇ ਖੇਤਰ ਵਿੱਚ ਹੀ ਕੈਰੀਅਰ ਬਣਾਉਣਾ ਹੈ ਤੁਸੀਂ। ਹਰ ਸਾਲ ਸਰਕਾਰੀ ਨੌਕਰੀ ਵਿੱਚ ਬਿਸ਼ਨੋਈ ਸਮਾਜ ਦੇ ਕਿੰਨੇ ਹੀ ਨੌਜਵਾਨ ਸਿਲੈੱਕਟ ਹੁੰਦੇ ਹੋਣਗੇ, ਉਹਨਾਂ ਨੂੰ ਯੁਵਾ ਸੰਮੇਲਨ ਵਿੱਚ ਸੱਦਾ ਨਹੀਂ ਦਿੱਤਾ ਗਿਆ ਇਸ ਸਾਲ। ਤੁਹਾਨੂੰ ਗਿਰੀਸ਼, ਸਵਾਮੀ ਸੱਚਿਦਾਨੰਦ ਆਚਾਰੀਆ ਜੀ ਨੇ ਸੱਦਾ ਦਿੱਤਾ ਅਤੇ ਲਾਲਾਸਰ ਸਾਥਰੀ ਧਾਮ ਵਿਖੇ ਸਨਮਾਨਿਤ ਕੀਤਾ ਗਿਆ। ਜੋਧਪੁਰ ਵਿਖੇ ਬਿਸ਼ਨੋਈ ਮਹਾਸਭਾ ਦੇ ਪ੍ਰਧਾਨ ਨੇ ਵੀ ਤੁਹਾਨੂੰ ਲੇਖਣ ਦੇ ਖੇਤਰ ਵਿੱਚ ਦਿੱਤੇ ਗਏ ਯੋਗਦਾਨ ਦੇ ਕਾਰਨ ਸਨਮਾਨਿਤ ਕੀਤਾ ਹੈ। ਜੇਕਰ ਅਜਿਹਾ ਹੀ ਲਿਖਦੇ ਰਹੋ ਤਾਂ ਉਹ ਦਿਨ ਵੀ ਦੂਰ ਨਹੀਂ ਜਦੋਂ ਰਾਜ ਸਰਕਾਰ ਅਤੇ ਕੇਂਦਰ ਸਰਕਾਰ ਵੀ ਤੁਹਾਡੀ ਕਲਮ ਨੂੰ ਸਨਮਾਨਿਤ ਕਰਨਗੀਆਂ। ਭਾਰਤ ਵਿੱਚ ਪੋਸਟ ਅਤੇ ਪਾਵਰ ਨੂੰ ਪੂਜਣ ਦੀ ਆਦਤ ਹੈ, ਇਸ ਲਈ ਆਈ.ਏ.ਐੱਸ. ਅਫ਼ਸਰ ਨੂੰ ਏਨਾ ਜ਼ਿਆਦਾ ਮਾਣ-ਸਨਮਾਨ ਮਿਲਦਾ ਹੈ। ਆਈ.ਏ.ਐੱਸ.-ਆਈ.ਪੀ.ਐੱਸ. ਤੋਂ ਇਲਾਵਾ ਕਿਸੇ ਦੂਜੇ ਕੈਰੀਅਰ 'ਚ ਛੋਟੀ ਉਮਰ ਵਿੱਚ ਏਨਾ ਮਾਣ-ਸਨਮਾਨ ਨਹੀਂ ਮਿਲਦਾ। ਦੇਖ ਲਓ, ਭਾਰਤ ਵਿੱਚ ਤਾਂ ਇਸਰੋ ਅਤੇ ਡੀਆਰਡੀਓ ਦੇ ਵਿਗਿਆਨਕਾਂ ਨੂੰ ਵੀ ਏਨਾ ਮਾਣ-ਸਨਮਾਨ ਨਹੀਂ ਮਿਲਦਾ, ਪਰ ਉਹਨਾਂ ਦਾ ਕੰਮ ਆਈ.ਏ.ਐੱਸ. ਦੀ ਤੁਲਨਾ ਵਿੱਚ ਸਮਾਜ ਅਤੇ ਦੇਸ਼ ਲਈ ਕਈ ਗੁਣਾ ਜ਼ਿਆਦਾ ਚੰਗਾ ਹੁੰਦਾ ਹੈ। ਤਾਂ ਜ਼ਿਆਦਾ ਟੈਨਸ਼ਨ ਲੈਣ ਦੀ ਜ਼ਰੂਰਤ ਨਹੀਂ ਹੈ; ਤੁਸੀਂ ਬਸ ਲਿਖਦੇ ਜਾਓ, ਲਿਖਦੇ ਜਾਓ, ਇੱਕ ਦਿਨ ਤੁਹਾਡੀ ਕਲਮ ਦੀ ਕਦਰ ਜ਼ਰੂਰ ਹੋਵੇਗੀ।"

ਮੰਮਾ ਨੇ ਮੇਰੇ ਮੱਥੇ 'ਤੇ ਹੱਥ ਰੱਖਿਆ ਤਾਂ ਮੈਂ ਅੱਖਾਂ ਖੋਲ੍ਹੀਆਂ।

ਇੱਕ ਦਿਨ ਐਂਜਲ ਨੂੰ ਉਸ ਦੀ ਮਾਸੀ ਦਾ ਕਾਲ ਆਇਆ, ਉਸ ਨੇ ਪੁੱਛਿਆ, "ਬੇਟਾ, ਇਹ ਗਿਰੀਸ਼ ਕੌਣ ਹੈ?"

"ਉਹ ਮੇਰਾ ਬੈੱਸਟ-ਫਰੈਂਡ ਹੈ!" ਐਂਜਲ ਨੇ ਉੱਤਰ ਦਿੱਤਾ।

ਇਸ 'ਤੇ ਐਂਜਲ ਦੀ ਮਾਸੀ ਨੇ ਕਿਹਾ, "ਫਰੈਂਡਸ਼ਿਪ ਆਪਣੀ ਥਾਂ ਹੈ ਅਤੇ ਸਟੇਟਸ ਆਪਣੀ ਥਾਂ। ਕਲੈਕਟਰ ਬਣ ਗਈ ਐਂ, ਹੁਣ ਐਰੇ-ਗੈਰੇ-ਨੱਥੂ ਖੈਰੇ ਨਾਲ ਗੱਲਾਂ ਕਰਨੀਆਂ ਬੰਦ ਕਰੋ। ਸਾਡੀ ਹੈਸੀਅਤ ਦਾ ਸਵਾਲ ਹੈ। ਥੋੜ੍ਹਾ-ਬਹੁਤ ਹੈਸੀਅਤ ਦਾ ਵੀ ਖ਼ਿਆਲ ਰੱਖਿਆ ਕਰੋ।"

ਐਂਜਲ ਨੇ ਜਵਾਬ ਦਿੱਤਾ, "ਕਿਸ ਨੇ ਕਿਹਾ ਕਿ ਗਿਰੀਸ਼ ਦੀ ਹੈਸੀਅਤ ਅਤੇ ਸਟੇਟਸ ਨਹੀਂ ਹੈ? ਮੇਰੇ ਨਾਲੋਂ ਤਾਂ ਜ਼ਿਆਦਾ ਹੀ ਹੈ! ਇਹ ਸਾਡੇ ਸੋਚਣ ਉੱਤੇ ਡਿਪੈਂਡ ਕਰਦਾ ਹੈ ਕਿ ਕੌਣ ਕਲੈਕਟਰ ਹੈ ਅਤੇ ਕੌਣ ਰਾਈਟਰ! ਗਿਰੀਸ਼ ਦੀ ਉਮਰ ਕਿੰਨੀ ਕੁ ਹੈ ਅਜੇ! ਉਹ ਆਈ.ਏ.ਐੱਸ. ਵਿੱਚ ਸਿਲੈਕਟ ਹੋ ਹੀ ਜਾਵੇਗਾ। ਨਾ ਵੀ ਹੋਇਆ ਤਾਂ ਅੱਜ ਤੋਂ ਪੰਜ-ਦਸ ਸਾਲ ਬਾਅਦ ਉਹ ਆਪਣੇ ਕੈਰੀਅਰ ਵਿੱਚ ਟਾਪ 'ਤੇ ਹੋਵੇਗਾ। ਤੇ ਮਾਸੀ ਜੀ, ਤੁਸੀਂ ਹੈਸੀਅਤ ਦੀ ਸ਼ੇਖ਼ੀ ਮਾਰ ਰਹੇ ਹੋ, ਜੇਕਰ ਗਿਰੀਸ਼ ਆਈ.ਏ.ਐੱਸ. ਬਣ ਗਿਆ ਹੁੰਦਾ ਅਤੇ ਉਹ ਸਾਡੀ ਤਰ੍ਹਾਂ ਸੋਚਦਾ ਤਾਂ ਕੀ ਹੁੰਦਾ? ਅਸੀਂ ਤਾਂ ਇਹੀ ਕਹਿੰਦੇ ਕਿ ਕੁੜੀ ਨੂੰ ਯੂਜ਼ ਕਰਕੇ ਛੱਡ ਦਿੱਤਾ। ਕੀ ਇਹ ਗਿਰੀਸ਼ ਵਾਲੇ ਮੈਟਰ 'ਤੇ ਲਾਗੂ ਨਹੀਂ ਹੁੰਦਾ? ਤੁਸੀਂ ਤਾਂ ਹੈਸੀਅਤ ਦੇ ਹਿਸਾਬ ਨਾਲ ਸੈਕੰਡ ਗ੍ਰੇਟ ਟੀਚਰ ਹੀ ਹੋ, ਤਾਂ ਕੀ ਮੈਂ ਤੁਹਾਨੂੰ ਮਾਸੀ ਕਹਿਣਾ ਛੱਡ ਦਿਆਂ?"

ਫਿਰ ਇਹ ਫ਼ਾਰਮੂਲਾ ਗਿਰੀਸ਼ ਵਾਲੇ ਮੈਟਰ 'ਤੇ ਵੀ ਲਾਗੂ ਹੋਣਾ ਚਾਹੀਦਾ ਹੈ। ਸਾਨੂੰ ਉਦੋਂ ਤਕਲੀਫ਼ ਕਿਉਂ ਨਹੀਂ ਹੁੰਦੀ ਜਦੋਂ ਇੱਕ ਆਈ.ਏ.ਐੱਸ. ਅਫ਼ਸਰ ਇੱਕ ਆਮ ਕੁੜੀ ਨਾਲ ਵਿਆਹ ਕਰ ਲੈਂਦਾ ਹੈ? ਇੱਕ ਆਈ.ਏ.ਐੱਸ. ਕੁੜੀ ਜੇਕਰ ਇੱਕ ਆਮ ਜਿਹੇ ਮੁੰਡੇ ਨਾਲ ਵਿਆਹ ਕਰ ਰਹੀ ਹੈ ਤਾਂ ਢਿੱਡ ਵਿੱਚ ਇੰਨਾ ਦਰਦ ਕਿਉਂ ਹੋ ਰਿਹਾ ਹੈ? ਅਸੀਂ ਹਮੇਸ਼ਾ ਖ਼ੂਨ ਦੇ ਰਿਸ਼ਤਿਆਂ ਨੂੰ ਹੀ ਕਿਉਂ ਦੇਖਦੇ ਹਾਂ? ਜੋ ਸਾਡੀ ਮਦਦ ਕਰੇ, ਸਾਡੇ ਨਾਲ ਦੋਸਤੀ ਕਰੇ, ਕੀ ਉਸ ਨਾਲ ਜੀਵਨ ਭਰ ਦਾ ਰਿਸ਼ਤਾ ਨਹੀਂ ਨਿਭਾਇਆ ਜਾਣਾ ਚਾਹੀਦਾ? ਕਦੇ-ਕਦੇ ਜਿੱਥੇ ਖ਼ੂਨ ਦੇ ਰਿਸ਼ਤੇ ਕੰਮ ਨਹੀਂ ਆਉਂਦੇ, ਉੱਥੇ ਦੋਸਤੀ ਵਾਲਾ ਰਿਸ਼ਤਾ ਕੰਮ ਆ ਜਾਂਦਾ ਹੈ। ਮਾਸੀ ਜੀ, ਇੱਕ ਚੀਜ਼ ਸੁਭਾਵਿਕ ਹੈ ਕਿ ਤੁਸੀਂ ਆਪਣੀ ਕਾਮਯਾਬੀ ਦਾ ਕ੍ਰੈਡਿਟ ਉਸ ਨੂੰ ਹੀ ਦਿੰਦੇ ਹੋ, ਜੋ ਉਸ ਦਾ ਹੱਕਦਾਰ ਹੈ। ਮੇਰੇ ਬੁਆਏ-ਫਰੈਂਡ ਨੇ ਇਸ ਦੌਰਾਨ ਮੇਰੇ ਪਰਿਵਾਰ ਦੀ ਤਰ੍ਹਾਂ ਮੇਰਾ ਸਾਥ ਦਿੱਤਾ ਹੈ। ਮੈਂ ਗਿਰੀਸ਼ ਨੂੰ ਛੱਡ ਕੇ ਕਿਸੇ ਹੋਰ ਨਾਲ ਵਿਆਹ ਕਿਵੇਂ ਕਰ ਸਕਦੀ ਹਾਂ! ਮੇਰੇ ਲਈ ਗਿਰੀਸ਼ ਨੂੰ ਛੱਡਣ ਦੇ ਬਾਰੇ ਸੋਚਣਾ ਹੀ ਗੁਨਾਹ ਹੈ। ਪਤਾ ਹੈ, ਮੇਰੀ ਜਾਦੂਈ ਸੰਗਤ ਵਿੱਚ ਗਿਰੀਸ਼ ਨੂੰ ਕਿਸੇ ਤਕਲੀਫ਼ ਦਾ ਅਹਿਸਾਸ ਨਹੀਂ ਹੁੰਦਾ। ਉਸ ਨਾਲ ਬਿਤਾਏ ਕਿੰਨੇ ਹੀ ਸ਼ਾਨਦਾਰ ਅਤੇ ਸੁਨਹਿਰੇ ਪਲ ਮੇਰੇ ਮਨ ਦੇ ਲਾਕਰ ਵਿੱਚ ਅਨਮੋਲ ਗਹਿਣਿਆਂ ਦੀ ਤਰ੍ਹਾਂ ਕੈਦ ਹਨ। ਮੇਰੇ ਲਈ ਉਸ ਦੀ ਪਿਆਰ ਭਰੀ ਮੈਜਿਕ

ਜੱਫੀ ਸਭ ਤੋਂ ਵੱਡਾ ਖ਼ੂਬਸੂਰਤ ਅਹਿਸਾਸ ਹੈ। ਇਹ ਹੀ ਨਹੀਂ, ਮੈਨੂੰ ਗਿਰੀਸ਼ ਦਾ ਹੀਰੋ ਵਰਗਾ ਮੁਖੜਾ ਅਤੇ ਜਿਮ ਦੇ ਸਾਂਚੇ ਵਿੱਚ ਢਲੀਆਂ ਮਾਸਪੇਸ਼ੀਆਂ ਕਿੰਨੀਆਂ ਚੰਗੀਆਂ ਲੱਗਦੀਆਂ ਹਨ।"

"ਕੀ ਤੂੰ ਫਰੈਂਡਸ਼ਿਪ ਨੂੰ ਫੈਮਲੀ ਤੋਂ ਵੀ ਉੱਤੇ ਰੱਖਦੀ ਹੈ?" ਮਾਸੀ ਨੇ ਵਿੱਚੋਂ ਹੀ ਟੋਕਦੇ ਹੋਏ ਪੁੱਛਿਆ।

"ਮੈਂ ਤਾਂ ਫਰੈਂਡਸ਼ਿਪ ਵਾਲੇ ਰਿਸ਼ਤੇ ਨੂੰ ਬਿਲਕੁਲ ਵੀ ਘੱਟ ਨਹੀਂ ਮੰਨਦੀ। ਉਹ ਇਨਸਾਨ ਵੱਡੇ ਭਾਗਾਂ ਵਾਲਾ ਹੁੰਦਾ ਹੈ ਜਿਸ ਦਾ ਕੋਈ ਸੱਚਾ ਦੋਸਤ ਹੁੰਦਾ ਹੈ। ਦੋਸਤੀ ਇੱਕ ਅਜਿਹਾ ਬੰਧਨ ਹੈ, ਜੋ ਦੋ ਦਿਲਾਂ ਅਤੇ ਦੋ ਮਨਾਂ ਦੇ ਪਿਆਰ ਨੂੰ ਜੋੜਦਾ ਹੈ। ਸੱਚਾ ਦੋਸਤ ਸਹੀ ਸਲਾਹ ਦਿੰਦਾ ਹੈ, ਬਿਨਾਂ ਕਿਸੇ ਝਿਜਕ ਮਦਦ ਕਰਦਾ ਹੈ ਅਤੇ ਬਿਨਾਂ ਬਦਲੇ ਦੋਸਤੀ ਬਰਕਰਾਰ ਰੱਖਦਾ ਹੈ। ਸੱਚਾ ਦੋਸਤ ਇੱਕ ਹੀਰੇ ਵਰਗਾ ਹੁੰਦਾ ਹੈ - ਚਮਕਦਾਰ, ਸੁੰਦਰ ਤੇ ਕੀਮਤੀ। ਦੋਸਤੀ ਇੱਕ ਅਜਿਹਾ ਅਨਮੋਲ ਰਿਸ਼ਤਾ ਹੈ ਜੋ ਹੋਰ ਰਿਸ਼ਤਿਆਂ ਦੀ ਤਰ੍ਹਾਂ ਥੋਪਿਆ ਨਹੀਂ ਜਾਂਦਾ। ਬਲਕਿ ਸਾਨੂੰ ਆਪਣੀ ਸੁਵਿਧਾ ਅਤੇ ਰੁਚੀ ਅਨੁਸਾਰ ਦੇਖ-ਸਮਝ ਕੇ ਦੋਸਤ ਚੁਣਨ ਦੀ ਪੂਰੀ ਆਜ਼ਾਦੀ ਹੁੰਦੀ ਹੈ। ਇਸ ਸੰਸਾਰ ਵਿੱਚ ਦੋਸਤੀ ਸਭ ਤੋਂ ਸ਼ੁੱਧ ਪ੍ਰੇਮ ਹੈ; ਦੋਸਤੀ ਪ੍ਰੇਮ ਦਾ ਸਰਬਉੱਚ ਰੂਪ ਹੈ, ਜਿੱਥੇ ਕੁਝ ਵੀ ਮੰਗਿਆ ਨਹੀਂ ਜਾਂਦਾ, ਜਿੱਥੇ ਕੋਈ ਸ਼ਰਤ ਨਹੀਂ ਹੁੰਦੀ, ਜਿੱਥੇ ਕੁਝ ਦਿੱਤਾ ਹੀ ਜਾਂਦਾ ਹੈ।"

ਇੱਕ ਚੰਗਾ ਦੋਸਤ ਬਣਨ ਲਈ ਇੱਕ ਸਮਝਦਾਰ ਮਨੁੱਖ ਦਾ ਹੋਣਾ ਵੀ ਜ਼ਰੂਰੀ ਹੈ, ਕਿਉਂਕਿ ਇੱਕ ਸੱਚੇ ਦੋਸਤ ਦਾ ਫ਼ਰਜ਼ ਹੁੰਦਾ ਹੈ ਕਿ ਉਹ ਆਪਣੇ ਦੋਸਤ ਨੂੰ ਗ਼ਲਤ ਅਤੇ ਅਨੈਤਿਕ ਕੰਮਾਂ ਤੋਂ ਰੋਕ ਲਵੇ। ਉਸ ਨੂੰ ਸਹੀ ਰਾਹ 'ਤੇ ਚੱਲਣ ਲਈ ਉਤਸ਼ਾਹਿਤ ਕਰੇ ਅਤੇ ਉਸ ਦੇ ਔਗੁਣਾਂ ਨੂੰ ਦੂਰ ਕਰਕੇ ਅਤੇ ਸਦਗੁਣਾਂ ਨੂੰ ਨਿਖਾਰ ਕੇ ਸਾਹਮਣੇ ਲਿਆਉਣ ਵਿੱਚ ਮਦਦ ਕਰੇ। ਇਸ ਤਰ੍ਹਾਂ ਦੋਸਤ ਸਾਡੀ ਸ਼ਖ਼ਸੀਅਤ ਨੂੰ ਸੁਧਾਰਨ ਵਿੱਚ ਮਦਦ ਕਰਦੇ ਹਨ। ਇਹ ਮਹਿਸੂਸ ਕੀਤਾ ਪੂਰਨ ਸੱਚ ਹੈ ਕਿ ਜਿਹੜੇ ਲੋਕ ਚੰਗੇ ਦੋਸਤਾਂ 'ਚ ਘਿਰੇ ਰਹਿੰਦੇ ਹਨ, ਉਹ ਭਾਵਨਾਤਮਕ ਰੂਪ ਵਿੱਚ ਮਜ਼ਬੂਤ ਹੁੰਦੇ ਹਨ। ਉਹ ਆਪਣੇ ਉਤਸ਼ਾਹ ਅਤੇ ਪ੍ਰੋਤਸਾਹਨ ਵਿੱਚ ਤੁਹਾਨੂੰ ਦੁੱਖ ਅਤੇ ਨਿਰਾਸ਼ਾ ਦੀ ਗ੍ਰਿਫ਼ਤ ਤੋਂ ਆਉਣ ਤੋਂ ਬਚਾਉਂਦੇ ਹਨ। ਕਹਿੰਦੇ ਹਨ ਕਿ ਦੋਸਤ ਬਿਨਾਂ ਮਨੁੱਖ ਲਈ ਆਪਣੇ ਜੀਵਨ ਵਿੱਚ ਆਉਣ ਵਾਲੀ ਪਹਾੜ ਵਰਗੀ ਚੁਨੌਤੀ ਅਤੇ ਔਖਿਆਈ ਤੋਂ ਪਾਰ ਪਾਉਣਾ ਬਹੁਤ ਮੁਸ਼ਕਿਲ ਹੁੰਦਾ ਹੈ। ਇਸ ਲਈ ਇੱਕ ਸੱਚੇ ਦੋਸਤ ਦਾ ਹੋਣਾ ਜ਼ਰੂਰੀ ਹੈ; ਪਰ ਇੱਕ ਮਾੜੇ ਦੋਸਤ ਨਾਲ ਦੋਸਤੀ ਨਾ ਹੋਣਾ ਹੀ ਬਿਹਤਰ ਹੈ।

ਸੱਚੇ ਦੋਸਤ ਦੀ ਇੱਕ ਪਹਿਚਾਣ ਇਹ ਹੁੰਦੀ ਹੈ ਕਿ ਮੁਸੀਬਤ ਦੇ ਸਮੇਂ ਜਾਂ ਜਦੋਂ ਵੀ ਤੁਹਾਡੇ ਦਿਲ ਦਾ ਬੋਝ ਅਸਹਿ ਹੋ ਜਾਵੇ ਤਾਂ ਉਸ ਦੇ ਮੋਢੇ ਤੁਹਾਨੂੰ ਸਹਾਰਾ ਦੇਣ ਲਈ

ਮੌਜੂਦ ਹੁੰਦੇ ਹਨ। ਸੱਚਾ ਦੋਸਤ ਲੋੜ ਪੈਣ 'ਤੇ ਆਪਣੀ ਜਾਨ ਦੀ ਪਰਵਾਹ ਨਹੀਂ ਕਰਦਾ। ਅੰਗਰੇਜ਼ੀ ਵਿੱਚ ਕਹਾਵਤ ਹੈ- 'ਏ ਫਰੈਂਡ ਇੰਨ ਨੀਡ ਇਜ਼ ਏ ਫ਼੍ਰੈਂਡ ਇੰਨਡੀਡ', ਯਾਨੀ ਜੋ ਜ਼ਰੂਰਤ ਦੇ ਸਮੇਂ ਸਾਥ ਦੇਵੇ, ਉਹੀ ਸੱਚਾ ਦੋਸਤ ਹੈ। ਇਸ ਲਈ ਹਰ ਇਨਸਾਨ ਨੂੰ ਆਪਣੀ ਸਮਰੱਥਾ ਅਨੁਸਾਰ ਬੁਰੇ ਸਮੇਂ ਵਿੱਚ ਆਪਣੇ ਦੋਸਤ ਦੀ ਮਦਦ ਜ਼ਰੂਰ ਕਰਨੀ ਚਾਹੀਦੀ ਹੈ। ਮੁਸੀਬਤ ਦੇ ਸਮੇਂ ਅਤੇ ਜ਼ਿਆਦਾ ਪਿਆਰ ਕਰਨ ਵਾਲਾ ਹੀ ਸੱਚਾ ਦੋਸਤ ਹੁੰਦਾ ਹੈ।"

"ਬੇਟਾ, ਐਂਜਲ ਦੀ ਫੈਮਲੀ ਵਾਲੇ ਨਾ ਮੰਨੇ ਤਾਂ ਫਿਰ ਕੀ ਕਰਾਂਗੇ? ਕਿਤੇ ਫੈਮਲੀ ਦੇ ਦਬਾਅ ਹੇਠ ਆ ਕੇ ਉਸ ਨੇ ਅਰੇਂਜ ਮੈਰਿਜ ਲਈ ਹਾਂ ਕਰ ਦਿੱਤੀ ਤਾਂ?" ਮੇਰੀ ਮੰਮੀ ਨੇ ਕਿਹਾ।

"ਲਾਇਬ੍ਰੇਰੀ ਵਿੱਚ ਪੜ੍ਹਦੇ ਸਮੇਂ ਪਸੰਦ ਦੀ ਸੀਟ ਨਹੀਂ ਮਿਲਦੀ ਸੀ, ਤਾਂ ਉਹ ਲਾਇਬ੍ਰੇਰੀ ਵਿੱਚ ਨਹੀਂ ਬੈਠਦੀ ਸੀ; ਪਸੰਦ ਦੀ ਜੌਬ ਨੂੰ ਛੱਡ ਕੇ ਕੋਈ ਦੂਜੀ ਜੌਬ ਦਾ ਫਾਰਮ ਤੱਕ ਨਹੀਂ ਭਰਦੀ ਸੀ; ਪਸੰਦ ਦੀ ਡਰੈੱਸ ਨਾ ਮਿਲਣ 'ਤੇ ਉਹ ਦਿੱਲੀ ਦੇ ਸਾਰੇ ਸ਼ੌਪਿੰਗ ਮਾਲ ਖੰਗਾਲ ਦਿੰਦੀ ਸੀ; ਤੇ ਮੰਮੀ ਤੁਸੀਂ ਕਹਿ ਰਹੇ ਹੋ ਕਿ ਫੈਮਲੀ ਦੇ ਦਬਾਅ ਹੇਠ ਉਹ ਆਪਣੀ ਪਸੰਦ ਨੂੰ ਛੱਡ ਕੇ ਅਰੇਂਜ ਮੈਰਿਜ ਲਈ ਹਾਂ ਕਹਿ ਦੇਵੇਗੀ? ਅਸੰਭਵ!" ਮੈਂ ਐਂਜਲ 'ਤੇ ਪੂਰਾ ਭਰੋਸਾ ਜਿਤਾਉਂਦੇ ਹੋਏ ਕਿਹਾ।

ਮੈਂ ਐਂਜਲ ਨੂੰ ਕਾਲ ਮਿਲਾਈ ਅਤੇ ਸਭ ਕਹਿ ਦਿੱਤਾ, ਜੋ ਕਹਿਣਾ ਚਾਹੁੰਦਾ ਸੀ।

"ਐਂਜਲ, ਅਕਸਰ ਤੂੰ ਮੇਰੇ ਸਾਹਮਣੇ ਆ ਜਾਂਦੀ ਹੈ, ਅਤੇ ਤੇਰੀਆਂ ਯਾਦਾਂ ਹਰ ਵਕਤ ਮੈਨੂੰ ਸਾਰੇ ਪਾਸਿਆਂ ਤੋਂ ਅਦਿੱਖ ਰੂਪ ਵਿੱਚ ਘੇਰੀ ਰੱਖਦੀਆਂ ਹਨ। ਜਦੋਂ ਮੈਂ ਇਕਾਂਤ ਵਿੱਚ ਹੁੰਦਾ ਹਾਂ ਤਾਂ ਤੇਰੀਆਂ ਯਾਦਾਂ ਮੇਰੇ ਸਰ੍ਹਾਣੇ ਆ ਖੜ੍ਹਦੀਆਂ ਹਨ। ਮੈਨੂੰ ਹਰ ਪਲ ਇਹ ਮਹਿਸੂਸ ਹੁੰਦਾ ਹੈ ਕਿ ਤੂੰ ਮੇਰੇ ਨਾਲ ਗੱਲਾਂ ਕਰ ਰਹੀ ਹੋਵੇ, ਕਦੇ ਪਿਆਰ ਨਾਲ ਮੇਰੇ ਵਾਲਾਂ ਨੂੰ ਸਹਿਲਾ ਰਹੀ ਹੋਵੇ, ਕਦੇ ਝਿੜਕਾਂ ਦੇ ਰਹੀ ਹੋਵੇ, ਤੇ ਕਦੇ ਸਾਥ ਨਿਭਾਉਣ ਦਾ ਪੂਰਾ-ਪੂਰਾ ਭਰੋਸਾ ਦੇ ਰਹੀ ਹੋਵੇ। ਐਂਜਲ, ਮੈਂ ਕਿੰਨੀ ਵਾਰ ਉਹਨਾਂ ਯਾਦਾਂ ਵਿੱਚ, ਤੇਰੇ ਨਾਲ ਕਾਲਪਨਿਕ ਪਲ ਬਤੀਤ ਕੀਤੇ ਹਨ, ਤੇਰੀ ਛੋਹ ਮੈਂ ਆਪਣੇ ਸਰੀਰ ਦੇ ਹਰ ਅੰਗ ਵਿੱਚ ਮਹਿਸੂਸ ਕੀਤੀ ਹੈ। ਕਿੰਨੀ ਵੀ ਗੂੜ੍ਹੀ ਨੀਂਦ ਵਿੱਚ ਹੋਣ ਦੇ ਬਾਵਜੂਦ ਰਾਤਾਂ ਨੂੰ ਮੈਂ ਅਕਸਰ ਉੱਠ ਜਾਂਦਾ ਹਾਂ। ਅਜਿਹਾ ਲੱਗਦਾ ਹੈ, ਐਂਜਲ, ਕਿ ਤੂੰ ਮੇਰੇ ਬਹੁਤ ਨੇੜੇ ਹੈ, ਹੌਲੀ-ਹੌਲੀ ਅਤੇ ਚੁੱਪਚਾਪ ਮੈਨੂੰ ਦੇਖ ਰਹੀ ਹੋਵੇ। ਤੇਰੇ ਇਸ਼ਕ-ਮੁਹੱਬਤ ਦੇ ਪਤਾ ਨਹੀਂ ਕਿੰਨੇ ਕੁ ਰੂਪ ਹਨ, ਜਿਨ੍ਹਾਂ ਨੂੰ ਦੇਖ ਕੇ ਮੇਰਾ ਪਾਗਲ ਮਨ ਉੱਡਦਾ ਰਹਿੰਦਾ ਹੈ।"

ਉਸ ਨੂੰ ਕੀਤੇ ਗਏ ਕਾਲ ਦੀ ਸਿਰਫ਼ ਘੰਟੀ ਨਾਲ ਹੀ ਮੇਰੇ ਦਿਲ ਦੀਆਂ ਧੜਕਣਾਂ ਵਧ ਜਾਂਦੀਆਂ ਹਨ। ਮੈਂ ਜਦੋਂ ਉਸ ਨਾਲ ਗੱਲ ਕਰਦਾ ਤਾਂ ਕਦੇ-ਕਦੇ ਮੇਰਾ ਮਨ ਖ਼ੁਸ਼ੀ ਨਾਲ ਨੱਚਦਾ। ਕਦੇ-ਕਦੇ ਤਾਂ ਘੰਟੇ ਬੀਤ ਜਾਂਦੇ, ਪਰ ਸਾਡੀਆਂ ਗੱਲਾਂ ਖ਼ਤਮ ਹੀ ਨਾ ਹੁੰਦੀਆਂ।

ਕਦੇ ਮੈਂ ਗੁਹਾਟੀ ਚਲਾ ਜਾਂਦਾ ਤੇ ਕਦੇ ਉਹ ਦਿੱਲੀ ਆ ਜਾਂਦੀ। ਮੁਲਾਕਾਤਾਂ ਦਾ ਇਹ ਸਿਲਸਿਲਾ ਉਸ ਦੀ ਟ੍ਰੇਨਿੰਗ ਦੌਰਾਨ ਇੱਕ ਸਾਲ ਤਕ ਜਾਰੀ ਰਿਹਾ।

ਐਂਜਲ ਨੇ ਜਵਾਬ ਦਿੰਦੇ ਹੋਏ ਕਿਹਾ, "ਹੇ, ਸ਼ਬਦਾਂ ਦੇ ਬਾਦਸ਼ਾਹ! ਆਪਣੇ ਛਲਕ ਰਹੇ ਅਲਫਾਜ਼ਾਂ ਨੂੰ ਜ਼ਰਾ ਕਾਬੂ 'ਚ ਰੱਖੋ। ਗਿਰੀਸ਼ ਤੁਸੀਂ ਇੰਨੇ ਚੰਗੇ, ਨਿਮਰ ਅਤੇ ਮਨਮੋਹਕ ਹੋ ਕਿ ਕੋਈ ਵੀ ਕੁੜੀ ਤੁਹਾਡੇ 'ਤੇ ਲੱਟੂ ਹੋ ਜਾਵੇ!"

"ਤੁਸੀਂ 'ਹਾਂ' ਕਦੋਂ ਕਹਿ ਰਹਿ ਹੋ?"

"ਉਡੀਕ ਕਰੋ, ਸਬਰ ਦਾ ਫਲ਼ ਮਿੱਠਾ ਹੁੰਦਾ ਹੈ। ਚੰਗਾ ਜੀਵਨ ਸਾਥੀ ਸਭ ਤੋਂ ਪਹਿਲਾਂ ਚੰਗਾ ਦੋਸਤ ਹੁੰਦਾ ਹੈ। ਪਹਿਲਾਂ ਚੰਗੀ ਤਰ੍ਹਾਂ ਦੋਸਤੀ ਨਿਭਾਓ, ਅਤੇ ਬਾਅਦ 'ਚ ਵਿਚਾਰ ਕੀਤਾ ਜਾਵੇਗਾ ਤੁਹਾਡੇ ਇਸ ਪ੍ਰਸਤਾਵ ਉੱਤੇ।"

ਐਂਜਲ ਦੀ ਇੱਕ ਸਾਲ ਦੀ ਡਿਸਟ੍ਰਿਕਟ ਟਰੇਨਿੰਗ 24 ਮਈ ਨੂੰ ਕੰਪਲੀਟ ਹੋ ਚੁੱਕੀ ਸੀ। 30 ਮਈ 2022 ਨੂੰ ਮਸੂਰੀ ਵਿੱਚ ਦੂਜਾ ਫ਼ੇਜ਼ ਸ਼ੁਰੂ ਹੋਣਾ ਸੀ। ਉਹ ਤਿੰਨ ਦਿਨ ਪਹਿਲਾਂ ਹੀ ਗੁਹਾਟੀ ਤੋਂ ਦਿੱਲੀ ਆ ਗਈ। ਉਸ ਨੇ ਦਿੱਲੀ ਤੋਂ ਜੈਪੁਰ ਲਈ ਟ੍ਰੇਨ ਫੜੀ ਅਤੇ ਫਿਰ ਇੱਕ ਦਿਨ ਬਾਅਦ ਹੀ ਮੇਰੇ ਬੁਲਾਵੇ 'ਤੇ ਵਾਪਸ ਦਿੱਲੀ ਦੀ ਟ੍ਰੇਨ ਫੜ ਲਈ। ਅਗਲੇ ਦਿਨ ਅਸੀਂ ਦਿੱਲੀ ਤੋਂ ਮਸੂਰੀ ਲਈ ਰਵਾਨਾ ਹੋ ਗਏ।

ਮਾਲ ਰੋਡ 'ਤੇ ਸੈਰ ਕਰਦੇ ਸਮੇਂ ਮੈਂ ਐਂਜਲ ਨੂੰ ਅਤੇ ਆਪਣੇ ਨਾਂ ਦੇ ਪਹਿਲੇ ਅੱਖਰ ਵਾਲੀ ਰਿੰਗ ਦਿੰਦੇ ਹੋਏ ਕਿਹਾ, "ਐਂਜਲ ਜਦੋਂ ਮੈਂ ਤੇਰੇ ਬਾਰੇ ਸੋਚਦਾ ਹਾਂ, ਤਾਂ ਮੁਸਕਰਾਉਂਦਾ ਹਾਂ। ਜਦੋਂ ਮੈਂ ਤੇਰੇ ਬਾਰੇ ਸੁਪਨੇ ਲੈਂਦਾ ਹਾਂ, ਤਾਂ ਮੈਨੂੰ ਚੰਗੀ ਨੀਂਦ ਆਉਂਦੀ ਹੈ। ਤੇਰੀਆਂ ਮਾਸੂਮ ਅਤੇ ਪਾਣੀ ਭਰੀਆਂ ਅੱਖਾਂ ਦੀ ਚਮਕ ਮੈਨੂੰ ਹਮੇਸ਼ਾ ਆਪਣੇ ਵੱਲ ਖਿੱਚਦੀ ਹੈ। ਤੂੰ ਇੱਕ ਅਜਿਹੀ ਕੁੜੀ ਹੈ, ਜਿਸ ਨੂੰ ਸਵੇਰ-ਸਵੇਰੇ ਯਾਦ ਕਰਨਾ, ਦੇਖਣਾ ਜਾਂ ਸਿਰਫ਼ ਸੁਣਨਾ ਹੀ ਮੈਨੂੰ ਖ਼ੁਸ਼ੀ ਦੇ ਅਹਿਸਾਸ ਨਾਲ ਭਰ ਦਿੰਦਾ ਹੈ। ਕਦੇ-ਕਦੇ ਮੈਨੂੰ ਲੱਗਦਾ ਹੈ ਕਿ ਤੂੰ ਅਸਲ ਵਿੱਚ ਇੰਨੀ ਮਿੱਠੀ ਤੇ ਪਿਆਰੀ ਹੈ ਜਾਂ ਇਹ ਕੋਈ ਸਿਰਫ਼ ਜਾਦੂਈ ਕਲਪਨਾ ਹੈ। ਤੂੰ ਇੰਨੀ ਖ਼ੂਬਸੂਰਤ ਹੈ ਕਿ ਬਹੁਤ ਦੂਰ ਤੋਂ ਦੇਖਣ 'ਤੇ ਵੀ ਪਰੀ ਵਾਂਗ ਲੱਗਦੀ ਹੈ। ਮੈਂ ਬਹੁਤ ਹੀ ਨਿਮਰ ਸ਼ਬਦਾਂ ਵਿੱਚ ਕਹਿ ਰਿਹਾ ਹਾਂ ਕਿ ਮੈਨੂੰ ਤੇਰੇ ਨਾਲ ਮੁਹੱਬਤ ਹੈ - ਮੁਹੱਬਤ ਹੀ ਨਹੀਂ ਬੇਪਨਾਹ ਮੁਹੱਬਤ ਹੈ। ਮੈਂ ਪਹਿਲਾਂ ਕਦੇ ਕਿਸੇ ਬਾਰੇ ਇੰਨੀ ਦ੍ਰਿੜ੍ਹਤਾ ਨਾਲ ਅਜਿਹਾ ਮਹਿਸੂਸ ਨਹੀਂ ਕੀਤਾ। ਦਿੱਲੀ ਦੀ ਹਰ ਉਹ ਸੜਕ, ਜਿੱਥੋਂ ਤੋਂ ਲੰਘੀਂ ਹੈ, ਮੈਨੂੰ ਤੇਰੀ ਯਾਦ ਦਿਵਾਉਂਦੀ ਹੈ। ਹਰ ਉਹ ਲਾਇਬ੍ਰੇਰੀ, ਜਿੱਥੇ ਤੁਸੀਂ ਬੈਠ ਕੇ ਪੜ੍ਹਾਈ ਕੀਤੀ, ਹਰ ਉਹ ਇਲਾਕਾ ਜਿੱਥੋਂ ਤੁਸੀਂ ਲੰਘੇ ਹੋ ਅਤੇ ਮੈਂ ਤੁਹਾਨੂੰ ਜਾਂਦੇ ਹੋਏ ਦੇਖਿਆ ਹੈ। ਹਰ ਮੈਟਰੋ ਸਟੇਸ਼ਨ ਜਿੱਥੇ ਤੂੰ ਸਫ਼ਰ ਕੀਤਾ ਹੈ, ਤੇਰੀਆਂ ਯਾਦਾਂ ਤਾਜ਼ਾ ਕਰ ਦਿੰਦਾ ਹੈ। ਹਰ ਉਹ ਕੋਚਿੰਗ ਜਿੱਥੇ

ਤੁਸੀਂ ਆਈ.ਏ.ਐਸ. ਬਣਨ ਲਈ ਚੱਕਰ ਕੱਟੇ ਹਨ ਅਤੇ ਮੈਂ ਤੁਹਾਨੂੰ ਦੇਖਣ ਲਈ ਤੇਰਾ ਪਿੱਛਾ ਕਰਦੇ ਹੋਏ ਚੱਕਰ ਕੱਟੇ ਹਨ, ਸਭ ਤੇਰੀ ਹੀ ਯਾਦ ਦਿਵਾਉਂਦੇ ਹਨ। ਅਜਿਹਾ ਲੱਗਦਾ ਹੈ ਕਿ ਦਿੱਲੀ ਵਿੱਚ ਰਹਿਣ ਵਾਲੀ ਹਰ ਕੁੜੀ ਐਂਜਲ ਹੀ ਹੈ; ਮੈਂ ਜਿੱਥੇ ਦੇਖਦਾ ਹਾਂ ਉੱਥੇ ਤੇਰਾ ਹੀ ਚਿਹਰਾ ਨਜ਼ਰ ਆਉਂਦਾ ਹੈ। ਅਜਿਹਾ ਲੱਗਦਾ ਹੈ ਕਿ ਮੇਰੇ ਉੱਤੇ ਤੇਰੇ ਪਿਆਰ ਦਾ ਨਸ਼ਾ ਚੜ੍ਹ ਗਿਆ ਹੈ, ਅਤੇ ਮੈਂ ਹਰ ਪਲ ਤੇਰੇ ਪਿਆਰ ਦੇ ਨਸ਼ੇ ਵਿੱਚ ਮਸਤ ਰਹਿਣ ਲੱਗਿਆ ਹਾਂ।

ਤੂੰ ਮੇਰੇ ਲਈ ਸਭ ਕੁਝ ਹੈਂ। ਮੈਨੂੰ ਤੇਰੇ ਨਾਲ ਪਿਆਰ ਹੈ! ਤੂੰ ਮੇਰੇ ਜੀਵਨ ਦਾ ਵੱਡਾ ਹਿੱਸਾ ਹੈ, ਅਤੇ ਮੈਂ ਇੱਕ ਸੱਚੇ ਪ੍ਰੇਮੀ ਦੀ ਤਰ੍ਹਾਂ ਤੈਨੂੰ ਪਿਆਰ ਕਰਦਾ ਹਾਂ। ਤੂੰ ਮੇਰੇ ਜੀਵਨ ਵਿੱਚ ਸਭ ਤੋਂ ਕੀਮਤੀ, ਸਭ ਤੋਂ ਪਿਆਰੀ ਅਤੇ ਸਭ ਤੋਂ ਮਹੱਤਵਪੂਰਨ ਹੈ... 'ਯੂ ਆਰ ਦਾ ਆੱਨਲੀ ਐਂਜਲ ਇਨ ਮਾਈ ਹਾਰਟ ਆਫ਼ ਹੈਵਨ'। ਮੈਨੂੰ ਚੰਦ ਤੇ ਤਾਰਿਆਂ ਦੀ ਲੋੜ ਨਹੀਂ ਹੈ, ਕਿਉਂਕਿ ਮੇਰੇ ਜੀਵਨ ਨੂੰ ਰੋਸ਼ਨ ਕਰਨ ਲਈ ਤੇਰੀ ਚਮਕ ਹੀ ਕਾਫ਼ੀ ਹੈ। ਤੂੰ ਮੈਨੂੰ ਸਿਖਾਇਆ ਹੈ ਕਿ ਸੱਚਾ ਪਿਆਰ ਕੀ ਹੁੰਦਾ ਹੈ। ਮੈਂ ਤੈਨੂੰ ਬਹੁਤ ਪਿਆਰ ਕਰਦਾ ਹਾਂ, ਡਾਰਲਿੰਗ! ਤੇਰੇ ਬਾਰੇ ਸੋਚ ਕੇ ਹੀ ਮੇਰੀ ਸਵੇਰ ਹੁੰਦੀ ਹੈ; ਤੈਨੂੰ ਦੇਖ ਕੇ ਹੀ ਮੇਰਾ ਦਿਨ ਲੰਘਦਾ ਹੈ; ਅਤੇ ਤੇਰੇ ਸੁਪਨੇ ਦੇਖ ਕੇ ਹੀ ਮੇਰੀ ਰਾਤ ਲੰਘਦੀ ਹੈ। ਇਹ ਭਗਵਾਨ ਦਾ ਸਪਸ਼ਟ ਸੰਦੇਸ਼ ਹੈ ਕਿ ਉਸ ਨੇ ਤੈਨੂੰ ਇੱਕ ਐਂਜਲ ਦੀ ਤਰ੍ਹਾਂ ਮੇਰੇ ਜੀਵਨ ਵਿੱਚ ਭੇਜਿਆ ਹੈ। ਮੈਨੂੰ ਪਤਾ ਹੈ ਕਿ ਅਸੀਂ ਹਰ ਵਾਰ ਹਰ ਗੱਲ ’ਤੇ ਸਹਿਮਤ ਨਹੀਂ ਹੁੰਦੇ, ਪਰ ਮੈਂ ਦਿਨ-ਰਾਤ ਤੇਰੇ ਬਾਰੇ ਹੀ ਸੋਚਦਾ ਹਾਂ। ਤੂੰ ਹੀ ਮੇਰਾ ਜਹਾਨ ਹੈ; ਤੂੰ ਮੇਰੇ ਜੀਵਨ ਦਾ ਪਿਆਰ ਹੈ; ਅਤੇ ਤੂੰ ਅਸਲ ਵਿੱਚ ਧਰਤੀ ਦੀ ਸਭ ਤੋਂ ਸੁੰਦਰ ਪਰੀ ਹੈ। ਮੈਂ ਆਪਣੇ ਮੋਢਿਆਂ ’ਤੇ ਤੇਰੇ ਹੱਥ, ਮੇਰੇ ਵਾਲਾਂ ਵਿੱਚ ਤੇਰੀਆਂ ਉਂਗਲਾਂ, ਅਤੇ ਮੇਰੀਆਂ ਗੱਲ੍ਹਾਂ ’ਤੇ ਤੇਰੇ ਚੁੰਮਣ ਦੇ ਨਾਜ਼ੁਕ ਸਾਹਾਂ ਨੂੰ ਮਹਿਸੂਸ ਕਰਦਾ ਹਾਂ। ਮੇਰਾ ਪਿਆਰ ਹਮੇਸ਼ਾ ਲਈ ਤੇਰਾ ਹੈ। ਇਸ ਬ੍ਰਹਿਮੰਡ ਵਿੱਚ ਹਜ਼ਾਰਾਂ ਦਿਨ ਸੂਰਜ ਨਿਕਲਿਆ ਹੈ ਅਤੇ ਲੱਖਾਂ ਦਿਨ ਸੂਰਜ ਹੋਰ ਨਿਕਲੇਗਾ। ਪਰ ਮੈਨੂੰ ਜੋ ਰੋਸ਼ਨ ਕਰ ਸਕਦੀ ਹੈ ਉਹ ਸਿਰਫ਼ ਅਤੇ ਸਿਰਫ਼ ਤੇਰੇ ਚਿਹਰੇ ਦੀ ਚਮਕ ਹੈ। ਤੂੰ ਮੇਰਾ ਵਰਤਮਾਨ ਹੈ; ਤੂੰ ਮੇਰਾ ਅਤੀਤ ਹੈ; ਅਤੇ ਤੂੰ ਹੀ ਮੇਰਾ ਭਵਿੱਖ ਹੈ। ਤੂੰ ਮੇਰੀ ਜ਼ਿੰਦਗੀ ਦਾ ਧੁਰਾ ਹੈ, ਮੇਰੀ ਜ਼ਿੰਦਗੀ ਦਾ ਪਹੀਆ ਹੈ। ਮੇਰੀ ਜ਼ਿੰਦਗੀ ਦਾ ਕਾਲ-ਚੱਕਰ ਹੈ। ਜ਼ਿੰਦਗੀ ਦੇ ਔਖੇ ਰਾਹ ਅਤੇ ਥੱਕੇ ਹੋਏ ਰਾਹੀ ਲਈ ਪਿੱਪਲ ਦੀ ਛਾਂ ਵਰਗੀ ਹੈ ਤੂੰ; ਝੁਲਸਦੀ ਧਰਤੀ ਅਤੇ ਗਰਮ ਦੁਪਹਿਰ ਵਿੱਚ ਸਾਉਣ ਮਹੀਨੇ ਦੇ ਪਹਿਲੇ ਮੀਂਹ ਵਰਗੀ ਹੈ ਤੂੰ; ਤੇਜ਼ ਠੰਢ ਵਿੱਚ ਨਿੱਘੇ ਸੇਕ ਵਰਗੀ ਹੈ ਤੂੰ। ਮੇਰੀ ਟਰੈਫ਼ਿਕ ਭਰੀ ਜ਼ਿੰਦਗੀ ਵਿੱਚ ਰੈੱਡ ਲਾਈਟ ਵਰਗੀ ਹੈ ਤੂੰ; ਮੇਰੀ ਨਿਰਾਸ਼ਾ ਦੀ ਬੰਜਰ ਧਰਤੀ ’ਤੇ ਉਮੀਦ ਦੀ ਨਵੀਂ ਬਹਾਰ ਹੈ ਤੂੰ। ਤੁਸੀਂ ਮੇਰੇ ਲਈ ਕੀ ਹੋ? ਮੈਂ ਕਹਿਣਾ ਚਾਹੁੰਦਾ ਹਾਂ ਕਿ ਮੇਰੇ ਇੱਕ-ਇੱਕ ਸ਼ਬਦ ਦਾ ਭਾਵ ਅਰਥ ਅਤੇ ਮੇਰੀ ਹਰ ਚੰਗੀ

ਅਤੇ ਦਿਲਕਸ਼ ਕਵਿਤਾ ਦਾ ਆਧਾਰ ਹੋ ਤੁਸੀਂ। ਮੈਂ ਆਪਣੀ ਜ਼ਿੰਦਗੀ ਦਾ ਹਰ ਪਲ ਤੁਹਾਡੇ ਨਾਲ ਅਤੇ ਤੁਹਾਡੇ ਦਿਲ ਦੀ ਧੜਕਣ ਨਾਲ ਬਿਤਾਉਣਾ ਚਾਹੁੰਦਾ ਹਾਂ। ਮੈਂ ਹਰ ਸਵੇਰ ਤੁਹਾਡੇ ਮੁਸਕਰਾਉਂਦੇ ਹੋਏ ਚਿਹਰੇ ਨੂੰ ਦੇਖ ਕੇ ਜਾਗਣਾ ਚਾਹੁੰਦਾ ਹਾਂ ਅਤੇ ਹਰ ਰਾਤ ਇਹ ਜਾਣ ਕੇ ਸੌਣਾ ਚਾਹੁੰਦਾ ਹਾਂ ਕਿ ਤੁਸੀਂ ਸਿਰਫ਼ ਤੇ ਸਿਰਫ਼ ਮੇਰੇ ਹੋ। 'ਡਿਸਟੈਂਸ ਇਜ ਜਸਟ ਏ ਨੰਬਰ'।

ਮੈਨੂੰ ਤੇਰੀ ਮੁਸਕਾਨ ਬਹੁਤ ਪਸੰਦ ਹੈ। ਤੇਰੀ ਮੁਸਕਰਾਹਟ ਮੇਰੇ ਦਿਲ ਦੇ ਹਰ ਕੋਨੇ ਨੂੰ ਰੋਸ਼ਨ ਕਰ ਦਿੰਦੀ ਹੈ। ਸਵੀਟ ਹਾਰਟ! ਤੈਨੂੰ ਪਿਆਰ ਕਰਨਾ ਸਾਹ ਲੈਣ ਵਰਗਾ ਹੈ। ਮੈਂ ਇਸ ਨੂੰ ਰੋਕ ਨਹੀਂ ਸਕਦਾ ਅਤੇ ਨਾ ਹੀ ਰੋਕਣਾ ਚਾਹੁੰਦਾ ਹਾਂ। ਮੈਂ ਹਮੇਸ਼ਾ ਤੇਰੇ ਬਾਰੇ ਹੀ ਸੋਚਦਾ ਰਹਿੰਦਾ ਹਾਂ, ਤੇ ਮੈਨੂੰ ਪਤਾ ਹੈ ਕਿ ਤੁਸੀਂ ਵੀ ਮੇਰੇ ਬਾਰੇ ਸੋਚਦੇ ਹੋ। ਸੱਚਮੁੱਚ ਸਾਡਾ ਪਿਆਰ ਸਮੁੰਦਰ ਤੋਂ ਵੀ ਡੂੰਘਾ, ਹਿਮਾਲਿਆ ਤੋਂ ਵੀ ਉੱਚਾ ਅਤੇ ਸ਼ਹਿਦ ਤੋਂ ਵੀ ਮਿੱਠਾ ਹੈ। ਮੇਰੀ ਰਾਜਕੁਮਾਰੀ, ਮੈਨੂੰ ਹੁਣ ਤੱਕ ਇਹੀ ਲੱਗਦਾ ਸੀ ਕਿ ਸ਼ੁੱਧ ਤੇ ਸੱਚਾ ਪਿਆਰ ਸਿਰਫ਼ ਪਰੀ ਕਹਾਣੀਆਂ ਵਿੱਚ ਹੁੰਦਾ ਸੀ, ਪਰ ਜਦੋਂ ਦੀ ਮੇਰੀ ਜ਼ਿੰਦਗੀ ਵਿੱਚ ਪਰੀ ਆਈ ਹੈ, ਤਦੋਂ ਤੋਂ ਪਿਆਰ ਪ੍ਰਤੀ ਮੇਰੀ ਧਾਰਨਾ ਪੂਰੀ ਤਰ੍ਹਾਂ ਬਦਲ ਗਈ ਹੈ। ਜਿਸ ਨੂੰ ਤੇਰੇ ਵਰਗੀ ਪ੍ਰੇਮਿਕਾ ਦਾ ਅਹਿਸਾਸ ਹੋਵੇ, ਉਸ ਲਈ ਧਰਤੀ ਸਵਰਗ ਤੋਂ ਘੱਟ ਨਹੀਂ ਹੈ। ਜਾਨੇਮਨ, ਮੈਂ ਤੈਨੂੰ ਆਪਣੀਆਂ ਅੱਖਾਂ ਵਿੱਚ ਕੈਦ ਕਰ ਲਿਆ ਹੈ। ਤੁਸੀਂ ਮੇਰਾ ਦਿਲ ਚੁਰਾ ਲਿਆ ਹੈ, ਅਤੇ ਦਿਲ ਚੁਰਾਉਣ ਦੀ ਸਜ਼ਾ ਇਹ ਹੈ ਕਿ ਮੈਨੂੰ ਖ਼ੁਸ਼ਕਿਸਮਤ ਵਹੁਟੀ (ਪਤਨੀ) ਦੀ ਤਲਾਸ਼ ਹੈ। ਤੁਸੀਂ ਉਸ ਤਲਾਸ਼ ਨੂੰ ਪੂਰਾ ਕਰ ਦਿਓ, ਐਂਜਲ!"

"ਆਈ ਲਾਈਕ ਯੂ! ਅਰੇ ਨਹੀਂ ਯਾਰ, ਆਈ ਲਵ ਯੂ! ਮੇਰੇ ਜੀਵਨ ਸਾਥੀ ਬਣੋਗੇ?"

ਮੇਰੇ ਪਿਆਰ ਨੂੰ ਉਸ ਸਮੇਂ ਮੁਕੰਮਲ ਰਾਹ ਮਿਲ ਰਹੀ ਸੀ, ਜਦੋਂ ਯੂਪੀ ਤੋਂ ਲੈ ਕੇ ਰਾਜਸਥਾਨ ਤੱਕ ਅਤੇ ਹਿਮਾਚਲ ਪ੍ਰਦੇਸ਼ ਤੋਂ ਲੈ ਕੇ ਬਿਹਾਰ ਤੱਕ ਲਵ-ਲੈਟਰ ਤੋਂ ਜ਼ਿਆਦਾ ਪੇਪਰ ਲੀਕ ਹੋ ਰਹੇ ਸਨ- ਕਦੇ ਯੂਪੀਟੇਟ, ਤੇ ਕਦੇ ਰਾਜਸਥਾਨ ਐੱਸ.ਆਈ., ਤੇ ਕਦੇ ਯੂ.ਪੀ.ਐੱਸ.ਆਈ., ਤੇ ਕਦੇ ਬੀ.ਪੀ.ਐੱਸ.ਸੀ.। ਪੇਪਰ ਲੀਕ ਤੋਂ ਨਾਰਾਜ਼ ਹੋ ਕੇ ਇੱਕ ਸੋਸ਼ਲ ਮੀਡੀਆ ਯੂਜ਼ਰ ਨੇ ਪੋਸਟ ਕਰਦੇ ਹੋਏ ਲਿਖਿਆ, *"ਮੌਤ ਔਰ ਮੁਹੱਬਤ ਤੋ ਯੂੰ ਹੀ ਬਦਨਾਮ ਹੈ, ਵਰਨਾ ਤਕਲੀਫ਼ ਤੋ ਸਭ ਸੇ ਜ਼ਿਆਦਾ ਪੇਪਰ ਲੀਕ ਦੇਤਾ ਹੈ।"* *'ਸਿਸਟਮ ਵੀਕ ਥਾ ਇਸ ਲੀਏ ਪੇਪਰ ਲੀਕ ਥਾ'*, ਇਸ ਤਰ੍ਹਾਂ ਦੀਆਂ ਸੋਸ਼ਲ ਮੀਡੀਆ 'ਤੇ ਪੋਸਟਾਂ ਪਾ ਕੇ ਪ੍ਰਤੀਭਾਗੀ ਵਿਦਿਆਰਥੀ ਸਿਸਟਮ ਉੱਤੇ ਆਪਣਾ ਗ਼ੁੱਸਾ ਜ਼ਾਹਰ ਕਰ ਰਹੇ ਸਨ।